AF840326

കേരളം

മലയാളികളുടെ മാതൃഭൂമി

keralam malayalikalude mathrubhoomi

•

e m s

•

first published
1948

•

tenth edition
january 2017

•

eleventh edition
april 2018

•

typesetting & published
chintha publishers, thiruvananthapuram

•

cover painting
rajesh chirappadu

•

cover
midas

•

വിതരണം

ദേശാഭിമാനി ബുക്ക് ഹൗസ്

H O തിരുവനന്തപുരം-695 035
phone: 0471-2303026, 6063026
www.chinthapublishers.com
chinthapublishers@gmail.com

ബ്രാഞ്ചുകൾ

ഹെഡ്ഡാഫീസ് ബ്രാഞ്ച് കുന്നുകുഴി • സ്റ്റാച്യു തിരുവനന്തപുരം • കെ എസ് ആർ ടി സി ബസ് സ്റ്റേഷൻ ആലപ്പുഴ • കെ എസ് ആർ ടി സി ബസ് സ്റ്റേഷൻ എറണാകുളം • മച്ചിങ്ങൽ ലെയ്ൻ തൃശൂർ • ഐ ജി റോഡ് കോഴിക്കോട് • മാവൂർ റോഡ് കോഴിക്കോട് • എൻ ജി ഒ യൂണിയൻ ബിൽഡിങ് കണ്ണൂർ • സെൻട്രൽ ബസ് ടെർമിനൽ കോംപ്ലക്സ് താവക്കര കണ്ണൂർ

CR - 1858 / 4641
ISBN - 978-93-85045-77-6

കേരളം

മലയാളികളുടെ
മാതൃഭൂമി

ഇ എം എസ്

ചിന്ത പബ്ലിഷേഴ്സ്
തിരുവനന്തപുരം-695 035
വില : ₹ 330

ഉള്ളടക്കം

രണ്ടാംപതിപ്പിന്റെ മുഖവുര	7
മൂന്നാം പതിപ്പിന്റെ മുഖവുര	29
നാലാംപതിപ്പിന്റെ മുഖവുര	31
ലോകചരിത്രത്തിൽ ഇന്ത്യ	37
ചരിത്രത്തിലേക്ക് ഒരെത്തിനോട്ടം	51
ബ്രിട്ടീഷ്ഭരണത്തിൻകീഴിൽ	130
നവീന കേരളത്തിന്റെ ഉത്ഭവവും വളർച്ചയും	221

പ്രസാധകക്കുറിപ്പ്

ആറ് പതിറ്റാണ്ടിനുമുമ്പ് ഇ എം എസിന്റെ *കേരളം മലയാളികളുടെ മാതൃഭൂമി* പ്രസിദ്ധീകരിക്കപ്പെട്ടതോടെയാണ് മലയാളിയുടെ സ്വത്വധാരണകൾ സ്വതന്ത്രമാവുന്നതായി ലോകം മനസിലാക്കിയത്. സാമ്രാജ്യത്വവിരുദ്ധ സമരത്തിന്റെ അനുഭവങ്ങളിലൂടെ കടന്നുപോന്ന കേരളം ഒരു ജനതയായി രൂപപ്പെട്ടതിന്റെ ചിത്രം ഈ കൃതി വരച്ചുകാട്ടി. ഭാഷാസംസ്ഥാനങ്ങൾ എന്ന ആശയം മുന്നോട്ടുവയ്ക്കുന്നതിലും അതിന് അനുകൂലമായി ജനാഭിപ്രായം സ്വരൂപിക്കുന്നതിലും ഇടതുപക്ഷ പ്രസ്ഥാനങ്ങൾ വഹിച്ച നേതൃത്വപരമായ പങ്കിന്റെ സാക്ഷ്യപത്രമാണ് അവിഭക്തകമ്യൂണിസ്റ്റ് പാർട്ടിയുടെ സമുന്നത നേതാവുകൂടിയായിരുന്ന ഇ എം എസ് ഈ കൃതിയിൽ മുന്നോട്ടുവച്ച നിരീക്ഷണങ്ങൾ. ജന്മനാടിന്റെ സംസ്കാരത്തിലും പാരമ്പര്യത്തിലും അഭിമാനിക്കുന്ന ഒരു മലയാളിമനസിന്റെ സാന്നിധ്യം *കേരളം മലയാളികളുടെ മാതൃഭൂമി* അനുഭവിപ്പിക്കുന്നുണ്ട്. ദേശീയതയെയും ദേശീയസംസ്കാരങ്ങളെയും സംബന്ധിച്ച മലയാളിയുടെ ജനാധിപത്യധാരണകൾക്ക് വ്യക്തതപകർന്നത് ഈ കൃതിയാണ്. മലയാളിയുടെ രാഷ്ട്രീയത്തിനും സാംസ്കാരികപ്രവർത്തനത്തിനും ഏറെക്കാലം ഈ കൃതി ദിശാബോധം പകർന്നു. ഇതിലെ ചില നിലപാടുകൾ പിൽക്കാലത്ത് ഇ എം എസ് തന്നെ പുനഃപരിശോധിക്കുകയുണ്ടായി. ചില നിരീക്ഷണങ്ങൾ അദ്ദേഹം കൂടുതൽ വികസിപ്പിക്കുകയും ചെയ്തു. എന്നാൽ ഈ കൃതി ചരിത്രത്തിൽ നടത്തിയ ഇടപെടലിന്റെ പ്രസക്തി ഇന്നും മങ്ങാതെതന്നെ നിൽക്കുന്നു. ഹിന്ദുത്വവാദികളുടെ അഖണ്ഡഭാരതസങ്കൽപ്പവും സമ്മർദശക്തികളുടെ പ്രാദേശിക സങ്കുചിതവാദവും ഇന്ത്യൻദേശീയതയുടെ ആധാരശിലകളെ അസ്ഥിരപ്പെടുത്തുന്ന ഇന്ന് ഈ കൃതിയിൽ ഇ എം എസ് അവതരിപ്പിച്ച നിലപാടുകൾ ആർക്കും അവഗണിക്കാനാവാ

ത്തതാണ്. അതുകൊണ്ടുതന്നെ ഇതിന്റെ പുനഃപ്രസാധനം പ്രസക്തവും അനിവാര്യവുമാണ്.

ചരിത്രസൃഷ്ടിയിൽ പങ്കുചേരുന്ന മൗലികരചനകൾ ചരിത്രത്തിന്റെ ഒസ്യത്താണ്. *കേരളം മലയാളികളുടെ മാതൃഭൂമി* മലയാളത്തിലെ ക്ലാസിക്കുകളുടെ ഗണത്തിൽ ഇടം നേടിക്കഴിഞ്ഞു. 1964, 1981, 1987 എന്നീ വർഷങ്ങളിൽ *കേരളം മലയാളികളുടെ മാതൃഭൂമി* പുനഃപ്രസിദ്ധീകരിക്കപ്പെട്ടു. ഈ കൃതി ഉൾപ്പെടുന്ന *ഇ എം എസ് സമ്പൂർണകൃതി*കളുടെ ഒമ്പതാം സഞ്ചിക പല പതിപ്പുകളിലായി ആയിരക്കണക്കിനു കോപ്പികൾ വിറ്റഴിയുകയുണ്ടായി. മാറിയ കെട്ടിലും മട്ടിലും 2009 ഫെബ്രുവരിയിൽ പുറത്തിറക്കിയ പതിപ്പും 2012 ലെ പതിപ്പും മാസങ്ങൾക്കുള്ളിൽ വിറ്റുതീർന്നു. ഇതിന്റെ പതിനൊന്നാം പതിപ്പുകൂടി ചിന്ത അഭിമാനപൂർവം പുറത്തിറക്കുകയാണ്.

ചിന്ത പബ്ലിഷേഴ്സ്

രണ്ടാംപതിപ്പിന്റെ മുഖവുര

ആയിരത്തി തൊള്ളായിരത്തി നാൽപ്പത്തിഏഴ്-നാൽപ്പത്തിഎട്ടിലാണ് ഈ ഗ്രന്ഥത്തിന്റെ ഒന്നാംപതിപ്പ് മൂന്നുഭാഗങ്ങളായി പ്രസിദ്ധീകരിച്ചത്. പ്രസിദ്ധീകരിച്ച് ഏതാനും മാസങ്ങൾക്കകംതന്നെ ഒന്നാംപതിപ്പ് വിറ്റുതീർന്നിരുന്നുവെങ്കിലും ഇതേവരെ രണ്ടാംപതിപ്പ് പുറത്തിറക്കുകയുണ്ടായില്ല. ഇപ്പോൾ മൂന്നുംകൂടി ഒരു പുസ്തകമായി പ്രസിദ്ധീകരിക്കാൻ സഹായിച്ച *കറന്റ് ബുക്സ്* ഉടമസ്ഥൻ തോമസിനോട് എനിക്കുള്ള കൃതജ്ഞത ആദ്യമായിത്തന്നെ രേഖപ്പെടുത്തിക്കൊള്ളട്ടെ.

1947–48 ൽ പ്രസിദ്ധീകരിച്ച രൂപത്തിൽത്തന്നെ—അതിൽ യാതൊരു മാറ്റവും വരുത്താതെ—ആണ് ഇതിപ്പോൾ പ്രസിദ്ധീകരിക്കുന്നത്. ഇതിലെ ഒന്നാംഭാഗത്തെയും മൂന്നാംഭാഗത്തെയും സംബന്ധിച്ച് ചില മാറ്റങ്ങൾ ആവശ്യമാണെന്ന് ആദ്യം തോന്നുകയുണ്ടായി. എന്നാൽ പിന്നീട് അത് വേണ്ടെന്നുവയ്ക്കുകയാണുണ്ടായത്.

ഒന്നാംഭാഗം പ്രസിദ്ധീകരിച്ചതിനുശേഷം, അതിൽ ഞാൻ അംഗീകരിച്ച സമീപനത്തെ സംബന്ധിച്ച് നിശിതമായ ചില വിമർശനങ്ങൾ വരികയുണ്ടായി. ആര്യന്മാരുടെ വരവിനുമുമ്പ് കേരളത്തിൽ നിലനിന്നിരുന്നതും തെക്കേ ഇന്ത്യയിൽ ആകെ വ്യാപിച്ചുകിടന്നിരുന്ന ദ്രാവിഡ സംസ്കാരത്തിന്റെ ഭാഗവുമായ പ്രാചീന കേരളസംസ്കാരത്തിന്റെ മേന്മയെ ഞാനംഗീകരിക്കുന്നില്ല, നേരെമറിച്ച് ആര്യസംസ്കാരത്തിന്റെ മേന്മയെ പാടിപ്പുകഴ്ത്തുകയാണ് ഞാൻ ചെയ്യുന്നത്—ഇതായിരുന്നു വിമർശനത്തിന്റെ കാതലായ ഭാഗം.

ഇത് സ്വാഭാവികമായും എന്നെ ചിന്തിപ്പിച്ചു. വിമർശകന്മാർ ഉന്നയിച്ച വാദമുഖങ്ങളുടെ വെളിച്ചത്തിൽ ഞാൻ എന്റെ ഗ്രന്ഥം പുനഃപരിശോധിച്ചു. കൂടാതെ ദൈനംദിന രാഷ്ട്രീയപ്രവർത്തനത്തിൽ മുഴുകിയിരുന്ന

ഒരാൾക്കു ചെയ്യാൻ കഴിവുള്ളിടത്തോളം അധികൃത ചരിത്രഗ്രന്ഥങ്ങൾ പഠിക്കുകയും പണ്ഡിതന്മാരായ സുഹൃത്തുക്കളുമായി ചർച്ചചെയ്യുകയും ചെയ്തു.

ഇതിന്റെയെല്ലാം ഫലമായി, *കേരളം* ഒന്നാംഭാഗത്തിലടങ്ങിയ സമീപനത്തിൽ പ്രധാനമായ ചില ഭേദഗതികൾ വരുത്തിക്കൊണ്ട് ഇതേ ചരിത്രപ്രശ്നം കൈകാര്യം ചെയ്യുന്ന മറ്റൊരു ഗ്രന്ഥം 1951–52 ൽ ഞാനെഴുതി. *National Question in Kerala* എന്ന പേരിൽ ഇംഗ്ലീഷിലെഴുതിയ ആ ഗ്രന്ഥത്തിന്റെ ഒരു മലയാളതർജ്ജുമ (*കേരളത്തിലെ ദേശീയപ്രശ്നം*) 1955 ൽ പ്രസിദ്ധീകരിച്ചു. ആ മലയാളം പതിപ്പിനുള്ള മുഖവുരയിൽ *കേരളം* ഒന്നാം ഭാഗത്തിലടങ്ങിയ സമീപനത്തിൽ എന്തു തെറ്റാണുള്ളതെന്നും അത് ഏതുരീതിയിലാണ് തിരുത്തുന്നതെന്നും വിശദമാക്കിയിരുന്നു.

ഇങ്ങനെ ഒന്നാംപതിപ്പിലടങ്ങിയ സമീപനത്തിൽ പ്രധാനമായ മാറ്റങ്ങൾ വരുത്തണമെന്നു വ്യക്തമായ സ്ഥിതിക്ക് ഒന്നാംഭാഗമെങ്കിലും തികച്ചും മാറ്റി എഴുതിക്കഴിഞ്ഞിട്ടുമാത്രം രണ്ടാംപതിപ്പ് പുറത്തിറക്കിയാൽമതിയെന്ന വിചാരത്താലാണ് ഇത്രയും കാലം അതു ചെയ്യാതിരുന്നത്. എന്നാൽ ഒന്നാംപതിപ്പിന്റെ രൂപത്തിൽത്തന്നെ വീണ്ടും പ്രസിദ്ധീകരിക്കുന്നതുകൊണ്ട് പല മെച്ചങ്ങളും ഉണ്ടെന്ന വിശ്വാസത്തിലാണ് ഇതിപ്പോൾ ഈ രൂപത്തിൽത്തന്നെ പ്രസിദ്ധീകരിക്കുന്നത്.

സമീപനത്തിലെന്തെല്ലാം കുറവുകളും ദൗർബല്യങ്ങളും ഉണ്ടെന്നിരുന്നാലും, പ്രാചീനകേരളത്തിന്റെ ചരിത്രം മാർക്സിസ്റ്റ് വീക്ഷണത്തിന്റെ അടിസ്ഥാനത്തിൽ പരിശോധിക്കാൻ നടത്തിയ ആദ്യത്തെ ശ്രമമായിരുന്നു *കേരളം* ഒന്നാംഭാഗം. അതെഴുതിയകാലത്ത് കിട്ടാനുണ്ടായിരുന്ന അധികൃതചരിത്രഗ്രന്ഥങ്ങൾ പരിശോധിച്ച്, അവയിലടങ്ങിയ വാദമുഖങ്ങളും വസ്തുതകളും ചർച്ചചെയ്തുകൊണ്ടാണ് അതെഴുതിയിരുന്നത്. അതുകൊണ്ട് അതിലടങ്ങിയ തെറ്റായ സമീപനം ഉപേക്ഷിക്കുകയാണെങ്കിൽപ്പോലും, അതിലെ പ്രതിപാദനം ചരിത്രവിദ്യാർഥികൾക്ക് പ്രയോജനകരമായേക്കും. *കേരളം* ഒന്നാംഭാഗത്തിന്റെ പ്രതിപാദനം *കേരളത്തിലെ ദേശീയപ്രശ്ന*ത്തിലേതിനെക്കാൾ സവിസ്തരമാണെന്നുകൂടി പറയേണ്ടതുണ്ട്. അതുകൊണ്ട് ഏതേതു കാര്യങ്ങളിലാണ് തിരുത്തലുകൾ ആവശ്യമായിട്ടുള്ളതെന്ന വിശദീകരണത്തോടുകൂടി *കേരളം* തന്നെ അതേ രൂപത്തിൽ പ്രസിദ്ധീകരിക്കുന്നത് നന്നായിരിക്കുമെന്നു തോന്നി.

ഇതിലും പ്രധാനമായ മറ്റൊരു പരിഗണനകൂടി രണ്ടാംപതിപ്പ് ഇതേ രൂപത്തിൽ പ്രസിദ്ധീകരിക്കുന്നതിന് എന്നെ പ്രേരിപ്പിച്ചു. തികച്ചും ശൈശവദശയിലിരിക്കുന്ന ഒരു സയൻസാണ് ചരിത്രം–ഇന്ത്യയുടെയും അതിന്റെ ഭാഗമായ കേരളത്തിന്റെയും ചരിത്രം വിശേഷിച്ചും. ഏതാനും വർഷങ്ങൾക്കുമുമ്പുവരെ അനിഷേധ്യമായ ചരിത്രസത്യമെന്ന നിലയ്ക്ക് അംഗീകരിക്കപ്പെട്ടിരുന്ന പലതും തിരസ്കരിക്കപ്പെട്ടുകഴിഞ്ഞിരിക്കുന്നു. മുമ്പൊന്നും ചരിത്രവിദ്യാർഥികൾക്ക് ഊഹിക്കാൻപോലും കഴിയാത്ത പലതും ചരിത്രവസ്തുതകളായംഗീകരിക്കേണ്ടിയിരിക്കുന്നു. അതായത്, ചരിത്രപരമായ

'പരമസത്യം' കണ്ടുപിടിക്കപ്പെട്ടിരിക്കുന്നുവെന്ന സമീപനമംഗീകരിക്കുന്ന ചരിത്രപണ്ഡിതന്മാരും ചരിത്രവിദ്യാർഥികളും തികച്ചും അശാസ്ത്രീയ മായ ഒരു നിലപാടാണെടുക്കുന്നത്.

ഈ സ്ഥിതിക്ക് 1947–48 ൽ പ്രസിദ്ധീകരിച്ച *കേരളം* ഒന്നാംപതി പ്പിലെ സമീപനം 1951–52 ൽ പ്രസിദ്ധീകരിച്ച *National Question in Kerala* യിൽ തിരുത്തേണ്ടിവന്നതുപോലെ 1951–52-ലെ സമീപനത്തിൽ ഇപ്പോഴും തിരുത്തലുകൾ വരുത്തേണ്ടിവരുമെന്നു വ്യക്തമാണ്. ഇപ്പോൾ വരുത്തുന്ന തിരുത്തലുകളിൽത്തന്നെ വീണ്ടും ഭേദഗതികൾ വരു ത്തേണ്ടി വരത്തക്ക രീതിയിലാണ് ചരിത്രം വളർന്നുകൊണ്ടിരിക്കുന്നത്. അതുകൊണ്ട്, ആദ്യത്തെ ഗ്രന്ഥത്തിലടങ്ങിയ സമീപനത്തിലെ കുറവു കളും ദൗർബല്യങ്ങളും ചൂണ്ടിക്കാണിച്ചുകൊണ്ട് അതുതന്നെ പ്രസിദ്ധീ കരിക്കുന്നതാണ് ചരിത്രപഠനത്തിനും ചരിത്രപരമായ ചർച്ചകൾക്കും സഹായകമായിരിക്കുക. അതിനാലാണ് ചുവടെ നൽകുന്ന മുഖ്യവിശ ദീകരണങ്ങളോടുകൂടി ഒന്നാംപതിപ്പിന്റെ രൂപത്തിൽത്തന്നെ ഇപ്പോൾ ഇതു പ്രസിദ്ധീകരിക്കാൻ തീരുമാനിച്ചത്.

ഈ ഗ്രന്ഥത്തിന്റെ മൂന്നാംഭാഗമാണ് ഭേദഗതികളർഹിക്കുന്ന മറ്റൊ ന്നെന്ന് ഇതിനുമുകളിൽ സൂചിപ്പിച്ചുകഴിഞ്ഞു. ഈ ഭേദഗതികളുടെ സ്വ ഭാവം ഒന്നാംഭാഗത്തിന്റേതിൽനിന്നു വ്യത്യസ്തമാണ്. ചരിത്രപരമായ സമീപനത്തിന്റെ കാര്യത്തിൽ ഗണ്യമായ യാതൊരു ഭേദഗതിയും മൂന്നാം ഭാഗം ആവശ്യപ്പെടുന്നില്ല. അതെഴുതിയ കാലത്തിനുശേഷം നടന്ന പ്രധാന സംഭവവികാസങ്ങൾ വിവരിക്കുകയും വിലയിരുത്തുകയും ചെയ്യേണ്ടിയി രിക്കുന്നുവെന്നതാണ് ഭേദഗതിയുടെ സ്വഭാവം. അത് മൂന്നാംപതിപ്പ് പ്രസി ദ്ധീകരിക്കേണ്ട ഘട്ടത്തിലേക്കു മാറ്റിവയ്ക്കാൻ ഞാൻ നിർബന്ധിക്കപ്പെ ട്ടിരിക്കുന്നു.

ചരിത്രഗവേഷണത്തിലെ വർഗസമീപനം

ശൈശവദശയിലിരിക്കുന്നതും സദാ വളർന്നുകൊണ്ടിരിക്കുന്നതു മായ ഒരു സയൻസാണ് ചരിത്രമെന്ന് ഇതിനുമുമ്പു സൂചിപ്പിച്ചുകഴിഞ്ഞു. ഇതോടൊപ്പംതന്നെ എടുത്തുപറയേണ്ട മറ്റൊരു വസ്തുത കൂടിയുണ്ട്— ഗവേഷകന്റെ വർഗവീക്ഷണം തികച്ചും പ്രതിഫലിക്കുന്ന ഒരു സയൻ സാണത്; ആ നിലയ്ക്ക് മേധാവിവർഗത്തിന്റെ, അഥവാ വർഗങ്ങളുടെ, താൽപ്പര്യങ്ങൾ നിലനിർത്തുകയും സംരക്ഷിക്കുകയും ചെയ്യുന്നതി നുള്ള ശക്തിയേറിയ ഒരായുധമായി അത് പ്രയോജനപ്പെടും. അതു കൊണ്ട്, തൊഴിലാളിവർഗത്തിന് ആശയപരമായ മറ്റു രംഗങ്ങളിലെന്ന പോലെ ചരിത്രത്തിന്റെ കാര്യത്തിലും, നിലവിലുള്ള സിദ്ധാന്തങ്ങളെ വെല്ലുവിളിക്കുകയും എതിർത്തു തോൽപ്പിക്കുകയും ചെയ്യേണ്ടിയിരിക്കു ന്നു; സ്വന്തം വർഗതാൽപ്പര്യങ്ങൾ സംരക്ഷിച്ച് ഒരു വർഗമെന്ന നിലയ്ക്ക് സ്വയം മുന്നേറാൻ സഹായിക്കുന്ന ഒരു ചരിത്രവീക്ഷണം സ്വായത്തമാ ക്കേണ്ടിയിരിക്കുന്നു.

കേരളചരിത്രത്തിന്റെ കാര്യം തന്നെയെടുക്കുക. *കേരളത്തിലെ ദേശീയപ്രശ്ന* (രണ്ടാം അധ്യായം)ത്തിൽ ഞാൻ ചൂണ്ടിക്കാണിച്ചതുപോലെ, കേരളത്തിൽ മേധാവിത്വം വഹിച്ചിരുന്ന മൂന്നു വർഗങ്ങളിലോരോന്നും അതതിന്റേതായ ചരിത്രവീക്ഷണം സ്വയം അംഗീകരിക്കുകയും മറ്റുള്ളവരെകൊണ്ട് അംഗീകരിപ്പിക്കുവാൻ ശ്രമിക്കുകയും ചെയ്തു: ജന്മികൾ (വിശേഷിച്ചും നമ്പൂതിരിമാർ), ബ്രിട്ടീഷുകാർ, മുഖ്യമായും അബ്രാഹ്മണജാതികളിൽനിന്നും അഹിന്ദുക്കളിൽനിന്നും ഉയർന്നുവന്ന നാടൻ മുതലാളിമാർ—ഇതിലാദ്യത്തെ കൂട്ടരുടെ ചരിത്രവീക്ഷണമാണ് *കേരള മാഹാത്മ്യം, കേരളപ്പഴമ* മുതലായ കൃതികളിലടങ്ങിയിട്ടുള്ളത്. അവതാരപുരുഷനായ പരശുരാമനെ ചുറ്റിപ്പറ്റിയുള്ള കേരളോത്ഭവം തൊട്ട് ജാതി, ജന്മി, നാടുവാഴി മേധാവിത്വം നിലനിന്നിരുന്നതെങ്ങനെ എന്ന വിവരണംവരെയുള്ള ഈ 'ചരിത്രം' നമ്പൂതിരിമാർക്ക് മുമ്പും കൈയുമുള്ള ഒരു സാമൂഹ്യവ്യവസ്ഥ നിലനിർത്തുന്നതിന് കരുത്തുള്ള ആശയപരമായ ഒരായുധമായിത്തീർന്നു.

ഫ്യൂഡൽവർഗത്തിന്റേതായ ഈ ചരിത്രവീക്ഷണം അതിന്റെ പ്രാകൃതരൂപത്തിലംഗീകരിക്കാൻ ബൂർഷ്വാവർഗത്തിന്റെ പ്രതിനിധികളായ ബ്രിട്ടീഷ്ചരിത്രകാരന്മാർക്ക് സ്വാഭാവികമായും കഴിഞ്ഞില്ല. പക്ഷേ, ജന്മിവർഗവുമായി സന്ധിചെയ്ത്, അതിന്റെ സഹായസഹകരണങ്ങളോടുകൂടി മാത്രം രാജ്യം ഭരിച്ചിരുന്ന ബ്രിട്ടീഷ്ഭരണാധികാരികൾക്ക് തികച്ചും ഫ്യൂഡൽവിരുദ്ധമായ ഒരു ചരിത്രവീക്ഷണമുണ്ടാവുക അസാധ്യമായിരുന്നു. അതുകൊണ്ട്, ഒരുകാലത്ത് സമുദ്രത്തിനടിയിൽ കിടന്നിരുന്നതും പിന്നീട് ഭൂഗർഭപരിവർത്തനങ്ങളുടെ ഫലമായി കടലിൽനിന്നു പൊന്തിവന്നതുമായ ഒരു പ്രദേശമാണ് കേരളമെന്നും അവിടെ ബ്രാഹ്മണർക്ക് മേധാവിത്വം കിട്ടിയെന്നുമുള്ള ചരിത്രവസ്തുതയാണ് പരശുരാമനെ ചുറ്റിപ്പറ്റിക്കൊണ്ടുള്ള ഐതിഹ്യത്തിലടങ്ങിയിട്ടുള്ളതെന്ന ഒരു 'വ്യാഖ്യാനം' ബ്രിട്ടീഷ്ചരിത്രകാരന്മാർ നൽകി. ഫലമോ? തങ്ങൾക്കു താങ്ങുംതണലുമായി നിൽക്കുന്ന ജന്മിവർഗത്തെക്കഴിച്ചാൽ കേരളമാകെ അപരിഷ്കൃതമാണെന്നും, അതിനെ പരിഷ്കരിച്ചത് ചരിത്രാതീതകാലത്ത് ജന്മികളും ആധുനികകാലത്ത് തങ്ങളും കൂടിയാണെന്നുമുള്ള ധാരണ പരത്താൻ ബ്രിട്ടീഷുകാർക്കു കഴിഞ്ഞു.

ജന്മികളുടെയും ബ്രിട്ടീഷ്ഭരണാധികാരികളുടെയും വർഗതാൽപ്പര്യങ്ങളെ വെല്ലുവിളിച്ചുകൊണ്ട് കഴിഞ്ഞ മൂന്നുനാലു ദശാബ്ദക്കാലമായി വളർന്നുകൊണ്ടിരിക്കുന്ന ഒരു വർഗമാണ് മൂന്നാമത്തെ വിഭാഗം. ഇതിന് കൂടുതൽ ശക്തിയുള്ളത് തമിഴ്നാട്ടിലാണ്. അതുകൊണ്ട് ആര്യമേധാവിത്വത്തെ അരക്കിട്ടുറപ്പിക്കുന്നതും ഉത്തരേന്ത്യയെ ഇന്ത്യൻ സംസ്കാരത്തിന്റെ കേന്ദ്രമായി ചിത്രീകരിക്കുന്നതുമായ പഴയ ഇന്ത്യാചരിത്രത്തിനു പകരം ഒരു പുതിയ 'ദ്രാവിഡചരിത്രം' തമിഴ്നാട്ടിൽ ഉയർന്നുവന്നു. ഇതിനു സഹായകമായ പല വസ്തുതകളും അവിടത്തെ ചരിത്രഗവേഷകന്മാർ പുറത്തുകൊണ്ടുവന്നു. ഈ വസ്തുതകളും അതോടൊപ്പംതന്നെ ചരിത്ര

വസ്തുതകളുമായി യാതൊരു ബന്ധവുമില്ലാത്തതായ അനവധി കെട്ടുകഥകളും കൂട്ടിച്ചേർത്തുകൊണ്ടുള്ള ഒരു പുതിയ ചരിത്രവീക്ഷണം രൂപം പ്രാപിച്ചു. ആദ്യം തമിഴ്നാട്ടിലുയർന്നുവന്ന ഈ ചരിത്രവീക്ഷണം കേരളത്തിലേക്കും ക്രമേണ വ്യാപിച്ചു.

അങ്ങനെ വ്യക്തമായ വർഗതാൽപ്പര്യങ്ങളുള്ള മൂന്നു ജനവിഭാഗങ്ങളുടെ പ്രതിനിധികളായാണ് കേരളചരിത്രത്തെക്കുറിച്ച് ഗവേഷണം നടത്തിയ പണ്ഡിതന്മാരെല്ലാം ഇതേവരെ രംഗത്തുവന്നിട്ടുള്ളത്. വ്യത്യസ്തങ്ങളും പരസ്പരവിരുദ്ധങ്ങളുമായ ചരിത്രവീക്ഷണങ്ങളംഗീകരിക്കുന്ന ഈ പണ്ഡിതന്മാർ മുഴുവൻ ചരിത്രപഠനത്തിനു സഹായകമായ പല വസ്തുതകളും പുറത്തുകൊണ്ടുവന്നിട്ടുണ്ടെന്നത് പരമാർഥമാണ്; ആ നിലയ്ക്ക് അവരെല്ലാം ബഹുമാന്യരുമാണ്. അവർ പുറത്തുകൊണ്ടുവന്ന വസ്തുതകൾ തൊഴിലാളിവർഗവീക്ഷണത്തോടെ ഗവേഷണം നടത്തുന്ന ചരിത്രവിദ്യാർഥികൾക്കും പ്രയോജനപ്പെടുമെന്ന കാര്യത്തിൽ യാതൊരു സംശയവുമില്ല.

പക്ഷേ, തൊഴിലാളിവർഗത്തിന്റെ വീക്ഷണത്തോടുകൂടിയ ചരിത്രവിദ്യാർഥികൾക്ക് അതു പ്രയോജനപ്പെടണമെങ്കിൽ അവയുടെയെല്ലാം നേരേ തികച്ചും വിമർശനാത്മകമായ ഒരു നിലപാടംഗീകരിക്കാൻ അവർ തയാറാകണം. മറ്റു ചരിത്രകാരന്മാർ സ്വീകരിക്കുന്ന നിഗമനങ്ങളെയെന്നപോലെതന്നെ അവർ ആധാരമായെടുക്കുന്ന വസ്തുതകളെയും തെളിവുകളെയുംകൂടി വിമർശനപരമായി പരിശോധിക്കാൻ തൊഴിലാളിവർഗവീക്ഷണമുള്ള ചരിത്രകാരന്മാർ തയാറാവണം.

ഇത്തരത്തിൽ തൊഴിലാളിവർഗവീക്ഷണത്തോടുകൂടിയ ചരിത്രഗവേഷണം വളർത്താൻ കേരളത്തിലെ സോഷ്യലിസ്റ്റ് ബുദ്ധിജീവികൾ ശ്രമിക്കേണ്ടതിന്റെ ആവശ്യം എത്ര ഊന്നിയാലും അധികമാവുകയില്ല. അതിനുള്ള എളിയ ശ്രമങ്ങളെന്ന നിലയ്ക്കാണ് 1947–48 ൽ ഈ ഗ്രന്ഥത്തിന്റെ ഒന്നാംപതിപ്പും 1952 ൽ *National Question in Kerala* എന്ന ഇംഗ്ലീഷ് ഗ്രന്ഥവും 1955 ൽ അതിന്റെ മലയാളതർജുമയും പ്രസിദ്ധീകരിക്കാൻ ഈ ലേഖകൻ മുതിർന്നത്. അതിന്റെതന്നെ ഒരു തുടർച്ചയായാണ് മുൻഗ്രന്ഥങ്ങളിലുള്ള കുറവുകളും ദൗർബല്യങ്ങളും ചൂണ്ടിക്കാണിച്ചുകൊണ്ടുള്ള ഈ മുഖവുരയോടുകൂടി രണ്ടാംപതിപ്പ് പ്രസിദ്ധീകരിക്കുന്നതും.

ഈ മുഖവുരയോടുകൂടി പ്രസിദ്ധീകരിക്കുന്ന രണ്ടാംപതിപ്പിന് ചരിത്രവിദ്യാർഥികളിൽനിന്നു കിട്ടുന്ന വിമർശനം തൊഴിലാളിവർഗത്തിൻേറതായ ചരിത്രവീക്ഷണം വളർത്താൻ സഹായിക്കുമെന്നാണ് ഞാനാശിക്കുന്നത്.

കേരളീയസമുദായവും കുടിയേറിപ്പാർപ്പുകാരും

ഹരിജനങ്ങളും ഗിരിവർഗക്കാരുമൊഴിച്ച് മറ്റെല്ലാ കേരളീയജാതിക്കാരും മതക്കാരും വിവിധ കാലഘട്ടങ്ങളിലായി വെളിയിൽനിന്നുവന്ന് ഇവിടെ കുടിയേറിപ്പാർത്തവരാണെന്ന ഒരു സിദ്ധാന്തം അനിഷേധ്യമായ ഒരു ചരിത്രവസ്തുതയെപ്പോലെ അംഗീകരിക്കപ്പെട്ടുകഴിഞ്ഞിട്ടുണ്ട്. ഈഴ

വർ അല്ലെങ്കിൽ തീയർ, സിലോണിൽനിന്നു വന്നവരാണ്; നമ്പൂതിരിമാർ ആന്ധ്രയിൽനിന്നോ കർണാടകത്തിൽനിന്നോ വന്നവരാണ്; നായൻമാരും നമ്പൂതിരിമാർ വരുന്നതിനുമുമ്പ് വെളിയിലെവിടെയോനിന്നു വന്നവരാണെന്ന് കരുതേണ്ടിയിരിക്കുന്നു—ഇതെല്ലാമാണ് വാദം.

ഈ സിദ്ധാന്തത്തെ ഒരതിർത്തിവരെയെങ്കിലും എതിർക്കുന്ന ചരിത്രപണ്ഡിതന്മാരുള്ളത് 'ദ്രാവിഡസംസ്കാര'വാദികളുടെ ഇടയിലാണ്. വെളിയിൽനിന്നാരും കൊണ്ടുവന്നതല്ലാതെ ദ്രാവിഡപ്രദേശത്തിന് സ്വന്തമായി ഒരു സാമൂഹ്യജീവിതവും സംസ്കാരവും വളർത്താൻ കഴിഞ്ഞിരുന്നു; അതിന്റെ ഭാഗമായി കേരളത്തിന് സ്വന്തമായ ഒരു സാമൂഹ്യജീവിതവും സംസ്കാരവും ചരിത്രാതീതകാലത്തുണ്ടായിരുന്നു—ഇതാണവരുടെ വാദം. ആര്യജനസമുദായത്തിൻേറതായ സാമൂഹ്യജീവിതത്തെയും സംസ്കാരത്തെയുംകാൾ ഉയർന്നതായിരുന്നു ഇതെന്നും അവർ അവകാശപ്പെടുന്നു.

എന്നാൽ, അവരും ആര്യൻമാർ (നമ്പൂതിരിമാർ) കേരളത്തിൽവന്ന് കുടിയേറിപ്പാർത്തുവെന്നും കേരളത്തിന് സ്വന്തമായുണ്ടായിരുന്ന സാമൂഹ്യജീവിതവും സംസ്കാരവും നശിപ്പിച്ചുകളഞ്ഞുവെന്നും അഭിപ്രായപ്പെടുന്നു. അതായത്, അപരിഷ്കൃതമായ കേരളത്തെ പരിഷ്കരിച്ചു വളർത്തിക്കൊണ്ടുവരികയെന്ന ചരിത്രപരമായ കടമ നിറവേറ്റിയത് പല കാലഘട്ടങ്ങളിലായി പലയിടത്തുനിന്നുംവന്ന് ഇവിടെ കുടിയേറിപ്പാർത്തവരാണെന്ന് മറ്റു ചരിത്രകാരന്മാർ അഭിപ്രായപ്പെടുമ്പോൾ 'ദ്രാവിഡസംസ്കാര'വാദികളായ ചരിത്രകാരന്മാരാകട്ടെ, വെളിയിൽനിന്നുവന്ന കുടിയേറിപ്പാർപ്പുകാരിൽ ഏറ്റവും പ്രധാനപ്പെട്ട വിഭാഗം (ആര്യന്മാർ അല്ലെങ്കിൽ നമ്പൂതിരിമാർ) വളർന്നുകൊണ്ടിരിക്കുന്ന കേരളീയസമുദായത്തെയും സംസ്കാരത്തെയും പിന്നോക്കം തള്ളുകയാണ് ചെയ്തതെന്നാണു വാദിക്കുന്നത്.

ഒരു കാര്യത്തിൽ–സാമൂഹ്യജീവിതത്തിലും സംസ്കാരത്തിലും അതിപ്രധാനമായ മാറ്റം (അതു പുരോഗമനപരമായാലും പിന്തിരിപ്പനായാലും) വരുത്തിയത് കേരളത്തിനകത്തുള്ള ആഭ്യന്തരസാമൂഹ്യശക്തികളല്ല, വെളിയിൽനിന്ന് ഇവിടെവന്ന് കുടിയേറിപ്പാർക്കാൻ തുടങ്ങിയവരാണ് എന്ന കാര്യത്തിൽ—ഇരുവരും യോജിക്കുന്നുവെന്നർഥം.

ശാസ്ത്രീയമായ ചരിത്രവീക്ഷണവുമായി ഒരിക്കലും പൊരുത്തപ്പെടാത്ത ഒരു സമീപനമാണിത്. എന്തുകൊണ്ടെന്നാൽ, ഒരു രാജ്യത്തിന്റെയും ചരിത്രത്തിന്റെ ഗതിയെ നിർണയിക്കുന്നത് ആ രാജ്യത്തിനു വെളിയിൽനിന്നു കടന്നുവരുന്ന ശക്തികളല്ല, ആ രാജ്യത്തിനകത്തുതന്നെ വളർന്നുകൊണ്ടിരിക്കുന്ന ആഭ്യന്തരസാമൂഹ്യശക്തികളാണ്. ആഭ്യന്തരസാമൂഹ്യശക്തികളുടെ അന്യോന്യസംഘട്ടനത്തിനു വിധേയമായി മാത്രമേ വെളിയിൽനിന്നുവരുന്ന ശക്തികൾ പ്രവർത്തിക്കുകയുള്ളു.

ആഭ്യന്തരസാമൂഹ്യവ്യവസ്ഥയ്ക്കകത്ത് വളർന്നുകൊണ്ടിരിക്കുന്നതോ തകർന്നുകൊണ്ടിരിക്കുന്നതോ ആയ വിവിധ ശക്തികളിലേതിനെ

യെങ്കിലും സഹായിക്കാൻ വിദേശങ്ങളിൽനിന്നു വരുന്ന കുടിയേറിപ്പാർപ്പുകാർക്കു കഴിയും. എന്നാൽ, ആഭ്യന്തരമായി ഇത്തരം യാതൊരു സാമൂഹ്യശക്തികളുമില്ലാത്ത ഒരു രാജ്യത്തേക്കു കടന്നുവരുന്ന വിദേശീയ ശക്തികൾക്ക്–അവരെത്ര പ്രബലരായിരുന്നാലും കൊള്ളാം–ആ രാജ്യത്തിന്റെ സാമൂഹ്യവ്യവസ്ഥയെയാകെ മാറ്റിമറിക്കുകയെന്ന അത്ഭുതകൃത്യം നിറവേറ്റാൻ കഴിയുകയില്ല.

ഈ ഗ്രന്ഥത്തിന്റെ ഒന്നാംഭാഗത്തിന്റെ അവസാനഖണ്ഡികകളിൽ ചൂണ്ടിക്കാണിക്കുന്നതുപോലെ ജാതി, ജന്മി, നാടുവാഴി മേധാവിത്വത്തിന്റെ പാപ്പരത്തവും തൽഫലമായി കേരളത്തിൽത്തന്നെ ഉയർന്നുവന്ന സാമൂഹ്യപരിതഃസ്ഥിതികളുമാണ് 16, 17, 18 നൂറ്റാണ്ടുകളിൽ യൂറോപ്യൻകോയ്മകൾക്ക് കേരളമാകെ കീഴടങ്ങാൻ ഇടയാക്കിയത്. അവസാനം ബ്രിട്ടീഷ്ഭരണം നിലവിൽവന്നപ്പോഴാകട്ടെ, അതേവരെ ഇവിടെ നിലവിലിരുന്ന ജാതി, ജന്മി, നാടുവാഴി മേധാവിത്വത്തിന് ഒരതിർത്തിവരെ കീഴടങ്ങുകയും അതേ അവസരത്തിൽ അതിനെതിരായ (മുതലാളിത്ത) സാമൂഹ്യശക്തികളെ ഒരതിർത്തിവരെ അഴിച്ചുവിടുകയും ചെയ്തുകൊണ്ടാണ് ബ്രിട്ടീഷ്ഭരണാധികാരികൾ തങ്ങളുടെ ആധിപത്യം നിലനിർത്തിയത്.

ഇതുപോലെതന്നെ പ്രാചീന, മധ്യകാല സംഭവവികാസങ്ങളിലോരോന്നിലും ആഭ്യന്തരശക്തികളും ബാഹ്യശക്തികളും തമ്മിലുള്ള അന്യോന്യബന്ധം വ്യക്തമായി കാണാൻ ശ്രമിക്കുന്ന ഒരാൾക്കേ ചരിത്രത്തെ ഒരു സയൻസെന്ന നിലയ്ക്ക് കൈകാര്യം ചെയ്യാൻ കഴിയുകയുള്ളു. ഇതു ചെയ്യണമെങ്കിലോ, കേരളത്തിലിന്നുള്ള വിവിധ ജാതി, മതവിഭാഗങ്ങളിൽപ്പെട്ട ജനസമുദായങ്ങളിൽ ബഹുഭൂരിപക്ഷവും വെളിയിൽനിന്നു വന്നവരാണെന്ന സിദ്ധാന്തത്തെ വെല്ലുവിളിക്കാൻവേണ്ട സമീപനം ഒഴിവാക്കാൻ വയ്യാത്തതാണുതാനും.

ഇത്തരം ഒരു സമീപനത്തിന്റെ തുടക്കം *കേരളം* ഒന്നാം ഭാഗത്തിൽത്തന്നെ കാണാം. ഈഴവർ അഥവാ തീയർ, സിലോണിൽനിന്നു വന്നവരാണെന്ന വാദം പുനഃപരിശോധിക്കേണ്ടതാണെന്ന് ഞാനിതിൽ സൂചിപ്പിച്ചിട്ടുണ്ട്. ഈ കഥ അസംഭവ്യമായി കരുതപ്പെടത്തക്കവിധം പ്രധാനമായ ചില സാമൂഹ്യവസ്തുതകൾ ചൂണ്ടിക്കാണിക്കുന്നതിനുപുറമേ കൂടുതൽ സംഭവ്യമായിത്തോന്നുന്ന സംഭവഗതിയുടെ ഒരേകദേശരൂപവും അനുമാനമെന്നനിലയ്ക്ക് ഞാനിതിൽ കൊടുത്തിട്ടുണ്ട്.

ഇതിൽനിന്ന് ഒരു പടികൂടി മുമ്പോട്ടുപോയി നമ്പൂതിരിമാരെക്കുറിച്ചും കുടിയേറിപ്പാർപ്പുസിദ്ധാന്തം അപ്പടി സ്വീകരിക്കാൻ വയ്യെന്ന് *കേരളത്തിലെ ദേശീയപ്രശ്ന*ത്തിൽ ഞാൻ ചൂണ്ടിക്കാണിച്ചിട്ടുണ്ട്. അതിൽ ഞാൻ ഇങ്ങനെ പറയുകയുണ്ടായി:

നമ്പൂതിരി പുറമേനിന്നുവന്ന ഒരുവനാണെന്ന സിദ്ധാന്തം സ്വീകരിക്കാൻ വിഷമമാകത്തക്കവണ്ണം, കേരളത്തിൽ നമ്പൂതിരിയുടെ 'കുടുംബം, സ്വത്ത്, രാഷ്ട്രം' എന്നിവയുടെ സംഘടന നായരുടേതിനോട് അത്രമാത്രം സദൃശവും ഉത്തരേന്ത്യൻ ബ്രാഹ്മണന്റേതിൽനിന്ന് അത്രമാത്രം

വ്യത്യസ്തവുമാണ്. വാസ്തവത്തിൽ സാമൂഹ്യജീവിതത്തിന്റെ സംഘടനയുടെ അടിസ്ഥാനത്തിൽ പ്രശ്നത്തെ പരിശോധിക്കുന്നപക്ഷം നായരും നമ്പൂതിരിയും ഒരേ നരവംശത്തിലുൾപ്പെടുന്നുവെന്നും ഒരേ സാമൂഹ്യസംഘടനാരൂപം സ്വീകരിക്കുന്നുവെന്നും നമ്പൂതിരി വൈദികയുഗത്തിന്റെ സാമൂഹ്യവും സാംസ്കാരികവുമായ ചട്ടവട്ടങ്ങൾ നായരെക്കാൾ അൽപ്പം കൂടുതലായി അംഗീകരിച്ചിട്ടുണ്ടെന്നതു മാത്രമാണ് വ്യത്യാസമെന്നും തീരുമാനിക്കേണ്ടിവരും.

യൂഥവിവാഹത്തിൽനിന്ന് മക്കത്തായകുടുംബത്തിലേക്കുള്ള പരിണാമത്തിന്റെ നിരവധി രൂപങ്ങളിലേക്കു നയിക്കുന്ന അനേകം പരിവർത്തനങ്ങൾ ആദിമകുടുംബത്തിലുണ്ടായിട്ടുണ്ടെന്ന അനുമാനം കൊണ്ടല്ലാതെ കേരളത്തിലെ വിവാഹത്തിന്റെയും കുടുംബത്തിന്റെയും കെട്ടുപിണച്ചിലുകളെ വിശദീകരിക്കാൻ സാധ്യമല്ലെന്ന് നാം കണ്ടുകഴിഞ്ഞു. അതുകൊണ്ട്, ഇന്ന് ജാതിഹിന്ദുക്കളായി ഗണിക്കപ്പെടുന്ന എല്ലാ ജാതിക്കാരും (അവരിൽ ഏറ്റവും ഉയർന്നത് നമ്പൂതിരിയും ഏറ്റവും താഴ്ന്നത് നായരുമാണ്) ഒരുകാലത്ത് ഒരേ ജാതിയായിരുന്നു; അവർക്കിടയിൽ സ്വതന്ത്ര ദാമ്പത്യബന്ധം നിലനിന്നിരുന്നു; അവരെല്ലാം ഒരുതരം യൂഥവിവാഹം (എംഗൽസ് പറയുന്ന പുനാലുവാൻ കുടുംബത്തോടാണ് അതിന് അധികം സാമീപ്യം) അനുവർത്തിച്ചിരുന്നു; ഈ ജാതികളിൽ ചിലത് വിവാഹസ്വാതന്ത്ര്യത്തെ തടയാനും മരുമക്കത്തായത്തിൽനിന്ന് മക്കത്തായത്തിലേക്കു പരിവർത്തനം ചെയ്യാനും തുടങ്ങി; ഇക്കൂട്ടത്തിൽ സ്വതന്ത്രവിവാഹത്തെ ഏറ്റവുമധികം തടഞ്ഞതും മരുമക്കത്തായത്തിൽനിന്നു മക്കത്തായത്തിലേക്കുള്ള മാറ്റം പൂർത്തീകരിച്ചതുമായ ജാതി (നമ്പൂതിരി), ജാതിഹിന്ദുക്കളുടെ അഥവാ സവർണരുടെ ഇടയിൽ ഏറ്റവും ഉയർന്ന ജാതിയായിത്തീർന്നു; വിവാഹസ്വാതന്ത്ര്യവും വിവാഹമോചനവും പരമാവധി തുടർന്നുപോന്നതും മരുമക്കത്തായത്തെ അഭംഗുരം നിലനിർത്തിയതുമായ ജാതി (നായർ), ഏറ്റവും താഴ്ന്ന ജാതിയുമായി—ഈ അഭ്യൂഹത്തിലെത്താൻ പ്രബലമായ ന്യായങ്ങളുണ്ട്.

നമ്പൂതിരി, നായരുടെ ചില ആചാരങ്ങൾ സ്വീകരിക്കുന്നത് ബുദ്ധിപൂർവമായിരുന്നു എന്നു കരുതത്തക്കവിധം അത്രയധികം എതിർപ്പ് നായരിൽനിന്നുണ്ടായെന്ന്, ചരിത്രകാരന്മാർ അടിസ്ഥാനപരമായി ശരിയാണെന്നു സമ്മതിച്ചിട്ടുള്ള, ഐതിഹ്യം തന്നെ പറയുന്നു. ഉത്തരേന്ത്യൻ ബ്രാഹ്മണനും അഥവാ തമിഴ് ബ്രാഹ്മണനും കേരളത്തിലെ നമ്പൂതിരിയും തമ്മിലുള്ള അന്തരം അത്രമാത്രം പ്രകടമാണ്. എന്നാൽ ജാത്യാചാരത്തിന്റെ കർശനശാസനകളെ തലമുറകളായനുസരിച്ചുവന്നിട്ടുള്ള വൈദികബ്രാഹ്മണർ, വിവാഹത്തിൽ മൂത്തപുത്രനൊഴികെ എല്ലാവരും വിജാതീയഭാര്യമാരെ സ്വീകരിക്കുന്നത് ഒരു സ്ഥിരനടപടിയാക്കുകയെന്നത് വളരെ അസംഭവ്യമാണ്. എതിർത്തുനിന്ന നായരുമായി നമ്പൂതിരി സന്ധി ചെയ്തതാണെന്ന സിദ്ധാന്തം ഇതിനു സമാധാനമാകയില്ല. ഇത്തരം അസാധാരണ വിവാഹസമ്പ്രദായത്തിലൂടെ സന്ധിയുണ്ടാക്കാ

നാരും ഒരുങ്ങുകയില്ല. നമ്പൂതിരി, നായർ യുവതീയുവാക്കന്മാർക്കിടയിൽ സ്വതന്ത്രമായ ദാമ്പത്യബന്ധം അനുവദനീയമായിരുന്ന പഴയ സമ്പ്രദായം മാറ്റി നായർയുവതികളെ ഉയർന്ന ഏതെങ്കിലും ജാതിയിലെ യുവാക്കൾക്ക് വിവാഹം ചെയ്യാം, മറിച്ചുവയ്യ എന്ന പുതിയ സമ്പ്രദായം സ്വീകരിച്ചുവെന്ന അടിസ്ഥാനത്തിൽ മാത്രമേ ഇതിന്റെ കാരണം കാണാൻ കഴിയൂ.

കേരളം ഒന്നാംഭാഗത്തിൽ ഈഴവർ അഥവാ തീയരുടെ കാര്യത്തിലെന്നപോലെ, *കേരളത്തിലെ ദേശീയപ്രശ്ന*ത്തിൽ നമ്പൂതിരിമാരുടെ കാര്യത്തിലും വെളിയിൽനിന്നാരും വന്നിട്ടില്ലെന്നല്ല എന്റെ വാദം:

ബ്രാഹ്മണരുടെ ചെറുസംഘങ്ങൾ വടക്കുനിന്നുവന്ന് കേരളത്തിൽ താമസമാക്കിയെന്നതിൽ തർക്കിക്കേണ്ട കാര്യമില്ല; അവരാണ് വൈദിക ബ്രാഹ്മണരുടെ സംസ്കാരം ഇവിടത്തെ ജനങ്ങളിലേക്കെത്തിച്ചതെന്നതിനും തർക്കമില്ല. തർക്കമുള്ളതും തർക്കിക്കേണ്ടതുമായ സംഗതി ഭൂരിപക്ഷം നമ്പൂതിരിമാരും അഥവാ എല്ലാവരുംതന്നെ, വടക്കുനിന്നുവന്ന ഈ ബ്രാഹ്മണരുടെ പിൻഗാമികളാണെന്നതാണ്.

പ്രാചീനകേരളത്തിൽ ഉൽപ്പാദനശക്തികൾ വളർന്നുകൊണ്ടിരുന്നതിന്റെ ഫലമായി വിവാഹസമ്പ്രദായത്തിലും കുടുംബത്തിലും മാറ്റം വരാൻ തുടങ്ങിയ ഒരു ഘട്ടത്തിൽ ഒരു ചെറുസംഘം വൈദികബ്രാഹ്മണർ വടക്കുനിന്നുവന്നു; അവരുടെ സ്വാധീനശക്തിക്കു കീഴ്പ്പെട്ട്, അതേവരെ സ്വച്ഛന്ദമായ ദാമ്പത്യബന്ധത്തിലേർപ്പെട്ടിരുന്ന ഒരു ജനവിഭാഗത്തിൽ (ഇന്നത്തെ ജാതിഹിന്ദുവിഭാഗക്കാർ മുഴുവൻ അതിൽപ്പെടും) പലവിധത്തിലുള്ള മാറ്റങ്ങൾ വന്നു; അതിലൊരു വിഭാഗം, സ്ത്രീയെ സംബന്ധിച്ചിടത്തോളം കർശനമായ ഏകഭർതൃത്വവും പുരുഷന്മാർക്ക് സ്വജാതിവിവാഹത്തിനു പുറമേ മറ്റു ജാതിഹിന്ദുകുടുംബങ്ങളിൽനിന്ന് സ്ത്രീകളെ സ്വീകരിക്കാനുള്ള സ്വാതന്ത്ര്യവും സ്ഥാപിച്ചു; ഇവർതന്നെ 'വേദാധ്യയനം' മുതലായ മതപരമായ ചടങ്ങുകളും സ്വീകരിച്ചു; ഇവരും വടക്കുനിന്നു വന്നവരും കൂടിയാണ് പിന്നീട് നമ്പൂതിരിയായിത്തീർന്നത്– ഇതാണ് നമ്പൂതിരിയുടെ ഉത്ഭവത്തെക്കുറിച്ച് എനിക്കുള്ള അഭ്യൂഹം.

ഈഴവർ അഥവാ തീയർ, സിലോണിൽനിന്നും നമ്പൂതിരിമാർ വടക്കുനിന്നും വന്ന രണ്ടു സമുദായങ്ങളാണെന്ന സിദ്ധാന്തങ്ങൾ പുനഃപരിശോധനയർഹിക്കുന്നുണ്ടെന്നല്ലാതെ ഈ രണ്ടു സമുദായങ്ങളുടെയും ഉത്ഭവത്തെക്കുറിച്ച് ഞാൻ അവതരിപ്പിക്കുന്ന അഭ്യൂഹം തികച്ചും ശരിയായതാണെന്നു വാദിക്കാൻ ഞാൻ തയാറില്ല. ഈ രണ്ടു സമുദായങ്ങളുടെയും ഉത്ഭവത്തെ സംബന്ധിച്ചിടത്തോളം ഞാൻ പ്രകടിപ്പിച്ച അഭിപ്രായങ്ങൾക്ക് അഭ്യൂഹങ്ങളെന്നതിനെക്കാൾ കൂടുതൽ വിലയുണ്ടെന്ന് ഞാൻ അവകാശപ്പെടുന്നില്ല. എന്നാൽ ചരിത്രഗവേഷണത്തിനടിസ്ഥാനമായെടുക്കേണ്ട അഭ്യൂഹങ്ങളെന്ന നിലയ്ക്ക് ചരിത്രകാരന്മാരുടെ ശ്രദ്ധയർഹിക്കുന്നവയാണ് ഇവയെന്ന് ഞാൻ അവകാശപ്പെടുന്നു. വെറും കുടിയേറിപ്പാർപ്പുസിദ്ധാന്തംകൊണ്ട് ന്യായീകരിക്കാൻ

വയ്യാത്തിടത്തോളം അത്ര പ്രധാനമായ സ്ഥാനമാണ് ഈ രണ്ടു സമുദായങ്ങളും ഇവിടത്തെ സാമൂഹ്യജീവിതത്തിൽ വഹിക്കുന്നത്.

ഇളംകുളത്തിന്റെ വിമർശനം

എന്റെ ഈ അഭ്യൂഹത്തെ വെല്ലുവിളിച്ചിട്ടുള്ള പണ്ഡിത സുഹൃത്തുക്കളിലൊരാൾ പ്രൊഫസർ ഇളംകുളം കുഞ്ഞൻപിള്ളയാണ്. അദ്ദേഹത്തിന്റെ *കേരളചരിത്രത്തിലെ ഇരുളടഞ്ഞ ഏടുകൾ* എന്ന ഗ്രന്ഥത്തിൽ അദ്ദേഹം ഇങ്ങനെ പറയുന്നു:

> 'ജൂതമാപ്പിളമാരും ജോനകമാപ്പിളമാരും നസ്രാണിമാപ്പിളമാരും ആദ്യം കച്ചവടത്തിനായിട്ടാണ് വന്നത്, നമ്പൂതിരിമാരും ഇവരെപ്പോലെ ചെറിയ സംഘം മാത്രമേ വന്നിട്ടുള്ളൂ' എന്ന ഇ എം എസിന്റെ അഭിപ്രായം സ്വീകാര്യമല്ല. മലനാട്ടുതമിഴിൽ കൊല്ലം ആദിശതകങ്ങളിൽ സംസ്കൃതം, പ്രാകൃതം, കന്നഡ, തെലുങ്ക് ഈ ഭാഷകളുടെ വലുതായ പ്രേരണ കാണാം. മലയാളം പ്രത്യേകം ഒരു ഭാഷയായി ക്രമേണ വളരാൻ കാരണം ഈ ഭാഷകളുടെ പ്രേരണയാണ്; ഈ പ്രേരണയ്ക്കടിസ്ഥാനം വലിയ സംഘം ബ്രാഹ്മണരുടെ ആഗമനവും (പേജ് 215).

മലയാളഭാഷയിൽ സംസ്കൃതത്തിന്റെ സ്വാധീനം ധാരാളം വരാനാവശ്യമുള്ളിടത്തോളം ബ്രാഹ്മണർ പുറമേനിന്നു വന്നിട്ടുണ്ടെന്ന് ഞാൻ തന്നെ സമ്മതിക്കുന്നതാണ്. ഇങ്ങനെ വന്നവരുടെ എണ്ണം എത്രയാണെന്ന് തിട്ടപ്പെടുത്തിപ്പറയാൻ സാധ്യവുമല്ല. എന്റെ വാദഗതിയും പ്രൊഫസർ ഇളംകുളമടക്കമുള്ള മറ്റു ചരിത്രകാരൻമാരുടെ വാദഗതിയും തമ്മിലുള്ള മുഖ്യവ്യത്യാസമെന്താണെന്നു വ്യക്തമാക്കേണ്ടിയിരിക്കുന്നു. അത് ചുരുക്കിപ്പറയാം:

1. വലിയൊരു സംഘം ബ്രാഹ്മണർ ഇവിടെ കുടിയേറിപ്പാർത്തുവെന്നുമാത്രമല്ല, അവർ ഇവിടെവന്ന് ഒരു പ്രത്യേക സമുദായമായി ജീവിക്കുകകൂടി ചെയ്തുവെന്നാണ് പ്രൊഫസർ ഇളംകുളമടക്കമുള്ള ചരിത്രകാരന്മാർ വാദിക്കുന്നത്. എന്റെ അഭിപ്രായത്തിലിത് ശരിയല്ല. വെളിയിൽനിന്നുവന്ന ബ്രാഹ്മണരും അവരെക്കാൾ എത്രയോ കൂടുതൽ എണ്ണം വരുന്ന കേരളീയസമുദായത്തിലെ ഒരുവിഭാഗവും തമ്മിൽ വിവാഹമടക്കമുള്ള സാമൂഹ്യബന്ധങ്ങളിലേർപ്പെട്ടു; ഇതിന്റെ ഫലമായി നിയമങ്ങളിലും ആചാരനടപടികളിലുമെല്ലാം ഇരുകൂട്ടരും പല മാറ്റങ്ങളും വരുത്തി; ഏതാനും തലമുറ കഴിഞ്ഞപ്പോഴേക്ക് വെളിയിൽനിന്നു വന്നവരാര്, സ്വദേശീയരാര് എന്നു വേർതിരിക്കാൻ കഴിയാത്തവിധം അവർ തമ്മിൽ ഇടകലർന്നു; സാമൂഹ്യനിയമങ്ങളുടെയും ആചാരനടപടികളുടെയും കാര്യത്തിലും ഇതേപോലെ ഒരിടകലരൽ നടന്നു; ഇതിന്റെയെല്ലാം ഫലമായി മറ്റു പ്രദേശങ്ങളിലെ ബ്രാഹ്മണരുടേതിൽനിന്നും ഇവിടത്തെ ബ്രാഹ്മണപൂർവജനസമുദായത്തിന്റേതിൽനിന്നും ഭിന്നമായ സാമൂഹ്യനിയ

മങ്ങളും ആചാരനടപടികളുമനുസരിക്കുന്ന ഒരു പുതിയ ജനസമുദായം ഇവിടെ ഉയർന്നുവന്നു—ഇതാണെന്റെ അനുമാനം.

2. ഇത്തരത്തിലൊരു ജാതിസങ്കരം നടന്നതിന്റെ ഫലമാണ് ഇന്നത്തെ നമ്പൂതിരിമാരെന്നാണ് എന്റെ അഭിപ്രായം. നേരേമറിച്ച്, മുൻകാലങ്ങളിൽ കേരളത്തിൽവന്ന് കുടിയേറിപ്പാർപ്പു നടത്തിയ ബ്രാഹ്മണരുടെ സന്താനങ്ങളാണ് ഇന്നത്തെ നമ്പൂതിരിമാരെന്ന് പ്രൊഫസർ ഇളംകുളമടക്കം മറ്റു ചരിത്രകാരന്മാർ വാദിക്കുന്നു.

ഈ രണ്ടു വാദഗതികളിൽ ശരിയായതേതാണെന്നു നിർണയിക്കാൻ, മലയാളഭാഷയിൽ സംസ്കൃതത്തിനുള്ള സ്വാധീനം പ്രൊഫസർ ഇളംകുളം കരുതുന്നതുപോലെ പ്രസക്തമായ ഒന്നാണെന്നു തോന്നുന്നില്ല. യഥാർഥം പറയുകയാണെങ്കിൽ, തുച്ഛമായ ജനസംഖ്യ മാത്രമേ വന്നിട്ടുള്ളുവെങ്കിലും, സാമ്പത്തികജീവിതത്തിലോ രാഷ്ട്രീയജീവിതത്തിലോ മുഖ്യമായ പങ്കുവഹിച്ചതിന്റെ ഫലമായി സാംസ്കാരികജീവിതത്തിൽ വമ്പിച്ച സ്വാധീനം ചെലുത്താൻ കഴിഞ്ഞ സമുദായങ്ങൾ ലോകത്തിലെവിടെയും കാണാം.

കേരളത്തിൽത്തന്നെ കച്ചവടത്തിനുവേണ്ടി ഇവിടെവന്ന അറബികളുടെ എണ്ണത്തെക്കാൾ കവിഞ്ഞ സ്വാധീനം അറബിഭാഷയ്ക്ക് മലയാളത്തിന്റെമേൽ ചെലുത്താൻ കഴിഞ്ഞിട്ടുണ്ട്. അടുത്ത ഏതാനും ദശാബ്ദങ്ങളിലാകട്ടെ, മലയാളഭാഷയുടെ വളർച്ചയിൽ ഇംഗ്ലീഷ് വഹിച്ചിട്ടുള്ള പങ്ക് നമുക്കാർക്കും നിഷേധിക്കാൻ വയ്യല്ലോ. പദങ്ങൾ മാത്രമല്ല വാചകഘടന, ശൈലീപ്രയോഗങ്ങൾ മുതലായ കാര്യങ്ങളിലെല്ലാം ഇംഗ്ലീഷ് ചെലുത്തുന്ന സ്വാധീനം ബ്രിട്ടീഷ്ഭരണമവസാനിച്ച് പതിനേഴ് കൊല്ലം കഴിഞ്ഞ ഇന്നും കുറഞ്ഞിട്ടില്ല.

അതുകൊണ്ട് ഭാഷയുടെ വളർച്ചയിൽ സംസ്കൃതം വഹിച്ച പങ്ക് എന്ന ഏകഘടകമെടുത്ത് നമ്പൂതിരിമാരുടെ കുടിയേറിപ്പാർപ്പിനെ സംബന്ധിച്ച അഭിപ്രായം ന്യായീകരിക്കാൻ ശ്രമിക്കുന്നത് അശാസ്ത്രീയമാണെന്ന് വിനയസമേതം പ്രസ്താവിക്കാതിരിക്കാൻ എനിക്കു നിവൃത്തിയില്ല.

ദായക്രമത്തിന്റെ കാര്യം

നമ്പൂതിരിമാരുടെ ഇടയിൽ നിലനിന്നുവരുന്ന വിചിത്രമായ വിവാഹസമ്പ്രദായമാണ് കുടിയേറിപ്പാർപ്പു സിദ്ധാന്തം തിരസ്കരിക്കണമെന്ന എന്റെ വാദത്തിനുള്ള ഏറ്റവും വലിയ അടിസ്ഥാനം. അതിനെക്കുറിച്ച് *കേരളത്തിലെ ദേശീയപ്രശ്ന*ത്തിൽ ഞാൻ ഇങ്ങനെ എഴുതി:

ഒരു നമ്പൂതിരികുടുംബത്തിലെ മൂത്ത മകൻ മാത്രമേ നമ്പൂതിരി സ്ത്രീയെ വിവാഹം ചെയ്യുന്നുള്ളു. പക്ഷേ, അയാൾ ഒന്നിലധികം വേളി കഴിക്കുന്നു (മൂന്നാണ് സാധാരണയായി കാണുന്നത്). അനുജന്മാർ നായരുൾപ്പെടെയുള്ള മറ്റു ചില ജാതികളിൽ സംബന്ധം ചെയ്യുന്നു. ജ്യേഷ്ഠന്റെ പുത്രൻ എല്ലാ സഹോദരന്മാരുടെയും പുത്രനെപ്പോലാകകൊണ്ട് മൂത്തമകന് ഒരു പുത്രൻ ജനിച്ചാൽ അത് അനുജന്മാരെയും

അപുത്രത്വംകൊണ്ടുള്ള പാപത്തിൽനിന്നു രക്ഷിക്കുമെന്ന് *ശാങ്കര സ്മൃതി* (നമ്പൂതിരിമാർക്കിടയിലുള്ള ആചാരങ്ങൾക്കെല്ലാം പിൻബല മായി ഉദ്ധരിക്കപ്പെടുന്ന പ്രമാണം)യിൽ ഒരു ശ്ലോകമുണ്ട്. രണ്ടോ മൂന്നോ വേളികഴിച്ചിട്ടും ജ്യേഷ്ഠന് പുത്രനില്ലെങ്കിൽ മാത്രമേ, ആ കുടുംബത്തെ അപുത്രത്വത്തിൽനിന്നു രക്ഷിക്കാനായി അനുജൻ വേളി കഴിക്കുന്നുള്ളു.

അവിഭക്തമായ കൂട്ടുകുടുംബമാണ് എല്ലാ ഹിന്ദുജാതികളുടെയും സാധാരണസമ്പ്രദായമെന്നുംകൂടി മനസിലാക്കണം. ചില ജാതികൾ മരു മക്കത്തായാടിസ്ഥാനത്തിലാണെങ്കിൽ മറ്റു ചിലവ മക്കത്തായാടിസ്ഥാ നത്തിലാണെന്നതുമാത്രമാണു വ്യത്യാസം. ഇങ്ങനെ, നമ്പൂതിരിയുടെ കൂട്ടുകുടുംബസ്വത്ത് അച്ഛനിൽനിന്ന് മകനിലേക്കു പോകുമ്പോൾ നായരുടേത് അമ്മയിൽനിന്ന് മകളിലേക്കാണു പോകുന്നത്. വാസ്തവ ത്തിൽ നമ്പൂതിരിയുടെയും നായരുടെയും കൂട്ടുകുടുംബങ്ങളെ താരതമ്യ പ്പെടുത്തിയാൽ ഒരു കാര്യം വ്യക്തമാവും–അതായത്, മരുമക്കത്തായ ത്തിൽനിന്ന് മക്കത്തായത്തിലേക്കുള്ള പരിവർത്തനഘട്ടത്തെ പരാമർശി ക്കുമ്പോൾ എംഗൽസ് സൂചിപ്പിച്ചതുപോലെ, 'പുരുഷസന്താനങ്ങളെല്ലാം കുടുംബത്തിൽ നിൽക്കുകയും സ്ത്രീ സന്താനങ്ങളെല്ലാം അവരുടെ മറ്റൊരു കുടുംബത്തിലേക്കു മാറുകയും' ചെയ്യുന്നപക്ഷം നായർ കൂട്ടുകുടുംബം നമ്പൂതിരി കൂട്ടുകുടുംബമായിത്തീരും (നായർകുടുംബത്തിലെ സഹോദരി മാരുടെ സന്താനങ്ങളെല്ലാം കുടുംബാംഗങ്ങളായിരിക്കുമ്പോൾ നമ്പൂതിരി കുടുംബത്തിൽ മൂത്തമകന്റെ സന്താനങ്ങൾ മാത്രമേ കൂട്ടുകുടുംബാംഗ ങ്ങളായിരിക്കയുള്ളുവെന്ന കൂടുതലായ വ്യത്യാസവും നീക്കി നിർത്തണം).

യൂഥവിവാഹം മുതൽ ഏകഭാര്യത്വം വരെയുള്ള ഈ പലതരം കുഴ ഞ്ഞുമറിഞ്ഞ വിവാഹങ്ങളുടെയും കുടുംബബന്ധങ്ങളുടെയും വികാ സത്തെ സംബന്ധിച്ച് മാർക്സിയൻ വീക്ഷണഗതിയിലൂടെ പരിശോധി ക്കുമ്പോൾ സംഗതികൾ തികച്ചും സ്പഷ്ടമായിത്തീരുന്നു: ഇന്നും ചില പ്രാകൃതജാതികൾക്കിടയിൽ കാണുന്ന ബഹുഭാര്യാഭർതൃത്വകുടുംബം, എംഗൽസ് പുനാലുവാൻ കുടുംബമെന്നു പറയുന്നതിനോട് സദൃശമായ യൂഥവിവാഹത്തിന്റെ ഏറെക്കുറെ ശുദ്ധമായ രൂപമാണ്; നായന്മാർക്കും മറ്റു പല ജാതികൾക്കുമിടയിൽ നശിച്ചുകൊണ്ടിരിക്കുന്നതും പക്ഷേ, പരിപൂർണമായി നശിച്ചുകഴിഞ്ഞിട്ടില്ലാത്തതുമായ ബഹുഭാര്യത്വവും അനായാസേന വിവാഹമോചനവുമുള്ള സമ്പ്രദായം യൂഥവിവാഹത്തിൽ നിന്ന് മിഥുനവിവാഹ (pairing marriage)ത്തിലേക്കുള്ള പരിവർത്തന ത്തിന്റെ ഒരു രൂപമാണ്; മൂത്ത സഹോദരന്മാത്രം സ്വജാതിയിൽനിന്നു വിവാഹം കഴിക്കുന്ന (അയാൾ അനേകം ഭാര്യമാരെ സ്വീകരിക്കുന്നു) സമ്പ്രദായമാകട്ടെ, യൂഥവിവാഹത്തിൽനിന്ന് മിഥുനവിവാഹത്തിലേക്കുള്ള പരിവർത്തനത്തിന്റെ മറ്റൊരു രൂപമാണ്. ആദ്യത്തേത്, എംഗൽസ് പറയുംപോലെ, "യൂഥവിവാഹത്തിനു കീഴിൽ നീണ്ടതോ ചുരുങ്ങിയതോ ആയ കാലത്തേക്കുള്ള ഇണചേരൽ സംഭവിക്കുന്നതും" ക്രമേണ "യൂഥ വിവാഹകുടുംബത്തിന്റെ സ്ഥാനത്ത് മിഥുനവിവാഹകുടുംബം വരുന്ന

തു"മാണ് കാണിക്കുന്നതെങ്കിൽ, യൂഥവിവാഹസമ്പ്രദായത്തിൽ തങ്ങൾക്കുണ്ടായിരുന്ന വൈവാഹിക്കമായ അവകാശങ്ങളിൽനിന്ന് ഇളയ സഹോദരന്മാരെ ക്രമേണ നീക്കിനിർത്തുന്നതാണ് രണ്ടാമത്തേതു കാണിക്കുന്നത്. പുറമേനിന്ന് നോക്കുന്ന ഒരാൾക്ക് മലയാളികളുടെ അസാധാരണവും ദുർഗ്രാഹ്യവുമായ സമ്പ്രദായമായി തോന്നുന്നത് മുമ്പുണ്ടായിരുന്ന യൂഥ വിവാഹസമ്പ്രദായത്തിന്റെ വിവിധ ദശകളല്ലാതെ മറ്റൊന്നുമല്ലെന്ന് ഇപ്രകാരം തെളിയുന്നു. "തീർച്ചയായും രസാവഹമായ അതിന്റെ ഉത്ഭവം..... പരിശോധിക്കേണ്ടതുണ്ടെ"ന്ന് എംഗൽസ് ബുദ്ധിപൂർവം അഭിപ്രായപ്പെട്ടു.

കേരളത്തിലെ ഇന്നുവരെയുള്ള വിവാഹസമ്പ്രദായത്തിന്റെയും കുടുംബസമ്പ്രദായത്തിന്റെയും ഈ വിശദീകരണത്തെ തീർച്ചയായും കൂടുതൽ പരിശോധിക്കേണ്ടതുണ്ട്. തൽക്കാലത്തേക്ക് ഇതൊരനുമാനം മാത്രമായിട്ടാണ് അഭിപ്രായപ്പെട്ടിട്ടുള്ളത്.

എന്റെ ഈ അനുമാനത്തെയും പ്രൊഫസർ ഇളംകുളം ചോദ്യം ചെയ്യുന്നുണ്ട്. അദ്ദേഹത്തിന്റെ അഭിപ്രായത്തിൽ,

> കാടത്തത്തിന്റെയും അപരിഷ്കൃതത്വത്തിന്റെയും പ്രത്യേകതയാണ് മരുമക്കത്തായമെന്നും മക്കത്തായം പരിഷ്കൃതയുഗത്തിന്റെ പ്രത്യേകതയാണെന്നും എംഗൽസ് പറഞ്ഞിട്ടുള്ളത് മാനവസമുദായത്തിന്റെ വികാസത്തിലെ സാമാന്യതത്വങ്ങൾ മാത്രമാണ്. കാടത്തം തരണം ചെയ്തിട്ടില്ലാത്ത ചില വർഗക്കാരെ മക്കത്തായികളായി കാണാം. സഹ്യപർവതപ്രദേശങ്ങളിൽ വസിക്കുന്ന മലമ്പണ്ടാരങ്ങൾ അക്കൂട്ടത്തിൽപ്പെടുന്നു. അവരെക്കാൾ അപരിഷ്കൃതരാണ് ക്ഷത്രിയരും അമ്പലവാസികളും നായന്മാരും മറ്റുമെന്നു വരില്ലല്ലോ. കാടന്മാരായ നാഗവർഗക്കാർ ഇന്നും മക്കത്തായികളാണ്. കാടത്തത്തിൽ മക്കത്തായംപോലെ പരിഷ്കൃതയുഗത്തിൽ മരുമക്കത്തായം ചിലപ്പോൾ വന്നുചേരും. (*ഇരുളടഞ്ഞ ഏടുകൾ*, പേജ് 173).

കേരളത്തെ സംബന്ധിച്ച് പറയുകയാണെങ്കിൽ, അപരിഷ്കൃതത്വത്തിൽനിന്ന് പരിഷ്കൃതത്വത്തിലേക്കുള്ള മാറ്റവും അതോടനുബന്ധിച്ച് ദായക്രമത്തിൽ വരുന്ന (മരുമക്കത്തായത്തിൽനിന്നു മക്കത്തായത്തിലേക്കുള്ള) മാറ്റവും വന്നുകഴിഞ്ഞതിൽപ്പിന്നീട്, വീണ്ടും മരുമക്കത്തായം നിലവിൽവരികയാണുണ്ടായതെന്ന് അദ്ദേഹം വാദിക്കുന്നു. അദ്ദേഹം പറയുന്നു:

> മോർഗനും എംഗൽസും മറ്റും വ്യക്തമാക്കിയിട്ടുള്ളതുപോലെ, അനിയന്ത്രിതമായ സ്ത്രീപുരുഷബന്ധങ്ങളും സ്ത്രീപാരമ്പര്യവും കൂട്ടുവിവാഹവും മറ്റും തരണം ചെയ്ത് ക്രിസ്തുവിനും നാലഞ്ചുനൂറ്റാണ്ടുകൾക്കുമുമ്പ് കേരളമുൾപ്പെടെ മിക്കവാറും ദക്ഷിണേന്ത്യൻ ദേശങ്ങൾ മക്കത്തായത്തിൽ എത്തിയിരിക്കും. സഹോദരന്മാർ ഒന്നുചേർന്ന് ഒരു സ്ത്രീയെ വിവാഹം കഴിക്കുന്ന

രീതിയും മാതുലകന്യാവിവാഹവും മറ്റും പിന്നെയും തുടർന്നിരിക്കണം. തമിഴ്നാട്ടിൽ ഇടയരിൽ ഒരു വർഗക്കാർ ഇപ്പോഴും മരുമക്കത്തായം തുടരുന്നപോലെ, നായന്മാരായിത്തീർന്ന അനായന്മാരിലും മറ്റും അപൂർവം ചിലർ കൊല്ലവർഷാരംഭത്തിലും മരുമക്കത്തായക്കാരായിട്ടുണ്ടെന്നു വിചാരിക്കുന്നതും അയുക്തമല്ല. ആ പരിതഃസ്ഥിതിയിൽ എട്ടും പത്തും ശതകങ്ങൾക്കിടയിൽ ക്ഷത്രിയരും ശൂദ്രരും ഉണ്ടായിക്കൊണ്ടിരിക്കുമ്പോൾ, പതിനൊന്നാം ശതകം മുഴുവൻ നീണ്ടുനിന്ന ചേര–ചോളയുദ്ധമാരംഭിക്കുകയും സാമ്പത്തികവ്യവസ്ഥിതിയിലും ജീവിതരീതിയിലും വന്നുചേർന്ന മാറ്റങ്ങൾമൂലം അനുലോമരീതിയിലുള്ള വിവാഹസമ്പ്രദായവും മരുമക്കത്തായവും നടപ്പിലാവുകയും ചെയ്തു. നമ്പൂതിരിമാർ വിവാഹബന്ധത്തിലേർപ്പെടാറുണ്ടായിരുന്നവരും എല്ലായ്പ്പോഴും യുദ്ധത്തിൽ കഴിഞ്ഞുകൂടിയിരുന്നവരുമായ ക്ഷത്രിയരുടെയും നായന്മാരുടെയും ഇടയിലാണ് മരുമക്കത്തായം ആദ്യം നടപ്പിലായത്. പയ്യന്നൂർ ഗ്രാമക്കാരായ 'അമ്മോമൻ'മാർകൂടി ആദ്യമേ പുതിയ ദായക്രമം സ്വീകരിച്ചവരുടെ കൂട്ടത്തിൽപ്പെടാം. ഈഴവർ, നാഞ്ചിനാട്ടുവെള്ളാളർ മുതലായവർ നായന്മാരെയും മറ്റും അനുകരിച്ച് പിൽക്കാലത്ത് മരുമക്കത്തായം സ്വീകരിച്ചവരാണ്. (*ഇരുളടഞ്ഞ ഏടുകൾ*, പേജ് 227–228).

പൊരുത്തക്കേടുകളും യുക്തിഹീനതകളും

തന്റെ വാദഗതിക്കനുകൂലമായ പല വസ്തുതകളും പ്രൊഫസർ ഇളംകുളം എടുത്തുകാട്ടുന്നുണ്ടെന്നുള്ളതു ശരിയാണ്. അവയ്ക്കെല്ലാം വിശദീകരണം നൽകിക്കൊണ്ടുള്ള ഒരു ചരിത്രസിദ്ധാന്തമാണ് ഞാൻ അവതരിപ്പിച്ചിട്ടുള്ളതെന്ന് ഞാനൊട്ടവകാശപ്പെടുന്നുമില്ല. കൂടുതൽ നിഷ്കൃഷ്ടമായ ചരിത്രഗവേഷണത്തിന് അടിസ്ഥാനമായെടുക്കേണ്ട അഭ്യൂഹങ്ങളെന്ന നിലയ്ക്കുള്ള ചില അഭിപ്രായങ്ങൾ രേഖപ്പെടുത്തുക മാത്രമാണ് ഞാൻ ചെയ്തിട്ടുള്ളത്.

അതേ അവസരത്തിൽ പ്രൊഫസർ ഇളംകുളം ഉന്നയിക്കുന്ന വാദഗതിയിൽ എണ്ണമറ്റ പൊരുത്തക്കേടുകളും യുക്തിഹീനതകളുമുണ്ടെന്ന് ചൂണ്ടിക്കാണിക്കാതിരിക്കാൻ നിവൃത്തിയില്ല. അതുകൊണ്ട്, ശാസ്ത്രീയമായ ചരിത്രവീക്ഷണത്തിന്റെ നിലപാടംഗീകരിക്കുന്നവർക്ക് അദ്ദേഹത്തിന്റെ ചരിത്രസിദ്ധാന്തം സ്വീകരിക്കുവാൻ കഴിയുകയില്ല.

നമ്പൂതിരിമാരുടെ വരവോടുകൂടി, അവർ സ്ഥാപിച്ച ബ്രാഹ്മണമേധാവിത്വവും ജന്മിമേധാവിത്വവും കൂടിച്ചേർന്ന്, കേരളത്തിലെ സാന്മാർഗികജീവിതമാകെ അധഃപതിച്ചുവെന്നും അതിന്റെ ഫലമായാണ് മുമ്പ് മക്കത്തായികളായിരുന്ന നായന്മാരും മറ്റും മരുമക്കത്തായം സ്വീകരിച്ചതെന്നുമാണ് പ്രൊഫസർ ഇളംകുളം അഭിപ്രായപ്പെടുന്നത്. "ജന്മിസ

മ്പ്രദായംമൂലം വന്നുചേർന്ന സാമ്പത്തികവ്യവസ്ഥിതിയിൽ പടുത്തുകെട്ടിയ മണിപ്രവാളസാഹിത്യം" ചൂണ്ടിക്കാണിച്ചുകൊണ്ട് അദ്ദേഹം പറയുന്നു:

> നായർസ്ത്രീകളെ ദേവദാസികളിൽനിന്നു ഭിന്നമായി നമ്പൂതിരിമാർ ഗണിച്ചിരുന്നില്ല. താലികെട്ടു കഴിഞ്ഞാൽ ഇരുകൂട്ടരും നമ്പൂതിരിമാരുടെയും നാടുവാഴികളുടെയും സുഖസാധനങ്ങളാണ്. (*ഇരുളടഞ്ഞ ഏടുകൾ*, പേജ് 159–160).

അതായത്, ജാതി–ജന്മിമേധാവിത്വത്തിന്റെ നിർബന്ധം നിമിത്തമാണ് മക്കത്തായികൾ മരുമക്കത്തായികളായത്.

ജാതിയുടെയും ജന്മിവ്യവസ്ഥയുടെയും മേധാവിത്വം നിലനിന്നുപോന്ന ഒരൊറ്റ പ്രദേശം കേരളമായിരുന്നെങ്കിൽ ഈ വാദഗതി അടിസ്ഥാനരഹിതമല്ലെന്നു സമ്മതിക്കേണ്ടിവരും. എന്നാൽ ഇന്ത്യയിലാകെ വ്യാപിച്ചുകിടക്കുന്ന ഒന്നാണ് ജാതിമേധാവിത്വം. അതിന്റെ ഏറ്റവും ഉയർന്ന നിലവാരത്തിൽ നിൽക്കുന്ന ബ്രാഹ്മണജാതിക്കുള്ള ഔൽകൃഷ്ട്യവും ഇന്ത്യയുടെ മറ്റു പ്രദേശങ്ങളിൽ കേരളത്തെക്കാൾ ഒട്ടും കുറയാതെയോ ഒരുപക്ഷേ, കൂടുതലായിട്ടുതന്നെയോ ഉണ്ടായിരുന്നു. ജന്മിമേധാവിത്വത്തിന്റെ കാര്യമാകട്ടെ, ഇന്ത്യയുടെ മറ്റു ഭാഗങ്ങളിൽ മാത്രമല്ല ലോകത്തിലാകെ വ്യാപിച്ചുകിടന്നിരുന്നു. എങ്കിലും അവിടെയൊന്നുംതന്നെ കേരളത്തിലെപ്പോലെ ജാതി–ജന്മിമേധാവിത്വത്തിന്റെ നിർബന്ധംമൂലം മക്കത്തായത്തിൽനിന്നു മരുമക്കത്തായത്തിലേക്കുള്ള പരിവർത്തനം നടക്കുകയുണ്ടായിട്ടില്ല.

മണിപ്രവാളകൃതികളിലൂടെ പ്രകടമായിക്കാണുന്ന സാന്മാർഗികാധഃപതനവും കേരളത്തിന്റെ പ്രത്യേകതയല്ല. വർഗസമുദായത്തിന്റെ ഉത്ഭവം മുതൽ അടിമത്തം, നാടുവാഴിമേധാവിത്വം, മുതലാളിത്തം ഈ വ്യവസ്ഥകളിലോരോന്നിലും മേധാവിവർഗത്തിൽപ്പെട്ട നിരവധിപേർ കീഴാളരുടെ ഇടയിൽനിന്നുള്ള സ്ത്രീകളെ 'പിഴപ്പിക്കു'വാൻ സദാ ശ്രമിച്ചുപോന്നിട്ടുണ്ട്; ഇത് കീഴാളവർഗത്തിൽനിന്നു മേലോട്ടുകയറി മേധാവിവർഗത്തിലേക്കുകൂടി വ്യാപിക്കുകയും ചെയ്യാറുണ്ട്. ഇതിന്റെ ഏറ്റവും ഉയർന്ന രൂപത്തെക്കുറിച്ച് മാർക്സും എംഗൽസും *കമ്യൂണിസ്റ്റ് മാനിഫെസ്റ്റോ*യിൽ പറഞ്ഞത് ശ്രദ്ധേയമാണ്:

ബൂർഷ്വാസിയുടെ കൂട്ടത്തിൽപ്പെട്ടവർ തങ്ങളുടെ ചൊൽപ്പടിയിൽ കഴിയുന്ന തൊഴിലാളികളുടെ ഭാര്യമാരെയും പെൺമക്കളെയും കൊണ്ടു തൃപ്തരാവാതെ (പരസ്യവ്യഭിചാരത്തിന്റെ കാര്യം പറയാനുമില്ല), അന്യോന്യം ഭാര്യമാരെ വശീകരിക്കുകയെന്നത് തങ്ങളുടെ മുഖ്യവിനോദങ്ങളിലൊന്നായി കാണുന്നു.

എന്നാൽ ഭരണാധികാരിവർഗത്തിൽപ്പെട്ട വ്യക്തികളുടെ ഈ സ്ത്രീലമ്പടത്വം കേരളത്തിലൊഴിച്ച് മറ്റെവിടെയും മക്കത്തായത്തിൽനിന്ന് മരുമക്കത്തായത്തിലേക്കുള്ള പരിവർത്തനത്തിനു വഴിവയ്ക്കുകയുണ്ടായില്ല.

ഇത്രയും സംഗതികൾ അനിഷേധ്യമായതുകൊണ്ടായിരിക്കാം, പ്രൊഫസർ ഇളംകുളം മരുമക്കത്തായത്തിലേക്കുള്ള തിരിച്ചുപോക്കിനു കാര

ണമായ ഒരു 'പ്രത്യേകപരിതഃസ്ഥിതി' കേരളത്തിലുണ്ടായിരുന്നതായി പറയുന്നത്:

> ചോളരുമായി നടന്ന നൂറ്റാണ്ടുയുദ്ധത്തിന്റെ അന്ത്യഘട്ടത്തിൽ ചോളസേനയിൽനിന്നു കേരളത്തെ രക്ഷിക്കുന്നതിനുവേണ്ടി ചാവേറ്റുസേന രൂപീകരിക്കപ്പെടുന്നുണ്ടല്ലോ..... ചാവേറ്റുസേനയുടെ രൂപീകരണത്തിനുശേഷം അതിലെ അംഗങ്ങൾക്ക് സ്ഥിരമായ വിവാഹജീവിതം അസാധ്യമായിത്തീരുകയും കുടുംബഭരണവും വസ്തുഉടമയും മിക്കവാറും സ്ത്രീകളിൽ ചെന്നുചേരുകയും ചെയ്തു. രാജ്യത്തിനുവേണ്ടി ജീവൻ പണയംവച്ച് ജീവിതത്തിലേറിയഭാഗവും യുദ്ധക്കളത്തിൽ കഴിച്ചുകൂട്ടിയ 'ചാവാളർ' തങ്ങൾക്ക് സ്ഥിരമായ വസ്തുഅവകാശം വേണ്ടെന്നുവയ്ക്കുക സ്വാഭാവികമാണല്ലോ. നൂറ്റാണ്ടുയുദ്ധത്തിനിടയിൽ പ്രാബല്യത്തിലെത്തിയ നമ്പൂതിരിമാരും പുതിയ ദായക്രമത്തിനനുകൂലികളായിരുന്നുവെന്നു വിചാരിക്കാം. അതുകൊണ്ട്, നൂറ്റാണ്ടുയുദ്ധത്താൽ സംജാതമായ പ്രത്യേക പരിതഃസ്ഥിതിയാണ്—കളരിസമ്പ്രദായത്തിന്റെയും ചാവേറ്റുപടയുടെയും മറ്റും ഉൽപ്പത്തിമൂലം—ദായക്രമത്തിൽ മാറ്റം വരുത്തിയതെന്നുവരാം (*ഇരുളടഞ്ഞ ഏടുകൾ,* പേജ് 195–196).

ഇതും കേരളത്തിന്റെ പ്രത്യേകതയാണെന്നു പറഞ്ഞുകൂടാ. ദീർഘകാലം നീണ്ടുനിൽക്കുന്ന യുദ്ധങ്ങൾ ഇന്ത്യയുടെ മറ്റു ഭാഗങ്ങളിലും ലോകത്തിലെ മറ്റു രാജ്യങ്ങളിലും ധാരാളം നടന്നിട്ടുണ്ട്. ഇവിടത്തെ ചാവേറ്റുപടയോട് സാദൃശ്യം വഹിക്കുന്ന സംഘടനകൾ അവിടങ്ങളിലെല്ലാം രൂപംകൊള്ളുകയുണ്ടായിട്ടുണ്ട്. ഇന്ത്യയിൽത്തന്നെ അത്തരം സംഘടനകൾ രൂപംപ്രാപിച്ചതിന്റെ നിരവധി ഉദാഹരണങ്ങൾ കാണാം (ശാശ്വതയുദ്ധത്തിന്റെ തയാറെടുപ്പെന്ന നിലയ്ക്കാണ് പഞ്ചാബിലെ സിക്കുകാർ അവരുടെ സവിശേഷതകളായി താടിയും തലയും വളർത്തൽ, ഇരുമ്പുവള കൈയിലിടൽ മുതലായ ആചാരങ്ങൾ അംഗീകരിച്ചിട്ടുള്ളത്). എന്നാൽ, അവരൊന്നുംതന്നെ യുദ്ധത്തിനുള്ള തയാറെടുപ്പിന്റെ ഭാഗമെന്ന നിലയ്ക്ക് മക്കത്തായം ഉപേക്ഷിച്ച് മരുമക്കത്തായം സ്വീകരിക്കുകയുണ്ടായില്ല.

'64 അനാചാരങ്ങ'ളുടെ ഉറവിടം

മരുമക്കത്തായവ്യവസ്ഥയംഗീകരിച്ച ക്ഷത്രിയർ, നായന്മാർ മുതലായവരുടെ വിവാഹ–കുടുംബവ്യവസ്ഥകളിലെന്നപോലെതന്നെ അവരെ അതിനു 'നിർബന്ധിച്ച' നമ്പൂതിരിമാരുടെ വിവാഹ–കുടുംബവ്യവസ്ഥയിലും ചില വൈചിത്ര്യങ്ങളുണ്ടെന്നും, ആദ്യത്തേതിലെന്നപോലെ രണ്ടാമത്തേതിലുമുള്ള സവിശേഷതകൾക്കു മുഴുവൻ കാരണം കാണാൻ സഹായിക്കുന്ന ഒരു ചരിത്രസിദ്ധാന്തമാണ് ഒരു ശാസ്ത്രീയചരിത്രകാരൻ അവതരിപ്പിക്കേണ്ടതെന്നും പ്രൊഫസർ ഇളംകുളം മനസിലാക്കുന്ന

തായി തോന്നുന്നില്ല. ഇതാണദ്ദേഹത്തിന്റെ വാദഗതിയുടെ ഏറ്റവും ദുർബലമായ വശം.

*കേരളത്തിലെ ദേശീയപ്രശ്ന*ത്തിൽ ഞാൻ ചൂണ്ടിക്കാണിച്ചതുപോലെ, ഇന്ത്യയുടെ മറ്റു ഭാഗങ്ങളിലും ബ്രാഹ്മണരുടേതിൽനിന്നു വ്യത്യസ്തമായ ഒരു വിവാഹ–കുടുംബവ്യവസ്ഥയാണ് നമ്പൂതിരിമാർ തുടർന്നുവരുന്നത്. വിവാഹത്തിലും കുടുംബബന്ധങ്ങളിലുമെന്നപോലെ തന്നെ സാമൂഹ്യമായ മറ്റാചാരനടപടികളിലുമെല്ലാം ഇതേവിധത്തിലുള്ള സവിശേഷതകൾ കാണാം. ഇതെല്ലാം ചേർന്നാണ് '64 അനാചാരങ്ങൾ' നമ്പൂതിരിമാർക്കുള്ളതായി സ്മൃത്യാദിപ്രമാണഗ്രന്ഥങ്ങളിൽ പറയുന്നത്. ഇതെങ്ങനെ വന്നു എന്നതാണ് പ്രശ്നം.

ഇതിലൊന്നിനെപ്പറ്റി *കേരളത്തിലെ ദേശീയപ്രശ്ന*ത്തിൽ സൂചിപ്പിച്ചിട്ടുള്ളത് ഇവിടെ വിശദീകരിക്കേണ്ടിയിരിക്കുന്നു: ബ്രഹ്മചര്യത്തിനുശേഷം ഗാർഹസ്ഥ്യം സ്വീകരിച്ചാൽ മാത്രം പോരാ, മരണാനന്തരം പിതൃക്രിയ ചെയ്യാൻ ബാധ്യതപ്പെട്ട പുരുഷസന്താനം ജനിക്കുകകൂടി വേണമെന്നതാണ് ബ്രാഹ്മണരെ സംബന്ധിച്ച് പൊതുവിലുള്ള നിയമം. ഇതിൽനിന്നുള്ള ഒരു വ്യതിയാനം നമ്പൂതിരിയുടെ കാര്യത്തിൽ വ്യക്തമായി കാണാം. തലമുറയിലൊരാൾക്ക് (മൂത്തയാൾക്ക്) മാത്രമേ ഗാർഹസ്ഥ്യവും പുരുഷസന്തോനോൽപ്പാദനവും ആവശ്യമുള്ളു. മൂത്തയാൾക്ക് പുരുഷസന്താനമുണ്ടാവാത്തപക്ഷം മാത്രമേ ഇളയവർ ഗാർഹസ്ഥ്യം സ്വീകരിക്കേണ്ടതുള്ളൂ.

ഈ വ്യത്യാസത്തിനുതന്നെ മറ്റൊരു ഭാഗമുണ്ട്: മറ്റു പ്രദേശങ്ങളിലെ ബ്രാഹ്മണർക്ക് ബഹുഭാര്യത്വം നിഷിദ്ധമല്ലെങ്കിലും ഏകഭാര്യത്വമാണ് സർവസാധാരണമായിട്ടുള്ളത്. നമ്പൂതിരിമാർക്കാകട്ടെ, ബഹുഭാര്യത്വം സർവസാധാരണവും ഏകഭാര്യത്വം ദുർലഭവുമാണ്.

ഈ രണ്ടു വ്യത്യാസങ്ങളെങ്ങനെ വന്നുവെന്നതാണ് ചോദ്യം. അതിനു ശരിയായ മറുപടി നൽകാൻ പ്രൊഫസർ ഇളംകുളത്തിനു കഴിയുന്നില്ല. മക്കത്തായം സ്വീകരിച്ചുകഴിഞ്ഞ നായരാദിസമുദായങ്ങളുടെമേൽ 'നിർബന്ധം പ്രയോഗിച്ച്' അവരെ മരുമക്കത്തായികളാക്കിയ നമ്പൂതിരിമാർ തങ്ങളുടെ സ്വന്തം വിവാഹ–കുടുംബവ്യവസ്ഥയിൽ ഇത്തരം മാറ്റം വരുത്താൻ കാരണമെന്താണ്? അവരുടെമേൽ മറ്റാരെങ്കിലും നിർബന്ധം ചെലുത്തിയിരുന്നുവോ? അതോ, ആരുടെയും നിർബന്ധം കൂടാതെ തന്നെ അവർക്ക് സ്വയം സ്വീകരിക്കാവുന്നത്ര മെച്ചപ്പെട്ട ഒരേർപ്പാടാണോ ഇത്? ആണെങ്കിലത് മറ്റു പ്രദേശങ്ങളിലെ ബ്രാഹ്മണർ എന്തുകൊണ്ടു സ്വീകരിച്ചില്ല?

ഇതിനെല്ലാം മറുപടി നൽകുന്ന ഒരഭ്യൂഹമാണ് *കേരളത്തിലെ ദേശീയപ്രശ്ന*ത്തിൽ ഞാൻ അവതരിപ്പിച്ചിട്ടുള്ളത്. അതായത്,

എ. ബ്രാഹ്മണരടക്കമുള്ള എല്ലാ ജാതിവിഭാഗങ്ങളുടെയും—കേരളത്തിലും വെളിയിലും—വിവാഹ–കുടുംബവ്യവസ്ഥയിൽ ചരിത്രപ്രധാനമായ മാറ്റങ്ങൾ നടന്നുകൊണ്ടിരുന്ന കാലഘട്ടത്തിലാണ് ചെറുചെറു

സംഘങ്ങളായി ബ്രാഹ്മണർ വെളിയിൽനിന്നു വന്നത്. സ്വതന്ത്രമായ ദാമ്പത്യബന്ധങ്ങളിൽനിന്ന് ശാശ്വതമായ വിവാഹത്തിലേക്കും മരുമക്കത്തായത്തിൽനിന്നു മക്കത്തായത്തിലേക്കുമുള്ള പരിവർത്തനത്തിന്റെ പല ഘട്ടങ്ങളിലായിട്ടാണ് കേരളത്തിലുണ്ടായിരുന്നവരും വെളിയിൽനിന്നുവന്ന് കുടിയേറിപ്പാർക്കാൻ തുടങ്ങിയവരും അന്നു ജീവിച്ചിരുന്നത്.

ബി. ഇക്കൂട്ടത്തിൽവച്ച് ഒരുപക്ഷേ, ഏറ്റവും കൂടുതൽ പരിവർത്തനം വന്നുകഴിഞ്ഞിട്ടുള്ള ഒരു വിഭാഗമായിരുന്നിരിക്കാം വെളിയിൽനിന്നു വന്നത്. എന്നാൽ അവരും ഒരതിർത്തിവരെ മാത്രമേ തങ്ങളുടെ പരിവർത്തനം പൂർത്തീകരിച്ചുകഴിഞ്ഞിരുന്നുള്ളു. അതുകൊണ്ട് തങ്ങളോളം പോലും പരിവർത്തനം ചെയ്യപ്പെട്ടുകഴിഞ്ഞിരുന്നില്ലാത്ത മറ്റു വിഭാഗങ്ങളുമായി താരതമ്യേന സ്വതന്ത്രമായ ബന്ധങ്ങളിലേർപ്പെടാനും ആ ബന്ധങ്ങളുടെ സ്വാധീനം തങ്ങളുടെ സാമൂഹ്യവ്യവസ്ഥയിൽത്തന്നെ പ്രതിഫലിപ്പിക്കാനും അവർ തയാറായി. അതേ അവസരത്തിൽ, ഇവിടെവന്ന് കുടിയേറിപ്പാർക്കുന്നതിനുമുമ്പ് തങ്ങളംഗീകരിച്ചുകഴിഞ്ഞിരുന്ന വ്യവസ്ഥയാകെ മാറ്റാൻ അവർ തയാറുമായിരുന്നില്ല.

സി. ഈ സാഹചര്യത്തിൽ വെളിയിൽനിന്നുവന്ന കുടിയേറിപ്പാർപ്പുകാരുടെയും അവരിവിടെ വരുന്നതിനുമുമ്പുതന്നെ ഇവിടെ താമസിച്ചിരുന്നവരുടെയും സാമൂഹ്യജീവിതത്തിൽ പല രൂപത്തിലുമായി പല മാറ്റങ്ങളും നടന്നു. അതിന്റെയെല്ലാം പരിണതഫലമായിട്ടാണ് നമ്പൂതിരിമാരുടെ മക്കത്തായ കൂട്ടുകുടുംബവും നായരാദിസമുദായക്കാരുടെ മരുമക്കത്തായ കൂട്ടുകുടുംബവും നിലവിൽവന്നത്.

ഞാനവതരിപ്പിച്ച ഈ അഭ്യൂഹത്തിന് പരിമിതികളുണ്ടാവാം. പക്ഷേ, വിവാഹ–കുടുംബവ്യവസ്ഥ സാമൂഹ്യവളർച്ചയുടെ ഫലമായി നിലവിൽ വന്നിട്ടുള്ള ഒന്നാണ്, അത് പരശുരാമനെപ്പോലെ ഏതെങ്കിലും ഒരു വ്യക്തി നിർദേശിച്ചതനുസരിച്ചോ നമ്പൂതിരിമാരെപ്പോലെ ഏതെങ്കിലും ഒരു ജനവിഭാഗം നിർബന്ധമുപയോഗിച്ചോ സ്ഥാപിച്ചതല്ല എന്ന ശാസ്ത്രീയസമീപനമാണിതിലടങ്ങിയിട്ടുള്ളത്.

ഇതിനുപകരം, സ്വാഭാവികമായി നടന്നിരുന്ന സാമൂഹ്യവളർച്ചയെ അതിന്റെ ഒരു ഘട്ടത്തിൽ തടഞ്ഞുനിർത്തുക മാത്രമല്ല പിന്നോട്ടടിപ്പിക്കുകകൂടി ചെയ്യാൻ മേധാവിവർഗത്തിൽപ്പെട്ട പ്രമാണിമാർക്കു കഴിഞ്ഞുവെന്നാണ് പ്രൊഫസർ ഇളംകുളം വാദിക്കുന്നത്. ഇതിന്റെ ഫലമായി രൂപം പ്രാപിച്ച വിവാഹ–കുടുംബവ്യവസ്ഥയാകട്ടെ, ആയിരംകൊല്ലത്തിൽ കുറയാത്ത ഒരു കാലഘട്ടത്തോളം തുടർന്നുപോരുകയും ചെയ്തു. തികച്ചും യുക്തിഹീനമായ ഒരനുമാനമാണിതെന്നു വ്യക്തമാണ്.

കേരളത്തിന്റെയും ദേശീയപ്രശ്നത്തിന്റെയും ദൗർബല്യം

കേരളം ഒന്നാംഭാഗത്തിലും *കേരളത്തിലെ ദേശീയപ്രശ്ന*ത്തിലും കൂടി ഞാൻ തുടങ്ങിവച്ച ജോലി ഉപേക്ഷിക്കുകയല്ല, കുറെക്കൂടി മുമ്പോട്ടു കൊണ്ടുപോവുകയാണ്, ഒരു ചരിത്രവിദ്യാർഥിയെന്ന നിലയ്ക്ക് എന്റെ

കടമയെന്ന് ഞാൻ കരുതുന്നു. അതായത്, കേരളചരിത്രത്തിന്റെ ഗതിവിഗതികളെ നിയന്ത്രിച്ചത് കേരളത്തിനു വെളിയിൽനിന്നുവന്ന് കുടിയേറിപ്പാർത്തവരാണെന്ന ചരിത്രസിദ്ധാന്തത്തിന്റെ അശാസ്ത്രീയത തുറന്നുകാട്ടി, കേരളത്തിൽത്തന്നെയുള്ള ആഭ്യന്തര സാമൂഹ്യശക്തികളുടെ പ്രവർത്തനവും അതിന് ചരിത്രപരിണാമത്തിലുള്ള സ്വാധീനവും കണ്ടുപിടിക്കുകയെന്നതായിരിക്കണം ചരിത്രഗവേഷണത്തിന്റെ ഉദ്ദേശ്യം.

ഈ ഉദ്ദേശ്യം നിറവേറ്റുന്നതിന് *കേരളം* ഒന്നാംഭാഗത്തിൽ ഞാൻ അംഗീകരിച്ച സമീപനത്തിൽത്തന്നെ കാര്യമായ ചില മാറ്റങ്ങൾ വരുത്തേണ്ടതുണ്ടെന്നു വ്യക്തമാണ്. ഞാൻ അംഗീകരിച്ച സമീപനവും അതിലടങ്ങിയ തെറ്റും *കേരളത്തിലെ ദേശീയപ്രശ്ന*ത്തിന്റെ മലയാളപതിപ്പിന് ഞാനെഴുതിയ മുഖവുരയിൽ ഇങ്ങനെ വിവരിച്ചിരുന്നു:

ആര്യസംസ്കാരവാദികളുടെയും ദ്രാവിഡസംസ്കാരവാദികളുടെയും നിലപാടുകൾ രണ്ടും അശാസ്ത്രീയമാണെന്നു തെളിയിച്ച് തൊഴിലാളിവർഗത്തിൻേറതായ ചരിത്രവീക്ഷണത്തിന്റെ–ചരിത്രപരമായ ഭൗതികവാദത്തിന്റെ–വെളിച്ചം കേരളചരിത്രത്തിലേക്കു വീശുന്നതിനുപകരം, 'രണ്ടഭിപ്രായഗതികളിലും കുറെ വാസ്തവമുണ്ട് എന്ന നിലപാടെടുത്ത് രണ്ടിനോടും സന്ധിചെയ്യുകയാണ് ഞാൻ ചെയ്തത്. എന്റെ വിമർശകന്മാരാകട്ടെ, എന്റെ യഥാർഥമായ ഈ പരാജയം ചൂണ്ടിക്കാണിക്കുന്നതിനു പകരം എന്നെ ദ്രാവിഡസംസ്കാരവാദികളുടെ ചേരിയിലേക്ക് വലിച്ചിഴയ്ക്കാനാണ് ശ്രമിച്ചത്.

വടക്കേ ഇന്ത്യയിൽ ആര്യന്മാരുടേതും തെക്കേ ഇന്ത്യയിൽ ദ്രാവിഡന്മാരുടേതുമായ രണ്ടു സംസ്കാരങ്ങൾ കൂടിച്ചേർന്നിട്ടാണ് പ്രാചീന കേരളത്തിന്റെ സംസ്കാരം നിലവിൽവന്നതെന്നാണ് *കേരളം* ഒന്നാംഭാഗത്തിന്റെ മൗലികമായ സമീപനം. ഈ രണ്ടു സംസ്കാരങ്ങൾ തമ്മിൽ എന്തൊരു വ്യത്യാസമാണ് മൗലികമായിട്ടുണ്ടായിരുന്നത്, ആ വ്യത്യാസത്തിനടിസ്ഥാനമായ വസ്തുനിഷ്ഠസാഹചര്യങ്ങൾ എന്തായിരുന്നു– ഈ പ്രശ്നങ്ങൾ *കേരളം* ഒന്നാംഭാഗത്തിൽ ഉന്നയിക്കുകപോലും ചെയ്തിരുന്നില്ല.

*കേരളത്തിലെ ദേശീയപ്രശ്ന*ത്തിലാണ് ആ പ്രശ്നം ഉന്നയിക്കുകയും അതിന് ഒരുതരത്തിലുള്ള സമാധാനം കാണാൻ ശ്രമിക്കുകയും ചെയ്തത്. ആ സമാധാനം താഴെ പറയുംവിധം സംഗ്രഹിക്കാം:

പ്രാചീന കമ്യൂണിസ്റ്റ് സമുദായം തകർന്ന് പുതിയ ഒരു സമുദായം രൂപം പ്രാപിക്കാൻ തുടങ്ങിയ കാലഘട്ടത്തിലാണ് തെക്കേ ഇന്ത്യയിൽ പൊതുവിലും, കേരളത്തിൽ വിശേഷിച്ചും, പ്രാചീന സാമ്രാജ്യങ്ങൾ (ചേര, ചോള, പാണ്ഡ്യസാമ്രാജ്യങ്ങൾ) നിലവിൽ വന്നത്.

ഈ സാമ്രാജ്യങ്ങൾ ചെയ്ത ചരിത്രപരമായ കടമ പ്രാചീന കമ്യൂണിസ്റ്റ് രീതിയിലുള്ള ഗോത്രങ്ങളെ 'ഏഷ്യാറ്റിക് രീതി'യിലുള്ള സാമൂഹ്യവ്യവസ്ഥയുടെ ഭാഗമാക്കുകയായിരുന്നു.

ചരിത്രപരമായ ഇതേ കടമയാണ് വടക്കേ ഇന്ത്യയിലെ സാമ്രാജ്യങ്ങളും അവയുടെ അധിപന്മാരും അവിടെ ചെയ്തത്.

ഇങ്ങനെ മൗലികമായി ഒരേ സാമൂഹ്യാടിസ്ഥാനത്തിൽ ഉയർന്നുവന്ന സാമ്രാജ്യങ്ങൾ വടക്കും തെക്കും വളർന്നുവന്നപ്പോൾ അവ തമ്മിൽ ആക്രമണ പ്രത്യാക്രമണങ്ങൾ നടക്കുകയുണ്ടായി. വടക്കൻ സാമ്രാജ്യങ്ങളുടെ സൈന്യങ്ങൾ തെക്കോട്ടു വന്നതുപോലെ തെക്കൻസൈന്യങ്ങൾ വടക്കോട്ടു പോവുകയും ചെയ്തിരുന്നു. ഇതേമാതിരി ആക്രമണ പ്രത്യാക്രമണങ്ങൾ ഇന്ത്യയും സിലോണുമായും നടക്കുകയുണ്ടായിട്ടുണ്ട്. ഇതിന്റെയെല്ലാം കഥകൾ *രാമായണ*ത്തിലും സംഘകൃതികളിലും വിവരിച്ചിട്ടുണ്ട്.

അതുകൊണ്ട്, വടക്കും തെക്കുമുള്ള (ആര്യ, ദ്രാവിഡ) സമുദായങ്ങളും സംസ്കാരങ്ങളും തമ്മിൽ മൗലികമായി യാതൊരന്തരവും ഉണ്ടായിരുന്നില്ല. രണ്ടിന്റെയും സാമ്പത്തികാടിസ്ഥാനം മഹാനദികളെ ആസ്പദിച്ചുള്ള ജലസേചനവും അതിന്റെ സഹായത്തോടുകൂടി നടത്തുന്ന കൃഷിയുമായിരുന്നു. രണ്ടിലും ജാതിമേധാവിത്വവും നാടുവാഴിമേധാവിത്വവും വളർന്നുവരാൻ തുടങ്ങിയിരുന്നു. രണ്ടിനകത്തും ഗ്രാമീണ സമുദായവും അതിൻേറതായ ഭരണക്രമവും (ഉദാ: നാട്ടുക്കൂട്ടം) നിലനിന്നിരുന്നു. ഇതെല്ലാം ചേർന്ന സാമൂഹ്യവ്യവസ്ഥയ്ക്കാണ് 'ഏഷ്യാറ്റിക്' വ്യവസ്ഥയെന്ന് ചരിത്രകാരൻമാർ പേരു നൽകിയിട്ടുള്ളത്.

മഹാനദികളെ ആസ്പദിച്ചുകൊണ്ടുള്ള ജലസേചനത്തിന്റെ സാധ്യത കേരളത്തിൽ കുറവായിരുന്നതിനാൽ വടക്കേ ഇന്ത്യയിലും തെക്കേ ഇന്ത്യയുടെ മറ്റു ഭാഗങ്ങളിലും നിലവിൽവന്ന (ഏഷ്യാറ്റിക്) സാമൂഹ്യവ്യവസ്ഥ അതേ രൂപത്തിൽ ഇവിടെ നിലവിൽ വന്നില്ല.

ഈ സമീപനത്തിൽ പല ദൗർബല്യങ്ങളും ഉണ്ടെന്ന് ഇപ്പോൾ വ്യക്തമായിരിക്കുന്നു. 'ഏഷ്യാറ്റിക്' വ്യവസ്ഥയെന്നുപറയപ്പെടുന്ന സാമൂഹ്യവ്യവസ്ഥയുടെ സ്വഭാവത്തെക്കുറിച്ച് വ്യക്തമായ യാതൊരു ധാരണയും ഇതിലില്ല. വളരെ പ്രധാനമായ ചില ചോദ്യങ്ങൾക്ക് അത് ഉത്തരം നൽകുന്നില്ല. ഉദാഹരണത്തിന്,

പ്രാചീന കമ്യൂണിസത്തിൽനിന്ന് അടിമത്തത്തിലേക്കും അതിൽനിന്നു ഫ്യൂഡലിസത്തിലേക്കും അതിൽനിന്നു വീണ്ടും മുതലാളിത്തത്തിലേക്കും വളർച്ച പ്രാപിക്കുക എന്ന പ്രക്രിയ 'ഏഷ്യാറ്റിക്' സമുദായത്തിനു ബാധകമാണോ അല്ലയോ?

വിവിധങ്ങളായ ഈ സാമൂഹ്യപരിവർത്തനങ്ങളിലൂടെ യൂറോപ്യൻ സമുദായത്തിൽവന്ന വളർച്ച ഇന്ത്യൻ സമുദായത്തിൽ ഉണ്ടായിട്ടുണ്ടോ ഇല്ലയോ?

മറ്റൊരു വിധത്തിൽ പറയുകയാണെങ്കിൽ, പടിഞ്ഞാൻ യൂറോപ്പിൽ നിന്ന് മുതലാളിത്തക്കോയ്മകൾ വന്ന് ഇന്ത്യയെ അവയുടെ കോളനികളാക്കാൻ ശ്രമിക്കുന്നതിനുമുമ്പ് ഒന്നുരണ്ടു സഹസ്രാബ്ദങ്ങളോളം കാലം ഗണ്യമായ യാതൊരു മാറ്റവും വരാതെ നിലനിന്ന ഒരു സമുദായമാണോ ഇന്ത്യൻ സമുദായം?

ഇന്ത്യൻ സാമൂഹ്യവ്യവസ്ഥയുടെ സവിശേഷതകൾ

'ഏഷ്യാറ്റിക്' വ്യവസ്ഥയെന്നു വിളിക്കപ്പെടുന്നതും ഇന്ത്യയിൽ നിലവിലിരുന്നതുമായ സാമൂഹ്യക്രമത്തിന്റെ സ്വഭാവവും മുഖ്യസാമൂഹ്യ ഘടകങ്ങളും എന്താണെന്നു കണ്ടുപിടിച്ചാൽ മാത്രമേ മുകളിൽ കൊടുത്ത ചോദ്യങ്ങൾക്ക് തൃപ്തികരമായ മറുപടി പറയാൻ കഴിയൂകയുള്ളൂ. ഇതുസംബന്ധിച്ച് അടുത്തകാലത്തു നടത്താൻ സാധിച്ച ചില പഠനങ്ങളുടെ ഫലമായി എനിക്കു രൂപീകരിക്കാൻ കഴിഞ്ഞ അഭിപ്രായങ്ങളാണ് താഴെ കൊടുക്കുന്നത്:

1. അടിമത്തത്തിലും ഫ്യൂഡലിസത്തിലും ഉള്ളതെന്നംഗീകരിക്കപ്പെട്ടിട്ടുള്ള സവിശേഷ സാമൂഹ്യബന്ധം—അടിമയും യജമാനനും തമ്മിലും, അടിയാളനും നാടുവാഴിയും തമ്മിലും ഉള്ള ബന്ധം—യൂറോപ്പിൽ വളർന്നുവന്ന രൂപത്തിൽ ഇന്ത്യയിൽ വളർന്നുവരികയുണ്ടായിട്ടില്ല. ഇതിനെ അപേക്ഷിച്ച് താരതമ്യേന കൂടുതൽ സ്വതന്ത്രമാണെന്ന് പ്രത്യക്ഷത്തിൽ തോന്നുന്ന ഒരു സവിശേഷ സാമൂഹ്യബന്ധമാണ് പ്രാചീനകാലം മുതൽ പതിനെട്ട്, പത്തൊമ്പത് നൂറ്റാണ്ടുകൾവരെ ഇന്ത്യയിൽ നിലവിലിരുന്നത്.

2. ഇങ്ങനെ നിരവധി നൂറ്റാണ്ടുകളോളംകാലം നിലവിലിരുന്ന സാമൂഹ്യഘടനയ്ക്ക് മൂന്നു മുഖ്യഘടകങ്ങളുണ്ടായിരുന്നു—ജാതി, കൂട്ടുകുടുംബം, ഗ്രാമീണഭരണവ്യവസ്ഥ. ഇതിലോരോന്നിനുമകത്ത് പ്രത്യക്ഷത്തിൽ ജനാധിപത്യപരമെന്നു തോന്നുന്ന വശങ്ങളുണ്ട്: ഒരു ജാതിയിൽപ്പെട്ടവർ തമ്മിൽ തമ്മിൽ യാതൊരസമത്വവുമില്ല; കൂട്ടുകുടുംബംവക സ്വത്തനുഭവിക്കാൻ അതിലെ ഓരോ മെമ്പർക്കും അവകാശമുണ്ട്; ഗ്രാമീണഭരണമാകട്ടെ, പ്രാചീന ജനാധിപത്യത്തിന്റെ അംശങ്ങളെല്ലാം ഉൾക്കൊള്ളുന്നതാണുതാനും. അതുകൊണ്ട്, ഏതെങ്കിലുമൊരു ജനവിഭാഗം മറ്റൊന്നിനെ ബലംപ്രയോഗിച്ച് അമർത്തിവയ്ക്കുകയെന്ന സ്വഭാവം പുറമേയ്ക്കു നോക്കിയാൽ തീരെ ഇല്ലാത്തതായ ഒരു സാമൂഹ്യവ്യവസ്ഥയാണിത്. അതേയവസരത്തിൽ, വിവിധ ജാതികൾ തമ്മിൽ മേലുകീഴുനില; കൂട്ടുകുടുംബഭരണത്തിൽ കുടുംബത്തലവനു മേധാവിത്വം; ഗ്രാമീണഭരണത്തിൽ കുടുംബത്തലവന്മാർക്കുള്ള സ്ഥാനം—ഇതെല്ലാം സാമൂഹ്യാസമത്വം സൃഷ്ടിക്കാൻ പര്യാപ്തമായവയാണ്. അങ്ങനെ, പ്രത്യക്ഷത്തിൽ സമത്വവും ജനാധിപത്യവും പുലർത്തുന്ന ഒരു സാമൂഹ്യവ്യവസ്ഥയ്ക്കകത്ത് യഥാർഥത്തിൽ അസമത്വം വളർത്താനാവശ്യമായ എല്ലാ സാഹചര്യങ്ങളും നിലവിലുള്ള ഒരേർപ്പാടാണ് ഇന്ത്യയിൽ നിലവിലിരുന്നത്.

3. ജാതി, കൂട്ടുകുടുംബം, ഗ്രാമീണഭരണം എന്നിവ മൂന്നും നിലനിന്നിരുന്നുവെങ്കിലും, അവയിലോരോന്നിലും നിരവധി മാറ്റങ്ങൾ അനുസ്യൂതം നടന്നുകൊണ്ടിരുന്നു. പലപല കാലഘട്ടങ്ങളിലായി, പലപല പുതിയ ജാതികളും ഉയർന്നുവന്നു; നിലവിലുള്ള ജാതികളിൽത്തന്നെ ചിലവയ്ക്ക് സ്ഥാനക്കയറ്റവും മറ്റു ചിലവയ്ക്ക് സ്ഥാനഭ്രംശവും വന്നു; ജാതികൾ തമ്മിൽ തമ്മിൽ ബന്ധങ്ങൾ സ്ഥാപിക്കപ്പെടുകയും മുറിയുകയും

ചെയ്തു. ഇതുപോലെതന്നെ കുടുംബഘടനയിലും കുടുംബത്തലവന്മാർക്കുള്ള അവകാശാധികാരങ്ങളിലും ഗ്രാമീണഭരണസ്ഥാപനങ്ങളുടെ ചുമതലകളിലും അവയ്ക്കു കേന്ദ്രഭരണവുമായുള്ള ബന്ധങ്ങളിലുമെല്ലാം സദാ മാറ്റങ്ങൾ വന്നുകൊണ്ടിരുന്നു.

4. ഇങ്ങനെ, പ്രത്യക്ഷത്തിൽ 'മാറ്റമൊന്നുമില്ലെ'ന്നു തോന്നുന്നതെങ്കിലും അനുസ്യൂതം മാറിക്കൊണ്ടിരിക്കുന്ന മൂന്നു മുഖ്യഘടകങ്ങളുൾക്കൊള്ളുന്നുവെന്നതാണ് ഇന്ത്യൻ സാമൂഹ്യവ്യവസ്ഥയുടെ സവിശേഷത. നൂറ്റാണ്ടുകളോളം കാലമായി വളർച്ചമുട്ടിനിൽക്കുന്ന ഒരു സമുദായമാണ് ഇതെന്ന് പ്രഥമദൃഷ്ടിയിൽ തോന്നും. എന്നാൽ മുതലാളിത്തത്തിന്റെ വളർച്ചയുടെ ആദ്യഘട്ടംവരെ യൂറോപ്പിനോടു കിടപിടിക്കുകയോ ചില കാര്യങ്ങളിൽ യൂറോപ്പിനെ കവച്ചുവയ്ക്കുകപോലുമോ ചെയ്തിരുന്ന ഉൽപ്പാദനക്രമവും സാംസ്കാരികനിലവാരവും ഇന്ത്യയ്ക്കുണ്ടായിരുന്നു താനും. എന്നുവച്ചാൽ, അടിമത്തസമുദായത്തിലും ഫ്യൂഡൽവ്യവസ്ഥയിലും മുതലാളിത്തത്തിന്റെ ശൈശവദശയിലും യൂറോപ്പിനുണ്ടായ പുരോഗതി മുഴുവൻ ഉൾക്കൊള്ളാൻ കഴിഞ്ഞ—അതിനാവശ്യമായ മാറ്റങ്ങൾ ഉൽപ്പാദനക്രമത്തിൽ വരുത്താൻ കഴിഞ്ഞ—ഒരു വ്യവസ്ഥയാണിത്.

5. എന്നാൽ, മുതലാളിത്തത്തിന്റെ വളർച്ചയ്ക്കാവശ്യമായ പരിവർത്തനങ്ങൾ ഈ സാമൂഹ്യവ്യവസ്ഥയുടെ ചട്ടക്കൂട്ടിനകത്തു വരുത്താൻ സാധ്യമായിരുന്നില്ല. ജാതി, കൂട്ടുകുടുംബം, ഗ്രാമീണഭരണം—ഇതു മൂന്നും മുതലാളിത്തത്തിന്റേതായ ഉൽപ്പാദനക്രമത്തിനും അതിനാവശ്യമായ കേന്ദ്രീകൃതഭരണത്തിനും തടസമായാണു നിന്നത്. അതുകൊണ്ട് ഈ സാമൂഹ്യവ്യവസ്ഥയ്ക്കകത്ത് മുതലാളിത്തത്തിനു വളരാൻ കഴിഞ്ഞില്ല. വെളിയിൽനിന്നുവന്ന മുതലാളിത്തശക്തികളെ ചെറുത്തുനിൽക്കാൻ ഈ സാമൂഹ്യവ്യവസ്ഥയ്ക്കും കഴിഞ്ഞില്ല.

ഇന്ത്യൻ സാമൂഹ്യവ്യവസ്ഥയുടെ ഈ സവിശേഷതകളെല്ലാം വടക്കേ ഇന്ത്യക്കെന്നപോലെതന്നെ തെക്കേ ഇന്ത്യക്കും, തെക്കേ ഇന്ത്യയിലെ മറ്റു പ്രദേശങ്ങൾക്കെന്നപോലെ കേരളത്തിനും ബാധകമാണെന്നുകൂടി പറഞ്ഞുവയ്ക്കട്ടെ.

* * * * * * * *

ഇപ്പോൾത്തന്നെ ദീർഘമായിക്കഴിഞ്ഞിട്ടുള്ള ഈ മുഖവുര ഇനിയും നീട്ടണമെന്ന് ഞാൻ വിചാരിക്കുന്നില്ല. ഇവിടെപ്പറഞ്ഞ അഭിപ്രായങ്ങളും അനുമാനങ്ങളും അഭ്യൂഹങ്ങളുമെല്ലാം, *കേരളം* ഒന്നാംപതിപ്പും *കേരളത്തിലെ ദേശീയപ്രശ്നവു*മെന്നപോലെ ചരിത്രവിദ്യാർഥികളുടെയും ഗവേഷകന്മാരുടെയും വിമർശനത്തിനു വിഷയമാവുമെന്ന് ഞാനാശിക്കുകയും അതിനായി അവരോടഭ്യർഥിക്കുകയും ചെയ്യുന്നു.

ഡെൽഹി,
3 ജൂൺ 1964. **ഇ എം എസ് നമ്പൂതിരിപ്പാട്**

മൂന്നാം പതിപ്പിന്റെ മുഖവുര

ഈ ഗ്രന്ഥത്തിന്റെ ആദ്യപ്രസിദ്ധീകരണത്തെ തുടർന്നുള്ള പതിനേഴുവർഷക്കാലത്ത് നടന്ന സംഭവങ്ങൾ രണ്ടാം പതിപ്പിനുള്ള മുഖവുരയിൽ വിവരിച്ചിരുന്നുവല്ലോ.

അതിൽ പിന്നീട് *കേരളത്തിന്റെ ദേശീയപ്രശ്നം* എന്ന ഇംഗ്ലീഷ് ഗ്രന്ഥത്തിന്റെ പരിഷ്കൃതരൂപമായ *കേരളം—ഇന്നലെ, ഇന്ന്, നാളെ* എന്ന ഗ്രന്ഥം 1966 ൽ പുറത്തുവന്നു. അതിന്റെ മലയാളതർജ്ജുമ ഇതേവരെ വന്നില്ല.

കഴിഞ്ഞ പതിനഞ്ചുവർഷക്കാലത്ത് കേരളത്തിന്റെയും ഇന്ത്യയുടെയും ചരിത്രം സംബന്ധിച്ച് കുറെക്കൂടി പഠനം നടത്താൻ എനിക്കവസരം ലഭിച്ചു; അങ്ങനെ *ഇന്ത്യാചരിത്രത്തിലേക്കൊരെത്തിനോട്ടം, ഇന്ത്യൻ സ്വാതന്ത്ര്യസമരചരിത്രം* എന്നീ രണ്ടു ഗ്രന്ഥങ്ങൾ മലയാളത്തിൽ പ്രസിദ്ധീകരിച്ചു. കൂടാതെ, 1980 ൽ കേരള സർവകലാശാലയുടെ ആഭിമുഖ്യത്തിൽ നടന്ന ആശാൻ സ്മാരകപ്രഭാഷണത്തിലും അതേവർഷം എഴുതിയ *കേരളചരിത്രവും സംസ്കാരവും* എന്ന ഗ്രന്ഥത്തിലും കേരളചരിത്രം സംബന്ധിച്ച് വീണ്ടും പ്രതിപാദിക്കാനിടയായി.

ഇതെല്ലാം ഉപയോഗപ്പെടുത്തിക്കൊണ്ട് *കേരളം—ഇന്നലെ, ഇന്ന്, നാളെ* എന്ന ഇംഗ്ലീഷ് ഗ്രന്ഥത്തിന്റെ പുതിയ പതിപ്പ് തയാറായിക്കൊണ്ടിരിക്കുകയാണ്. തയാറായാലുടനേ അതിന്റെ മലയാള പരിഭാഷയും പുറത്തുവരുമെന്നാണ് എന്റെ പ്രതീക്ഷ.

രണ്ടാംപതിപ്പിനുള്ള മുഖവുരയിൽ ആശിച്ചിരുന്നതുപോലെ പല പണ്ഡിതസുഹൃത്തുക്കളുടെയും വിമർശനങ്ങൾകൂടി കണക്കിലെടുത്ത് സത്യം കണ്ടുപിടിക്കാൻ ഞാൻ നടത്തുന്ന ശ്രമത്തിൽ പുതിയൊരു ഘട്ടമാണ് ഈ മൂന്നാം പതിപ്പിന്റെയും *കേരളം—ഇന്നലെ, ഇന്ന്, നാളെ*യുടെ

പരിഷ്കൃത മലയാളപതിപ്പിന്റെയും പ്രസിദ്ധീകരണം. മുൻപ്രസിദ്ധീകരണങ്ങളെപ്പോലെ ഇതും ചർച്ചയ്ക്കും വിമർശനത്തിനും വിധേയമാക്കി എന്റെ ചരിത്രസത്യാന്വേഷണം കൂടുതൽ വിജയകരമാക്കാൻ വായനക്കാരോട് അഭ്യർഥിക്കുക മാത്രമേ ഈ അവസരത്തിൽ എനിക്കു ചെയ്യാനുള്ളൂ.

തിരുവനന്തപുരം,
1981 ആഗസ്റ്റ് 10.

ഇ എം എസ് നമ്പൂതിരിപ്പാട്

നാലാംപതിപ്പിന്റെ മുഖവുര

ആയിരത്തിതൊള്ളായിരത്തി നാൽപ്പത്തിയേഴ്–നാൽപ്പത്തിയെട്ടിൽ ഒന്നാംപതിപ്പും പിന്നീട് 1964, 1981 എന്നീ വർഷങ്ങളിൽ രണ്ടും മൂന്നും പതിപ്പുകളും പ്രസിദ്ധീകരിച്ച ഈ കൃതിയുടെ മുഖ്യഭാഗങ്ങളിൽ യാതൊരു മാറ്റവും വരുത്തേണ്ടതില്ലെന്ന് ഞാൻ കരുതുന്നു. പക്ഷേ, കേരളചരിത്രത്തെ മാർക്സിസ്റ്റടിസ്ഥാനത്തിൽ പരിശോധിക്കാൻ നാലു പതിറ്റാണ്ടിനു മുമ്പ് ഞാൻ നടത്തിയ ശ്രമം ഇന്നും പ്രസക്തമായിത്തന്നെ തുടരുന്നു. അതുകൊണ്ടാണ് ഈ മുഖവുര എഴുതുന്നത്.

രണ്ടാംപതിപ്പിനുള്ള മുഖവുരയിൽ ഞാൻ ചൂണ്ടിക്കാണിച്ചതുപോലെ, ഈ കൃതിയിൽ ഞാൻ അംഗീകരിച്ച സമീപനത്തിന് നിശിതമായ വിമർശനങ്ങൾ വരികയുണ്ടായി: ആര്യന്മാരുടെ വരവിനുമുമ്പ് കേരളത്തിൽ നിലനിന്നിരുന്നതും തെക്കേ ഇന്ത്യയിലാകെ വ്യാപിച്ചുകിടന്നിരുന്ന ദ്രാവിഡ സംസ്കാരത്തിന്റെ ഭാഗവുമായ പ്രാചീന കേരളസംസ്കാരത്തിന്റെ മേന്മയെ ഞാൻ അംഗീകരിക്കുന്നില്ല; നേരേമറിച്ച്, ആര്യസംസ്കാരത്തിന്റെ മേന്മയെ പാടിപ്പുകഴ്ത്തുകയാണ് ഞാൻ ചെയ്യുന്നത്– ഇതായിരുന്നു വിമർശനത്തിന്റെ കാതലായ ഭാഗം.

ഒന്നാംപതിപ്പ് പ്രസിദ്ധീകരിച്ച ഉടൻതന്നെ ആ ഗ്രന്ഥത്തെ വിമർശിച്ചത് അന്തരിച്ച പ്രൊഫ. മുണ്ടശ്ശേരിയായിരുന്നു. അദ്ദേഹത്തിന് ഞാൻ മറുപടി പറയുകയും ചെയ്തു.

പിന്നീട്, അന്തരിച്ച പ്രൊഫ. ഇളംകുളം കുഞ്ഞൻപിള്ള അദ്ദേഹത്തിന്റെ നിലപാടിൽ നിന്നുകൊണ്ട് ഗ്രന്ഥത്തെ വിമർശിച്ചു. അതിനുള്ള മറുപടി ഈ ഗ്രന്ഥത്തിന്റെ രണ്ടാം പതിപ്പിന്റെ മുഖവുരയിൽ കുറിച്ചിരുന്നു.

ഈ അടുത്തയിട എന്റെ ചരിത്രവീക്ഷണത്തെയാകെ നിശിതമായി വിമർശിച്ചുകൊണ്ട് ഒന്നിലേറെ ലേഖനങ്ങൾ എം കെ കുമാരൻ എഴുതുകയുണ്ടായി.

ഈ വിമർശനങ്ങളിലെല്ലാംതന്നെ ഒരേ ആശയമാണ് അടങ്ങിയിരിക്കുന്നത്: കേരളത്തിലും ഇന്ത്യയിലാകെയും വ്യാപിച്ച് മേധാവിത്വം വഹിച്ചിരുന്നതും ഇന്നും വേരറ്റുപോയിട്ടില്ലാത്തതുമായ ബ്രാഹ്മണസംസ്കാരം തുടക്കം മുതൽ ഒടുക്കംവരെ പിന്തിരിപ്പനായിരുന്നു; എന്നാൽ അതിൽ പുരോഗമനപരമായ ചില വശങ്ങളുണ്ടെന്നു സ്ഥാപിച്ചെടുക്കാനാണ് ഞാൻ ശ്രമിക്കുന്നത്.

ഈ വാദഗതിക്ക് ഉപോൽബലകമായി എം കെ കുമാരൻ എന്റെ ഈ ഗ്രന്ഥത്തെ, അടുത്തകാലത്തു പുറത്തുവന്ന സർ ദേസായിയുടെ ഗ്രന്ഥവുമായി താരതമ്യപ്പെടുത്തുന്നത് വലിയൊരു വിരോധാഭാസമായിരിക്കുന്നു. എന്തുകൊണ്ടെന്നാൽ, *ഋഗ്വേദ*ത്തിന്റെ സംസ്കാരം തൊട്ട് ദില്ലിയിലെ മുസ്ലീംചക്രവർത്തിമാരുടെ ഭരണം തുടങ്ങുന്നതുവരെ ഇന്ത്യയിലുണ്ടായിരുന്ന സാമൂഹ്യജീവിതം, സാമ്പത്തികവളർച്ച, സാംസ്കാരികപുരോഗതി, ദാർശനികവും ആശയപരവുമായ നിലപാടുകൾ എന്നിവയിലെല്ലാം പുരോഗമനപരവും പിന്തിരിപ്പനുമായ രണ്ടു വശങ്ങൾ ഉണ്ടെന്നും അവതമ്മിലുള്ള സംഘട്ടനമാണ് ഇന്ത്യാചരിത്രത്തിന്റെ കാതലായ ഭാഗമെന്നും സുദീർഘമായി വിശദീകരിക്കുകയാണ് സർ ദേസായി ചെയ്തിട്ടുള്ളത്. അദ്ദേഹത്തിന്റെ ഗ്രന്ഥത്തിന് കൊടുത്ത തലക്കെട്ടുതന്നെ അതു ചൂണ്ടിക്കാണിക്കുന്നു. അതേ നിലപാടാണ് എന്റേതും. അതിൽ മൗലികമായ എന്തെങ്കിലും മാറ്റം വരുത്തണമെന്ന് ഇന്നും എനിക്കു തോന്നുന്നില്ല.

എന്നാൽ രണ്ടാം പതിപ്പിനുള്ള മുഖവുരയിൽ ചൂണ്ടിക്കാണിച്ചതുപോലെ,

വിമർശകന്മാർ ഉന്നയിച്ച വാദമുഖങ്ങളുടെ വെളിച്ചത്തിൽ ഞാൻ എന്റെ ഗ്രന്ഥം പുനഃപരിശോധിച്ചു; കൂടാതെ, ദൈനംദിന രാഷ്ട്രീയ പ്രവർത്തനത്തിൽ മുഴുകിയിരിക്കുന്ന ഒരാൾക്കു ചെയ്യാൻ കഴിവുള്ളിടത്തോളം അധികൃത ചരിത്രഗ്രന്ഥങ്ങൾ പഠിക്കുകയും പണ്ഡിതന്മാരായ സുഹൃത്തുക്കളുമായി ചർച്ചചെയ്യുകയും ചെയ്തു.

ഈ പഠനങ്ങളുടെയും ചർച്ചകളുടെയും ഫലമായി എന്റെ ആദ്യധാരണയിൽ വരുത്തിയ തിരുത്തലുകൾ പിന്നീടിറക്കിയ ഈ ഗ്രന്ഥത്തിന്റെ ഒരു പതിപ്പിലും ചേർക്കുകയുണ്ടായില്ല. എന്നാൽ പിന്നീടു പ്രസിദ്ധീകരിച്ച രണ്ട് ഇംഗ്ലീഷ് കൃതികളിൽ—1951–52 ൽ ഇംഗ്ലീഷിലും 1955 ൽ മലയാള തർജ്ജുമയായും പ്രസിദ്ധീകരിച്ചത്, 1966 ൽ പ്രസിദ്ധീകരിച്ചതും മലയാള തർജ്ജുമ ഇല്ലാത്തതുമായ ഇംഗ്ലീഷ്കൃതി എന്നിവയിൽ—1947–48 നുശേഷം ഞാൻ നടത്തിയ പഠനങ്ങളുടെ ഫലം ഉൾക്കൊള്ളിച്ചിരുന്നു.

ഈ കൃതികളെക്കുറിച്ച് ധാരാളം വിമർശനങ്ങൾ വരികയുണ്ടായി. അവ പരിഗണിച്ച് വീണ്ടും പരിഷ്കരിച്ച പുതിയ ഇംഗ്ലീഷ് പതിപ്പ് 1984 ൽ പ്രസിദ്ധീകരിച്ചു.

രണ്ടാം പതിപ്പിനുള്ള മുഖവുരയിൽ ചൂണ്ടിക്കാണിച്ചതുപോലെ,

തികച്ചും ശൈശവദശയിലിരിക്കുന്ന ഒരു സയൻസാണ് ചരിത്രം—ഇന്ത്യയുടെയും അതിന്റെ ഭാഗമായ കേരളത്തിന്റെയും ചരിത്രം

വിശേഷിച്ചും. ഏതാനും വർഷങ്ങൾക്കുമുമ്പുവരെ അനിഷേധ്യമായ ചരിത്രസത്യമെന്ന നിലയ്ക്ക് അംഗീകരിക്കപ്പെട്ടിരുന്ന പലതും തിരസ്കരിക്കപ്പെട്ടുകഴിഞ്ഞിരിക്കുന്നു. മുമ്പൊന്നും ചരിത്രവിദ്യാർഥികൾക്ക് ഊഹിക്കാൻപോലും കഴിയാത്ത പലതും ചരിത്രവസ്തുതകളായി അംഗീകരിക്കേണ്ടിയിരിക്കുന്നു. അതായത്, ചരിത്രപരമായ 'പരമസത്യം' കണ്ടുപിടിക്കപ്പെട്ടിരിക്കുന്നു എന്ന സമീപനം അംഗീകരിക്കുന്ന ചരിത്രപണ്ഡിതന്മാരും ചരിത്രവിദ്യാർഥികളും തികച്ചും അശാസ്ത്രീയമായ ഒരു നിലപാടാണ് എടുക്കുന്നത്.

അതായത്, അനുദിനം വളർന്നുകൊണ്ടിരിക്കുന്ന സയൻസെന്ന നിലയ്ക്ക് കേരളചരിത്രം പഠിക്കുന്ന ഒരു വിദ്യാർഥിയാണു ഞാൻ. അപ്പോൾ പ്രശസ്തരായ പല ചരിത്രകാരന്മാരുടെയും നിലപാടിനെ എനിക്കെതിർക്കേണ്ടിവരും. 1947–48 ൽ എഴുതിയ ഈ ഗ്രന്ഥത്തിന്റെ മൂലകൃതിതൊട്ട് പലപ്പോഴും എനിക്കതു ചെയ്യേണ്ടിവന്നിട്ടുണ്ട്. അതേയവസരത്തിൽ, അവരെല്ലാം പുറത്തുകൊണ്ടുവന്ന ചരിത്രവസ്തുതകൾ ഞാൻ എന്റെ പഠനത്തിനും വിമർശനത്തിനും ആസ്പദമാക്കിയെടുത്തിട്ടുണ്ട്.

"ജന്മികൾ (വിശേഷിച്ച് നമ്പൂതിരിമാർ), ബ്രിട്ടീഷുകാർ, മുഖ്യമായും അബ്രാഹ്മണജാതിയിൽനിന്നും അഹിന്ദുക്കളിൽനിന്നും ഉയർന്നുവന്ന നാടൻ മുതലാളിമാർ" എന്ന മൂന്നു വർഗങ്ങളുടേതിൽനിന്നു വ്യത്യസ്തമായി, "തൊഴിലാളിവർഗത്തിന്റെ വീക്ഷണത്തോടുകൂടിയ ചരിത്രവിദ്യാർഥികൾ അവരുടെയെല്ലാം നേരേ തികച്ചും വിമർശനാത്മകമായ ഒരു നിലപാടംഗീകരിക്കാൻ തയാറാവണം" എന്ന് രണ്ടാം പതിപ്പിനുള്ള മുഖവുരയിൽ ചൂണ്ടിക്കാണിച്ചിരുന്നു. ഞാൻ തുടർന്നു:

മറ്റു ചരിത്രകാരന്മാർ സ്വീകരിക്കുന്ന നിഗമനങ്ങളെയെന്നപോലെ അവർ ആധാരമായെടുക്കുന്ന വസ്തുതകളെയും നിഗമനങ്ങളെയും കൂടി വിമർശനപരമായി പരിശോധിക്കാൻ തൊഴിലാളിവർഗവീക്ഷണമുള്ള ചരിത്രകാരൻ തയാറാവണം. ഇത്തരത്തിൽ തൊഴിലാളിവർഗ വീക്ഷണത്തോടുകൂടിയ ചരിത്രഗവേഷണം വളർത്താൻ സോഷ്യലിസ്റ്റ് ബുദ്ധിജീവികൾ ശ്രമിക്കേണ്ടതിന്റെ ആവശ്യം എത്ര ഊന്നിയാലും അധികമാവുകയില്ല.

ഈ വഴിക്കു ഞാൻ നടത്തിയ ശ്രമത്തിന്റെ ആദ്യഫലമാണ് ഇവിടെ നാലാംപതിപ്പായി പ്രസിദ്ധീകരിക്കുന്ന, മലയാളത്തിലുള്ള ഈ ഗ്രന്ഥമെങ്കിൽ ഇതേവരത്തെ അവസാന കൃതിയാണ് 1984 ൽ പ്രസിദ്ധീകരിച്ചത്. ഈ അവസാനത്തേതിനെ ആസ്പദമാക്കി ആദ്യകൃതി പരിഷ്കരിക്കുന്ന കാര്യം ഒരു ഘട്ടത്തിൽ ഞാൻ ആലോചിച്ചു. എന്നാൽ അതുകൊണ്ട് പ്രയോജനത്തെക്കാൾ കൂടുതൽ പ്രയാസങ്ങളാണുണ്ടാവുകയെന്നു തോന്നുന്നു. എന്തുകൊണ്ടെന്നാൽ, കേരളത്തിലെ വായനക്കാരെ മാത്രം പ്രധാനമായി ഉദ്ദേശിച്ച് എഴുതിയ ഗ്രന്ഥത്തിലെ സവിസ്തരമായ പ്രതിപാദനമല്ല ഇംഗ്ലീഷ്ഗ്രന്ഥത്തിലുള്ളത്. മലയാളകൃതിയിലുൾക്കൊള്ളിച്ച,

ഇന്നും ആവശ്യമെന്ന് എനിക്കു തോന്നുന്ന ഒട്ടേറെ വസ്തുതകളും പ്രാമാണികചരിത്രകാരന്മാരുടെ അഭിപ്രായങ്ങളും മറ്റും അതിൽ വിട്ടുകളഞ്ഞിട്ടുണ്ട്. ആ ഇംഗ്ലീഷ്കൃതിയിലെ പ്രതിപാദനം ഇവിടെ ആവർത്തിക്കുന്നത് മലയാളവായനക്കാർക്കു സഹായകരമായിരിക്കുകയില്ല. അതുകൊണ്ട് മൂലകൃതി അതേ രൂപത്തിൽ പുനഃപ്രസിദ്ധീകരിക്കുകയാണ്.

പക്ഷേ ആദ്യത്തെ ഇംഗ്ലീഷ് കൃതിയുടെ മലയാളപതിപ്പിനുള്ള മുഖവുരയിൽ ചൂണ്ടിക്കാണിച്ചതുപോലെ,

ആര്യസംസ്കാരവാദികളുടെയും ദ്രാവിഡസംസ്കാരവാദികളുടെയും നിലപാടുകൾ രണ്ടും അശാസ്ത്രീയമാണെന്നു തെളിയിച്ച് തൊഴിലാളിവർഗത്തിന്റേതായ ചരിത്രവീക്ഷണത്തിന്റെ—ചരിത്രപരമായ ഭൗതികവാദത്തിന്റെ—വെളിച്ചം കേരളചരിത്രത്തിലേക്കു വീശുന്നതിനുപകരം 'രണ്ടഭിപ്രായഗതികളിലും കുറെ വാസ്തവമുണ്ട്' എന്ന നിലപാടെടുത്ത് രണ്ടിനോടും സന്ധിചെയ്യുകയാണ് (മൂലഗ്രന്ഥത്തിൽ) ഞാൻ ചെയ്തത്. എന്റെ വിമർശകന്മാരാവട്ടെ, എന്റെ യഥാർഥമായ ഈ പരാജയം ചൂണ്ടിക്കാണിക്കുന്നതിനുപകരം എന്നെ ദ്രാവിഡസംസ്കാരവാദികളുടെ ചേരിയിലേക്ക് വലിച്ചിഴയ്ക്കാനാണു ശ്രമിച്ചത്.

ഈ ഉദ്ധരണി കൊടുത്തതിനുശേഷം രണ്ടാംപതിപ്പിനുള്ള മുഖവുരയിൽ ഞാൻ ഇങ്ങനെ തുടർന്നു:

വടക്കേ ഇന്ത്യയിൽ ആര്യന്മാരുടേതും തെക്കേ ഇന്ത്യയിൽ ദ്രാവിഡന്മാരുടേതുമായ രണ്ടു സംസ്കാരങ്ങൾ കൂടിച്ചേർന്നിട്ടാണ് പ്രാചീന കേരളത്തിന്റെ സംസ്കാരം നിലവിൽ വന്നതെന്നാണ് *കേരളം* ഒന്നാം ഭാഗത്തിന്റെ മൗലികമായ സമീപനം. ഈ രണ്ടു സംസ്കാരങ്ങൾ തമ്മിൽ എന്തു വ്യത്യാസമാണ് മൗലികമായി ഉണ്ടായിരുന്നത്, ആ വ്യത്യാസത്തിനടിസ്ഥാനമായ വസ്തുനിഷ്ഠസാഹചര്യങ്ങൾ എന്തായിരുന്നു—ഈ പ്രശ്നങ്ങൾ ഉന്നയിക്കുകപോലും ചെയ്തിരുന്നില്ല.

ഈ പ്രശ്നങ്ങൾ ഉന്നയിച്ച് അവയ്ക്ക് സമാധാനം കാണാനുള്ള ശ്രമത്തിലാണ് മുകളിൽ പേരെടുത്തു പറഞ്ഞ മൂന്ന് ഇംഗ്ലീഷ് കൃതികൾ ഞാൻ രചിച്ചത്. അവയിൽ അവസാനത്തേതായ 1984 ലെ ഇംഗ്ലീഷ് കൃതിയിൽ മുൻ കൃതികളിലില്ലാത്ത ഒരു പുതിയ അധ്യായം എഴുതിച്ചേർക്കുകയുണ്ടായി. അതിന്റെ തർജുമയായ *ലോകചരിത്രത്തിൽ ഇന്ത്യ* ഈ നാലാം പതിപ്പിന്റെ ആദ്യാധ്യായമായി ചേർത്തിട്ടുണ്ട്. മൂലകൃതിയിൽ പരാമർശിക്കാതെവിട്ടിട്ടുള്ള ലോകചരിത്രവും ഇന്ത്യാചരിത്രവും സംബന്ധിച്ച ഈ അധ്യായം കേരളചരിത്രത്തിലേക്കും വെളിച്ചം വീശും.

എന്തുകൊണ്ടെന്നാൽ, മനുഷ്യസമൂഹമാകെ പുരോഗമിച്ചതിന്റെ—ചൂഷകർ, ചൂഷിതർ എന്ന രണ്ടു വിഭാഗങ്ങൾ ആഗോളമായി ജന്മമെടുക്കുകയും രൂപാന്തരം പ്രാപിക്കുകയും ചെയ്തതിന്റെ—കഥയാണ് ലോകചരിത്രം. അതുതന്നെ ഇന്ത്യയുടെ സവിശേഷതകൾക്കനുസരിച്ച് ഇവിടെ എങ്ങനെ നടന്നു, ഇന്ത്യയിൽത്തന്നെ പല സവിശേഷതകളുമുള്ള കേരളത്തിൽ എങ്ങനെ നടന്നു—ഈ രീതിയിൽ പരിശോധിക്കാതെ ശാസ്ത്രീ

യമായ ചരിത്രവീക്ഷണം ഉണ്ടാക്കാൻ വയ്യ. അതിന്റെ അഭാവമാണ് എന്റെ ഇതേവരത്തെ ചരിത്രരചനകളിലെല്ലാം വ്യാപിച്ചു കിടക്കുന്ന ദൗർബല്യം. അതു പരിഹരിക്കാൻ ഇപ്പോൾ ഇതിൽ ചേർക്കുന്ന അധ്യായം പ്രയോജനപ്പെടും.

പ്രൊഫ. മുണ്ടശ്ശേരി തൊട്ട് എം കെ കുമാരൻ വരെയുള്ള എന്റെ വിമർശകന്മാർ കേരളത്തിലെ ജാതി–ജന്മി–നാടുവാഴി മേധാവിത്വത്തെ—അതിന്റെ ഉയർച്ചയെയും തകർച്ചയെയും—ശാസ്ത്രീയമായിട്ടല്ല വീക്ഷിക്കുന്നത്. പ്രാചീനകാലത്തെ അടിമത്തംതൊട്ട് ആധുനികകാലത്തെ മുതലാളിത്തംവരെ വിവിധ രൂപങ്ങളിൽ നിലവിലിരുന്ന വർഗമേധാവിത്വം. അതിന്റെ ഓരോ രൂപവും—തുടക്കത്തിൽ പുരോഗമനപരമായ പങ്കുവഹിച്ചു, പിന്നീടതിന് പിന്തിരിപ്പൻ ഉള്ളടക്കം വന്നു, അതിന്റെ തകർച്ചയിൽനിന്ന് പുതുതായ ഒന്നു വന്നു, അക്കൂട്ടത്തിൽ അവസാനത്തെ ചൂഷണവ്യവസ്ഥയാണ് മുതലാളിത്തം. ഈ മാർക്സിസ്റ്റ് വീക്ഷണത്തോടെയല്ല, വിവിധ രൂപങ്ങളിലുള്ള വർഗമേധാവിത്വത്തിലൊന്നായ കേരളത്തിലെ ജാതി–ജന്മി–നാടുവാഴിമേധാവിത്വത്തെ അവർ കാണുന്നത്. മുതലാളിത്തംവരെ കേരളത്തിലുണ്ടായിരുന്നതു മുഴുവൻ തികച്ചും പിന്തിരിപ്പൻ, അവയിൽ പുരോഗമനപരമായ എന്തെങ്കിലും ഉണ്ടെന്നു സൂചിപ്പിക്കുന്നതുപോലും നിഷിദ്ധം—ഇതാണ് അവരുടെ നിലപാട്.

ഇതിന്റെ സ്വാഭാവികഫലമെന്തെന്നോ? ഇന്നത്തെ കേരളത്തിൽ പുരോഗമനപരമായി അംഗീകരിക്കേണ്ട ഒരേയൊരു ശക്തി ഒന്നുകിൽ അവർണഹിന്ദുക്കളുടേതാണ്, അല്ലെങ്കിൽ അഹിന്ദുക്കളുടേത്; സവർണഹിന്ദുക്കളുടേത് പിന്തിരിപ്പനും—ഈ രാഷ്ട്രീയനിലപാടിലേക്ക് അവർ വഴുതിവീഴുന്നു.

ഇതിന് ഇന്നുള്ള ഏറ്റവും വലിയ ഉദാഹരണമാണ് എം കെ കുമാരൻ. അവർണഹിന്ദുക്കൾക്കും അഹിന്ദുക്കൾക്കും സംവരണം കിട്ടലാണ് അദ്ദേഹത്തിന്റെ ദൃഷ്ടിയിൽ പുരോഗമനപ്രസ്ഥാനങ്ങളുടെ അവസാന ലക്ഷ്യം. ജാതി–ജന്മി–നാടുവാഴി മേധാവിത്വത്തിന്റെ യഥാർഥ ശത്രു തൊഴിലാളിവർഗനേതൃത്വത്തിൽ ഉയർന്നുവരുന്ന ബഹുജനസഖ്യമാണെന്നോ, അതിൽ സവർണരും അവർണരും തമ്മിൽ (ഹിന്ദുക്കളും അഹിന്ദുക്കളും തമ്മിലും) ഐക്യം രൂപപ്പെടുത്തലാണ് മുഖ്യകടമയെന്നോ, അതിനുവേണ്ടി സംവരണമടക്കം എല്ലാ പ്രശ്നങ്ങളിലും വിവിധ ജാതി, മത വിഭാഗങ്ങളിൽപ്പെട്ട അധ്വാനിക്കുന്ന ബഹുജനങ്ങളെ യോജിപ്പിക്കണമെന്നോ കുമാരന് അഭിപ്രായമില്ല. ഇതാണ് അദ്ദേഹത്തെപ്പോലുള്ളവരും തൊഴിലാളിവർഗ രാഷ്ട്രീയക്കാരും തമ്മിലുള്ള വ്യത്യാസം.

ഇതവസാനിപ്പിക്കുന്നതിനുമുമ്പ്, അഖിലേന്ത്യാതലത്തിൽ മേധാവിത്വം വഹിക്കുന്ന ഹൈന്ദവമതഭ്രാന്ത്, കേരളത്തിൽ ഹൈന്ദവത്തോടൊപ്പം അതിന് സമാന്തരമായി വളർന്നുവന്നിട്ടുള്ള ഇസ്ലാമിക, ക്രിസ്ത്യൻ മതഭ്രാന്തുകൾ എന്നിവയെക്കുറിച്ചും ചില കാര്യങ്ങൾ എടുത്തുപറയേണ്ടതുണ്ട്.

ഹൈന്ദവമതഭ്രാന്തന്മാർ അവകാശപ്പെടുന്നതുപോലെ, "ഇന്ത്യയുടെ മണ്ണിൽ" വളർന്നുവന്നതല്ല ഹൈന്ദവമതം. അതിന്റെ ഏറ്റവും പുരാതന കൃതിയായ *ഋഗ്വേദം* രചിച്ചവർപോലും വെളിയിൽനിന്നു വന്നവരാണ്. അവർക്കുമുമ്പ് ഇവിടെ ജീവിച്ചിരുന്നവരുമായി ബന്ധപ്പെട്ട് അവരുമായി എല്ലാ മേഖലകളിലും കൊള്ളക്കൊടുക്കലുകൾ നടത്തിയതിനാലാണ് പിന്നീടുള്ള എല്ലാ കൃതികളും അവർക്കു രചിക്കാൻ കഴിഞ്ഞത്. മുമ്പ് ഇവിടെ നിലനിന്നിരുന്ന സാമൂഹ്യജീവിതത്തെയും സംസ്കാരത്തെയും നശിപ്പിച്ച് പുതിയവയ്ക്കു ജന്മം നൽകിയ അവരും ആ അർഥത്തിൽ വിദേശീയർതന്നെ. അവരുടെ സൃഷ്ടിയാണ് ചാതുർവർണ്യവും ജാതിവ്യവസ്ഥയും.

അതിനുശേഷം ഇങ്ങോട്ടു കടന്നുവന്ന ക്രിസ്ത്യാനികളും മുസ്ലിങ്ങളുമാകട്ടെ, ഇവിടെ വന്നതിനുശേഷം, മുമ്പു തങ്ങൾക്കുണ്ടായിരുന്ന പല സവിശേഷതകളുംവിട്ട് പുതിയ പല സവിശേഷതകളും അംഗീകരിക്കുകയുണ്ടായി. അതായത്, അതിപുരാതനകാലത്ത് ഇവിടെ ജീവിച്ചിരുന്നവർ, പിന്നീടിവിടേക്കു കടന്നുവന്ന് വൈദികസംസ്കാരവും ഹൈന്ദവസമൂഹവും ഉയർത്തിയവർ, അവരെത്തുടർന്നുവന്ന ഇസ്ലാമിക, ക്രിസ്തീയ സംസ്കാരങ്ങളുടെ സ്രഷ്ടാക്കൾ എന്നിവരെല്ലാം ചേർന്നാണ് ഇന്ത്യക്കാർ—അവരുടെ ഭാഗമായ മലയാളികൾ—രൂപമെടുത്തത്. ഇങ്ങനെ മൂന്നു പ്രധാന മതവിഭാഗങ്ങൾ, മറ്റു കൊച്ചു മതവിഭാഗങ്ങൾ, ജാതികൾ എന്നിവയിൽപ്പെട്ട ഫ്യൂഡൽ പ്രഭുക്കളും മുതലാളിമാരും ഒരുവശത്ത്, അതേ വിഭാഗക്കാരായ തൊഴിലാളി, കർഷകാദിബഹുജനങ്ങൾ മറുവശത്ത്— ഈ രണ്ടു ചേരികൾ ഉരുത്തിരിഞ്ഞുവരികയാണ്.

ഈ യാഥാർഥ്യം മറച്ചുവച്ച് ജാതിയെയും മതത്തെയും ആസ്പദമാക്കി ജനങ്ങളെ തമ്മിലടിപ്പിക്കുന്ന ബൂർഷ്വാ, ഭൂപ്രഭു വർഗങ്ങളുടെ താൽപ്പര്യങ്ങൾക്കൊത്ത് ചരിത്രരചന നടത്തുന്ന പണ്ഡിതന്മാർക്ക് നാലു പതിറ്റാണ്ടിനു മുമ്പെന്നപോലെ ഇന്നും രുചിക്കാത്ത ഒന്നായിരിക്കും ഈ ഗ്രന്ഥം. അതേ കാരണത്താൽ, തൊഴിലാളി, കർഷകാദി ബഹുജനങ്ങൾക്കും അവരെ പ്രതിനിധാനം ചെയ്യുന്ന വായനക്കാർക്കും ഇതു സ്വീകാര്യമായിരിക്കുമെന്ന് എനിക്കു വിശ്വാസമുണ്ട്.

തിരുവനന്തപുരം,
1987 ജനുവരി 13.

ഇ എം എസ് നമ്പൂതിരിപ്പാട്

ലോകചരിത്രത്തിൽ ഇന്ത്യ

ബ്രിട്ടീഷ്‌വാഴ്ചയുടെ കാലംവരെ ഇന്ത്യക്ക് ലിഖിതചരിത്രം ഉണ്ടായിരുന്നില്ല. കൊച്ചുരാജ്യങ്ങൾ ഭരിച്ചിരുന്ന രാജാക്കന്മാരും സാമ്രാജ്യങ്ങളുടെ മേൽക്കോയ്മ വഹിച്ച ചക്രവർത്തിമാരും സാഹിത്യകൃതികൾ രചിക്കുന്നതിന് ആസ്ഥാനപണ്ഡിതന്മാരെ നിയോഗിച്ചിരുന്നു. ആ കൃതികൾ ഒരളവോളം ചരിത്രപരമായിരുന്നു; ബാക്കി കൽപ്പിതകഥകളും. വിവിധ വിജ്ഞാനശാഖകളിലെ നിരവധി വിദഗ്ധന്മാർ ഭഗീരഥപ്രയത്നം നടത്തിയാൽ മാത്രമേ ആ സാഹിത്യകൃതികളിലെ ചരിത്രവസ്തുതകളും കൽപ്പിതകഥകളും വേർതിരിച്ചെടുക്കാൻ കഴിയൂ. ബ്രിട്ടീഷുകാർ ഈ പതിവു മാറ്റി; സ്കൂളുകളിലെയും കോളജുകളിലെയും ഉപയോഗത്തിനായി ചില കൃതികൾ രചിച്ചു. ചരിത്രാതീതകാലം മുതൽക്കുള്ള ഇന്ത്യാചരിത്രം പുനരാവിഷ്കരിക്കാനുള്ള ശ്രമമായിരുന്നു അത്.

ഈ പരിതഃസ്ഥിതിയിൽ രൂപംകൊണ്ട ചരിത്രത്തിനും പഴയ രാജവാഴ്ചക്കാലത്തെ ആസ്ഥാനപണ്ഡിതന്മാരുടെ കൃതികൾക്കും പൊതുവായ ഒരു സവിശേഷതയുണ്ടായിരുന്നു: ആധികാരികചരിത്രമെന്ന പേരിൽ പഴയ ആസ്ഥാനപണ്ഡിതന്മാർ തങ്ങളുടെ പ്രഭുക്കൾക്കും യജമാനന്മാർക്കും സ്തുതിഗീതങ്ങൾ പാടിയപ്പോൾ, പുതിയ ചരിത്രമെഴുത്തുകാർ തങ്ങളുടെ പുതിയ യജമാനന്മാരുടെ അപദാനങ്ങളെ ചരിത്രത്തിന്റെ കേന്ദ്രബിന്ദുവാക്കി. ആകെയൊരു വ്യത്യാസമേയുള്ളു: പഴയ 'ചരിത്രകാരന്മാ'രുടെ പ്രഭുക്കളും യജമാനന്മാരും ഇന്ത്യക്കാരായിരുന്നു; പുതിയവരുടെ 'ദൈവങ്ങൾ' വിദേശഭരണാധികാരികളും.

ബ്രിട്ടീഷുകാരുടെ വരവിനു മുമ്പുള്ള ഇന്ത്യ 'അപരിഷ്കൃതം' ആയിരുന്നു; ബ്രിട്ടീഷുകാർ വന്ന് ഇന്ത്യക്കാർക്ക് ഉൾവെളിച്ചവും സംസ്കാരവും നൽകി; അതോടെ ഇന്ത്യ പുരോഗതിയിൽനിന്നു പുരോഗതിയിലേക്കു കുതിക്കാൻ തുടങ്ങി—ബ്രിട്ടീഷ് വാഴ്ചക്കാലത്ത് പുനരാവിഷ്കരിക്ക

പ്പെട്ട 'ഇന്ത്യാചരിത്ര'ത്തിന്റെ സാരാംശം അതായിരുന്നു. സ്കൂളുകളിലും കോളജുകളിലും പഠിച്ച വിദ്യാർഥികളുടെ ഒട്ടേറെ തലമുറകൾക്ക് ബ്രിട്ടീഷ്വാഴ്ചകൊണ്ട് ഇന്ത്യക്കാർക്കുണ്ടായ 'നേട്ടങ്ങൾ' വിവരിക്കുന്ന പുസ്തകങ്ങൾ പഠിക്കേണ്ടിവന്നു. മൗര്യ, ഗുപ്ത, മുഗള സാമ്രാജ്യങ്ങളെയും അവയിലെ ചക്രവർത്തിമാരെയും കുറിച്ച് അവയിൽ വിവരിച്ചിരുന്നു; അവരുടെ കാലങ്ങളെക്കുറിച്ചുള്ള ചില 'വസ്തുതകൾ' കൊടുത്തിരുന്നു. 'സൂര്യനസ്തമിക്കാത്ത' ബ്രിട്ടീഷ് സാമ്രാജ്യത്തിന്റെ 'മഹനീയ'വും 'ഉദാര'വുമായ വാഴ്ചയുമായി തട്ടിച്ചുനോക്കുമ്പോൾ ഈ സാമ്രാജ്യങ്ങൾ എത്ര പ്രാകൃതമായിരുന്നു എന്നു തെളിയിക്കുന്നതിനുവേണ്ടിയാണ് ഇതൊക്കെ ചെയ്തത്.

ആധുനിക ദേശീയതയുടെ പുതിയ ബോധം സ്വയം വളർത്തിയെടുത്ത ഇന്ത്യയിലെ ജനങ്ങൾക്കിടയിൽ, ഇത്തരത്തിൽ ഇന്ത്യാചരിത്രം കൈകാര്യം ചെയ്യുന്നതിനോടുള്ള നീരസം വ്യാപകമായി പടർന്നുപിടിക്കാൻ തുടങ്ങി. ബ്രിട്ടീഷ്വാഴ്ചയാണ് ഇന്ത്യാ ഉപഭൂഖണ്ഡത്തെ മുഴുവൻ ആദ്യമായി ഒരൊറ്റ രാഷ്ട്രീയഭരണത്തിൻകീഴിൽ കൊണ്ടുവന്നത്. അത് അഭ്യസ്തവിദ്യരായ പുതിയ ഇടത്തരക്കാരെ സൃഷ്ടിക്കുകയും ആധുനിക വൃത്താന്തപത്രങ്ങളെ വളർത്തുകയും ചെയ്തു. ഇതെല്ലാം ഉപയോഗിച്ച് അടിത്തറ ഉറപ്പിച്ച ബ്രിട്ടീഷ്വാഴ്ചയ്ക്കെതിരെ ഇതുകൊണ്ടുതന്നെ കലാപമനോഭാവം വളർന്നുവരാൻ തുടങ്ങി. മറ്റു ബൗദ്ധികമണ്ഡലങ്ങളിലെന്നപോലെ വിദേശവാഴ്ചയ്ക്കെതിരായ വിരോധം ചരിത്രരംഗത്തും പ്രകടമാകാൻ തുടങ്ങി. അത് ദേശീയവാദികളായ ചരിത്രകാരന്മാരുടെ തലമുറകളെ സൃഷ്ടിച്ചു. അവർ മെനക്കെട്ടിരുന്ന് ഗവേഷണം നടത്തി, പ്രാചീനകാലത്തും മധ്യകാലത്തും ഇന്ത്യ എല്ലാത്തരത്തിലും അതത് കാലത്തെ ബ്രിട്ടനെക്കാൾ മുന്നിട്ടുനിന്നിരുന്നു എന്നു തെളിയിക്കുന്ന വസ്തുതകൾ പുറത്തുകൊണ്ടുവന്നു. സ്വാതന്ത്ര്യസമരപ്രസ്ഥാനത്തിന്റെ ചില പ്രമുഖ നേതാക്കൾതന്നെ പേരുകേട്ട ചരിത്രകാരന്മാരായി. ബ്രിട്ടീഷ് ചരിത്രകാരന്മാരോടൊപ്പംതന്നെ അവർക്ക് എതിരായ ഇന്ത്യൻ ചരിത്രകാരന്മാരുടെ പുതിയ ദേശീയപ്രസ്ഥാനം വളർന്നുവരാൻ തുടങ്ങി.

ബ്രിട്ടീഷ് ചരിത്രകാരന്മാരുടെ ഇന്ത്യാവിരുദ്ധനീക്കത്തെ തള്ളിക്കളയുമ്പോൾത്തന്നെ ദേശീയ ചരിത്രപക്ഷക്കാരും സ്വന്തം നിലയ്ക്ക് ചരിത്രത്തെക്കുറിച്ച് അശാസ്ത്രീയവും വികലവുമായ വീക്ഷണമാണ് അവതരിപ്പിച്ചത്. ബ്രിട്ടീഷുകാരുടെ വരവിനുമുമ്പുള്ള ഇന്ത്യൻ ജനതയുടെ ഭൂതകാലത്തെ മുഴുവൻ ബ്രിട്ടീഷ്ചരിത്രകാരന്മാർ അധിക്ഷേപിച്ചെങ്കിൽ, പുതിയ ദേശീയചരിത്രകാരന്മാർ—അവരെ ശരിക്കു വിളിക്കേണ്ടത് ബൂർഷാചരിത്രകാരന്മാർ എന്നാണ്—ആര്യന്മാർക്കുമുമ്പുള്ള ഇന്ത്യൻ ജനതയുടെ ചരിത്രത്തെ മുഴുവൻ 'ഇരുണ്ട യുഗ'മായി ചിത്രീകരിക്കുകയാണു ചെയ്തത്. ആ അതിപ്രാചീനകാലത്ത് ഇന്ത്യയിൽ പാർത്തിരുന്നവർ, മനുഷ്യരായി കണക്കാക്കാൻ വയ്യാത്തിടത്തോളം പിന്നോക്കം നിന്നവരും അപരിഷ്കൃതരുമായിരുന്നു എന്ന് അവർ വാദിച്ചു. മഹത്തായ വൈദികസംസ്കാരത്തെ കൂടെക്കൊണ്ടുവന്ന ആര്യന്മാർ വടക്കേ ഇന്ത്യ

യിൽ അന്നു പാർത്തുവന്ന അപരിഷ്കൃതരായ ജനങ്ങളെ പരിഷ്കൃതരാക്കി മാറ്റി. പിന്നീട് അവർ തെക്കോട്ടു നീങ്ങി. അങ്ങനെ ഉപഭൂഖണ്ഡമാകെ പരിഷ്കരിക്കപ്പെട്ടു.

ഈ 'ചരിത്രം' ഹിന്ദുസമൂഹത്തിലെ സവർണരിൽപ്പെട്ട ഭരണവർഗങ്ങളുടെ താൽപ്പര്യത്തിനൊത്തുനിന്നു എന്ന കാര്യത്തിൽ സംശയമില്ല. അത് ബ്രിട്ടീഷ് യജമാനന്മാരെയും സഹായിച്ചു. പ്രാചീനയുഗത്തിൽ ഇന്ത്യക്കാരെ പരിഷ്കരിച്ചത് ആര്യന്മാരായിരുന്നെങ്കിൽ, അവരും അവരുടെ പിന്മുറക്കാരും വേണ്ടത്ര പരിഷ്കരിക്കപ്പെട്ടിരുന്നില്ല. അവരെയും പരിഷ്കരിക്കേണ്ടതുണ്ടായിരുന്നു. ഇത് അഭിമാനകരമാംവിധം ചെയ്തത് ബ്രിട്ടീഷുകാരാണ്. ചരിത്രകാരന്മാരുടെ ഈ രണ്ടു പക്ഷങ്ങളും പരസ്പരം അനുപൂരകങ്ങളായിരുന്നു. ഭരിക്കുന്ന വരേണ്യർക്കും—ബ്രിട്ടീഷുകാർക്കും ഇന്ത്യക്കാരായ അവരുടെ കീഴാളർക്കും—പൊതുതാൽപ്പര്യങ്ങളാണുണ്ടായിരുന്നത് എന്ന് ഇതു സൂചിപ്പിക്കുന്നു.

ഇന്നത്തെ പാകിസ്ഥാനിലുള്ള ഹാരപ്പയിലും മോഹൻ ജൊ ദാരോവിലും അറുപതിൽപ്പരം കൊല്ലംമുമ്പ് നടത്തപ്പെട്ട പുരാവസ്തു കണ്ടുപിടുത്തങ്ങൾ ഈ 'സിദ്ധാന്ത'ത്തെ മുഴുവൻ പൊളിച്ചുകളഞ്ഞു. ആര്യന്മാർ വന്ന് ഇന്ത്യയിൽ ഓരോരോ പ്രദേശത്ത് കുടിയേറിപ്പാർക്കാൻ തുടങ്ങുന്നതിന് എത്രയോ മുമ്പുതന്നെ അവർ കൊണ്ടുവന്നതിനെക്കാൾ മെച്ചപ്പെട്ട സമൂഹവും സംസ്കാരവും ഇന്ത്യയിലുണ്ടായിരുന്നു. ആര്യന്മാർ അന്ന് ഇരതേടിപ്പിടിക്കുന്ന ഘട്ടത്തിലേ എത്തിയിരുന്നുള്ളു. വികസിതമായ കൃഷിരീതിയോ സ്ഥിരമായ പാർപ്പിടമോ അവർക്കുണ്ടായിരുന്നില്ല. ഹാരപ്പ, മോഹൻ ജൊ ദാരോ നഗരങ്ങൾ—അവയുടെ അവശിഷ്ടങ്ങൾ കുഴിച്ചെടുക്കപ്പെട്ടത് 1920 കളുടെ ആദ്യമായിരുന്നു—പണിത ജനങ്ങൾ കൃഷി വികസിപ്പിച്ചു കഴിഞ്ഞിരുന്നു, നഗരജീവിതം നയിച്ചിരുന്നു. അവരുടെ സമൂഹം വർഗങ്ങളായി വിഭജിക്കപ്പെട്ടുകഴിഞ്ഞിരുന്നു. അവർ സ്വന്തം ലിപി ആവിഷ്കരിക്കാൻപോലും തുടങ്ങിയിരുന്നു.

എങ്ങനെയാണ് ആ നഗരങ്ങൾ നിർമിക്കപ്പെട്ടത്? അവ നശിച്ചുപോയതെങ്ങനെ? ഹാരപ്പ-മോഹൻ ജൊദാരോ നാഗരികത (ആ പ്രദേശം സിന്ധുനദീതടത്തിന്റെ ഭാഗമായതുകൊണ്ട് അത് സിന്ധുനദീതടനാഗരികത എന്നും അറിയപ്പെടുന്നു) വളർന്നുവന്നതും നശിച്ചുപോയതും എങ്ങനെ? വേദകാലത്തെ ആര്യന്മാരാണോ അതിനെ നശിപ്പിച്ചത്? അതോ ആ നാഗരികത ക്ഷയിച്ച് ഇല്ലാതായത് ആഭ്യന്തരമായ കാരണങ്ങളാൽ ആയിരുന്നോ? ഈ ചോദ്യങ്ങൾക്ക് ഇപ്പോഴും വ്യക്തമായ ഉത്തരമായിട്ടില്ല. സൂക്ഷ്മമായ പഠനവും ഗവേഷണവും ഇനിയും വേണം. എന്നാൽ ഒരു കാര്യം അവിതർക്കിതമാണ്: ഇന്ത്യയിലെ ജനങ്ങളുടെ ചരിത്രം തുടങ്ങിയത് ആര്യന്മാർ പുറത്തുനിന്നു വന്നതോടെയല്ല. വാസ്തവത്തിൽ ഈ ഉപഭൂഖണ്ഡത്തിൽ പാർത്തിരുന്ന ജനങ്ങൾ ആര്യന്മാർക്ക് വേദകാലത്തുണ്ടായിരുന്ന നാഗരികതയെക്കാളും സംസ്കാരത്തെക്കാളും മേൽത്തരമായ നാഗരികതയും സംസ്കാരവും വളർത്തിയെടുത്തിരുന്നു.

ഈ നിഗമനത്തെ സാധൂകരിക്കുന്ന ഒരു വസ്തുതയുണ്ട്: ഇന്ത്യാ

ചരിത്രത്തിലെ അടുത്ത ഘട്ടത്തിൽ, ആര്യന്മാരുടെ വരവിനുശേഷമുള്ള സമൂഹം അതിവേഗം വികസിക്കാൻ തുടങ്ങിയപ്പോൾ, ഇന്ത്യൻ സംസ്കാരത്തിൽ ഒരേസമയം രണ്ടു സമാന്തരധാരകൾ വളർന്നുവന്നു—വടക്ക് ആര്യന്മാരുടെയും തെക്ക് ദ്രാവിഡരുടെയും. ആര്യകുടിയേറ്റക്കാരുടെ പിൻഗാമികൾ വടക്കേ ഇന്ത്യയിലെ പല വാമൊഴികളിൽ (പ്രാകൃതങ്ങൾ) നിന്ന് ബുദ്ധിപരവും ഭരണപരവും മറ്റുമായ ആവശ്യങ്ങൾക്കായി സംസ്കരിച്ച ഒരു ഭാഷ (സംസ്കൃതം) വളർത്തിയെടുത്തപ്പോൾ ദ്രാവിഡരും തെക്കൻ പ്രദേശത്തെ നിരവധി വാമൊഴികളിൽ (കൊടുംതമിഴുകൾ) നിന്ന് തങ്ങളുടെ വരേണ്യഭാഷ (ചെന്തമിഴ്) വളർത്തിയെടുത്തു. *രാമായണം*, *മഹാഭാരതം* മുതലായ ഇതിഹാസങ്ങൾ അനാര്യഗോത്രങ്ങളെ കീഴടക്കിയ ആര്യനേതാക്കളുടെ വീരപരാക്രമങ്ങൾ വർണിച്ചെങ്കിൽ, സംഘസാഹിത്യത്തിലെ ഇതിഹാസങ്ങളായ *ചിലപ്പതികാരം*, *പതിറ്റുപ്പത്ത്* മുതലായവ തെക്കുള്ള രാജാക്കന്മാരുടെയും ചക്രവർത്തിമാരുടെയും അപദാനങ്ങൾ പാടി. അവ സംബന്ധമായ വസ്തുതകളും ഹാരപ്പയിലെയും മോഹൻ ജൊ ദാരോവിലെയും കണ്ടുപിടിത്തങ്ങളും തെക്കേ ഇന്ത്യയുടെ ചരിത്രത്തെക്കുറിച്ചൊരു പുതിയ 'സിദ്ധാന്തം' ഉയർന്നുവരുന്നതിനിടയാക്കി. പ്രാചീനേന്ത്യയിൽ തെക്ക് വടക്കിനേക്കാൾ ഏറെ വികസിച്ചിരുന്നു, വടക്ക് തെക്കിനെ കീഴടക്കിയത് കൈയൂക്കുകൊണ്ടും ധാർഷ്ട്യംകൊണ്ടുമാണ് എന്നതായിരുന്നു ആ 'സിദ്ധാന്തം'.

പ്രത്യക്ഷത്തിൽ പരസ്പരവിരുദ്ധമെന്നു തോന്നാവുന്ന ഈ ഇന്ത്യാചരിത്ര 'സിദ്ധാന്തങ്ങൾ' സാധാരണ വായനക്കാരനെ പരിഭ്രമിപ്പിച്ചേക്കാം. എന്നാൽ സത്യാന്വേഷിയായ ചരിത്രവിദ്യാർഥിയെ ശല്യപ്പെടുത്തണമെന്നില്ല. കാരണം, ചാൾസ് ഡാർവിൻ ആവിഷ്കരിച്ച പരിണാമശാസ്ത്രവും ലെവിസ് ഹെൻറി മോർഗൻ കണ്ടുപിടിച്ച മനുഷ്യസമൂഹത്തിന്റെ വികാസം സംബന്ധിച്ച ശാസ്ത്രവും മാർക്സും എംഗൽസും സാമാന്യമായി ആവിഷ്കരിച്ച ചരിത്രപരമായ ഭൗതികവാദവും എങ്ങനെയാണ് ആദിമകാലം മുതൽ മനുഷ്യസമൂഹം ഉയിർക്കൊണ്ടത് എന്നും ആ പ്രക്രിയയിൽ ഇന്ത്യ എന്തു പങ്കുവഹിച്ചു എന്നും ശരിയായി മനസ്സിലാക്കാൻ നമ്മെ സഹായിക്കുന്നു. വിശദാംശങ്ങളിലേക്കു പ്രവേശിക്കാതെ ലോകചരിത്രത്തിന്റെ ഭാഗമെന്ന നിലയിൽ ഇന്ത്യാചരിത്രത്തിന്റെ ചട്ടക്കൂട് ഇങ്ങനെ സംക്ഷേപിക്കാം:

ഒന്നാമത്, ഡാർവിൻ കണ്ടുപിടിച്ചതുപോലെ, മനുഷ്യൻ എന്ന ജന്തുവർഗം അവന്റെ പൂർവികരിൽനിന്നു പടിപടിയായി രൂപപ്പെട്ടുവന്നു. അവയിൽ അവസാനത്തേതായിരുന്നു ആൾക്കുരങ്ങ്. അത് ആദിമമനുഷ്യജീവിയുടെ തൊട്ടുമുമ്പിലത്തെ രൂപമായിരുന്നു.

രണ്ടാമത്, മോർഗൻ ചൂണ്ടിക്കാണിച്ചതുപോലെ, ആൾക്കുരങ്ങനിൽനിന്നു മനുഷ്യനായി മാറിയ ജീവി വീണ്ടും മാറിക്കൊണ്ടിരിക്കുന്നു. മനുഷ്യജീവികളിൽപ്പെട്ട ആദ്യത്തെ കൂട്ടർക്ക് പ്രകൃതിയുമായി മല്ലടിക്കേണ്ടിവന്നു. ആ പോരാട്ടത്തിനിടയിൽ സാമൂഹ്യ-കുടുംബ ജീവിതങ്ങൾക്ക് രൂപം നൽകി. ഇത് വിവിധ ഉൽപ്പാദനരീതികളിലൂടെയും സാമൂഹ്യ-

വ്യക്തിജീവിതങ്ങളുടെ വിവിധ മാതൃകകളിലൂടെയും കടന്നുപോയി. മനുഷ്യൻ ആധുനികമനുഷ്യനായിത്തീരുന്നതിനുമുമ്പ് പതിനായിരക്കണക്കിനു വർഷങ്ങളിലൂടെ കടന്നുപോയി.

മൂന്നാമത്, മാർക്സും എംഗൽസും ചൂണ്ടിക്കാട്ടിയതുപോലെ—ചരിത്രപരമായ ഭൗതികവാദത്തിന്റെ കൂട്ടുരചയിതാക്കളായ അവരുടെ പ്രധാന സംഭാവനയാണിത്—ആധുനിക മനുഷ്യൻ അവന്റെ പരിണാമപ്രക്രിയയ്ക്കിടയിൽ പ്രകൃതിയെ സ്വന്തം ആവശ്യങ്ങൾക്കു കീഴ്പ്പെടുത്താനുള്ള ശക്തി ആർജിച്ചു. ഇത് ഒരു ന്യൂനപക്ഷത്തിന് ഭൂരിപക്ഷത്തിന്റെ ചെലവിൽ ജീവിക്കാനുള്ള കഴിവുണ്ടാക്കിക്കൊടുത്തു. ഇത് ന്യൂനപക്ഷം വരുന്ന ചൂഷകരും ഭൂരിപക്ഷം വരുന്ന ചൂഷിതരും തമ്മിലുള്ള വൈരുധ്യത്തിനു വഴിവച്ചു. അവർ പറഞ്ഞു: “ഇതേവരെ നിലനിന്ന സമൂഹത്തിന്റെ ചരിത്രം വർഗസമരങ്ങളുടെ ചരിത്രമാണ്.” (*കമ്യൂണിസ്റ്റ് മാനിഫെസ്റ്റോ*).

നാലാമത്, ഈ ഘട്ടത്തിലാണ് ഭരണകൂടം എന്ന സ്ഥാപനം ഉയർന്നുവന്നത്. സമൂഹത്തിൽനിന്നാണ് അത് ഉയർന്നുവന്നത്, എന്നാൽ അതിനുമേലേ നിലയുറപ്പിച്ചു. മറ്റൊരു വിധത്തിൽ പറഞ്ഞാൽ, അത് ചൂഷകന്യൂനപക്ഷവും ചൂഷിതഭൂരിപക്ഷവും തമ്മിലുള്ള വൈരുധ്യത്തെ ആദ്യത്തെ കൂട്ടർക്കു ഗുണകരമായി പരിഹരിച്ചു.

അഞ്ചാമത്, ഇതേവരെയുള്ള അറിവുവച്ച് ചരിത്രത്തിൽ ആദ്യം രൂപംകൊണ്ട ഭരണകൂടം ഈജിപ്തിലേതായിരുന്നു, 5000 ത്തിലേറെ കൊല്ലം മുമ്പ്. പിന്നീട് ബാബിലോണിയയിൽ, ഏതാണ്ട് 4000 വർഷം മുമ്പ്. പിന്നെ ഇന്ത്യയിലും തൊട്ടുപിന്നാലെ ചൈനയിലും. രണ്ടും 3000 ത്തിലധികം വർഷം മുമ്പ്. സിന്ധുതടനാഗരികതയുടെ ഈയിടെ കണ്ടെത്തിയ അവശിഷ്ടങ്ങൾ ഈജിപ്തിലെയും ബാബിലോണിയയിലെയും ഭരണകൂടങ്ങൾക്കുമുമ്പ് രൂപംകൊണ്ടതാണോ? അത് കെട്ടിപ്പടുത്തവരും ഈജിപ്ത്, ബാബിലോണിയ നാഗരികതകൾ കെട്ടിപ്പടുത്തവരും തമ്മിൽ ബന്ധപ്പെട്ടിരുന്നോ എന്നൊക്കെ ഇനിയും കണ്ടുപിടിക്കേണ്ടിയിരിക്കുന്നു. സിന്ധുതടനാഗരികതയിൽ ഉണ്ടായിരുന്നവർ പിന്നീട് ആ പ്രദേശം കൈയേറിയ ആര്യന്മാരെക്കാൾ പുരോഗതി കൈവരിച്ചവരായിരുന്നു എന്നതിൽ തർക്കമില്ല (ആ പ്രദേശത്തിന്റെ ചില ഭാഗങ്ങൾ ഇപ്പോൾ പാകിസ്ഥാനിലും ബാക്കി ഇന്ത്യയിലുമാണ്). സിന്ധുതടനാഗരികതകൾ, മുമ്പു ചൂണ്ടിക്കാട്ടിയതുപോലെ, കൃഷി വികസിപ്പിച്ചുകഴിഞ്ഞിരുന്നു; നഗരങ്ങൾ പണിതിരുന്നു; ലിപികളുടെ പ്രാകൃതരൂപം ആവിഷ്കരിച്ചിരുന്നു; ചൂഷകന്യൂനപക്ഷവും ചൂഷിതഭൂരിപക്ഷവുമെന്ന വർഗങ്ങളായി സ്വയം വിഭജിച്ചുകഴിഞ്ഞിരുന്നു. ആര്യന്മാർ അപ്പോഴും നാടോടികളുടെ ജീവിതമാണു നയിച്ചിരുന്നത്; ഓരോരോ സ്ഥലങ്ങളിലായി മാറിത്താമസിച്ച് വേട്ടയാടിയും കായ്കനികൾ പറിച്ചുമാണ് ഉപജീവനം കഴിച്ചിരുന്നത്. അവർ കൃഷി ചെയ്തിരുന്നില്ല, ഒരു സ്ഥലത്ത് സ്ഥിരവാസം ഉറപ്പിച്ചിരുന്നുമില്ല. എന്നാൽ അവർ വർഗസമൂഹം, അതിന്റെ പ്രാകൃതദശയിൽ, കെട്ടിപ്പടുക്കാൻ തുടങ്ങിയിരുന്നു. അവരിൽ ഓരോരോ

വിഭാഗങ്ങളുടെ മേൽ മേധാവിത്വം പുലർത്തുന്ന നേതാക്കൾ അല്ലെങ്കിൽ രാജാക്കന്മാർ നിലവിൽ വന്നുകഴിഞ്ഞിരുന്നു.

ആറാമത്, ഇന്ത്യയിലേക്ക് ആര്യഗോത്രങ്ങൾ പ്രവേശിച്ചത് ജനങ്ങളുടെ സാമൂഹ്യ-സാമ്പത്തിക ജീവിതത്തിൽ വിപ്ലവകരമായ മാറ്റമുണ്ടായപ്പോഴായിരുന്നു. ലോകത്തിന്റെ മറ്റു ഭാഗങ്ങളിലെന്നപോലെ ജനങ്ങൾ ഖനനം ചെയ്യാനും ഇരുമ്പുണ്ടാക്കാനും പഠിച്ചു. ഇതിന് വമ്പിച്ച പ്രാധാന്യമുണ്ടായിരുന്നു. കാരണം, ഇത് കൃഷി, കൈത്തൊഴിൽ, കപ്പലോട്ടം മുതലായവയെ സഹായിച്ചു. ആര്യന്മാർ കുടിയേറിപ്പാർത്ത പ്രദേശങ്ങളിലെ ജനങ്ങളെ, ഇടതൂർന്ന കാടുകൾ വെട്ടിത്തെളിക്കാനും ഭൂമി കൃഷിക്ക് ഉപയുക്തമാക്കാനും കുറ്റിക്കാടുകൾ വെട്ടിക്കളയാനും മരങ്ങളുടെ കടപുഴക്കാനും കനാൽ വെട്ടിയുണ്ടാക്കാനും മറ്റും ഇത് സഹായിച്ചു. മെച്ചപ്പെടുത്തിയ ഈ ഉൽപ്പാദനരീതികൾ ഒരു പുതിയ നാഗരികതയുടെ അടിത്തറ സൃഷ്ടിച്ചു. വേദങ്ങൾ, അവ പരിഷ്കരിച്ചുണ്ടാക്കിയ ഉപനിഷത്തുകൾ, *രാമായണ*വും *മഹാഭാരത*വും പോലുള്ള ഇതിഹാസങ്ങൾ മുതലായവയിൽനിന്ന് അതിന്റെ ഏകദേശരൂപം മനസ്സിലാക്കാവുന്നതാണ്.

അതിനാൽ ആര്യഗോത്രങ്ങളുടെ വരവ് ഇന്ത്യയിൽ വലിയ മാറ്റം ഉണ്ടാക്കി, ഒരു പുതിയ നാഗരികതയുടെ വളർച്ചയ്ക്ക് സഹായകമായി എന്നു പറയുന്നത് തെറ്റാവില്ല. എന്നാൽ ആര്യന്മാരോടുകൂടിയാണ് ഇന്ത്യയിൽ നാഗരികതയും സംസ്കാരവും ഉയിർക്കൊണ്ടത് എന്ന ആര്യമേധാവിത്വവാദികളുടെ സിദ്ധാന്തം ശരിയല്ല. മറിച്ച്, ആര്യന്മാർക്കു മുമ്പൊരു നാഗരികത—ആര്യന്മാർ ഈ ഉപഭൂഖണ്ഡത്തിലേക്കു വരാൻ തുടങ്ങിയപ്പോൾ അവർക്കുണ്ടായിരുന്നതിനെക്കാൾ പുരോഗതി പ്രാപിച്ച ഒരു നാഗരികത—സിന്ധുതടത്തിൽ ഉണ്ടായിരുന്നു എന്നതാണ് വസ്തുത. കൂടാതെ സിന്ധുതടനാഗരികത കെട്ടിപ്പടുത്തവരോടു നേരിട്ടു ബന്ധപ്പെട്ടാണെങ്കിലും അല്ലെങ്കിലും ഇന്ത്യയുടെ തെക്കേ ഭാഗത്തുണ്ടായിരുന്ന ദ്രാവിഡർ തങ്ങളുടേതായ നാഗരികത സ്വതന്ത്രമായി വളർത്തിയെടുക്കുന്ന പ്രക്രിയയിൽ ഏർപ്പെട്ടുകഴിഞ്ഞിരുന്നു. ഇതിന്റെ ഏറ്റവും നല്ലതും വിശ്വസനീയവുമായ തെളിവ് വടക്കേ ഇന്ത്യയിലെ അഭിജാത ഭാഷയ്ക്ക് (സംസ്കൃതത്തിന്) സമാന്തരമായി തെക്കും ഒരു അഭിജാതഭാഷ (തമിഴ്) വളർന്നുവന്നതാണ്.

ഇതേപോലെ തെറ്റാണ് മറ്റൊരു വിഭാഗം ചരിത്രകാരന്മാർ മുന്നോട്ടുവച്ച ദ്രാവിഡന്മാരുടെ മേന്മയെക്കുറിച്ചുള്ള 'സിദ്ധാന്തം'. സംസ്കൃതത്തിലും ചെന്തമിഴിലും എഴുതപ്പെട്ട പേരുകേട്ട കൃതികളുടെ താരതമ്യം ആദ്യത്തേത് രണ്ടാമത്തേതിനെക്കാൾ എത്രയോ കൂടുതൽ സമ്പന്നമാണെന്നു കാണിക്കും. വടക്ക് കലകളും ശാസ്ത്രങ്ങളും ഗണ്യമായി പുരോഗതി പ്രാപിച്ചതുമൂലം സംസ്കൃതത്തിലുള്ള പ്രഖ്യാതകൃതികൾ അക്കാലത്തെ ഗ്രീക്ക് കൃതികളും മറ്റു വിദേശകൃതികളുമായി ഒപ്പത്തിനൊപ്പം നിൽക്കും. ആ കാലഘട്ടത്തിലെ തമിഴ്സാഹിത്യത്തെക്കുറിച്ച് ഇങ്ങനെ പറയാനാവില്ല.

ആര്യന്മാരുടെ ചാതുർവർണ്യത്തിൽനിന്ന് ഉരുത്തിരിഞ്ഞുവന്ന ജാതിവിഭജനത്തെ അടിസ്ഥാനമാക്കിയ സാമൂഹ്യഘടന തെക്കൻ പ്രദേശത്താകെ പറിച്ചുനടപ്പെട്ടു. വടക്കു വളർന്ന മതപുരാണങ്ങളും അതുപോലെ കലയും ശാസ്ത്രവും വടക്കിന്റെയും തെക്കിന്റെയും പൊതുസ്വത്തായി. മറ്റൊരുതരത്തിൽ പറഞ്ഞാൽ, സാമൂഹ്യ–സാംസ്കാരിക ജീവിതം ഇന്ത്യയുടെ രണ്ടുഭാഗത്തേക്കും പൊതുവായി, പരസ്പരപൂരകങ്ങളായി.

ഇത് താഴെപ്പറയുന്ന ചോദ്യങ്ങളുയർത്തുന്നു: ആര്യന്മാരുടെ ആക്രമണത്തിനുശേഷം ഇന്ത്യയിൽ രൂപപ്പെട്ട സവിശേഷ സാമൂഹ്യ–സാമ്പത്തികക്രമത്തിന്റെ അടിയിൽ കിടക്കുന്നതെന്ത്? യൂറോപ്പിലും ഏഷ്യയിലെ മറ്റു രാജ്യങ്ങളിലും രൂപപ്പെട്ട സാമൂഹ്യക്രമത്തിൽനിന്ന് അതിനുള്ള വ്യത്യാസമെന്ത്? എങ്ങനെയാണ് ആ സവിശേഷവ്യവസ്ഥ വടക്കേ ഇന്ത്യയുടെയും തെക്കേ ഇന്ത്യയുടെയും പൊതുസ്വഭാവമായത്?

ഉത്തരം സ്പഷ്ടമാണ്: യൂറോപ്പിലും മറ്റു മിക്ക ഏഷ്യൻരാജ്യങ്ങളിലും നിന്നു വ്യത്യസ്തമായി ഇന്ത്യയിൽ ചൂഷകന്യൂനപക്ഷവും ചൂഷിതഭൂരിപക്ഷവുമായുള്ള സമൂഹവിഭജനം ആദ്യം നാലുവർണങ്ങളായിട്ടായിരുന്നു. പിന്നീടവ അനവധി ജാതികളായും അസംഖ്യം ഉപജാതികളായും പിരിഞ്ഞു. നാലുവർണങ്ങളിൽ ബ്രാഹ്മണർ, ക്ഷത്രിയർ, വൈശ്യർ എന്നീ മൂന്നെണ്ണം മേൽജാതികളായി. നാലാമത്തേതായ ശൂദ്രരിൽ ആയിരുന്നു പണിയെടുക്കുന്നവരിൽ ബഹുഭൂരിപക്ഷവും. ഉൽപ്പാദനശക്തികളുടെ അനുസ്യൂതവും അവിരാമവുമായ വളർച്ച, 'മേൽ'ജാതിക്കാർ കൈയടക്കിയ ഉൽപ്പന്നത്തിന്റെ വർധിച്ചുകൊണ്ടിരുന്ന അളവ്, കൂടുതൽ കൂടുതൽ വിശേഷവൽക്കരണത്തിലേക്ക് അവിരാമമായി നയിച്ച സാങ്കേതിക മുന്നേറ്റങ്ങൾ—മേൽ, കീഴ് ജാതികളുടെ ഉത്ഭവത്തിന് അടിസ്ഥാനം ഇതായിരുന്നു. സമൂഹത്തിലെ വർഗവിഭജനമെന്ന ആശയത്തിന്റെ നിഷേധമായിരുന്നില്ല; മറിച്ച്, അത് നടന്നതിന്റെ സവിശേഷ ഇന്ത്യൻ രൂപമായിരുന്നു വർണ–ജാതി വ്യവസ്ഥ.

രൂപത്തിൽ ജാതിയും ഉള്ളടക്കത്തിൽ വർഗവുമായ ഈ സാമൂഹ്യക്രമം, പുരാതനഗ്രീസിൽ അടിമത്തം വഹിച്ച അതേ പങ്കാണ് ഇന്ത്യയിലും നിറവേറ്റിയത്. പുരാതന ഗ്രീസിൽ അടിമത്തം വഹിച്ച പങ്കിനെ എംഗൽസ് വിശകലനം ചെയ്യുന്നതു നോക്കുക:

> അടിമത്തമാണ് ആദ്യമായി കൃഷിയും വ്യവസായവും തമ്മിൽ കൂടുതൽ വിപുലമായ തോതിലുള്ള അധ്വാനവിഭജനവും അതുവഴി പ്രാചീനലോകത്തിന്റെ പൂവണിയലായ ഹെല്ലനിസവും സാധ്യമാക്കിയത്. അടിമത്തമില്ലെങ്കിൽ ഗ്രീക്ക് രാഷ്ട്രമില്ല, ഗ്രീക്ക് കലയും ശാസ്ത്രവുമില്ല; അടിമത്തമില്ലെങ്കിൽ റോമാസാമ്രാജ്യവുമില്ല. ഗ്രീക്ക് സംസ്കാരവും റോമാസാമ്രാജ്യവും ഒരുക്കിയ അടിത്തറയില്ലെങ്കിലോ ആധുനിക യൂറോപ്പ് തന്നെയുമില്ല. .... ഈ അർഥത്തിൽ നമുക്ക് ഇങ്ങനെ പറയാനും അവകാശമുണ്ട്:

പ്രാചീന അടിമത്തമില്ലെങ്കിൽ ആധുനിക സോഷ്യലിസവുമില്ല. (*ഡ്യൂറിങ് ഖണ്ഡനം*, ഇംഗ്ലീഷ് പതിപ്പ്, 1975, പേജ് 207).

പഴയ യൂറോപ്യൻ രാഷ്ട്രങ്ങളായ ഗ്രീസും റോമും മാത്രമല്ല, പ്രാചീന ഏഷ്യൻ രാഷ്ട്രങ്ങളായ ഈജിപ്തും ബാബിലോണിയയും ഒന്നല്ലെങ്കിൽ മറ്റൊരുതരം അടിമത്തത്തിൻമേൽ കെട്ടിപ്പൊക്കിയവയായിരുന്നു എന്ന് ഇവിടെ പറയേണ്ടതുണ്ട്. ആര്യന്മാർക്കു മുമ്പുള്ള സിന്ധുതടനാഗരികതയിലും ഒരുതരത്തിലുള്ള അടിമത്തം ഉണ്ടായിരുന്നു. ഹാരപ്പ, മോഹൻജൊ ദാരോ നഗരങ്ങളുടെ അവശിഷ്ടങ്ങളിലെ വീടു നിർമാണവിധാനത്തിൽ ഇതു വ്യക്തമായി കാണാം. വേദനാഗരികതയുടെ ചിരസമ്മത കൃതികളിൽ ദസ്യുക്കൾ, ദാസന്മാർ എന്നിവരെക്കുറിച്ചുള്ള പരാമർശങ്ങളിൽനിന്ന് അതിന്റെ ആവിഷ്കർത്താക്കൾക്കും ഏതെങ്കിലും തരത്തിലുള്ള അടിമത്തത്തെക്കുറിച്ച് അറിയാമായിരുന്നു എന്നു വ്യക്തം.

വേദനാഗരികതയുടെ കാലത്ത് ഉയിർക്കൊണ്ട വർണ–ജാതിക്രമം അടിമത്തത്തിന്റെ മറ്റു രൂപങ്ങളിൽനിന്നു വ്യത്യസ്തമായിരുന്നു. വേദമതത്തിലെ വിശ്വാസാചാരങ്ങളുമായി അഭേദ്യമായി ബന്ധപ്പെട്ടതായിരുന്നു അത്. യൂറോപ്പിലെയും ഈജിപ്തിലെയും അടിമത്തത്തിന്റെ ചിരസമ്മതരൂപത്തിൽ ഭരണകൂടം പ്രത്യക്ഷമായും നഗ്നമായും ബലപ്രയോഗം നടത്തുകയായിരുന്നു. എന്നാൽ അടിമത്തത്തിന്റെ വർണ–ജാതി രൂപത്തിന് മതഗ്രന്ഥങ്ങളുടെ പിൻബലമുണ്ടായിരുന്നു. ഈ ജന്മത്തിൽ ഭൂരിപക്ഷം ന്യൂനപക്ഷത്തിനു കീഴ്വഴങ്ങണമെന്നത് ദൈവനിശ്ചയമാണെന്ന് എല്ലാ ജാതികളിലുംപെട്ട ആളുകളെക്കൊണ്ട് വിശ്വസിപ്പിച്ചു: അടുത്ത ജന്മത്തിൽ അവർക്കു ലഭിക്കാൻ പോകുന്ന സുഖഭോഗങ്ങൾ ഈ നഷ്ടം നികത്തും. അതിനാൽ അടിമത്തത്തിന്റെ ഇന്ത്യൻ രൂപത്തിൽ, അതായത് ജാതികളുടെയും ഉപജാതികളുടെയും മേൽ–കീഴ് ബന്ധത്തിൽ (ഇതു ചിരസമ്മത അടിമത്തത്തിൽ ഉണ്ടായിരുന്നില്ല) സ്വയം കീഴടങ്ങലിന്റേതായ ഒരംശം ഉണ്ടായിരുന്നു.

വർണ–ജാതി ക്രമത്തിൽ ഉയിർക്കൊണ്ട അടിമത്തത്തിന്റെ ഇന്ത്യൻ രൂപത്തിൽ ഉടമവർഗങ്ങൾക്ക് ഒരു മെച്ചമുണ്ടായിരുന്നു. യൂറോപ്പിലെയും ഏഷ്യയിലെയും നിരവധി സാമ്രാജ്യങ്ങളെയും രാജവാഴ്ചകളെയും പിടിച്ചുകുലുക്കുകയും ഏതാണ്ട് മറിച്ചിടുകയും ചെയ്ത അടിമകളുടെ കലാപം പൊട്ടിപ്പുറപ്പെടുന്നത് അതു തടഞ്ഞു. ആദ്യമൊക്കെ കിരാതമായി അടിച്ചമർത്തപ്പെട്ടെങ്കിലും അവിടെ അടിമകളുടെ ഈ കലാപങ്ങൾ സമൂഹത്തെ അടിമകളും ഉടമകളുമായി വിഭജിക്കുന്നതു തടയുന്നതിൽ അവസാനം വിജയിച്ചു. അടിമയുടമ സമൂഹത്തിനുപകരം വർഗവിഭജനത്തിന്റെയും അടിച്ചമർത്തലിന്റെയും പുതിയൊരു വ്യവസ്ഥ വന്നു: അടിയാന്മാരുടെയും അവരുടെ യജമാനന്മാരുടെയും വ്യവസ്ഥ.

ഇന്ത്യയിലും അടിമകളോടു തുല്യരായി കണക്കാക്കാവുന്ന വർഗം–അവരിൽ ഭൂരിപക്ഷവും കീഴ്–അയിത്ത ജാതികളിൽപ്പെട്ടവരാണ്—തങ്ങളുടെ താഴ്ന്നപദവിയിലും മനുഷ്യാവകാശങ്ങൾ നിഷേധിക്കപ്പെട്ടതിലും

അസംതൃപ്തരായിരുന്നു. എന്നാൽ വർഗവിഭജനം ജാതിവിഭജനത്തിന്റെ രൂപം കൈക്കൊണ്ടതുകൊണ്ടും അതിനെ മതനിയമങ്ങൾ പവിത്രമാക്കിയതുകൊണ്ടും കീഴ്–അയിത്ത ജാതിക്കാരുടെ കലാപത്തിന്റെ ആദ്യ രൂപങ്ങൾ പുതിയ ദർശനങ്ങളുടെയും മതവിഭാഗങ്ങളുടെയും ഉത്ഭവത്തിനും വളർച്ചയ്ക്കും ഇടയാക്കി. ചാർവാകം, ലോകായതം, സാംഖ്യം മുതലായ ദർശനങ്ങൾ സ്വീകരിച്ചിരുന്നവർ ഭരണാധികാരികളുടെ ആത്മീയദർശനത്തിനെതിരായി ഉഗ്രമായി പോരാടി. പ്രായോഗിക ജീവിതത്തിലാവട്ടെ, ജൈനർ, ബുദ്ധമതക്കാർ തുടങ്ങിയ വിമതവിഭാഗങ്ങൾ സമൂഹത്തിന്റെ മേലുള്ള ബ്രാഹ്മണമേധാവിത്വത്തിനെതിരായ പ്രതിഷേധത്തിനു രൂപംനൽകി.

പിന്നീട് മേൽ–കീഴ് ബന്ധങ്ങളോടുകൂടിയ വർഗവിഭജനം ഉറച്ചരൂപം കൈക്കൊണ്ടപ്പോൾ, തങ്ങൾ പിറന്നുവീണ ജാതി അല്ലെങ്കിൽ ഉപജാതി വിട്ടുപോകാൻ ഹിന്ദുക്കളായ ആരെയും അനുവദിക്കാതായി; അപ്പോഴാണ് വിദേശമതങ്ങൾ രംഗപ്രവേശം ചെയ്തത്. വടക്ക് മുസ്ലിം ജേതാക്കളിലൂടെയും രാജ്യത്തിന്റെ എല്ലാഭാഗത്തുമുള്ള തീരദേശപട്ടണങ്ങളിൽ വന്ന ജൂത, ക്രിസ്ത്യാനി, മുസ്ലിം കച്ചവടക്കാർ വഴിയും. ഹിന്ദുക്കളിലെ കീഴ്–അയിത്ത ജാതിക്കാർക്കു രക്ഷപ്പെടാനുള്ള നാനാവഴികളായി ഈ മതങ്ങൾ. കർക്കശമായ ജാതിവ്യവസ്ഥ അടിച്ചേൽപ്പിച്ച യാതനകളിൽ നിന്ന് രക്ഷപ്പെടാൻ അവർക്കായി തുറന്നിടപ്പെട്ട വാതിലുകളാണിവ. ഇതിന്റെ ഫലമോ? ചൂഷിതഭൂരിപക്ഷത്തിന്റെ കലാപത്തെ ദാർശനിക ചർച്ചയിൽ ഒതുക്കിനിർത്താനും ഹിന്ദുസമൂഹത്തിൽ പുതിയ മതവിഭാഗങ്ങൾ സൃഷ്ടിക്കാനും മാത്രമല്ല, മറ്റു മതങ്ങളിലേക്ക് വൻതോതിൽ പരിവർത്തനത്തിനും അതിടയാക്കി.

ഇത് കേരളത്തെ സംബന്ധിച്ചിടത്തോളം പ്രത്യേക പ്രാധാന്യമർഹിക്കുന്നു. അവിടെ ജനങ്ങളിൽ നാൽപ്പതു ശതമാനം മതവിശ്വാസത്തിൽ അഹിന്ദുക്കളാണ്. അവരെല്ലാം പുറത്തുനിന്നു വന്നവരോ പുറമേനിന്നു വന്നവരുടെ പിന്മുറക്കാരോ ആണെന്നു വിശ്വസിക്കാനാവില്ല. അഹിന്ദുക്കളിൽ ബഹുഭൂരിപക്ഷവും മറ്റു മതവിശ്വാസങ്ങളിലേക്കു പരിവർത്തനം ചെയ്ത ഹിന്ദുക്കളുടെ പിന്മുറക്കാരാണ്.

ഇങ്ങനെ പരിവർത്തനം ചെയ്തവരിൽ ഭൂരിപക്ഷവും കീഴ്–അയിത്തജാതികളിൽപ്പെട്ടവരായിരുന്നു. 'താഴ്ന്ന' സാമൂഹ്യനില മാറ്റാനുള്ള വഴിയായിരുന്നു അവർക്കത്. സവർണജാതിക്കാരിൽനിന്നു മതപരിവർത്തനം ഉണ്ടായിട്ടേയില്ല എന്നു പറയുന്നത് ശരിയല്ല. മിക്കവാറും എല്ലാ സിറിയൻ ക്രിസ്ത്യാനികളും ഭേദപ്പെട്ട മുസ്ലിം കുടുംബങ്ങളിൽ വലിയൊരു വിഭാഗവും അവകാശപ്പെടുന്നത് ഹിന്ദുക്കളിലെ മേൽജാതികളിൽ നിന്നു പരിവർത്തനം ചെയ്തവരാണ് തങ്ങളുടെ പ്രപിതാക്കൾ എന്നാണ്; അവർ ഏറെ സമ്പത്തും അംഗീകാരവുമുള്ള ഹിന്ദുകുടുംബങ്ങളിൽനിന്നുള്ളവരാണ് എന്നാണ്. ഇതു മനസിലാക്കാവുന്നതേയുള്ളൂ. കാരണം, ജാതിവ്യവസ്ഥയുടെ കർക്കശസ്വഭാവം മേൽജാതികളിൽപ്പെട്ടവരിൽ ചിലർക്കും അസഹനീയമായി തോന്നിയിരിക്കണം. 'ഉന്നതകുലജാതർ'

അനുഷ്ഠിക്കേണ്ട ആചാരങ്ങളിൽനിന്നും പെരുമാറ്റരീതിയിൽനിന്നും അവർക്ക് ഒഴിഞ്ഞുനിൽക്കാൻ കഴിയുമായിരുന്നില്ല. കീഴ്-അയിത്ത ജാതിക്കാരായ നിരവധിപേരെപ്പോലെ അവരും ക്രിസ്തുമതത്തിലോ ഇസ്ലാം മതത്തിലോ ചേർന്നതാവണം.

കേരളത്തിൽ ഇസ്ലാം, ക്രിസ്ത്യൻ, ജൂത മതങ്ങളെ കൊണ്ടുവന്നത് കച്ചവടക്കാരായിരുന്നു, അവർ കടലോര പട്ടണങ്ങളിൽ കുടിയേറിപ്പാർത്തു. എന്നാൽ വടക്കേ ഇന്ത്യയിലേക്ക് ഇസ്ലാമിനെ കൊണ്ടുവന്നത് ഇസ്ലാമികരാജ്യങ്ങളിൽനിന്നു തുടരെത്തുടരെ വന്ന ആക്രമണകാരികളായിരുന്നു. മുമ്പു വന്ന ആര്യന്മാരടക്കമുള്ള ആക്രമണകാരികളെപ്പോലെ മുസ്ലിം ആക്രമണകാരികളും ഇന്ത്യയിൽ പാർപ്പുറപ്പിച്ചു. ഒരളവോളം തദ്ദേശീയരുടെ സാമൂഹ്യ-സാംസ്കാരിക ജീവിതം അവർ സ്വാംശീകരിച്ചു; തദ്ദേശീയരെക്കൊണ്ട് തങ്ങളുടെ സാമൂഹ്യ-സാംസ്കാരിക ജീവിതത്തിൽനിന്നു ചിലത് സ്വീകരിപ്പിച്ചു.

ഓരോരുത്തരുടെയും സാമൂഹ്യ-സാംസ്കാരിക ജീവിതം പരസ്പരം ഉൾക്കൊള്ളുന്നത് കേരളത്തെ സംബന്ധിച്ചിടത്തോളം കൂടുതൽ ശരിയായിരുന്നു. അഹിന്ദുമതങ്ങളുടെ അനുയായികൾ ഇവിടെ വന്നത് വെട്ടിപ്പിടിക്കാനല്ല, കച്ചവടത്തിനാണ്. സവർണകുടുംബങ്ങളിൽനിന്നടക്കം നിരവധി ഹിന്ദുക്കൾ ക്രിസ്ത്യാനികളും മുസ്ലിങ്ങളുമായി മതപരിവർത്തനം ചെയ്തത് ആ രണ്ടു മതങ്ങളെയും കൊണ്ട് ക്രിസ്തീയമോ ഇസ്ലാമികമോ അല്ലാത്ത സാമൂഹ്യ-സാംസ്കാരിക ജീവിതം സ്വാംശീകരിപ്പിച്ചു. എന്തുകൊണ്ടാണ് വടക്കേ ഇന്ത്യയിലുള്ളതുപോലെ കേരളത്തിൽ ഹിന്ദുക്കളും അഹിന്ദുക്കളും തമ്മിൽ അത്ര കടുത്ത ശത്രുത ഇല്ലാത്തത് എന്ന് ഇതു വ്യക്തമാക്കുന്നു. ബ്രിട്ടീഷുകാരുടെ വരവിനു മുമ്പുള്ള ഇന്ത്യയിൽ ഹിന്ദു-മുസ്ലിം സംഘട്ടനങ്ങൾ നടന്നിരുന്നു എന്നു ചിത്രീകരിക്കുന്നതിൽ തൽപ്പരരായ ബ്രിട്ടീഷ് ചരിത്രകാരന്മാർക്കുപോലും, ബ്രിട്ടീഷ് ശത്രുക്കളെ പിന്തുടർന്ന് ഹൈദരാലിയും ടിപ്പു സുൽത്താനും മലബാർ പ്രദേശത്തേക്കു കടക്കുംവരെ കേരളത്തെ അവരുടെ പട്ടികയിൽപ്പെടുത്തിയിരുന്നില്ല.

ആര്യന്മാരുടെ കൈയേറ്റത്തിനുശേഷമുള്ള ഏതാനും നൂറ്റാണ്ടുകൾക്കുള്ളിൽത്തന്നെ വർണ-ജാതി സമൂഹത്തിന്റെ അടിയുറച്ചിരുന്നു. അതിന്റെ ശാന്തമായ ഉപരിതലത്തെ, വടക്കേ ഇന്ത്യയെ ആദ്യം ആക്രമിച്ച മുസ്ലിങ്ങളും തെക്കും മറ്റു കടലോരപ്രദേശങ്ങളിലും കച്ചവടത്തിനുവന്ന മുസ്ലിങ്ങളും ക്രിസ്ത്യാനികളും ഇളക്കിമറിച്ചു. എന്നാൽ ആ രണ്ടു മതവിഭാഗങ്ങൾക്കും ഹിന്ദു വർണ-ജാതി സമൂഹത്തെ അസ്ഥിരീകരിക്കാനോ പിഴുതുകളയാനോ കഴിഞ്ഞില്ല. ഹിന്ദുജാതികളുടെ ഉച്ചനീചത്വബന്ധങ്ങളെ ഇല്ലായ്മ ചെയ്യുന്നതിനുപകരം അഹിന്ദുമതങ്ങൾ 'വർണ-ജാതി സമൂഹത്തിനു പുറത്തുള്ള ജാതികളായി' പരിഗണിക്കപ്പെട്ടുവന്നു. ഇത് ഹിന്ദു, മുസ്ലിം, ക്രിസ്ത്യൻ മതവിഭാഗങ്ങൾ തമ്മിൽ ഒരു തരത്തിലുള്ള സഹവർത്തിത്വം ഉണ്ട് എന്നു തോന്നിച്ചു. ഓരോ മതവിഭാഗവും മറ്റു രണ്ടിനോടും സഹിഷ്ണുത കാട്ടി.

എന്നാൽ ഉപരിതലത്തിനടിയിൽ മതാശയസംഹിതയുടെ അടിസ്ഥാനത്തിൽ ശത്രുത വളർന്നുവരാനുള്ള മണ്ണ് ഒരുക്കിക്കൊണ്ടിരുന്നു. അത് മുസ്ലിമിനെയും ക്രിസ്ത്യാനിയെയും മ്ലേച്ഛന്മാരായി കണക്കാക്കാൻ പരിശുദ്ധ ഹിന്ദുക്കളെ പ്രേരിപ്പിച്ചു. തങ്ങളുടേതല്ലാത്ത മതവിശ്വാസങ്ങൾ ഉള്ളവരെ കാഫിറും അവിശ്വാസിയും ആയി കണക്കാക്കാൻ മുസ്ലിങ്ങളും ക്രിസ്ത്യാനികളും നിർബന്ധിതരായി. ഓരോതരത്തിലുള്ള സമ്മർദത്തിനും പിടിവലിക്കും സാമൂഹ്യ-സാംസ്കാരിക വ്യവസ്ഥ വിധേയമായപ്പോൾ മതസംഘട്ടനങ്ങൾക്ക് മണ്ണൊരുക്കപ്പെട്ടു.

സാമൂഹ്യസംഘട്ടനങ്ങളുടെയും വർണ-ജാതിവ്യവസ്ഥയെ കേന്ദ്രമാക്കിയുള്ള സമൂഹത്തിലെ രാഷ്ട്രീയ ശിഥിലീകരണത്തിന്റെയും ഈ പശ്ചാത്തലത്തിലാണ് പോർച്ചുഗീസുകാർ മുതൽ ബ്രിട്ടീഷുകാർ വരെയുള്ള വിദേശമുതലാളിമാർ വ്യാപാരികളെന്ന നിലയിൽ ഇന്ത്യയിലേക്കു വന്നത്. പരസ്പരം പോരാടിക്കൊണ്ടിരുന്ന നാട്ടുരാജാക്കന്മാരുമായി അവർ രാഷ്ട്രീയവും സൈനികവുമായ കരാറുകളിൽ ഏർപ്പെട്ടു. *ഇന്ത്യയിലെ ബ്രിട്ടീഷ് ഭരണത്തിന്റെ ഭാവിഫലങ്ങൾ* എന്ന ലേഖനത്തിൽ മാർക്സ് എഴുതി:

> ഇന്ത്യയെ ഒന്നിനുപുറകേ ഒന്നായി കീഴടക്കിയ അറബികളും തുർക്കികളും താർത്താരികളും മുഗളരും അതിവേഗം ഹൈന്ദവവൽക്കരിക്കപ്പെട്ടു; സനാതനമായ ഒരു ചരിത്രനിയമത്താൽ, ബർബരന്മാരായ ഈ ജേതാക്കൾ, തങ്ങളുടെ പ്രജകളുടെ മേത്തരം നാഗരികതയാൽ കീഴടക്കപ്പെടുകയായിരുന്നു. ഹൈന്ദവനാഗരികതയെക്കാൾ മേത്തരവും അതുകൊണ്ടുതന്നെ അതിന് അപ്രാപ്യവുമായ ആദ്യത്തെ ജേതാക്കൾ ബ്രിട്ടീഷുകാരായിരുന്നു. നാടൻ സമുദായങ്ങളെ ഛിന്നഭിന്നമാക്കിക്കൊണ്ടും നാടൻ വ്യവസായത്തെ ഉന്മൂലനം ചെയ്തുകൊണ്ടും നാടൻ സമൂഹത്തിലെ മഹത്തരവും ഉത്തുംഗവുമായ സകലതിനെയും ഇടിച്ചു നിരപ്പാക്കിക്കൊണ്ടുമാണ് അവർ ഹൈന്ദവനാഗരികതയെ നശിപ്പിച്ചത്. ഇന്ത്യയിലെ അവരുടെ ഭരണത്തിന്റെ ചരിത്രത്താളുകളിൽ ആ നശീകരണത്തിനപ്പുറമായി ഒന്നും തന്നെ രേഖപ്പെടുത്തിയിട്ടില്ല. (മാർക്സ്, *കൊളോണിയലിസത്തെക്കുറിച്ച്*, 1978, പേജ് 82).

എന്നാൽ ഇന്ത്യ പൊതുനിയമത്തിന് അപവാദമായിരുന്നില്ല. വിശദാംശങ്ങളിൽ വ്യത്യാസമുണ്ടാകാമെങ്കിലും ഏഷ്യയിലെ പല രാജ്യങ്ങളിലും ഇതുതന്നെയായിരുന്നു അനുഭവം. ജേതാക്കളുടെ തുടർച്ചയായ നിര അവരുടെ മേധാവിത്വം സ്ഥാപിച്ചു, അവരുടെ രാജ്യവും സാമ്രാജ്യവും സ്ഥാപിച്ചു. ഈ പ്രക്രിയയ്ക്കിടയിൽ മുമ്പുണ്ടായിരുന്നവർ വളർത്തിയ ജീവിതത്തിന്റെയും സംസ്കാരത്തിന്റെയും അംശങ്ങൾ അവർ സ്വാംശീകരിച്ചു. അതേസമയം അവർ അവിടെയുള്ളവരുടെ ജീവിതത്തിൽ തങ്ങളുടേതായ സ്വാധീനം ചെലുത്തി. ആധുനിക കാലത്ത് യൂറോപ്യൻ കമ്പനികൾ ആദ്യം കച്ചവടബന്ധങ്ങളിലൂടെയും പിന്നീട് രാഷ്ട്രീയമായും ഈ രാജ്യങ്ങളെ കീഴ്പ്പെടുത്തിത്തുടങ്ങിയപ്പോഴാണ് പുതിയൊരു

തരം ജേതാക്കൾ രംഗപ്രവേശം ചെയ്തത്. അവർ എല്ലാത്തരത്തിലും അന്യരായിരുന്നു. അങ്ങനെ ഈ രാജ്യങ്ങൾക്കാകെ പൊതുവായ ചിലതുണ്ടായിരുന്നു. എന്നാൽ ഇന്ത്യയിലെ ജാതിയെ അടിസ്ഥാനമാക്കിയ സമൂഹ–കുടുംബഘടന അതിനെ മറ്റെല്ലാ ഏഷ്യൻ, യൂറോപ്യൻ രാജ്യങ്ങളിൽനിന്നും വേർതിരിച്ചു നിർത്തി.

ഇന്ത്യ, ചൈന, പേർഷ്യ മുതലായ രാജ്യങ്ങളെക്കുറിച്ചുള്ള കൃതികളിലും ലോകത്തിലെ മുതലാളിത്തത്തിന്റെ വളർച്ചയെക്കുറിച്ചുള്ള വിവരണത്തിലും മാർക്സ് ഏഷ്യക്ക്—ഈജിപ്ത് മുതലായ ചില ആഫ്രിക്കൻ രാജ്യങ്ങൾ അടക്കമുള്ള പൗരസ്ത്യദേശത്തിനും—പൊതുവായതെന്ത് എന്നു വിശദീകരിക്കുവാൻ ശ്രമിച്ചിട്ടുണ്ട്. ഈ രാജ്യങ്ങളുടെ ചരിത്രം, സമ്പദ്വ്യവസ്ഥ, രാഷ്ട്രീയഘടന എന്നിവയെക്കുറിച്ച് വിശദമായ പഠനം നടത്തിയശേഷം അദ്ദേഹം എഴുതി:

> അനാദികാലം മുതൽക്കേ ഏഷ്യയിൽ പൊതുവെ ഗവൺമെന്റിന് മൂന്നു വകുപ്പുകൾ മാത്രമാണുണ്ടായിരുന്നത്: ധനവകുപ്പ് അഥവാ ആഭ്യന്തരമായ കൊള്ള, യുദ്ധവകുപ്പ് അഥവാ വിദേശരാജ്യങ്ങളെ കൊള്ളയടിക്കൽ, അവസാനമായി പൊതുമരാമത്തുവകുപ്പും. കാലാവസ്ഥയും ഭൂപ്രകൃതിയും-വിശേഷിച്ചും സഹാറ മുതൽ അറേബ്യ, പേർഷ്യ, ഇന്ത്യ, താർത്താരി തുടങ്ങി ഏറ്റവും ഉയർന്ന ഏഷ്യൻ പീഠഭൂമികൾവരെയായി നീണ്ടുപരന്നു കിടക്കുന്ന അതിവിസ്തൃതമായ മരുഭൂപ്രദേശങ്ങൾ—ചാലുകളും ജലസംഭരണികളും ഉപയോഗിച്ചുള്ള കൃത്രിമ ജലസേചനം പൗരസ്ത്യ കൃഷിയുടെ അടിസ്ഥാനമാക്കിത്തീർത്തു. ഈജിപ്തിലെയും ഇന്ത്യയിലെയും പോലെ മെസപ്പൊട്ടേമിയയിലും പേർഷ്യയിലും മറ്റും മണ്ണ് ഫലഭൂയിഷ്ഠമാക്കുന്നതിനുവേണ്ടി വെള്ളം കെട്ടിനിറുത്തുന്നു; ഉയർന്ന സ്ഥലങ്ങളിൽനിന്ന് ജലസേചനച്ചാലുകളിലേക്ക് വെള്ളം ഒഴുക്കിവിടുന്നതിനുള്ള സൗകര്യമാണ് ഇതിനുവേണ്ടി ഉപയോഗപ്പെടുത്തുന്നത്. ജലത്തിന്റെ മിതവും പൊതുവുമായ ഉപയോഗമെന്ന പരമപ്രധാനമായ ആവശ്യം ഫ്ളാൻഡേഴ്സിലെയും ഇറ്റലിയിലെയും പോലെ പാശ്ചാത്യദേശങ്ങളിൽ സ്വകാര്യസമാരംഭങ്ങളെ സന്നദ്ധസംഘങ്ങളാകുവാൻ നിർബന്ധിതമാക്കി. എന്നാൽ നാഗരികത തുലോം കുറഞ്ഞതും ഭൂവിസ്തൃതി അമ്പേ കൂടിയതുമായ പൗരസ്ത്യദേശങ്ങളിൽ സന്നദ്ധസംഘങ്ങൾ പ്രവർത്തിപ്പിക്കുക അസാധ്യമായിരുന്നു. അത് ഗവൺമെന്റിന്റെ കേന്ദ്രീകരണാധികാരത്തിന്റെ ഇടപെടൽ ആവശ്യമാക്കിത്തീർത്തു. അതിനാൽ പൊതുമരാമത്തു പണികൾ നടത്തുക എന്ന ഒരു സാമ്പത്തികച്ചുമതല ഏഷ്യയിലെ എല്ലാ ഗവൺമെന്റുകൾക്കും വന്നുചേർന്നു. കേന്ദ്ര ഗവൺമെന്റിനെ ആശ്രയിച്ചുകൊണ്ടുള്ള, മണ്ണിന്റെ കൃത്രിമമായ ഈ ഫലഭൂയിഷ്ഠവൽക്കരണവും അതിന്, നിലം നനയ്ക്കുന്നതിലും വറ്റിക്കുന്നതിലും ഉണ്ടാകുന്ന അനാസ്ഥമൂലം ഉടനടി

> സംഭവിക്കുന്ന ശോഷണവുമാണ്, ഒരുകാലത്ത് അതിവിദഗ്ധമായി കൃഷിചെയ്തിരുന്ന പാമിറ, പെട്ര, യെമനിലെ നാശാവശിഷ്ടങ്ങൾ, ഈജിപ്തിലെയും പേർഷ്യയിലെയും ഹിന്ദുസ്ഥാനിലെയും വലിയ പ്രവിശ്യകൾ എന്നിവപോലുള്ള പ്രദേശങ്ങൾ മുഴുവനും തരിശും മരുഭൂമിയുമായി ഇന്നു നാം കാണുന്നതിനുള്ള—അന്യഥാ വിചിത്രമായ ഒരു വസ്തുതയാണിത്—കാരണം. കൂടാതെ സംഹാരാത്മകമായ ഒരൊറ്റ യുദ്ധത്തിന് ഒരു രാജ്യത്തെ നൂറ്റാണ്ടുകളോളം എങ്ങനെ നിർജനമാക്കിത്തീർക്കാനും അതിന്റെ നാഗരികതയെ അപ്പാടെ തുടച്ചു മാറ്റാനും കഴിഞ്ഞുവെന്നതിനുള്ള വിശദീകരണവും അതു നൽകുന്നു. (മാർക്സ്, *കൊളോണിയലിസത്തെക്കുറിച്ച്*, പേജ് 37).

യൂറോപ്പിൽ അടിമത്തത്തെത്തുടർന്നു നാടുവാഴിത്തവും അതിനെത്തുടർന്നു മുതലാളിത്തവും വന്നതിനു സദൃശമായി ഏഷ്യയിലും ഒരു സവിശേഷ സാമൂഹ്യക്രമം ഉരുത്തിരിഞ്ഞുവെന്ന നിഗമനത്തിൽ മാർക്സ് എത്തി. അദ്ദേഹം അതിനെ 'ഏഷ്യാറ്റിക്' ക്രമം എന്നുവിളിച്ചു. മാർക്സിന്റെ ഈ രൂപകൽപ്പന പണ്ഡിതന്മാർക്കിടയിൽ ഇന്നും ഗൗരവമായ ചർച്ചാവിഷയമാണ്. ചിലർ ഏഷ്യയിലെ ഏതുരാജ്യത്തെയും കുറിച്ചുള്ള പഠനത്തിന് ഈ പദത്തെ അടിസ്ഥാനമാക്കുന്നു. മറ്റുചിലർ എംഗൽസ് ആ പദം ഉപയോഗിച്ചിട്ടില്ലെന്ന ന്യായത്തിന്മേൽ ആ സങ്കൽപ്പനത്തെത്തന്നെ നിഷേധിക്കുന്നു. മാർക്സ് തന്നെ ഒരിക്കലേ അതു പ്രയോഗിച്ചിട്ടുള്ളു എന്നും അവർ ചൂണ്ടിക്കാട്ടുന്നു.

മാർക്സിന്, 'ഏഷ്യാറ്റിക് സമൂഹം', 'ഏഷ്യാറ്റിക് ഉൽപ്പാദനരീതി' എന്നീ പദങ്ങൾ സമൂഹത്തിന്റെയും ഓരോ ഏഷ്യൻ രാജ്യത്തുമുള്ള അതിന്റെ പരിണാമത്തിന്റെയും മൂർത്തമായ വിശകലനത്തിനുപകരം വയ്ക്കാനുള്ളതായിരുന്നില്ല. ഒരു ഉദാഹരണം, ഏഷ്യൻ ഉൽപ്പാദനരീതിയുടെ പ്രധാന സവിശേഷതയായി സ്വകാര്യ ഭൂവുടമസ്ഥതയുടെ അഭാവത്തെ തന്റെ കൃതികളിൽ ചൂണ്ടിക്കാട്ടിയ മാർക്സ് 1853 ജൂൺ 14 ന് എംഗൽസിനുള്ള കത്തിൽ ഇങ്ങനെ എഴുതി:

> സ്വത്തിന്റെ പ്രശ്നത്തെക്കുറിച്ചു പറയുകയാണെങ്കിൽ, ഇന്ത്യയെക്കുറിച്ചെഴുതുന്ന ഇംഗ്ലീഷുകാർക്കിടയിൽ വളരെ വിവാദപരമായ ഒന്നാണത്. കൃഷ്ണയ്ക്കു തെക്കുള്ള നിമ്നോന്നതമായ കുന്നിൻ പ്രദേശങ്ങളിൽ ഭൂസ്വത്ത് നിലനിന്നിരുന്നതായി തോന്നുന്നു. (മാർക്സ്, *കൊളോണിയലിസത്തെക്കുറിച്ച്*, പേജ് 415).

'ഏഷ്യാറ്റിക് സമൂഹം', 'ഏഷ്യാറ്റിക് ഉൽപ്പാദനരീതി' എന്നതിനു പുറമേ കിഴക്ക് ചൈന മുതൽ പടിഞ്ഞാറ് അറേബ്യയും ഈജിപ്തും വരെയുള്ള മറ്റു പല രാജ്യങ്ങൾക്കും ഇന്ത്യക്കും ചരിത്രപരമായ വികാസത്തിന്റെ കാര്യത്തിൽ പൊതുവായ ചില സവിശേഷതകളുണ്ട് എന്നത് ശ്രദ്ധേയമാണ്:

ഒന്നാമത്, അവയെപ്പോലെ ഇന്ത്യയും ചരിത്രത്തിന്റെ ആദ്യയുഗത്തിൽ, അതായത് ക്രിസ്തുവിനുമുമ്പുള്ള സഹസ്രാബ്ദങ്ങളിൽത്തന്നെ രാജ്യങ്ങളും സാമ്രാജ്യങ്ങളുമായി വളർന്ന നാഗരികസമൂഹത്തെ വളർത്തിയിരുന്നു. പൗരസ്ത്യദേശം അഥവാ ഏഷ്യ മാനവനാഗരികത വളർത്തുന്നതിൽ പാശ്ചാത്യരെക്കാൾ മുമ്പിലായിരുന്നു എന്നു സാരം.

രണ്ടാമത്, ഈ രാജ്യങ്ങളിലെല്ലാം ചരിത്രത്തിന്റെ ഏറ്റവും പ്രാചീനയുഗത്തിൽ ഏതെങ്കിലും രൂപത്തിലുള്ള അടിമത്തമുണ്ടായിരുന്നു—ഇന്ത്യയിൽ വർണ-ജാതി സമൂഹത്തിന്റെ രൂപത്തിൽ.

മൂന്നാമത്, ആദ്യചരിത്രയുഗത്തിലുള്ള പൗരസ്ത്യ അടിമത്തത്തിനു പകരം പാശ്ചാത്യരൂപത്തിലുള്ള നാടുവാഴിത്തം വന്നില്ല.

എന്നാൽ ഈ രാജ്യങ്ങളിലെല്ലാം അടിമത്തം ഏതെങ്കിലും തരത്തിലുള്ള പരിവർത്തനത്തിനു വിധേയമായിരുന്നു. ഉദാഹരണത്തിന്, ഇന്ത്യയിൽ പോയ യുഗത്തിലെ വർണ-ജാതി വ്യവസ്ഥ ഒരു സാമൂഹ്യ-രാഷ്ട്രീയ വ്യവസ്ഥയായി വളർന്നു. അതിൽ ഗ്രാമസമൂഹത്തിലെ നിരവധി അടരുകളായുള്ള ജാതി-ഉപജാതി പടലം സ്വേച്ഛാധിപത്യഭരണം കെട്ടിപ്പൊക്കാനുള്ള നല്ല അടിത്തറ പാകി.

നാലാമത്, ഈ പരിവർത്തനങ്ങളിൽ വിദേശാക്രമണവും കീഴ്പ്പെടുത്തലും, അവയോടുള്ള ചെറുത്തുനിൽപ്പ്, രാജ്യങ്ങളുടെയും സാമ്രാജ്യങ്ങളുടെയും രൂപീകരണവും പതനവും ഇവയെല്ലാം പ്രധാനപങ്കു വഹിച്ചു. എന്നാൽ അവയൊന്നും ഗ്രാമസമൂഹത്തെ താഴെനിന്നു ബാധിച്ചില്ല. ഇന്ത്യയെ പ്രത്യേകിച്ച് പരാമർശിച്ചുകൊണ്ട് മാർക്സ് എഴുതി:

> എല്ലാ ആഭ്യന്തരയുദ്ധങ്ങളും കടന്നാക്രമണങ്ങളും വിപ്ലവങ്ങളും കീഴടക്കലുകളും ക്ഷാമങ്ങളും—ഇങ്ങനെ തുടർച്ചയായി ഹിന്ദുസ്ഥാനിൽ നടക്കുന്ന സംഭവങ്ങൾ വല്ലാതെ സങ്കീർണവും ശീഘ്രലവും നശീകരണാത്മകവും ആയി തോന്നാമെങ്കിലും അവയൊന്നും ഉപരിതലംവിട്ടു താഴേക്കു പോവുകയുണ്ടായില്ല. (മാർക്സ്, *കൊളോണിയലിസത്തെക്കുറിച്ച്*, പേജ് 36–37).

അവസാനമായി, ഈ സാമൂഹ്യ-രാഷ്ട്രീയവ്യവസ്ഥയ്ക്ക് കനത്ത അടിയേറ്റത് കേന്ദ്രീകൃത രാഷ്ട്രീയ-ഭരണസംവിധാനം നശിച്ചതുകൊണ്ടല്ല, സ്വാഭാവികമായ സമ്പദ്‌വ്യവസ്ഥയുടെ അടിത്തറയിൽ താഴെനിന്ന് ഗ്രാമസമൂഹങ്ങളിന്മേൽ കെട്ടിപ്പടുത്ത സാമൂഹ്യ-സാംസ്കാരിക ജീവിതം കടപുഴക്കപ്പെട്ടതുകൊണ്ടാണ്. വിദേശ സാഹസികരുടെ സൈനികശക്തിക്ക് ഒന്നും ചെയ്യാൻ കഴിയാതിരുന്നേനെ, വിദേശകമ്പനികളുടെ ലക്ഷ്യമായ കൊള്ളക്കൊടുക്കയുടെ കമ്പോളശക്തി അതിനുവേണ്ട ബലം നൽകിയിരുന്നില്ലെങ്കിൽ.

1

ചരിത്രത്തിലേക്ക് ഒരെത്തിനോട്ടം

മദിരാശിസംസ്ഥാനത്തിനു വെളിയിൽ, ബോംബെയിലോ കൽക്കത്തയിലോ ഡെൽഹിയിലോ ലാഹൂറിലോ വെച്ച് അന്നാട്ടുകാരനായ ഒരാൾ നിങ്ങളെ കണ്ടുവെന്നു കരുതുക. അയാൾ നിങ്ങളുമായി കുശലപ്രശ്നം തുടങ്ങുന്നത് ഇങ്ങനെയായിരിക്കും:

"നിങ്ങൾ മദിരാശിക്കാരനാണ്, അല്ലേ?" മദിരാശിക്കാരനാണെന്നതിന്റെ അർഥം മദിരാശി പട്ടണവാസിയെന്നാണെന്നു കരുതിയ നിങ്ങൾ പറയും:

"അല്ല, ഞാൻ മലയാളിയാണ്."

പക്ഷേ നിങ്ങളുടെ കൂട്ടുകാരനു മനസിലാവുകയില്ല; ബ്രിട്ടീഷിന്ത്യയിൽപ്പെട്ട മദിരാശിസംസ്ഥാനവും കൊച്ചി, തിരുവിതാംകൂർ, മൈസൂർ നാട്ടുരാജ്യങ്ങളുമെല്ലാം അയാളുടെ ദൃഷ്ടിയിൽ 'മദിരാശി'യാണ്, അഥവാ തെക്കേ ഇന്ത്യയാണ്; അവിടത്തുകാരെല്ലാം അയാളുടെ ദൃഷ്ടിയിൽ 'മദിരാശിക്കാ'രാണ്.

ഈ മദിരാശിയിൽ, അഥവാ തെക്കേ ഇന്ത്യയിൽ, നാലു പ്രത്യേക സംസ്ഥാനങ്ങളുണ്ടെന്നോ, അതിലോരോന്നിലുമുള്ള ആളുകൾ തമ്മിൽ, ബംഗാളികളും ഹിന്ദുസ്ഥാനിക്കാരും മഹാരാഷ്ട്രക്കാരും ഒറിയക്കാരും തമ്മിലുള്ള വ്യത്യാസമുണ്ടെന്നോ മറ്റു സംസ്ഥാനക്കാർക്കറിയില്ല. മലയാളികളെയും തമിഴന്മാരെയും കർണാടകക്കാരെയും ആന്ധ്രക്കാരെയും ഒരേമാതിരി തെക്കേ ഇന്ത്യക്കാരായി കണക്കാക്കി സംസാരിച്ച ഒരു ബംഗാളി സുഹൃത്തിനോട് ബംഗാളികളെയും ഹിന്ദുസ്ഥാനിക്കാരെയും പഞ്ചാബികളെയും ഒരേമാതിരി വടക്കേ ഇന്ത്യക്കാരായി കണക്കാക്കുന്നതുപോലെയാണതെന്നു പറഞ്ഞപ്പോൾ അദ്ദേഹം ആശ്ചര്യപ്പെട്ടുപോയത് എന്റെ സ്വന്തം അനുഭവമാണ്.

ഇരുപത്തിയഞ്ചു കൊല്ലത്തിലധികംകാലം പഴക്കമുള്ള ഭാഷാപരമായ സംസ്ഥാനവിഭജനത്തിനുശേഷം, കോൺഗസ്സുകാർക്ക് ഈ വ്യത്യാസം കുറെയൊക്കെ മനസ്സിലായിട്ടുണ്ടെന്നു പറയാം. പക്ഷേ അവരുടെ ഇടയിലും ആന്ധ്രയെയും തമിഴ്നാടിനെയുമെന്നപോലെ കേരളത്തെക്കുറിച്ചും വിവരമില്ല. കേരളവും ആന്ധ്രയും പര്യായങ്ങളാണെന്നു കരുതി, "നിങ്ങളുടെ ആന്ധ്രസംസ്ഥാനകാര്യങ്ങളെന്തായി" എന്നൊരു സുഹൃത്ത് എന്നോട് ഈയിടെ ചോദിക്കുകയുണ്ടായി.

ചരിത്രത്തിന്റെ ആദ്യകാലത്തെ കേരളം

എന്നാൽ, കേരളം ഇത്ര അജ്ഞാതമല്ലാത്ത, മലയാളികൾ ഇത്ര അപ്രശസ്തന്മാരല്ലാത്ത, ഒരു കാലമുണ്ടായിരുന്നു. ഇന്ത്യയിൽ മാത്രമല്ല ലോകത്തിലെങ്ങും തങ്ങളുടെ പേരും പെരുമയും പരത്തിയ ഒരു ജനവിഭാഗമാണ് ചരിത്രത്തിന്റെ ആദ്യകാലത്ത് കേരളത്തിൽ ജീവിച്ചിരുന്നത്.

പരേതനായ കെ പി പത്മനാഭമേനോൻ തന്റെ *കേരളചരിത്ര*ത്തിൽ ഇങ്ങനെ പറയുന്നു:

സംസ്കൃതസാഹിത്യത്തിൽ ആദ്യകാലം മുതൽക്കുതന്നെ കേരളമെന്ന പേരാണ് ഈ നാടിനുപയോഗിച്ചുകാണുന്നത്, ആ പേരുകൊണ്ടാണ് തങ്ങളുടെ മാതൃഭൂമിയെ വിളിക്കാൻ മലയാളികൾ ഇഷ്ടപ്പെടുന്നത്.

ആര്യന്മാർക്ക് ആദികാലത്തുതന്നെ കേരളത്തെക്കുറിച്ചറിയാമായിരുന്നു. ക്രിസ്തുവിനുമുമ്പ് നാലാം നൂറ്റാണ്ടിൽ ജീവിച്ചിരുന്ന കാത്യായനനും ക്രിസ്തുവിനു 150 കൊല്ലം മുമ്പു ജീവിച്ചിരുന്ന പതഞ്ജലിയും കേരളത്തെക്കുറിച്ചു പ്രസ്താവിക്കുന്നുണ്ട്. *മഹാഭാരതം, രാമായണം, വായുപുരാണം, മത്സ്യപുരാണം, മാർക്കണ്ഡേയപുരാണം* എന്നിവയിലെല്ലാം കേരളത്തെയും ഗോകർണത്തെയും കുറിച്ചു പറയുന്നുണ്ട്.

അശോകചക്രവർത്തി(ക്രി. മു. 257)യുടെ രണ്ടാമത്തെയും പതിമ്മൂന്നാമത്തെയും ശിലാശാസനങ്ങളിൽ കേരളം തന്റെ സാമ്രാജ്യത്തിന്റെ അയൽപ്രദേശത്തുള്ള ഒരു രാജ്യമാണെന്നു പ്രസ്താവിച്ചിരിക്കുന്നു.

ക്രിസ്ത്വബ്ദം ഒന്നാംനൂറ്റാണ്ടുകാരനായ പ്ലിനി, രണ്ടാം നൂറ്റാണ്ടുകാരനായ ടോളമി എന്നിവരും കേരളത്തെക്കുറിച്ചു പ്രസ്താവിച്ചിട്ടുണ്ട്.

ഇന്ത്യാചരിത്രത്തിന്റെ മാത്രമല്ല ലോകചരിത്രത്തിന്റെ തന്നെ ആദ്യകാലത്ത്, പരിഷ്കാരവും സംസ്കാരവും തികഞ്ഞ ഒരു രാജ്യമായിരുന്നു കേരളം. ഇവിടത്തെ ഉൽപ്പന്നങ്ങളായ തേക്ക്, ക്രിസ്തുവിനു 3000 കൊല്ലംമുമ്പു ജീവിച്ചിരുന്ന ബാബിലോണിയൻ ചക്രവർത്തി ഉപയോഗിച്ചിരുന്നുവെന്ന് ഈയിടെ തെളിഞ്ഞിരിക്കുന്നു. ബാബിലോണിയൻ സംസ്കാരത്തിന്റെ കാലത്ത് അന്നാട്ടുകാരുപയോഗിച്ചിരുന്ന പല സാധനങ്ങളുടെയും പേര് അവരുടെ ഭാഷയിലും നമ്മുടെ ഭാഷയിലും ഒന്നാണെന്നും അതുകൊണ്ട് ആ സാധനങ്ങൾ ഇവിടെനിന്ന് കയറ്റിയയയ്ക്കുകയെന്നത് അന്നത്തെ പതിവായിരുന്നുവെന്നും ചരിത്രപണ്ഡിതന്മാർ

വ്യക്തമാക്കിയിരിക്കുന്നു. ഇന്ത്യയുടെ പടിഞ്ഞാറുഭാഗത്തുകിടക്കുന്ന ഫിനീഷ്യ, ഈജിപ്ത് മുതലായ രാജ്യങ്ങളുമായി ക്രമമായ കച്ചവടബന്ധ മുണ്ടായിരുന്ന ആ പ്രാചീനകേരളത്തിന്റെ വ്യാപാരപരമായ തലസ്ഥാനം കൊടുങ്ങല്ലൂരായിരുന്നു എന്നുകൂടി അവർ സ്ഥാപിച്ചുകഴിഞ്ഞിട്ടുണ്ട്.

ചരിത്രരേഖകളുടെ കുറവ്

ഇത്ര പുരാതനമാണ് നമ്മുടെ രാജ്യം, ഇത്ര ലോകവ്യാപിയാണ് നമ്മുടെ പ്രാചീനസംസ്കാരം; എന്നിരുന്നാലും ക്രമമായും തുടർച്ചയായു മുള്ള ഒരു കേരളചരിത്രം ഇനിയും നമുക്കു കിട്ടിയിട്ടില്ല. 5000 കൊല്ലംമുമ്പ് തേക്കും ആനക്കൊമ്പും മറ്റും ബാബിലോണിയയിലേക്ക് കയറ്റിയയ ച്ചിരുന്ന നമ്മുടെ പ്രപിതാമഹന്മാർ ജീവിച്ചിരുന്നത് ഏതു രീതിയിലാണ്; അവരുടെ കൃഷിയും തൊഴിലുകളും മറ്റും എത്രത്തോളം അഭിവൃദ്ധി പ്പെട്ടിരുന്നു; ഭക്ഷണം, വസ്ത്രം, വീട് മുതലായ നിത്യജീവിതസാമഗ്രി കൾ എന്തെല്ലാംതരത്തിൽ ഉണ്ടാക്കുകയും ഉപയോഗിക്കുകയും ചെയ്തി രുന്നു; കളികളും കലകളും എന്തായിരുന്നു; വിശ്വാസത്തിന്റെയും വിജ്ഞാന ത്തിന്റെയും പരിധി ഏതുവരെ വിപുലമായിരുന്നു; കുടുംബവും സമുദായവും എങ്ങനെ സംഘടിപ്പിക്കപ്പെട്ടിരുന്നു—ഇതൊന്നും നമുക്കറിഞ്ഞുകൂടാ.

ആ അതിപ്രാചീന കേരളത്തിലെ അജ്ഞാതമായ സംസ്കാരവും ജീവിതരീതിയും ഏതേത് ദശാഘട്ടങ്ങൾ പിന്നിട്ടിട്ടാണ് ഇന്നത്തെ കേരള സംസ്കാരവും കേരളജീവിതരീതിയുമായിത്തീർന്നിട്ടുള്ളതെന്നും നമുക്ക റിഞ്ഞുകൂടാ.

ആര്യന്മാരുടെ വരവിനു തൊട്ടുമുമ്പുള്ള കാലത്തെ കേരളത്തെക്കു റിച്ച് വിശ്വാസയോഗ്യമായ ചില ചരിത്രരേഖകൾ നമുക്കു കിട്ടിയിട്ടു ണ്ടെന്നത് വാസ്തവമാണ്; ആര്യന്മാരുടെ പ്രവേശനത്തെയും അതിനെ ത്തുടർന്നുള്ള കാലഘട്ടങ്ങളെയും കുറിച്ച് കുറെക്കൂടി വ്യക്തവും വിശ്വാ സ്യവുമായ വിവരം ശിലാലിഖിതങ്ങൾ, യാത്രക്കുറിപ്പുകൾ, ഇതിഹാസ ങ്ങൾ, ചെപ്പേടുകൾ മുതലായവയിൽനിന്ന് നമുക്കു കിട്ടുന്നുണ്ടെന്നതും ശരിതന്നെ; ഇതിലെല്ലാമധികം വ്യക്തമായ ചരിത്രം യഹൂദൻമാർ, ക്രിസ്ത്യാനികൾ, അറബികൾ, പറങ്കി (പോർച്ചുഗീസ്)കൾ, ലന്തക്കാർ (ഡച്ച്), ഇംഗ്ലീഷുകാർ എന്നിവരുടെ കത്തുകളിലും ഗ്രന്ഥങ്ങളിലും കാണാനുണ്ടെന്നതും പരമാർഥമാണ്.

ഇവയെല്ലാം പരിശോധിച്ച് ശാസ്ത്രീയമായ ഒരു കേരളചരിത്രം തയ്യാറാക്കാൻ ലോഗൻ, നാഗമയ്യ, പദ്മനാഭമേനോൻ, ശങ്കുണ്ണിമേനോൻ മുതലായവർ ശ്രമിക്കുകയും അതിന്റെയെല്ലാം ഫലമായി വിപുലമായ ഒരു കേരളചരിത്രസാഹിത്യം വളർന്നുവരികയും ചെയ്തിട്ടുണ്ട്. അതെ ല്ലാം ഇംഗ്ലീഷിലാണെഴുതപ്പെട്ടിട്ടുള്ളതെന്നതിനാൽ അതൊന്നും മലയാള വായനക്കാർക്കു പ്രയോജനപ്പെടുന്നില്ല. പക്ഷേ ഇംഗ്ലീഷിലെങ്കിലും താര തമ്യേന വിശ്വാസയോഗ്യമായ ഒരു ചരിത്രസാഹിത്യം കേരളത്തിനു ണ്ടായിട്ടുണ്ടെന്നത് ചാരിതാർഥ്യജനകമാണ്.

പക്ഷേ ഈ ചരിത്രഗ്രന്ഥങ്ങൾക്കെല്ലാം വലുതായ ഒരു ദോഷമുണ്ട്:

കേരളത്തിന്റെ ഭരണാധികാരികളെയും അവരോടു തൊട്ടുനിൽക്കുന്ന ഉയർന്ന വർഗക്കാരെയും കുറിച്ചാണവ അധികവും പ്രതിപാദിക്കുന്നത്. തങ്ങളുടെ ഉറച്ച സൈനികസംഘടന കൊണ്ട് കേരളത്തെ കീഴടക്കിയ നായന്മാർ; മഹനീയ സംസ്കാരം കൊണ്ട് മലയാളികളെ പാട്ടിലാക്കിയ നമ്പൂതിരിമാർ; വിപുലമായ കച്ചവടംകൊണ്ട് നാട്ടുപ്രമാണികളായി ത്തീർന്ന യഹൂദൻമാരും ക്രിസ്ത്യാനികളും അറബികളും; കച്ചവടവും പട്ടാളവുംകൊണ്ട് നാടടക്കിയ പറങ്കി, ലന്ത, ഇംഗ്ലീഷ് കമ്പനിക്കാർ— ഇവരെക്കുറിച്ച് കുറെയൊക്കെ നമുക്ക് *കേരളചരിത്ര*ത്തിൽനിന്നറിയാൻ കഴിയുന്നുണ്ട്. പക്ഷേ ഈ എല്ലാ വർഗക്കാരുടെയും മേധാവിത്വത്തിൻ കീഴിൽ അടിമകളായിക്കഴിഞ്ഞിരുന്ന ചെറുമക്കൾ, പറയർ, നായാടികൾ മുതലായവരുടെ ഉൽഭവം, വളർച്ച എന്നിവയെക്കുറിച്ചൊന്നും നമ്മുടെ *കേരളചരിത്രം* മിണ്ടുന്നില്ല. എന്തിനേറെ? താരതമ്യേന പരിഷ്കൃതജന വിഭാഗമായ തീയ (ഈഴവ)രെക്കുറിച്ചുപോലും ചരിത്രത്തിനു വളരെ യൊന്നും പറയാനില്ല (കേരളത്തിലെ ജാതികളെക്കുറിച്ചു പ്രതിപാ ദിക്കുന്ന *കേരളചരിത്രം* മൂന്നാംവാല്യത്തിന്റെ 109 പേജ് നമ്പൂതിരിമാരെ ക്കുറിച്ചും 176 പേജ് നായൻമാരെക്കുറിച്ചും പ്രതിപാദിക്കാനുപയോഗിച്ച പത്മനാഭമേനോന് തീയരെക്കുറിച്ച് 22 പേജിനുവേണ്ട വിവരങ്ങളേ കിട്ടിയുള്ളു).

ഇത് സ്വാഭാവികമാണുതാനും. ചരിത്രരേഖകളായി കണക്കാക്കപ്പെ ടുന്ന ശിലാലിഖിതങ്ങൾ, ചെപ്പേടുകൾ, കത്തുകൾ, കുറിപ്പുകൾ മുത ലായവയെല്ലാം ഭരണാധികാരികളോ അവരോടു തൊട്ടടുത്തുനിൽക്കുന്ന വർഗക്കാരോ ഉണ്ടാക്കിയവയാണ്; സത്യം പറയുകയല്ല, തങ്ങളുടെ അല്ലെങ്കിൽ തങ്ങളുടെ യജമാനൻമാരുടെ മാഹാത്മ്യം പാടിപ്പുകഴ്ത്തു കയാണ് അതെല്ലാം എഴുതിയുണ്ടാക്കിയവരുടെ ഉദ്ദേശം. കേരളം പരശു രാമനുണ്ടാക്കിയതാണെന്ന നമ്പൂതിരിയുടെ ചരിത്രം മുതൽ തങ്ങളി ന്ത്യയിൽ വരുന്നതുവരെ ഇവിടെയുണ്ടായിരുന്നവരൊക്കെ കാടൻമാരും അപരിഷ്കൃതൻമാരുമാണെന്ന ഇംഗ്ലീഷുകാരന്റെ ചരിത്രം വരെയുള്ള എത്രയോ നുണക്കഥകളിലൂടെ നുഴഞ്ഞിട്ടുവേണം കേരളചരിത്രകാരന് തന്റെ പണി മുഴുവനാക്കാൻ. ഈ നുണക്കഥകളുടെ നടുവിൽപ്പെട്ട ചരി ത്രകാരൻ, രാജാക്കൻമാരും മന്ത്രിമാരും പടനായകൻമാരും പ്രമാണിക ളും പണ്ഡിതൻമാരുമല്ലാത്ത സാധാരണമനുഷ്യർ ഇന്നാട്ടിലുണ്ടെന്നു മന സ്സിലാക്കാത്തതിലോ ആ വാസ്തവം മനസ്സിലാക്കിയാൽത്തന്നെ ഈ സാധാരണജനങ്ങളുടെ ജീവിതവും സംസ്കാരവും ചരിത്രവും അയാൾ ക്കു പഠിക്കാൻ കഴിയാതെവരുന്നതിലോ എന്താണൽഭുതം?

കേരളം കടലിൽനിന്നുണ്ടായതോ?

ചരിത്രകാരന്റെ ദൃഷ്ടിയിൽപ്പെടുന്ന ഈ നുണക്കഥകളിൽ ആദ്യ ത്തേതാണ് *കേരളോൽപ്പത്തി.* കടലിനടിയിൽ കിടന്നിരുന്ന കേരളഭൂ മിയെ കടലിൽനിന്നു പുറത്തെടുത്ത പരശുരാമമഹർഷി ഇവിടെ താമസി ക്കാൻ ബ്രാഹ്മണരെയും അവരെ ശുശ്രൂഷിക്കാൻ മറ്റു ജാതിക്കാരെയും

കൊണ്ടുവന്നുവെന്നും ഇവിടത്തെ ഭൂമിയും മറ്റു സ്വത്തുക്കളുമെല്ലാം ആ ബ്രാഹ്മണർക്ക് ദാനം ചെയ്തുവെന്നും ഇന്നാട്ടിന്റെ ഭരണത്തിനും മറ്റും വേണ്ട ഏർപ്പാടുകളുണ്ടാക്കിയെന്നും മറ്റുമാണീ കഥ.

ഇത് അശാസ്ത്രീയവും അസംബന്ധവുമാണെന്നതിനു സംശയമില്ല. ലോഗന്റെ ഭാഷയിൽ, "തങ്ങളുടെ മികച്ച അധികാരവും പദവിയും നിലനിർത്താൻവേണ്ടി ബ്രാഹ്മണസമുദായം ചമച്ചുവിട്ട അസംബന്ധമായ ഐതിഹ്യ"മാണിത്. ഇതൊരൈതിഹ്യമായി നാട്ടുകാരുടെ ഇടയിൽ ധാരാളം പ്രചരിച്ചുവെന്നും, കേരളത്തിലെ ഭൂവടുമസമ്പ്രദായം നിലനിർത്തുന്നതിനുള്ള ഒരു ന്യായമായി ഇതിനെ ചില ജന്മികൾ ഇന്നും ലജ്ജകൂടാതെ എടുത്തുകാണിക്കുന്നുണ്ടെന്നുമുള്ളതിൽനിന്ന് ബ്രാഹ്മണരുടെ അധികാരശക്തിയുടെ അതിരുകൾ ഏതാണ്ടൂഹിക്കാമെന്നു മാത്രം.

പക്ഷേ അസംബന്ധമായ ഈ ഐതിഹ്യത്തിന്റെ പിന്നിൽത്തന്നെ ഒരു ചരിത്രസത്യം ഒളിഞ്ഞുകിടക്കുന്നുണ്ടെന്ന് ചരിത്രകാരൻമാർ വാദിക്കുന്നു. പത്മനാഭമേനോൻ പറയുന്നു:

> അനവധി നൂറ്റാണ്ടുകൾക്കുമുമ്പ് ഗോകർണത്തിനടുത്തുവെച്ച് കടൽ പടിഞ്ഞാറോട്ടു പിൻവാങ്ങുകയുണ്ടായി; കുറെ കഴിഞ്ഞതിൽപ്പിന്നെ ഗോകർണത്തിനും കന്യാകുമാരിക്കുമിടയിലുള്ള കുറെ ഭാഗമെങ്കിലും കടലിൽനിന്ന് പൊന്തിവരികയുണ്ടായി—ഈ രണ്ടു സംഭവങ്ങളെ കവികളുടെ ഭാഷയിൽ പറയുകയാണീ ഐതിഹ്യം ചെയ്യുന്നതെന്നതിനു സംശയമുണ്ടോ?

അടുത്ത കാലത്തുപോലും ഇത്തരം സംഭവങ്ങൾ ധാരാളം നടക്കുന്നുണ്ടെന്ന് പത്മനാഭമേനോൻ തുടർന്നുപറയുന്നു. കൊച്ചിക്കടുത്തുള്ള വൈപ്പിൻദ്വീപ് ക്രിസ്ത്വബ്ദം 1341-ാമാണ്ടിനോടടുത്തുണ്ടായ വെള്ളപ്പൊക്കത്തിനിടയ്ക്ക് കടൽനീങ്ങി ഉണ്ടായതാണെന്നു വ്യക്തമാണ്. ക്രിസ്തുവിനു 400 കൊല്ലത്തോളം മുമ്പ് ഇന്ത്യ സന്ദർശിച്ച മെഗസ്തനീസ് പറയുന്നത് തൃപ്പൂണിത്തുറ കടൽവക്കത്തായിരുന്നുവെന്നാണ് (അത് ഇന്ന് ആറു നാഴികയോളം ഉള്ളിലേക്കു നീങ്ങിക്കിടക്കുന്നു). വൈക്കം ('വെച്ചത്'= കടൽവെച്ചത് = കടൽ പിൻവാങ്ങിയുണ്ടായത്), കടക്കര (കടൽ+കര), കടത്തുരുത്തി (കടൽ + തുരുത്തി) മുതലായ പേരുള്ള ഗ്രാമങ്ങളും പട്ടണങ്ങളും ഇന്ന് കുറെ ഉള്ളിലോട്ട് നീങ്ങിക്കിടക്കുന്നുണ്ടെന്നതിൽനിന്ന് ഒരുകാലത്ത് ഈ പ്രദേശങ്ങളെല്ലാം കടൽവക്കത്തായിരുന്നു എന്ന് ഊഹിക്കാം. കടൽവക്കത്ത് കിടക്കുന്നതും കൊടുങ്ങല്ലൂരിനും വർക്കലയ്ക്കുമിടയ്ക്കുള്ളതുമായ പട്ടണങ്ങളുടെ കൂട്ടത്തിൽ, ടോളമി പ്രസ്താവിക്കുന്ന പല പട്ടണങ്ങളും ഇന്ന് ഉള്ളിലോട്ട് നീങ്ങിയിട്ടാണു കിടക്കുന്നത്. ക്രിസ്ത്വബ്ദത്തിന്റെ ആദ്യനൂറ്റാണ്ടുകളിൽ ഇന്നത്തെ ആലപ്പുഴ, കൊച്ചി എന്നീ പട്ടണങ്ങൾ നിൽക്കുന്ന കടലോരപ്രദേശമാകെ കടലിലായിരുന്നുവെന്നും, പള്ളിപ്പുറം മുതൽ

ചങ്ങനാശ്ശേരിവരെ നീണ്ടുകിടക്കുന്ന കായൽ അന്നു കടൽതന്നെയായിരുന്നുവെന്നും വിശ്വസിക്കാൻ ധാരാളം വഴിയുണ്ടെന്നും പത്മനാഭമേനോൻ ചൂണ്ടിക്കാണിക്കുന്നു.

കേരളം മുഴുവൻ കടലിനടിയിലായിരുന്നുവോ, അതോ അതിന്റെ പടിഞ്ഞാറൻ പ്രദേശങ്ങൾ മാത്രമോ; അതായത് ഇന്നത്തെ അറബിക്കടൽ പശ്ചിമഘട്ടംവരെ പരന്നുകിടന്നിരുന്നുവോ, അതോ അതിന്റെ കുറെ ഇപ്പുറംവരെ മാത്രമോ—ഇത് ഇനിയും വ്യക്തമായിട്ടില്ല. ചരിത്രകാരൻമാർ ചൂണ്ടിക്കാണിക്കുന്ന തെളിവുകളധികവും പടിഞ്ഞാറൻപ്രദേശത്തേക്കുമാത്രം ബാധകമായവയാണ്. എന്നിരുന്നാലും, പടിഞ്ഞാറൻ പ്രദേശത്ത് അടുത്തകാലത്തുനടന്ന സംഭവങ്ങൾ എത്രയോ നൂറ്റാണ്ടുകൾക്കുമുമ്പ് കിഴക്കൻപ്രദേശത്തും നടന്നിട്ടുണ്ടാവാം; പശ്ചിമഘട്ടത്തിന്റെ പടിഞ്ഞാറുഭാഗത്തുള്ള കേരളമാകെ കടൽനീങ്ങി ഉണ്ടായതാവാം. അങ്ങനെയാണെന്നു വിശ്വസിക്കുന്ന ഭൂഗർഭശാസ്ത്രപണ്ഡിതന്മാരുടെ എണ്ണം കുറവല്ല.

ഈ അഭിപ്രായം ശരിയാണെങ്കിൽത്തന്നെ അതു നടന്നത് എത്രയോ ആയിരം കൊല്ലങ്ങൾക്കു മുമ്പായിരിക്കണമെന്നതിനു സംശയമില്ല. മുമ്പ് നാം കണ്ടതുപോലെ, 5000 കൊല്ലം മുമ്പുതന്നെ കേരളമുണ്ടായിരുന്നു; ഇവിടത്തെ ഉൽപ്പന്നങ്ങൾ ബാബിലോണിയയിലേക്കും മറ്റും കയറ്റി അയച്ചിരുന്നു. ഇന്നും കേരളത്തിന്റെ പ്രത്യേകതയായ തേക്കും മറ്റും വൻതോതിൽ അന്യനാടുകളിലേക്കു കയറ്റിഅയയ്ക്കത്തക്കവണ്ണം കൃഷിയും കച്ചവടവും അക്കാലത്ത് അഭിവൃദ്ധിപ്പെട്ടിരുന്നു. അതായത്, ബ്രാഹ്മണർ കേരളത്തിൽ വരുന്നതിന് 2500 കൊല്ലങ്ങൾക്കുമുമ്പ് (ക്രിസ്തുവിനു മുമ്പുള്ള മൂന്നു–നാലു നൂറ്റാണ്ടുകളിലാണ് ബ്രാഹ്മണർ ഇവിടെ വന്നതെന്ന് ചരിത്രകാരൻമാർ സ്ഥാപിച്ചിരിക്കുന്നു) കൃഷിയും കച്ചവടവും നടത്തത്തക്ക പരിഷ്കാരം സിദ്ധിച്ച ഒരു ജനവിഭാഗം അധിവസിക്കുന്ന ഒരു രാജ്യമായിരുന്നു കേരളം.

ആ സ്ഥിതിക്ക് പരശുരാമൻ കടലിൽനിന്നു വീണ്ടെടുത്തതാണ് കേരളമെന്നു പറയുന്നതിൽ ചരിത്രസത്യത്തിന്റെ യാതൊരു കണികയുമില്ലെന്നു വ്യക്തമാണ്. ഇവിടെ കുടിയേറിപ്പാർക്കാൻ വന്ന ബ്രാഹ്മണരുടെ നേതാവായിരുന്നു പരശുരാമനെങ്കിൽ ആ പരശുരാമൻ ജനിക്കുന്നതിനുപോലും 2500 കൊല്ലം മുമ്പുണ്ടായിരുന്ന ഒരു രാജ്യം അദ്ദേഹം കടലിൽനിന്നെടുത്തതാണെന്നു പറയുന്നത് അസംബന്ധമാണല്ലോ.

സംസ്കാരങ്ങളുടെ സംഘട്ടനം

ബ്രാഹ്മണർ കുടിയേറിപ്പാർക്കാൻ തുടങ്ങുന്നതിനു മുമ്പ് കേരളമെന്ന ഒരു രാജ്യമുണ്ടായിരുന്നുവെന്നു മാത്രമല്ല ഇവിടെ ധാരാളം ജനങ്ങൾ പരിഷ്കൃതരീതിയിൽ താമസിക്കുക കൂടി ചെയ്തിരുന്നുവെന്നതിന് ഇന്നത്തെ മലയാളികളെയും അവരുടെ ആചാരനടപടികളെയുമൊന്നു പരിശോധിച്ചാൽത്തന്നെ തെളിവു കിട്ടും.

ക്രിസ്തുവിനുമുമ്പുള്ള നൂറ്റാണ്ടുകളിൽ കുടിയേറിപ്പാർത്ത ബ്രാ

ഹ്മണരുടെ പിൻഗാമികളായ നമ്പൂതിരിമാർ ഇവിടത്തെ ജനസംഖ്യയിൽ ഒരു ചെറുന്യൂനപക്ഷം മാത്രമാണ്. ഇവിടത്തെ ഹിന്ദുക്കളിൽത്തന്നെ എത്രയോ ചെറിയ ഒരു ഭാഗം മാത്രമാണവർ. ക്രിസ്ത്യാനികൾ, മുസ്ലിങ്ങൾ എന്നിവരെ കഴിച്ചാൽ ഇവിടെയുള്ള മലയാളികളിൽ ഭൂരിപക്ഷം നായർ, തീയ (ഈഴവ) പുലയ സമുദായങ്ങളിൽപ്പെട്ടവരാണ്.

ഈ അബ്രാഹ്മണമലയാളികൾക്ക് സ്വന്തമായ ഒരു ജീവിതരീതിയും സംസ്കാരവുമുണ്ട്; വിവാഹം, പിൻതുടർച്ചാവകാശം, ആചാരാനുഷ്ഠാനങ്ങൾ, ദൈവാരാധന മുതലായ എല്ലാ കാര്യങ്ങളിലും ബ്രാഹ്മണരിൽനിന്നു വ്യത്യാസപ്പെട്ട നടപടികളാണിവർക്കുള്ളത്. ഇക്കാര്യത്തിൽ ബ്രാഹ്മണനും നായർക്കുമുള്ളതിലധികം യോജിപ്പ് നായർക്കും തീയനും പുലയനുമുണ്ട്. പരശുരാമന്റെ വെൺമഴുവിനോ ശങ്കരാചാര്യരുടെ അദ്വൈതത്തിനോ രണ്ടായിരം കൊല്ലക്കാലത്തെ നിരന്തരമായ ബ്രാഹ്മണമേധാവിത്വത്തിനോ ഈ അബ്രാഹ്മണമലയാളി ജീവിതരീതിയെ നശിപ്പിക്കാൻ കഴിഞ്ഞിട്ടില്ല. മാത്രമല്ല, ഈ അബ്രാഹ്മണമലയാളി ജീവിതരീതിയിൽ ചില ഭാഗങ്ങൾ ബ്രാഹ്മണർക്കുതന്നെ സ്വീകരിക്കേണ്ടിവരികയുമുണ്ടായി.

ഉദാഹരണത്തിന് നമുക്കു വിവാഹത്തിന്റെ കാര്യമെടുക്കാം. മറ്റെല്ലാദിക്കിലുമെന്നപോലെ കേരളത്തിലെ ബ്രാഹ്മണർക്കും വിവാഹം ഒരു 'സംസ്കാര'മാണ്; മന്ത്രങ്ങളുടെ സഹായത്തോടുകൂടി അഗ്നിയുടെ മുമ്പിൽ നിന്നുകൊണ്ട്, ആണും പെണ്ണും തമ്മിൽ ജീവാവസാനംവരെ മുറിയാത്ത ബന്ധത്തിലേർപ്പെടലാണ് വിവാഹം. മറ്റു സമുദായങ്ങളിലോ? ജീവിതസൗകര്യത്തിനുവേണ്ടി, കേവലമായ ഒരു ഭൗതികാവശ്യം നേടുന്നതിനുവേണ്ടി, ഇരുവർക്കും പരസ്പരം ഇഷ്ടമുള്ളത്രകാലം നീണ്ടുനിൽക്കുന്ന ഒരു ബന്ധത്തിലേർപ്പെടുക മാത്രമേ വിവാഹത്തിലുള്ളു. വേദങ്ങളും സ്മൃതികളുമനുസരിച്ച് പുരോഹിതന്റെ സഹായത്തോടുകൂടി നടത്തുന്ന 'ഷോഡശ'ക്രിയകളിലൊന്നാണ് ബ്രാഹ്മണരുടെ വിവാഹമെങ്കിൽ, നായർ മുതലായ സമുദായക്കാരുടേത് നാട്ടുനടപ്പനുസരിച്ച് കാരണവൻമാരുടെയും ബന്ധുക്കളുടെയും സഹായത്തോടുകൂടി നടത്തുന്ന ഒരേർപ്പാടാണ്. വൈദികചരായയുള്ളതും ഇല്ലാത്തതുമായ ഓരോ വിവാഹം (താലികെട്ടുകല്യാണവും ശരിയായ വിവാഹവും) മിക്കവാറും എല്ലാ അബ്രാഹ്മണഹിന്ദുമലയാളികൾക്കുമുണ്ട്; ആണിനോ പെണ്ണിനോ ഇഷ്ടമുള്ളപ്പോൾ വിവാഹബന്ധം വിടർത്താനുള്ള സ്വാതന്ത്ര്യവും ഈ എല്ലാ സമുദായങ്ങൾക്കുമുണ്ട്.

പിൻതുടർച്ചയുടെ കാര്യമാണെങ്കിൽ, ബ്രാഹ്മണർ മക്കത്തായികളാണ്; മറ്റുള്ളവരിലധികംപേരും മരുമക്കത്തായികളാണ്. പക്ഷേ ഇക്കാര്യത്തിലൊരു പ്രത്യേകതയുണ്ട്. ബ്രാഹ്മണമേധാവിത്വത്തിന് ഏറ്റവുമധികം ശക്തിയുള്ള പ്രദേശത്തെ (തെക്കേ മലബാറിലെയും കൊച്ചിയിലെയും) തീയർ മക്കത്തായം സ്വീകരിച്ചിരിക്കുന്നു. പക്ഷേ ബ്രാഹ്മണമേധാവിത്വത്തിന്റെ ശക്തി താരതമ്യേന കുറഞ്ഞ വടക്കേ മലബാർ,

തെക്കൻ കൊച്ചി, വടക്കൻ തിരുവിതാംകൂർ എന്നിവിടങ്ങളിൽ അവർ മരുമക്കത്തായക്കാരാണ്, അല്ലെങ്കിൽ അടുത്തകാലംവരെ ആയിരുന്നു. തെക്കേ മലബാറിലെയും കൊച്ചിയിലെയും തീയർ മറ്റു പ്രദേശങ്ങളിലെ തീയരിൽനിന്നു വ്യത്യാസപ്പെട്ടവരാണോ; അവർ ബ്രാഹ്മണമേധാവിത്വത്തിനു മുമ്പുതന്നെ മക്കത്തായികളായി കഴിഞ്ഞിരുന്നുവോ; അതോ ബ്രാഹ്മണമേധാവിത്വത്തിൻകീഴിൽ തങ്ങളുടെ പിൻതുടർച്ചാവകാശം അവർ മാറ്റിയതാണോ; ആണെങ്കിൽ പിൻതുടർച്ചാവകാശത്തിന്റെ കാര്യത്തിൽ ബ്രാഹ്മണസംസ്കാരം സ്വീകരിച്ച അവർ വിവാഹത്തിന്റെ കാര്യത്തിൽ എന്തുകൊണ്ടതു സ്വീകരിച്ചില്ല—ഈ ചോദ്യങ്ങൾക്ക് ചരിത്രകാരൻമാർ ഇനിയും മറുപടി പറയേണ്ടതായിട്ടാണിരിക്കുന്നത്. ഏതായാലും ബ്രാഹ്മണമേധാവിത്വത്തിന്റെ ശക്തി താരതമ്യേന കൂടുതലായിരിക്കുന്ന പ്രദേശങ്ങളിലാണ് തീയർ മക്കത്തായം സ്വീകരിച്ചിട്ടുള്ളതെന്നും, ബ്രാഹ്മണമേധാവിത്വത്തിന്റെ ആക്രമണത്തെ ചെറുത്തുനിൽക്കാൻ ഏറ്റവുമധികം കഴിവുണ്ടായ നായൻമാരാണ് മരുമക്കത്തായം തികച്ചും പാലിച്ചുപോന്നതെന്നുമുള്ളത് പ്രധാന സംഗതിയാണ്.

മതത്തെയും ആചാരത്തെയും കുറിച്ചു പറകയാണെങ്കിൽ, ഇവിടത്തെ ബ്രാഹ്മണർ ഇന്ത്യയിലെ മറ്റു പ്രദേശങ്ങളിലെ ബ്രാഹ്മണരെത്തന്നെയാണ് മിക്കവാറും അനുസരിക്കുന്നത്. അതേ വേദശാസ്ത്ര-പുരാണേതിഹാസങ്ങൾ പഠിക്കുക, അതേ ധർമാചാരസംഹിതകളനുസരിച്ചു ജീവിക്കുക, അതേ ദേവൻമാരെ ആരാധിക്കുക—ഇതൊക്കെയാണവർ ചെയ്യുന്നത്. നേരേമറിച്ച്, കേരളത്തിലെ അബ്രാഹ്മണസമുദായങ്ങൾക്ക് അവരുടെ സ്വന്തം ദേവൻമാരും ദേവാലയങ്ങളുമുണ്ട്: കാളി, അയ്യപ്പൻ, വേട്ടയ്ക്കൊരുമകൻ, മുത്തപ്പൻ മുതലായ ദേവൻമാരും അവരുടെ സ്വന്തം കാവുകളും തെക്കേ മലബാറിലും കൊച്ചിയിലും ബ്രാഹ്മണരാൽ 'ശുദ്ധീകരിക്ക'പ്പെട്ടിട്ടുണ്ടെങ്കിലും, ബ്രാഹ്മണമേധാവിത്വം താരതമ്യേന കുറഞ്ഞ പ്രദേശങ്ങളിൽ ഇന്നും പഴയ ദേവൻമാരും കാവുകളും നിലനിന്നുവരുന്നുണ്ട്; ബ്രാഹ്മണക്ഷേത്രങ്ങളിൽ മലരും പഴവും പാലും മറ്റു 'സാത്വിക'പദാർഥങ്ങളും 'നിവേദ്യ'മാകുമ്പോൾ ഈ അബ്രാഹ്മണക്ഷേത്രങ്ങളിൽ കള്ളും കോഴിയും അതേമാതിരി 'നിവേദ്യ'മായി ഉപയോഗിക്കപ്പെടുന്നു. ബ്രാഹ്മണന്റെ വേദശാസ്ത്രാദികളിലെ ചിന്താഗതിയിൽനിന്നെല്ലാം വ്യത്യസ്തമായ ഒരു മനോഭാവമാണ് ഈ സമുദായങ്ങൾക്ക് പൊതുവിലുള്ളത്.

ഈ എല്ലാ കാര്യങ്ങളിലും ബ്രാഹ്മണസംസ്കാരത്തിന്റെ ചില അംശങ്ങൾ അബ്രാഹ്മണർ സ്വീകരിച്ചിട്ടുണ്ടെന്നതു ശരിയാണ്. ബ്രാഹ്മണരോട് ഏറ്റവും അടുത്തുനിൽക്കുന്ന നായൻമാർ ദൈവികവും ആചാരാനുഷ്ഠാനപരവുമായ കാര്യങ്ങളിൽ ബ്രാഹ്മണമേധാവിത്വം കുറേയൊക്കെ സ്വീകരിച്ചിട്ടുണ്ട്; ബ്രാഹ്മണമേധാവിത്വത്തിന്റെ ചിഹ്നമായ സാത്വികാരാധനകളും ബ്രാഹ്മണന്റെ വൈദികവിധിയനുസരി

ച്ചുള്ള പൂജാക്രമങ്ങളുംകൊണ്ട് എത്രയോ കാവുകൾ ക്ഷേത്രങ്ങളായി മാറിയിട്ടുണ്ട്; തെക്കേ മലബാർ, കൊച്ചി എന്നീ പ്രദേശങ്ങളിലെ തീയരും കമ്മാളർ മുതലായ മറ്റു പല ജാതിക്കാരും മരുമക്കത്തായം മാറ്റി മക്കത്തായം സ്വീകരിച്ചിട്ടുണ്ട്.

പക്ഷേ ഇവരാരുംതന്നെ ബ്രാഹ്മണന്റെ 'സവിശേഷ'മായ സദാചാരബോധം സ്വീകരിച്ചിട്ടില്ല. കുടുംബസ്വത്തിൽ സ്ത്രീക്ക് പുരുഷനുള്ളത്രതന്നെ അവകാശമുണ്ടായിരിക്കണമെന്ന തങ്ങളുടെ സിദ്ധാന്തം അവർ ഉപേക്ഷിച്ചിട്ടില്ല; വിവാഹം ചെയ്യാനും വിവാഹമോചനം നടത്താനും പുരുഷനും സ്ത്രീക്കും സമമായ അധികാരമുണ്ടായിരിക്കണമെന്ന തങ്ങളുടെ അഭിപ്രായം അവർ കൈവെടിഞ്ഞിട്ടില്ല; പുരുഷൻ തനിക്കു തോന്നിയമാതിരിയുള്ള ദാമ്പത്യബന്ധത്തിലേർപ്പെടുകയും സ്ത്രീയെ അതികഠിനമായ പാതിവ്രത്യച്ചങ്ങലകൊണ്ട് കെട്ടിയിടുകയും ചെയ്യുന്ന ബ്രാഹ്മണസംസ്കാരം അവരാരും സ്വീകരിച്ചിട്ടില്ല. ചുരുക്കിപ്പറകയാണെങ്കിൽ, ഒരുകാലത്ത് ലോകത്തിലെല്ലാ രാജ്യങ്ങളിലും എല്ലാ സമുദായങ്ങളിലും പ്രചരിച്ചുവന്നിരുന്നതെന്ന് ചരിത്രകാരൻമാർ സമ്മതിച്ചുകഴിഞ്ഞിട്ടുള്ള സ്ത്രീപുരുഷസമത്വം ഇന്നും നിലനിർത്തിപ്പോരുന്നവരാണ് അബ്രാഹ്മണമലയാളികളിൽ ഭൂരിപക്ഷവും. നായരും തീയനും പുലയനും ഒരുപോലെ ബ്രാഹ്മണ്യത്തിന്റെയും സംസ്കാരത്തിന്റെയും പേരിൽവന്ന ഈ പുരുഷമേധാവിത്വത്തെ ശക്തമായും വിജയപൂർവമായും എതിർത്തു.

മാത്രമല്ല, തങ്ങളുടെ ജീവിതരീതിയിലും സംസ്കാരത്തിലും ചില മാറ്റങ്ങൾ വരുത്താൻ ബ്രാഹ്മണർതന്നെ നിർബന്ധിതരായി. ഇന്ത്യയിൽ മറ്റൊരിടത്തും ബ്രാഹ്മണർ സ്വീകരിക്കാത്തതും ഹിന്ദു (മിതാക്ഷര) നിയമത്തിനെതിരായതുമായ ഒരു സ്വത്തവകാശതത്വം—കുടുംബത്തിൽ പുരുഷനുള്ളത്രതന്നെ അവകാശം സ്ത്രീക്കുമുണ്ടെന്ന തത്വം—അവരംഗീകരിച്ചു; ആചാരനടപടികളിൽത്തന്നെ മറ്റു ബ്രാഹ്മണരനുസരിക്കാത്ത പലതും ('കേരളത്തിലെ 64 അനാചാരങ്ങ'ളെന്നാണവയെ വിളിക്കുന്നത്.) അവരനുസരിക്കാൻ തുടങ്ങി; തങ്ങളാൽ 'ശുദ്ധീകരിക്കപ്പെട്ട' ഭദ്രകാളിക്ഷേത്രങ്ങളിൽത്തന്നെ കോഴിയറക്കുന്നതിനു പകരം 'കുരുതിതർപ്പണം' നടത്തുകയും കൊല്ലത്തിലൊരു ദിവസമോ മറ്റോ കോഴിയറക്കുക തന്നെ അനുവദിക്കുകയും (ഉദാ: കൊടുങ്ങല്ലൂർ ഭരണി) ബ്രാഹ്മണക്ഷേത്രങ്ങളുടെ നടുവിൽത്തന്നെ നായർ, തീയ ക്ഷേത്രങ്ങ(കാവുക)ളും അവയിൽ മൃഗബലി, മദ്യസേവ മുതലായ ആരാധനാക്രമങ്ങളും അനുവദിക്കുകയും ചെയ്യാതെ അവർക്ക് നിവൃത്തിയില്ലെന്നു വന്നു.

ഇത്ര വ്യത്യസ്തമായ രണ്ടു സംസ്കാരങ്ങൾ ഇന്നും കേരളത്തിലുണ്ടെന്നും അതിലോരോന്നും മറ്റേതിന്റെ ചില അംശങ്ങളംഗീകരിച്ചിട്ടുണ്ടെന്നും കാണുന്നതിൽനിന്ന് ഒരു സംഗതി അനുമാനിക്കാതെ നിവൃത്തിയില്ല; ഈ രണ്ടു സംസ്കാരങ്ങളും തമ്മിൽ വലിയ ഒരേറ്റുമുട്ടലുണ്ടായി

ട്ടുണ്ട്; അതിൽ രണ്ടും പരിപൂർണമായി ജയിക്കുകയോ പരിപൂർണമായി തോൽക്കുകയോ ചെയ്തിട്ടില്ല; ഒന്ന് മറ്റേതിൽ ലയിക്കുകയോ മറ്റേതിനെ നശിപ്പിക്കുകയോ ചെയ്യാതെ രണ്ടും നിലനിന്നുവരികയും പക്ഷേ, രണ്ടും തമ്മിലുള്ള ഏറ്റുമുട്ടലിൽ രണ്ടിനും സ്വഭാവമാറ്റമുണ്ടാവുകയുമാണു ചെയ്തിട്ടുള്ളത്. 2000 കൊല്ലത്തെ ഏറ്റുമുട്ടലിനുശേഷവും രണ്ടും നശിക്കാതെ നിലനിന്നിട്ടുണ്ടെന്നതിൽനിന്ന് രണ്ടിന്റെയും ശക്തി നമുക്കു മനസിലാക്കാമല്ലോ.

നമ്പൂതിരിമാരും നായർ സംസ്കാരവും

2500–ഓളം കൊല്ലം മുമ്പു നടന്ന ഈ സംഘട്ടനത്തിൽ പങ്കെടുത്തവരുടെ പിൻഗാമികളാണ് ഇന്നത്തെ നായൻമാരും നമ്പൂതിരിമാരും. അന്ന് നിലവിലിരുന്ന കേരളസംസ്കാരത്തിനുവേണ്ടി പോരാടിയവർ നായൻമാരും അതിനെ നശിപ്പിച്ച് ഒരു പുതിയ സംസ്കാരം വളർത്താൻ ശ്രമിച്ചവർ നമ്പൂതിരിമാരുമാണ്.

ഇതിൽ നമ്പൂതിരിമാർ പുറമേനിന്ന് വന്നവരാണെന്ന കാര്യത്തിൽ സംശയമില്ല; എന്നുവന്നു, എവിടെനിന്നുവന്നു എന്നു തുടങ്ങിയ കാര്യങ്ങളിലേ അഭിപ്രായവ്യത്യാസമുള്ളു.

ക്രിസ്തുവിനുമുമ്പുള്ള നാലാം നൂറ്റാണ്ടായപ്പോഴേക്ക് തെക്കേ ഇന്ത്യയിൽ മുഴുവൻ ബ്രാഹ്മണമതം പ്രചരിച്ചുകഴിഞ്ഞിരുന്നുവെന്നാണ് പ്രസിദ്ധ ചരിത്രകാരനായ ആർ സി ദത്ത് തന്റെ *പ്രാചീനഭാരത*മെന്ന ഗ്രന്ഥത്തിൽ പറയുന്നത്. ഇതിനെതിരായി ലോഗൻ (ക്രിസ്തുവിനു ശേഷമുള്ള എട്ടാംനൂറ്റാണ്ടിലാണ് നമ്പൂതിരിമാർ ഇവിടെ വന്നതെന്നാണ് ലോഗന്റെ വാദം), നാരായണമാരാർ (ക്രിസ്തുവിനു ശേഷമുള്ള ഒന്നാം നൂറ്റാണ്ടിനും നാലാം നൂറ്റാണ്ടിനുമിടയിലാണ് നമ്പൂതിരിമാരുടെ വരവെന്നദ്ദേഹം വാദിക്കുന്നു) എന്നിവരുടെ വാദങ്ങൾ സവിസ്തരം വിമർശിച്ചതിന്റെ ശേഷം പത്മനാഭമേനോൻ മിക്കവാറും ദത്തിന്റെ അഭിപ്രായത്തെ ശരിവയ്ക്കുകയാണു ചെയ്യുന്നത്.

അവർ വന്നതെവിടെനിന്നാണെന്ന കാര്യത്തെക്കുറിച്ചും പല അഭിപ്രായങ്ങളുമുണ്ട്—ലോഗന്റെ അഭിപ്രായം കർണാടകത്തിൽനിന്നും മഹാരാഷ്ട്രത്തിൽനിന്നുമാണെന്നാണ്; അതല്ല, കൃഷ്ണ, ഗോദാവരി മുതലായ നദികളുടെ തീരത്തുനിന്നാണെന്നു വേറെ ചിലർ വാദിക്കുന്നു.

ഈ വാദങ്ങളിലെല്ലാം സത്യത്തിന്റെ ചില അംശങ്ങൾ ഉണ്ടായിക്കൂടെന്നില്ല. ഉദാഹരണത്തിന്, ക്രിസ്തുവിനുമുമ്പുള്ള നാലാം നൂറ്റാണ്ടിൽത്തന്നെ ബ്രാഹ്മണരിവിടെ നിലയുറപ്പിച്ചുകഴിഞ്ഞുവെന്ന ആർ സി ദത്തിന്റെ വാദവും ക്രിസ്തുവിനുശേഷമുള്ള എട്ടാം നൂറ്റാണ്ടിലാണ് നമ്പൂതിരിമാരിവിടെ വന്നതെന്ന ലോഗന്റെ വാദവും തമ്മിൽ പൊരുത്തക്കേടുണ്ടാവണമെന്നില്ല. പ്രധാനവിഭാഗം നമ്പൂതിരിമാർ ആർ സി ദത്ത് പറയുന്നകാലത്ത് വന്നിട്ടുണ്ടാവുകയും എന്നാൽ മറ്റൊരു ചെറുവിഭാഗം, ലോഗൻ പറയുന്ന കാലത്ത് വരികയും ചെയ്തിട്ടുണ്ടാവാം. അതു

പോലെതന്നെ കൃഷ്ണ, ഗോദാവരി എന്നീ നദികളുടെ തീരപ്രദേശത്തുനിന്നും മഹാരാഷ്ട്ര, കർണാടകദേശങ്ങളിൽനിന്നും ഒന്നിനുമീതെ മറ്റൊന്നായി ബ്രാഹ്മണസംഘങ്ങൾ ഇവിടെ കുടിയേറിപ്പാർത്തിട്ടുണ്ടാവാം. ഇവിടെ വന്ന ബ്രാഹ്മണർ ഒരൊറ്റ സംഘമായി, ഒരു സ്ഥലത്തുനിന്ന്, ഒരു തവണ വന്നു കുടിയേറിപ്പാർത്തവരാണെന്നു വിചാരിക്കുന്നതിനുപകരം പല പ്രദേശങ്ങളിൽനിന്ന്, പല തവണയായി, പല സംഘങ്ങൾ വന്നുവെന്നു കരുതുന്നതാണ് കൂടുതൽ യുക്തിക്കു ചേർന്നത്. എന്തുകൊണ്ടെന്നാൽ, നമ്പൂതിരിമാരെന്നു പൊതുവെ പറയാറുണ്ടെങ്കിലും, അവരുടെ ആചാരങ്ങളും നടപടികളുമെല്ലാം പൊതുവെ ഐകരൂപ്യമുള്ളതാണെങ്കിലും അവരിൽ പല വിഭാഗങ്ങളുമുണ്ട്. ഈ വിഭാഗങ്ങൾ മുഴുവൻ ജാതിസമ്പ്രദായത്തിൻ കീഴിലുളവായ ഉപജാതികളാണെന്നു കരുതുന്നതു തെറ്റായിരിക്കും: വടക്കേ മലബാർ, തെക്കേ മലബാറും കൊച്ചിയും വടക്കൻ തിരുവിതാംകൂറും, മധ്യ–തെക്കൻ തിരുവിതാംകൂർ എന്ന മൂന്നു പ്രദേശങ്ങളിൽ താമസിക്കുന്ന നമ്പൂതിരിമാർ തമ്മിൽ പ്രത്യക്ഷമായി കാണുന്ന വ്യത്യാസവും ഇതിലോരോരുത്തർക്കും ബന്ധപ്പെടാൻ കഴിയുന്ന അന്യദേശങ്ങളും (വടക്കേ മലബാറുകാർക്ക് കർണാടകവും മഹാരാഷ്ട്രവും, മധ്യകേരളക്കാർക്ക് ആന്ധ്രയും വടക്കൻ തമിഴ്നാടും, മധ്യ–തെക്കൻ തിരുവിതാംകൂറുകാർക്ക് തെക്കൻ തമിഴ്നാട്) നോക്കുമ്പോൾ ഇവരിലോരോ വിഭാഗവും വെവ്വേറെ സംഘങ്ങളായി വന്നതാവാനാണു വഴിയുള്ളത്.

ഇക്കൂട്ടത്തിൽ കേരളചരിത്രത്തെ ഏറ്റവുമധികം മാറ്റിമറിച്ച വിഭാഗം മധ്യകേരളത്തിൽ കുടിയേറിപ്പാർത്തവരാണെന്നതിനു സംശയമില്ല. അവരാണ് ഇവിടെ സാമൂഹ്യമായും സാമ്പത്തികമായും സാംസ്കാരികമായുമുള്ള മേധാവിത്വം നേടി നായൻമാരെ തികച്ചും തങ്ങൾക്കു കീഴടക്കിയത്. അവർ കൃഷ്ണ, ഗോദാവരി എന്നീ നദികളുടെ തീരപ്രദേശങ്ങളിൽനിന്നു വന്നവരാണെന്നൂഹിക്കുന്നതിൽ തെറ്റില്ല. എന്തുകൊണ്ടെന്നാൽ, ആര്യസംസ്കാരം വന്നതിൽപ്പിന്നീട് തെക്കേ ഇന്ത്യയിലുളവായ ആദ്യത്തെ പരിഷ്കൃതജനസമുദായം (ആന്ധ്ര) അവിടെയാണുയർന്നുവന്നത്. ഇങ്ങനെ ആന്ധ്രസമുദായത്തെ വളർത്തത്തക്ക സംസ്കാരവും പരിഷ്കാരവും സിദ്ധിച്ച ബ്രാഹ്മണരിലൊരു വിഭാഗത്തിനാണല്ലോ കേരളത്തിലും അത്തരത്തിലൊരു പുതിയ ജനസമുദായത്തെയും സംസ്കാരത്തെയും സൃഷ്ടിക്കാനുള്ള കഴിവുണ്ടാവുക.

എന്നാൽ ആന്ധ്ര ജനസമുദായത്തെയും സംസ്കാരത്തെയും സൃഷ്ടിച്ച കൃഷ്ണ, ഗോദാവരീതീരങ്ങളിലെ തങ്ങളുടെ സഹോദരൻമാരെപ്പോലെ എളുപ്പത്തിൽ തങ്ങളുടെ മേധാവിത്വം സ്ഥാപിക്കാൻ ഇവിടെവന്ന ബ്രാഹ്മണർക്കു കഴിഞ്ഞില്ല. അവിടത്തെക്കാൾ എത്രയോ ഭയങ്കരമായ എതിർപ്പ് അവർക്കിവിടെ നേരിടേണ്ടിവന്നു! പരശുരാമന്റെ നേതൃത്വത്തിൽ ഇവിടെ കുടിയേറിപ്പാർക്കാൻവന്ന ബ്രാഹ്മണർക്ക് നാഗങ്ങളുടെ എതിർപ്പുണ്ടായെന്നും മറ്റുമുള്ള ഐതിഹ്യത്തിന്റെ പിന്നിൽ

അന്നത്തെ കേരളനിവാസികളായിരുന്ന നായൻമാരുടെ എതിർപ്പിന്റെ ചരിത്രമാണടങ്ങിയിട്ടുള്ളതെന്ന് ചരിത്രകാരൻമാർ പറയുന്നു.

ഈ നായൻമാരാരാണ്? അവർ ഇവിടത്തെ ആദിമനിവാസികളാണോ? അതോ ആര്യൻമാർക്കു മുമ്പ് ഇവിടെവന്നു കുടിയേറിപ്പാർത്ത്, അക്കാലത്തിവിടെ പാർത്തിരുന്ന ആദിമനിവാസികളുടെമേൽ ആധിപത്യം സ്ഥാപിച്ച ഏതെങ്കിലും വർഗക്കാരോ? പുറമേനിന്നു വന്നവരാണെങ്കിൽ എന്നുവന്നു, എവിടെനിന്നു വന്നു? ആദിമനിവാസികളാണെങ്കിൽ, അവർക്കെങ്ങനെയാണ് മറ്റ് ആദിമനിവാസികളെക്കാൾ (പുലയർ, പറയർ, കാട്ടുജാതിക്കാർ) പരിഷ്കാരവും സംസ്കാരവും സിദ്ധിച്ചത്? പത്മനാഭമേനോൻ പറയുന്നു:

നായൻമാരുടെ ഉത്ഭവത്തെപ്പറ്റി ഒരു ചരിത്രകാരൻ പറയുന്നതും മറ്റൊരാൾ പറയുന്നതും പരസ്പരവിരുദ്ധമായാണിരിക്കുന്നത്. കേരളത്തിലെ ആദിമനിവാസികളിലൊരു വിഭാഗമാണ് നായൻമാരെന്നു ചില ചരിത്രകാരൻമാർ പറയുന്നു. പക്ഷേ കുറെക്കാലംമുമ്പ് വടക്കുനിന്നുവന്ന് ഇവിടെ കുടിയേറിപ്പാർത്തവരാണവരെന്ന അഭിപ്രായമാണ് കൂടുതൽ ശരിയെന്നു തോന്നുന്നു.

നമ്പൂതിരിമാരെപ്പോലെതന്നെ നായൻമാരും എവിടെനിന്നുവന്നുവെന്ന കാര്യത്തിൽ പല അഭിപ്രായങ്ങളുമുണ്ട്: നേപ്പാളിൽ നിന്നാണെന്നൊരുപക്ഷം; അതല്ല ഛോട്ടാനാഗ്പൂരിൽ നിന്നാണെന്നു മറ്റൊരഭിപ്രായം; ഇതു രണ്ടുമല്ല തെക്കേ ഇന്ത്യയിലെ ദ്രാവിഡവർഗക്കാരിലൊരു കൂട്ടരാണവരെന്നു മൂന്നാമതൊരുപക്ഷം. ഇതിലേതാണു ശരിയെന്നു പറയാൻ വിഷമമുണ്ട്. പത്മനാഭമേനോൻ പറയുന്നതുപോലെ,

ദ്രാവിഡവർഗക്കാർ കേരളത്തിൽവന്നു കുടിയേറിപ്പാർക്കാൻ തുടങ്ങിയത് ചരിത്രപരമായ തെളിവുകൾക്കെല്ലാം മുമ്പുള്ള കാലത്തായിരിക്കണം. അതുകൊണ്ട് അവർ എന്ന്, എവിടെനിന്നു വന്നുവെന്നുള്ള കാര്യത്തിൽ ഊഹങ്ങളല്ലാതെ ശാസ്ത്രീയമായ യാതൊരഭിപ്രായവും രൂപീകരിക്കാൻ സാധ്യമല്ല.

നായൻമാരുടെ ഉൽഭവത്തെക്കുറിച്ചുള്ള മിക്ക അഭിപ്രായങ്ങൾക്കും അടിസ്ഥാനമായി നിൽക്കുന്നത് അവരുടെ ഇടയിലുള്ള മരുമക്കത്തായ സമ്പ്രദായം, നാഗപൂജ, രാജാവില്ലാതെ നാട്ടുക്കൂട്ടം മുഖേന നടക്കുന്ന ഭരണരീതി എന്നിവയും, ഇക്കാര്യത്തിൽ മറ്റു ചില വർഗക്കാരു (ഉദാ: നേപ്പാളിലെ നേവാർവർഗക്കാരു)മായി നായൻമാർക്കുള്ള സാദൃശ്യവുമാണ്. പക്ഷേ ഈ അടിസ്ഥാനത്തിൽ നായൻമാരുടെ ഉൽഭവത്തെക്കുറിച്ചു വിധി കൽപ്പിക്കുന്നത് തെറ്റായിരിക്കുമെന്ന് പത്മനാഭമേനോൻ നമുക്ക് താക്കീതു തരുന്നു. എന്തുകൊണ്ടെന്നാൽ, കേരളത്തിലെ നായൻമാരുടെ ഇടയിൽ മാത്രമല്ല, ലോകത്തിന്റെ പല ഭാഗങ്ങളിലും (ഉദാ: ആസ്ട്രേലിയ, ആഫ്രിക്ക, ന്യൂസിലൻഡ്, സിലോൺ, മലയ, സുമാത്ര, ബംഗാൾ, മെഡഗാസ്കർ, ഫിജി, വടക്കേ അമേരിക്ക) ഇന്നും നിലവിലുള്ള ഒരേർപ്പാടാണ് മരുമക്കത്തായം. "ഇത്ര വളരെ അകന്നുകിടക്കുന്ന രാജ്യങ്ങളിൽ

ഇന്നും നിലനിന്നുവരുന്ന ഒരേർപ്പാടാണ് മരുമക്കത്തായമെന്നതിൽനിന്ന് സമുദായചരിത്രത്തിന്റെ ആദ്യകാലത്ത് ലോകത്തിലാകെ ഉണ്ടായിരുന്ന ഒരേർപ്പാടാണതെന്നു വ്യക്തമാണെ"ന്ന് പത്മനാഭമേനോൻ ചൂണ്ടിക്കാണിക്കുന്നു. അതുപോലെതന്നെ, നാഗപൂജയും ഒരുകാലത്ത് ലോകത്തിലാകെ നടന്നിരുന്നുവെന്നും പല രാജ്യങ്ങളിലും അത് ഇന്നും തുടർന്നുവരുന്നുവെന്നും പത്മനാഭമേനോൻ വ്യക്തമാക്കുന്നു. നാട്ടുക്കൂട്ടംമുഖേനയുള്ള ഭരണത്തെസംബന്ധിച്ചു പറയുകയാണെങ്കിൽ, അതും "ആദ്യകാലത്ത് ആര്യൻമാരുടെ ഇടയിൽപ്പോലുമുണ്ടായിരുന്നതാണ്; ബുദ്ധന്റെ കാലത്ത് വടക്കേ ഇന്ത്യയിൽ നാട്ടുക്കൂട്ടങ്ങളുടെ ഭരണം ധാരാളമുണ്ടായിരുന്നു." അതുകൊണ്ട് നായൻമാരുടെ സവിശേഷതകളായി കണക്കാക്കപ്പെടുന്നതെല്ലാം പണ്ടൊരുകാലത്ത് ലോകത്തിലെല്ലായിടത്തുമുണ്ടായിരുന്നുവെന്നും അതുമാത്രം നോക്കി നായൻമാരുടെ ഉത്ഭവത്തെപ്പറ്റി അഭിപ്രായം പറയുന്നത് തെറ്റായിരിക്കുമെന്നും പറയാൻ മടിക്കേണ്ടതില്ല.

എന്നാൽ ആര്യൻമാരെപ്പോലെ സംസ്കാരവും പരിഷ്കാരവും സിദ്ധിച്ച ഒരു ജനവിഭാഗവുമായി ഇടപെട്ടിട്ടുപോലും തങ്ങളുടെ പഴയ ജീവിതത്തിലെ സവിശേഷതകൾ നിലനിർത്തിപ്പോരാൻ കഴിഞ്ഞുവെന്നത് നായൻമാരുടെ വമ്പിച്ച ഒരു നേട്ടമാണ്. മരുമക്കത്തായത്തിന്റെ അവശിഷ്ടങ്ങൾ ഇന്നും നിലനിൽക്കുന്നത് മിക്കവാറും നീഗ്രോവർഗക്കാരുടെ ഇടയിലാണ്; നമ്മുടെ നാട്ടിലെ പുലയർ, പറയർ മുതലായ വർഗക്കാരെപ്പോലെയോ അതിലുമധികമോ സാമൂഹ്യമായും സാംസ്കാരികമായും പിന്നണിയിൽ കിടക്കുന്ന വർഗക്കാരുടെ ഇടയിലാണ്. നേരേമറിച്ച് നായൻമാരാകട്ടെ, സംസ്കാരപരമായി നോക്കിയാൽ പതിനെട്ടാംനൂറ്റാണ്ടിലെ യൂറോപ്യൻമാരോളം വളർന്നുകഴിഞ്ഞിട്ടുള്ളവരാണ്; ബ്രാഹ്മണർ വന്നതിനുശേഷവും, അവരുടെ മേധാവിത്വത്തിൻകീഴിലും ഉയർന്ന ഒരു സാമൂഹ്യ-സാംസ്കാരികനിലവാരത്തിലെത്തി സമുദായമേധാവികളാവാൻ കഴിഞ്ഞവരാണ്. ഇത്രയധികം വളർച്ചയെത്തിയ ഒരു ജനവിഭാഗം സമുദായത്തിലെ ആദ്യഘട്ടത്തിന്റെ കുടുംബസമ്പ്രദായം (മരുമക്കത്തായം) നിലനിർത്തുകയെന്നത് ലോകത്തിൽ മറ്റെവിടെയുമുണ്ടായിട്ടില്ല.

ഇങ്ങനെ ആര്യ(ബ്രാഹ്മണ)ൻമാരുമായി ഇടപെട്ടിട്ടുപോലും തങ്ങളുടെ പഴയ കുടുംബസമ്പ്രദായം നിലനിർത്താൻ നായൻമാർക്കു കഴിഞ്ഞുവെങ്കിൽ അതിനുതക്ക ശക്തിയുള്ള ഒരു സംസ്കാരവും പരിഷ്കാരവും അവർക്കുണ്ടായിരുന്നിരിക്കണമെന്നു വ്യക്തമാണല്ലോ. മറ്റെല്ലായിടത്തും ആര്യൻമാരുമായി ഇടപെട്ട ആദിമനിവാസികൾ ഒന്നുകിൽ ആര്യൻമാർക്ക് തികച്ചും കീഴടങ്ങി, അല്ലെങ്കിൽ വളർന്നുവരുന്ന ആര്യസംസ്കാരത്തിന്റെ പരിധിയിൽനിന്നെല്ലാം അകന്ന് സമുദായത്തിന്റെ പിന്നണിയിൽക്കിടക്കുന്ന വർഗക്കാരായി അധഃപതിച്ചു. ഇതു രണ്ടും പറ്റാതെ തങ്ങളുടെ കുടുംബസമ്പ്രദായം നിലനിർത്തുകയും എന്നാൽ ബ്രാഹ്മ

ണമേധാവിത്വത്തിൻകീഴിൽപ്പോലും സമുദായത്തിൽ തങ്ങൾക്കുള്ള സ്ഥാനം നിലനിർത്തുകയും ചെയ്യാൻ നായൻമാർക്ക് കഴിഞ്ഞുവെങ്കിൽ, ആര്യൻമാരെക്കാൾ കുറയാതെയോ ഒരുപക്ഷേ കൂടുതൽതന്നെയോ വളർച്ചയെത്തിയ ഒരു സമുദായമായിരുന്നിരിക്കണം നായൻമാരെന്ന് ഊഹിക്കാം.

ഇന്ത്യയിലെ ഒന്നാമത്തെ പരിഷ്കൃതജനസമുദായം ആര്യൻമാരാണെന്ന പഴയ അഭിപ്രായം തെറ്റാണെന്ന് അടുത്തകാലത്തെ ഗവേഷണങ്ങൾ തെളിയിച്ചിരിക്കുന്നു. പഞ്ചാബിലെ ഹാരപ്പയിലും, സിന്ധിലെ മോഹൻ ജൊ ദാരോവിലും ഗവേഷകൻമാർക്കു കണ്ടുപിടിക്കാൻ കഴിഞ്ഞ ചരിത്രാവശിഷ്ടങ്ങൾ ആര്യൻമാരുടെ വരവിനുമുമ്പ് ആര്യൻമാരുടേതിനെക്കാൾ ഉയർന്നതോ അല്ലെങ്കിൽ അവരുടേതിനോടു കിടപിടിക്കുകയെങ്കിലും ചെയ്യുന്നതോ ആയ ഒരു സംസ്കാരം ഇന്ത്യയുടെ വടക്കുപടിഞ്ഞാറൻ ഭാഗങ്ങളിൽ വളർന്നിരുന്നുവെന്നു തെളിയിക്കുന്നുണ്ട്. അതുപോലെതന്നെ തെക്കേ ഇന്ത്യയിലും ആര്യൻമാരുടെ പിന്നണിയിലല്ലാത്ത ജനവിഭാഗങ്ങൾ മുമ്പു നിവസിച്ചിരുന്നുവെന്ന് കനകസഭാപിള്ള, ടി ആർ ശേഷയ്യങ്കാർ മുതലായ തെക്കേ ഇന്ത്യൻ ചരിത്രകാരൻമാർ തെളിയിച്ചിരിക്കുന്നു. തെക്കേ ഇന്ത്യയിലെ ഈ "(ദ്രാവിഡ) സംസ്കാരവുമായുള്ള ബന്ധത്തിന്റെ ഫലമായി ആര്യസംസ്കാരത്തിനുതന്നെ ഒരു പുതിയ മിഴിവും തികവും കിട്ടി" (മഹാകവി രവീന്ദ്രനാഥ ടാഗൂർ).

ഇക്കൂട്ടത്തിൽ വളർച്ചയെത്തിക്കഴിഞ്ഞിരുന്ന ഒരു ജനവിഭാഗമാണ് കേരളത്തിലെ നായൻമാർ. അവരുടെ ജീവിതരീതിയെയും സംസ്കാരത്തെയും സാമ്പത്തികബന്ധങ്ങളെയും ഭരണരീതിയെയും മറ്റുംപറ്റി വ്യക്തവും സവിസ്തരവുമായ വിവരങ്ങളൊന്നും നമുക്കിനിയും കിട്ടിക്കഴിഞ്ഞിട്ടില്ല. പക്ഷേ കൃഷി അവരുടെയിടയിൽ വളരെയധികം അഭിവൃദ്ധിപ്പെട്ടുകഴിഞ്ഞിരുന്നു: സ്വന്തം ആവശ്യത്തിനുമാത്രമല്ല അന്യനാട്ടുകാരുടെ ഭക്ഷണത്തിനുപോലും വേണ്ട അരി ഇവിടെ കൃഷി ചെയ്തുണ്ടാക്കിയിരുന്നു (മഹാഭാരതയുദ്ധത്തിൽ പങ്കെടുത്തിരുന്ന പട്ടാളക്കാർക്ക് ഭക്ഷണത്തിനുവേണ്ട അരി കേരളത്തിൽനിന്നാണയച്ചത്). അതുപോലെതന്നെ, ആര്യൻമാർ പഞ്ചാബിൽപ്പോലും പ്രവേശിക്കുന്നതിനു മുമ്പ് കേരളവും ഫിനീഷ്യ, ഈജിപ്ത് മുതലായ രാജ്യങ്ങളുമായി കച്ചവടം നടന്നിരുന്നു; അന്നത്തെ മലയാളികൾ (നായൻമാർ) കപ്പൽഗതാഗതത്തിൽ വൈദഗ്ധ്യം സമ്പാദിച്ചിരുന്നുവെന്നതിനും സംശയമില്ല. അതുപോലെതന്നെ, ആര്യൻമാരുടെ സഹായംകൂടാതെതന്നെ, സ്വതന്ത്രമായ ഒരു ലിപി (കോലെഴുത്തും പിന്നീട് വട്ടെഴുത്തും) ഇവിടെ വളർന്നുവന്നിരുന്നു. നിഷ്കൃഷ്ടമായ ഗവേഷണം നടത്തിയാൽ പ്രാചീനകേരളത്തിലെ (നായർ) സംസ്കാരത്തിന്റെ മാഹാത്മ്യം തെളിയിക്കുന്ന മറ്റനേകം സംഗതികൾ ഇനിയും പുറത്തുവരുമെന്നതിനു സംശയമില്ല.

നായർസംസ്കാരത്തിന്റെ ഈ മേന്മയാണ് ബ്രാഹ്മണരുടെ സാംസ്കാരികാക്രമണത്തെ ഒരതിർത്തിവരെ എതിർത്ത് തങ്ങളുടെ സവി

ശേഷതകളിൽ ചിലതെങ്കിലും നിലനിർത്താൻ നായൻമാരെ സഹായിച്ചത്.

നമ്പൂതിരിമാരുടെ സംഭാവന: ജാതിസമ്പ്രദായം

ഇത്ര ഉയർന്ന ഒരു സംസ്കാരം നായൻമാർക്കുണ്ടായിരുന്നുവെങ്കിൽ അവർക്ക് നമ്പൂതിരിമാരുടെ സാംസ്കാരികാക്രമണത്തെ തികച്ചും എതിർത്തുതോൽപ്പിക്കാൻ കഴിയേണ്ടതായിരുന്നില്ലേ? അതിനുപകരം സ്വന്തം കുടുംബസമ്പ്രദായം നിലനിർത്താൻ കഴിഞ്ഞുവെങ്കിലും സാമൂഹ്യമായും സാംസ്കാരികമായും സാമ്പത്തികമായും രാഷ്ട്രീയമായും ബ്രാഹ്മണന്റെ കീഴിലാണ് താനെന്ന നില സ്വയം അംഗീകരിക്കാൻ നായർ നിർബന്ധിതനാവുകയല്ലേ ചെയ്തത്? ആ സ്ഥിതിക്ക് നായർ സംസ്കാരത്തിലില്ലാത്ത എന്തോ ഒരു മെച്ചം നമ്പൂതിരിക്കുണ്ടായിരുന്നുവെന്നത് ശരിയായിരിക്കയില്ലേ? എങ്കിൽ ആ മെച്ചമെന്താണ്? ഇതിനുള്ള മറുപടി ജാതിസമ്പ്രദായമെന്നാണ്.

കേരളത്തിനു മാത്രമല്ല ഇന്ത്യയ്ക്കാകെത്തന്നെ ആര്യബ്രാഹ്മണരിൽനിന്നു കിട്ടിയ വലിയൊരു സംഭാവനയാണ് ജാതി. യൂറോപ്പിൽ അടിമസമ്പ്രദായത്തിന് എന്തടിസ്ഥാനമാണോ ഉണ്ടായിരുന്നത്, അതേ സ്ഥാനമാണ് ഇന്ത്യയിൽ ജാതിസമ്പ്രദായത്തിനുമുള്ളത്. അടിമസമ്പ്രദായത്തെപ്പോലെ ജാതിസമ്പ്രദായത്തെയും ഇന്നു നാം ആക്ഷേപിക്കുന്നു, വെറുക്കുന്നു; അടിമസമ്പ്രദായത്തെപ്പോലെതന്നെ ജാതിസമ്പ്രദായവും ലക്ഷോപലക്ഷം സാധാരണജനങ്ങളെ ഉപദ്രവിക്കുകയും കൊള്ളയടിക്കുകയും ചെയ്യുന്നുണ്ട്. പക്ഷേ അടിമസമ്പ്രദായമെന്നപോലെ ജാതിസമ്പ്രദായവും അതുളവായ കാലത്തെ അപരിഷ്കൃതദശയിൽനിന്ന് മനുഷ്യസമുദായത്തെ മുമ്പോട്ടു കൊണ്ടുപോകുവാൻ സഹായിച്ചിട്ടുണ്ട്.

ജാതിസമ്പ്രദായം നടപ്പിലായത് ഇന്ത്യയിലെ സാമൂഹ്യവളർച്ചയിൽ അതിപ്രധാനമായ ഒരു സ്ഥാനം വഹിക്കുന്ന ഒരു സംഭവമാണ്. ആളുകളെ തങ്ങളുടെ ജോലിയനുസരിച്ച് വേറെ വേറെ ജാതികളാക്കിത്തിരിക്കാൻ തുടങ്ങിയതുമുതൽക്കാണ് കൃഷിയും കൈത്തൊഴിലുകളും കച്ചവടവും കലകളും സാഹിത്യവും ആയോധനമുറയും മറ്റും വളർന്നുവരാൻ തുടങ്ങിയത്. അച്ഛന്റെ തൊഴിൽതന്നെ മകനും അനുസരിക്കുക; തന്റെ കുടുംബത്തൊഴിലിൽ പരിശീലനം നേടി വിദഗ്ധനാവാനുള്ള ആഗ്രഹം ഓരോ ബാലനിലും ഉളവാക്കുക; കുടുംബത്തൊഴിലിൽ വൈദഗ്ധ്യം നേടാനും ആ തൊഴിലെടുത്തു സുഖമായി ജീവിക്കാനുമുള്ള സൗകര്യമുണ്ടാക്കുക—ഇതാണല്ലോ ജാതിസമ്പ്രദായത്തിന്റെ കാതൽ. ഇതിന്റെ ഫലമായി ഓരോ ജാതിയിലുംപെട്ട സ്ത്രീപുരുഷൻമാർക്ക് അവരവരുടെ തൊഴിൽ വളർത്താനുള്ള സൗകര്യം കിട്ടി; ഓരോ തലമുറയും മുൻതലമുറയുടെ അനുഭവവും പരിചയവും ഉൾക്കൊണ്ടതിനുപുറമേ പുതുതായ പലതും പഠിക്കുകയും പ്രയോഗത്തിൽ വരുത്തുകയും ചെയ്തു. അങ്ങനെ ഓരോ തൊഴിലും ക്രമേണ വളർന്നുവരാൻ തുടങ്ങി.

പുരാതനഗ്രീസിന്റെയും റോമിന്റെയും ഈജിപ്തിന്റെയും മറ്റും സംസ്കാരങ്ങൾ അടിമസമ്പ്രദായത്തിൻമേൽ കെട്ടിപ്പടുത്തവയായിരുന്നതുപോലെ ഇന്ത്യയിലെ ഹൈന്ദവസംസ്കാരവും ജാതിസമ്പ്രദായത്തിൻമേൽ കെട്ടിപ്പടുത്തതായിരുന്നു. ശൂദ്രന്റെയും ചണ്ഡാലന്റെയും കഷ്ടപ്പാടിലൂടെയാണ് വൈശ്യൻ കൃഷിയും കച്ചവടവും നടത്തി തന്റെയും നാട്ടിന്റെയും സ്വത്തു വർധിപ്പിച്ചത്. ആയോധനകലയെ വളർത്തി, അസ്ത്രങ്ങളും പ്രത്യസ്ത്രങ്ങളും ഉണ്ടാക്കാനും ഉപയോഗിക്കാനും പഠിച്ച്, നാടു വെട്ടിപ്പിടിച്ച് സാമ്രാജ്യങ്ങൾ സൃഷ്ടിക്കാൻ ക്ഷത്രിയനു കഴിഞ്ഞതും കീഴ്ജാതിക്കാരുടെ ഹീനജീവിതത്തിന്റെ അടിസ്ഥാനത്തിലാണ്. വേദങ്ങളും ഉപനിഷത്തുക്കളും പുരാണേതിഹാസങ്ങളും ശാസ്ത്രങ്ങളും കാവ്യനാടകാലങ്കാരങ്ങളുമെല്ലാം സൃഷ്ടിക്കാനും പഠിപ്പിക്കാനും ഋഷികൾക്കും ബ്രാഹ്മണർക്കും സൗകര്യം നൽകിയത് ജാതിസമ്പ്രദായം തന്നെയാണ്. ചുരുക്കത്തിൽ, മേന്മയേറിയ ആർഷസംസ്കാരവും പേരുകേട്ട പുരാതന ഹൈന്ദവസാമ്രാജ്യങ്ങളും വിദേശീയരെയെല്ലാം ആകർഷിച്ച ഇന്ത്യൻ കൈത്തൊഴിൽച്ചരക്കുകളും ഇവയുടെയെല്ലാം കേന്ദ്രമായ സ്വയംസമ്പൂർണഗ്രാമങ്ങളും വളർന്നുവന്നത് ജാതിസമ്പ്രദായത്തിന്റെ അടിസ്ഥാനത്തിലാണ്.

കേരളത്തിലെ നായൻമാർ ജാതിസമ്പ്രദായം ഇത്ര പൂർണമായ രീതിയിൽ വളർത്തിക്കഴിഞ്ഞിരുന്നില്ല. നായൻമാരോളം പരിഷ്കാരം സിദ്ധിച്ചിട്ടില്ലാത്ത വർഗക്കാർ അന്നത്തെ കേരളത്തിലുണ്ടായിരുന്നിരിക്കണം; അവരെ താണജാതിക്കാരായി കണക്കാക്കുകയും അവരെക്കൊണ്ട് ദാസ്യവേലയും ഹീനജോലികളും ചെയ്യിക്കുകയും ചെയ്യുന്ന സമ്പ്രദായം നായൻമാരംഗീകരിച്ചിരുന്നിരിക്കണം; അവരെല്ലാം താണജാതിക്കാരാണെന്ന നിലയ്ക്ക് നായൻമാർ അവരെ കണക്കാക്കിയിരുന്നിരിക്കണം; ഈ അർഥത്തിൽ ജാതിസമ്പ്രദായം അതിന്റെ പ്രാരംഭദശയിൽ, ആര്യൻമാർ വരുന്നതിനുമുമ്പുതന്നെ കേരളത്തിലുണ്ടായിരുന്നിരിക്കണം. പക്ഷേ ആര്യൻമാർ വളർത്തിയതരത്തിലുള്ള പൂർണമായ ജാതിസമ്പ്രദായം– ഓരോ തൊഴിലിനും ഓരോ ജാതി; തൊഴിലുകൾ തമ്മിൽത്തന്നെ മേലുകീഴ്നില; അതിന്റെ ഫലമായി ജാതികൾ തമ്മിലും മേലുകീഴ്നില; ഈ എല്ലാ തൊഴിലുകളുടെയും മീതെയുള്ള തൊഴിൽ നടത്തുന്ന ബ്രാഹ്മണർ മറ്റെല്ലാ ജാതികളെയുംകാൾ മീതെയാണെന്ന നിയമം— ആര്യൻമാരുടെ വരവിനുമുമ്പ് കേരളത്തിലുണ്ടായിരുന്നില്ല. അതു വളർത്തി കേരളത്തിലെ സമുദായത്തെ തൊഴിലനുസരിച്ച് അനവധി ജാതികളായി തിരിക്കാൻ കഴിഞ്ഞതാണ് നമ്പൂതിരിമാരുടെ നേട്ടം.

ജാതിസമ്പ്രദായത്തിന്റെ ആദ്യകാലത്ത് നാലു വർണങ്ങളേ ഉണ്ടായിരുന്നുള്ളു. എന്തുകൊണ്ടെന്നാൽ, ബുദ്ധിപരമായത്, ആയോധനപരമായത്, സാമ്പത്തികപരമായത്, ദേഹാധ്വാനപരമായത് എന്ന നാലു പ്രധാന വകുപ്പുകളേ അന്ന് തൊഴിലിനുണ്ടായിരുന്നുള്ളു. എന്നാൽ ക്രമേണ അത് ജാതികളും ഉപജാതികളുമായി പിരിയുകയും നൂറ്റുക്ക

ണക്കിലുള്ള പുതിയ ജാതികൾ വളർന്നുവരികയും ചെയ്തു. ശങ്കരാചാര്യരെഴുതിയതാണെന്നു പറയപ്പെടുന്ന *ജാതിനിർണയ*ത്തിൽ കേരളത്തിലെ 72 പ്രധാന ജാതികളുടെ പേര് പറഞ്ഞിട്ടുണ്ട് (8 ജാതി ബ്രാഹ്മണർ; 2 ന്യൂനജാതികൾ; 2 അന്തരാളജാതികൾ; 18 ശൂദ്രജാതികൾ; 6 ശിൽപ്പിജാതികൾ; 10 പതിതജാതികൾ; 8 നീചജാതികൾ; 8 മറ്റു ജാതികൾ); ഇതിൽ മിക്കതിനും എത്രയോ ഉപജാതികളുമുണ്ട്. ഈ ജാതികളും ഉപജാതികളുമെല്ലാം ഉണ്ടായത് തൊഴിലുകളിൽ വന്ന വിഭജനത്തിന്റെ ഫലമായാണ്.

ഈ ജാതിസമ്പ്രദായവും അതിനെത്തുടർന്നുവന്ന അയിത്തവും നിമിത്തം "കേരളം ഇന്നൊരു ഭ്രാന്തശാല"യായിരിക്കയാണ്: പരിഷ്കൃത മനുഷ്യന്റെ പരിഹാസത്തിനു പാത്രമായി കേരളം ഇന്ന് അധഃപതിച്ചിരിക്കയാണ്. പക്ഷേ ഈ അധഃപതനത്തിനടിസ്ഥാനമായ ജാതിസമ്പ്രദായം അന്ന് ഉളവായിരുന്നില്ലെങ്കിൽ ഇന്നത്തെ മലയാളികളുടെ അഭിമാനപാത്രമായ കേരളസംസ്കാരവും ഉയരുമായിരുന്നില്ല: കഥകളി, ഓട്ടൻതുള്ളൽ, പാഠകം മുതലായ കലകളും ചമ്പുക്കൾ, പ്രബന്ധങ്ങൾ മുതലായവയടങ്ങുന്ന സാഹിത്യവും ജ്യോതിശ്ശാസ്ത്രത്തിലും വൈദ്യശാസ്ത്രത്തിലും മറ്റും നമ്മുടെ പൂർവികന്മാർ നേടിയ പാണ്ഡിത്യവുമൊന്നും ജാതിസമ്പ്രദായത്തിന്റെ അഭാവത്തിൽ ഇവിടെ വളർന്നുവരുമായിരുന്നില്ല. എന്തിനേറെ? വിദേശീയരുടെ മുക്തകണ്ഠമായ പ്രശംസയ്ക്കു കാരണമായ നായരുടെ ആയോധനമുറപോലും അഭിവൃദ്ധിപ്പെട്ടത് ജാതിസമ്പ്രദായത്തിന്റെ ഭാഗമായി നായർ പടയാളിയുടെ തൊഴിലംഗീകരിച്ചതിനാലാണ്; തച്ചോളി ഒതേനനും മങ്ങാട്ടച്ചനുമൊക്കെത്തന്നെ, പരമ്പരയായി പടയാളികളായി പ്രവർത്തിക്കാൻ നായരെ നിർബന്ധിച്ച ജാതിസമ്പ്രദായത്തിന്റെ സന്താനങ്ങളാണ്.

ബ്രാഹ്മണരുടെ നേതൃത്വത്തിൽ, "ആര്യ ദ്രാവിഡസാങ്കര്യ"ത്തിന്റെ ഫലമായി, ഉയർന്നുവന്ന "കേരളത്തിന്റെ സാംസ്കാരിക പാരമ്പര്യ"ത്തിൽ അഭിമാനം കൊള്ളുക; എന്നാൽ, "ഉജ്ജ്വലവും ഉൽകൃഷ്ടവും പ്രാചീനവു"മായ ആ കേരളസംസ്കാരത്തെ "ചുറ്റിപ്പറ്റിനിൽക്കുന്ന", പറവാനും കേൾക്കാനും കൊള്ളാത്ത "ചില കറുത്ത പരമാർഥങ്ങ"ളുള്ളതിൽ വ്യസനിക്കുക; ആ "കറുത്ത പരമാർഥങ്ങ"ളായ അയിത്തവും സാമുദായികമായ ഉച്ചനീചത്വങ്ങളും ഉണ്ടായിരുന്നില്ലെങ്കിൽ കേരളസംസ്കാരം ഇന്നത്തെക്കാൾ "പ്രബലവും പ്രസന്നവുമാകുമായിരുന്നില്ലേ" എന്നു നെടുവീർപ്പിടുക—ഇത് ചില പരിഷ്കൃതരായ കേരളദേശാഭിമാനികളുടെ പതിവാണ് (ഉദാ: *മാതൃഭൂമി* ആഴ്ചപ്പതിപ്പിന്റെ 1947 ഏപ്രിൽ 17-ാം തീയതിയിലെ ഐക്യകേരളപ്പതിപ്പിൽ ഉള്ളാട്ടിൽ ഗോവിന്ദൻകുട്ടിനായരുടെ ലേഖനം. ആ ലേഖനത്തിൽനിന്നാണ് ഇവിടെ ഉദ്ധരണിയിൽ ചേർത്ത പദങ്ങളെല്ലാം എടുത്തിട്ടുള്ളത്).

എന്നാൽ അവരഭിമാനിക്കുന്ന കേരളസംസ്കാരം ജാതിസമ്പ്രദായത്തിന്റെ സന്താനമാണെന്നവർ മറക്കുന്നു. പുരാതന ഗ്രീസിലും റോമിലും

മറ്റുമുണ്ടായിരുന്ന മേന്മയേറിയ സംസ്കാരത്തെ ബഹുമാനിക്കുക, പക്ഷേ അതിനടിസ്ഥാനമായിരുന്ന അടിമസമ്പ്രദായത്തിൽ വ്യസനിക്കുക; നവീന യന്ത്രയുഗത്തിൻകീഴിൽ വന്ന വമ്പിച്ച സാംസ്കാരികാഭിവൃദ്ധിയെ വാഴ്ത്തുക, പക്ഷേ ആ യന്ത്രയുഗത്തിനടിസ്ഥാനമിട്ട മുതലാളി സമ്പ്രദായത്തിന്റെ പൈശാചികമർദനത്തിൽ വ്യസനിക്കുക; ഇന്ത്യൻ സ്വാതന്ത്ര്യത്തിനുവേണ്ടിയുള്ള സുദീർഘസമരത്തിന്റെ പാരമ്പര്യത്തിൽ അഭിമാനിക്കുക, പക്ഷേ അതിനിടയ്ക്കു നടന്ന 'അക്രമ'ങ്ങളിൽ വ്യസനിക്കുക—ഇങ്ങനെ ഓരോന്നിന്റെയും 'നന്മ'യിലാഹ്ളാദിക്കുകയും 'തിന്മ'യിൽ വ്യസനിക്കുകയും ചെയ്യുന്നവരുടെ അശാസ്ത്രീയമായ മനോഭാവത്തിൽ വ്യസനിക്കയല്ലാതെ നിവൃത്തിയില്ല. "കറുത്ത പരമാർഥങ്ങ"ളെന്നവർ വിളിക്കുന്ന ഈ ജാതിസമ്പ്രദായവും അടിമസമ്പ്രദായവും മുതലാളിചൂഷണവും സ്വാതന്ത്ര്യയോദ്ധാക്കളുടെ അക്രമാസക്തിയുമില്ലായിരുന്നുവെങ്കിൽ, ഈ "കറുത്ത പരമാർഥങ്ങ"ളുടെ മറുപുറമായ സാംസ്കാരികാഭിവൃദ്ധിയും മനുഷ്യസമുദായത്തിനു കിട്ടുമായിരുന്നില്ല.

മഹാകവി കുമാരനാശാൻ പറഞ്ഞതുപോലെ, ക്രൂരമായ ജാതിവ്യവസ്ഥ നിമിത്തം എത്രയെത്രയോ ശങ്കരാചാര്യൻമാരും തുഞ്ചൻമാരും കുഞ്ചൻമാരും കേരളമാതാവിന്റെ വയറ്റിൽ അലസിപ്പോയിട്ടുണ്ടെന്നതു വാസ്തവമാണ്. ആ ജാതിവ്യവസ്ഥ തട്ടിത്തകർത്ത്, 'കേരള സംസ്കാരത്തിലേക്കു മുതൽക്കൂട്ടാൻ കഴിവും കരുത്തുമുള്ള'വരെയെല്ലാം ഉയർത്താനുള്ള പരിതഃസ്ഥിതി ഇന്ന് വളർന്നിട്ടുമുണ്ട്. പക്ഷേ ജാതിവ്യത്യാസം ഉയർന്നുവന്നകാലത്ത് ആ പരിതഃസ്ഥിതി ഉണ്ടായിരുന്നില്ലെന്നു കാണാതിരുന്നാൽ—അബ്രാഹ്മണർക്കും അവർണർക്കും കവിതാവാസനയും സഹൃദയത്വവും പാണ്ഡിത്യവും നേടാൻ കഴിവില്ലെന്ന നിലവരുത്തിയ അതേ ജാതിവ്യത്യാസമാണ് ശങ്കരാചാര്യരെയും തുഞ്ചനെയും കുഞ്ചനെയും മറ്റും ഉയർത്തിക്കൊണ്ടുവന്നതെന്ന സംഗതി മറന്നാൽ–അത് ശരിയായ ശാസ്ത്രീയചരിത്രവീക്ഷണമാകില്ല.

ജന്മിസമ്പ്രദായവും നമ്പൂതിരിമാരും

ആര്യൻമാർ ഇന്ത്യയ്ക്കാകെ നൽകിയ സംഭാവനയാണ് ജാതിയെങ്കിൽ കേരളത്തിന് പ്രത്യേകമായി അവരിൽനിന്നുകിട്ടിയ ഒരേർപ്പാടാണ് ഇവിടത്തെ ജന്മിസമ്പ്രദായം, അഥവാ 'കാണജന്മമര്യാദ'.

കേരളത്തെ കടലിൽനിന്നു വീണ്ടെടുത്ത പരശുരാമൻ ഇവിടത്തെ ഭൂമിയാകെ ബ്രാഹ്മണർക്ക് ദാനം ചെയ്തുവെന്നാണല്ലോ ഐതിഹ്യം. ഈ ഐതിഹ്യത്തെ അനുകൂലിക്കത്തക്ക ചില പരമാർഥങ്ങളും നാമിന്നു കാണുന്നുണ്ട്. അതായത്,

1. ബ്രാഹ്മണമേധാവിത്വത്തിന് ഏറ്റവുമധികം ശക്തിയുള്ള തെക്കേ മലബാറിലും കൊച്ചിയിലും ജന്മികളിൽ ഭൂരിപക്ഷം ബ്രാഹ്മണരും ദേവസ്വങ്ങളുമാണ്; ബ്രഹ്മസ്വത്തിന്റെയും ദേവസ്വത്തിന്റെയും ഉടമസ്ഥരും ഊരാളരുമായ നമ്പൂതിരിമാരാണ് ഇവിടങ്ങളിലെ ഭൂസ്വത്തുക്കളുടെ ഉടമകൾ.

2. ബ്രാഹ്മണമേധാവിത്വം താരതമ്യേന ദുർബലമായ വടക്കേ മലബാറിൽ കേരളത്തിലെ ഭൂവുടമാസമ്പ്രദായത്തിന്റെ പ്രത്യേകതയായ 'കാണജന്മമര്യാദ'യില്ല; കാണമെന്ന സവിശേഷമായ കുടിയായ്മ തെക്കേ മലബാർ–കൊച്ചിയുടെ പ്രത്യേകതയാണ്.

3. ബ്രാഹ്മണമേധാവിത്വത്തിന്റെ ശക്തികുറഞ്ഞ തിരുവിതാംകൂറിലും ജന്മികളുടെ ശക്തി കുറവാണ്: അവിടത്തെ ഭൂമിയിൽ 75 ശതമാനവും പണ്ടാരവക(ഗവൺമെൻറിന്റെ)യാണ്. ബാക്കി 25 ശതമാനം മാത്രമേ ജന്മികളുടെ(പുറവക)യുള്ളു; മാത്രമല്ല, ഈ ജന്മികളൊക്കെ നമ്പൂതിരിമാരാണുതാനും.

4. തിരുവിതാംകൂറിൽ 'തനതു' (ജന്മികളുടെ കൈവശമുള്ള) ഭൂമിക്കെല്ലാം ഇന്നും കരമൊഴിവാണ്; ജന്മി (നമ്പൂതിരി) തന്റെ ഭൂമി പണയപ്പെടുത്തുകയോ തീറുവിൽക്കുകയോ ചെയ്യുമ്പോൾ മാത്രമാണ് അതിൻമേൽ നികുതി ചുമത്തുന്നത്. എന്നാൽ പണ്ടാരവക ഭൂമിയുടെമേൽ വളരെക്കാലമായിത്തന്നെ നികുതി ചുമത്തിവരുന്നുണ്ട്.

5. കൊച്ചിയിലും മലബാറിലും അടുത്തകാലംവരെ ഭൂനികുതി ഉണ്ടായിരുന്നില്ല. മലബാറിന്റെ ചരിത്രത്തിൽ ആദ്യമായി നികുതി ചുമത്തിയത് ടിപ്പുസുൽത്താനാണ്.

ഇതിൽനിന്നെല്ലാം ജന്മിസമ്പ്രദായവും നമ്പൂതിരിമാരും തമ്മിൽ അടുത്ത ബന്ധമുണ്ടെന്നു വ്യക്തമാണ്. ഈ വ്യക്തമായ പരമാർഥങ്ങളുടെ അർഥമെന്താണ്? ഐതിഹ്യം പറയുന്നതുപോലെ പരശുരാമൻ ബ്രാഹ്മണർക്കു ഭൂമി ദാനം ചെയ്തുവെന്നാണോ?

തീർച്ചയായും അസംബന്ധമായ ഒരൈതിഹ്യമാണിത്. ഏതെങ്കിലുമൊരാളിൽനിന്നു ദാനം കിട്ടിയവഴിക്ക് ഭൂമിയെല്ലാം ജന്മികളുടെ കൈയിലാവുകയെന്നത് ലോകചരിത്രത്തിലെവിടെയും ഇതേവരെ ഉണ്ടായിട്ടില്ല. എത്രയോ നൂറ്റാണ്ടുകളോളം നീണ്ടുനിന്ന യുദ്ധങ്ങളും പരിവർത്തനങ്ങളും മുഖേനയാണ് ഓരോ രാജ്യത്തിലും ജന്മിസമ്പ്രദായമുണ്ടായിട്ടുള്ളത്. പ്രൊഫസർ കാനൺ എന്ന ധനശാസ്ത്രജ്ഞന്റെ ഭാഷയിൽ,

അതിപ്രാചീനകാലത്തെ മനുഷ്യന് ഭൂമിയോടുള്ള ബന്ധം ഇന്നത്തെ മനുഷ്യന് കടലിനോടുള്ള ബന്ധംപോലെയായിരുന്നു. ആളുകളുടെ എണ്ണം കുറഞ്ഞും ഭൂമിയുടെ വിസ്തീർണം കവിഞ്ഞും കിടന്നിരുന്ന അക്കാലത്ത് കൃഷിചെയ്തിരുന്ന ഒരു വിഭാഗവും മറ്റൊരുവിഭാഗവും തമ്മിൽ ഭൂമി കൈവശകാര്യത്തിൽ യാതൊരു മത്സരവും വഴക്കുമുണ്ടായിരുന്നില്ല. പക്ഷേ ആളുകളുടെ എണ്ണം വർധിക്കാൻ തുടങ്ങിയപ്പോൾ, ഒരു പ്രദേശത്തു താമസിച്ചു കൃഷിചെയ്യുന്ന ഒരു ജനവിഭാഗത്തിന് ആ പ്രദേശത്തിനു വെളിയിലുള്ളവർ അവിടെ വരുന്നതിൽ ആക്ഷേപവും എതിർപ്പുമുണ്ടാവാൻ തുടങ്ങി.

ഇതിന്റെ ഫലമായി യുദ്ധങ്ങളും ആക്രമണങ്ങളും നാടുവെട്ടിപ്പിടിക്കലുമെല്ലാം തുടങ്ങിയതും അതിൽ തോറ്റവരുടെ നാടും നിലവും ജയിച്ചവർ കൈയിലാക്കിയതും വിവരിച്ചശേഷം പ്രൊഫസർ കാനൺ തുടരുന്നു:

ഇങ്ങനെ ശത്രുക്കളിൽനിന്നു വെട്ടിപ്പിടിച്ചതും ശത്രുക്കളുടെ വെട്ടി

പ്പിടിത്തത്തിൽനിന്നു രക്ഷപ്പെടുത്തിയതുമായ ഭൂമി അതതു ജനവിഭാഗത്തിന്റെ പൊതുസ്വത്തായിത്തീരുന്നു; അങ്ങനെ ആർക്കും യഥേഷ്ടം ഉപയോഗിക്കാവുന്ന ഭൂമി സമുദായത്തിന്റെ അനുമതിയോടുകൂടിമാത്രം ഉപയോഗിക്കാവുന്നതായിത്തീരുന്നു.

ഇങ്ങനെ പൊതുസ്വത്തായിത്തീർന്ന ഭൂമി പിന്നീട് ഓരോ കുടുംബത്തിന്റെ സ്വകാര്യസ്വത്തായിത്തീരുകയാണ് ചെയ്യുന്നതെന്നദ്ദേഹം അഭിപ്രായപ്പെടുന്നു.

ഏതാണ്ടിതേ രീതിയിലുള്ള ഒരു പരിണാമമാണ് കേരളത്തിലും ഭൂമിയെ സംബന്ധിച്ചുണ്ടായിട്ടുള്ളതെന്നൂഹിക്കണം. ജന്മിപക്ഷപാതികളവകാശപ്പെടുന്നതുപോലെ കേരളമുണ്ടായതുമുതൽക്കുള്ള ഒരേർപ്പാടാണ് ജന്മിസമ്പ്രദായമെന്നോ, കാണംദാർ പ്രതിനിധികളവകാശപ്പെടുന്നതുപോലെ കാണാവകാശം അതിപ്രാചീനകാലം മുതൽക്കുള്ളതാണെന്നോ കരുതുന്നത് അസംബന്ധമായിരിക്കും. എത്രയോ നൂറ്റാണ്ടുകളോളം നീണ്ടുനിന്ന ഒരു സുദീർഘപരിണാമത്തിന്റെ ഫലമായാണ് ഇവിടെയും ജന്മിസമ്പ്രദായം വളർന്നുവന്നിട്ടുള്ളത്. ഈ സുദീർഘപരിണാമത്തിന്റെ ചരിത്രം വ്യക്തമായ രീതിയിൽ ആരും ഇതേവരെ എഴുതിയിട്ടില്ലെങ്കിലും അതിന്റെ പ്രധാന ദശാഘട്ടങ്ങൾ താഴെ കൊടുക്കുന്നവയാണെന്നൂഹിക്കാൻ ധാരാളം വഴിയുണ്ട്:

1. നമ്പൂതിരിമാർ വരുന്നതുവരെ യാതൊരുതരത്തിലുള്ള ഭൂവുടമയുമുണ്ടായിരുന്നില്ല: ഇന്ന ഭൂമി ഇന്ന കുടുംബക്കാർ കൃഷിചെയ്യുകയെന്ന പതിവുണ്ടായിരുന്നിരിക്കാമെങ്കിലും ആ ഭൂമിയുടെമേൽ ആ കുടുംബത്തിന് ഉടമാവകാശം ഉണ്ടായിരുന്നുവെന്നു പറയാൻ വയ്യ.

2. നമ്പൂതിരിമാർ വന്ന് ജാതിസമ്പ്രദായമേർപ്പെടുത്തിയതോടുകൂടി ഓരോ ജാതിക്കാർക്കും അവർ സമുദായത്തിനുവേണ്ടി ചെയ്യുന്ന തൊഴിലിനു പ്രതിഫലമായി എന്തെങ്കിലും ആദായമാർഗമുണ്ടാക്കിക്കൊടുക്കുന്നതാവശ്യമായിവന്നു. അങ്ങനെ കൃഷിയല്ലാത്ത മറ്റു തൊഴിലുകളിലേർപ്പെടുന്നവർക്ക് ഓരോ കർഷകകുടുംബവും ഭക്ഷണത്തിനുവേണ്ട അരിയോ നെല്ലോ മറ്റു സാധനങ്ങളോ കൊടുക്കുകയെന്ന ഏർപ്പാടുവന്നു; കൃഷിചെയ്യുന്നവർക്കാകട്ടെ ഏതെങ്കിലുമൊരു നിലം കൃഷിചെയ്യാൻ കൊടുക്കുകയും ചെയ്തു (ഇതു രണ്ടിന്റെയും ഉദാഹരണങ്ങൾ ഇന്നും കാണാം. വെളുത്തേടൻ, വിളക്കത്തലവൻ മുതലായവർക്ക് നെല്ല് കൊടുക്കുന്ന ഏർപ്പാടിന്റെയും ഇവരിൽച്ചിലർക്ക് ഭൂമി കൊടുക്കുന്നതിന്റെയും അവശിഷ്ടങ്ങൾ ഇന്നും കാണാം).

3. ഇക്കൂട്ടത്തിൽ ഏതെങ്കിലും ആദായമാർഗമുണ്ടാക്കിക്കൊടുക്കേണ്ടവരാണ് നമ്പൂതിരിമാർ. പക്ഷേ അവർ കൃഷിചെയ്യാത്തവരാണ്. അതുകൊണ്ടവർക്ക് നിലം കിട്ടിയിട്ടു പ്രയോജനമില്ല: നേരേമറിച്ച് കൃഷിചെയ്തുണ്ടാക്കുന്ന വിളവിലൊരംശം അവർക്കു കൊടുക്കുകയെന്ന പതിവുണ്ടാക്കിയാൽ അവരുടെ ആവശ്യം നിവർത്തിക്കും, കൃഷിക്കാർക്ക്

യാതൊരു നഷ്ടവുമില്ലതാനും.

4. ഇത് നമ്പൂതിരിമാർക്കെന്നപോലെതന്നെ നാടുവാഴികൾ, ദേശവാഴികൾ, പടനായകൻമാർ മുതലായവർക്കും ബാധകമാണ്. അവരും കൃഷിചെയ്യാത്തവരാണ്; അതുകൊണ്ടവർക്കും കൃഷിഭൂമി കിട്ടിയിട്ടു പ്രയോജനമില്ല. അവർക്കും വിളവിലൊരംശം കൊടുക്കുന്ന പതിവുവന്നു.

5. ഇങ്ങനെ കൃഷിചെയ്യാത്തവരും സമുദായത്തിൽ മേധാവിത്വമുള്ളവരുമായ ഒരു ചെറുവിഭാഗം ജനങ്ങൾക്ക് വിളവിലൊരംശം ക്രമമായി കൊടുക്കുകയെന്ന പതിവു വന്നതോടുകൂടി, വിളവിൽനിന്ന് ആ അംശം ആദ്യംതന്നെ നീക്കിവയ്ക്കാൻ തുടങ്ങിയതോടുകൂടി, ഓരോ നിലത്തിനും കൃഷി ചെയ്യുന്നവരും ചെയ്യാത്തവരുമെന്ന രണ്ടുതരം ഉടമസ്ഥൻമാരുണ്ടായി. പക്ഷേ ഈ ഘട്ടത്തിലും പൂർണമായ ഭൂവുടമ വന്നുവെന്നു പറയാൻ വയ്യ: തന്റെ അംശം വാങ്ങുകയെന്നല്ലാതെ മറ്റൊരവകാശവും ഇല്ലാത്ത ഈ നമ്പൂതിരിക്കോ നാടുവാഴിക്കോ അതു കൊടുക്കുന്നത് കൃഷിചെയ്യുന്നാളെസംബന്ധിച്ച് നിർബന്ധമായ നിയമമായിത്തീരുകയും ചെയ്തു.

6. ക്രമേണ, നമ്പൂതിരിക്കും നാടുവാഴിക്കും സമുദായത്തിലുള്ള സ്ഥാനം വലുതാവാൻ തുടങ്ങിയതോടുകൂടി, അവർക്കു കിട്ടുന്ന വിളവിന്റെ അംശത്തിന്റെ പ്രാധാന്യവും വർധിക്കാൻ തുടങ്ങി. വിളവിന്റെ ഒരു ചെറിയ അംശമേ അവർക്കു കിട്ടുന്നുള്ളുവെങ്കിലും അതുകൊടുക്കാതെ കൃഷിചെയ്യാനോ ജീവിക്കാനോ കൃഷിക്കാർക്കു സാധ്യമല്ലായിരുന്നതിനാൽ, കൃഷിഭൂമിയുടെയെല്ലാം ഒരു മേൽക്കോയ്മാധികാരം അവർക്കുണ്ടെന്നുവന്നു. അങ്ങനെ വിളവിന്റെ പ്രധാന അംശം അനുഭവിക്കുന്നവരെങ്കിലും ഭൂമിയുടെമേൽ താണതരം അവകാശമുള്ള ഒരു ഭൂരിപക്ഷവും (കുടിയാൻമാർ) വിളവിന്റെ ഒരു ചെറിയ അംശം മാത്രം അനുഭവിക്കുന്നവരെങ്കിലും ഭൂമിയുടെ മേൽക്കോയ്മാധികാരമുള്ള ഒരു ന്യൂനപക്ഷവും (ജന്മികൾ) വളർന്നുവന്നു.

7. ഇതോടൊപ്പം നമ്പൂതിരിമാരെയും അവർ കൊണ്ടുവന്ന ദേവൻമാരെയുംകുറിച്ച് കൃഷിക്കാർക്കുള്ള ഭക്തി വർധിച്ചുവന്നു. അതോടുകൂടി തങ്ങൾ കൃഷിചെയ്യുന്ന ഭൂമി ഇന്ന നമ്പൂതിരിയുടെ, അല്ലെങ്കിൽ ഇന്ന ദേവന്റെ സ്വത്തും, അതിലുണ്ടാവുന്ന വിളവിന്റെ ഇന്ന അംശം ആ നമ്പൂതിരിയുടെ, അല്ലെങ്കിൽ ആ ദേവന്റെ, പങ്കുമാണെന്നു പറയുവാൻ ആളുകൾ മുമ്പോട്ടുവന്നു.

ഇതിന്റെ ഏറ്റവും അടുത്ത കാലത്തേതും ഏറ്റവും വലുതുമായ ഉദാഹരണമാണ് തിരുവിതാംകൂറിലെ മാർത്താണ്ഡവർമ മഹാരാജാവ് രാജ്യമാകെ ശ്രീപത്മനാഭസ്വാമിക്ക് സമർപ്പിച്ച്, 'ശ്രീപത്മനാഭദാസ'നായി രാജ്യം ഭരിക്കാൻ തുടങ്ങിയത്. ഇത്തരത്തിൽ തന്റെ നിലമാകെ ഏതെങ്കിലും നമ്പൂതിരിക്കോ ദേവനോ സമർപ്പിച്ച് അവരുടെ കീഴിൽ കുടിയാനെന്ന നിലയ്ക്ക് കൃഷിചെയ്യാൻ തുടങ്ങിയ കൃഷിക്കാർ ധാരാളമുണ്ട്. അവരും മാർത്താണ്ഡവർമ മഹാരാജാവും തമ്മിൽ ഒരു വ്യത്യാ

സം മാത്രമുണ്ട്: മാർത്താണ്ഡവർമ മഹാരാജാവ് തന്റെ രാജ്യം അടിയറവച്ചത് ജീവനില്ലാത്ത ഒരു സ്വാമിവിഗ്രഹത്തിനായതിനാൽ ആ സ്വാമിയുടെ പേരിൽ എന്തും ചെയ്യാനുള്ള സ്വാതന്ത്ര്യവും സൗകര്യവും മാർത്താണ്ഡവർമയ്ക്കും അനന്തരഗാമികൾക്കുമുണ്ടായിരുന്നു. നേരേമറിച്ച്, കൃഷിക്കാർ നിലം അടിയറവച്ച നമ്പൂതിരിമാരും ദേവന്മാരും—എന്നുവച്ചാൽ ദേവൻമാരുടെ പ്രതിനിധികളായ ഊരാളൻമാർ—ശ്രീ പത്മനാഭനെപ്പോലെ നിരാകാരനോ നിർവികാരനോ അല്ലാത്തതിനാൽ അവർ കൃഷിക്കാരിൽനിന്ന് തങ്ങൾക്കുകിട്ടിയ ഉടമാവകാശമുപയോഗിച്ച് പാട്ടം വർധിപ്പിക്കുക, നിലമൊഴിപ്പിക്കുക മുതലായവയ്ക്കുള്ള അധികാരങ്ങളുപയോഗപ്പെടുത്താൻ തുടങ്ങി.

8. ഏതാണ്ടിതേരീതിയിൽത്തന്നെയാണ് നമ്പൂതിരിമാരല്ലാത്ത ജന്മികളും വളർന്നുവന്നത്. നാടുവാഴികളും ദേശവാഴികളുമായ സാമന്തൻമാരും നായൻമാരും തങ്ങളുടെ സൈനികശക്തിയും അതുവഴി നാട്ടുകാർക്കവരിൽനിന്നുകിട്ടിയ രക്ഷയും നിമിത്തം ഭൂവുടമകളായി: ഭക്തികൊണ്ടാണ് കൃഷിക്കാർ നമ്പൂതിരിമാരെ ഭൂവുടമകളായംഗീകരിച്ചതെങ്കിൽ, ആത്മരക്ഷയ്ക്കുവേണ്ടിയാണവർ തമ്പുരാക്കന്മാരെയും സ്ഥാനിനായൻമാരെയും ഭൂവടുമകളായംഗീകരിച്ചത്. മാത്രമല്ല, ദേവൻമാർക്കു കിട്ടിയ ഭൂമിയുടെയും ഒരുഭാഗം തങ്ങളുടെ അധികാരശക്തിനിമിത്തം ഈ നാടുവാഴികളുടെ കൈയിലായി.

9. ഇങ്ങനെ നമ്പൂതിരിജന്മി, ദേവസ്വം, കോവിലകങ്ങൾ, സ്ഥാനികുടുംബങ്ങൾ എന്നിവയെല്ലാം ഭൂമിയുടെ മേൽക്കോയ്മാധികാരം കൈവശമാക്കിയതിൽപ്പിന്നീടാണ് മുസ്ലിങ്ങൾ, തീയർ മുതലായവരിലും നാട്ടുപ്രമാണികൾ വളർന്നുവരാൻ തുടങ്ങിയത്. അവർക്കും ഇതേമാതിരി അവകാശങ്ങൾ കിട്ടാൻ തുടങ്ങി. അതുകൊണ്ടാണ് ഒരു ചെറുന്യൂനപക്ഷം ജന്മികൾ അവരുടെ ഇടയിലും വളർന്നുവന്നത്.

ഇതിന്റെ ഫലമായി കേരളത്തിൽ ഉയർന്നുവന്ന ജന്മിസമ്പ്രദായം ഇന്ന് നാട്ടിനാകെ ആപൽക്കരമായ ഒരേർപ്പാടാണ്; അതവസാനിപ്പിക്കാതെ കൃഷിക്കാരുടെ സ്ഥിതിയോ കൃഷിയുടെ സാങ്കേതികമാർഗങ്ങളോ അഭിവൃദ്ധിപ്പെടുകയില്ല. ജന്മിയെന്നോ കാണക്കാരനെന്നോ കുഴിക്കാണക്കാരനെന്നോ മറ്റേതെങ്കിലും പേരിൽ, സ്വയം കൃഷിചെയ്യാതെ, കൃഷിചെയ്യുന്നവരിൽനിന്ന് പാട്ടം പിരിച്ചു കഴിഞ്ഞുകൂടുന്ന ഒരു ചെറുന്യൂനപക്ഷവും; കഠിനമായധ്വാനിച്ച് കൃഷിചെയ്തെടുക്കുന്ന വിളവിന്റെ ഭൂരിഭാഗം പാട്ടമായി മറ്റുള്ളവർക്കു കൊടുത്ത് സ്വയം പട്ടിണികിടക്കുന്ന ബഹുഭൂരിപക്ഷം ജനങ്ങളുമുള്ള കാലത്തോളം നമ്മുടെ കൃഷി ഇന്നത്തെ അപരിഷ്കൃതദശയിൽത്തന്നെ കിടക്കുകയും നമ്മുടെ ഭക്ഷണത്തിന് നമുക്കന്യനാട്ടുകാരെ ആശ്രയിക്കേണ്ടിവരികയും ചെയ്യാതെ നിവൃത്തിയില്ല.

പക്ഷേ ജാതിസമ്പ്രദായമെന്നപോലെതന്നെ ഇതും മലയാളി ജനസമുദായത്തിന്റെയും കേരളസംസ്കാരത്തിന്റെയും ചരിത്രത്തിൽ അതി

പ്രധാനമായ ഒരു പങ്കുവഹിച്ചിട്ടുണ്ട്. വാസ്തവം പറകയാണെങ്കിൽ, ബഹുഭൂരിപക്ഷം നാട്ടുകാരെ സാമൂഹ്യമായും സാംസ്കാരികമായും ബ്രാഹ്മണനടിമപ്പെടുത്തിയ ജാതിസമ്പ്രദായത്തിന്റെയും സാമ്പത്തികമായി ജന്മിക്കടിമപ്പെടുത്തിയ ജന്മിസമ്പ്രദായത്തിന്റെയും അടിസ്ഥാനത്തിലാണ് കേരളത്തിന് സ്വതന്ത്രമായ ഒരു സംസ്കാരവും ഭരണരീതിയും ഉളവായതും മലയാളികൾ ഒരു സ്വതന്ത്ര ജനസമുദായമായി വളർന്നതും.

ജന്മി, കാണക്കാരൻ, കുഴിക്കാണക്കാരൻ മുതലായ പല പേരുകളിലായി ഭൂമിയുടെമേൽ ഉടമാവകാശമുള്ള ജനവിഭാഗങ്ങളുണ്ടാവുകയെന്നതാണല്ലോ 'കാണജന്മമര്യാദ'യുടെ കാതൽ. ഇത് സാമൂഹ്യ-സാമ്പത്തികഘടനയിൽ വന്ന വമ്പിച്ച ഒരു മാറ്റമാണ്. ദേഹാധ്വാനം ചെയ്യുന്നവരും (ശൂദ്രർ, ചണ്ഡാലർ) മാനസികാധ്വാനം ചെയ്യുന്നവരും (ബ്രാഹ്മണർ) തമ്മിലുള്ള പ്രവൃത്തിവിഭജനം (ജാതിസമ്പ്രദായം) പോലെതന്നെ കൃഷിചെയ്ത് വിളവെടുക്കുന്നവരും (കുടിയാൻമാർ) അവരുടെമേൽ ഉടമാവകാശമനുഭവിക്കുന്നവരും (ജന്മികൾ) തമ്മിലുള്ള ഈ വിഭജനം കലകൾ, സാഹിത്യം, ശാസ്ത്രങ്ങൾ മുതലായവയെ അഭി വൃദ്ധിപ്പെടുത്താനും ഭരണരീതിയിൽ പരിഷ്കാരങ്ങൾ വരുത്താനും മറ്റുതരത്തിൽ സമുദായത്തെ മുമ്പോട്ടുകൊണ്ടുപോകാനും സഹായിച്ചു. സംസ്കാരപരവും മതപരവുമായ പ്രവർത്തനങ്ങൾ നടത്താൻ നമ്പൂതിരിക്കും ഭരണപരമായ കാര്യങ്ങൾ നടത്താൻ സാമന്ത-ക്ഷത്രിയ, നായർ നാടുവാഴികൾക്കും ആയോധനമുറയിൽ വൈദഗ്ധ്യം നേടി നാടുകാക്കാൻ സാധാരണ നായൻമാർക്കും കഴിഞ്ഞത് വിളവിൽ ഇന്ന അംശം ജന്മിക്ക്, ഇന്നത് കാണക്കാരന്, ഇന്നത് കൃഷിക്കാരന് എന്നെല്ലാമുള്ള വ്യക്തമായ വ്യവസ്ഥ നടപ്പിൽ വന്നതിനാലാണ്.

ജന്മിസമ്പ്രദായത്തിന്റെ ഏറ്റവും വലിയ മെച്ചം അത് വമ്പിച്ച ഒരു സാമ്പത്തികവിപ്ലവത്തിനു വഴിവച്ചുവെന്നതാണ്. കാടുവെട്ടിത്തെളിച്ച് ഭൂമി കൃഷിചെയ്യുന്നവരിൽനിന്ന് ഭൂമിയുടെ ഉടമാവകാശം കൃഷിചെയ്യാതെ പാട്ടംപിരിച്ചു ജീവിക്കുന്നവരുടെ കൈയിലേക്കു പകരുകയെന്നതിന്റെ അർഥം നവീനരീതിയിലുള്ള സ്വകാര്യസ്വത്തവകാശബോധത്തിന് അടിസ്ഥാനമിടുകയെന്നതാണല്ലോ. ഇത്തരത്തിൽ ഭൂമിയുടെമേൽ സ്വകാര്യസ്വത്തവകാശബോധം വളർന്നത് കേരളത്തിൽ നമ്പൂതിരിമാർ വന്നതിനുശേഷമാണെങ്കിൽ, ഇന്ത്യയുടെ മറ്റു ഭാഗങ്ങളിൽ ബ്രിട്ടീഷുകാർ വന്നതിൽപ്പിന്നീടുമാത്രമാണ് (മറ്റു സംസ്ഥാനങ്ങളിലെ 'സെമിന്ദാരി' സമ്പ്രദായം ബ്രിട്ടന്റെ സൃഷ്ടിയാണെന്ന് ചരിത്രകാരൻമാരെല്ലാം സമ്മതിച്ചുകഴിഞ്ഞിരിക്കുന്നു. സെമിന്ദാരിസമ്പ്രദായമില്ലാത്ത ഗുജറാത്ത്, പഞ്ചാബ് മുതലായ 'റയത്ത്വാരി' പ്രദേശങ്ങളിലും, ബ്രിട്ടീഷ് ഭരണത്തിൻകീഴിൽ, കൃഷിചെയ്യാത്ത ഭൂമിയുടമകൾ—ഉദാ: മഹാരാഷ്ട്രയിലെ ഖേത്തുകൾ, തമിഴ്നാട്ടിലെ മിറാസ്ദാർമാർ, ബംഗാളിലെ ജോത്ദാർമാർ—വളർന്നുവന്നിട്ടുണ്ട്. കേരളത്തിൽ മാത്രമാണ് ബ്രിട്ടീഷ്ഭരണ

ത്തിനുമുമ്പുതന്നെ ഭൂമിയും അതിലെ 'കല്ല്, കരട്, കാട്, ഗുഹ' മുതലായ 'എപ്പേർപ്പെട്ട' സ്വത്തുക്കളും വിൽക്കുകയും വാങ്ങുകയും ചെയ്യുന്ന പതിവുണ്ടായിരുന്നത്). അതുകൊണ്ടാണ് 'ഇന്ത്യയിൽ മറ്റെവിടെയുമില്ലാത്തത്ര പൂർണമായ ഭൂസ്വത്തുടമാവകാശം' കേരളത്തിലുണ്ടെന്നുകണ്ട് അനവധി ബ്രിട്ടീഷധികൃതന്മാർ അത്ഭുതപ്പെട്ടത്.

ബുദ്ധമതവും കേരളവും

ഇത്ര മൗലികമായ സാമൂഹ്യ-സാമ്പത്തിക വിപ്ലവങ്ങൾ വരുത്തിയ ജാതിവ്യവസ്ഥയും ജന്മിസമ്പ്രദായവും കേരളസംസ്കാരത്തെ അഭിവൃദ്ധിപ്പെടുത്താൻ വളരെയധികം സഹായിച്ചിട്ടുണ്ടെങ്കിലും, അന്നത്തെ മലയാളികൾക്ക് അന്നവ ഒരു നിലയ്ക്കും സ്വീകാര്യമായിരുന്നില്ല. എന്തുകൊണ്ടെന്നാൽ, അവയുടെ ഫലം എത്ര വമ്പിച്ച സാമൂഹ്യാഭിവൃദ്ധിയായിരുന്നുവെങ്കിലും ആ സാമൂഹ്യാഭിവൃദ്ധിയുടെ അടിസ്ഥാനം ബഹുഭൂരിപക്ഷം നാട്ടുകാരുടെമേൽ ഒരു ചെറുന്യൂനപക്ഷത്തിനുള്ള സർവാധിപത്യമാണ്.

അതുകൊണ്ട് ഈ രണ്ടേർപ്പാടുകൾക്കും അവ നടപ്പിലാക്കുന്ന ബ്രാഹ്മണർക്കുമെതിരായി നാട്ടുകാർ ഭയങ്കരമായ സമരം നടത്തി. നമ്പൂതിരിമാരുടെ വരവിനുമുമ്പ് ഇവിടത്തെ നാട്ടുപ്രമാണികളും ജനനേതാക്കന്മാരുമായിരുന്ന നായൻമാർ തങ്ങളുടെ മേധാവിത്വം നമ്പൂതിരിമാരുടെയും തമ്പുരാക്കൻമാരുടെയും കൈയിലേക്കു വഴുതിപ്പോകുന്നതു കണ്ട് വെറുതെ അടങ്ങിയിരുന്നില്ല. തങ്ങളുടെ പഴയ ജീവിതരീതിയും സംസ്കാരവും നിലനിർത്തി തങ്ങളുടെ സ്വാതന്ത്ര്യം നിലനിർത്താൻ അവർ ഘോരമായി പോരാടി.

ഈ സമരം കായികവും സായുധവുമായ തുറന്ന യുദ്ധമായിരുന്നുവോ, അതോ വെറും സാംസ്കാരികസമരം മാത്രമേ നടന്നിരുന്നുള്ളുവോ എന്നുപറയാൻ വിഷമമാണ്. തങ്ങളുടെ സാംസ്കാരിക മേന്മകൊണ്ടുമാത്രമാണ് നമ്പൂതിരിമാർ ഇവിടെ തങ്ങളുടെ ആധിപത്യം സ്ഥാപിച്ചതെന്നും അവർ നായൻമാരുമായി ആയുധമെടുത്തു പോരാടിയിട്ടില്ലെന്നുമാണ് പത്മനാഭമേനോനെപ്പോലുള്ള ചരിത്രകാരൻമാർ പറയുന്നത്. അത് ശരിയാവാൻ വിരോധമില്ലതാനും. പക്ഷേ നമ്പൂതിരിമാരെ ഇവിടെ കൊണ്ടുവന്ന പരശുരാമൻ ക്ഷാത്രധർമം സ്വീകരിച്ച ഒരു ബ്രാഹ്മണനായിരുന്നുവെന്നും, ആദ്യഘട്ടത്തിൽ ബ്രാഹ്മണർക്കിവിടെ നാഗങ്ങളിൽനിന്ന് എതിർപ്പനുഭവിക്കേണ്ടിവന്നുവെന്നുമുള്ള ഐതിഹ്യങ്ങൾ നമ്പൂതിരിമാർക്ക് ആദ്യകാലത്ത് ആയുധമെടുത്തുതന്നെ പോരാടേണ്ടി വന്നുവെന്നു കാണിക്കുന്നില്ലേ? മാത്രമല്ല, നായൻമാരെപ്പോലെ സംസ്കാരവും പരിഷ്കാരവും സിദ്ധിച്ചിരുന്ന ഒരു ജനവിഭാഗം ഭൂരിപക്ഷം നാട്ടുകാരുടെ അടിമത്തത്തിലും കഷ്ടപ്പാടിലും കെട്ടിപ്പടുത്ത ഒരു സംസ്കാരത്തെ അതിന്റെ സാംസ്കാരിക മേന്മ മാത്രം കണ്ട് സ്വീകരിച്ചുവെന്നു കരുതുന്നത് യുക്തിക്കു ചേരുന്നുണ്ടോ? അതുകൊണ്ട് കായികവും സായു

ധവുമായ യുദ്ധംതന്നെ ആദ്യകാലത്ത് കുറച്ചൊക്കെ നടന്നിരിക്കണമെന്നൂഹിക്കുന്നതിൽ തെറ്റുണ്ടോ?

പക്ഷേ ഒരുകാര്യം ശരിയാണ്: കായികവും സായുധവുമായ സമരം നടത്തിയിട്ടുണ്ടെങ്കിൽത്തന്നെ അതുസംബന്ധിച്ച് നമുക്ക് വ്യക്തവും സംശയത്തിനിടം കൊടുക്കാത്തതുമായ തെളിവുകളില്ല. നേരേമറിച്ച്, സാംസ്കാരിക രംഗത്തിൽ സുദീർഘവും ഘോരവുമായ സമരം നടന്നിട്ടുണ്ടെന്നതിന് ധാരാളം തെളിവുകളുണ്ടുതാനും. ഈ സാംസ്കാരിക സമരത്തിന്റെ രൂപം ബ്രാഹ്മണ, ബുദ്ധ മതങ്ങൾ തമ്മിലുള്ള സംഘട്ടനമായിരുന്നു. ജാതിവ്യവസ്ഥയും ജന്മിമേധാവിത്വവുമില്ലാത്ത പഴയ കേരള (നായർ പ്രഭുത്വ) സാമൂഹ്യഘടനയെ നിലനിർത്തണമെന്ന അഭിപ്രായമുള്ളവർ ബുദ്ധമതത്തെയും, ആ പഴയ സാമൂഹ്യഘടനയെ തകർത്ത് പുതിയ (നമ്പൂതിരി–ജന്മി പ്രഭുത്വ) സാമൂഹ്യഘടന നിലവിൽ വരുത്തണമെന്നാഗ്രഹിച്ചവർ ബ്രാഹ്മണമതത്തെയും ആശ്രയിച്ചു. ഈ സമരം ക്രിസ്തുവിനുമുമ്പുള്ള നൂറ്റാണ്ടുകളിൽ തുടങ്ങി ക്രിസ്ത്വബ്ദം ഏഴാമത്തെയോ എട്ടാമത്തെയോ നൂറ്റാണ്ടിലാണവസാനിച്ചത്.

ഈ സമരത്തിന്റെ ആഴവും ശക്തിയുമറിയണമെങ്കിൽ, കൊടുങ്ങല്ലൂർ മുതലായ ഭഗവതിക്ഷേത്രങ്ങൾ പരിശോധിച്ചാൽ മതി. അവ ഒരുകാലത്ത് ബുദ്ധവിഹാരങ്ങളായിരുന്നുവെന്നും ബ്രാഹ്മണ, ബുദ്ധ മതങ്ങൾ തമ്മിൽ നടന്ന യുദ്ധത്തിൽ ജയിച്ച ബ്രാഹ്മണർ അവയെ ക്ഷേത്രങ്ങളാക്കി മാറ്റിയതാണെന്നും ഇന്ന് ചരിത്രകാരൻമാർ സമ്മതിക്കുന്നുണ്ട്. കൊടുങ്ങല്ലൂർ ഭരണിയോടനുബന്ധിച്ച് നടക്കുന്ന തെറിപ്പാട്ടുപാടലും കോഴിയറവും മറ്റും ബുദ്ധവിഹാരങ്ങളെ നശിപ്പിക്കാൻ ബ്രാഹ്മണരെടുക്കുന്ന അടവാണെന്നും പറയപ്പെടുന്നു. എന്നാൽ ഇവ എങ്ങനെ ബുദ്ധവിഹാരങ്ങളായിത്തീർന്നു, ബുദ്ധമതം പ്രചരിക്കുന്നതിനുമുമ്പ് ഈ സ്ഥലത്തൊന്നുമുണ്ടായിരുന്നില്ലേ, ഈ ക്ഷേത്രങ്ങളുടെ ഉൽഭവംതന്നെ ബുദ്ധമതത്തോടുകൂടിയാണോ? ഈ ചോദ്യങ്ങൾക്ക് ഒരൊറ്റ മറുപടിയേ ഉള്ളു: ബുദ്ധമതം വരുന്നതിനുമുമ്പ് ഇവ കാവുകളായിരുന്നു; പ്രാചീന കേരളത്തിലെ ആദിമനിവാസികൾ ആരാധിച്ചിരുന്ന മൂർത്തികളെ (അവയിലൊന്നാണ് കാളി) പ്രതിഷ്ഠിച്ചിരുന്ന സ്ഥലങ്ങളായിരുന്നു (ഇന്നും കൊടുങ്ങല്ലൂർ ഭഗവതിയെയും ക്ഷേത്രത്തെയും കാവിൽഭഗവതിയും കാവുമെന്നാണ് നാട്ടുകാർ വിളിക്കുന്നത്). ബ്രാഹ്മണരുടെ വരവും സംസ്കാരപരമായ ആക്രമണവും വന്നപ്പോൾ, ഈ കാവുകളെയും മൂർത്തികളെയും അവ പ്രതിനിധീകരിക്കുന്ന സ്വസംസ്കാരത്തെയും രക്ഷിക്കാൻ അവയുടെ ഉടമകളായ നാട്ടുകാർ ബുദ്ധമതത്തെ ശരണംപ്രാപിച്ച് ബുദ്ധമതത്തിന്റെ തണലിൽ വിശ്രമിച്ച് ബ്രാഹ്മണാക്രമത്തെ തടഞ്ഞുനിർത്തിയാൽ ജാതിപരമായ അസമത്വങ്ങളോ ഉയർന്ന ജാതിക്കാർക്ക് ഭൂവുടമാവകാശമോ ഇല്ലാത്ത തങ്ങളുടെ പഴയ ജീവിതരീതി തുടരാമെന്നുകണ്ട ലക്ഷോപലക്ഷം മലയാളികൾ ബൗദ്ധന്മാരായിത്തീർന്നു.

ഇതൊരു ദേശവ്യാപിയായ പ്രസ്ഥാനമായിരുന്നു. കേരളത്തിൽ

മാത്രമല്ല, തമിഴ്നാട്ടിലും സിംഹളദേശത്തും ആന്ധ്രയിലും കർണാടകത്തിലും ഉത്തരേന്ത്യയിലുമെല്ലാം ബൗദ്ധസന്യാസികളും ബ്രാഹ്മണ പണ്ഡിതന്മാരും തമ്മിൽ വാദകോലാഹലങ്ങൾ നടന്നു. അവരിലോരോ ചേരിയെയും തുണയ്ക്കുന്ന രാജാക്കന്മാരും ചക്രവർത്തിമാരുമുണ്ടായിരുന്നു. അശോകചക്രവർത്തി ബൗദ്ധനായിരുന്നുവെങ്കിൽ, മറ്റു ചക്രവർത്തിമാർ ഹിന്ദുക്കളായിരുന്നു. ഒരു തെക്കേ ഇന്ത്യൻ രാജാവ് സിംഹളനാടിനെ ആക്രമിച്ച് സിംഹളീയരെ ബ്രാഹ്മണമതാനുയായികളാക്കാൻ ശ്രമിച്ചുവെങ്കിൽ, ഒരു സിംഹളരാജാവ് തെക്കേ ഇന്ത്യയെ (പ്രത്യേകിച്ച് കേരളത്തെ)യും ആക്രമിച്ച് ഇവിടെ ബുദ്ധമതം പരത്താൻ ശ്രമിക്കുകയുമുണ്ടായി. കേരളചക്രവർത്തിയായ ചേരമാൻ പെരുമാൾ മുഹമ്മദീയനായി മതം മാറി എന്ന ഐതിഹ്യത്തിന്റെ പിന്നിൽ, അദ്ദേഹം അശോകചക്രവർത്തിയെപ്പോലെ ബുദ്ധമതാനുയായി ആയിരുന്നുവെന്ന പരമാർഥമാണോ ഒളിഞ്ഞു കിടക്കുന്നതെന്നൂഹിക്കാൻ വിഷമമില്ല (മുഹമ്മദീയരെയും ബ്രാഹ്മണർ 'ബൗദ്ധന്മാ'രെന്നാണു വിളിക്കാറുള്ളത്).

ഈ ബുദ്ധമതപ്രസ്ഥാനത്തെ അവസാനമായി തോൽപ്പിച്ച് ബ്രാഹ്മണമതത്തിന്റെ ജയക്കൊടി പറപ്പിച്ച ശങ്കരാചാര്യരുടെ പേരാണ്, പരശുരാമന്റേത് കഴിഞ്ഞാൽപ്പിന്നെ, നമ്പൂതിരിമാർ ഏറ്റവുമധികം ബഹുമാനിക്കുന്നത്. മറ്റു പ്രദേശങ്ങളിൽ ബ്രാഹ്മണരനുസരിക്കാത്തതും തങ്ങളനുസരിക്കുന്നതുമായ ചില ആചാരങ്ങൾ (ഉദാ: ജ്യേഷ്ഠപുത്രൻ മാത്രം സ്വജാതിവിവാഹം കഴിക്കുക, അനുജൻമാർ സംബന്ധം കഴിക്കുക) ശങ്കരാചാര്യർ ഏർപ്പെടുത്തിയതാണെന്നാണവർ വിശ്വസിക്കുന്നത്. നമ്പൂതിരിമാരുടെ ഈ സവിശേഷാചാരങ്ങളെല്ലാം അനുവദിക്കുകയും വിധിക്കുകയും ചെയ്യുന്ന *ശാങ്കരസ്മൃതി* അദ്ദേഹത്തിന്റെ കൃതിയാണെന്നാണ് വിശ്വസിക്കപ്പെടുന്നത്.

അദ്വൈതം പ്രസംഗിച്ച്, ഇന്ത്യയിലെ പണ്ഡിതലോകത്തെയാകെ ആകർഷിച്ച്, തന്റെ ബുദ്ധിശക്തിയും താത്വികകാര്യത്തിലുള്ള വൈദഗ്ധ്യവുംകൊണ്ട്, കേരളഭൂമിയെത്തന്നെ ഉയർത്തിയ ആ ജ്ഞാനയോഗി അജ്ഞാനജന്യമായ അറുപത്തിനാലനാചാരങ്ങളുടെയും അവയുടെ പ്രമാണഗ്രന്ഥമായ *ശാങ്കരസ്മൃതി*യുടെയും കർത്താവാണെന്നു കരുതുന്നത് പ്രഥമദൃഷ്ടത്തിൽ അസംബന്ധമായിത്തോന്നും. പക്ഷേ തന്റെ അദ്വൈതസിദ്ധാന്തം മുഖേന അദ്ദേഹം ചെയ്തത് ബുദ്ധമതത്തെ പിന്നീടുയർന്നുവരാൻ നിവൃത്തിയില്ലാത്തവിധം തകർത്തുകളകയാണെന്നും അങ്ങനെ തകർത്തുകളയപ്പെട്ട ബുദ്ധമതം ജാതിസമ്പ്രദായവും ജന്മിസമ്പ്രദായവുമുൾക്കൊള്ളുന്ന ബ്രാഹ്മണമതത്തിനെതിരായ ഒരു ബഹുജനപ്രസ്ഥാനമായിരുന്നുവെന്നും ഓർക്കുമ്പോൾ ഇതിൽ യാതൊരസാംഗത്യവുമില്ല. ബുദ്ധമതം തോറ്റു, അദ്വൈതസിദ്ധാന്തം ജയിച്ചു എന്നതിന്റെ അർഥം പ്രാചീനകേരളം തോറ്റു, ജാതിസമ്പ്രദായവും ജന്മിസമ്പ്രദായവും ജയിച്ചു എന്നാണ്. അങ്ങനെ തങ്ങളുടെ ജീവിതരീതി

യെയും സംസ്കാരത്തെയും അവസാനമായി ജയിപ്പിച്ച അദ്വൈതാചാര്യനെ തങ്ങളനുസരിക്കുന്ന ആചാരങ്ങളുടെ ആചാര്യനായി നമ്പൂതിരിമാർ കണക്കാക്കുന്നത് സ്വാഭാവികമാണല്ലോ.

ശാങ്കരസ്മൃതി ശങ്കരാചാര്യരെഴുതിയതാണെന്ന് ഇപ്പറഞ്ഞതിനർഥമില്ല. ശങ്കരാചാര്യരുടെ മരണത്തിനുശേഷം എത്രയോ നൂറ്റാണ്ടുകൾ കഴിഞ്ഞിട്ട് മറ്റേതോ ശങ്കരൻനമ്പൂതിരി എഴുതിയുണ്ടാക്കിയതാണ് *ശാങ്കരസ്മൃതി*യെന്ന വാദം ശരിയാവാം. എന്നാൽ *ശാങ്കരസ്മൃതി*യിൽ വിധിക്കുന്നതും *ശാങ്കരസ്മൃതി*ക്കു മുമ്പുതന്നെ നിലവിൽ വന്നതുമായ ആചാരങ്ങളനുസരിച്ചു ജീവിക്കാൻവേണ്ട പരിതഃസ്ഥിതി സൃഷ്ടിച്ചത്—ബുദ്ധമതത്തിന്റെ ശക്തിയെ നശിപ്പിച്ചത്—ശങ്കരാചാര്യരാണെന്നും ആ അർഥത്തിൽ അറുപത്തിനാലനാചാരങ്ങളുടെയും *ശാങ്കരസ്മൃതി*യുടെയും കർത്താവദ്ദേഹമാണെന്നും പറയുന്നതിൽ തെറ്റില്ല.

ശങ്കരാചാര്യർ മുഖേന ബ്രാഹ്മണമതത്തിന് നേടാൻകഴിഞ്ഞ അവസാനവിജയം മുതൽക്കാണ് മലയാംകൊല്ലം തുടങ്ങിയതെന്ന് ഒരൈതിഹ്യമുണ്ട്. ഇത് ശരിയോ തെറ്റോ എന്നുപറയാൻ വിഷമമാണ്. പക്ഷേ മലയാംകൊല്ലം തുടങ്ങിയ കൊല്ല(ക്രിസ്ത്വബ്ദം 825)ത്തിനടുത്ത കാലത്താണ് ശങ്കരാചാര്യർ ജീവിച്ചിരുന്നതെന്നതിന് സംശയമില്ല. കേരളത്തിലെ ബ്രാഹ്മണസംസ്കാരത്തിന്റെ ഏറ്റവും പ്രസിദ്ധനായ പ്രതിനിധിയെന്നു പറയാവുന്ന ആ പണ്ഡിതന്റെ വ്യക്തിമാഹാത്മ്യം നോക്കിയാലും, അദ്ദേഹത്തിന്റെ പ്രവർത്തനത്തിന്റെ ഫലമായി ബ്രാഹ്മണ, ജന്മിമേധാവിത്വത്തിനു കിട്ടിയ നേട്ടമോർത്താലും അദ്ദേഹത്തിന്റെ ജീവിതവുമായി കൂട്ടിക്കെട്ടിയ ഒരു കൊല്ലവർഷക്രമം ഏർപ്പെടുത്താൻ ഇവിടത്തെ ബ്രാഹ്മണർ മുതിരുന്നത് കേവലം സ്വാഭാവികമാണല്ലോ.

തീയർ സിലോണിൽനിന്നു വന്നവരോ?

കേരളത്തിലെ ബുദ്ധമതപ്രചാരവും തീയസമുദായവുമായി അടുത്ത ബന്ധമുണ്ടെന്ന് ചരിത്രകാരൻമാരെല്ലാവരും സമ്മതിക്കുന്നുണ്ട്.

ബുദ്ധമതത്തിന് ധാരാളം പ്രചാരം കിട്ടിയ സിലോണിൽനിന്നു വന്നവരാണ് തീയരെന്നും, അവർ അന്ന് ബുദ്ധമതാനുയായികളായിരുന്നുവെന്നും, പിന്നീടവർ ഹിന്ദുമതം സ്വീകരിച്ചതാണെന്നുമാണു പറയുന്നത്. അവരുടെ വരവോടുകൂടിയാണ് കേരളത്തിൽ തെങ്ങുകൃഷി തുടങ്ങിയതെന്നും പറയുന്നു.

പക്ഷേ ഈ ഐതിഹ്യം അപ്പടി വിശ്വസിക്കുക സാധ്യമല്ല. എന്തുകൊണ്ടെന്നാൽ,

1. കേരളത്തിന്റെ വടക്കേ അറ്റം മുതൽ തെക്കേ അറ്റം വരെയുള്ള എല്ലാ ഭാഗങ്ങളിലും താമസിക്കുന്നവരും ഇവിടത്തെ സമുദായങ്ങളിൽ എണ്ണംകൊണ്ട് മുന്തിനിൽക്കുന്ന സമുദായങ്ങളിലൊന്നുമാണ് തീയർ. ഇവർ മുഴുവൻ മറ്റൊരു സ്ഥലത്തുനിന്നു വന്നു കുടിയേറിപ്പാർത്തവരാണെന്ന് വിചാരിക്കുന്നതു തെറ്റായിരിക്കും.

2. ബുദ്ധമതം സിലോണിൽ പ്രചരിച്ചതിൽപ്പിന്നീടാണവർ കേരളത്തിൽ വന്നതെന്ന ഐതിഹ്യമനുസരിച്ചു നോക്കുമ്പോൾ അവർ വന്നത് ഏതാണ്ട് 2000 കൊല്ലം മുമ്പായിരിക്കണം. ഇത്ര അടുത്ത കാലത്തു വന്നവരും ഇത്രയധികം ജനസംഖ്യയുള്ളവരുമായ ഒരു ജനസമുദായത്തെപ്പറ്റി ഇന്നുള്ള അവ്യക്തമായ ഒരൈതിഹ്യം മാത്രമുണ്ടായാൽപ്പോരാ, അവർ വന്നതിനെപ്പറ്റിയും അവർക്കിവിടത്തുകാരുമായി ബന്ധം സ്ഥാപിക്കാൻ കഴിഞ്ഞതിനെപ്പറ്റിയും മറ്റുമുള്ള കഥകൾ പാട്ടുകളായോ ചരിത്രരേഖകളായോ ധാരാളം ഉണ്ടാവേണ്ടതായിരുന്നു. പരശുരാമനെയും ചേരമാൻപെരുമാളെയും മറ്റും പറ്റിയുള്ളതുപോലുള്ള ഐതിഹ്യങ്ങൾക്കു വിഷയമായ തീയസമുദായനേതാക്കന്മാർ ഉണ്ടാവേണ്ടതാണ്. അതൊന്നുമില്ല.

3. അവർ ബുദ്ധമതം കൊണ്ടുവന്നുവെന്ന ഐതിഹ്യം ശരിയാണെങ്കിൽ അതു പ്രചരിപ്പിക്കാൻ ബുദ്ധമതാചാര്യൻമാരായിരുന്ന ചില തീയനേതാക്കൻമാരുണ്ടായിരിക്കണം; അവരെപ്പറ്റിയും അവർക്കു നേടാൻ കഴിഞ്ഞ ജയാപജയങ്ങളെപ്പറ്റിയും അവസാനം അവർ ബുദ്ധമതം വിട്ട് ഹിന്ദുമതം സ്വീകരിക്കാനുള്ള കാരണങ്ങളെപ്പറ്റിയും കൂടുതൽ ഐതിഹ്യങ്ങൾ നമുക്കു കിട്ടേണ്ടതാണ്. അതുമില്ല. മാത്രമല്ല, ബുദ്ധമതവുമായി വന്ന ഈ പ്രബലസമുദായമാകെ ഹിന്ദുമതം സ്വീകരിക്കുകയും ബുദ്ധമതത്തിന്റെ അവശിഷ്ടങ്ങൾപോലും ഇല്ലാതാവുകയും ചെയ്യുകയെന്നതു തീരെ സ്വാഭാവികമല്ല.

4. തീയരുടെ വരവിനെക്കുറിച്ചുള്ള ഐതിഹ്യം ശരിയാണെങ്കിൽ, വടക്കുനിന്നും കിഴക്കുനിന്നും നമ്പൂതിരി ഇവിടെ വന്ന കാലത്തോ അതിൽപ്പിന്നീടോ ആണ് തീയർ തെക്കുനിന്ന് ഇവിടെ വന്നത്. നമ്പൂതിരി ബ്രാഹ്മണമതവും കൊണ്ടാണു വന്നതെങ്കിൽ തീയർ ബുദ്ധമതവും കൊണ്ടുവന്നു. നമ്പൂതിരിയുടെ പതിനഞ്ചോ ഇരുപതോ ഇരട്ടി ജനസംഖ്യയുള്ള ഒരു സമുദായമാണ് തീയർ. എന്നാൽ നമ്പൂതിരി തന്റെ ബ്രാഹ്മണമതം ഒരതിർത്തിവരെ നായരെക്കൊണ്ടു സ്വീകരിപ്പിച്ചപ്പോൾ തീയർ തന്റെ ബുദ്ധമതം വിട്ടു നമ്പൂതിരിയുടെ മതം സ്വീകരിക്കുകയാണു ചെയ്തത്. അങ്ങേയറ്റം അസംഭവ്യമായ ഒരു കഥയാണിത്.

അതുകൊണ്ട് ബുദ്ധമതവുംകൊണ്ടു കേരളത്തിൽവന്നു കുടിയേറിപ്പാർക്കാൻ തുടങ്ങിയ സിലോൺകാരുടെ സന്താനങ്ങളാണ് തീയരെന്ന അഭിപ്രായം സ്വീകരിക്കാൻ വളരെയധികം വിഷമമുണ്ട്. മാത്രമല്ല, വടക്കേ ഇന്ത്യയിൽ ഉയർന്നുവന്നതും അവിടെനിന്നു തെക്കേ ഇന്ത്യ വഴി സിലോണിലേക്കു പോയതുമായ ഒരു പ്രസ്ഥാനം (ബുദ്ധമതം) സിലോണിൽനിന്നിങ്ങോട്ടുവരികയെന്നതും അസംഭവ്യമാണ്.

എന്നാൽ സിലോണിൽനിന്നാരും ഇവിടെ വന്നിട്ടില്ലെന്നോ അവർ ബുദ്ധമതാനുയായികളായിരുന്നില്ലെന്നോ ഇതിനർഥമില്ല. പത്മനാഭമേനോന്റെ ഭാഷയിൽ,

ഇന്ത്യയിലധിവസിക്കുന്ന പല ജനവിഭാഗങ്ങളും പലതവണ സിലോ

ണിനെ ആക്രമിച്ചിട്ടുണ്ടെന്നതിനു സംശയമില്ല. സിംഹളരുടെ ഐതിഹ്യമനുസരിച്ച് ചോളചക്രവർത്തിമാർ ക്രിസ്തുവിനുമുമ്പുള്ള മൂന്നാംനൂറ്റാണ്ടിലൊരു തവണയും രണ്ടാം നൂറ്റാണ്ടിലൊരു തവണയും ക്രിസ്തുവിനു ശേഷമുള്ള രണ്ടാം നൂറ്റാണ്ടിൽ മൂന്നാമതൊരു തവണയും സിലോണിനെ ആക്രമിച്ചിട്ടുണ്ട്. ഇതിനുപകരം സിംഹളർ ഒന്നിലധികം തവണ വമ്പിച്ച പടയൊരുക്കത്തോടുകൂടി തെക്കേ ഇന്ത്യയെയും ആക്രമിച്ചിട്ടുണ്ട്.

ഇങ്ങനെ ആക്രമണങ്ങളും പ്രത്യാക്രമണങ്ങളും നടക്കുന്നതിനിടയ്ക്ക് സിംഹളരായ ചിലർ കേരളത്തിൽ വന്നു കുടിയേറിപ്പാർത്തിട്ടുണ്ടാവാം; അവർ ബുദ്ധമതാനുയായികളായിരുന്നിരിക്കാം; അവർ തെങ്ങുകൃഷി പ്രചരിപ്പിച്ചിട്ടുമുണ്ടാവാം. ഇന്നത്തെ രീതിയിൽ അന്നത്തെ സിംഹളകുടിയേറിപ്പാർപ്പുകാരുടെ പിൻഗാമികൾകൂടി ഇടകലർന്നിട്ടുണ്ടുമുണ്ടാവാം.

പക്ഷേ ഇങ്ങനെ വന്നവരുടെ പിൻഗാമികളാണ് ഇന്നത്തെ തീയർ മുഴുവനുമെന്നു കരുതുന്നത് യുക്തിക്കു യോജിച്ചതല്ല. എന്തുകൊണ്ടെന്നാൽ, നായൻമാരിൽനിന്നു വളരെയൊന്നും വ്യത്യാസമില്ലാത്ത ജീവിതരീതിയും ആചാരനടപടികളുമാണ് തീയർക്കുള്ളത്: കൃഷിക്കു പുറമേ തെങ്ങുസംബന്ധമായ പ്രവൃത്തികൾകൂടി സമുദായത്തൊഴിലായി അവർ സ്വീകരിച്ചിട്ടുണ്ടെന്നും മധ്യകേരളത്തിന്റെ മുഖ്യഭാഗങ്ങളിലവർ മക്കത്തായികളാണെന്നുമുള്ള രണ്ടു സംഗതികൾ നീക്കിവച്ചാൽ നായരും തീയനും തമ്മിൽ സാമൂഹ്യജീവിതത്തിൽ പറയത്തക്ക വ്യത്യാസമൊന്നുമില്ല. വാസ്തവം പറകയാണെങ്കിൽ, പുറമേനിന്നുവന്നു കുടിയേറിപ്പാർത്ത നമ്പൂതിരിയും ഇവിടെത്തന്നെയുണ്ടായിരുന്ന നായരും തമ്മിലുള്ള വ്യത്യാസത്തിന്റെ ഒരു ചെറിയ ശതമാനം പോലും വ്യത്യാസം നായരും തീയനും തമ്മിലില്ല. അതുകൊണ്ട് പുറമേനിന്നുവന്ന് ഇവിടെ കുടിയേറിപ്പാർത്ത ഒരു സമുദായമാണ് തീയരെന്നു വിശ്വസിക്കാൻ പ്രയാസമുണ്ട്.

ഇതിനെക്കാൾ കൂടുതൽ സംഭവ്യമായി ഈ ലേഖകനു തോന്നുന്ന സംഭവഗതി താഴെ കൊടുക്കാവുന്നതാണ്:

1. നമ്പൂതിരിമാർ വന്ന കാലത്തെ കേരളത്തിലെ പരിഷ്കൃത ജനവിഭാഗത്തിന്റെ പിൻഗാമികളാണ് ഇന്നത്തെ നായൻമാരും തീയരും. (അന്നത്തെ അപരിഷ്കൃതജനവിഭാഗങ്ങളുടെ പിൻഗാമികളാണ് പുലയർ, പറയർ, നായാടികൾ, കാട്ടുജാതിക്കാർ മുതലായവർ).

2. ഈ പരിഷ്കൃതജനവിഭാഗം അന്ന് ഒരേ ആചാരനടപടികളും ജീവിതരീതിയും അനുസരിച്ചുവന്നിരുന്നു (അവർ നായൻമാരും തീയരുമായി തിരിഞ്ഞുകഴിഞ്ഞിരുന്നില്ല).

3. നമ്പൂതിരിമാരുടെ വരവിനെത്തുടർന്ന് ഇവരിലൊരുവിഭാഗം ബ്രാഹ്മണസംസ്കാരം സ്വീകരിക്കുകയും മറ്റൊരു വിഭാഗം അതിനെതിരായി പോരാടുകയും ചെയ്തു. ഇതിലാദ്യത്തെ കൂട്ടർ ജാതിസമ്പ്രദായത്തിനും ജന്മിസമ്പ്രദായത്തിനും കീഴടങ്ങി; രണ്ടാമത്തെ കൂട്ടർ അവയ്ക്കെതിരായി പോരാടുകയും ഈ പോരാട്ടത്തിൽ ബുദ്ധമതത്തെ ആശ്ര

യിക്കുകയും ചെയ്തു. ഇതിന്റെ ഫലമായി ബുദ്ധമതം തികച്ചും തോൽക്കുകയും ബ്രാഹ്മണമതം തികച്ചും ജയിക്കുകയും ചെയ്തപ്പോൾ ആദ്യത്തെ കൂട്ടർക്ക് ജാതിസംബന്ധമായും സാമ്പത്തികമായും പല സൗജന്യങ്ങളുമനുവദിക്കുന്നതും രണ്ടാമത്തെ കൂട്ടരെ സാമൂഹ്യമായും സാമ്പത്തികമായും അമർത്തിവയ്ക്കുന്നതുമായ ഒരു സാമൂഹ്യവ്യവസ്ഥ ഉയർന്നുവന്നു.

4. ഈ സമരത്തിനിടയ്ക്ക് രണ്ടാമത്തെ കൂട്ടരെ സഹായിക്കുന്നതിന് സിലോണിൽനിന്ന് ബുദ്ധമതാനുയായികളായ കുറെപ്പേർ വരികയും അവർ ഇവിടെ തെങ്ങുകൃഷി പ്രചരിപ്പിക്കുകയും ചെയ്തു. സ്വാഭാവികമായിത്തന്നെ തെങ്ങുകൃഷിയും അതിനെ ആശ്രയിച്ചുനിൽക്കുന്ന കുടിൽവ്യവസായങ്ങളും (കള്ളുചെത്ത്, കയറുപിരി) സിംഹളരിൽനിന്നു സ്വീകരിക്കാൻ ഇവിടത്തെ ബുദ്ധമതാനുയായികൾക്കു പ്രേരണ കിട്ടി.

5. സാധാരണകൃഷി, തെങ്ങുകൃഷി, തെങ്ങുസംബന്ധമായ കുടിൽവ്യവസായങ്ങൾ എന്നിവയെ അംഗീകരിക്കാൻ രണ്ടാമത്തെ കൂട്ടർ പ്രേരിതരായപ്പോൾ ആദ്യത്തെ കൂട്ടർ ബ്രാഹ്മണ–ജന്മി മേധാവിത്വത്തിൻകീഴിൽ കൃഷിപ്രവൃത്തിയും ആയോധനപരമായ ജോലികളും സ്വീകരിച്ചു. അവരിൽ ചിലർ ജന്മിമേധാവിത്വത്തിന്റെ തന്നെ ഭാഗമെന്ന നിലയ്ക്ക് ജന്മികൾപോലുമായി ഉയർന്നു; വേറെ ചിലരാകട്ടെ ചില പ്രത്യേക സൗജന്യങ്ങളുള്ള കുടിയാന്മാരായി. ചിലർ നാടുവാഴികളും മന്ത്രിമാരും പടനായകൻമാരും മറ്റുമായി ഉയർന്നു; കുറെപ്പേർ പലപല സ്ഥാനമാനങ്ങളുമുള്ള ഇടപ്രഭുക്കൻമാരായി.

ഇങ്ങനെയാണ് ഇന്നത്തെ തീയ, നായർ സമുദായങ്ങൾ വളർന്നുവന്നതെന്നൂഹിക്കുന്നതിൽ തെറ്റില്ല. ഈ ഊഹത്തിന്റെ അടിസ്ഥാനത്തിൽ മാത്രമേ ഈ രണ്ടു സമുദായങ്ങൾ തമ്മിൽ ഇന്നുള്ള സാദൃശ്യവും അവ തമ്മിലുള്ള മേലുകീഴുനിലയും നമുക്കു മനസിലാക്കാൻ കഴിയുകയുള്ളു.

സ്വതന്ത്രകേരളത്തിന്റെ ഉൽഭവം

ബ്രാഹ്മണസംസ്കാരവും പഴയ നാടൻസംസ്കാരവും തമ്മിലുള്ള സംഘട്ടനം കേരളത്തിൽ മാത്രമല്ല, തമിഴ്നാട്ടിലും ആന്ധ്രയിലും കർണാടകത്തിലുമെല്ലാം ഉണ്ടായിട്ടുണ്ട്. എന്തുകൊണ്ടെന്നാൽ, കേരളത്തിലെന്നപോലെ തെക്കേ ഇന്ത്യയുടെ മറ്റുഭാഗങ്ങളിലും ബ്രാഹ്മണരുടേതിനോട് കുറെയെങ്കിലും കിടപിടിക്കാവുന്ന ഒരു സംസ്കാരമുണ്ടായിരുന്നു. ചേര, ചോള, പാണ്ഡ്യസാമ്രാജ്യങ്ങളുടെ വളർച്ചയും പുരാതനകാലത്തെ തമിഴ്സാഹിത്യത്തിന്റെ മേന്മയും ഒരു പരിഷ്കൃതജനസമുദായത്തിന്റെ മറ്റു സവിശേഷതകളുമെല്ലാം ബ്രാഹ്മണരുടെ വരവിനുമുമ്പുതന്നെ തെക്കേ ഇന്ത്യയിലുണ്ടായിരുന്നു.

ആ തെക്കേ ഇന്ത്യയുടെ ഒരു ഭാഗമായിരുന്നു അന്നത്തെ കേരളം. പുരാതനകാലത്തെ ചേരസാമ്രാജ്യത്തിൽ ഇന്നത്തെ കേരളവും തമിഴ്

നാട്ടിലെ കോയമ്പത്തൂർ, നീലഗിരി ജില്ലകളും മൈസൂറും ബ്രിട്ടീഷ് കർണാടകത്തിന്റെ കുറെ ഭാഗങ്ങളും അടങ്ങിയിരുന്നു; തെക്കേ ഇന്ത്യയിലെ അന്നത്തെ പരിഷ്കൃതസാഹിത്യഭാഷയായിരുന്ന ചെന്തമിഴാണ് കേരളത്തിലും സാഹിത്യഭാഷയായി അന്നുപയോഗിച്ചിരുന്നത്; പുരാതനകേരളത്തിലെ നാട്ടുക്കൂട്ടങ്ങളും തറക്കൂട്ടങ്ങളുമൊക്കെ തെക്കേ ഇന്ത്യയിലെങ്ങുമുണ്ടായിരുന്ന ജനാധിപത്യഭരണക്രമത്തിന്റെ മാതൃകയിലുള്ള സ്വയംഭരണസ്ഥാപനങ്ങളായിരുന്നു.

അതുകൊണ്ട് നമ്പൂതിരിമാരും പുരാതനകേരളത്തിന്റെ നേതാക്കന്മാരും തമ്മിൽ നടന്നതുപോലുള്ള സമരങ്ങൾ തെക്കേ ഇന്ത്യയുടെ മറ്റുഭാഗങ്ങളിലും നടന്നിട്ടുണ്ടെങ്കിൽ അതു സ്വാഭാവികമാണല്ലോ. കേരളത്തിലെന്നപോലെ മറ്റു ഭാഗങ്ങളിലും ബ്രാഹ്മണസംസ്കാരത്തിന് മേധാവിത്വം സ്ഥാപിക്കാൻ കഴിയുകയും എന്നാൽ പഴയ നാടൻസംസ്കാരവുമായി പല കാര്യങ്ങളിലും ഒത്തുതീർപ്പുണ്ടാക്കാൻ ബ്രാഹ്മണസംസ്കാരം നിർബന്ധിക്കപ്പെടുകയും ചെയ്തതിലും അൽഭുതപ്പെടാനില്ല. ഉദാഹരണത്തിന്, കേരളത്തിലെ മരുമക്കത്തായ കുടുംബക്രമവുമായി നമ്പൂതിരിമാർ ഒരൊത്തുതീർപ്പിലെത്തിയെങ്കിൽ, തമിഴിന്റെ അക്ഷരക്രമവും തമിഴ്സാഹിത്യവുമായി തമിഴ് ബ്രാഹ്മണരും സന്ധിചെയ്തു: ഇന്നത്തെ തെക്കേ ഇന്ത്യൻ ഭാഷകളിൽ സംസ്കൃതത്തിന്റെ അക്ഷരക്രമം സ്വീകരിക്കാത്തതും സംസ്കൃതസാഹിത്യത്തിന്റെ സ്വാധീനശക്തി ഏറ്റവും കുറഞ്ഞതുമായ ഭാഷ തമിഴാണ്. ഇങ്ങനെ ഒരതിർത്തിവരെ പഴയ നാടൻ സംസ്കാരത്തിനു കീഴ്വണങ്ങിയും ഒരതിർത്തിവരെ അതിനെ എതിർത്തുകീഴടങ്ങിയുമാണ് ബ്രാഹ്മണർ തെക്കേ ഇന്ത്യയിൽ തങ്ങളുടെ മേധാവിത്വം സ്ഥാപിച്ചത്.

കേരളത്തിലെന്നപോലെ തെക്കേ ഇന്ത്യയുടെ മറ്റു ഭാഗങ്ങളിലും ഈ 'ആര്യ-ദ്രാവിഡ സംഘട്ടനം' നടന്നതെങ്ങനെയെന്നതിനെക്കുറിച്ച് സവിസ്തരമായ വിവരങ്ങളൊന്നും നമുക്കില്ല. പക്ഷേ ഇത്തരമൊരു സംഘട്ടനം നടന്നിട്ടുണ്ടെന്നും അതിൽ പങ്കുകൊണ്ട രണ്ടു വിഭിന്നസംസ്കാരങ്ങളുടെ അംശങ്ങൾ ചേർന്നാണ് ഇന്നത്തെ തമിഴ്, ആന്ധ്ര, കേരള, കർണാടക സംസ്കാരങ്ങൾ വളർന്നുവന്നിട്ടുള്ളതെന്നുമുള്ള കാര്യത്തിൽ യാതൊരു സംശയത്തിനുമിടയില്ല. ആന്ധ്രക്കാരിന്നഭിമാനിക്കുന്ന പഴയ ആന്ധ്രാസാമ്രാജ്യവും ആന്ധ്രക്കാരുടെ പുരാതനസാഹിത്യവുമെല്ലാം ബ്രാഹ്മണസംസ്കാരത്തിന്റെ സ്വാധീനശക്തിയിൽപ്പെട്ടു വളർച്ചയെത്തിയ പുരാതന ആന്ധ്രജനസമുദായത്തിന്റെ സൃഷ്ടിയാണ്. സംസ്കൃതത്തിൽനിന്ന് ഏറ്റവും സ്വതന്ത്രമാണെന്നഭിമാനിക്കുന്ന തമിഴ്സാഹിത്യത്തിനുപോലും ബ്രാഹ്മണസംസ്കാരത്തിൽ നിന്നു പല സംഭാവനകളും കിട്ടിയിട്ടുണ്ട്: തമിഴ്വ്യാകരണത്തിന്റെയും തമിഴിലുള്ള മറ്റു പല ശാസ്ത്രവകുപ്പുകളുടെയും ആചാര്യൻ അഗസ്ത്യനാണെന്നാണു വയ്പ്.

തെക്കേ ഇന്ത്യയിലാകെ ബ്രാഹ്മണരുടെ സ്വാധീനശക്തി വ്യാപി

ക്കുകയും പക്ഷേ നാടൻ സംസ്കാരവുമായി സന്ധിചെയ്യാൻ ബ്രാഹ്മണർ നിർബദ്ധരാവുകയും ചെയ്തുവെങ്കിലും, കേരളത്തിൽ നടന്ന അതേ രീതിയിലല്ല തമിഴ്നാട്ടിലും ആന്ധ്രയിലും കർണാടകത്തിലുമെല്ലാം ഈ 'ആര്യ–ദ്രാവിഡ സംഘട്ടനം' നടന്നത്. പഴയ നാടൻ സംസ്കാരവുമായി എന്തു കാര്യത്തിലാണോ കേരളത്തിലെ നമ്പൂതിരിമാർ സന്ധിചെയ്തത്, അക്കാര്യത്തിലല്ല തമിഴ്നാട്ടിലും ആന്ധ്രയിലും കർണാടകത്തിലും വന്ന ബ്രാഹ്മണർ സന്ധിചെയ്തത്. അതുപോലെ ഇവിടെ എന്തെല്ലാം കാര്യത്തിലാണോ ബ്രാഹ്മണമേധാവിത്വം സ്ഥാപിക്കപ്പെട്ടത് ആവക കാര്യങ്ങളിലല്ല, മറ്റു ചിലവയിലാണ് തെക്കേ ഇന്ത്യയുടെ മറ്റു ഭാഗങ്ങളിൽ ബ്രാഹ്മണമേധാവിത്വം വന്നത്. അതുകൊണ്ട് തെക്കേ ഇന്ത്യയിലാകെ ബ്രാഹ്മണമേധാവിത്വം സ്ഥാപിക്കുകയും എന്നാൽ ബ്രാഹ്മണർ നാടൻ സംസ്കാരവുമായി സന്ധിചെയ്യുകയുമുണ്ടായെങ്കിലും, ഈ ആര്യ–ദ്രാവിഡ സംഘട്ടനത്തിനുശേഷമുള്ള ആന്ധ്ര, തമിഴ്, കേരള, കർണാടക പ്രദേശങ്ങളിലെ ബ്രാഹ്മണർ തമ്മിൽ തമ്മിലും അബ്രാഹ്മണർ തമ്മിൽ തമ്മിലും ഐകരൂപ്യമില്ലെന്ന നില വന്നു. വാസ്തവം പറകയാണെങ്കിൽ, ഈ ഓരോ പ്രദേശത്തെയും ബ്രാഹ്മണരും അബ്രാഹ്മണരും തമ്മിലാണ്, എല്ലാ പ്രദേശങ്ങളിലെയും ബ്രാഹ്മണർ തമ്മിലോ ദ്രാവിഡർ തമ്മിലോ അല്ല, ഐകരൂപ്യമുള്ളതെന്ന നിലവന്നു; ആര്യ–ദ്രാവിഡ സംഘട്ടനത്തിനുമുമ്പ് ആന്ധ്ര, തമിഴ്, കേരള, കർണാടക ബ്രാഹ്മണർക്ക് തമ്മിൽ തമ്മിലുണ്ടായിരുന്ന ഐകരൂപ്യം പോയി; അതിനുപകരം ഈ ഓരോ പ്രദേശത്തെയും ബ്രാഹ്മണ, ദ്രാവിഡർ തമ്മിൽ ഐകരൂപ്യം വന്നു. ചുരുക്കത്തിൽ, ഇന്നത്തെ ആന്ധ്ര, തമിഴ്, കേരള, കർണാടക ജനസമുദായങ്ങളും ബ്രാഹ്മണരുടെ സ്വാധീനശക്തി താരതമ്യേന കൂടുതലോ കുറവോ ആയ അവരുടെ സവിശേഷസംസ്കാരങ്ങളും ഈ ആര്യ–ദ്രാവിഡ സംഘട്ടനത്തിന്റെ ഫലമായി ഉയർന്നുവരാൻ തുടങ്ങി.

തെക്കേ ഇന്ത്യയിലെ ജനസമുദായങ്ങൾ തമ്മിലുള്ള ഈ വ്യത്യാസത്തിൽനിന്ന് നമുക്കൊരു സംഗതി മനസിലാവുന്നുണ്ട്: ദ്രാവിഡരെന്നും തെക്കേ ഇന്ത്യക്കാരെന്നും പറയുമ്പോൾ പലരും ധരിക്കുന്നതുപോലെ പുരാതനകാലത്ത് തെക്കേ ഇന്ത്യയിൽ താമസിച്ചിരുന്ന ഒരൊറ്റ ജനസമുദായമല്ല 'ദ്രാവിഡർ'. ലോകത്തിലെല്ലായിടത്തുമെന്നപോലെ തെക്കേ ഇന്ത്യയിലും അന്ന് അനവധി ജനവിഭാഗങ്ങളുണ്ടായിരുന്നു. കേരളത്തിലെ നായന്മാരും 'സംഘ'സാഹിത്യമെന്നപേരിലറിയപ്പെടുന്ന ചെന്തമിഴ് സാഹിത്യമുണ്ടാക്കിയ തമിഴ്വർഗക്കാരും ഈ നാനാജനവിഭാഗങ്ങൾക്ക് പൊതുവെയുള്ള സംസ്കാരത്തെയും ജീവിതരീതിയെയും—അതിനെ ദ്രാവിഡസംസ്കാരവും ദ്രാവിഡജീവിതരീതിയുമെന്ന് നമുക്കു വിളിക്കാം—വടക്കേ ഇന്ത്യയിലെ (ആര്യ)സംസ്കാരത്തിൽനിന്നും ജീവിതരീതിയിൽനിന്നും വേർതിരിക്കാമെങ്കിലും, അവർ തമ്മിൽ തമ്മിലുള്ള വ്യത്യാസങ്ങളും വൈരുധ്യങ്ങളും നിഷേധിക്കുക സാധ്യമല്ല.

ഈ നിലയ്ക്കു നോക്കുമ്പോൾ തെക്കേ ഇന്ത്യയുടെ ചരിത്രം ഏതാണ്ടിങ്ങനെ സംഗ്രഹിക്കാം:

1. പുരാതനകാലത്ത് തെക്കേ ഇന്ത്യയിൽ എത്രയോ ജനസമുദായങ്ങൾ താമസിച്ചിരുന്നു. അവയിലോരോന്നും സ്വന്തമായും സ്വതന്ത്രമായും വളർന്നുവന്നു. അവയിൽ സംസ്കാരപരമായും സാമ്പത്തികമായും രാഷ്ട്രീയമായും വളർന്നുവന്നവയും പിന്നണിയിൽ കിടക്കുന്നവയുമുണ്ടായിരുന്നു. ഇതിലാദ്യത്തെ ഇനത്തിൽ പെട്ടവരാണ് കേരളത്തിലെ നായൻമാരും ചെന്തമിഴ് സൃഷ്ടിച്ചവരും. രണ്ടാമത്തേതിൽപ്പെട്ടവരാണ് ഇന്നത്തെ അധഃകൃതവർഗക്കാർ.

2. ഈ ഓരോ ജനസമുദായവും ബ്രാഹ്മണസംസ്കാരത്തോട് ഏറ്റുമുട്ടിയപ്പോൾ അതതിന്റെ ശക്തിക്കും ഓജസ്സിനുമനുസരിച്ച് ചെറുത്തുനിൽക്കുകയോ കീഴടങ്ങുകയോ ചെയ്തു. പിന്നണിയിൽ കിടക്കുന്ന ജനസമുദായങ്ങൾ തികച്ചും കീഴടങ്ങി, അധഃകൃതസമുദായങ്ങളായിത്തീർന്നു; താരതമ്യേന വളർന്നുവന്നവയാകട്ടെ അതതിന്റെ ശക്തിക്കും ഓജസ്സിനുമനുസരിച്ച് ബ്രാഹ്മണസംസ്കാരത്തിന്റെ ചില അംശങ്ങൾക്കു കീഴടങ്ങുകയും സ്വന്തം സംസ്കാരത്തിന്റെ ചില അംശങ്ങൾ സ്വീകരിക്കാൻ ബ്രാഹ്മണരെത്തന്നെ നിർബന്ധിക്കുകയും ചെയ്തു.

3. ഇതിന്റെ ഫലമായി ആര്യൻമാരും ദ്രാവിഡരും തമ്മിൽ പണ്ടുണ്ടായിരുന്ന വ്യത്യാസം മിക്കവാറും ഇല്ലാതായി: ഒരതിർത്തിവരെ ദ്രാവിഡീകൃതരായ ആര്യൻമാരും (ഉദാ: നമ്പൂതിരിമാർ) ഒരതിർത്തിവരെ ആര്യൻമാരായിക്കഴിഞ്ഞ ദ്രാവിഡരും (ഉദാ: നായൻമാർ) ചേർന്ന് ഒരു പുതിയ സംസ്കാരം സൃഷ്ടിക്കുകയും ഇതിന്റെ ഫലമായി ഒരു പുതിയ ജനസമുദായം ഉയർന്നുവരികയും ചെയ്തു.

4. എന്നാൽ പഴയ ആര്യ, ദ്രാവിഡ ജനസമുദായങ്ങൾ തമ്മിലുള്ള വ്യത്യാസത്തിനുപകരം പുതിയ ചില വ്യത്യാസങ്ങൾ വന്നു: പുതിയ സംസ്കാരങ്ങളുടെ വിവിധ രൂപങ്ങൾ തമ്മിലുള്ള വ്യത്യാസം. ഇതാണ് ആന്ധ്ര, തമിഴ്, കേരള, കർണാടക ജനസമുദായങ്ങൾ തമ്മിലുള്ള വ്യത്യാസമായി വളർന്നത്.

അതായത്, ബ്രാഹ്മണസംസ്കാരത്തിന്റെ സ്വാധീനശക്തിക്കു കീഴിലാണ് കേരളം ഒരു വ്യത്യസ്തരാജ്യവും മലയാളികൾ ഒരു വ്യത്യസ്തജനസമുദായവുമായിത്തീർന്നത്. ചേരസാമ്രാജ്യത്തിന്റെ ഒരു ഭാഗമായിരുന്ന കേരളം അതിൽനിന്നു വേറിട്ട് ഒരു സ്വതന്ത്രരാജ്യമായിത്തീർന്നതും തെക്കേ ഇന്ത്യയിലെ സാഹിത്യഭാഷയായിരുന്ന ചെന്തമിഴിന്റെ ശാഖകളിലൊന്നായിരുന്ന പഴയ മലയാളം (അതിന് സ്വന്തമായ ഒരു സാഹിത്യഭാഷയുണ്ടായിരുന്നില്ല; ചെന്തമിഴുതന്നെയായിരുന്നു അന്നത്തെ മലയാളികളുടെയും സാഹിത്യഭാഷ; എന്നാൽ, ചെന്തമിഴുകാരുടേതിൽനിന്ന് വ്യത്യസ്തമായ ഒരു വാമൊഴിയോ ഒന്നിലധികം വാമൊഴികളോ അന്ന് കേരളത്തിലുണ്ടായിരുന്നു) ഒരു വ്യത്യസ്തഭാഷ (വാമൊഴിയും വരമൊഴിയും)യായി വളർന്നുവന്നതും ബ്രാഹ്മണസംസ്കാരവും പുരാ

തനസംസ്കാരവും തമ്മിൽ നടന്ന സംഘട്ടനത്തിന്റെയും അതിനെത്തുടർന്നുണ്ടായ യോജിപ്പിന്റെയും ഫലമായാണ്. അതുപോലെതന്നെ നാനാജന സമുദായങ്ങൾ താമസിച്ചിരുന്ന കേരളത്തിൽ പൊതുവെ—അതിന്റെ ഒരറ്റം മുതൽ മറ്റേ അറ്റം വരെ നീണ്ടുകിടക്കുന്ന—ഒരു ഭരണസമ്പ്രദായവും സാമൂഹ്യവ്യവസ്ഥയും സംസ്കാരവും ഉളവായതും ഇവിടത്തെ ഏറ്റവും വളർച്ചയെത്തിയ ജനസമുദായവും (നായൻമാർ) ബ്രാഹ്മണരും തമ്മിൽ നടന്ന സംഘട്ടനത്തിന്റെയും യോജിപ്പിന്റെയും ഫലമാണ്.

പെരുമാൾഭരണത്തിന്റെ ചരിത്രപ്രാധാന്യം

സ്വതന്ത്രകേരളത്തിന്റെ വളർച്ചയിൽ അതിപ്രധാനമായ ഒരു സ്ഥാനമാണ് പെരുമാൾഭരണത്തിനുള്ളത്.

കേരളത്തിന്റെ ഒരറ്റം മുതൽ മറ്റേ അറ്റം വരെ അധികാരം നടത്തിയിരുന്ന കേരളചക്രവർത്തിമാരായിരുന്നു പെരുമാക്കൻമാരെന്നും അവരിലവസാനത്തെ ചക്രവർത്തിയായ ചേരമാൻ പെരുമാൾ ഇസ്ലാംമതം സ്വീകരിച്ച് മക്കത്തേക്കു പോയപ്പോൾ സാമ്രാജ്യമാകെ അനന്തരവൻമാർക്കും ആശ്രിതൻമാർക്കുമായി ഭാഗിച്ചുകൊടുത്തുവെന്നും, അങ്ങനെയാണ് കേരളത്തിൽ ഒട്ടേറെ നാട്ടുരാജാക്കൻമാരുണ്ടായതെന്നുമാണൈതിഹ്യം. ഈ ഐതിഹ്യമനുസരിച്ച് പെരുമാൾഭരണകാലം കേരളചരിത്രത്തിലെ സുവർണകാലമായിരുന്നുവെന്നും, അന്ന് ഐക്യകേരളം മാതൃകാരൂപത്തിൽ നിലനിന്നിരുന്നുവെന്നും പെരുമാൾഭരണം തകർന്ന് കേരളം അനവധി കൊച്ചുരാജ്യങ്ങളായി ഭാഗിച്ച നിലയിലായതു മുതൽക്കാണ് മലയാളികളുടെ നിർഭാഗ്യം മുഴുവൻ തുടങ്ങിയതെന്നും വാദിക്കുന്നവരുണ്ട്. ഇവരുടെ അഭിപ്രായത്തിൽ പഴയ പെരുമാൾഭരണം–'ഇന്നത്തെ കാലത്തിനത്യാവശ്യമായ മാറ്റങ്ങളോടുകൂടി' എന്നുകൂടി അവർ കൂട്ടിച്ചേർക്കുമെന്നതു ശരിതന്നെ—വീണ്ടെടുക്കുകയാണ് ഇന്നത്തെ ഐക്യകേരളത്തിന്റെ കടമ (കൊച്ചിമഹാരാജാവിന്റെ വിളംബരം നോക്കുക).

(*ഇ എം എസ് സമ്പൂർണകൃതികൾ,* സഞ്ചിക 7 കൃതി 12—എഡിറ്റർ)

ചരിത്രപരമായി നോക്കിയാൽ ഈ അഭിപ്രായം തികച്ചും അടിസ്ഥാനരഹിതമാണെന്നതിനു സംശയമില്ല. എന്തുകൊണ്ടെന്നാൽ,

അവസാനത്തെ പെരുമാൾ തന്റെ സാമ്രാജ്യമാകെ അനന്തരവൻമാർക്കും ആശ്രിതൻമാർക്കുമായി ഭാഗിച്ചുകൊടുത്തതായി പറയപ്പെടുന്ന കാലത്തിനുമുമ്പുതന്നെ കേരളത്തിൽ പല രാജകുടുംബങ്ങളും അധികാരത്തിലിരുന്നുവെന്നതിന് സംശയത്തിനിടംകൊടുക്കാത്ത തെളിവുകളുണ്ട്. അതുകൊണ്ട് ഈ രാജകുടുംബങ്ങൾക്ക് പെരുമാളിൽനിന്നാണ് ഭരണാധികാരം കിട്ടിയതെന്ന വാദം തികച്ചും അടിസ്ഥാനരഹിതമാണ്.

ഈ തെളിവ് നമുക്കു കിട്ടുന്നത് മൂന്നു മലയാളപട്ടയങ്ങളിൽനിന്നാണ്. ഈ മൂന്നു പട്ടയങ്ങളും ചരിത്രകാരൻമാരുടെ ശ്രദ്ധയെ അത്യ

ധികം ആകർഷിച്ചിട്ടുണ്ട്; അവ തെക്കേ ഇന്ത്യയിൽ പുരാതനകാലത്തുണ്ടായിരുന്ന സാമൂഹ്യവും രാഷ്ട്രീയവുമായ സ്ഥിതിയെപ്പറ്റി നമുക്കു ധാരാളം വിവരം തരുന്നുണ്ട്. ഈ മൂന്നു പട്ടയങ്ങൾ മുഖേന കേരളത്തിലെ രാജാക്കൻമാർ ഇവിടത്തെ ജൂതൻമാർക്കും സുറിയാനി (ക്രിസ്ത്യാനി)കൾക്കും ചില പ്രത്യേകാവകാശങ്ങൾ—ഈ രണ്ടു സമുദായക്കാർ ഇന്നും അനുഭവിക്കുന്ന ചില അവകാശങ്ങൾ—അനുവദിച്ചുകൊടുക്കുന്നുണ്ട്.

ഇതിലാദ്യത്തേത് ഭാസ്കരരവിവർമപ്പെരുമാൾ ജോസഫ് റബ്ബാ (ജൂത)ന് അഞ്ചുവണ്ണം കൊടുക്കുന്ന പട്ടയമാണ്. അതിൽ സാക്ഷിയൊപ്പിട്ടിട്ടുള്ളതോ വേണാട്ടുടയവരായ ഗോവർധനമാർത്താണ്ഡൻ; വേണവാളി (ഓടനാട്) ഉടയവരായ കോതശ്രീകണ്ഠൻ; ഏറാളനാട്ടിനുടയവരായ മാനവേപലമാനവീയൻ; വള്ളുവനാട്ടിനുടയവരായ രൈരൻചാത്തൻ; നെടുമ്പ്രയൂർ നാട്ടിനുടയവരായ കോതരവി എന്നിവരാണ്.

രണ്ടാമത്തേത് കൊടുങ്ങല്ലൂരിലെ ഇരവികോർത്തന് വീരരാഘവപ്പെരുമാൾ മണിഗ്രാമം കൊടുക്കുകയും അയാളെ കേരളത്തിലെ പ്രധാന വ്യാപാരിയായി മാനിക്കുകയും ചെയ്യുന്ന പട്ടയമാണ്. ഇതിൽ സാക്ഷിയൊപ്പിട്ടിട്ടുള്ളത് വേണാട്, ഓടനാട്, ഏറനാട്, വള്ളുവനാട് എന്നീ നാടുകളുടെ ഉടയവരാണ്.

ഇതിൽ ഓടനാട് തിരുവിതാംകൂറിലെ കായംകുളമാണെന്നു ഡോക്ടർ ഗുണ്ടർട്ട് പറയുന്നു. ഏറനാടാകട്ടെ, താമൂതിരി അഥവാ സാമൂതിരിയുടെ പഴയ നാടാണ്. അതിന്റെ അയൽരാജ്യമാണ് ആറങ്ങോട്ടു വള്ളുവനാട്. വേണാടിനെ സംബന്ധിച്ചാണെങ്കിൽ അതു തിരുവിതാംകൂറാണെന്നു പ്രസിദ്ധമാണല്ലോ.

മൂന്നാമത്തെ പട്ടയമാകട്ടെ, ഏതോ ഒരു മാർവൻസപീർ ഒരു നാട്ടുപള്ളിക്ക് കടൽക്കരയിലുള്ള ഒരു ഭൂമി കൊടുക്കുന്നതാണ്. വേണാട്ടുടയവരായ അയ്യനടികളുടെയും സ്ഥാണുരവിഗുപ്തപ്പെരുമാളുടെ പ്രതിപുരുഷന്റെയും അനുവാദത്തോടുകൂടിയാണതു കൊടുക്കുന്നത്.

ഈ മൂന്നു പട്ടയങ്ങളുമാകെ പരിശോധിച്ചാൽ നമുക്കു വ്യക്തമാകുന്ന സംഗതികൾ:

—ക്രിസ്ത്വബ്ദം ഏഴാം നൂറ്റാണ്ടിന്റെ അവസാനകാലത്തിനും ഒൻപതാം നൂറ്റാണ്ടിന്റെ ആദ്യകാലത്തിനുമിടയിൽ, കേരളം തെക്ക് കൊല്ലംവരെയും വടക്ക് കോഴിക്കോടുവരെയും നീണ്ടുകിടന്നിരുന്നു.

—ക്രിസ്ത്വബ്ദം 700–ാമാണ്ടിൽ ഭാസ്കരരവിവർമനെന്നും 744 ൽ വീരരാഘവചക്രവർത്തിയെന്നും 824 ൽ സ്ഥാണുരവിഗുപ്തനെന്നും പേരായ പെരുമാക്കൻമാർ കേരളത്തിലുണ്ടായിരുന്നു.

—ഈ പെരുമാക്കന്മാരുടെ കാലത്ത്, അവസാനത്തെ പെരുമാളുടെ കാലത്തിനുമുമ്പ്, തിരുവിതാംകൂർ (വേണാട്), സാമൂതിരി (ഏറനാട്), കായംകുളം (ഓടനാട്), ആറങ്ങോട്ട് (വള്ളുവനാട്), നെടുമ്പ്രയൂർ (പാലക്കാട്) എന്നീ രാജകുടുംബങ്ങൾ അധികാരത്തിലിരുന്നിരുന്നു.

(പത്മനാഭമേനോന്റെ *കേരളചരിത്രം*)

അവസാനത്തെ പെരുമാൾ ഇസ്ലാംമതം സ്വീകരിച്ച് മക്കത്തേക്കു പോയെന്ന ഐതിഹ്യംപോലും അടിസ്ഥാനരഹിതമാണെന്നാണ് പത്മനാഭമേനോൻ പറയുന്നത്.

മുഹമ്മദീയരും ക്രിസ്ത്യാനികളും ജൂതൻമാരുമായ എത്രയോ സഞ്ചാരികൾ ഇവിടെ വരികയും ഈ നാടിനെയും നാട്ടുകാരെയും കുറിച്ചെഴുതുകയും ചെയ്തിട്ടുണ്ട്—സുലൈമാൻ (ക്രി: 850); അൽബീറൂനി (970–1039); അൽ ഇദ്രിസി (1153–54); ബഞ്ചമിൻ (1159–60); റഷീദ്–ഉദ്–ദീൻ (1247–81); അൽകാസ്വിനി (1263–75); മാർക്കോപോളോ (1271–94); അബുൽഫെദ (1273–1331); ഫ്രയർ ഒഡോറിക് (1286–94); ഫ്രയർ ജോർഡനസ് (1320); ഇബ്ൻബത്തൂത്ത (1324–54); അബ്ദുർ റസാക്ക് (1441); നിക്കോളോ കോണ്ടി (1444). ഇവരാരുംതന്നെ പെരുമാൾ മുസ്ലീമായ കഥയെപ്പറ്റി ഒന്നും പറയുന്നില്ല.

"ഈ മതംമാറ്റക്കാര്യത്തിലുള്ള തെളിവുകൾ മുഴുവൻ പരിശോധിച്ചാൽ", പത്മനാഭമേനോൻ തന്റെ സുദീർഘമായ വിമർശനം ഉപസംഹരിക്കുന്നു:

ചേരമാൻപെരുമാൾ ഇസ്ലാംമതം സ്വീകരിച്ച് മക്കത്തേക്കു പോയെന്നതിന് യാതൊരു തെളിവുമില്ല. നേരേമറിച്ച്, അദ്ദേഹം ഒരു അടിയുറച്ച ഹിന്ദുവായിത്തന്നെ ജീവിതകാലം കഴിച്ചുവെന്നൂഹിക്കാനാണ് വഴികാണുന്നത്. ഇസ്ലാംമതത്തെക്കുറിച്ചുള്ള കഥയാകട്ടെ, രണ്ടു മതംമാറ്റങ്ങളുടെ ചരിത്രം കൂട്ടിക്കുഴച്ചുണ്ടായതായിരിക്കാനാണിടയുള്ളത്–ചേരമാൻ പെരുമാക്കൻമാരിലൊരാളായ ബാണപ്പെരുമാൾ ബുദ്ധമതം സ്വീകരിച്ച ചരിത്രവും കുറെക്കാലത്തിനുശേഷം കോഴിക്കോട്ടെ സാമൂതിരി രാജാക്കൻമാരിലൊരാൾ ഇസ്ലാംമതം സ്വീകരിച്ച ചരിത്രവും.

അതായത്, പെരുമാക്കൻമാർക്ക് കേരളത്തിൽ മുഴുവൻ ഭരണാധികാരമുണ്ടായിരുന്നുവെന്നും അവരുടെ ഭരണം അവസാനത്തെ പെരുമാളുടെ മതംമാറ്റത്തോടുകൂടി അവസാനിപ്പിച്ചപ്പോഴാണ് കേരളം ഛിന്നഭിന്നമായതെന്നുമുള്ള വാദം ചരിത്രദൃഷ്ട്യാ തെറ്റാണ്. കോഴിക്കോടിന് വടക്കോട്ടോ കൊല്ലത്തിന് തെക്കോട്ടോ വ്യാപിക്കാത്ത ഒരു സാമ്രാജ്യമാണ് പെരുമാക്കൻമാർക്കുണ്ടായിരുന്നത്. അതിൽത്തന്നെ അവർ സർവതന്ത്രസ്വതന്ത്രരായ രാജാക്കൻമാരായിരുന്നില്ല: അവരുടെ മേൽക്കോയ്മാധികാരമംഗീകരിക്കുന്നവരെങ്കിലും അതതു നാടിന് 'ഉടയവ'രായ കുറെ രാജാക്കൻമാർ അന്നുതന്നെ കേരളത്തിലുണ്ടായിരുന്നു.

ഈ രാജാക്കൻമാർക്ക് പെരുമാളിൽനിന്ന് അധികാരം കിട്ടിയെന്നു പറയുന്നതിനെക്കാൾ ശരിയായിരിക്കുക പെരുമാൾക്ക് അവരിൽനിന്ന് അധികാരം കിട്ടിയെന്നു പറയുന്നതായിരിക്കുമെന്ന് ചില ചരിത്രകാരൻമാർ പറയുന്നു. ഉദാഹരണത്തിന് ടാൽബോയ്സ് വീലർ തന്റെ *ഇന്ത്യാചരിത്ര*ത്തിൽ പറയുന്നു:

ആദ്യകാലത്ത് മലബാറിൽ (കേരളത്തിൽ) 20 രാജാക്കൻമാരാണ് ഉണ്ടായിരുന്നത്. പക്ഷേ ഈ കുട്ടിരാജാക്കന്മാർക്കിടയിൽ ഒട്ടേറെ ഭിന്നതകൾ ഉയർന്നുവന്നതു കാരണം ഒരു മധ്യസ്ഥനെ തിരഞ്ഞെടുക്കണ

മെന്ന് അവർ നിശ്ചയിച്ചു. ഈ സ്ഥാനം പരമ്പരാഗതമല്ല, തിരഞ്ഞെടുക്കപ്പെടുന്ന ഒന്നായിരിക്കണമെന്നും അമിതശക്തനായിത്തീരാൻ ഇടയില്ലാത്ത ഒരു രാജാവായിരിക്കണം ഈ സ്ഥാനത്തുവരേണ്ടതെന്നും അവർക്കുണ്ടായിരുന്നു. അങ്ങനെ അവർ ചേരമാൻ പെരുമാളിനെ ആ സ്ഥാനത്തു നിയമിച്ചു.

ഡോക്ടർ ഗുണ്ടർട്ടിന്റെ അഭിപ്രായത്തിൽ, "പെരുമാൾ ഭരണത്തെക്കുറിച്ച് നൽകാവുന്ന ഏറ്റവും ശരിയായ വിവരണം അതൊരു ശക്തിയേറിയ നാടുവാഴി ഭരണസമ്പ്രദായമാണെ"ന്നാണ്. ചക്രവർത്തിക്കുചുറ്റും ഒട്ടേറെ നാടുവാഴികളുണ്ടായിരുന്നു; ഇവർക്ക് അതതു നാടുകളിൽ ഭൂമികളും മറ്റു സ്വത്തുക്കളുമുണ്ടായിരുന്നു. മി എല്ലിസ് എന്ന മറ്റൊരു ചരിത്രപണ്ഡിതൻ പെരുമാളെ വിളിക്കുന്നത് രാജാധിരാജനെന്നാണ്.

ചുരുക്കത്തിൽ പെരുമാൾഭരണത്തിന് കേരളചരിത്രത്തിലുള്ള പ്രാധാന്യം അതിനുകീഴിൽ കേരളം യോജിച്ചിരുന്നുവെന്നതല്ല, നാടുവാഴി ഭരണം നടപ്പിൽ വന്നുവെന്നതാണ്. പെരുമാൾഭരണത്തിൻകീഴിൽ കേരളം മുഴുവൻ ഒരൊറ്റ ഭരണാധികാരിയുടെ കീഴിലായിരുന്നുവെന്നു പറയുന്നവർ മുകളിൽ കൊടുത്ത ചരിത്രരേഖകളുടെ നേരേ കണ്ണടയ്ക്കുകയാണു ചെയ്യുന്നത്; കേരളത്തിന്റെ ഒരു ഭാഗമായ വടക്കേ മലബാർ പെരുമാക്കൻമാരുടെ കീഴിലായിരുന്നില്ലെന്നും, കേരളത്തിന്റെ മറ്റു ഭാഗങ്ങളിൽത്തന്നെ ഒട്ടേറെ 'നാടുകൾക്കുടയവ'രായ രാജാക്കൻമാരുണ്ടായിരുന്നുവെന്നും, ഈ രാജാക്കൻമാരുടെമേൽ വളരെ പരിമിതമായ ഒരധികാരം മാത്രമേ പെരുമാക്കൻമാർക്കുണ്ടായിരുന്നുള്ളുവെന്നുമുള്ള പരമാർഥങ്ങളുടെനേരേ കണ്ണടയ്ക്കുകയാണ് ചെയ്യുന്നത്. ദേശവാഴികൾ, നാടുവാഴികൾ മുതലായ ഒട്ടേറെ പ്രാദേശികഭരണാധികാരികൾക്ക് വിപുലവും കേരളചക്രവർത്തിയായ പെരുമാൾക്ക് പരിമിതവുമായ അധികാരങ്ങളുള്ള ഒരു നാടുവാഴിഭരണമാണ് പെരുമാൾഭരണത്തിന്റെ കാതൽ.

പ്രാചീനജനാധിപത്യത്തിൽനിന്ന് നാടുവാഴിഭരണത്തിലേക്ക്

ഇത്തരത്തിലുള്ള ഒരു നാടുവാഴിഭരണം സ്ഥാപിച്ചുവെന്നതിന്റെ അർഥം പുരാതനകേരളത്തിലെ ജനാധിപത്യപരമായ ഭരണസമ്പ്രദായം നശിച്ചുവെന്നാണ്.

പെരുമാൾഭരണം നിലവിൽവന്നതിനെക്കുറിച്ചുള്ള ഐതിഹ്യം നോക്കിയാലും, പെരുമാൾഭരണത്തിന് മുമ്പും പെരുമാൾഭരണത്തിൻകീഴിലുമുള്ള ഭരണസമ്പ്രദായത്തെക്കുറിച്ചുള്ള ചരിത്രരേഖകൾ പരിശോധിച്ചാലും, ഒരുതരത്തിലുള്ള ജനാധിപത്യഭരണം നിലവിലിരുന്നിരുന്ന കേരളത്തിൽ അതിനു പകരം ഏകാധിപത്യം സ്ഥാപിക്കുകയാണ് പെരുമാൾഭരണം ചെയ്തതെന്നു വ്യക്തമാവും.

പെരുമാൾഭരണത്തിന്റെ ഉത്ഭവത്തെക്കുറിച്ച് നമ്പൂതിരിമാർ പ്രചരിപ്പിച്ചിട്ടുള്ള ഐതിഹ്യം ഇതാണ്:

1. പരശുരാമനാണ് ഇവിടത്തെ ഭരണസമ്പ്രദായമേർപ്പെടുത്തിയത്. അദ്ദേഹം കേരളത്തെ 64 ഗ്രാമങ്ങളായും നാലു കഴകങ്ങളായും തിരിച്ചു. ഗ്രാമങ്ങളുടെയും കഴകങ്ങളുടെയും ഭരണം നമ്പൂതിരിമാർക്കുമാത്രം അധികാരാവകാശങ്ങളുള്ള ഒരു ജനാധിപത്യവ്യവസ്ഥയിൻകീഴിൽ നടത്താനേർപ്പാടു ചെയ്തു.

2. കാലക്രമേണ ഈ ജനാധിപത്യപരമായ ബ്രാഹ്മണഭരണം തൃപ്തികരമല്ലാതെ വന്നപ്പോൾ വെളിയിൽനിന്ന് ഇരുപത്തഞ്ച് കൊല്ലക്കാലത്തേക്ക് ഭരണം നടത്താൻ ഒരാളെ ക്ഷണിച്ചുകൊണ്ടുവന്നു. അയാളുടെ പേരാണ് പെരുമാൾ.

3. ഇതനുസരിച്ച് ഇരുപത്തഞ്ചോളം പെരുമാക്കൻമാർ ഇവിടെ വന്ന് രാജ്യം ഭരിച്ചു. അതിലവസാനത്തെ ആൾ രാജ്യമാകെ അനന്തരവൻമാർക്കും ആശ്രിതൻമാർക്കുമായി ഭാഗിച്ച് നാടുവിട്ടുപോയി.

ഇതനുസരിച്ചു വന്ന ആദ്യത്തെ പെരുമാളുടെ ഭരണം ക്രിസ്ത്വബ്ദം 216ൽ തുടങ്ങുകയും അവസാനത്തെ പെരുമാളുടേത് 825 ൽ അവസാനിക്കുകയും ചെയ്തുവെന്ന് കലിദിവസസംഖ്യ നോക്കിയാൽ ഏതാണ്ട് പറയാൻ സാധിക്കും.

ഈ ഐതിഹ്യമനുസരിച്ച് മൂന്നു സംഗതികൾ വ്യക്തമാവുന്നുണ്ട്: ഒന്ന്, പെരുമാൾഭരണത്തിനുമുമ്പ് കേരളത്തിൽ ബ്രാഹ്മണർക്കുമാത്രം അധികാരമുള്ള ഒരുതരം ജനാധിപത്യമാണ് ഉണ്ടായിരുന്നത്. രണ്ട്, പെരുമാൾഭരണം അവസാനിച്ചതോടുകൂടി നാടുവാഴികളുടെയും ദേശവാഴികളുടെയും കൈയിൽ ഭരണാധികാരമുള്ള ഒരു വ്യവസ്ഥ നിലവിൽവന്നു. മൂന്ന്, ജനാധിപത്യത്തിൽനിന്ന് നാടുവാഴിമേധാവിത്വത്തിലേക്കുള്ള ഈ മാറ്റം വരുത്തിയ പെരുമാൾഭരണം നിലവിലിരുന്നിരുന്ന കാലത്ത് (ക്രി: മൂന്നും ഒമ്പതും നൂറ്റാണ്ടുകൾക്കിടയിൽ) തന്നെയാണ് ബ്രാഹ്മണമതവും ബുദ്ധമതവും തമ്മിൽ വലിയ ഏറ്റുമുട്ടൽ നടന്നത്. അവസാനത്തെ പെരുമാളും ബുദ്ധമതത്തിന്റെ അവസാനപരാജയത്തിനു കാരണഭൂതനായ ശങ്കരാചാര്യരും ഏതാണ്ട് സമകാലീനൻമാരാണെന്നും, മലയാം കൊല്ലവർഷം തുടങ്ങുന്ന ക്രി: 824–25 –ാമാണ്ടിനെ അവസാനത്തെ പെരുമാളോടും ശങ്കരാചാര്യരോടും ബന്ധപ്പെടുത്തുന്ന ഐതിഹ്യങ്ങളുണ്ടെന്നുമുള്ള സംഗതി ശ്രദ്ധേയമാണ്.

ഈ ഐതിഹ്യം ശരിയാണെങ്കിൽ, നമ്മുടെ മുമ്പിൽ മുഖ്യമായ ഒരു പ്രശ്നം ഉത്ഭവിക്കുന്നുണ്ട്: എന്തുകൊണ്ടാണ് പെരുമാക്കൻമാർ മുഴുവൻ വെളിയിൽനിന്നു വന്നവരായത്? പത്മനാഭമേനോനും മറ്റു ചരിത്രകാരൻമാരും പറയുന്ന മറുപടി ഇതാണ്: നമ്പൂതിരിമാർ വെളിയിൽനിന്ന് പെരുമാളെ ക്ഷണിച്ചുവരുത്തുകയല്ല ചെയ്തത്; വെളിയിലുള്ള ചില ചക്രവർത്തിമാർ കേരളത്തെ കീഴടക്കുകയാണ്; ഇങ്ങനെ വെളിയിൽനിന്നു വന്നാക്രമിച്ച ചേര, ചോള, പാണ്ഡ്യ ചക്രവർത്തിമാരുടെ പ്രതിപുരുഷൻമാരാണ്, ചേര, ചോള, പാണ്ഡ്യ പെരുമാക്കൻമാർ; ഇങ്ങനെ വിദേശീയചക്രവർത്തിമാർക്ക് കേരളം കീഴടങ്ങിയെന്ന വാസ്തവം പ്രകാരാ

ന്തരേണ സമ്മതിക്കുകയാണ് പെരുമാക്കൻമാരെ ക്ഷണിച്ചുവരുത്തിയെന്ന കഥ മുഖേന നമ്പൂതിരിമാർ ചെയ്തത്.

ഈ വ്യാഖ്യാനത്തിൽ ഒരു വലിയ തകരാറുണ്ട്: പെരുമാൾ ഭരണം വിദേശീയഭരണമായിരുന്നുവെങ്കിൽ, സ്ഥാനമൊഴിഞ്ഞ അവസാനത്തെ പെരുമാളുടെ അധികാരം ഇന്നാട്ടിലെ നാടുവാഴികൾക്കു കിട്ടുന്നതെങ്ങനെയാണ്? ഒഴിയുന്ന പെരുമാൾക്ക് പകരം മറ്റൊരു പെരുമാളെ നിശ്ചയിക്കാനല്ലാതെ അയാൾക്കുള്ള അധികാരം പെരുമാളുടെ കീഴിൽ രാജ്യം ഭരിച്ചിരുന്ന നാടുവാഴികളിലും ദേശവാഴികളിലും ലയിക്കുന്നതനുവദിക്കാൻ വെളിയിലുള്ള ചക്രവർത്തി എങ്ങനെ തയ്യാറായി? ചേര, ചോള, പാണ്ഡ്യ സാമ്രാജ്യങ്ങളുടെ കീഴിൽ ആറു നൂറ്റാണ്ടുകാലത്തോളം നിന്ന കേരളം, ആറു നൂറ്റാണ്ടുകാലത്തോളം ഒരു സാമ്രാജ്യത്തിൻേറതിൽനിന്ന് മറ്റൊന്നിന്റെ വരുതിയിലേക്ക് മാറിമാറിവന്ന കേരളം പെട്ടെന്നൊരിക്കൽ സ്വതന്ത്രങ്ങളായ ഒട്ടേറെ കൊച്ചുരാജ്യങ്ങളായിത്തീർന്നുവെന്നാണെങ്കിൽ, അതിനിട വരുത്തിയ സ്ഥിതിഗതികളെക്കുറിച്ച് നമുക്ക് കൂടുതൽ തെളിവുകൾ കിട്ടേണ്ടതാണ്.

ഇതിനുമുമ്പു വിവരിച്ചതുപോലെ ജനാധിപത്യത്തിൽനിന്നു രാജാധിപത്യത്തിലേക്കുള്ള മാറ്റമാണ് പെരുമാൾഭരണത്തിൻകീഴിൽ നടന്നതെന്നു കരുതുന്നപക്ഷം ഈ അസംഭവ്യതകളൊന്നുമില്ല. നമ്പൂതിരിമാരുടെ ഐതിഹ്യമനുസരിച്ച് അവർ സ്ഥാപിച്ച ബ്രാഹ്മണഭരണം കാര്യക്ഷമമല്ലാതെ വന്നപ്പോൾ അവർ വെളിയിൽനിന്നാളെ വരുത്തിയെന്നു പറയുന്നത് അസംഭവ്യമല്ല. എന്തുകൊണ്ടാണവരുടെ ഭരണം കാര്യക്ഷമമല്ലാതായത് എന്നുമാത്രമേ ചോദ്യമുള്ളു. ഇതിനും ഈ ഗ്രന്ഥകാരന്റെ അഭിപ്രായത്തിൽ, ശരിയായ മറുപടിയുണ്ട്. അതായത്, നമ്പൂതിരിമാരുടെ ഐതിഹ്യമനുസരിച്ച്, ബ്രാഹ്മണഭരണം നിലവിൽവന്ന അതേകാലത്ത് മറ്റൊരുതരത്തിലുള്ള ജനാധിപത്യഭരണം കേരളത്തിൽ നിലവിലുണ്ടായിരുന്നു—തറക്കൂട്ടങ്ങളും നാട്ടുക്കൂട്ടങ്ങളും മുഖേന ഭരണം നടത്തുന്ന പഴയ (നായർ) ഭരണവ്യവസ്ഥ. വടക്കേ ഇന്ത്യയിൽ ആര്യൻമാരുടെ സാമൂഹ്യവ്യവസ്ഥയനുസരിച്ചു നിലവിലിരുന്നിരുന്ന പ്രാചീനജനാധിപത്യവ്യവസ്ഥ ഇവിടെ സ്ഥാപിക്കാൻ നമ്പൂതിരിമാർ ശ്രമിച്ച അതേകാലത്ത് തെക്കേ ഇന്ത്യയിലെ ദ്രാവിഡരീതിക്കനുസരിച്ച് പഴയ ജനാധിപത്യം ഇവിടെയും നിലനിന്നിരുന്നു. ബ്രാഹ്മണസംസ്കാരവും നായർസംസ്കാരവും തമ്മിൽ ഇടഞ്ഞതുപോലെ നമ്പൂതിരിമാരുടെ ഗ്രാമങ്ങളും കഴകങ്ങളും ഒരുവശത്തും നായൻമാരുടെ തറക്കൂട്ടങ്ങളും നാട്ടുക്കൂട്ടങ്ങളും മറുവശത്തും നിന്ന് ഏറ്റുമുട്ടി. ഈ ഏറ്റുമുട്ടലിന്റെ ഫലമായി ബ്രാഹ്മണജനാധിപത്യത്തിനോ നായർ ജനാധിപത്യത്തിനോ ഭരണം നടത്താൻ കഴിയാതെവന്നപ്പോഴാണ് അവരിരുവരും ചേർന്ന് വെളിയിൽനിന്ന് പെരുമാളെ വരുത്തി, ഇവിടത്തെ നാട്ടുനടപ്പനുസരിച്ചു ഭരണം നടത്താമെന്നും ഇരുപത്തഞ്ച് കൊല്ലം കഴിഞ്ഞാൽ ഒഴിയാമെന്നും പ്രതിജ്ഞ ചെയ്യിച്ച് പെരുമാളെ വാഴിച്ചത്.

ബ്രാഹ്മണജനാധിപത്യവും നായർജനാധിപത്യവും തമ്മിലുള്ള ഏറ്റുമുട്ടലിൽനിന്നാണ് പെരുമാൾഭരണം ജന്മമെടുത്തതെന്ന ഈ അഭിപ്രായം തെറ്റായാലും ശരിയായാലും ബ്രാഹ്മണർ ഇവിടെവന്ന കാലത്ത് വളരെ വിപുലമായ ഒരു പ്രാചീനജനാധിപത്യവ്യവസ്ഥ കേരളത്തിൽ നിലവിലിരുന്നിരുന്നുവെന്നതിനു സംശയമില്ല. ഈ പ്രാചീനജനാധിപത്യത്തിന്റെ അവശിഷ്ടങ്ങളാണ് 'അഞ്ഞൂറ്', 'അറുനൂറ്', 'ഒന്നുകുറെ ആയിരം' മുതലായ പേരുകളും വളരെ അടുത്തകാലംവരെ നിലനിന്നിരുന്ന ക്ഷേത്രസങ്കേതങ്ങളും ക്ഷേത്രയോഗങ്ങളുമെന്ന് ചരിത്രകാരന്മാർ പറയുന്നു. പത്മനാഭമേനോന്റെ അഭിപ്രായത്തിൽ,

പ്രാചീനകേരളത്തിലെ ഗ്രാമറിപ്പബ്ലിക്കുകൾ പ്രാദേശികകാര്യങ്ങളെല്ലാം നടത്തുന്ന സ്വയംഭരണസ്ഥാപനങ്ങളായിരുന്നു. അവയ്ക്ക് സ്വന്തമായ പൊതുമുതലെടുപ്പുണ്ടായിരുന്നു, സ്വന്തം ചെലവിന് അവ നികുതി ചുമത്തിയിരുന്നു. അതതതിർത്തിക്കകത്തുള്ള തർക്കങ്ങൾ കേട്ട് വിധി കൽപ്പിക്കുകയും ഇതേ റിപ്പബ്ലിക്കുകളാണു ചെയ്തിരുന്നത്. അവയ്ക്ക് സ്വന്തമായ ക്ഷേത്രങ്ങളും സ്വന്തം മേച്ചിൽസ്ഥലങ്ങളും സ്വന്തം ജോലിക്കാരും ജീവിതത്തിനത്യാവശ്യമായ മറ്റെല്ലാ ഏർപ്പാടുകളും ഉണ്ടായിരുന്നു.

തറ(ഗ്രാമം)യ്ക്ക് തറക്കൂട്ടം, നാടിന് നാട്ടുക്കൂട്ടം എന്നിങ്ങനെ പടിപടിയായി കൂട്ടങ്ങളുണ്ടായിരുന്നുവെന്നും പത്മനാഭമേനോൻ വ്യക്തമാക്കുന്നു.

ഈ നായർജനാധിപത്യത്തെക്കുറിച്ച് നമ്പൂതിരിമാരുടെ ഐതിഹ്യത്തിൽ ഒരക്ഷരവും പറയുന്നില്ല. തങ്ങൾ വരുന്നതിനുമുമ്പ് കേരളത്തിൽ മനുഷ്യർതന്നെയില്ലെന്ന സിദ്ധാന്തമനുസരിച്ച് കേരളത്തിലെ ആദ്യത്തെ ഭരണവ്യവസ്ഥയും തങ്ങളുടേതാണെന്നവർ പറയുന്നതിലത്ഭുതമില്ലല്ലോ. എന്നാൽ പരശുരാമനെപ്പോലുള്ള ഒരു മഹാപുരുഷൻ നിശ്ചയിച്ച തങ്ങളുടെ ഭരണവ്യവസ്ഥ പൊളിഞ്ഞ് വെളിയിൽനിന്നൊരാളെ പെരുമാളാക്കി വാഴിക്കേണ്ടിവന്നുവെന്നു സമ്മതിച്ചാലും, ഏതാണ്ട് തങ്ങളോളം തന്നെ പരിഷ്കാരം സിദ്ധിച്ച മറ്റൊരു ജനസമുദായത്തിന്റെ ഭരണവ്യവസ്ഥയുമായേറ്റുമുട്ടിയപ്പോഴാണ് തങ്ങളുടെ വ്യവസ്ഥതന്നെ പൊളിഞ്ഞതെന്നു സമ്മതിക്കാനവർ തയ്യാറില്ല. പക്ഷേ നായർജനാധിപത്യത്തെക്കുറിച്ച് ചരിത്രരേഖകൾ തന്നെ കാണാൻ കഴിഞ്ഞ നമുക്ക് അങ്ങനെയല്ലാതെ ഊഹിക്കാൻ വഴിയില്ല.

ഇങ്ങനെ രണ്ടു വിഭിന്നജനാധിപത്യവ്യവസ്ഥകൾ തമ്മിൽ ഏറ്റുമുട്ടിയപ്പോൾ ഉയർന്നുവന്ന പെരുമാൾഭരണം അതിനെ രണ്ടിനെയും ഭരണാധികാരത്തിൽനിന്നകറ്റി. നമ്പൂതിരിമാരുടെ ഗ്രാമസംഘടനയെയോ നായൻമാരുടെ തറക്കൂട്ടങ്ങളെയോ നശിപ്പിക്കാതെ അവയെ പേരിന് നിലനിർത്തി, അവർക്കു മുമ്പുണ്ടായിരുന്ന അധികാരമാകെ അപഹരിക്കുകയാണ് പെരുമാൾഭരണം ചെയ്തത്. 'നമ്പൂതിരിമാരുടെ ഗ്രാമസംഘടന'യെ മതപരവും സംസ്കാരപരവുമായ സംഘടനയും നായൻമാരുടെ

കൂട്ടങ്ങളെ പട്ടാളപരമായ സംഘടനയുമാക്കി മാറ്റുക; ഈ രണ്ടുതരം സംഘടനകളുടെയും നായകൻമാർക്ക് ദേശവാഴി, നാടുവാഴി മുതലായ സ്ഥാനങ്ങൾ നൽകി അവരെ തൃപ്തിപ്പെടുത്തുക; വളരെ പ്രധാനമായ കാര്യങ്ങളിൽ നാട്ടുക്കൂട്ടങ്ങളും മാമാങ്കവും മറ്റും നടത്തി ജനാധിപത്യ ഭരണം നിലവിലുണ്ടെന്ന വ്യാമോഹം നിലനിർത്തുക; എന്നാൽ, പ്രധാന ഭരണകാര്യങ്ങൾ തീരുമാനിക്കുകയും നടപ്പിൽവരുത്തുകയും ചെയ്യുന്നതിൽ സ്വാധികാരം പ്രയോഗിക്കുക—ഇങ്ങനെ ബ്രാഹ്മണരുടെയും നായൻമാരുടെയും ജനാധിപത്യസ്ഥാപനങ്ങളെ സ്വന്താവശ്യത്തിനുപയോഗിക്കുകയാണ്, ആറു നൂറ്റാണ്ടുകാലത്തോളം നീണ്ടുനിന്ന പെരുമാൾഭരണത്തിൻകീഴിൽ പെരുമാക്കൻമാരും കീഴിലുള്ള രാജാക്കൻമാരും ചെയ്തത്. ഇങ്ങനെ നമ്പൂതിരിമാരുടെ ഗ്രാമങ്ങൾ വൈദികഗ്രാമങ്ങളും നായൻമാരുടെ കൂട്ടങ്ങൾ പടയാളിസംഘടന ('ആയിരവർ', 'അയ്യായിരവർ' മുതലായ സംഘടനകൾ)കളുമായി മാറിയതോടുകൂടി മുമ്പ് ഈ സംഘടനകൾക്കുണ്ടായിരുന്ന ഭരണാധികാരമാകെ നാടുവാഴികളിലേക്കും ദേശവാഴികളിലേക്കും മാറി.

പ്രാചീന ജനാധിപത്യത്തിൽനിന്ന് കേരളത്തെ നാടുവാഴിഭരണത്തിലേക്കു നയിച്ച ഈ പെരുമാൾഭരണമാണ് നാടുവാഴിഭരണം നശിപ്പിച്ച് യഥാർഥ ജനാധിപത്യം സ്ഥാപിക്കാൻ തയ്യാറില്ലാത്ത കൊച്ചീമഹാരാജാവ് തന്റെ ഐക്യകേരളത്തിന്റെ മാതൃകയായി എടുത്തിട്ടുള്ളതെന്നതു ശ്രദ്ധേയമാണ്.

നാടുവാഴി ഭരണത്തിൻകീഴിലെ കേരളം

ഈ ഭരണസമ്പ്രദായത്തെ പരേതനായ സി അച്യുതമേനോൻ ഇങ്ങനെ വിവരിക്കുന്നു:

> ഗവൺമെന്റ് ഏറെക്കുറെ, മധ്യകാലയൂറോപ്പിലെ ഫ്യൂഡൽവ്യവസ്ഥയുടേതിന് സദൃശമായ തത്വങ്ങളിൽ അധിഷ്ഠിതമായിരുന്നു. രാജ്യത്തിന്റെ പരമാധികാരി രാജാവായിരുന്നു. എന്നാൽ അദ്ദേഹത്തിന്റെ കീഴിലുള്ള പരമ്പരാഗത മുഖ്യന്മാരുടെ കൈയിലായിരുന്നു പ്രാദേശികഭരണം. രാജ്യത്തെ വ്യത്യസ്ത വിസ്തൃതിയുള്ള ഏതാനും നാടുകൾ അഥവാ ജില്ലകൾ ആയി വിഭജിക്കുകയും ഓരോന്നിന്റെയും ഭരണം 'നാടുവാഴി'യെന്നു വിളിക്കുന്ന പരമ്പരാഗതമുഖ്യനെ ഏൽപ്പിക്കുകയും ചെയ്തിരുന്നു. സൈനികവും മറ്റുമായ ആവശ്യങ്ങൾക്കുവേണ്ടി ഓരോ നാടിനെയും ദേശങ്ങളായും വിഭജിച്ചിരുന്നു. അവയിൽ ചിലതിന്റെ ഭരണാധികാരി പരമ്പരാഗത ദേശവാഴികളായിരുന്നെങ്കിൽ മറ്റുള്ളവ നാടുവാഴികളുടെയോ രാജാവിന്റെയോ സ്വകാര്യസ്വത്തായിരുന്നതുകൊണ്ട്, അവർ തന്നെ നേരിട്ടോ അവർ നിയമിച്ച ഉദ്യോഗസ്ഥന്മാർ മുഖേനയോ ആണ് അവയുടെ ഭരണം നടത്തിയിരുന്നത്. ദേശത്തിന്റെ തുടർന്നുള്ള

ഉപവിഭജനം സ്ഥലത്തിന്റെയല്ല, പിന്നെയോ നമ്പൂതിരിമാരുടെ ഗ്രാമം, നായന്മാരുടെ തറ, അധഃസ്ഥിതജാതികളുടെ ചേരി എന്നിവപോലെ ജാതി അഥവാ ഗോത്രഗ്രൂപ്പുകളുടെ അടിസ്ഥാനത്തിലാണ് നടത്തിയിരുന്നത്. അത്തരം ഗ്രൂപ്പുകളുടെ അതിരുകൾ ഏറെക്കുറെ സുനിർവചിതമായിരുന്നെങ്കിലും അങ്ങോട്ടുമിങ്ങോട്ടും കയറിക്കിടന്നിരുന്നു. ഈ കടൽത്തീരത്തെ നാടുകളും ദേശങ്ങളും ഏതാദൃശമായ മറ്റുനാടുകളിലെ സ്ഥലവിഭജനങ്ങളിൽനിന്നും വ്യത്യസ്തമായത് അവ ഉൾക്കൊണ്ടിരുന്നത് ഇത്രയിത്ര പട്ടണങ്ങളെയും ഗ്രാമങ്ങളെയുമല്ല, പ്രത്യുത, കൊടകരനാട്ടിലെ 'അഞ്ഞൂറ്റുവർ', അന്നമനാട്ടിലെ 'നാനൂറ്റുവർ', ചെങ്ങഴിനാട്ടിലെ 'മൂന്നൂറ്റുവർ' എന്നിങ്ങനെ ഇത്രയിത്ര നായന്മാരെ ആയിരുന്നതുകൊണ്ടാണ്. ജാതി അഥവാ ഗോത്രവർഗഗ്രൂപ്പുകളുടെ കാര്യങ്ങൾ നടത്തിയിരുന്നത്, അതതു ജാതിക്കനുസരിച്ച് ഗ്രാമിണി, കാരണവൻ, തണ്ടാൻ തുടങ്ങിയ തലവൻ അഥവാ മൂപ്പൻ ആയിരുന്നു. തറയുടെ കാര്യങ്ങൾ നോക്കിനടത്തിയിരുന്ന കാരണവന്മാർ തങ്ങളുടെ മുഖ്യനായ രാജാവിന്റെയോ നാടുവാഴിയുടെയോ ദേശവാഴിയുടെയോ അല്ലെങ്കിൽ വെറുമൊരു ജന്മിയുടെയോ ദേശങ്ങളിലെ കൃഷിനടത്തിപ്പിനു മേൽനോട്ടം വഹിക്കുകയും അവയുടെ പരിപാലനത്തിനായി വിളവിന്റെ ഒരു വീതം കൈപ്പറ്റുകയും തമ്പുരാൻ ആവശ്യപ്പെടുമ്പോൾ അദ്ദേഹത്തിന് സൈനികസേവനം അർപ്പിക്കുകയും ചെയ്തിരുന്നു. ദേശവാഴികൾ ഉണ്ടായിരുന്ന ഇടങ്ങളിലെല്ലാം ദേശത്തിന്റെ മുഴുവൻ കൈകാര്യകർതൃത്വവും അവർക്കായിരുന്നു. രാജാവ് അഥവാ നാടുവാഴി നൽകുന്ന കൽപ്പനകളെല്ലാം നടപ്പിലാക്കുന്നത് ഉറപ്പുവരുത്തിയിരുന്നതും അവരായിരുന്നു. അവർ സൈനികത്തലവന്മാർ കൂടിയായിരുന്നു; നാടുവാഴിയുടെ അധികാരത്തിനു വിധേയമായിട്ടായിരുന്നു എന്നുമാത്രം. തങ്ങളുടെ സൈന്യനിരകളെ യുദ്ധക്കളത്തിലേക്കു നയിച്ചിരുന്നത് അവരാണ്. നാടുവാഴികൾക്ക് താന്താങ്ങളുടെ നാടുകളിലെ സിവിലും സൈനികവുമായ എല്ലാ കാര്യങ്ങളിലും അധികാരം ഉണ്ടായിരുന്നു. എന്നാൽ ആ അധികാരത്തിന്റെ വ്യാപ്തിയും രാജാവിനോടുള്ള അവരുടെ വിധേയത്വത്തിന്റെ തോതും അവരുടെ രാഷ്ട്രീയപദവിയെ ആശ്രയിച്ചിരുന്നു. എങ്കിലും തങ്ങളുടെ പദവിക്കും സമ്പത്തിനും അനുസൃതമായി നിശ്ചയിക്കപ്പെട്ട എണ്ണം സൈനികരെ യുദ്ധസന്നദ്ധരാക്കി നിർത്തുവാനും രാജാവിനെ അദ്ദേഹത്തിന്റെ യുദ്ധങ്ങളിൽ സേവിക്കുവാനും അവരെല്ലാം ബാധ്യസ്ഥരായിരുന്നു.

* * * * * * * *

രാജാവിന് തന്റെ പ്രജകളുടെയും മുഖ്യന്മാരുടെയും മേൽ വമ്പിച്ച

> അധികാരമുണ്ടായിരുന്നെങ്കിലും അത് അപരിമിതമായിരുന്നില്ല. ഒന്നാമതായി, പഴയ കൊച്ചിയുടെ രാഷ്ട്രീയത്തിൽ വൈയക്തി കബലാബലം ഒരു പ്രധാനഘടകമായിരുന്നു. രാജാവ് ദുർബല നായ ഒരാളാണെന്നു വന്നാൽ അദ്ദേഹത്തിന്റെ അധികാരം, തന്റെ മുഖ്യന്മാരുടെ നേരിട്ടുള്ള നിയന്ത്രണത്തിലുള്ള പ്രദേശങ്ങളിൽ വിശേഷിച്ചും, നാമമാത്രം എന്നതിൽക്കവിഞ്ഞ് ഒന്നുമായിരിക്കില്ല. രാജാവ് ശക്തനായ ഒരു വ്യക്തിയും സമർഥനായ ഭരണാധി കാരിയുമാണെങ്കിൽ വമ്പിച്ച അധികാരം നടത്തുവാൻ അദ്ദേ ഹത്തിനു സാധിച്ചിരുന്നു. പക്ഷേ അത്തരത്തിലുള്ള ഒരു രാജാ വിന്റെ അധികാരം പോലും പരമമായിരുന്നില്ല. നാട്ടുക്കൂട്ടം അഥവാ ദേശീയസഭ രാജാവിന്റെ അധികാരത്തെ ഫലപ്രദമായി വെട്ടിച്ചു രുക്കിയിരുന്നു; നിയമങ്ങളെയും നാട്ടുനടപ്പുകളെയും രാജാവ് ഏതെങ്കിലും തരത്തിൽ ലംഘിക്കുന്നതും അവർ പൊറുപ്പിക്കുമാ യിരുന്നില്ല. ദ്വാർതേ ബാർബോസ പറയുന്നു: "പുതിയ ഒരു രാജാ വിനെ വാഴിക്കുമ്പോൾ എല്ലാ സാമന്തൻമാരും മുൻ ഗവർണർ മാരുംകൂടി അദ്ദേഹത്തെക്കൊണ്ട് മുൻരാജാവിന്റെ എല്ലാ നിയമ ങ്ങളും പാലിക്കുമെന്നും അദ്ദേഹം വരുത്തിയിട്ടുള്ള കടങ്ങൾ വീട്ടു മെന്നും മുൻരാജാക്കൻമാർ നഷ്ടപ്പെടുത്തിയതെല്ലാം വീണ്ടെ ടുക്കാൻവേണ്ടി പ്രയത്നിക്കുമെന്നും പ്രതിജ്ഞ ചെയ്യിക്കും." *(കൊച്ചിൻ സ്റ്റേറ്റ് മാനുവൽ).*

നിയമങ്ങളും നാട്ടുനടപ്പുമനുസരിച്ചു ഭരിക്കുന്ന രാജാവിനെ നാട്ടു കാർ മടികൂടാതെ അനുസരിക്കും. ഒരു രാജാവോ നാടുവാഴിയോ ചില വ്യക്തികളെ ഉപദ്രവിച്ചാൽ നാട്ടുകാർ മുഴുവൻ ഇളകുകയൊന്നുമില്ല. പക്ഷേ നാട്ടുകാർക്കു മുഴുവൻ എതിരായ പ്രവൃത്തികൾ നടത്തുന്ന രാജാവിനു നാട്ടുകാർ കീഴടങ്ങുകയില്ല.

അച്യുതമേനോൻ തുടരുന്നു:

> രാജാവിന്റെ പ്രധാന റവന്യൂവരുമാനമാർഗങ്ങൾ പണ്ടാരവക നില ങ്ങളും ചുങ്കങ്ങളുമായിരുന്നു....... പക്ഷേ ഈ ഇനങ്ങളിലെ ആകെ വരുമാനം മൊത്തം റവന്യൂവിന്റെ ചെറിയൊരംശം മാത്ര മായിരുന്നു. അങ്ങനെ ലഭ്യമായ മൊത്തം റവന്യൂ അത്രയധിക മൊന്നുമില്ലായിരുന്നെങ്കിൽ, വഹിക്കേണ്ടിയിരുന്ന ചെലവുകളും അത്ര ഭാരിച്ചതായിരുന്നില്ല. സിവിലും സൈനികവുമായ ഭരണം നടത്തിയിരുന്നത്, കരമൊഴിവായി കിട്ടിയ ഭൂമിയിൽനിന്ന് വമ്പിച്ച വരുമാനം ലഭിച്ചിരുന്ന പരമ്പരാഗതമുഖ്യന്മാർ മുഖേന ആയിരു ന്നതുകൊണ്ട് ഭരണച്ചെലവുകൾ തുച്ഛമായിരുന്നു. (*കൊച്ചിൻ സ്റ്റേറ്റ് മാനുവൽ*).

നിലനികുതി ഇല്ലെന്നർഥം. ചുങ്കങ്ങൾതന്നെ പലതരത്തിലുമായി

രുന്നു. അവയിൽ ചിലവ: അങ്കം, ചുങ്കം, ഏഴ, കോഴ, തപ്പ്, പിഴ, പുരുഷാന്തരം, പുലയാട്ടുപെണ്ണ്, പൊന്നരിപ്പ്, തലപ്പണം, രക്ഷാഭോഗം, ചങ്ങാതം മുതലായവയാണെന്ന് അച്യുതമേനോൻ വിവരിക്കുന്നു.

ബ്രിട്ടീഷ്ഭരണം വരെ തുടർന്നുപോന്ന ഈ ഭരണസമ്പ്രദായത്തിൻ കീഴിൽ മലയാളികളുടെ സംസ്കാരത്തിന് വലുതായ അഭിവൃദ്ധിയുണ്ടായി. വാസ്തവത്തിലക്കാലത്താണ് മലയാളസാഹിത്യംതന്നെ ഉയർന്നുവന്നത്. വെറും വാമൊഴിയായിരുന്ന പഴയ മലയാളത്തിന് വരമൊഴിയുണ്ടായതും അഭ്യസ്തവിദ്യരായ ബ്രാഹ്മണർ സാഹിത്യഭാഷയായുപയോഗിച്ചിരുന്ന സംസ്കൃതത്തിനുപകരം സംസ്കൃതവും പഴയ മലയാളവും കൂടിച്ചേർന്ന ഒരു സാഹിത്യഭാഷ ഉയർന്നുവന്നതും ഇക്കാലത്താണ്.

ലോകത്തിലെല്ലായിടത്തും നാടുവാഴിഭരണം സംസ്കാരപരമായി വലിയ അഭിവൃദ്ധിക്കടിസ്ഥാനമിടുകയുണ്ടായിട്ടുണ്ടെന്ന് ചരിത്രം വിളിച്ചുപറയുന്നു. വിശ്വസാഹിത്യത്തിലെ ഏറ്റവും പ്രസിദ്ധമായ പല കൃതികളും നാടുവാഴിഭരണത്തിന്റെ തണലിൽ നിൽക്കുന്ന മഹാകവികളുടെ കൃതികളാണ്. ലോകത്തിലെ ഉൽകൃഷ്ടകൃതികളിൽ പലതിന്റെയും കർത്താക്കൾ സ്വയം നാടുവാഴികൾ തന്നെയായിരുന്നുവെന്ന് ചരിത്രം പറയുന്നു. സംഗീതം, നാടകം, ചിത്രമെഴുത്ത് മുതലായ കലകൾക്കും നാടുവാഴികളിൽനിന്ന് ധാരാളം പ്രോൽസാഹനം കിട്ടിയിട്ടുണ്ട്.

ഇതെല്ലാം കേരളത്തെ സംബന്ധിച്ചും അക്ഷരംപ്രതി ശരിയാണ്. മലയാളസാഹിത്യത്തിലെ ഏറ്റവും പ്രസിദ്ധരായ കവികൾ ഒന്നുകിൽ സ്വയം രാജകുടുംബാംഗങ്ങളാണ് (ഉദാ: ആട്ടക്കഥാകാരനായ കോട്ടയത്തു തമ്പുരാൻ); അല്ലെങ്കിൽ രാജാക്കൻമാരുടെ പ്രോൽസാഹനം നിമിത്തം സാഹിത്യകാരൻമാരായിത്തീർന്നവരാണ് (ഉദാ: *കൃഷ്ണഗാഥാ*കർത്താവായ ചെറുശ്ശേരി, തുള്ളൽക്കഥാകൃത്തായ കുഞ്ചൻനമ്പ്യാർ); അതുമല്ലെങ്കിൽ കേരളത്തിലെ നാടുവാഴിഭരണത്തിന്റെ ഒരു പ്രധാന ഭാഗമായ ജാതിസമ്പ്രദായത്തിന്റെ ഉച്ചകോടിയിലിരിക്കുന്ന നമ്പൂതിരിമാരാണ് (മഴമംഗലം, പുനം, പൂന്താനം).

മലയാളസാഹിത്യത്തിനു മാത്രമല്ല സംസ്കൃതസാഹിത്യത്തിനും ജ്യോതിശ്ശാസ്ത്രം, ആയുർവേദം മുതലായ ശാസ്ത്രവകുപ്പുകൾക്കും കേരളത്തിലെ നാടുവാഴിഭരണം ധാരാളം പ്രോൽസാഹനം നൽകുകയുണ്ടായി. സംസ്കൃതസാഹിത്യത്തിലെ പ്രധാനപ്പെട്ട ചില കൃതികൾ (ഉദാ: കാളിദാസന്റെ *മേഘസന്ദേശ*ത്തോടുപോലും കിടപിടിക്കുന്ന ഒരു സന്ദേശകാവ്യമായ *ശുകസന്ദേശം*) മലയാളികളായ ഗ്രന്ഥകാരന്മാരെഴുതിയിട്ടുണ്ട്. സംസ്കൃതവ്യാകരണം സംബന്ധിച്ച *പ്രക്രിയാസർവസ്വ*മെന്ന പ്രശസ്തകൃതിയുടെയും ഭാഗവതസംക്ഷേപമായ *നാരായണീയ*ത്തിന്റെയും മറ്റും കർത്താവായ മേല്പുത്തൂർ ഭട്ടതിരി; *ശ്രീകൃഷ്ണവിലാസം* കാവ്യത്തിന്റെ കർത്താവായ സുകുമാരകവി; *ശ്രീകൃഷ്ണകർണാമൃത*ത്തിന്റെ കർത്താവായ വില്വമംഗലത്തു സ്വാമിയാർ മുതലായി എത്രയോ കവി

കളും പണ്ഡിതൻമാരും നാടുവാഴിഭരണത്തിൻകീഴിൽ, അതിന്റെ പ്രത്യക്ഷമോ പരോക്ഷമോ ആയ പ്രോൽസാഹനം നിമിത്തം കേരളത്തിലുണ്ടായിട്ടുണ്ട്. എല്ലാറ്റിലുമുപരി, കേരളത്തിനു വെളിയിൽ ഏറ്റവുമധികം അറിയപ്പെടുന്ന അഗാധപണ്ഡിതനും തത്വജ്ഞാനിയുമായ ശങ്കരാചാര്യരുടെ *ഗീതാഭാഷ്യ*വും മറ്റു തത്വജ്ഞാനസംബന്ധമായ കൃതികളും നാടുവാഴിഭരണത്തിന്റെ സന്താനമാണെന്നതിനു സംശയമില്ല.

അടുത്തകാലംവരെ ഓരോ നാടുവാഴികുടുംബവും ഓരോ സംസ്കാരസങ്കേതമായിരുന്നു. ഓരോ കോവിലകത്തും പണ്ഡിതന്മാർക്കും കവികൾക്കും പലതരത്തിലുള്ള പ്രോത്സാഹനം ലഭിച്ചിരുന്നു. നാടുവാഴുന്ന രാജാക്കൻമാർതന്നെ ഒന്നുകിൽ സ്വയം പണ്ഡിതന്മാരോ കവികളോ ആയിരിക്കും: അല്ലെങ്കിൽ പാണ്ഡിത്യവും സാഹിത്യവാസനയും പരിശോധിച്ചാസ്വദിക്കാൻ കഴിയുന്ന സഹൃദയൻമാരായിരിക്കും. അവരുടെ നേതൃത്വത്തിൽ വിദ്വൽസദസ്സുകളും വാദപ്രതിവാദങ്ങളും കവിതാമത്സരങ്ങളും മറ്റും സദാ നടന്നുകൊണ്ടിരിക്കും. നാടുവാഴുന്ന രാജാക്കൻമാർ തുടരുന്ന ഈ മാതൃകയനുസരിച്ചു നമ്പൂതിരിജന്മിമാരും അവരുടെ ഇല്ലങ്ങളിൽ ചുരുങ്ങിയ തോതിൽ ഇതെല്ലാം ഏർപ്പാടു ചെയ്യും; അവരുടെ പ്രവർത്തനഫലമായി സഭാമഠങ്ങളും മറ്റേർപ്പാടുകളും ധാരാളം ഉയർന്നുവന്നു.

വേദ, ശാസ്ത്ര, കാവ്യ, നാടകാലങ്കാരങ്ങൾക്കു മാത്രമല്ല, കഥകളി, ഓട്ടൻതുള്ളൽ, ചാക്യാർകൂത്ത്, പാഠകം മുതലായ കലകൾക്കും സംഗീതത്തിനും ചിത്രമെഴുത്തിനുമെല്ലാം നാടുവാഴിഭരണത്തിൽനിന്നു ധാരാളം പ്രോത്സാഹനം ലഭിക്കുകയുണ്ടായി. കഥകളിയുടെ മുൻഗാമിയായിരുന്ന കൃഷ്ണനാട്ടം സാമൂതിരിപ്പാടിന്റെ നേതൃത്വത്തിലാണ് നടന്നിരുന്നതെന്നും ഒരുതവണ അതു സംബന്ധിച്ച് സാമൂതിരിപ്പാടുമായി വഴക്കുകൂടേണ്ടിവന്നതിനാലാണ് കൊട്ടാരക്കരത്തമ്പുരാൻ ‘രാമനാട്ടം’ (കഥകളി) കണ്ടുപിടിച്ചതെന്നും പ്രസിദ്ധമാണല്ലോ. ഈ കഥകളിപ്രസ്ഥാനത്തിൽ നിന്നാണ്, കേരളത്തിനു പ്രത്യേകമായ സംഗീതമെന്നു പറയാവുന്ന കഥകളിപ്പാട്ടും ലോകത്തിലെ ഏറ്റവും വളർന്നുവന്ന നൃത്യരൂപങ്ങളിലൊന്നായ കഥകളിച്ചുവടും ഉയർന്നുവന്നത്. സ്വന്തമായ കഥകളിസെറ്റില്ലെങ്കിൽ കളിക്കോപ്പുകളെങ്കിലുമുണ്ടാവുക, മറ്റു കഥകളിസെറ്റുകാർ വന്നാൽ ഒരരങ്ങെങ്കിലും കളിപ്പിക്കുക, തുള്ളൽക്കാർ വരുമ്പോഴെല്ലാം ഒരുതവണയെങ്കിലും കളിപ്പിക്കുക മുതലായവയെല്ലാം അടുത്തകാലംവരെ രാജാക്കൻമാരുടെയും നാടുവാഴികളുടെയും ജന്മികളുടെയും പതിവായിരുന്നു. സംഗീതം, ചിത്രമെഴുത്ത്, കൊത്തുപണി മുതലായവയിൽ വൈദഗ്ധ്യം നേടിയവർക്കും ധനസംബന്ധവും മറ്റുമായ സഹായവും പ്രോത്സാഹനവും ഓരോ കുടുംബത്തിൽനിന്നും കിട്ടിയിരുന്നു.

എന്നാൽ സാഹിത്യത്തിനും സുകുമാരകലകൾക്കും ശാസ്ത്രങ്ങൾക്കും മാത്രമല്ല നാടുവാഴിഭരണത്തിൻകീഴിൽ അഭിവൃദ്ധിയുണ്ടായുള്ളു. കായികാഭ്യാസം, ആയുധപരിശീലനം, ആയോധനമുറ എന്നിവയിലും

നാടുവാഴിഭരണത്തിൻകീഴിലെ മലയാളി എത്രയോ അഭിവൃദ്ധിപ്പെട്ടിരുന്നു. കളരികൾ സ്ഥാപിച്ചും കായികമൽസരപരീക്ഷകൾ നടത്തിയും വിദഗ്ധപടയാളികൾക്ക് പദവികളും ബിരുദങ്ങളും നൽകിയും മറ്റും നാട്ടുകാരുടെ കായികാഭ്യാസത്തെയും ആയുധപരിശീലനത്തെയും പ്രോൽസാഹിപ്പിക്കുന്നത് ഓരോ നാടുവാഴിക്കും അത്യാവശ്യമായിരുന്നു. ഇതിന്റെ ഫലമായി പ്രസിദ്ധിപെറ്റ പല യോദ്ധാക്കളും (തച്ചോളി ഒതേനൻ, പാലാട്ടുകോമൻ) കേരളത്തിലുണ്ടായിട്ടുണ്ട്. ഈ ആയോധനമുറയും കായികാഭ്യാസവും വളരെ അടുത്തകാലംവരെ നിലനിന്നുപോന്നിട്ടുണ്ട്.

നാടുവാഴിഭരണത്തിൻകീഴിൽ സാമ്പത്തികമായി എത്രത്തോളം അഭിവൃദ്ധിയുണ്ടായിട്ടുണ്ടെന്നു വ്യക്തമായിപ്പറയാൻ വയ്യ. ഇക്കാര്യത്തിൽ ചരിത്രകാരൻമാർ മിക്കവാറും മൗനമാണവലംബിച്ചിട്ടുള്ളത്. പക്ഷേ സംസ്കാരപരമായി ഇത്രയേറെ അഭിവൃദ്ധിയുണ്ടായ ഒരു കാലഘട്ടത്തിൽ സാമ്പത്തികമായും വലിയ അഭിവൃദ്ധിയുണ്ടായിട്ടുണ്ടാവാതിരിക്കാൻ നിവൃത്തിയില്ല. മനുഷ്യസമുദായം അഭിവൃദ്ധിപ്പെട്ട ഓരോ കാലഘട്ടവും, ലോകത്തിന്റെ ഏതു മൂലയിലും ഉയർന്നുവന്ന ഓരോ സംസ്കാരവും, സാമ്പത്തികമായ വമ്പിച്ച പല പരിവർത്തനങ്ങളുടെയും ഫലമാണെന്നും മനുഷ്യന്റെ സാമ്പത്തികോൽപ്പാദനത്തിലും വിതരണത്തിലും വരുന്ന മാറ്റങ്ങളോടുകൂടി മാത്രമേ മറ്റു മാറ്റങ്ങൾ വരാൻ നിവൃത്തിയുള്ളുവെന്നും ചരിത്രശാസ്ത്രം പറയുന്നു. പോരെങ്കിൽ, ഈ സാംസ്കാരികാഭിവൃദ്ധിയുടെയെല്ലാം അടിസ്ഥാനം നാടുവാഴിഭരണമാണെന്ന് നാം കണ്ടുകഴിഞ്ഞു. ഈ നാടുവാഴിഭരണമാകട്ടെ, ജാതിസമ്പ്രദായത്തിന്റെയും ജന്മിസമ്പ്രദായത്തിന്റെയും അടിത്തറയിലാണു കെട്ടിപ്പടുത്തിട്ടുള്ളത്. ഇതുതന്നെ വമ്പിച്ച ഒരു സാമ്പത്തികവിപ്ലവമാണെന്നു പറയേണ്ടതില്ലല്ലോ.

ഇന്നിന്ന ജാതിക്കാർ ഇന്നിന്ന ജോലി കുടുംബത്തൊഴിലായി ചെയ്യുകയെന്ന പതിവും, ഉൽപ്പാദനപരമായി യാതൊരു തൊഴിലും ചെയ്യാത്ത ജനവിഭാഗങ്ങൾ (നമ്പൂതിരിമാരും നാടുവാഴികളും) വിളവിൽനിന്നൊരു പ്രധാനാംശമനുഭവിക്കുന്ന ഏർപ്പാടും നമ്പൂതിരിമാരുടെ വരവിനുമുമ്പ് കേരളത്തിലുണ്ടായിരുന്നില്ലെന്നും ഇതു രണ്ടും അവരുടെ സംഭാവനയാണെന്നും നാം കണ്ടുകഴിഞ്ഞു. ഈ രണ്ടേർപ്പാടുമില്ലായിരുന്നെങ്കിൽ, സംസ്കാരപരമായ ജോലികളിലേർപ്പെട്ട് സാഹിത്യവും ശാസ്ത്രങ്ങളും വളർത്താൻ നമ്പൂതിരിമാർക്കോ, ആയോധനമുറയും കായികാഭ്യാസരീതിയും കൃഷിസമ്പ്രദായവും പരിഷ്കരിക്കാൻ നായന്മാർക്കോ കഴിയുമായിരുന്നില്ല.

ഇങ്ങനെ സാമ്പത്തികമായ ഒരു ഗംഭീരപരിവർത്തനത്തെത്തുടർന്നാണ് മലയാളസാഹിത്യവും കേരളീയകലകളും കേരളത്തിലെ ആയോധനമുറയും മറ്റും വളർന്നതെന്നു നമുക്കു വ്യക്തമായി കാണാൻ കഴിയുന്നുണ്ട്. എന്നാൽ ഈ സാംസ്കാരികവളർച്ചയോടനുബന്ധിച്ചു തന്നെ കൃഷിയുടെ രീതിയിലും കച്ചവടസമ്പ്രദായത്തിലും കൈത്തൊഴി

ലുകളുടെ സാങ്കേതികമാർഗങ്ങളിലും അഭിവൃദ്ധിയുണ്ടായിട്ടുണ്ടെന്നു നമുക്കറിയില്ല. ഇക്കാര്യങ്ങളിലെല്ലാം അഭിവൃദ്ധിയുണ്ടായിട്ടുണ്ടാവുമെന്നൂഹിക്കുകയല്ലാതെ അത് ഏതേതു രൂപങ്ങളിലാണു വന്നതെന്നു വ്യക്തമായിപ്പറയാൻ ഇതേവരെ എഴുതിയ ചരിത്രഗ്രന്ഥങ്ങളൊന്നും നമ്മെ സഹായിക്കുന്നില്ല.

കേരളത്തിലെ ജാതിസമ്പ്രദായത്തിൽ കച്ചവടം കുടുംബത്തൊഴിലായി സ്വീകരിച്ച ഒരു ജാതിയില്ലെന്നും അടുത്തകാലംവരെ കച്ചവടം നടത്തിയിരുന്ന ജാതിക്കാർ (മുസൽമാൻമാർ, ക്രിസ്ത്യാനികൾ, യഹൂദർ, ചെട്ടികൾ) കേരളജാതികളിൽനിന്നു പുറമേ നിൽക്കുന്നവരാണെന്നുമുള്ളത് അതിപ്രധാനമായ ഒരു സംഗതിയാണ്. ഒരു പ്രത്യേകജാതിയുടെ കുടുംബത്തൊഴിലായി കണക്കാക്കത്തക്ക പ്രാധാന്യം ആദ്യകാലത്തെ (ജാതിസമ്പ്രദായം നിലവിൽവന്ന കാലത്തെ) കേരളത്തിൽ കച്ചവടത്തിനുണ്ടായിരുന്നില്ലെന്ന് ഇതിൽനിന്നു നമുക്കൂഹിക്കാം. എന്നാൽ ജാതിസമ്പ്രദായം നിലവിൽവന്ന് അധികം കഴിയുന്നതിനുമുമ്പുതന്നെ യഹൂദരുടെയും ക്രിസ്ത്യാനികളുടെയും മറ്റും ചില കച്ചവടസംഘങ്ങൾക്ക് (അഞ്ചുവണ്ണം, മണിഗ്രാമം) പ്രത്യേക സൗജന്യങ്ങൾ പെരുമാക്കൻമാർ നൽകുന്നതായി നാം കാണുന്നു. കുറെക്കൂടി കഴിയുമ്പോഴേക്ക് കിഴക്കൻ പ്രദേശങ്ങളിൽനിന്ന് തുണിയും മറ്റും കൊണ്ടുവരുന്ന ചെട്ടികളെയും പാണ്ടിപ്പട്ടൻമാരെയും പറ്റിയുള്ള പ്രസ്താവങ്ങൾ ചരിത്രരേഖകളിൽനിന്നു നമുക്കു കിട്ടാൻ തുടങ്ങുകയായി. മാത്രമല്ല, ക്രിസ്ത്വബ്ദം പതിനൊന്നും പന്ത്രണ്ടും നൂറ്റാണ്ടാവുമ്പോഴേക്ക് അറബികൾ (മാപ്പിളമാരുടെ പൂർവികൻമാർ) വന്നു കോഴിക്കോട്ടു താമസിക്കുന്നതും സാമൂതിരിപ്പാടിന്റെ സംരക്ഷണത്തിൻകീഴിൽ കച്ചവടം നടത്തുന്നതും നാം കാണുന്നു. ഇവരെത്തുടർന്നാണ് പറങ്കി (പോർച്ചുഗീസ്)കളും ലന്ത (ഡച്ചു)ക്കാരും പരന്ത്രീസു (ഫ്രഞ്ചു)കാരും ഇംഗ്ലീഷുകാരും കച്ചവടത്തിനായി ഇവിടെ വരുന്നത്.

അതായത്, നാടുവാഴിഭരണകാലത്താണ് കച്ചവടം ഒരു പ്രത്യേക തൊഴിലായെടുത്ത്, അതിൽനിന്ന് ആദായമനുഭവിച്ച്, ജീവിക്കുന്ന വർഗക്കാർ കേരളത്തിലുണ്ടാവുന്നത്; അക്കാലത്താണ് കച്ചവടം ഒരു പ്രധാന തൊഴിലായിത്തീരുന്നത്. ഇതിനടിസ്ഥാനമായി നിൽക്കുന്ന പ്രധാന സംഗതി നാടുവാഴിഭരണത്തിൻകീഴിൽ കാർഷികോൽപ്പാദനം വളരെയധികം വളർന്നിരിക്കണമെന്നതാണ്. കേരളത്തിന്റെ പ്രത്യേകവിളവുകളെന്നു പറയാവുന്നതും വിദേശികൾക്കത്യാവശ്യവുമായ പലചരക്കുകളും (ഉദാ: കുരുമുളക്) ഇവിടെനിന്ന് ധാരാളം കയറ്റിഅയയ്ക്കത്തക്കവിധം അവയുടെ ഉൽപ്പാദനം വർധിച്ചിരിക്കണം; കേരളത്തിലുണ്ടാവാത്തതും പക്ഷേ മലയാളികൾക്കു കൊതിതോന്നുന്നതുമായ മറ്റു പല ആഡംബരച്ചരക്കുകൾ വിദേശങ്ങളിൽനിന്നു വരുത്തി ഉപയോഗിക്കാൻ വേണ്ട സ്വത്തുകാർ നാടുവാഴികളുടെയും നമ്പൂതിരിമാരുടെയും ഇടയിൽനിന്ന് ഉയർന്നുവന്നിരിക്കണം. അങ്ങനെ കേരളത്തിലെ ഉൽപ്പന്നങ്ങൾ

അന്യരാജ്യങ്ങളിലേക്കു കയറ്റിഅയയ്ക്കാനും അന്യരാജ്യച്ചരക്കുകൾ ഇവിടെ ഇറക്കുമതിചെയ്യാനുമുള്ള ഈ പരിതഃസ്ഥിതി നാടുവാഴി ഭരണത്തിന്റെയും ജന്മിസമ്പ്രദായത്തിന്റെയും കാലത്താണുളവായതെന്ന് ഇതിൽനിന്ന് വ്യക്തമായിക്കാണാം. എന്നാൽ ഈ പരിതഃസ്ഥിതിയെ സംബന്ധിച്ച് സവിസ്തരമായ യാതൊന്നും നമുക്കറിയാൻ കഴിയുന്നില്ല.

അധഃപതനത്തിന്റെ ബീജം

ഇത്ര വമ്പിച്ച പുരോഗതി നാടുവാഴിഭരണത്തിൻകീഴിൽ കേരളത്തിലുണ്ടായെന്നതു ശരിതന്നെ; കേരളത്തിന് സ്വന്തമെന്നു പറയാവുന്നതും മലയാളികളെല്ലാം ഇന്നഭിമാനം കൊള്ളുന്നതുമായ ഒരു സംസ്കാരവും ജീവിതരീതിയും വളർത്തിക്കൊണ്ടുവന്നത് നാടുവാഴിഭരണമാണ്. പക്ഷേ ബഹുഭൂരിപക്ഷം നാട്ടുകാരെ പട്ടിണിയിലും അടിമത്തത്തിലുമാഴ്ത്തി, അവരെ കേവലം മൃഗങ്ങളെപ്പോലെ കണക്കാക്കി, അധഃപതിപ്പിക്കുകയും നശിപ്പിക്കുകയും ചെയ്തുകൊണ്ടാണ് സംസ്കാരവും ജീവിതരീതിയും വളർത്താൻ നാടുവാഴിമേധാവിത്വത്തിനു കഴിഞ്ഞത്. പുലയർ, പറയർ, തീയർ മുതലായ സമുദായങ്ങളെ അയിത്തക്കാരായകറ്റിനിർത്തി, അവരെ സാമൂഹ്യവും സാംസ്കാരികവുമായ ജീവിതത്തിൽനിന്നെല്ലാം ഒറ്റപ്പെടുത്തി, നായൻമാരെപ്പോലുള്ള അബ്രാഹ്മണസമുദായങ്ങളെപ്പോലും ഉൽകൃഷ്ടസംസ്കാരത്തിൽനിന്നൊഴിവാക്കി, ഒരുപിടി ബ്രാഹ്മണർമാത്രം സാമൂഹ്യമായും സാംസ്കാരികമായും ഉയരുക; പകലന്തിയോളം പണിയെടുത്ത് ധാന്യങ്ങളും മറ്റു വിളവുകളുമുണ്ടാക്കുന്ന കാർഷികത്തൊഴിലാളികളും കുടിയാൻമാരും പട്ടിണി കിടന്ന് ജന്മികളും കാണക്കുടിയാൻമാരും സാമ്പത്തികമായി വളരുക–ഈ രണ്ടു മർദനവ്യവസ്ഥകളുടെ, ജാതിയുടെയും ജന്മിമേധാവിത്വത്തിന്റെയും, അടിസ്ഥാനത്തിലാണ് നമ്മുടെ കലകളും സാഹിത്യസംസ്കാരമാകെയും ഉയർന്നത്.

കേരളസംസ്കാരമെന്നും കേരളത്തിലെ ജീവിതരീതിയെന്നും വിളിക്കുന്ന ആ സവിശേഷതകൾ വളർത്തിയ നാടുവാഴിമേധാവിത്വം തന്നെ അത് കേരളത്തിന്റെ മുഴുവൻ സംസ്കാരവും ജീവിതരീതിയുമാവാതെ അതൊരു ചെറുന്യൂനപക്ഷത്തിന്റെ കുത്തകയാക്കിവയ്ക്കാനാണു സഹായിച്ചത്. ഇന്ത്യയുടെ മറ്റു ഭാഗങ്ങളിലും ലോകത്തിൽത്തന്നെയുമുള്ളവർ നമ്മുടെ കഥകളിയുടെ മേന്മയെക്കുറിച്ചു പ്രസംഗിക്കാറുണ്ട്. അതുകേൾക്കുമ്പോൾ നമുക്കും അഭിമാനം തോന്നാറുണ്ട്. പക്ഷേ മലയാളികളിൽ എത്ര ചെറിയ ഒരു ശതമാനത്തിനു മാത്രമാണത് കാണാനും ആസ്വദിക്കാനുമുള്ള സൗകര്യവും പരിശീലനവുമുള്ളത്? വാസ്തവം പറകയാണെങ്കിൽ, കഥകളി ഒരു കേരളീയകലയാണെന്നു പറയുന്നതിനെക്കാൾ ശരിയാവുക അത് കേരളത്തിലെ ഒരുപിടി ഉയർന്ന വർഗക്കാരുടെ കലയാണെന്നല്ലേ? അതുപോലെതന്നെ ഓട്ടൻതുള്ളൽ, പാഠകം, ചാക്യാർകൂത്ത് മുതലായവയും എത്രയോ ചുരുങ്ങിയ ഒരു വൃത്ത

ത്തിൽ മാത്രം ആടുകയും ആസ്വദിക്കുകയും ചെയ്യുന്ന കലകളല്ലേ? അവയിൽ ചിലത് (ഉദാ: ചാക്യാർകൂത്ത്) ക്ഷേത്രങ്ങൾക്കകത്തുമാത്രം ആടുകയും അതിനാൽ സവർണഹിന്ദുക്കൾമാത്രം ആസ്വദിക്കുകയും ചെയ്യുന്നതാണെന്നും ഓർക്കേണ്ടതുണ്ട്. സവർണഹിന്ദുക്കളും ഉയർന്ന വർഗക്കാരുമായ ഒരു ചെറുന്യൂനപക്ഷം ജനങ്ങളുടെ ഈ കലകൾക്കും അവയെ സഹായിക്കുന്ന, സംസ്കൃതത്തോട് ബന്ധപ്പെട്ട സാഹിത്യത്തിനും പകരം സാധാരണജനങ്ങളുടേതായ കലകളും അവയ്ക്കുപയോഗിക്കുന്ന പാട്ടുകളും (ഉദാ: പൂരക്കളി, തച്ചോളിപ്പാട്ട്, പുള്ളുവൻപാട്ട്) കേരളത്തിൽ എത്രയോ തലമുറകളായി പ്രചരിച്ചുവരുന്നുണ്ടെങ്കിലും, അവയെ കേരളകലകളുടെ കൂട്ടത്തിലുൾപ്പെടുത്തി അഭിനന്ദിക്കുകയും അഭിമാനിക്കുകയും ചെയ്യാറില്ലെന്നും നാമോർക്കണം.

കലകളുടെയും സാഹിത്യത്തിന്റെയും കാര്യത്തിൽ മാത്രമല്ല, സാംസ്കാരികജീവിതത്തിന്റെ എല്ലാ തുറകളിലും ഈ അകൽച്ച കാണാം. ഒരു ചെറുന്യൂനപക്ഷം ഉയർന്ന വർഗക്കാർ കലകളിലും ശാസ്ത്രങ്ങളിലും തത്വജ്ഞാനങ്ങളിലുമെല്ലാം അഭിവൃദ്ധിപ്പെട്ട് മേലേക്കിടയിലുള്ള കവികളെയും പണ്ഡിതൻമാരെയും തത്വജ്ഞാനികളെയുമെല്ലാം സൃഷ്ടിച്ചുകൊണ്ടിരുന്നയവസരത്തിൽ ബഹുഭൂരിപക്ഷം നാട്ടുകാർ അജ്ഞതയിലും അപരിഷ്കൃതത്വത്തിലും മുങ്ങിക്കിടക്കുകയായിരുന്നു. അവരെക്കൂടി ഉയർത്താൻ ശ്രമിച്ചില്ലെന്നു മാത്രമല്ല, അവരുടെ അഭിവൃദ്ധിയെ തടയാനുള്ള നിയമങ്ങളും നിബന്ധനകളും നിഷ്കർഷയോടെ നടപ്പിൽവരുത്തുകകൂടി ചെയ്തു: വിജ്ഞാനത്തിന്റെ ഏറ്റവും ഉയർന്ന രൂപമായ വേദവേദാംഗങ്ങൾ ബ്രാഹ്മണനല്ലാതെ മറ്റാർക്കും പഠിക്കാൻ പാടില്ലെന്ന വ്യവസ്ഥയും, അടുത്ത പടിയിൽക്കിടക്കുന്ന ശാസ്ത്രങ്ങൾപോലും സവർണരിലൊരു ചെറുന്യൂനപക്ഷത്തിനു മാത്രമേ പഠിക്കാൻ സൗകര്യമുള്ളുവെന്ന നിലയും, കാവ്യങ്ങളും ഇതിഹാസങ്ങളുംപോലും മിക്കതും സംസ്കൃതത്തിലാണെഴുതപ്പെട്ടിട്ടുള്ളതെന്ന പരമാർഥവും കാരണം അധഃകൃതസമുദായങ്ങൾക്ക് പഴയ പാട്ടുകളും കളികളുമല്ലാതെ വിജ്ഞാനത്തിനോ വിനോദത്തിനോ ഉതകുന്ന ഉൽകൃഷ്ടസാഹിത്യമോ കലകളോ ശാസ്ത്രങ്ങളോ ഉണ്ടായിരുന്നില്ല. അങ്ങനെ കാവ്യങ്ങളും ചമ്പുക്കളും നാടകങ്ങളും കഥകളിയും തുള്ളലും മറ്റും മുഖേന തങ്ങളുടെ രസികത്തവും, വേദങ്ങളും ശാസ്ത്രങ്ങളും ഉപനിഷത്തുക്കളും മുഖേന തങ്ങളുടെ പാണ്ഡിത്യവും പ്രകടിപ്പിച്ച മലയാളികളുടെ നാട്ടിൽത്തന്നെ എത്രയോ നൂറ്റാണ്ടുകളോളം കാലമായി യാതൊരഭിവൃദ്ധിയും പ്രാപിക്കാത്ത, പാട്ടുകളും കളികളുംകൊണ്ട് കാലംകഴിക്കുന്ന ബഹുഭൂരിപക്ഷം നാട്ടുകാരുമുണ്ടെന്ന നിലവന്നു; ശങ്കരാചാര്യരുടെയും മേല്പുത്തൂരിന്റെയും തുഞ്ചത്തെഴുത്തച്ഛന്റെയും കോട്ടയത്തുതമ്പുരാന്റെയും ഉണ്ണായിവാരിയരുടെയും നാട്ടിൽത്തന്നെ, പഴയ പാട്ടുകളെക്കാളധികം ഉയർന്നിട്ടില്ലാത്ത കലാവാസനയോടുകൂടിയ ഭൂരിപക്ഷം നാട്ടുകാർ ജീവിച്ചുപോന്നു.

മലയാളഭാഷയുടെ സ്രഷ്ടാവെന്ന നിലയ്ക്കു നാമെല്ലാം ആരാധിക്കുന്ന തുഞ്ചത്തെഴുത്തച്ഛന്റെ ജീവിതം സംബന്ധിച്ച ഐതിഹ്യങ്ങൾ ഈ സന്ദർഭത്തിൽ പ്രധാനമാണ്. വേദശാസ്ത്രാദ്യുൽകൃഷ്ട ഗ്രന്ഥങ്ങൾ പാരായണം ചെയ്യാനധികാരമില്ലാത്ത ഒരു ചക്കാലനായർ കുടുംബത്തിൽ ജനിച്ച അദ്ദേഹം ചെറുപ്പകാലത്ത് ബ്രാഹ്മണരുടെ വേദപാരായണം ശ്രദ്ധിച്ചുവെന്നും അതിൽ ബ്രാഹ്മണർ ദ്വേഷ്യപ്പെട്ടുവെന്നും സംസ്കൃതത്തിലുള്ള പുരാണേതിഹാസങ്ങൾപോലും വായിക്കാനധികാരമില്ലാത്ത താണജാതിക്കാർക്കുവേണ്ടി അദ്ദേഹം 'ഭാഷ'യിൽ ഇതിഹാസങ്ങളുണ്ടാക്കിയെന്നും ഒരു താണജാതിക്കാരന്റെ മുമ്പിൽ സരസ്വതിക്കു നേരിട്ടു പ്രത്യക്ഷപ്പെടാൻ വയ്യാത്തതിനാൽ ഒരു കിളിയെ നടുക്കുനിർത്തിയാണദ്ദേഹം ഇതിഹാസങ്ങളെഴുതിയതെന്നും മറ്റുമാണല്ലോ പറയുന്നത്. ബ്രാഹ്മണരുടെ സാംസ്കാരികക്കുത്തകയും അബ്രാഹ്മണരുടെ ജ്ഞാനതൃഷ്ണയും ബ്രാഹ്മണരുടെ നിയമങ്ങളൊന്നും ലംഘിക്കാതെതന്നെ അബ്രാഹ്മണരുടെ ജ്ഞാനതൃഷ്ണയെ ശമിപ്പിക്കാൻ ഒരബ്രാഹ്മണപണ്ഡിതൻ ചെയ്ത പരിശ്രമവും, അതിന്റെ ഫലമായി ഹിന്ദുബഹുജനങ്ങൾക്കു മുഴുവൻ ദിവസേന പാരായണം ചെയ്യാവുന്ന ഗ്രന്ഥങ്ങളുണ്ടായതും സൂചിപ്പിക്കുന്ന ഈ ഐതിഹ്യം നാടുവാഴിഭരണത്തിന്റെ കണ്ണാടിയാണ്.

എഴുത്തച്ഛന്റെ ഗ്രന്ഥങ്ങൾ മുഖേന ഓരോ മലയാളി ഹിന്ദുകുടുംബത്തിനും തത്വജ്ഞാനമെത്തുന്നു (വിദുരവാക്യം); ഓരോ കുട്ടിയും ഭാഷയും വ്യാകരണവും പഠിക്കുന്നു; ഓരോ സഹൃദയനും സാഹിത്യമാസ്വദിക്കുന്നു; ഓരോ കവിയും കവിതയെഴുതുന്നതിനുള്ള മാതൃക കണ്ടുപിടിക്കുന്നു—ഇങ്ങനെ നാടുമുഴുവൻ പ്രചരിച്ച മറ്റൊരു ഗ്രന്ഥകാരൻ മലയാളഭാഷയിൽ എഴുത്തച്ഛനു മുമ്പോ പിമ്പോ ഉണ്ടായിട്ടില്ലെങ്കിൽ അതിനുള്ള കാരണം അദ്ദേഹം നാടുവാഴിഭരണത്തിലെ സാംസ്കാരികക്കുത്തക പൊളിച്ചുവെന്നതാണ്. എഴുത്തച്ഛന്റെ കാലത്തിനുശേഷമാണ് ബ്രാഹ്മണരുടെ ചിന്താഗതിയും താണജാതിക്കാരുടെ കലകളും തമ്മിൽ ഒട്ടൊക്കെ അടുപ്പമുണ്ടാവാൻ തുടങ്ങിയത്; അന്നുമുതൽക്കാണ് നാടൻപാട്ടുകളുടെയും കളികളുടെയും വിഷയങ്ങളായി പുരാണേതിഹാസങ്ങളിലെ കഥകൾ വരാൻ തുടങ്ങിയതും. നാഗങ്ങളുടെയും ദ്രാവിഡദൈവങ്ങളുടെ (അയ്യപ്പൻ, കാളി)യും കഥകളുടെ കൂട്ടത്തിൽ പുരാണേതിഹാസങ്ങളുടെ കഥകൾകൂടി പാട്ടുകളുടെ വിഷയമാവാൻ തുടങ്ങിയതുമുതൽ ബ്രാഹ്മണരുടെ ചിന്താഗതിയും നാട്ടുകാരുടെ ഇടയിൽ പരക്കാൻ തുടങ്ങി. പക്ഷേ പിന്നെയും ബ്രാഹ്മണരുടെ കലകളും ശാസ്ത്രങ്ങളും സാഹിത്യവും മറ്റുള്ളവരിൽനിന്നകന്നുതന്നെ നിന്നു; അറിവില്ലാത്ത സാധാരണക്കാരുടെ ആവശ്യത്തിനുവേണ്ടി എഴുത്തച്ഛനുണ്ടാക്കിയ ഗ്രന്ഥങ്ങളല്ലാതെ മറ്റ് ഉൽകൃഷ്ടകൃതികൾ പഠിക്കാനുള്ള സൗകര്യമോ അനുവാദം പോലുമോ ബഹുഭൂരിപക്ഷം നാട്ടുകാർക്ക് പിന്നെയും നിഷേധിക്കപ്പെട്ടിരുന്നു.

എന്നാൽ ഒരതിർത്തിവരെ മാത്രമേ എഴുത്തച്ഛൻ ബ്രാഹ്മ

ണരുടെ സാംസ്കാരികക്കുത്തകയോടു പടവെട്ടിയുള്ളു. ബ്രാഹ്മണരുടെ ഉൽകൃഷ്ടകൃതികളിലടങ്ങിയ കഥകളും തത്വജ്ഞാനവും 'ഭാഷ'യിൽ പകർത്തി അറിവില്ലാത്തവർക്കു കൊടുക്കാനല്ലാതെ, ഉൽകൃഷ്ട വിജ്ഞാനരൂപങ്ങളായ വേദശാസ്ത്രാദികൾ പഠിക്കാനുള്ള അധികാരവും സൗകര്യവും സാധാരണക്കാർക്കു കൊടുക്കാൻ കഴിയുമെന്നദ്ദേഹം ആശിക്കുകപോലും ചെയ്തില്ല. അതുകൊണ്ടാണ് എഴുത്തച്ഛന്റെ ലളിതമായ ഭാഷാപുരാണങ്ങൾ ഓരോ കുടുംബത്തിലും നിത്യപാരായണത്തിനു വിഷയമാവുകയും സ്ത്രീകളും കുട്ടികളും അവയിലെ പല ഭാഗങ്ങളും ഹൃദിസ്ഥമാക്കുകയും ചെയ്യുന്ന സന്ദർഭത്തിൽത്തന്നെ, സാധാരണക്കാർക്കു മനസ്സിലാവാത്ത സംസ്കൃതഗ്രന്ഥങ്ങളുണ്ടാക്കാൻ ഭൂരിപക്ഷം ബ്രാഹ്മണപണ്ഡിതന്മാർ ശ്രമിച്ചത്.

കേരള സംസ്കാരത്തിന്റെ ഈ സവിശേഷസ്വഭാവം–അതിൽനിന്ന് ബഹുഭൂരിപക്ഷം മലയാളികളെ അകറ്റിനിർത്തിയാണ് അതു വളർന്നതെന്ന പരമാർഥം–നാടുവാഴിഭരണത്തിൻകീഴിലെ സാമൂഹ്യ–സാമ്പത്തികവ്യവസ്ഥകളുടെ പ്രതിഫലനമാണെന്നു പറയേണ്ടതില്ല. ജീവിതത്തിലെ എല്ലാ നല്ല സാധനങ്ങളും (വിളയുന്ന നെല്ല്, നല്ല വസ്ത്രം, ആഭരണങ്ങൾ, സ്ഥാനമാനങ്ങൾ, അധികാരം മുതലായവയൊക്കെ) 'തമ്പുരാക്ക'ൻമാരുടെ കുത്തകയാക്കിവയ്ക്കുന്ന ഒരു സമുദായത്തിലെ കലകളും ശാസ്ത്രങ്ങളും സാഹിത്യവും മാത്രം അടിയാളർക്കു കിട്ടാൻ വഴിയില്ലല്ലോ. 'തമ്പുരാക്ക'ൻമാരുടെ കോവിലകങ്ങളും മനകളും മഠങ്ങളും ക്ഷേത്രങ്ങളും അലങ്കരിച്ചു നന്നാക്കാൻ സ്വയം 'കുപ്പമാട'ങ്ങളിൽ പാർക്കുന്ന സാധാരണക്കാർ; 'അമൃതേത്ത്' നന്നാക്കാൻ സ്വയം 'കല്ലരി' തിന്നുന്ന നാട്ടുകാർ; 'തിരുവുടയാട' നന്നാക്കാൻ 'പഴേതു'ടുക്കുന്ന താണജാതിക്കാർ തമ്പുരാക്കൻമാരുടെ വിജ്ഞാനഭണ്ഡാരത്തിനിടയ്ക്കുതന്നെ അജ്ഞരായിക്കഴിഞ്ഞുകൂടിയതിലൽഭുതത്തിനിടയില്ല. അതായത്, സാമൂഹ്യമായി ബ്രാഹ്മണനെയും സാമ്പത്തികമായി ജന്മിയെയും ഭരണപരമായി സാമന്ത–നായർ സമുദായങ്ങളെയും ഉയർത്തി ബഹുഭൂരിപക്ഷം നാട്ടുകാരെ സാമൂഹ്യമായും സാമ്പത്തികമായും രാഷ്ട്രീയമായും അധഃപതിപ്പിച്ച ആ ജാതി–ജന്മി–നാടുവാഴി വ്യവസ്ഥയാണ് ബഹുഭൂരിപക്ഷം നാട്ടുകാരെ സാംസ്കാരികമായധഃപതിപ്പിച്ച് ഒരുപിടി പണ്ഡിതൻമാരെയും കവികളെയും കലാകാരൻമാരെയും സൃഷ്ടിച്ചത്.

നമ്പൂതിരി–നായർ സംസ്കാരങ്ങളുടെ സംഘട്ടനത്തിന്റെയും യോജിപ്പിന്റെയും ഫലമായുയർന്നുവന്ന കേരളസംസ്കാരത്തിന്റെ ആദ്യകാലത്തെ മേന്മയ്ക്കും പിന്നീടുള്ള താഴ്ചയ്ക്കുമുള്ള കാരണം അത് ജാതി–ജന്മി–നാടുവാഴി വ്യവസ്ഥയിൻമേൽ കെട്ടിപ്പടുത്തതാണെന്ന സംഗതിയാണ്. ബഹുഭൂരിപക്ഷം നാട്ടുകാരെ അടിച്ചമർത്തിയിട്ടെങ്കിലും അതൊരു പരിഷ്കൃതജനസമുദായത്തെ സൃഷ്ടിച്ചു; കൃഷിക്കാരെ പട്ടിണിക്കിട്ടിട്ടെങ്കിലും അത് സ്വകാര്യസ്വത്തുസമ്പ്രദായം സൃഷ്ടിച്ചു; മർദനപരമായതെങ്കിലും കാര്യക്ഷമമായ ഒരു ഭരണസമ്പ്രദായമേർപ്പെടുത്താനതിനു

കഴിഞ്ഞു; താണജാതിക്കാർക്ക് പ്രവേശനമില്ലാത്തതെങ്കിലും ഉയർന്ന നിലയിലുള്ള ഒരു സംസ്കാരസൗധം പണിയാനും അതിനു കഴിഞ്ഞു. ഇതെല്ലാം ജാതി–ജന്മി–നാടുവാഴി വ്യവസ്ഥയുടെ നേട്ടങ്ങളാണ്. പക്ഷേ ഈ നേട്ടങ്ങൾക്കടിസ്ഥാനമായി നിൽക്കുന്ന അതേ ബഹുജനമർദനം അതിനെ പിന്നീട് പുറകോട്ടു വലിച്ചു; ബ്രാഹ്മണരെയും നായൻമാരെയും സാമന്തൻമാരെയും പരിഷ്കരിക്കാൻ സഹായിച്ച അതേ ബഹുജനമർദനം പരിഷ്കാരത്തിന്റെ പരിധി വിപുലപ്പെടുത്തുന്നതിനു തടസ്സമായിത്തീർന്നു; സവർണഹിന്ദുക്കളുടെ ഇടയിൽനിന്ന് പണ്ഡിതൻമാരെയും കവികളെയും കലാകാരൻമാരെയും സൃഷ്ടിച്ച ആ വ്യവസ്ഥ തന്നെ മറ്റുള്ളവരെ പാമരൻമാരാക്കിവച്ചു; ഭൂമിയുടെമേൽ സ്വകാര്യസ്വത്തുസമ്പ്രദായമേർപ്പെടുത്തി സാമ്പത്തികമായ വമ്പിച്ച അഭിവൃദ്ധിക്കടിസ്ഥാനമിട്ട അത് ആ സ്വത്തിൽനിന്നും അഭിവൃദ്ധിയിൽനിന്നും ബഹുഭൂരിപക്ഷം ജനങ്ങളെ ഒഴിച്ചുനിർത്തി.

വളർന്നുവരുന്ന ഒരു സമുദായത്തിനാവശ്യമായ പ്രവൃത്തിവിഭജനം (ജാതിവ്യവസ്ഥ), സ്വകാര്യസ്വത്തുസമ്പ്രദായം (ജന്മിവ്യവസ്ഥ), കാര്യക്ഷമമായ ഭരണസമ്പ്രദായം (നാടുവാഴി ഭരണം), കലകളും ശാസ്ത്രങ്ങളും സാഹിത്യവും എന്നിവയെല്ലാം കേരളത്തിൽ വളർന്നുവന്നത് ബഹുഭൂരിപക്ഷം നാട്ടുകാരുടെ അടിമത്തത്തിന്റെയും കഷ്ടപ്പാടിന്റെയും അടിസ്ഥാനത്തിലാണ്. അതുകൊണ്ട് ഈ ജാതി–ജന്മി–നാടുവാഴി വ്യവസ്ഥയുടെ ആദ്യകാലത്ത് അത് നാട്ടുകാരെ അങ്ങേയറ്റം കഷ്ടപ്പെടുത്തിയെങ്കിലും സമുദായത്തെ വളരെയധികം മുമ്പോട്ടുപോകാൻ സഹായിച്ചു. എന്നാൽ ഇതിന്റെ ഫലമായുണ്ടായ പുരോഗതി നാട്ടുകാരുടെയാകെ പൊതുസ്വത്താക്കാൻ കൂട്ടാക്കാതെ ഒരുപിടി ഉയർന്ന വർഗക്കാരുടെ കുത്തകയാക്കി വയ്ക്കാനത് അങ്ങേയറ്റം പണിപ്പെട്ടു തുടങ്ങിയപ്പോൾ—സാംസ്കാരികപുരോഗതി ഉണ്ടാക്കുന്നതിനെക്കാളധികം പ്രധാനം ആ പുരോഗതിയിൽനിന്ന് ഭൂരിപക്ഷം ജനങ്ങളെ അകറ്റി നിർത്തുകയാണെന്ന ധാരണയോടെ പ്രവർത്തിക്കാൻ തുടങ്ങിയപ്പോൾ– അത് സമുദായത്തെ മുമ്പോട്ടു കൊണ്ടുപോകുന്നതിനുപകരം പിന്നോക്കം വലിക്കുകയാണെന്ന നില വന്നു; ആദ്യകാലത്ത് നാട്ടുകാരെ മർദിക്കുകയും കഷ്ടപ്പെടുത്തുകയും ചെയ്തുകൊണ്ടെങ്കിലും സാമുദായിക പുരോഗതിയെ സഹായിച്ച അത് പിന്നീട് സാമുദായികപുരോഗതിയെ തടയാൻവേണ്ടി നാട്ടുകാരെ മർദിക്കാൻ തുടങ്ങി.

ഇതോടുകൂടി ജാതി–ജന്മി–നാടുവാഴി വ്യവസ്ഥയുടെ അധഃപതനവും തുടങ്ങി. സാമുദായികപുരോഗതിയെ സഹായിച്ച ആദ്യകാലത്ത് എത്ര വമ്പിച്ച എതിർപ്പിനെയും നേരിടാനതിനു കഴിഞ്ഞു; പക്ഷേ പുരോഗതിയെ തടസ്സപ്പെടുത്തുന്ന ഘട്ടം വന്നതോടുകൂടി ഈ വ്യവസ്ഥയ്ക്കെതിരായ ശക്തികൾ വളർന്നുവരാൻ തുടങ്ങി. ജന്മിവ്യവസ്ഥയുടെ പേരിൽ ഭൂമിയുടെ മേലുണ്ടാക്കിയതുപോലുള്ള സ്വകാര്യസ്വത്ത് മറ്റു തുറകളിലുമുണ്ടാക്കി സ്വകാര്യസ്വത്തുസമ്പ്രദായം വളർത്താനതു കൂട്ടാക്കാ

തിരുന്നപ്പോൾ കച്ചവടം പ്രധാന തൊഴിലായെടുത്ത് ഭൂമിയല്ലാത്ത മറ്റു രൂപത്തിലുള്ള സ്വകാര്യസ്വത്തുക്കളുണ്ടാക്കുന്ന സമുദായങ്ങൾ (ജൂതർ, ക്രിസ്ത്യാനികൾ, അറബികൾ) വളർന്നുവന്നു; അവരെ കേരളത്തിലെ ജാതി-ജന്മി-നാടുവാഴിവ്യവസ്ഥയുടെ ഭാഗമായിക്കണക്കാക്കിയില്ലെങ്കിലും, അവർക്ക് വിപുലമായ അവകാശങ്ങളും സൗജന്യങ്ങളും കൊടുക്കാൻ പെരുമാക്കൻമാരും നാടുവാഴികളും നിർബന്ധിതരായി; ഇങ്ങനെ, ജാതി-ജന്മി-നാടുവാഴി വ്യവസ്ഥയ്ക്കു വെളിയിൽ, അതിന്റെ മർദനവിധാനങ്ങളിൽനിന്നൊഴിഞ്ഞ്, ജീവിക്കുന്ന ജനവിഭാഗങ്ങൾ കേരളത്തിൽത്തന്നെയുണ്ടെന്നുകണ്ട താണജാതിക്കാർ ആ ജനവിഭാഗങ്ങളുടെനേരേ ആശയോടെ നോക്കാൻ തുടങ്ങി; ഉയർന്ന വർഗക്കാരിൽപ്പോലും ഒരു ചെറുവിഭാഗം ഈ പുതിയ സാമൂഹ്യശക്തിയുടെനേരേ ആകർഷിക്കപ്പെട്ടു. ഇതിന്റെ ഫലമായി 'കേരളസംസ്കാര'മെന്ന് സാധാരണ പറയുന്നതിലുൾപ്പെടാത്ത സുറിയാനിസംസ്കാരവും ഇസ്ലാമികസംസ്കാരവും വളർന്നുവന്നു. നമ്പൂതിരി-നായർ സംസ്കാരത്തിന്റെയും ജീവിതരീതിയുടെയും ഒപ്പംതന്നെ ഈ സംസ്കാരങ്ങളും ജീവിതരീതികളും നിലനിൽക്കുന്നതും വളരുന്നതുമുണ്ടെന്ന നിലവന്നു. ജാതി-ജന്മി-നാടുവാഴി വ്യവസ്ഥയുടെ സാമ്പത്തിക-സാംസ്കാരിക-സാമൂഹ്യ കുത്തകയുടെ അടിത്തറ പൊളിഞ്ഞു.

യൂറോപ്യൻ കച്ചവടക്കാരുടെ വരവോടുകൂടി ഈ പൊളിച്ചിൽ മൂർധന്യത്തിലെത്തി. സാമൂഹ്യമായി ബ്രാഹ്മണർക്കും സാമ്പത്തികമായി ജന്മികൾക്കും രാഷ്ട്രീയമായി സാമന്ത-നായർ സമുദായങ്ങൾക്കുമുള്ള പ്രാമാണ്യം പറങ്കി (പോർച്ചുഗീസ്), ലന്ത (ഡച്ച്), ഇംഗ്ലീഷ് കച്ചവടക്കാർക്കുണ്ടെന്നു വന്നു. കുഞ്ചൻനമ്പ്യാരുടെ ഭാഷയിൽ,

"ലന്തപറങ്കികളിങ്കിരിയേസും
ബന്ധുവതാമിനിയരചൻമാർക്കും"

എന്ന നിലവന്നു. മാത്രമല്ല, രണ്ടുമൂന്നു നൂറ്റാണ്ടുകാലത്തിനുള്ളിൽ 'അരചന്മാർക്കു ബന്ധു'വായ 'ഇങ്കിരിയേസ്' അരചൻമാർക്കരചനായിത്തീർന്നു. *കേരളമാഹാത്മ്യം*വഴി പരശുരാമന്റെ അപദാനങ്ങൾ കൊണ്ടാടിയവരുടെതന്നെ പിൻഗാമികൾ 'ആംഗലസാമ്രാജ്യ'ത്തെ വാഴ്ത്താൻ തുടങ്ങി; മലയാളഭാഷയുടെ വ്യാകരണവും നിഘണ്ടുവും മറ്റും തയ്യാറാക്കുന്നതും മലയാളഭാഷയിൽ സാഹിത്യമുണ്ടാക്കുന്നതും യൂറോപ്യൻമാ(ഡോക്ടർ ഗുണ്ടർട്ട്, മാക്മില്ലൻ കമ്പനി)രാണെന്നു വന്നു; മുമ്പു സംസ്കൃതത്തിനുണ്ടായിരുന്ന സ്ഥാനം ഇംഗ്ലീഷിനാണെന്നായി. അങ്ങനെ സാംസ്കാരികരംഗത്തുപോലും ജാതി-ജന്മി-നാടുവാഴി വ്യവസ്ഥയിലെ ഉയർന്ന വർഗക്കാർക്കുള്ള കുത്തക പോയി.

ചുരുക്കത്തിൽ, നമ്പൂതിരി, നായർ സംസ്കാരങ്ങളുടെ സംഘട്ടനത്തിന്റെ ഫലമായി എത്ര വമ്പിച്ച മാറ്റങ്ങളാണോ കേരളത്തിലുണ്ടായത്, അത്രതന്നെ വമ്പിച്ച മാറ്റങ്ങൾ കഴിഞ്ഞ നാലഞ്ചു നൂറ്റാണ്ടുകളിൽ നടന്നിട്ടുണ്ട്, ഇന്നും അവ തുടർന്നുകൊണ്ടിരിക്കുകയാണ്. ഭാഗ്യവശാൽ,

ഈ മാറ്റങ്ങളെങ്ങനെ വന്നുവെന്നു മനസ്സിലാക്കത്തക്ക ചരിത്രരേഖകളും ധാരാളമുണ്ട്; പഴയ മലയാളികളെപ്പോലെ ഒന്നും എഴുതിവയ്ക്കാതിരിക്കുകയെന്ന സ്വഭാവം കഴിഞ്ഞ അഞ്ചു നൂറ്റാണ്ടുകാലത്തിവിടെ വന്ന വിദേശീയർക്കോ അവരുമായി ബന്ധപ്പെട്ട മലയാളികൾക്കോ ഇല്ല. അതുകൊണ്ട് വ്യക്തവും വിശദവുമായ ഒരു ചരിത്രം ഇതിനെ സംബന്ധിച്ചു കിട്ടിയിട്ടുണ്ട്. അതാണ് വളരെ ചുരുക്കത്തിൽ താഴെ വിവരിക്കുന്നത്.

വേണാട്, കൊച്ചി, കോഴിക്കോട്

നാടുവാഴിഭരണകാലത്തെ കേരളം ഒട്ടേറെ ചെറുചെറു രാജ്യങ്ങളായി വിഭജിക്കപ്പെട്ടിരുന്നു. വടക്കേഅറ്റത്തുള്ള കോലത്തിരി മുതൽ തെക്കേ അറ്റത്തുള്ള വേണാട്ടരചൻവരെ ഇരുപതോളം രാജാക്കൻമാരും അവരുടെയെല്ലാം കീഴിൽ ഒട്ടേറെ നാടുവാഴികളും കൂടിയാണ് അന്നു കേരളം ഭരിച്ചിരുന്നത്. രാജാക്കൻമാർ ദുർബലരാകുന്ന സന്ദർഭങ്ങളിലെല്ലാം അവരുടെ കീഴിലുള്ള നാടുവാഴികൾ ഉയർന്നു ശക്തിപ്പെടും; മിക്കവാറും രാജാക്കൻമാർക്കുള്ളത്രതന്നെ അധികാരവും ശക്തിയും അവർ സ്വയം സമ്പാദിക്കും. രാജാക്കൻമാർ പ്രബലൻമാരാവുമ്പോഴാകട്ടെ, നാടുവാഴികൾ അടങ്ങിനിൽക്കും. ഇങ്ങനെ രാജാക്കൻമാരും കീഴിലുള്ള നാടുവാഴികളും തമ്മിൽ സദാ സമരം നടന്നുകൊണ്ടിരുന്നതുപോലെതന്നെ അയൽവാസികളായ രാജാക്കൻമാർ തമ്മിലും മൽസരങ്ങളും ഏറ്റുമുട്ടലുകളും യുദ്ധങ്ങൾപോലും നടന്നിരുന്നു. ഈ യുദ്ധങ്ങളുടെ ഫലമായി ചില ചെറിയ രാജാക്കൻമാർ നാടുവാഴികളെപ്പോലെയും ചില പ്രബലരായ നാടുവാഴികൾ രാജാക്കൻമാരെപ്പോലെയും ആയിമാറി. ചെറിയ രാജാക്കൻമാരെ കീഴടക്കി തങ്ങളുടെ മേൽക്കോയ്മാധികാരം അവരെക്കൊണ്ടു സമ്മതിപ്പിക്കാൻ വലിയ രാജാക്കൻമാർക്കും രാജാക്കൻമാരെക്കൊണ്ട് തങ്ങളുടെ ശക്തിയും അധികാരവും സമ്മതിപ്പിക്കാൻ പല നാടുവാഴികൾക്കും കഴിഞ്ഞു.

തുടർച്ചയായ ഈ ഏറ്റുമുട്ടലുകളുടെ ഫലമായി മൂന്നു പ്രബലരാജാക്കൻമാർ ക്രമേണ ഉയർന്നുവന്നു—സാമൂതിരി, പെരുമ്പടപ്പു മൂപ്പീന്ന് (കൊച്ചി), വേണാട്ടരചൻ (തിരുവിതാംകൂർ). ഇതിൽ സാമൂതിരി കോഴിക്കോട്ടുനിന്ന് തെക്കോട്ടുള്ള ചെറുരാജാക്കൻമാരെയെല്ലാം കീഴടക്കി കൊച്ചിയുടെ അതിർത്തിവരെ എത്തി. കേരളചക്രവർത്തിയാവാനുള്ള അർഹത തനിക്കാണെന്നും ചേരമാൻപെരുമാളുടെ വാൾ തനിക്കാണ് കിട്ടിയിട്ടുള്ളതെന്നും അവകാശപ്പെട്ടുകൊണ്ട് കൊച്ചിയെയും കൂടി കീഴടക്കാൻ ശ്രമം തുടങ്ങി. കൊച്ചിയാകട്ടെ, ചേരമാൻപെരുമാളുടെ അനന്തരാവകാശികൾ കൊച്ചിരാജകുടുംബമാണെന്നും അതുകൊണ്ട് കേരളചക്രവർത്തിയുടെ പദവി കിട്ടാൻ കൊച്ചിക്കാണർഹതയെന്നും വാദിച്ചു; പോരെങ്കിൽ, കവളപ്പാറ മുതൽ തെക്കുംകൂർ, വടക്കുംകൂർ മുതലായ വടക്കൻ തിരുവിതാംകൂർ രാജ്യങ്ങൾ വരെയുള്ള രാജാക്കൻമാരെയും നാടുവാഴികളെയും കൊണ്ട് കൊച്ചിയുടെ മേൽക്കോയ്മാധികാരം

അംഗീകരിപ്പിക്കാനും കൊച്ചിക്കു കഴിഞ്ഞു. തിരുവിതാംകൂർ അക്കാലത്ത് ഇന്നത്തെ തെക്കൻ തിരുവിതാംകൂർ (കൊല്ലം മുതൽ തെക്കോട്ട്) മാത്രമായിരുന്നെങ്കിലും അതിനുതൊട്ടു വടക്കുള്ള ചില രാജ്യങ്ങളെല്ലാം സ്വന്തം കുടുംബാംഗങ്ങളുടെ ഭരണത്തിൻകീഴിലായിരുന്നു. മാത്രമല്ല, ഒന്നിലധികം തവണ പാണ്ഡ്യചക്രവർത്തിമാരെ അങ്ങോട്ടാക്രമിച്ചു കീഴടക്കിയ പാരമ്പര്യവും ആ കുടുംബത്തിനുണ്ടായിരുന്നു. ഈ കുടുംബമാകട്ടെ, ചേരമാൻ പെരുമാളെക്കാളും പഴക്കമുള്ളവരും കേരളത്തിനു വെളിയിലുള്ള പ്രദേശങ്ങൾകൂടി തങ്ങളുടെ കൊടിക്കീഴിലാക്കിയവരുമായ ചേരചക്രവർത്തിമാരുടെ പിൻഗാമികളാണ് തങ്ങളെന്നവകാശപ്പെട്ടു.

ഇവർ മൂന്നുപേരും പെരുമാക്കൻമാരെയും ചേരചക്രവർത്തിമാരെയുംപോലുള്ള പഴയ ചക്രവർത്തിമാരെയാണ് മാതൃകയാക്കി എടുത്തുകാണിച്ചതെങ്കിലും പഴയ ചക്രവർത്തിമാർക്കുണ്ടായിരുന്ന അധികാരവും പദവിയുംകൊണ്ടു തൃപ്തിപ്പെട്ടില്ല: പഴയ സാമ്രാജ്യങ്ങളിലെന്നപോലെ നാടുവാഴികൾക്കും പടനായകൻമാർക്കും വിപുലമായ അധികാരങ്ങളും ചക്രവർത്തിക്ക് പേരിനുമാത്രമുള്ള പദവിയുമുള്ള ഒരു സാമ്രാജ്യമല്ല അവർ കൊതിച്ചിരുന്നത്. പിന്നെയോ? നാടുവാഴികളുടെയെല്ലാം അധികാരവും ശക്തിയും കർശനമായി തടഞ്ഞും പട്ടാളങ്ങളെയും മറ്റും തങ്ങളുടെ നേരിട്ടുള്ള നിയന്ത്രണത്തിൽ നിർത്തിയും ഭരണമെല്ലാം തങ്ങളും മന്ത്രിമാരുംകൂടി നടത്തിയുമുള്ള ഒരു കേന്ദ്രീകൃതഭരണമാണവരാവശ്യപ്പെട്ടത്.

ഇങ്ങനെ കേന്ദ്രീകൃതമായ ഭരണസമ്പ്രദായമേർപ്പെടുത്തിയ, യഥാർഥ രാജഭരണം സ്ഥാപിക്കാൻ ശ്രമിച്ച, കേരളരാജാക്കൻമാരുടെ ഉദാഹരണങ്ങളാണ് തിരുവിതാംകൂറിലെ മാർത്താണ്ഡവർമ, കൊച്ചിയിലെ ശക്തൻതമ്പുരാൻ മുതലായവർ. മാർത്താണ്ഡവർമ കൊച്ചിയുടെ അതിർത്തിവരെയുള്ള ചെറുരാജ്യങ്ങളെല്ലാം വെട്ടിപ്പിടിച്ച് ഇന്നത്തെ തിരുവിതാംകൂറിനെ സൃഷ്ടിക്കുക മാത്രമല്ല, എട്ടുവീട്ടിൽപിള്ളമാരെപ്പോലുള്ള നാടുവാഴികളെയും തിരുവനന്തപുരം ക്ഷേത്രയോഗം പോലുള്ള സംഘങ്ങളെയും എതിർത്ത് അവർക്കുള്ള അധികാരങ്ങൾകൂടി സ്വയം ഏറ്റെടുത്തു. കൊച്ചി ശക്തൻതമ്പുരാനും ക്ഷേത്രസങ്കേതങ്ങളെയും രാജാവിന്റെ അധികാരത്തെ കുറെയെങ്കിലും നിയന്ത്രിക്കുന്ന മറ്റേർപ്പാടുകളെയും എതിർത്തു നശിപ്പിച്ച് രാജാവിന്റെ അനിയന്ത്രിതമായ അധികാരം സ്ഥാപിച്ചു.

ഇംഗ്ലീഷുകാർ കേരളത്തിന്റെ ഭരണാധികാരികളാകുന്നതിനു തൊട്ടുമുമ്പ് ഇവിടെയുണ്ടായിരുന്ന സ്ഥിതി പുത്തേഴത്ത് രാമൻമേനോൻ ഇങ്ങനെ വിവരിക്കുന്നു:

> കൊല്ലവർഷം 933 (ക്രി. 1757–58)ലാണ്—അന്ന് കൊച്ചിയിലെ ശക്തൻതമ്പുരാന് ഏഴു തിരുവയസ്സായിരുന്നു—തിരുവിതാംകൂറിന്റെ സ്രഷ്ടാവായ കീർത്തിപ്പെട്ട മാർത്താണ്ഡവർമ മഹാരാജാവ് നാടുനീങ്ങിയത്. അവിടന്ന് ഒരു അസാമാന്യനായിരുന്നു എന്നതിനു

സംശയമില്ല. അവിടേക്ക് പട്ടം കിട്ടുന്നകാലത്ത് വേണാട് നന്നേ ചെറിയ ഒരു രാജ്യമായിരുന്നു. അക്രമികളായിരുന്ന സാമന്തൻ മാർക്കായിരുന്നു അവിടെ മുമ്പും കയ്യും ഉണ്ടായിരുന്നത്. കൊല്ലം, അമ്പലപ്പുഴ, കായംകുളം, ചെമ്പകശ്ശേരി, തെക്കുംകൂർ, വടക്കും കൂർ, ആലങ്ങാട്, പറവൂർ തുടങ്ങിയ രാജ്യഭാഗങ്ങളെല്ലാം ആദ്യകാലത്ത് പെരുമ്പടപ്പിന്റെ കീഴ്‌രാജ്യങ്ങളും ഒടുവിൽവെച്ച് മിക്കവാറും സ്വതന്ത്രങ്ങളായ ചെറിയ സംസ്ഥാനങ്ങളുമായിരുന്നു. ആ മഹാ രാജാവിന്റെ കാലത്താണ് തിരുവിതാംകൂറിന് ഇന്നത്തെ വിസ്താരവും വലിപ്പവും കൈവന്നത്. അദ്ദേഹം കന്യാകുമാരി മുതൽ പറവൂർവരെയുള്ള രാജ്യങ്ങളെയെല്ലാം കീഴടക്കുകയും പ്രഭുക്കൻ മാരുടെ ശക്തിയെയെല്ലാം നാമാവശേഷമാക്കുകയും ചെയ്തു. കൂലിപ്പട്ടാളത്തെ പുറത്തുനിന്നുവരുത്തിയും–മലയാളത്തിൽ അത് ആദ്യം ചെയ്തത് ആ മഹാരാജാവാണ്—നാട്ടുപട്ടാളത്തെ സ്ഥിര സൈന്യമായി സ്വയം രൂപവൽക്കരിച്ചും അവർക്ക് പാശ്ചാത്യസമ്പ്രദായത്തിലുള്ള പരിശീലനം പാശ്ചാത്യൻമാരെക്കൊണ്ടുതന്നെ കൊടുപ്പിച്ചും അദ്ദേഹം വിജിഗീഷുവായ ഒരു മഹാ രാജാവിന് ഒന്നാമതായി വേണ്ട സൈന്യബലത്തെ ഉറപ്പിച്ചു...... സ്ഥിരസൈന്യമില്ലാതെയും പരസ്പരം സംശയിച്ചും അവിശ്വസിച്ചും കഴിഞ്ഞുവന്നിരുന്ന തിരുവിതാംകൂറിലെ ഇതരരാജാക്കൻ മാരും ശക്തികളുമെല്ലാം ഓരോന്നായി, കൊടുങ്കാറ്റിനുമുമ്പിൽ അടിയുറപ്പില്ലാത്ത മരങ്ങളെപ്പോലെ, മാർത്താണ്ഡചണ്ഡവാത മേറ്റു കേവലം നിലംപതിച്ചു. എല്ലാ രാജ്യങ്ങളെയും മാർത്താണ്ഡ വർമ കീഴടക്കി.

മാർത്താണ്ഡവർമയുടെ കാലത്തെ സാമൂതിരിപ്പാടും അതേ പ്രകാരത്തിലുള്ള അഭിലാഷങ്ങളോടുകൂടി അശ്രാന്തം പരിശ്രമിച്ചിരുന്ന ഒരു പരാക്രമശാലിയായിരുന്നു. അദ്ദേഹത്തിന് കോഴിക്കോട്ടുനിന്ന് കൊച്ചിവഴി തന്റെ സൈന്യത്തെ തിരുവിതാംകൂറിലേക്ക് ആനയിക്കണമെന്ന് വലിയ ആഗ്രഹമുണ്ടായിരുന്നു. മാർത്താണ്ഡവർമ കൊച്ചിയെയും കോഴിക്കോടിനെയും കീഴടക്കി കേരളചക്രവർത്തിയായി വാഴുന്നതിന് ആശിച്ചിരുന്നു എന്നതിനും സംശയമില്ല. ഇടയ്ക്ക് കിടന്നിരുന്ന കൊച്ചിയാണ് ആ രണ്ടു രാജമല്ലൻമാരുടെയും സമരസന്നദ്ധമായ ഘോരസംഘട്ടനത്തിന് ഒരു തടസ്സമായിത്തീർന്നത്.

പെരുമ്പടപ്പിന്റെ കഥ അക്കാലത്ത് കുറെ പരുങ്ങലിലായിരുന്നു എന്നു സമ്മതിക്കാതെ തരമില്ല..... കൊച്ചിക്ക് യാതൊരു സ്ഥിര സൈന്യവും ഉണ്ടായിരുന്നില്ല. പട്ടാളത്തിൽച്ചേർന്ന നായൻമാർ ഓരോ കർത്താക്കൻമാരുടെ കീഴിലായിരുന്നു....... കർത്താക്കൻ മാർ മേൽക്കോയ്മയെ സഹായിക്കുന്നതിനുപകരം രാജസ്ഥാനത്തോടു വില്ലങ്കിച്ചു ശത്രുപക്ഷത്തിൽ ചേരുവാനുംകൂടി മടികാ

ണിച്ചില്ല. പാടങ്ങളിൽനിന്നും പറമ്പുകളിൽനിന്നും അപ്പപ്പോൾ വിളിച്ചുകൂട്ടുന്ന 'ഉണ്ണാമൻമാർ' യുദ്ധത്തിനല്ല, ഉണ്ണുവാൻ തന്നെയാണ് അധികം ഉപകരിക്കുക എന്നു പറയേണ്ടതില്ലല്ലോ. ക്ഷേത്ര സങ്കേതങ്ങളെല്ലാം സ്വതന്ത്രമായി ഭരണം നടത്തിവന്നു. ക്ഷേത്ര ങ്ങളിൽ രാജാവിന്റെ മേൽക്കോയ്മാധികാരം കേവലം നാമമാത്രമായിരുന്നു. പ്രഭുക്കൻമാരും പ്രബലൻമാരായ നമ്പൂതിരിമാരും പരസ്യമായിത്തന്നെ സാമൂതിരിപക്ഷം പിടിച്ചു. എന്നുതന്നെയല്ല, അവരിൽ പലരും സാമൂതിരിയെ അങ്ങോട്ടു ചെന്നുകണ്ടു കൂട്ടിക്കൊണ്ടുവരുവാൻ നിസ്സങ്കോചം പ്രയത്നിക്കുകയും ചെയ്തു. സാമൂതിരിയും കാര്യക്കാരൻമാരും പുരുഷാരവും വടക്കുനിന്നു പുറപ്പെട്ട് ഓരോ പ്രദേശങ്ങൾ അടക്കി ചേന്നമംഗലത്ത് എത്തി പാലിയംതന്നെ ഇടിച്ചുതകർത്തു. കൊച്ചിപ്പട്ടണത്തോളം സാമൂതിരിയുടെ പട എത്തി. കൊച്ചിരാജ്യത്തെ തിരുവിതാംകൂറോ കോഴിക്കോടോ പങ്കിട്ടെടുക്കുകയോ അവരിൽ കൂടുതൽ പ്രബലനായി ഭവിച്ച ആൾ മുഴുവനും സ്വന്തമായെടുക്കുകയോ ചെയ്തേക്കുമെന്ന് കൊച്ചി രാജാവ് ഭയപ്പെട്ടു.

(*ശക്തൻതമ്പുരാൻ,* പേജ് 41–46)

ഈ സ്ഥിതിഗതികളിൽ അധികാരത്തിൽവന്ന കൊച്ചി ശക്തൻ തമ്പുരാന്റെ ഭരണസംബന്ധമായ നയം രാമൻമേനോൻ ഇങ്ങനെ സംഗ്രഹിക്കുന്നു:

'ഒരു രാജ്യത്ത് ഒരു രാജാവ്' എന്ന ശരിയായ അഭിപ്രായത്തിന്റെ സംസ്ഥാപനത്തിനുവേണ്ടി അവിടുന്ന് വണങ്ങേണ്ടവരെ വണങ്ങി; പിണങ്ങേണ്ടവരോടു പിണങ്ങി; പഴിക്കേണ്ടവരെ പഴിച്ചു; പിഴിയേണ്ടവരെ പിഴിഞ്ഞു; തുണയ്ക്കേണ്ടവരെ തുണച്ചു; തുലയ്ക്കേണ്ടവരെ തുലച്ചു. മുമ്പുള്ളവരുടെ മിടുക്കു കുറവുകൊണ്ടോ പുറത്തുള്ളവരുടെ പാരിച്ച പരാക്രമശക്തികൊണ്ടോ പൊയ്പ്പോയത് വീണ്ടെടുക്കാനുള്ള ശ്രമത്തിൽ കൈവശമുള്ളതുംകൂടി ഒഴുക്കിക്കളയുന്നത് ഉചിതമല്ലെന്ന് അദ്ദേഹം ബുദ്ധിപൂർവം നിശ്ചയിച്ചു. കൈയിലുള്ളതിനെ മുറുക്കിപ്പിടിച്ചുകൊണ്ട്, കൈവിട്ടുപോയതിനെ കൈക്കലാക്കുവാൻ കഴിയുന്നത്ര പ്രയത്നം ചെയ്തു. നയത്താല്ലലാതെ ഭയത്താൽ അതൊന്നും അന്ന് സാധ്യവുമായിരുന്നില്ല. ഇംഗ്ലണ്ടുമായി സന്ധിസംസാരം നടന്നുകൊണ്ടിരിക്കവെ തന്നെ ജർമനിയുമായി കരാറിലേർപ്പെട്ട ഇന്നത്തെ റഷ്യയെപ്പോലെ, ഇംഗ്ലീഷുമായി ഇണങ്ങിനടക്കുമ്പോഴും ഫ്രഞ്ചുകാരിൽനിന്ന് വല്ല സഹായവും സിദ്ധിക്കുമോ എന്ന് ശക്തൻതമ്പുരാൻ പരീക്ഷിച്ചു എന്നു പറയപ്പെടുന്നത് നേരാണെങ്കിൽപ്പോലും അതിൽ അശേഷം അത്ഭുതത്തിനവകാശമില്ല (ടി. പേജ് 8).

വാസ്തവമാണ്. അയൽരാജ്യങ്ങൾ വെട്ടിപ്പിടിച്ചും സ്വന്തംരാജ്യങ്ങളിലുള്ള നാടുവാഴികളെയെല്ലാം അമർത്തിയും വിപുലവും കേന്ദ്രീകൃതവുമായ ഒരു സാമ്രാജ്യം സ്ഥാപിക്കാനാഗ്രഹിച്ച ശക്തൻതമ്പുരാനും അദ്ദേഹത്തിന്റെ മുൻഗാമികളും സമകാലീനരുമായ വേണാട്–കൊച്ചി–കോഴിക്കോട്–കോലത്ത് നാട്ടുരാജാക്കൻമാരും തങ്ങളുടെ കാര്യം നേടുന്നതിന് തന്ത്രങ്ങളും നയോപായങ്ങളും പ്രയോഗിച്ചതിൽ അശേഷം അൽഭുതത്തിനവകാശമില്ല. അവരുടെ ആ പ്രവൃത്തി വളരെ സ്വാഭാവികമാണുതാനും. പക്ഷേ ഈ തന്ത്രങ്ങളുടെയും നയോപായങ്ങളുടെയും ഫലമെന്തായിരുന്നു; "ഇംഗ്ലണ്ടുമായി സന്ധിസംസാരം നടന്നുകൊണ്ടിരിക്കെത്തന്നെ ജർമനിയുമായി കരാറിലേർപ്പെട്ട ഇന്നത്തെ റഷ്യയെപ്പോലെ" സ്വാതന്ത്ര്യം നിലനിർത്താനാണോ ഈ തന്ത്രങ്ങളും നയോപായങ്ങളും പ്രയോജനപ്പെട്ടത്; അതോ റഷ്യയെ എതിർത്തു നശിപ്പിക്കാൻ പറ്റുമെന്ന വിശ്വാസത്തിൽ നാസിജർമനിയെ വളർത്തിയ ബ്രിട്ടീഷ്, ഫ്രഞ്ച് പിന്തിരിപ്പൻമാർക്ക് അതേ ജർമനിയുടെ കൈയിൽനിന്നു കിട്ടിയതുപോലെ ഭയങ്കരമായ ഇടി ബ്രിട്ടീഷുകാരിൽനിന്നു കിട്ടാനോ ഈ തന്ത്രങ്ങളും നയോപായങ്ങളും ഉപകരിച്ചത്? ഇതിനുള്ള മറുപടിയും രാമൻമേനോൻ തന്നെ പറയുന്നുണ്ട്:

ബ്രിട്ടീഷുകാരുമായുള്ള ഒന്നാമത്തെ കരാർ ചെയ്തതും—ആ കരാർ തന്നെയാണ് അൽപ്പസ്വൽപ്പം വ്യത്യാസങ്ങളോടുകൂടി ഇന്നും നിലനിന്നുപോരുന്നത്—ശക്തൻ തിരുമേനിയാണ് (ടി. പേജ് 6).

ഏത് കരാറനുസരിച്ച് കൊച്ചിക്കുള്ള നിലയെയാണോ ഇന്നത്തെ കൊച്ചിമഹാരാജാവ് അടിമത്തമായി ഈയിടെ പ്രഖ്യാപിച്ചത്, അതേ കരാറുമൂലം കൊച്ചിരാജ്യം മുഴുവൻ ബ്രിട്ടീഷുകാർക്കടിയറവച്ച ശക്തൻ തമ്പുരാന്റെ നയത്തെയാണ് സ്വന്തം രാജ്യത്തെ മാത്രമല്ല, ലോകത്തെയാകെ ഫാസിസ്റ്റാക്രമണത്തിൽനിന്നു രക്ഷിച്ച സോവിയറ്റ് വിദേശനയത്തോട് രാമൻമേനോൻ ഉപമിക്കുന്നത്.

മാർത്താണ്ഡവർമയുടെയും ശക്തൻതമ്പുരാന്റെയും എത്ര വലിയ ആരാധകൻമാർക്കും അവരുടെ കാലത്ത് അവരുടെ നേതൃത്വത്തിൽ നടന്ന ദേശദ്രോഹം നിഷേധിക്കാൻവയ്യ. മാർത്താണ്ഡവർമയുടെ ആരാധകനായ ടി കെ വേലുപ്പിള്ള (*തിരുവിതാംകൂർ സ്റ്റേറ്റ് മാനുവൽ,* വാല്യം II, പേജ് 354) പറയുന്നതുപോലെ,

ടിപ്പുസുൽത്താന്റെ കാലത്ത് തെക്കേഇന്ത്യയിൽ ബ്രിട്ടീഷ്കോയ്മയുടെ നിലനിൽപ്പുതന്നെ അപകടത്തിൽപ്പെട്ടിരുന്നു; അന്നവർക്ക് വിശ്വസിക്കാവുന്ന ഒരൊറ്റ ബന്ധു തെക്കേഇന്ത്യയിലുണ്ടായിരുന്നത് തിരുവിതാംകൂർ മഹാരാജാവാണ്.

ഇത് മാർത്താണ്ഡവർമ മഹാരാജാവിനു മാത്രമല്ല ശക്തൻതമ്പുരാനും സാമൂതിരിപ്പാടിനും കോലത്തിരിക്കും അവരുടെയെല്ലാം മുൻഗാമികളായി നാടുവാണിരുന്ന ഒരു ഡസൻ തലമുറ രാജാക്കൻമാർക്കും ബാധകമാണ്. എന്തുകൊണ്ടെന്നാൽ, മറ്റു യാതൊരു സഹായവുമില്ലാതെ ഗതി

മുട്ടി കുഴങ്ങിയിരുന്ന പറങ്കികൾക്കും ലന്തക്കാർക്കും പരന്ത്രീസുകാർക്കും ഇംഗ്ലീഷുകാർക്കും മൈസൂർ സുൽത്താൻമാർക്കും ഓരോ അവസരത്തിൽ ഒറ്റുനിന്നത് കേരളത്തിലെ രാജാക്കൻമാരാണ്; ഒന്നല്ലെങ്കിൽ മറ്റൊരു രാജാവിന്റെ സഹായത്തോടുകൂടിയാണ് ഈ കോയ്മകളോരോന്നും ഇവിടെ സ്ഥാനമുറപ്പിച്ചത്. ഒരു വിദേശക്കോയ്മക്കു കീഴടങ്ങിയിട്ടെങ്കിലും, സ്വന്തം അധികാരവും ശക്തിയും നിലനിർത്തി അയൽപക്കത്തുള്ള എതിരാളികളെയും സ്വന്തം നാട്ടിലെ നാടുവാഴികളെയും അമർത്തണമെന്ന ദേശദ്രോഹപരമായ ദുരാഗ്രഹംമൂലം "കുമ്പഞ്ഞി ശക്തിയോടുകൂടിവന്ന് മലയാളത്തിൽ കുമ്പഞ്ഞിക്കും നമുക്കും ഉള്ള ശത്രുക്കളെ അമർച്ചചെയ്തുതരണം"(പെരുമ്പടപ്പുമൂപ്പീന്ന് ലന്തക്കമ്പനിക്കെഴുതിയ കത്ത്; *ശക്തൻതമ്പുരാൻ,* പേജ് 56) എന്ന് വിദേശക്കോയ്മകളോട് താണുകേണപേക്ഷിക്കാനും അതിനനുസരിച്ച് നിബന്ധനകൾ സ്വീകരിക്കാനും മലയാളരാജാക്കൻമാർ തയ്യാറായതിനാലാണ് കേരളം വിദേശഭരണത്തിൻകീഴിലായത്.

പോർച്ചുഗീസ് സാമ്രാജ്യം

കേരളത്തിലെന്നല്ല ഇന്ത്യയിൽത്തന്നെ ആദ്യമായി മേധാവിത്വം സ്ഥാപിച്ച യൂറോപ്യൻരാഷ്ട്രം പോർച്ചുഗലാണ്. വാസ്കോ ദ ഗാമ കോഴിക്കോടിനുവടക്കുള്ള പന്തലായനികൊല്ലത്തു കപ്പലിറങ്ങിയ 1498 മുതൽ കൊച്ചിയിലുള്ള പോർച്ചുഗീസ്കോട്ട ഡച്ചുകാർക്കു കീഴടങ്ങിയ 1663 വരെയുള്ള 165 കൊല്ലക്കാലം കേരളത്തിൽ പോർച്ചുഗീസ് മേധാവിത്വമാണു നടന്നിരുന്നത്. അതിന്റെ അവശിഷ്ടമായി കേരളത്തിലുള്ളത് കത്തോലിക്കാമതത്തിനു ലഭിച്ച പ്രചാരം മാത്രമാണെങ്കിൽ അന്നത്തെ പോർച്ചുഗീസ് സാമ്രാജ്യത്തിന്റെ അവശിഷ്ടം കേരളത്തിനു വടക്ക് ഇന്നും നിലനിൽക്കുന്നുണ്ട്: ദേശീയസ്വാതന്ത്ര്യമോ ജനാധിപത്യഭരണമോ സ്ഥാപിക്കണമെന്നാവശ്യപ്പെടുന്ന പ്രവർത്തകൻമാരെയെല്ലാം മർദിച്ചൊതുക്കുന്ന ഗോവ അന്നത്തെ പോർച്ചുഗീസ് സാമ്രാജ്യത്തിന്റെ അവശിഷ്ടമാണ്.

(ഗാമ കപ്പലിറങ്ങിയത് കോഴിക്കോടിനു 13 കിലോമീറ്റർ വടക്കുള്ള കാപ്പാട് എന്ന സ്ഥലത്താണ്. ഗാമയുടെ കപ്പലുകൾ നങ്കൂരമിട്ടത് കോഴിക്കോടിന് 27 കിലോമീറ്റർ വടക്കുള്ള പന്തലായനികൊല്ലം തുറമുഖത്തുമായിരുന്നു-എഡിറ്റർ)

ഈ പോർച്ചുഗീസ് സാമ്രാജ്യത്തിന്റെ വിത്തിട്ടത് കോഴിക്കോട്ടും അത് തഴച്ചുവളരാൻ തുടങ്ങിയത് കൊച്ചിയിലും കൊല്ലത്തും കണ്ണൂരിലുമാണെന്ന് ലജ്ജയോടുകൂടി സമ്മതിക്കുകതന്നെവേണം. വിദേശീയ ശത്രുക്കളെപ്പറ്റി വെറുപ്പോടെ സംസാരിക്കുന്ന ഇന്നത്തെ കൊച്ചിമഹാരാജാവിന്റെ മുൻഗാമികളാണ് കോട്ടകെട്ടിയും പട്ടാളത്തെ നിർത്തിയും നാടുപിടിക്കാനുള്ള സൗകര്യം പോർച്ചുഗീസുകാർക്കനുവദിച്ചതെന്ന കാര്യം നമുക്കു മറക്കാൻവയ്യാ. അതുപോലെതന്നെ 'സ്വതന്ത്ര തിരുവിതാംകൂറി'നെപ്പറ്റി അത്രയേറെ പ്രസംഗിക്കുന്ന ദിവാൻ സർ സി പിയുടെ

മുൻഗാമികൾ കൊല്ലത്തും പോർച്ചുഗീസുകാർക്ക് പല സൗകര്യങ്ങളുമനുവദിച്ച് അവരെ ശക്തിപ്പെടുത്തിയെന്നോർക്കുന്നത് നന്നായിരിക്കും. കോഴിക്കോടിനെക്കുറിച്ച് പറകയാണെങ്കിൽ, അവിടത്തെ സാമൂതിരിയും പോർച്ചുഗീസുകാരെ സ്വാഗതം ചെയ്യുകയാണുണ്ടായത്. കൊച്ചിയിലും കൊല്ലത്തും മറ്റും കിട്ടിയ സൗജന്യങ്ങൾ അവർക്ക് കോഴിക്കോട്ട് കിട്ടിയില്ലെങ്കിൽ അതിനുള്ള കാരണം സാമൂതിരിയുടെ രാജ്യസ്നേഹമല്ല. പിന്നെയോ? അവർ വരുന്നതിനുമുമ്പുതന്നെ കോഴിക്കോട്ട് നിലയുറപ്പിച്ചവരും അവരെപ്പോലെതന്നെ കച്ചവടം നടത്തുന്നവരുമായ അറബികളുടെ നിർബന്ധംമൂലം സാമൂതിരിക്കവരെ സഹായിക്കാൻ കഴിയാതെവന്നതുകൊണ്ട്.

പോർച്ചുഗീസ് സാമ്രാജ്യത്തിന്റെ ചരിത്രം ചുരുക്കത്തിൽ ഇതാണ്:

1. 1498 മേയ് 18–ാം തീയതി വാസ്കോ ദ ഗാമ കോഴിക്കോട്ടുവന്ന് സാമൂതിരിയെ കണ്ടു. കച്ചവടം സംബന്ധിച്ച് ഗാമയും സാമൂതിരിയും തമ്മിൽ സംസാരിച്ച് ചില ഒത്തുതീർപ്പുകളിലെത്തി. കോഴിക്കോട്ട് ഒരു ഫാക്ടറി (കച്ചവടസ്ഥലം) തുറക്കാനും അനുവാദം കിട്ടി.

2. ഇത് കോഴിക്കോട്ടു മുമ്പുതന്നെ കച്ചവടക്കാരായിരുന്ന അറബികൾക്കു പിടിച്ചില്ല. അവർ പോർച്ചുഗീസ്കച്ചവടം പൊളിക്കാൻ ശ്രമിച്ചു. അവരും പോർച്ചുഗീസുകാരുമായി ഇടഞ്ഞു. ആക്രമണങ്ങളും പ്രത്യാക്രമണങ്ങളും നടന്നു.

3. ഈ സ്ഥിതിയിൽ കോഴിക്കോട് തങ്ങൾക്കു വളരെ സുരക്ഷിതമല്ലാത്ത ഒരു സ്ഥലമാണെന്നുകണ്ട് അവർ മറ്റു സ്ഥലങ്ങളന്വേഷിക്കാൻ തുടങ്ങി. കൂട്ടത്തിൽ കൊച്ചിയിലെത്തി. സാമൂതിരിയുമായി കൊച്ചിക്കുള്ള വിരോധവും സാമൂതിരിയുടെ പിന്നിലുള്ള അറബികളോട് പോർച്ചുഗീസുകാർക്കുള്ള കിടമൽസരവും കൂടി യോജിച്ചപ്പോൾ ഒരു കൊച്ചി–പോർച്ചുഗൽ സൗഹാർദമുണ്ടായി.

4. ഇതിനിടയ്ക്കുതന്നെ കണ്ണൂരിലും കൊല്ലത്തും ചെന്ന് അവിടങ്ങളിലെ രാജാക്കൻമാരുമായി ഇടപെടാനും ഒത്തുതീർപ്പുകളിലെത്താനും പോർച്ചുഗീസുകാർക്കു കഴിഞ്ഞു. അതതതിർത്തിയിലുള്ള കുരുമുളകിന് വില നിജപ്പെടുത്തുക, ഉള്ള കുരുമുളക് മുഴുവൻ പോർച്ചുഗീസുകാർക്കു മാത്രം കൊടുക്കുക, കടൽ ഗതാഗതത്തിൽ പോർച്ചുഗീസുകാർക്കുള്ള മേധാവിത്വം വകവച്ചുകൊടുക്കുക, പോർച്ചുഗീസുകാരെ നികുതികളിൽ നിന്നൊഴിവാക്കുക, പോർച്ചുഗീസുകാരോ നാടൻ ക്രിസ്ത്യാനികളോ ചെയ്യുന്ന കുറ്റങ്ങൾ വിചാരണ ചെയ്യുകയും ശിക്ഷ കൽപ്പിക്കുകയും ചെയ്യാനുള്ള അധികാരം പോർച്ചുഗീസ് കപ്പിത്താനു കൊടുക്കുക— ഇവയാണ് ഈ ഒത്തുതീർപ്പുകളിലെ ചില വ്യവസ്ഥകൾ.

5. ഇതിലെല്ലാമധികം അടുത്ത ബന്ധമാണ് കൊച്ചിയും പോർച്ചുഗലും തമ്മിലുണ്ടായത്. സാമൂതിരിയോടുള്ള പക ഇരുകൂട്ടർക്കും ഒരുപോലെയുണ്ടായിരുന്നു. വാസ്തവത്തിൽ, പോർച്ചുഗീസ്–കൊച്ചി ബന്ധമുണ്ടായിരുന്നില്ലെങ്കിൽ, സാമൂതിരി കൊച്ചിയെ വിഴുങ്ങുകയും പോർച്ചു

ഗീസുകാരെ കേരളക്കരയിൽനിന്നുതന്നെ ഓടിക്കുകയും ചെയ്യുമായിരുന്നു: പോർച്ചുഗീസുകാർ കേരളക്കരയിലുണ്ടായിരുന്ന 165 കൊല്ലക്കാലത്ത് അഞ്ചു തവണ കൊച്ചിയും കോഴിക്കോടും തമ്മിൽ ഭയങ്കരമായ യുദ്ധം നടന്നു; ഓരോ തവണയും കൊച്ചിവരെ സാമൂതിരിയുടെ പട എത്തി; കൊച്ചി രാജകുടുംബാംഗങ്ങളടക്കം വളരെ ആളും പണവും കൊച്ചിക്കു നഷ്ടപ്പെട്ടു; പോർച്ചുഗീസ് പട്ടാളത്തിന്റെ സഹായത്തോടുകൂടി മാത്രമാണ് ഓരോ തവണയും കൊച്ചി രക്ഷപ്പെട്ടത്. നേരേമറിച്ച്, കൊച്ചിമഹാരാജാവിന്റെ പിൻബലം ഒന്നുമാത്രമാണ് സാമൂതിരിയുടെ ആൾക്കാരായ അറബികളുടെ കിടമൽസരത്തിൽനിന്നു സ്വയം രക്ഷപ്പെടാൻ പോർച്ചുഗീസുകാരെ സഹായിച്ചത്.

6. ഇതിന്റെ ഫലമായി അറബികൾ പൊളിഞ്ഞു, പോർച്ചുഗീസുകാർ വളർന്നു. കൊച്ചിയിൽ അടിയുറച്ചുനിന്നുകൊണ്ടുതന്നെ അവർ തെക്കോട്ടും (കൊല്ലത്തേക്ക്) വടക്കോട്ടും (കർണാടകം, കൊങ്കണം) നീങ്ങാൻ തുടങ്ങി. അവരുടെ ഇന്ത്യാസാമ്രാജ്യത്തിന്റെ തലസ്ഥാനം കൊച്ചിയാണെന്നുവന്നു (പിന്നീടതു ഗോവയായി). പോർച്ചുഗൽരാജാവ് ഈ ഇന്ത്യാസാമ്രാജ്യത്തിന്റെ ഭരണം നടത്താൻ വൈസ്രോയിമാരെ അയച്ചു.

7. ഇതോടുകൂടി പോർച്ചുഗീസ് സാമ്രാജ്യത്തിനുള്ളിലുള്ള പുഴുക്കുത്തുകളൊക്കെ പ്രത്യക്ഷപ്പെടാൻ തുടങ്ങി.

ഇത്ര പെട്ടെന്നു വെറുതെ കിട്ടിയ സ്വത്തും വെട്ടിപ്പിടിച്ച വിശാല രാജ്യങ്ങളും പോർച്ചുഗീസുദ്യോഗസ്ഥന്മാരുടെ തലയ്ക്കുപിടിച്ചു. ആദ്യകാലത്തെ വീരപുരുഷൻമാർ(ഉദാ: അൽബുക്കർക്ക്, പച്ചീക്കോ)ക്ക് പകരം വെറും പണക്കൊതിയൻമാരായ ഉദ്യോഗസ്ഥന്മാർ വന്നു. പണക്കൊതിയും ആഡംബരഭ്രമവും നിമിത്തം ആ വീരപുരുഷൻമാരുടെ രാഷ്ട്രം അധഃപതിച്ചു. (പദ്മനാഭമേനോൻ).

8. ഇതിനിടയ്ക്ക് മറ്റു രാജ്യങ്ങളിൽനിന്നു കച്ചവടക്കാർ ഇന്ത്യയിൽ വരാൻ തുടങ്ങി: ഡച്ചു(ലന്ത)കാരും ഫ്രഞ്ചു(പരന്ത്രീസു)കാരും ഇംഗ്ലീഷുകാരും കേരളക്കരയിൽത്തന്നെ സ്ഥലം പിടിച്ചുതുടങ്ങി. *മലബാർജില്ലാ ഗസറ്റിയറി*ന്റെ ഗ്രന്ഥകാരന്റെ ഭാഷയിൽ, "കുരുമുളകിനു വേണ്ടിയുള്ള ഒരു സമരം" ആരംഭിച്ചു. സാമൂതിരിയും കൊച്ചിരാജാവും തമ്മിലുള്ള മത്സരമുപയോഗിച്ച് കൊച്ചിയിൽ നിലയുറപ്പിച്ച പോർച്ചുഗീസുകാരെപ്പോലെ കൊച്ചി രാജകുടുംബത്തിലെ താവഴികൾ തമ്മിലുള്ള മൽസരമുപയോഗിച്ച് പോർച്ചുഗീസുകാരെയും അവരെ സഹായിക്കുന്ന കൊച്ചിയെയും തോൽപ്പിക്കാൻ ഡച്ചുകാർ ശ്രമിച്ചു. ഇതിലവർ വിജയിക്കുകയും ചെയ്തു. കൊച്ചി പോർച്ചുഗീസുകാരുടെ കൈയിൽനിന്ന് ഡച്ചുകാരുടെ കൈയിലേക്കു മാറി (1663).

ഇതോടെ കേരളത്തിലെ പോർച്ചുഗീസ് മേധാവിത്വവും അവസാനിച്ചു.

യൂറോപ്യൻ കമ്പനികളും മലയാളി രാജാക്കന്മാരും

അടുത്ത ഒരു നൂറ്റാണ്ടിലധികം കേരളമാകെ ഒരു വലിയ പടക്കളം തന്നെയായിരുന്നു. പോർച്ചുഗീസുകാരെ തോൽപ്പിച്ച ഡച്ചുകാർ; ഡച്ചുകാരെയും തമ്മിൽ തമ്മിലും തോൽപ്പിക്കാൻ തക്കം പാർത്തിരിക്കുന്ന ഫ്രഞ്ചുകാരും ഇംഗ്ലീഷുകാരും; ഇതിലേതെങ്കിലുമൊരു ഭാഗത്തുചേർന്ന് സ്വയം ശക്തിപ്പെടാനും എതിരാളികളെ തോൽപ്പിക്കാനും ശ്രമിക്കുന്ന കേരളരാജാക്കൻമാർ; കേരളത്തെ കീഴടക്കി ഇവിടത്തെ ചക്രവർത്തിയാകാനാഗ്രഹിക്കുന്ന മൈസൂർ സുൽത്താൻ (ഹൈദർ, പിന്നീട് ടിപ്പു)—ഇവരാണാ യുദ്ധങ്ങളിലെ പ്രധാന പങ്കാളികൾ.

പോർച്ചുഗീസുകാർ കേരളത്തിൽ മേധാവിത്വം നേടിയ കാലത്ത് യൂറോപ്പിൽ വിപ്ലവകരമായ മാറ്റങ്ങൾ നടന്നുകൊണ്ടിരിക്കുകയായിരുന്നു.

കേരളത്തിലുണ്ടായിരുന്നതുപോലെതന്നെയുള്ള പുരോഹിതമേധാവിത്വവും ജന്മിമേധാവിത്വവും ഇവ രണ്ടിന്റെയും അടിസ്ഥാനത്തിൽ നിലനിൽക്കുന്ന നാടുവാഴിഭരണവും അവസാനിപ്പിക്കാനുള്ള ഒരു മഹാപ്രസ്ഥാനം യൂറോപ്പിലാകെ നടന്നുകൊണ്ടിരിക്കുന്ന കാലമാണത്. കത്തോലിക്കാമതത്തിന്റെയും അതിന്റെ പുരോഹിതമേധാവിയായ മാർപ്പാപ്പയുടെയും പിടിയിൽനിന്ന് ഇംഗ്ലണ്ട് കുതറിച്ചാടിക്കഴിഞ്ഞിരുന്നു; ഇംഗ്ലണ്ടിലെന്നപോലെതന്നെ ജർമനിയിലും മറ്റനേകം രാജ്യങ്ങളിലും കത്തോലിക്കാപുരോഹിതൻമാരുടെ മേധാവിത്വത്തിനെതിരായ മതപരിഷ്കാരപ്രസ്ഥാനം പടർന്നുപിടിക്കാൻ തുടങ്ങിയിരുന്നു; മതപരിഷ്കാരികളും യാഥാസ്ഥിതികൻമാരും തമ്മിലുള്ള മൽസരം യുദ്ധങ്ങളിലും വെട്ടിപ്പിടിത്തങ്ങളിലും പൈശാചികമർദനങ്ങളിലും അവസാനിക്കാൻ തുടങ്ങിയിരുന്നു.

ഈ മതമത്സരത്തിന്റെ പിന്നിൽ രാഷ്ട്രീയസമരങ്ങളും പടർന്നുപിടിച്ചിരുന്നു. മാർപ്പാപ്പയുടെ പുരോഹിതമേധാവിത്വത്തിൽനിന്നു രക്ഷപ്പെടാൻ ഇംഗ്ലീഷ്‌രാജാവിനെ സഹായിച്ച അവിടത്തെ ജനങ്ങൾ ഇംഗ്ലീഷ്‌രാജാവിന്റെ രാഷ്ട്രീയമേധാവിത്വത്തിൽനിന്ന് സ്വയം രക്ഷപ്പെടാനുള്ള സമരം തുടങ്ങിയിരുന്നു (കേരളത്തിലെ പോർച്ചുഗീസ് മേധാവിത്വം അവസാനിച്ച 1663 ന് 15 കൊല്ലം മുമ്പാണ് ചാൾസ്‌രാജാവിനെ കൊന്ന് ക്രോംവെൽ ഭരണാധികാരിയായത്); സ്പെയിൻ, ആസ്ട്രിയ മുതലായ രാജ്യങ്ങളുടെ കീഴിൽ നിന്നിരുന്ന രാജ്യങ്ങൾ സ്വാതന്ത്ര്യത്തിനുവേണ്ടി പോരാടുകയും സ്വാതന്ത്ര്യം നേടുകതന്നെയും ചെയ്തുന്നുണ്ടായിരുന്നു (ഹോളണ്ട് സ്പെയിനിന്റെ ഭരണത്തിൽനിന്നു മോചനം നേടിയത് 1581 ലാണ്); അധീശരാജ്യങ്ങളും അധീനരാജ്യങ്ങളും തമ്മിലും ഒരു രാജ്യത്തുതന്നെയുള്ള രാജാധിപത്യവും ജനങ്ങളും തമ്മിലുമുള്ള സമരങ്ങൾ, ഇംഗ്ലണ്ടിലെയും ഹോളണ്ടിലെയും പോലെയില്ലെങ്കിലും, പടിഞ്ഞാറൻ യൂറോപ്പിലാകെ പടർന്നുപിടിച്ചിരുന്നു.

മതപരവും രാഷ്ട്രീയവുമായ ഈ സമരങ്ങളുടെയെല്ലാമടിയിൽ സാമ്പത്തികവും സാമൂഹ്യവുമായ ഒരു വമ്പിച്ച വിപ്ലവം നടന്നുകൊ

ണ്ടിരുന്ന കാലമാണത്. കാർഷികമായ ഉൽപ്പാദനത്തിനും അതിനുപയോഗപ്പെടുന്ന ഭൂമിക്കും അതിന്റെ യജമാനൻമാരായ ജന്മി-നാടുവാഴികൾക്കും പ്രാധാന്യമുള്ള ജന്മി-നാടുവാഴി വ്യവസ്ഥയ്ക്കകത്തുതന്നെ അതിനെതിരായ ശക്തികൾ വളർന്നുവരാൻ തുടങ്ങി. കൃഷിക്കുള്ളത്രതന്നെയോ അതിലധികമോ സ്ഥാനം കച്ചവടത്തിനുണ്ടെന്ന നില വന്നുതുടങ്ങി; ജന്മികൾക്കും നാടുവാഴികൾക്കും നാട്ടിൻപുറങ്ങളിലുള്ള സ്ഥാനം പട്ടണങ്ങളിൽ നേടിയ കച്ചവടസംഘങ്ങൾ വളർന്നുവന്നു. മാത്രമല്ല, സ്വന്തം വീട്ടിലിരുന്ന്, സ്വന്തം പണിയായുധങ്ങളുപയോഗിച്ച്, തുണി നെയ്തും മറ്റു ജോലികൾ ചെയ്തും കഴിഞ്ഞുകൂടിയിരുന്ന കൈത്തൊഴിൽക്കാരെ സ്വരൂപിച്ച് ഒരു സ്ഥലത്തിരുത്തി പണിയെടുപ്പിക്കുന്ന ഫാക്ടറിസമ്പ്രദായത്തിന്റെ ഗണപതിക്കൈയും കുറിക്കാൻ തുടങ്ങി. രാജാക്കൻമാർക്കും നാടുവാഴികൾക്കും ജന്മികൾക്കും തന്നെ യുദ്ധാവശ്യങ്ങൾക്കും ധൂർത്തുചെലവുകൾക്കും പണം വേണ്ടിവരുമ്പോൾ കടം കൊടുക്കാൻ കഴിവും തയ്യാറുമുള്ള പണക്കച്ചവടക്കാർ ഉയർന്നുവന്നു. ഇങ്ങനെ നവീനമുതലാളിത്ത വ്യവസ്ഥയുടെ സവിശേഷതകളായ വ്യാപാരം, വ്യവസായം, ബാങ്കിങ് മുതലായവയുടെ പ്രാരംഭഘട്ടം പഴയ ജന്മി-നാടുവാഴി വ്യവസ്ഥയ്ക്കകത്തുനിന്നുതന്നെ തുടങ്ങി.

ഇതിന്റെ അലയാണ് വാസ്കോ ദ ഗാമ കോഴിക്കോട്ടെത്തി ഏതാണ്ടൊരു നൂറ്റാണ്ടു കഴിഞ്ഞപ്പോഴേക്ക് ഇവിടെ അടിക്കാൻ തുടങ്ങിയത്. ഹോളണ്ട് (ഡച്ച്), ഇംഗ്ലണ്ട്, ഫ്രാൻസ് എന്നീ മൂന്നുരാജ്യങ്ങൾ പോർച്ചുഗലിനെത്തുടർന്ന് ഇവിടെ വരാനുള്ള ശ്രമം 16-ാം നൂറ്റാണ്ടിന്റെ അവസാനത്തിൽ തുടങ്ങി. മുമ്പു പ്രസ്താവിച്ചതുപോലെ, ഈ മൂന്നു രാജ്യങ്ങൾക്കും പോർച്ചുഗലിനും ഇവിടെ വരാൻ ഒരൊറ്റ കാരണമാണുണ്ടായിരുന്നത്: കച്ചവടം; ഇവിടെനിന്ന് കുരുമുളകും മറ്റും കിട്ടുക; പകരം സ്വന്തം നാട്ടിലെ സാധനങ്ങൾ ഇവിടെ വിറ്റഴിക്കുക.

പക്ഷേ ഈ മൂന്നു രാജ്യങ്ങളും പോർച്ചുഗലും തമ്മിൽ ഒരു പ്രധാന വ്യത്യാസമുണ്ടായിരുന്നു: പോർച്ചുഗീസുകാർ ഇവിടെ വന്നുകഴിഞ്ഞ ഉടനേ അവിടത്തെ രാജാവും ഇവിടത്തെ രാജാക്കൻമാരും തമ്മിലായി ബന്ധം; ഹോളണ്ടും ഇംഗ്ലണ്ടും ഫ്രാൻസുമാകട്ടെ, രാജാവിന്റെ പിൻബലത്തോടുകൂടിയല്ല, കച്ചവടം നടത്തുന്നവരുടെ സ്വന്തം ഉൽസാഹത്തിലും സ്വന്തം കാലിൻമേൽ നിന്നുമാണ് ഇവിടെ കാര്യങ്ങളൊക്കെ നടത്തിയത്. വാസ്കോ ദ ഗാമയും കബ്രാളും അൽബുക്കർക്കും മറ്റും വന്ന് പോർച്ചുഗലിന് ഒരു നില കിട്ടിയ ഉടനേ പോർച്ചുഗലിന്റെ ഇന്ത്യാസാമ്രാജ്യത്തിന്റെ ഭരണം നടത്താൻ അവിടത്തെ രാജാവുതന്നെ വൈസ്രോയിമാരെ അയയ്ക്കുകയാണു ചെയ്തതെങ്കിൽ, കച്ചവടത്തിന് സാധ്യതയുണ്ടെന്നു ബോധ്യമായ ഉടനേ ഡച്ച്, ഫ്രഞ്ച്, ഇംഗ്ലീഷ് കച്ചവടക്കാർ ചെയ്തത് ഈസ്റ്റിന്ത്യാക്കമ്പനികൾ സ്ഥാപിക്കുകയാണ് (ഡച്ച്കമ്പനിയുടെ ആദ്യത്തെ കപ്പലുകൾ 1595 ലാണയച്ചത്; ഇംഗ്ലീഷ് കമ്പനിയുടെ ആദ്യത്തെ കപ്പൽ 1607 ലോ 1608 ലോ സൂറത്തിലെത്തി; 1611-15 ലും

1642 ലും, 1664 ലും ഓരോ ഈസ്റ്റിന്ത്യാക്കമ്പനി ഫ്രാൻസിൽ സ്ഥാപിച്ചു). ഈ കമ്പനികളാണ്, അതതു രാജ്യങ്ങളിലെ ഗവൺമെൻറുകളല്ല, കച്ചവടക്കാര്യത്തിൽ കേരളത്തിലെ രാജാക്കൻമാരുമായി ഇടപെട്ടതും, അതേ കാര്യത്തിൽ പരസ്പരം പടവെട്ടിയതും, ഇവിടത്തെ രാജാക്കൻ മാരുടെ പരസ്പരമത്സരങ്ങളിൽ പങ്കുചേർന്ന് ഒരുഭാഗത്തെ സഹായിച്ച് മറുഭാഗത്തെ എതിർത്തതും.

ഈ കമ്പനികളുടെ പിന്നിലുള്ള സാമൂഹ്യ–സാമ്പത്തികശക്തിക ളാണ്, നാടുവാഴി മേധാവിത്വത്തിനകത്തുനിന്നുതന്നെ ഉയർന്നുവരുന്ന ഇടത്തരക്കാരും കച്ചവടക്കാരുമാണ്, ലോകത്തിലാകെ വമ്പിച്ച വിപ്ലവ ങ്ങളുണ്ടാക്കിയത്. 17–ാം നൂറ്റാണ്ടിലെ ഇംഗ്ലീഷ്‌വിപ്ലവം, 18–ാം നൂറ്റാ ണ്ടിലെ ഫ്രഞ്ച്, അമേരിക്കൻ വിപ്ലവങ്ങൾ, 18–19 നൂറ്റാണ്ടുകളിലെ വ്യവ സായവിപ്ലവം, 19–ാം നൂറ്റാണ്ടിലെ യൂറോപ്യൻവിപ്ലവങ്ങൾ— ഇവയ്ക്കെല്ലാം പിന്നിൽ ഒരേ സാമൂഹ്യ–സാമ്പത്തിക ശക്തികളാണ് ഉയർന്നുവന്നത്. രാജാക്കൻമാരും നാടുവാഴികളും ജന്മികളുമുള്ള പഴയ സാമൂഹ്യവ്യവസ്ഥ നിലനിൽക്കണമോ, അതോ ആ വ്യവസ്ഥയിൻകീ ഴിൽ മർദിതരായിക്കിടക്കുന്ന ഇടത്തരക്കാർക്കും പണക്കാർക്കും മേധാ വിത്വമുള്ള പുതിയൊരു വ്യവസ്ഥ ഉയർന്നുവരണമോ—ഇതായിരുന്നു ചോദ്യം.

ഇതിൽനിന്ന് ഈ യൂറോപ്യൻകമ്പനികൾക്ക് കേരളത്തിലുണ്ടായ ജയത്തിന്റെ രഹസ്യം നമുക്കു മനസിലാക്കാം. പെരുമാൾഭരണകാല ത്തും അതിനെത്തുടർന്നും ഉയർന്നുവന്ന നാടുവാഴിമേധാവിത്വം അ തിന്റെ ആദ്യകാലത്ത് എന്തെല്ലാം നേട്ടങ്ങൾ കേരളത്തിനുണ്ടാക്കി ക്കൊടുത്തിട്ടുണ്ടെങ്കിലും, യൂറോപ്പിലും അമേരിക്കയിലും ഉയർന്നു വരാൻ തുടങ്ങിയ പുതിയ സാമൂഹ്യശക്തികളുടെ മുമ്പിൽ അത് പഴഞ്ച നായിക്കഴിഞ്ഞിരുന്നു. സാമ്പത്തികോൽപ്പാദനത്തിലും വ്യാപാരത്തിലും ഗതാഗതത്തിലും രാഷ്ട്രീയവ്യവസ്ഥയിലും ജീവിതരീതിയിലും സം സ്കാരത്തിലുമെല്ലാം വമ്പിച്ച വിപ്ലവങ്ങൾ നടത്തുന്ന യൂറോപ്പിൽനി ന്നാണ്, ചേരമാൻപെരുമാളുടെ കാലത്തെക്കാൾ വളർന്നിട്ടില്ലാത്ത കേരള ത്തിലേക്ക് കച്ചവടക്കാരും കപ്പലുകളും പടയാളികളും ആയോധനസാ മഗ്രികളും വരാൻ തുടങ്ങിയത്. മുച്ചാൺവടിയും വാളും പരിചയും കളരി യഭ്യാസവുംവരെ മാത്രം വളർന്ന നായൻമാരുടെ ഇടയിലേക്കാണ് തോക്കും വെടിമരുന്നും പുതിയ ആയോധനമുറകളും ശീലിച്ച യൂറോ പ്യൻ പടയാളികളും പടനായകൻമാരും വരുന്നത്. ഭൂഗോളമാകെ ചുറ്റിസ ഞ്ചരിച്ച്, അമേരിക്കയിലും മറ്റു പലേടങ്ങളിലും കുടിയേറിപ്പാർത്ത്, വിശാലമായ കടലുകളെപ്പോലും എതിർത്തുതോൽപ്പിച്ച്, ലോകത്തി ലെങ്ങും പാണ്ടികശാലകളിട്ടു കച്ചവടം നടത്തുന്ന സാഹസികൻമാരെ യാണ്, നാടുവിട്ട് കാശിക്കുപോവുന്നതുപോലും സാഹസമായി കണ ക്കാക്കുന്ന മലയാളികൾക്ക് നേരിടാനുണ്ടായിരുന്നത്; വ്യക്തി സ്വാതന്ത്ര്യത്തിന്റെയും ജനാധിപത്യത്തിന്റെയും സന്ദേശം അലയ

ടിച്ചതിന്റെ ഫലമായി ആത്മാഭിമാനവും സ്വയംസഹായബോധവും വളർന്നുകഴിഞ്ഞ ഒരു ജനസമുദായത്തെയാണ് ജാതിസമ്പ്രദായത്തിന്റെയും ജന്മിവ്യവസ്ഥയുടെയും നാടുവാഴിഭരണത്തിന്റെയും കീഴിൽ നരകിക്കുന്ന ബഹുഭൂരിപക്ഷം ജനങ്ങളുള്ള കേരളത്തിന് നേരിടാനുണ്ടായിരുന്നത്.

കേരളത്തിലും ഇന്ത്യയുടെ മറ്റു ഭാഗങ്ങളിലുമുള്ള രാജാക്കൻമാരും യൂറോപ്യൻമാരുടെ മേന്മ ഒരതിർത്തിവരെ മനസ്സിലാക്കിയിരുന്നു: തിരുവിതാംകൂറിലെ മാർത്താണ്ഡവർമ, കൊച്ചിയിലെ ശക്തൻതമ്പുരാൻ, മൈസൂറിലെ ഹൈദരാലിയും ടിപ്പുവും—ഇവരെല്ലാം തങ്ങളുടെ പട്ടാള സംഘടനയിലും ഭരണവ്യവസ്ഥയിലും മറ്റു പല കാര്യങ്ങളിലും യൂറോപ്യൻമാരെ അനുകരിക്കാൻ തുടങ്ങി. നാടുവാഴിഭരണത്തിൻകീഴിലുള്ള പട്ടാള (ഓരോ നാടുവാഴിയും രാജാവിനാവശ്യം വരുമ്പോൾ ഇത്ര 'നായൻമാ'രുമായി വന്ന് സഹായിക്കണമെന്ന വ്യവസ്ഥയനുസരിച്ചുള്ള പട്ടാളം)ത്തിനു പകരം സ്ഥിരം കൂലിപ്പട്ടാളത്തെ സംഘടിപ്പിക്കുക; യൂറോപ്യൻ ഉദ്യോഗസ്ഥൻമാരെക്കൊണ്ട് നാട്ടുപട്ടാളക്കാർക്കു പരിശീലനം കൊടുപ്പിക്കുക; പുതിയ രീതിയിലുള്ള കോട്ടകൾ കെട്ടിയും ആയുധങ്ങളുപയോഗിച്ചും ആയോധനരീതിതന്നെ പരിഷ്കരിക്കുക; കച്ചവടത്തിനു പ്രോൽസാഹനം നൽകിയും സ്വയം കച്ചവടത്തിലേർപ്പെട്ടും പ്രവർത്തിക്കുക മുതലായവയെല്ലാം അവർ ചെയ്തു.

പക്ഷേ ഇതെല്ലാം തൊലിപ്പുറമേ മാത്രമായിരുന്നു. പട്ടാളക്കാര്യത്തിലും ഭരണകാര്യത്തിലുമല്ലാതെ, സാമൂഹ്യവ്യവസ്ഥയുടെ മുകൾത്തട്ടിലല്ലാതെ, മലയാളികളുടെ ജീവിതരീതിയിലും സംസ്കാരത്തിലും യാതൊരു മാറ്റവും വന്നില്ല, വരുത്താനുള്ള യാതൊരു ശ്രമവും ഈ രാജാക്കൻമാർ നടത്തിയില്ല. യൂറോപ്പിലും അമേരിക്കയിലും നടന്നതുപോലെയുള്ള മതപരവും ഭരണസംബന്ധവും സംസ്കാരപരവും സാമ്പത്തികവുമായ വിപ്ലവങ്ങൾ നടത്താതെ, ജാതിമേധാവിത്വവും പൗരോഹിത്യപ്രഭുത്വവും ജന്മി–നാടുവാഴിമേധാവിത്വവും അവസാനിപ്പിക്കാതെ, ഈ വിപ്ലവസമരങ്ങളിലൂടെ ഒരു ഇടത്തരവർഗം ഉയർന്നുവരാതെ, യൂറോപ്പിലെ ഇടത്തരക്കാരും കച്ചവടക്കാരും നേടിയ നേട്ടങ്ങൾ ഉൾക്കൊള്ളാമെന്നാണ് നമ്മുടെ രാജാക്കൻമാരും സുൽത്താൻമാരും കരുതിയത്. ജാതിയും അയിത്തവും നിലനിർത്തിക്കൊണ്ട്, ജന്മികളുടെയും നാടുവാഴികളുടെയും പദവിക്കും പ്രാഭവത്തിനും യാതൊരുലച്ചിലും തട്ടിക്കാതെ, നവീനരീതിയിലുള്ള പട്ടാളവും ഭരണവ്യവസ്ഥയും ഏർപ്പെടുത്താമെന്ന ഈ ധാരണ നിമിത്തമാണ് മാർത്താണ്ഡവർമ, ശക്തൻ തമ്പുരാൻ, മൈസൂർ സുൽത്താൻമാർ, രാമയ്യൻദളവ, പാലിയത്തച്ചൻ മുതലായി മേൽക്കിടയിലുള്ള ഭരണതന്ത്രജ്ഞൻമാരും പടനായകൻമാരുമായ രാജാക്കൻമാരും മന്ത്രിമാരുമുണ്ടായിട്ടുകൂടി അവർക്കെല്ലാം യൂറോപ്യൻ മേധാവിത്വത്തിനു വഴങ്ങേണ്ടിവന്നത്.

യൂറോപ്യൻകച്ചവടക്കാരും കേരളത്തിലെ രാജാക്കൻമാരും തമ്മിൽ മാത്രമല്ല, യൂറോപ്യൻ കച്ചവടക്കാർ തമ്മിൽ തമ്മിലും ഇവിടത്തെ രാജാ

ക്കൻമാർ തമ്മിൽ തമ്മിലും കൂടി ഈ വ്യത്യാസമുണ്ടായിരുന്നു. പുരോഹിതമേധാവിത്വത്തിന്റെയും ജന്മി–നാടുവാഴി മേധാവിത്വത്തിന്റെയും പിടിയിൽനിന്ന് തീരെ സ്വതന്ത്രമാവാത്ത ഒരു രാജ്യമാണ് പോർച്ചുഗൽ; കച്ചവടത്തിലും ആയോധനമുറയിലും കേരളത്തെക്കാൾ മുന്നോട്ടു പോയിട്ടുണ്ടെങ്കിലും നവീനസാമൂഹ്യശക്തികൾ താരതമ്യേന കുറച്ചു മാത്രം വളർന്നുകഴിഞ്ഞ ഒരു രാജ്യമാണത്. നേരേമറിച്ച്, സ്പെയിനിന്റെ മതപരവും ഭരണസംബന്ധവുമായ മേധാവിത്വത്തോടു പോരടിച്ച് വിജയം നേടിയ ഒരു രാജ്യമാണ് ഹോളണ്ട്. അതുകൊണ്ട് പഴകിപ്പൊളിഞ്ഞ നാടുവാഴിമേധാവിത്വത്തിന്റെ കൂടപ്പിറപ്പുകളായ മതമർദനം, നാട്ടുകാരുടെ നേരേയുള്ള കടുംകൈകൾ മുതലായവകൊണ്ട് പോർച്ചുഗീസുകാർ നാട്ടുകാരുടെ വെറുപ്പ് സമ്പാദിച്ചപ്പോൾ ഡച്ചു(ഹോളണ്ടു)കാർക്ക് ആ തകരാറുകൾ താരതമ്യേന കുറവായിരുന്നു; ഇടത്തരക്കാരുടെയും കച്ചവടക്കാരുടെയും ശക്തി താരതമ്യേന കൂടുതലുള്ള ഹോളണ്ടിന് കൂടുതൽ കാര്യക്ഷമതയോടെ പ്രവർത്തിക്കുന്ന ഉദ്യോഗസ്ഥൻമാരും പടനായകൻമാരുമുണ്ടായി. അങ്ങനെ ഡച്ചുകാർക്ക് പോർച്ചുഗീസുകാരെ എളുപ്പത്തിൽ തോൽപ്പിക്കാൻ കഴിഞ്ഞു.

ഡച്ചുകാരെയും ഫ്രഞ്ചുകാരെയും അപേക്ഷിച്ച് വളരെയധികം വളർച്ചയെത്തിയ ഒരു രാജ്യമാണ് ഇംഗ്ലണ്ട്. “പാർലമെൻറുകളുടെ അമ്മ” യെന്നു വിളിക്കത്തക്ക ജനാധിപത്യപരമായ ബ്രിട്ടീഷ് പാർലമെന്റിന്റെ ജന്മഭൂമി; ഫ്രഞ്ച്വിപ്ലവത്തിന്റെ ഒന്നര ശതാബ്ദം മുമ്പ് രാജാവിന്റെ തല കൊയ്തെടുത്ത വിപ്ലവത്തിന്റെ നാട്; ആവിയന്ത്രത്തിന്റെയും മറ്റനേകം കണ്ടുപിടിത്തങ്ങളുടെയും ഫലമായി നടന്ന വ്യാവസായികവിപ്ലവത്തിന്റെ ഉറവിടം—ഇതാണ് ഇംഗ്ലണ്ട്. ഇങ്ങനെ ഭരണസംബന്ധവും സാമ്പത്തികവുമായ വമ്പിച്ച വിപ്ലവങ്ങളിൽനിന്ന് ഊട്ടിയെടുത്ത മനക്കരുത്തും പുതിയ ആയോധനസാമഗ്രികളും ആയോധനമുറയും സമ്പാദിച്ച ഇംഗ്ലീഷുദ്യോഗസ്ഥൻമാർക്കും പടനായകൻമാർക്കും വ്യാവസായികവിപ്ലവം നടക്കാത്ത ഹോളണ്ടിനെയും രാഷ്ട്രീയവിപ്ലവംപോലും നടക്കാത്ത ഫ്രാൻസിനെയും തോൽപ്പിക്കാൻ കഴിഞ്ഞതിൽ അൽഭുതത്തിനിടയില്ല.

ഇംഗ്ലീഷ് മേധാവിത്വത്തിന്റെ ഉത്ഭവം

ഈ കമ്പനികളും അവരുടെ ബന്ധുക്കളായ രാജാക്കൻമാരും നടത്തിയ യുദ്ധങ്ങളുടെയും സന്ധികളുടെയും ചുരുക്കം ഏതാണ്ടിങ്ങനെയാണ്:

1. കൊച്ചി രാജകുടുംബത്തിൽപ്പെട്ട രണ്ടു തായ്വഴികൾ തമ്മിൽ തർക്കമുണ്ടായി. അതിലൊരു തായ്വഴി അധികാരത്തിലിരിക്കുകയും അവർ പോർച്ചുഗീസുകാരുമായി സൗഹാർദത്തോടെ വർത്തിക്കുകയും ചെയ്തപ്പോൾ മറ്റേ തായ്വഴി ഡച്ചുകാരെ ശരണം പ്രാപിക്കുകയും അവർ കൊച്ചിയെ ആക്രമിച്ചു പിടിച്ചടക്കുകയും ചെയ്ത സംഗതി ഇതിനുമുമ്പേ പ്രസ്താവിച്ചിട്ടുണ്ടല്ലോ. ഇതോടുകൂടി ഡച്ചുകാരുടെ ബന്ധുക്കളായ തായ്വ

ഴിക്കാർ ഭരണാധികാരത്തിൽ വരികയും ഡച്ചുകാരുമായി സന്ധിയിലേർപ്പെടുകയും ചെയ്തു. 1663 മാർച്ച് 22 ന് ഒപ്പിട്ട ആ സന്ധിയനുസരിച്ച്,

> കൊച്ചിശ്ശീമയെ വിദേശീയാക്രമണങ്ങളിൽനിന്നു രക്ഷിക്കാമെന്നു ഡച്ചുകാർ ഏറ്റു; ഇതിനുവേണ്ടി ആവശ്യമുള്ളിടത്തെല്ലാം അവർ കോട്ട കെട്ടുമെന്നു വ്യവസ്ഥ ചെയ്തു; നാട്ടിലുണ്ടാകുന്ന കുരുമുളകും ഏലവും ഗ്രാമ്പൂവും മുഴുവൻ ഡച്ചുകാർക്കു കൊടുക്കാനും കറപ്പ് ഇറക്കുമതി ചെയ്യുന്നതിനുള്ള കുത്തകാവകാശം ഡച്ചുകാർക്കാക്കാനും രാജാവേറ്റു; നാട്ടിലുള്ള ക്രിസ്ത്യാനികൾ മുഴുവൻ ഡച്ചുകാരുടെ സംരക്ഷണത്തിൻകീഴിലായിരിക്കുമെന്നു നിശ്ചയിച്ചു. (*കൊച്ചിൻസ്റ്റേറ്റ് മാനുവൽ*, പേജ് 95).

ഡച്ചുകാരുടെ ഈ പിൻബലത്തോടുകൂടി കൊച്ചിരാജാവ് തന്റെ കീഴിലുള്ള നാടുവാഴികളെ നിലയ്ക്കുനിർത്തുകയും സാമൂതിരി മുമ്പു പിടിച്ചെടുത്തിരുന്ന പ്രദേശങ്ങളൊക്കെ വീണ്ടെടുക്കുകയും ചെയ്തു. ഡച്ചുകാരും രാജാവും തമ്മിലുള്ള ബന്ധം എന്താണെന്ന്, ശക്തൻ തമ്പുരാനെപ്പോലുള്ള ഒരു സമർഥരാജാവുപോലും തന്റെ എഴുത്തുകുത്തുകളിൽ 'കുമ്പഞ്ഞി എജമാനൻമാ'രെന്നു പറയുന്നതിൽനിന്നു മനസിലാക്കാമല്ലോ.

2. ഇതിനെത്തുടർന്ന് കേരളത്തിലെ പല രാജാക്കൻമാരുമായും ഡച്ചുകാർ സന്ധിയിലേർപ്പെട്ടു. കുരുമുളകും എലവംഗവും കയറ്റുമതി ചെയ്യുന്നതിന്റെയും കറപ്പ് ഇറക്കുമതി ചെയ്ത് വിൽക്കുന്നതിന്റെയും കുത്തക ഡച്ചുകാർക്കു നൽകിക്കൊണ്ടുള്ളതായിരുന്നു അവ. മാത്രമല്ല, കേരളത്തിലെ പ്രധാനപ്പെട്ട വ്യാപാരകേന്ദ്രങ്ങളും–തങ്കശ്ശേരി, കൊച്ചി, കൊടുങ്ങല്ലൂർ, ചേറ്റുവ, കണ്ണൂർ എന്നിവ–അവരുടെ കൈയിലാവുകയും ചെയ്തു.

3. ഇങ്ങനെ പോർച്ചുഗീസുകാർക്ക് മുമ്പുണ്ടായിരുന്ന കേരളാധിപത്യം ഡച്ചുകാർക്കു കിട്ടിയതോടുകൂടിത്തന്നെ, പോർച്ചുഗീസുകാർക്കു നേരിടേണ്ടിവന്ന കുഴപ്പങ്ങളും ഡച്ചുകാർക്കു നേരിടേണ്ടിവന്നു. *(മലബാർ ജില്ലാ ഗസറ്റിയർ).*

കച്ചവടമാണ് തങ്ങളുടെ ഉദ്ദേശമെങ്കിലും അതു കിട്ടണമെങ്കിൽ പട്ടാളത്തെ നിർത്തി കോട്ടകൾ കെട്ടി രാജാക്കൻമാരും നാടുവാഴികളുമായി യുദ്ധങ്ങൾ നടത്തി, സന്ധികളിലേർപ്പെട്ടുകൊണ്ട് പ്രവർത്തിക്കണമെന്നവർക്കു ബോധ്യമായി. ഇത് വമ്പിച്ച അധികച്ചെലവുകൾക്കു വഴിവയ്ക്കുകയും അങ്ങനെ കച്ചവടാദായം കുറയുകയും ചെയ്തു. അതുകൊണ്ട് 1650 ൽ അവർ ചെലവുചുരുക്കാനുള്ള പദ്ധതികളംഗീകരിച്ചു. ഇതിന്റെ ഫലമായി അവരുടെ പട്ടാളശക്തി കുറയുകയും അവർക്കു ചേറ്റുവ, തങ്കശ്ശേരി, കൊടുങ്ങല്ലൂർ, കണ്ണൂർ എന്നീ സ്ഥലങ്ങളിൽനിന്നൊഴിയേണ്ടിവരികയും ചെയ്തു.

4. ഇതിനിടയ്ക്ക് ഡച്ചുകാരെപ്പോലെതന്നെ കച്ചവടത്തിനുവന്ന ഇംഗ്ലീ

ഷുകാരും കേരളത്തിൽ പലയിടത്തും നിലയുറപ്പിക്കാൻ തുടങ്ങി. കൊച്ചിയിൽനിന്ന് ഡച്ചുകാർ അവരെ ആട്ടിപ്പായിക്കുകയും കോഴിക്കോട്ട് നിലയുറപ്പിക്കാൻ സാമൂതിരി അവരെ സമ്മതിക്കാതിരിക്കുകയും ചെയ്തപ്പോൾ അവർ വടക്കേ മലബാറിലും തിരുവിതാംകൂറിലും പോയി, ഒടുവിൽ തലശ്ശേരിയിലും അഞ്ചുതെങ്ങിലും ഫാക്ടറികളിട്ടു.

5. തിരുവിതാംകൂറും ഇംഗ്ലീഷുകാരും തമ്മിലുളവായ സൗഹാർദമാണ് തിരുവിതാംകൂറിന്റെയും ഇംഗ്ലീഷുകാരുടെയും ഭാവിയെയാകെ രൂപപ്പെടുത്തിയത്. 1723 ലാണ് ആദ്യത്തെ ഇംഗ്ലീഷ്–തിരുവിതാംകൂർ സന്ധിയൊപ്പിട്ടത്. അതിലെ വ്യവസ്ഥകൾ മിക്കവാറും ഡച്ച്–കൊച്ചി സന്ധിയിലേതുപോലെതന്നെയായിരുന്നു: പക്ഷേ ആ സന്ധിവ്യവസ്ഥകളെക്കാൾ പ്രധാനമായ സംഗതിയാണ് തിരുവിതാംകൂറിന്റെ ഭരണസമ്പ്രദായമാകെ പരിഷ്കരിക്കാൻ ആ സൗഹാർദം ഉപകരിച്ചുവെന്നത്. വാസ്തവത്തിൽ ആധുനിക തിരുവിതാംകൂറിന്റെ സ്രഷ്ടാവായ മാർത്താണ്ഡവർമയുടെ പ്രവർത്തനത്തിനു മുഴുവൻ അടിസ്ഥാനം അദ്ദേഹം ഇംഗ്ലീഷുകാരുമായി സ്ഥാപിച്ച സൗഹാർദമാണ്.

> രാജാവിന് തികച്ചും കീഴടങ്ങിക്കൊണ്ടുള്ള ഒരു രാജ്യമാവണം തിരുവിതാംകൂറെന്ന് ഇംഗ്ലീഷുകാരാഗ്രഹിച്ചു. എന്തുകൊണ്ടെന്നാൽ, വിദേശീയചൂഷണത്തിനെതിരായി നിൽക്കുന്ന നാട്ടുകാരുടെ ഇടയിൽ ശക്തനായ ഒരു രാജാവിനു മാത്രമേ ഇംഗ്ലീഷുകാരുടെ ആവശ്യം സാധിപ്പിക്കാൻ കഴിയുകയുള്ളു. ഈ സ്ഥിതി തികച്ചും ഉപയോഗപ്പെടുത്തി, നാടുവാഴികളെ അമർത്തി, രാജാധികാരം ഉറപ്പിക്കണമെന്ന് അന്നൊരു യുവാവായിരുന്ന മാർത്താണ്ഡവർമ, നാടുവാഴുന്ന തന്റെ അമ്മാമനെ ഉപദേശിച്ചു. (*തിരുവിതാംകൂർ സ്റ്റേറ്റ് മാനുവൽ*).

1730 ൽ താൻതന്നെ രാജാവായിത്തീർന്നതിൽപ്പിന്നീടും മാർത്താണ്ഡവർമ ഇതേ നയം അനുസരിച്ചതിനാലാണ് തിരുവിതാംകൂറിന് വലുതാവാൻ കഴിഞ്ഞത്.

6. മാർത്താണ്ഡവർമയുടെ കീഴിൽ തിരുവിതാംകൂർ ശക്തിയേറിയ ഒരു രാജ്യമായിത്തീർന്നതുകൊണ്ട് ഡച്ചുകാരുടെ ശക്തി വളരെയധികം കുറഞ്ഞു. തിരുവിതാംകൂറിന്റെ മുന്നേറ്റത്തെ തടയാനവർ ചെയ്ത ശ്രമങ്ങളെല്ലാം വിഫലമായി; തിരുവിതാംകൂറും ഡച്ചുകാരുമായി അവസാനം ഒരു യുദ്ധംതന്നെ നടന്നപ്പോൾ അവരതിൽ തികച്ചും തോറ്റു. അതിനെത്തുടർന്നുണ്ടായ സന്ധി(1748)യിൽ, തിരുവിതാംകൂർ രാജാവ് യുദ്ധം പ്രഖ്യാപിക്കുന്ന ശത്രുരാജാക്കൻമാരെല്ലാമായുള്ള ബന്ധം ഡച്ചുകാർ വിടാമെന്നും തിരുവിതാംകൂർ രാജാവിന്റെ സംരംഭങ്ങളെ എതിർക്കുകയില്ലെന്നും വ്യവസ്ഥപ്പെടുത്തി.

7. ഡച്ചുകാർക്കു മാത്രമല്ല, അവരുടെ ബന്ധുവായ കൊച്ചി രാജാവിനും തിരുവിതാംകൂറിന്റെ ശക്തി അപായകരമായിത്തീർന്നു. കൊച്ചിയുടെ തെക്കൻഭാഗങ്ങൾ (കരപ്പുറം, അമ്പലപ്പുഴ, തെക്കുംകൂർ, വടക്കും

കൂർ) മുഴുവൻ മാർത്താണ്ഡവർമ്മ പിടിച്ചെടുത്തു.

8. ഡച്ചുകാരുടെ ശക്തി കുറയാൻ തുടങ്ങിയപ്പോൾ സാമൂതിരിയും കയറാൻ തുടങ്ങി. തൃശ്ശൂർ, ഊരകം മുതലായ സ്ഥലങ്ങൾ സാമൂതിരി കൈവശപ്പെടുത്തി; അദ്ദേഹത്തിന്റെ തലസ്ഥാനംതന്നെ തൃശ്ശൂരാക്കി. സാമൂതിരിയോടോ തിരുവിതാംകൂർ രാജാവിനോടോ, രണ്ടിൽ ഒരാളോട്, സന്ധിചെയ്യണമെന്ന് തീർച്ചയായി. ഒടുവിൽ തിരുവിതാംകൂറുമായി സന്ധിചെയ്തു. തിരുവിതാംകൂറിന്റെ സഹായത്തോടുകൂടി സാമൂതിരിയെ തൃശ്ശൂർ നിന്നും മറ്റും ഓടിച്ചു (ഈ സേവനത്തിന് പ്രതിഫലമായി കൊച്ചിരാജാവ് തിരുവിതാംകൂർ പടനായകനായ അയ്യപ്പൻ മാർത്താണ്ഡപ്പിള്ളദളവയ്ക്ക് സമ്മാനിച്ചതും ദളവ തിരുവിതാംകൂർ രാജാവിനു കൊടുത്തതുമാണ് 'പുത്തൻചിറ' എന്ന പ്രദേശം).

9. ഇങ്ങനെ തെക്ക് തിരുവിതാംകൂർ ശക്തിപ്പെട്ടുകൊണ്ടിരുന്ന അവസരത്തിൽ വടക്കും മറ്റൊരു ശക്തി വളർന്നുവന്നിരുന്നു. അതാണ് മൈസൂർ. തിരുവിതാംകൂറിലെ മാർത്താണ്ഡവർമയെപ്പോലെയോ അതിലധികമോ ഭരണപാടവവും തന്ത്രവും നേതൃത്വശേഷിയുമുള്ള ഒരു രാജ്യതന്ത്രജ്ഞനായിരുന്നു ഹൈദരാലി ഖാൻ. സാമൂതിരിയും പാലക്കാട്ടു രാജാവും തമ്മിൽ നടന്ന ഒരു യുദ്ധത്തിൽ അദ്ദേഹം പാലക്കാടിനെ സഹായിച്ചു. യുദ്ധത്തിൽ തോറ്റ സാമൂതിരി നഷ്ടം കൊടുക്കാമെന്നേൽക്കുകയും പക്ഷേ, അതു കൊടുക്കാൻ വീഴ്ച വരുത്തുകയും ചെയ്തപ്പോൾ ആ പേരിൽ ഹൈദർ മലബാറാക്രമിച്ച് കൈവശപ്പെടുത്തി (1766). ഹൈദർ മലബാർ വിട്ട ഉടനേ അവിടത്തെ രാജാക്കൻമാരും നാടുവാഴികളും സ്വാതന്ത്ര്യം പ്രഖ്യാപിച്ചുവെങ്കിലും വീണ്ടും മൈസൂർപ്പട്ടാളം വന്നപ്പോൾ കീഴടങ്ങി. ഇങ്ങനെ സാമൂതിരിയടക്കമുള്ള മലബാർ രാജാക്കൻമാർ മുഴുവൻ മൈസൂറിന്നധീനരായി. കൊച്ചിയും ഹൈദറിനു കപ്പം കൊടുത്ത് മൈസൂറിന്റെ കീഴേടമാവാൻ സമ്മതിച്ചു (വീരപരാക്രമിയെന്നു വിഖ്യാതനായ ശക്തൻതമ്പുരാൻതന്നെ പാലക്കാട്ടുചെന്ന് ടിപ്പു സുൽത്താനെ മുഖം കാണിച്ച് തിരുമുൽക്കാഴ്ച വയ്ക്കുകയുണ്ടായി). തിരുവിതാംകൂറിനെക്കൂടി കീഴടക്കി കേരളത്തിന്റെ മുഴുവൻ ചക്രവർത്തിയാവാമെന്ന് ടിപ്പു ആശിച്ചു.

10. ഇങ്ങനെ വടക്കു മൈസൂറും തെക്ക് തിരുവിതാംകൂറുമായി കേരളത്തെയാകെ ഭാഗിക്കുകയും, നേരിട്ടുള്ള ഒരു യുദ്ധം നടത്തി കേരളം മുഴുവൻ കൈയടക്കിവയ്ക്കേണ്ടതാരാണെന്നു നിശ്ചയിക്കാനുള്ള പ്ലാനിടുകയും നടുക്കു കിടക്കുന്ന കൊച്ചി ജയിക്കുന്ന കക്ഷിയോടു ചേരാൻ തയ്യാറായിനിൽക്കുകയും ചെയ്ത സന്ദർഭത്തിലാണ് ഇംഗ്ലീഷുകാർ ഈ മൽസരങ്ങളിൽ സജീവമായി ഇടപെട്ടത്. അവർ തിരുവിതാംകൂറിന് എല്ലാവിധ സഹായങ്ങളും വാഗ്ദാനം ചെയ്തു; തിരുവിതാംകൂറിന്റെ ശത്രുവായ മൈസൂർ തങ്ങളുടെയും ശത്രുവാണെന്നു പ്രഖ്യാപിച്ചു. മലബാറിലെ രാജാക്കൻമാരോടെല്ലാം അവർക്കെല്ലാവിധ രക്ഷകളും നൽകുമെന്നു വാഗ്ദാനം ചെയ്കയും അവരെ ടിപ്പുവിനെതിരായി ഇളക്കി

വിടുകയും ചെയ്തു. നാടു കീഴടക്കുന്നതിനുവേണ്ടി ടിപ്പു ചെയ്ത അക്രമങ്ങൾ (ഇത്തരം അക്രമങ്ങൾ മാർത്താണ്ഡവർമയും ശക്തൻതമ്പുരാനുമെല്ലാം ചെയ്തിട്ടുണ്ട്) പെരുപ്പിച്ചുപറഞ്ഞും അവയ്ക്ക് അതിശയോക്തി പരമായ മതച്ഛായകൊടുത്തും (ടിപ്പു നിർബന്ധിച്ച് മതപരിവർത്തനം വരുത്തിയിട്ടുണ്ടെന്നതു പരമാർഥമാണ്; പക്ഷേ അത് വളരെയധികം കൂട്ടിപ്പറഞ്ഞിട്ടുണ്ട്) ടിപ്പുവിനെതിരായ മനോഭാവം മലബാറിലുണ്ടാക്കാനവർക്കു കഴിഞ്ഞു.

11. മൈസൂർ–ബ്രിട്ടീഷ് യുദ്ധം കേരളത്തിന്റെ അതിർത്തിക്കകത്തു മാത്രമല്ല നടന്നിട്ടുള്ളു; വെളിയിലാണ് മുഖ്യമായ യുദ്ധങ്ങൾ നടന്നത്. ഇവയുടെ ഫലമായി ടിപ്പു തികച്ചും തോറ്റു കീഴടങ്ങിയപ്പോൾ ടിപ്പുവിനു തികച്ചും കീഴിലായിരുന്ന മലബാർ മുഴുവൻ ഇംഗ്ലീഷുകാരുടെ കീഴിലായി; ടിപ്പുവിനു കപ്പം കൊടുത്ത് കീഴേടമായിരുന്ന കൊച്ചി ഇംഗ്ലീഷുകാർക്കു കപ്പം കൊടുത്ത് അവരുടെ കീഴിൽ നിൽക്കാൻ സമ്മതിച്ചു; ഡച്ചുകാരെയും ടിപ്പുവിനെയും തോൽപ്പിക്കാൻ സഹായിച്ച തിരുവിതാംകൂർ പ്രത്യക്ഷത്തിൽ സ്വതന്ത്രമായ ഒരു രാജ്യമാണെങ്കിലും രാജ്യരക്ഷയ്ക്ക് ഇംഗ്ലീഷുകാരെ ആശ്രയിച്ചുനിൽക്കുന്നതും അതിന് പ്രതിഫലമായി (കപ്പമെന്ന പേരിലല്ല) കൊല്ലംതോറും ഒരു തുക കൊടുക്കുന്നതുമായ ഒരു ബന്ധുരാജ്യമായിത്തീർന്നു. ചുരുക്കത്തിൽ, കേരളമാകെ പ്രത്യക്ഷമോ പരോക്ഷമോ ആയ ഇംഗ്ലീഷ്ഭരണത്തിൻകീഴിലാണെന്ന നില വന്നു. കേരളത്തിന്റെ ചരിത്രത്തിൽ മുമ്പൊരിക്കലുമുണ്ടായിട്ടില്ലാത്ത വിദേശമേധാവിത്വവും പെരുമാൾഭരണകാലത്തെതിനെക്കാൾ വിപുലമായ കേന്ദ്രീകൃതഭരണവും നിലവിൽവന്നു.

ബ്രിട്ടീഷ്‌വിരോധ ലഹളകളും അവയുടെ ഫലവും

എന്നാൽ ടിപ്പുവിനെ തോൽപ്പിച്ചതുകൊണ്ടുമാത്രം ഇംഗ്ലീഷുകാരുടെ ആധിപത്യം സുരക്ഷിതമായെന്നു പറയാൻ വയ്യ. ഇംഗ്ലീഷ്‌മേധാവിത്വത്തിനെതിരായ പല ശക്തികളും അക്കാലത്ത് പ്രവർത്തിച്ചിരുന്നു.

ഒന്നാമത്, കേരളത്തിലെ മറ്റു രാജാക്കൻമാർക്കും ടിപ്പുവിനുമെതിരായി ഇംഗ്ലീഷുകാരുമായി കൂട്ടുകൂടിയെങ്കിലും, ഇംഗ്ലീഷുകാരുടെ ആധിപത്യത്തിനു വഴങ്ങാൻ തയ്യാറില്ലാത്ത നാടുവാഴികളും രാജാക്കൻമാരും കേരളത്തിലുണ്ടായിരുന്നു. ഇംഗ്ലീഷ്കമ്പനിയുടെ കീഴിൽനിന്നുകൊണ്ട് കമ്പനിക്ക് കപ്പം കൊടുക്കാമെന്നുള്ള വ്യവസ്ഥയോടുകൂടിയ സന്ധി (1791)യിലൊപ്പിട്ട കൊച്ചി ശക്തൻതമ്പുരാൻതന്നെ തന്റെ പരിമിതമായ കഴിവനുസരിച്ച് ഇംഗ്ലീഷുകാരുടെ മുമ്പിൽ ഇടത്തടിച്ചുനിൽക്കാൻ നോക്കി. തിരുവിതാംകൂറിലെ അന്നത്തെ പ്രധാന രാജ്യതന്ത്രജ്ഞനായ വേലുത്തമ്പിദളവ, കൊച്ചി പ്രധാനമന്ത്രി പാലിയത്തച്ചൻ, വടക്കൻകോട്ടയത്തെ രാജകുടുംബത്തിലെ ഒരു തായ്‌വഴിയുടെ നായകനായ പഴശ്ശിത്തമ്പുരാൻ മുതലായവരൊക്കെ ഇതിലുൾപ്പെടും.

രണ്ടാമത്, ഇത്തരക്കാർക്ക് രഹസ്യമായ ഉപദേശവും പ്രോൽസാ

ഹനവും നൽകിക്കൊണ്ട് ടിപ്പുസുൽത്താൻ തന്നെ ഉണ്ടായിരുന്നു.

മൂന്നാമത്, കേരളത്തിൽ മാത്രമല്ല, ഇന്ത്യയുടെ മറ്റു ഭാഗങ്ങളിലും യൂറോപ്പിലും ഇംഗ്ലീഷുകാരുടെ പട്ടാളപരവും രാഷ്ട്രീയപരവുമായ മേധാവിത്വത്തെ എതിർത്തുകൊണ്ട് നെപ്പോളിയന്റെ സുപ്രസിദ്ധമായ പട്ടാളം പ്രവർത്തിച്ചിരുന്നു. ഇംഗ്ലീഷുകാർ ടിപ്പുവിനെ തോൽപ്പിച്ച് കേരളത്തിലാധിപത്യം നേടിയ കാലത്ത് 'നെപ്പോളിയാനിക് യുദ്ധം' അതിന്റെ ആദ്യഘട്ടത്തിലെത്തിയിട്ടേ ഉണ്ടായിരുന്നുള്ളു; ഏതാണ്ട് രണ്ടു വ്യാഴവട്ടത്തോളം നീണ്ടുനിന്ന ഗംഭീരയുദ്ധത്തിനുശേഷമേ നെപ്പോളിയനെ തോൽപ്പിച്ച് സ്വന്തം ആധിപത്യം സ്ഥാപിക്കാൻ ഇംഗ്ലീഷുകാർക്കു കഴിഞ്ഞുള്ളു.

അതായത്, ടിപ്പുവിന്റെയും ഫ്രഞ്ചുകാരുടെയും സഹായത്തോടുകൂടി ഇംഗ്ലീഷുകാരെ തോൽപ്പിക്കാനുള്ള ഒരു പ്ലാൻ അക്കാലത്തെ കേരളത്തിലെ രാജാക്കൻമാർ നടപ്പിൽ വരുത്തുകയാണെങ്കിൽ ഇംഗ്ലീഷുകാരുടെ നിലനിൽപ്പുതന്നെ അപകടത്തിലാവുമെന്ന സ്ഥിതിയാണുണ്ടായിരുന്നത്. വാസ്തവത്തിൽ ഇതിനുള്ള ശ്രമങ്ങളും ഒന്നിലധികം തവണ നടക്കുകയുണ്ടായി.

ഇതിലേറ്റവും പ്രധാനമായ ശ്രമം വേലുത്തമ്പിദളവയുടെയും പാലിയത്തച്ചന്റെയും നേതൃത്വത്തിൽ 1809 ൽ കൊച്ചിയിലും തിരുവിതാംകൂറിലും നടന്ന ലഹളയാണ്.

3000 ത്തിനും 4000 ത്തിനും ഇടയിൽ പട്ടാളക്കാരെ പാലിയത്തച്ചനും 40,000 ത്തോളം പേരെ വേലുത്തമ്പിയും ശേഖരിച്ചു. ഒരു തുറന്ന ലഹള തുടങ്ങുന്നതിന്നനുകൂലിയല്ലാത്ത കൊച്ചി മഹാരാജാവിനെ അദ്ദേഹത്തിന്റെ മന്ത്രിമാർ തൃപ്പൂണിത്തുറയിൽനിന്നു മാറ്റി ഉൾപ്രദേശമായ വെള്ളാരപ്പിള്ളിയിൽ താമസിക്കാൻ നിർബന്ധിച്ചു. അച്ചനും തമ്പിയും മൊറീഷിയസിലും ഫ്രഞ്ച്ദ്വീപിലും ഉണ്ടായിരുന്ന ഫ്രഞ്ചുകാരുമായി ബന്ധത്തിലേർപ്പെട്ടു; ഒരു ശക്തിയേറിയ ഫ്രഞ്ച്പട്ടാളം കേരളക്കരയിലിറങ്ങി ഇംഗ്ലീഷുകാരുമായി യുദ്ധം നടത്തുമെന്ന് അവർക്കുറപ്പു കിട്ടി. (*കൊച്ചിൻ സ്റ്റേറ്റ് മാനുവൽ*).

ഇതോടെ അവർ ലഹള തുടങ്ങി. പക്ഷേ അവർക്കു തനിയേ ഇംഗ്ലീഷ് പട്ടാളത്തെ തോൽപ്പിക്കാൻ കഴിഞ്ഞില്ല. ആശിച്ചതുപോലെ ഫ്രഞ്ച്പട്ടാളമൊട്ടു വന്നതുമില്ല. അതുകൊണ്ടവർ കീഴടങ്ങി.

ഇതിനെക്കാൾ ചുരുങ്ങിയ തോതിലാണെങ്കിലും ഇതിലധികം നീണ്ടുനിന്ന ലഹളയാണ് പഴശ്ശിലഹള. 1793 മുതൽ 1797 വരെയും 1800 മുതൽ 1805 വരെയും പഴശ്ശിത്തമ്പുരാനും ഇംഗ്ലീഷുകാരുമായി തുറന്ന യുദ്ധം തന്നെ നടന്നു. വയനാട്ടിലും കോട്ടയം താലൂക്കിന്റെ കിഴക്കുഭാഗത്തുള്ള മലകളിലും കാടുകളിലും നിലയുറപ്പിച്ചുകൊണ്ടും അസ്ത്രപ്രയോഗത്തിൽ വിരുതരായ കുറിച്ചിയരുടെ ധൈര്യത്തെയും ആയോധനപാടവത്തെയും ഉപയോഗപ്പെടുത്തിക്കൊണ്ടും, ടിപ്പുവിന്റെ പട്ടാളത്തിൽനിന്നു പിരിഞ്ഞുവന്ന പരിശീലനം കിട്ടിയ പടയാളികളെ കൂട്ടുപിടിച്ചും ഗറി

ല്ലാരീതിയിലുള്ള യുദ്ധമാണ് പഴശ്ശിരാജാവ് നടത്തിയത്. പക്ഷേ കൂടുതൽ പരിഷ്കൃതമായ പരിശീലനവും ആയുധങ്ങളുമുള്ള ഇംഗ്ലീഷ് പട്ടാളത്തോടെതിർത്തുനിൽക്കാൻ അദ്ദേഹത്തിനു കഴിഞ്ഞില്ല. പോരെങ്കിൽ, സ്വന്തം ഭാര്യതന്നെ അദ്ദേഹത്തെ ചതിച്ച് ഇംഗ്ലീഷുകാർക്കു പിടിച്ചു കൊടുക്കുകയും ചെയ്തു. രാജാവിനെ പിടിച്ചതോടുകൂടി ലഹളയും ഒതുങ്ങി.

1805 ൽ വടക്കേ മലബാറിലും 1809 ൽ കൊച്ചി, തിരുവിതാംകൂറുകളിലും നടന്ന ഈ ലഹളകൾ ശമിച്ചതോടുകൂടി ഇംഗ്ലീഷുകാരുടെ നിലയും വളരെയധികം സുരക്ഷിതമായി. നെപ്പോളിയന്റെ ഫ്രഞ്ച്പട്ടാളം യൂറോപ്പിൽ തോൽവിയടഞ്ഞു. ഇന്ത്യയിലെ ഏക യൂറോപ്യൻകോയ്മ ഇംഗ്ലണ്ടാണെന്ന നിലവരാൻ പിന്നെയും മൂന്നുനാലുകൊല്ലങ്ങൾ വേണ്ടിയിരുന്നുവെങ്കിലും, ഫ്രഞ്ചുകാരുടെ കൂട്ടുകൂടി ഇംഗ്ലീഷുകാരെ എതിർക്കാൻ കരുത്തുള്ള നാടുവാഴികളും രാജാക്കൻമാരും കേരളത്തിലില്ലെന്ന നിലയെത്തിക്കഴിഞ്ഞു; ഇംഗ്ലീഷുകാരെ തോൽപ്പിച്ച് സ്വന്തം അധികാരം വീണ്ടെടുക്കാമെന്ന് ആശിക്കാൻപോലും കേരളത്തിലെ രാജാക്കൻമാർക്കും നാടുവാഴികൾക്കും നിവൃത്തിയില്ലെന്നായി. ഈ സ്ഥിതി തികച്ചും ഉപയോഗപ്പെടുത്തി തങ്ങളുടെ ശക്തി വർധിപ്പിക്കാൻ ഇംഗ്ലീഷുകാരും മുതിർന്നു.

1805 ൽത്തന്നെ തിരുവിതാംകൂറുമായുള്ള ബന്ധം തങ്ങൾക്ക് കുറെക്കൂടി അനുകൂലമാക്കാൻ ഇംഗ്ലീഷുകാർക്കു കഴിഞ്ഞു. തിരുവിതാംകൂറിലെ ഭരണചക്രമാകെ കുഴപ്പത്തിലായിരുന്ന കാലമാണത്. സർവാധികാര്യക്കാർ ജയന്തൻ ശങ്കരൻനമ്പൂതിരി, ശങ്കരനാരായണൻചെട്ടി, മാത്തൂത്തരകൻ എന്ന മൂന്നു രാജസേവകൻമാരെ നീക്കി വേലുത്തമ്പി ദളവ ഭരണയന്ത്രം തിരിക്കാൻ തുടങ്ങിയ കാലമാണത്. അതുകൊണ്ട് സ്വാഭാവികമായിത്തന്നെ ദളവയ്ക്കെതിരായ ഒരു കക്ഷി രാജധാനിയിൽത്തന്നെ ഉണ്ടായിരുന്നു. പോരെങ്കിൽ, ടിപ്പുവുമായുള്ള യുദ്ധവും അതിനെത്തുടർന്ന് ഇംഗ്ലീഷുകാർക്കു കൊടുക്കാൻ തിരുവിതാംകൂർ ഗവൺമെൻറ് ബാധ്യതപ്പെട്ട സംഖ്യകളും കാരണം ചുരുങ്ങിപ്പോയ രാജകീയഭണ്ഡാരം നിറയ്ക്കാൻ വേലുത്തമ്പിദളവ എടുത്ത നടപടികൾ (ചെലവുചുരുക്കൽ) ഗവൺമെൻറുദ്യോഗസ്ഥന്മാരുടെ ഇടയിൽ വലിയ അതൃപ്തിയുളവാക്കി; അസ്വാസ്ഥ്യവും കലാപവും പട്ടാളത്തെപ്പോലും ബാധിച്ചു. ഈ പട്ടാളലഹള ഒതുക്കാൻവേണ്ടി ഇംഗ്ലീഷ്പട്ടാളത്തെ വിളിക്കാൻ ദളവ നിർബന്ധിതനായി. ഒടുവിൽ, തങ്ങളുടെ സഹായത്തോടുകൂടി ലഹള ഒതുങ്ങിയപ്പോൾ ഇത്തരം സംഭവങ്ങളാവർത്തിക്കാതിരിക്കാൻ ഇംഗ്ലീഷ്–തിരുവിതാംകൂർ സന്ധി പുതുക്കണമെന്ന് ഇംഗ്ലീഷുകാരാവശ്യപ്പെട്ടു. 1795 ലെ സന്ധിയിലില്ലാത്തതും തിരുവിതാംകൂറിനെ തികച്ചും ഇംഗ്ലീഷുകാർക്കടിമപ്പെടുത്തുന്നതുമായ താഴെ കൊടുക്കുന്ന വ്യവസ്ഥകൾ അവർ തയ്യാറാക്കി:

1. ഈസ്റ്റിന്ത്യാകമ്പനിയുടെ അനുവാദത്തോടുകൂടിയല്ലാതെ ഒരു

യൂറോപ്യനെയും തിരുവിതാംകൂറിലെ ഒരുദ്യോഗത്തിലും നിശ്ചയിക്കുകയില്ല (ഇതു ഫ്രഞ്ചുകാരെ തിരുവിതാംകൂർ പട്ടാളത്തിലെടുത്ത് നെപ്പോളിയനെ സഹായിക്കുന്നതിൽനിന്ന് തിരുവിതാംകൂറിനെ തടയാനാണ്).

2. തിരുവിതാംകൂറിലെ നികുതിപിരിവ്, ഗവൺമെൻറ് ചെലവുകളുടെ നിയന്ത്രണം, നീതിന്യായനടത്തിപ്പ്, കച്ചവടം, കൃഷി, വ്യവസായം, മഹാരാജാവിന്റെ താൽപ്പര്യങ്ങളും പ്രജകളുടെ ക്ഷേമവും സംരക്ഷിക്കാനുള്ള മറ്റെല്ലാവിഷയങ്ങളും—ഈ കാര്യങ്ങളിലെല്ലാം ഇംഗ്ലീഷ് ഗവൺമെൻറ് അപ്പപ്പോൾ നൽകുന്ന ഉപദേശങ്ങളനുസരിക്കാൻ തിരുവിതാംകൂർ രാജാവ് ബാധ്യസ്ഥനാണ്.

3. നികുതിപിരിവോ ധനസംബന്ധമായ ഭരണമോ, തിരുവിതാംകൂറിലെ മറ്റേതെങ്കിലും ഗവൺമെൻറ് വകുപ്പുകളോ ശരിയായി നടത്തുന്നതിനാവശ്യമെന്നു തോന്നുന്ന നിയമങ്ങളും നിർദേശങ്ങളും പുറപ്പെടുവിക്കാനും വേണ്ടിവന്നാൽ തിരുവിതാംകൂറിന്റെ ഏതെങ്കിലും ഭാഗമോ തിരുവിതാംകൂർ മുഴുവൻ തന്നെയോ ഈസ്റ്റിന്ത്യാക്കമ്പനിയുടെ നേരിട്ടുള്ള ഭരണത്തിൻകീഴിലാക്കാനും ഇംഗ്ലീഷ് ഗവർണർജനറൽക്കധികാരമുണ്ടായിരിക്കും.

ഇതിലെ ചില വ്യവസ്ഥകൾക്കെതിരായി രാജാവും ദളവയും വാദിച്ചുനോക്കി. പക്ഷേ ഫലമുണ്ടായില്ല. ഈ എല്ലാ വ്യവസ്ഥകളോടും കൂടിയ സന്ധിയിലൊപ്പിടാൻ രാജാവ് നിർബന്ധിക്കപ്പെട്ടു; താൻ പിടിച്ചടക്കിയ രാജ്യം മുഴുവൻ പത്മനാഭസ്വാമിക്കു കാഴ്ചവച്ച് പത്മനാഭദാസനായി നാടുവാഴാൻ തുടങ്ങിയ മാർത്താണ്ഡവർമ മഹാരാജാവിനെപ്പോലെ രാജ്യമാകെ ഇംഗ്ലീഷുകാർക്കു കാഴ്ചവച്ച് ഇംഗ്ലീഷുകാരുടെ ദാസനായി വാഴാൻ അദ്ദേഹത്തിന്റെ അനന്തരഗാമികൾ നിർബന്ധിതരായി. ഈ സന്ധിയിലെ അടിമവ്യവസ്ഥകളും അതിന് ലജ്ജയില്ലാതെ കീഴടങ്ങിയ രാജകുടുംബവുമാണ് തിരുവിതാംകൂറിലുള്ളതെന്നുള്ള പരമാർഥം മറച്ചുവച്ചുകൊണ്ടാണ് തിരുവിതാംകൂറും ബ്രിട്ടീഷ് ഗവൺമെൻറും തമ്മിൽ, രണ്ടു സ്വതന്ത്രഗവൺമെൻറുകൾ തമ്മിലുള്ള ബന്ധമാണുള്ളതെന്ന് സർ സി പി രാമസ്വാമിഅയ്യർ വാദിക്കുന്നത്. 140 കൊല്ലം മുമ്പ് ഇംഗ്ലീഷുകാർക്കു വഴങ്ങേണ്ടിവന്നപ്പോൾ ഇല്ലായിരുന്ന 'രാജകീയാധികാരവും പദവിയും' നിലനിർത്താനാണ് നാട്ടുകാരെ ഇന്നദ്ദേഹത്തിന്റെ ഗവൺമെന്റ് അടിക്കുകയും കുത്തുകയും വെടിവയ്ക്കുകയും ചെയ്യുന്നത്.

1805 ൽ തിരുവിതാംകൂറിനെക്കൊണ്ട് സ്വീകരിപ്പിച്ച അതേ വ്യവസ്ഥകളടങ്ങുന്ന ഒരു സന്ധി 1809 ൽ കൊച്ചിയെക്കൊണ്ടും ഇംഗ്ലീഷുകാർ സ്വീകരിപ്പിച്ചു. 1791 ലെ സന്ധിപ്രകാരം കൊച്ചി ഇംഗ്ലീഷുകാർക്ക് കപ്പം കൊടുക്കുന്ന ഒരു കീഴ്‌രാജ്യമായിരുന്നു; 1795 ലെ സന്ധികൊണ്ട് തിരുവിതാംകൂർ ഇംഗ്ലീഷ് ഗവൺമെൻറുമായി സമത്വമുള്ള ഒരു 'സ്വതന്ത്ര' രാജ്യമായിരുന്നു. ഈ രണ്ട് സന്ധിപ്രകാരവും ഈ രാജ്യങ്ങളുടെ ആഭ്യന്തരകാര്യങ്ങളിൽ കൈയിടാൻ ഇംഗ്ലീഷുകാർക്കധികാരമുണ്ടായിരുന്നില്ല. എന്നാൽ തിരുവിതാംകൂറിൽ പട്ടാളക്കാരുടെ ഇടയിൽ ഗവൺമെൻറിനെതിരായി 1805 ലും കൊച്ചി–തിരുവിതാംകൂറുകാരുടെ ഇടയിൽ ഇംഗ്ലീഷു

കാർക്കെതിരായി 1809 ലും നടന്ന ലഹളകളുടെ പേരിൽ രണ്ട് രാജ്യങ്ങളുടെയും സ്വാതന്ത്ര്യം തികച്ചും അപഹരിച്ച് രണ്ടിനെയും ഒരുപോലെ അടിമപ്പെടുത്താൻ ഇംഗ്ലീഷുകാർക്കു കഴിഞ്ഞു.

ഇതിനെത്തുടർന്ന് കുറച്ചുകാലം കൊച്ചിയിലെയും തിരുവിതാംകൂറിലെയും ഭരണംതന്നെ ഇംഗ്ലീഷുകാർ നേരിട്ടേറ്റു നടത്തുകയുണ്ടായി. ഇംഗ്ലീഷ് ഗവൺമെൻറിന്റെ പ്രതിനിധി(റസിഡൻറ്)യായി പ്രവർത്തിച്ചിരുന്ന കേണൽ മൺറോ ഒരേ സമയത്ത് റസിഡൻറും കൊച്ചി ദിവാനും തിരുവിതാംകൂർ ദിവാനുമായി പ്രവർത്തിച്ചു. ദിവാൻ സ്ഥാനം കൊടുക്കത്തക്ക വണ്ണം വിശ്വസ്തൻമാരായി ഒരാൾപോലും കൊച്ചിയിലോ തിരുവിതാംകൂറിലോ ഇല്ലെന്ന് മൺറോ തുറന്നുപറയുകയുണ്ടായി: രാജാവ് പേരിനു മാത്രം നാടുവാഴുകയും കാര്യങ്ങളെല്ലാം മൺറോസായ്പ് നടത്തുകയുമെന്ന ആ നില തുടരുന്ന അവസരത്തിൽത്തന്നെ ഇംഗ്ലീഷ്ഗവൺമെന്റിന് വിശ്വസിക്കാവുന്ന ഉദ്യോഗസ്ഥൻമാരെയും അവരുടെമേൽ ഇംഗ്ലീഷ് റസിഡന്റിന് ഫലപ്രദമായ നിയന്ത്രണം കിട്ടത്തക്ക ഒരു ഭരണവ്യവസ്ഥയും സൃഷ്ടിക്കാൻ മൺറോ ശ്രമിച്ചു. ആ ഭരണവ്യവസ്ഥയ്ക്കുകീഴിൽ ഇംഗ്ലീഷുകാർക്കിഷ്ടമുള്ള ദിവാൻമാർ മുഖേന മാത്രം ഭരണം നടത്തുകയെന്ന പതിവ് നടപ്പിൽവന്നതോടുകൂടി കൊച്ചിയും തിരുവിതാംകൂറും തികച്ചും ബ്രിട്ടീഷ് ഭരണത്തിൻകീഴിലായി.

ഇതിനിടയ്ക്കുതന്നെ മലബാറിലെ നാടുവാഴികളുടെയും ജന്മികളുടെയും തർക്കങ്ങളും വഴക്കുകളും തീർത്ത്, അവരുടെ അധികാരങ്ങളും പദവികളും ക്ലിപ്തപ്പെടുത്തി, അവരെയെല്ലാം ബ്രിട്ടീഷ് ഗവൺമെന്റിന്റെ കീഴിലുള്ള ജന്മികളാക്കി മാറ്റിയിരുന്നതിനാലും യൂറോപ്പിൽ നെപ്പോളിയന്റെ പട്ടാളത്തിന് പരിപൂർണമായ പരാജയം നേരിട്ടതിനാലും 1815 ആയപ്പോഴേക്ക് കേരളത്തിന്റെ മുഴുവൻ അനിഷേധ്യരായ ഭരണാധികാരികളാണ് ഇംഗ്ലീഷുകാരെന്ന നിലവന്നു. ബ്രിട്ടീഷാധിപത്യം പരിപൂർണമായി.

കീഴടങ്ങിയതെന്തുകൊണ്ട്?

1498 ൽ വാസ്കോ ദ ഗാമ മലബാറിൽ കപ്പലിറങ്ങിയതു മുതൽ 1815–ഓടുകൂടി ബ്രിട്ടീഷാധിപത്യം അടിയുറച്ചുനിൽക്കാൻ തുടങ്ങിയതുവരെയുള്ള മൂന്നുനൂറ്റാണ്ടുകാലത്തെ കേരളചരിത്രമാണ് മുകളിൽ വിവരിച്ചത്. ഇതിൽനിന്ന് വ്യക്തമാവുന്ന ചില സംഗതികളുണ്ട്:

1. കേരളത്തെ വിദേശാധിപത്യത്തിനു കാഴ്ചവച്ചതിൽ ഏറ്റവും ലജ്ജാവഹമായ പങ്കുവഹിച്ചത് കൊച്ചിരാജാവാണ്. പതിനാറാം നൂറ്റാണ്ടിൽ പോർച്ചുഗീസുകാർ ശക്തിപ്പെടാൻ തുടങ്ങിയതു മുതൽ ഏതെല്ലാം കോയ്മ എപ്പോഴെപ്പോൾ ശക്തിപ്പെട്ടുവോ, അപ്പോഴെല്ലാം അതതു കോയ്മയ്ക്ക് കീഴടങ്ങുകയെന്ന നയമാണ് കൊച്ചിരാജാവനുസരിച്ചത്—പതിനാറ്, പതിനേഴ്, പതിനെട്ട് നൂറ്റാണ്ടുകളിൽ ആദ്യം പോർച്ചുഗീസുകാർക്ക്, പിന്നെ ഡച്ചുകാർക്ക്, പിന്നെ തിരുവിതാംകൂറിന്, അതും കഴിഞ്ഞ് ഹൈദർക്കും ടിപ്പുവിനും, ഒടുവിൽ ഇംഗ്ലീഷുകാർക്ക്; ഇങ്ങനെ അഞ്ചു കോയ്മകൾക്കു മാറിമാറി കീഴടങ്ങിയ ഒരു രാജാവാണ് കൊച്ചി

(ഇത്രയധികം തവണ കാലുമാറി സ്വന്തം തടി രക്ഷപ്പെടുത്തിയ കൊച്ചി ഇന്ന് ഒരിക്കൽക്കൂടി കാലുമാറി ദേശീയവാദിപ്പട്ടം കെട്ടി, തടി രക്ഷിക്കാൻ നോക്കുന്നത് സ്വാഭാവികം തന്നെ).

2. കൊച്ചിയെപ്പോലെ ലജ്ജാവഹമാംവണ്ണം കീഴടങ്ങിയിട്ടല്ല, വിദേശ കോയ്മകൾക്കുള്ള മേന്മ കണ്ടുമനസ്സിലാക്കി, അത് സ്വയം ഉൾക്കൊള്ളാൻ ശ്രമിച്ചുകൊണ്ടാണ് തിരുവിതാംകൂർ രക്ഷപ്പെട്ടത്. ഡച്ചുകാർക്കു കീഴടങ്ങി അവരുടെ നിർദേശമനുസരിച്ച് രാജ്യകാര്യങ്ങളൊക്കെ നടത്തുന്ന കൊച്ചിരാജാവിന്റെ അയൽവാസിയായ തിരുവിതാംകൂർ രാജാവ് ഡച്ചുകാരെപ്പോലെ നവീനരീതിയിൽ പരിശീലനം നേടിയ ഒരു പട്ടാളത്തെ സൃഷ്ടിക്കാനാണ് ശ്രമിച്ചത്. ഇതിന്റെ ഫലമായി ഡച്ചുകാരെ യുദ്ധത്തിൽ തോൽപ്പിക്കാൻപോലും തിരുവിതാംകൂറിനു കഴിഞ്ഞു. ഈ നവീനരീതിയിലുള്ള പട്ടാളത്തിന്റെ ശക്തിയുപയോഗിച്ചാണ് കൊച്ചിയെപ്പോലും തോൽപ്പിക്കാനും ഹൈദരെയും ടിപ്പുവിനെയും ചെറുത്തുനിന്ന് ഇംഗ്ലീഷുകാരുടെ സൗഹാർദം നേടാനും തിരുവിതാംകൂറിനു കഴിഞ്ഞത്. ഹൈദരെയും ടിപ്പുവിനെയും ചെറുത്തുനിന്നതിലും അവസാനം ടിപ്പുവിനെ തോൽപ്പിക്കാൻ സഹായിച്ചതിലും തിരുവിതാംകൂർ നൽകിയ സേവനമാണ് തിരുവിതാംകൂറിനെ ഒരു 'സ്വതന്ത്ര'രാജ്യമായംഗീകരിക്കാൻ ഇംഗ്ലീഷുകാരെ പ്രേരിപ്പിച്ചത്.

3. പക്ഷേ ഈ സേവനം കൊണ്ടുപോലും തിരുവിതാംകൂറിന് സ്വതന്ത്രമായി നിൽക്കാൻ കഴിഞ്ഞില്ല. 1795 ലെ സന്ധിമൂലം തിരുവിതാംകൂറിനെ ഒരു സ്വതന്ത്രരാജ്യമായംഗീകരിച്ചിട്ടുണ്ടെന്ന് സർ സി പിയും കൂട്ടരും ഇന്നെത്ര ശക്തിപൂർവം വാദിച്ചാലും, അതുകഴിഞ്ഞ് പത്ത് കൊല്ലത്തിനിടയ്ക്കുതന്നെ, 1805 ലെ സന്ധി മൂലം, ഇംഗ്ലണ്ടിന്റെ തനി അടിമയാണ് താനെന്നു സമ്മതിക്കാൻ തിരുവിതാംകൂർ രാജാവ് നിർബന്ധിതനായി.

4. തിരുവിതാംകൂറും തിരുവിതാംകൂറിനെത്തുടർന്ന് കൊച്ചിയും മാത്രമാണ് വിദേശകോയ്മകളെ മാതൃകയാക്കി തങ്ങളുടെ പട്ടാളത്തെയും ഭരണയന്ത്രത്തെയും പരിഷ്കരിക്കാൻ ശ്രമിച്ചത്; തിരുവിതാംകൂറിൽ മാർത്താണ്ഡവർമ ചെയ്ത അതേ പ്രവൃത്തിയാണ് അദ്ദേഹത്തിന്റെ അനന്തരഗാമിയുടെ സമകാലീനനായ ശക്തൻതമ്പുരാൻ കൊച്ചിയിൽ ചെയ്തത്. ഇവരുടെ മാതൃക കേരളത്തിലെ മറ്റ് രാജാക്കൻമാരനുകരിച്ചില്ല: അവരുടെയെല്ലാം പട്ടാളവും ഭരണസമ്പ്രദായവും അഞ്ചാറു നൂറ്റാണ്ടുകാലം മുമ്പുണ്ടായിരുന്നതുതന്നെയായിരുന്നു. തെക്കേ മലബാർ മുഴുവൻ കീഴടക്കി കൊച്ചിയെയും തിരുവിതാംകൂറിനെയും വിഴുങ്ങി കേരളചക്രവർത്തിയാവാനാഗ്രഹിച്ച സാമൂതിരിയുടെതന്നെ വിചാരം ഈ പണിമുഴുവൻ തന്റെ 'നായൻമാ'രെക്കൊണ്ട് ചെയ്യിക്കാമെന്നായിരുന്നു.

5. ഈ അപരിഷ്കൃതത്വത്തിന്റെ ഫലം സാമൂതിരിയും മറ്റ് മലബാർ രാജാക്കൻമാരും അനുഭവിച്ചു: നവീനരീതിയിൽ സംഘടിപ്പിച്ച പട്ടാള (മൈസൂർപ്പട്ടാള)വുമായി നേരിടേണ്ടിവന്നപ്പോൾ അവരെല്ലാം ഒരൊറ്റ

അടിയിൽ തകർന്നു; കേരളത്തിലെ നായൻമാരുടെ സമരപാരമ്പര്യത്തെക്കുറിച്ച് സ്വയം അഭിമാനിക്കാനും തൃപ്തിപ്പെടാനുമല്ലാതെ ആ സമര പാരമ്പര്യം നിലനിർത്താനവർക്കു കഴിഞ്ഞില്ല. അങ്ങനെ മൈസൂർപ്പട്ടാളം ഇംഗ്ലീഷുകാരോടേറ്റുമുട്ടി തോറ്റപ്പോൾ ഈ മലബാർ രാജാക്കൻമാരും ഇംഗ്ലീഷുകാരുടെ അടിമകളായി.

ചുരുക്കത്തിൽ ഇത്ര വമ്പിച്ച ഒരു പരാജയം, ഇത്ര ലജ്ജാവഹമായ ഒരു കീഴടങ്ങൽ, കേരളത്തിന്റെ ചരിത്രത്തിലുണ്ടായിട്ടില്ല. ചേരമാൻ പെരുമാളുടെയും മറ്റും പേര് തലങ്ങും വിലങ്ങും എടുത്തമ്മാനമാടുന്ന കേരളത്തിലെ രാജാക്കൻമാർ മുഴുവൻ തങ്ങളുടെ പഴയ പാരമ്പര്യമാകെ വിറ്റ് 6000 നാഴിക അകലെക്കിടക്കുന്ന ഒരു രാജ്യത്തിനു കീഴടങ്ങി. ഇവരിൽ രണ്ടുപേരൊഴിച്ച് മറ്റെല്ലാവരും രാജാധികാരത്തിന്റെ അവശിഷ്ടം പോലുമില്ലാത്ത ജന്മികളായി മാറിയെങ്കിൽ തങ്ങളുടെ സ്വാതന്ത്ര്യവും രാജാധികാരവും നിലനിർത്തിയെന്നഭിമാനിക്കുന്ന കൊച്ചിയും തിരുവിതാംകൂറും ബ്രിട്ടീഷ് റസിഡന്റിന്റെ അനുമതി കൂടാതെ തിരിയാനും മറിയാനും നിവൃത്തിയില്ലാത്ത പാവരാജാക്കൻമാരായധഃപതിച്ചു. വടക്കേ ഇന്ത്യയിലും തെക്കേ ഇന്ത്യയുടെതന്നെ മറ്റു പ്രദേശങ്ങളിലും ഉയർന്നു പൊങ്ങിയ ഒട്ടേറെ സാമ്രാജ്യങ്ങളുടെ മുമ്പിലൊന്നും തല കുനിക്കാത്ത കേരളം അതിന്റെ ചരിത്രത്തിൽ ആദ്യമായി ആദിത്യനസ്തമിക്കാത്ത ആംഗലസാമ്രാജ്യത്തിനു കീഴടങ്ങി; ഇന്ത്യയെ മുഴുവൻ കീഴടക്കിയ ബ്രാഹ്മണസംസ്കാരത്തിനുപോലും കീഴടങ്ങാതെ, ബ്രാഹ്മണരെപ്പോലും മലയാളീകരിച്ച നമ്മുടെ പ്രാചീനസംസ്കാരം ഒരു വിദേശസംസ്കാരത്തിന്റെ അടിയേറ്റു നിലംപതിച്ചു; 5000 കൊല്ലംമുമ്പ് വിദേശങ്ങളുമായി കച്ചവടം നടത്തി, കപ്പൽഗതാഗതം വളർത്തിയ മലയാളികൾ തങ്ങളുടെ സാമ്പത്തികമായ അഭിവൃദ്ധി മുഴുവൻ ഒരു ഇംഗ്ലീഷ് കമ്പനിക്കു പണയപ്പെടുത്തി.

ലജ്ജാവഹമായ ഈ ചരിത്രസത്യത്തിന്റെ അർഥമെന്താണ്? ഈ കീഴടങ്ങലിനും അടിമത്തത്തിനും ഉത്തരവാദിയാരാണ്? കേരളചരിത്രത്തിന്റെ അപമാനകരമായ ഈ പരിണാമത്തിനുള്ള കാരണമെന്താണ്?

ഈ ചോദ്യങ്ങൾക്ക് ഒരൊറ്റ മറുപടിയേ ഉള്ളു: നാടുവാഴി മേധാവിത്വത്തിന്റെ പാപ്പരത്തം.

നാടുവാഴിമേധാവിത്വവും അതിനടിസ്ഥാനമായി നിൽക്കുന്ന ജന്മിവ്യവസ്ഥയും അതു രണ്ടിനെയും പടച്ചുവിട്ട ജാതിസമ്പ്രദായവും കേരളത്തിന്റെ ചരിത്രത്തിൽ അതിപ്രധാനമായ പങ്കുവഹിച്ചിട്ടുണ്ടെന്നും കേരള സംസ്കാരത്തിന്റെ ഉൽഭവത്തിനുതന്നെ കാരണം ഇവയാണെന്നും മുമ്പു വിവരിച്ചിട്ടുണ്ട്. ബ്രാഹ്മണർക്കും ജന്മികൾക്കും തമ്പുരാക്കൻമാർക്കും സ്ഥാനികൾക്കും മേധാവിത്വമുള്ള—സാമൂഹ്യവും സാംസ്കാരികവും സാമ്പത്തികവും ഭരണസംബന്ധവുമായ എല്ലാ അധികാരാവകാശങ്ങളും ഈ ഉയർന്ന വർഗക്കാരിൽ കേന്ദ്രീകരിച്ചിട്ടുള്ള—ഒരു സാമൂഹ്യവ്യവസ്ഥയിൽനിന്നാണ് കേരളത്തിലെ കലകളും സാഹിത്യവും

തത്വജ്ഞാനവും മറ്റുമെല്ലാം ഉയർന്നുവന്നത്.

പക്ഷേ പുരോഗമനപരമായ പല പരിണാമങ്ങൾക്കും ഇടവരുത്തിയ ഈ സാമൂഹ്യവ്യവസ്ഥയുടെ അടിസ്ഥാനം ബഹുഭൂരിപക്ഷം ജനങ്ങളുടെ അടിമത്തവും കഷ്ടപ്പാടുമാണ്; അബ്രാഹ്മണരുടെയും അവർണരുടെയും അഹിന്ദുക്കളുടെയും അസമത്വമാണ്; കുടിയാൻമാരെ കൊള്ളയടിച്ചു പട്ടിണിയിലാഴ്ത്തി ജന്മികളുടെ പത്തായം വീർപ്പിക്കുന്ന സമ്പ്രദായമാണ്; 'തിരുവായക്കെതിർവായയില്ലെ'ന്ന പ്രമാണമനുസരിച്ച് തമ്പുരാക്കൻമാർക്കെന്തും ചെയ്യാൻ സ്വാതന്ത്ര്യം നൽകുന്ന സ്വേച്ഛാധിപത്യമാണ്; പരിഷ്കൃതവും പരിപൂർണവുമെന്നു നാമഭിമാനിക്കുന്ന കേരളീയകലകളിൽനിന്നും ഉൽകൃഷ്ടവും പരിശുദ്ധവുമെന്നു കേൾവിപെട്ട കേരളീയശാസ്ത്രങ്ങളിൽനിന്നും വളർച്ചയെത്തിയ നമ്മുടെ ആയോധനമുറയിൽനിന്നുമെല്ലാം ബഹുഭൂരിപക്ഷം മലയാളികളെ അകറ്റിനിർത്തുന്ന സാമൂഹ്യനിയമങ്ങളാണ്. ചുരുക്കത്തിൽ, കേരളസംസ്കാരം ഒരുപിടി ഉയർന്ന വർഗക്കാരുടെ കുത്തകയാക്കിവച്ച്, താനൊരു മലയാളിയാണെന്നഭിമാനിക്കത്തക്ക യാതൊന്നും ബഹുഭൂരിപക്ഷം ജനങ്ങൾക്കു കൊടുക്കാത്ത ഒരു സാമൂഹ്യവ്യവസ്ഥയാണ് ജാതിയുടെയും ജന്മിസമ്പ്രദായത്തിന്റെയും നാടുവാഴിഭരണത്തിന്റെയും ഫലമായി കേരളത്തിൽ നിലവിലിരുന്നത്.

ഇതിനെതിരായി പുറമേ നിന്നുവന്നതോ, അതതു രാജ്യത്തിലെ മർദിതവർഗങ്ങളുടെ പ്രതിനിധികളാണ്: രാജാവിനെയും നാടുവാഴികളെയും എതിർത്തു സാധാരണക്കാരുടെ ഭരണം സ്ഥാപിക്കാൻ ശ്രമിക്കുന്നവരാണ് ഇവിടെ വന്ന ഇംഗ്ലീഷുകാരും മറ്റു വിദേശീയരും. ബുദ്ധമതത്തിന്റെ തണലിൽനിന്നുകൊണ്ട് ജാതിസമ്പ്രദായത്തിന്റെയും ജന്മിവ്യവസ്ഥയുടെയും നേരേ പോരാടി തോൽവിയടഞ്ഞ ബഹുഭൂരിപക്ഷം മലയാളികൾക്ക് സമത്വത്തിന്റെയും സ്വാതന്ത്ര്യത്തിന്റെയും ജനാധിപത്യത്തിന്റെയും സന്ദേശം വഹിച്ചുവരുന്ന വിദേശീയർ ബന്ധുക്കളാണെന്നു തോന്നിയില്ലെങ്കിലും ശത്രുക്കളാണെന്നു തോന്നാൻ ഏതായാലും ഇടയില്ലല്ലോ. അതുകൊണ്ടാണ് വേലുത്തമ്പിദളവയുടെയും പാലിയത്തച്ചന്റെയും പഴശ്ശിത്തമ്പുരാന്റെയും നേതൃത്വത്തിൽ നടന്ന ലഹളകൾക്ക് ബഹുജനപിൻബലമില്ലാതിരുന്നത്. നേതാക്കന്മാർക്കു ശേഖരിക്കാൻ കഴിഞ്ഞ പട്ടാളക്കാരല്ലാതെ നാട്ടുകാരാരും സഹായിക്കാനില്ലാതെ, ബഹുഭൂരിപക്ഷം നാട്ടുകാർ ഈ ലഹളകളുടെ ജയത്തിൽ താൽപ്പര്യം പ്രദർശിപ്പിക്കാതെ, ഈ ലഹളകൾ അതിവേഗത്തിലവസാനിച്ചത് അതുകൊണ്ടാണ്.

ജനങ്ങളെയാകെ അണിനിരത്തി നടത്തുന്ന യുദ്ധം, അതിന്റെ ജയത്തിലും തോൽവിയിലും തങ്ങളുടെ ജീവിതവും മരണവുമടങ്ങിയിട്ടുണ്ടെന്നു ബോധ്യപ്പെട്ട ജനങ്ങൾ നടത്തുന്ന യുദ്ധം, സാങ്കേതികമായി എത്രയോ മോശപ്പെട്ട ആയോധനസാമഗ്രികളും ആയോധനമുറയുപയോഗിച്ചു നടത്തുന്നതാണെങ്കിലും ജയിക്കുന്നതിന്റെ ഉദാഹരണങ്ങൾ

ചരിത്രത്തിലസംഖ്യമുണ്ട്; കഴിഞ്ഞ ഒരു തലമുറയിൽത്തന്നെ ചൈനയിലും മറ്റും അതു നാം കണ്ടുകഴിഞ്ഞതാണ്. നേരേമറിച്ച്, ജയത്തിലും തോൽവിയിലും താൽപ്പര്യമില്ലാത്ത ജനങ്ങളുടെമേൽ ഭരണം നടത്തുന്ന ഗവൺമെന്റുകൾക്ക് എത്ര നല്ല പട്ടാളങ്ങളും പടനായകൻമാരുമുണ്ടായിട്ടും വിജയകരമായ യുദ്ധം നടത്താൻ സാധിക്കാത്തതിന്റെയും ഉദാഹരണങ്ങൾ ധാരാളമുണ്ട്. ഈ പരമാർഥം മനസ്സിലാക്കാത്തതാണ് സാമൂതിരി മുതലായ മലബാർ രാജാക്കൻമാരുടെയും ശക്തൻതമ്പുരാൻ, മാർത്താണ്ഡവർമ, പാലിയത്തച്ഛൻ, വേലുത്തമ്പിദളവ മുതലായ കൊച്ചി, തിരുവിതാംകൂർ ഭരണാധികാരികളുടെയും തോൽവിയുടെ അടിസ്ഥാനം.

മാർത്താണ്ഡവർമയും ശക്തൻതമ്പുരാനും തങ്ങളുടെ പട്ടാളവും ഭരണയന്ത്രവും പരിഷ്കരിച്ചുവെന്നതു ശരിയാണ്. അതിന്റെ സ്ഥിതിക്കൊത്ത വിജയം അവർക്കു സിദ്ധിച്ചിട്ടുണ്ട്. പക്ഷേ രാജാവിന്റെയും ഗവൺമെൻറിന്റെയും ജയം തങ്ങളുടെയും ജയമാണെന്ന് നാട്ടുകാർക്കാകെ ബോധ്യപ്പെടത്തക്ക യാതൊരു പരിഷ്കാരവും അവർ തങ്ങളുടെ നാട്ടിലെ സാമൂഹ്യവ്യവസ്ഥയിൽ വരുത്തിയില്ല. നേരേമറിച്ച്, ഭരണയന്ത്രത്തിലും പട്ടാളത്തിലും അവർ വരുത്തിയ പരിഷ്കാരങ്ങൾതന്നെ നാട്ടുകാരെ അങ്ങേയറ്റം മർദിക്കുന്നതും അവരിൽ സ്നേഹത്തിനും ബഹുമാനത്തിനും പകരം ഭയമുളവാക്കുന്നതുമായിരുന്നു. വാസ്തവത്തിൽ ടിപ്പുവിനെയും മറ്റും പറ്റി സാധാരണ പറയാറുള്ള കഥകളെപ്പോലെതന്നെ ഭയങ്കരമായ കഥകൾ മാർത്താണ്ഡവർമയെയും ശക്തൻതമ്പുരാനെയും പറ്റിയും പറയാറുണ്ട്. ഈ സ്ഥിതിക്ക് കേരളത്തിലെ രാജാക്കന്മാരും ഇവിടെ കപ്പലിറങ്ങിയ കമ്പനികളും അന്യോന്യം നടത്തിയ യുദ്ധങ്ങളുടെയും തന്ത്രബന്ധങ്ങളുടെയും ജയാപജയത്തിൽ നാട്ടുകാർ താൽപ്പര്യം പ്രദർശിപ്പിക്കാത്തതിൽ അൽഭുതത്തിനിടയില്ലല്ലോ.

എന്നാൽ ജനങ്ങളിൽനിന്നുള്ള ഈ അകൽച്ച മാത്രമല്ല കേരളത്തിലെ രാജാക്കൻമാരുടെ പരാജയത്തിനുള്ള കാരണം. അതോടൊപ്പം തന്നെ മറ്റു രണ്ടു കാരണങ്ങൾ കൂടിയുണ്ട്:

1. കൊച്ചിയും തിരുവിതാംകൂറും പട്ടാളത്തെയും ഭരണയന്ത്രത്തെയും പരിഷ്കരിച്ചുവെങ്കിലും അതിനടിസ്ഥാനമായി നിൽക്കുന്ന സാമ്പത്തികപരിവർത്തനം വരുത്തിയില്ല: തോക്കും വെടിമരുന്നും ഉപയോഗിക്കാൻ തുടങ്ങിയെങ്കിലും അതുണ്ടാക്കാനുള്ള വ്യവസായം വളർത്തിയില്ല; കച്ചവടത്തിനും മറ്റും പ്രോൽസാഹനം നൽകാൻ കൊച്ചി, തിരുവിതാംകൂർ ഗവൺമെൻറുകൾ ശ്രമിച്ചുവെങ്കിലും, അതിനാവശ്യമായ കപ്പൽനിർമാണത്തിലും കരവഴിക്കുള്ള ഗതാഗതത്തിലും മറ്റും യൂറോപ്പിൽ (വിശേഷിച്ച് ഇംഗ്ലണ്ടിൽ) നടന്നിരുന്ന വമ്പിച്ച വിപ്ലവത്തിൽ കേരളം പിന്നിലായിരുന്നു; വ്യാവസായികവിപ്ലവത്തിന്റെ മുന്നണിയിൽ നിൽക്കാതെ ആയോധനമുറയുടെ മുന്നണിയിൽ നിൽക്കാൻ കഴിയില്ലെന്നവർ മനസിലാക്കിയില്ല.

2. എട്ടുപത്തു നൂറ്റാണ്ടുകാലത്തെ കേരള മേധാവിത്വത്തിനുശേഷം അങ്ങേയറ്റം അധഃപതിക്കാൻ തുടങ്ങിയ ഒരു ജനവിഭാഗമാണ് അന്ന് കേരളത്തിന്റെ ഭരണയന്ത്രം തിരിച്ചിരുന്നത്. പരസ്പരം കണ്ടുകൂടായ്മ, എന്തു ചെറ്റത്തരം ചെയ്തും കൂട്ടുകാരനെ തോൽപ്പിക്കാനുള്ള വാസന, നാട്ടുകാരുടെ താൽപ്പര്യത്തെക്കാൾ സ്വന്തം സ്വാർഥം നോക്കാനുള്ള ധൃതി മുതലായി നശിക്കാൻപോകുന്ന വർഗങ്ങളുടെ സ്വഭാവമായി ചരിത്രം വർണിക്കുന്ന എല്ലാ ദുർഗുണങ്ങളുടെയും വിളനിലമായിരുന്നു അന്നത്തെ രാജാക്കൻമാരും നാടുവാഴികളും (ഇതിന്റെ ചില ഉദാഹരണങ്ങൾ മാത്രമാണ് സാമൂതിരിയും കൊച്ചിരാജാവും). ഈ അധഃപതനം നിമിത്തമാണ് വിദേശകോയ്മകൾക്കു കീഴടങ്ങുന്ന കാര്യത്തിൽ കേരള രാജാക്കൻമാർക്ക് ലവലേശം ലജ്ജയില്ലാതായത്.

അതായത്, നാടുവാഴിമേധാവിത്വത്തിന് ജനങ്ങളിൽനിന്നുള്ള അകൽച്ച, നാടുവാഴിമേധാവിത്വത്തിന്റെ കീഴിൽ സാമ്പത്തികമായും സാങ്കേതികമായും നമ്മുടെ നാട് യൂറോപ്യൻ രാജ്യങ്ങളുടെ പിന്നിലായത്, നാടുവാഴിമേധാവിത്വത്തിന്റെ മകുടങ്ങളായ രാജാക്കൻമാരുടെയും ഉയർന്ന വർഗക്കാരുടെയും സാന്മാർഗികമായ അധഃപതനം—ഇതു മൂന്നും ചേർന്നാണ് കേരളത്തെ ഇംഗ്ലണ്ടിന് അടിമപ്പെടുത്തിയത്. ഇതു മൂന്നും തന്നെയാണ് കഴിഞ്ഞ 140 കൊല്ലക്കാലം ഇംഗ്ലീഷ് ഭരണത്തെ ഇവിടെ നിർത്തിയിട്ടുള്ളതെന്നും ഇതു മൂന്നും നിലനിർത്തി സ്വന്തം ആധിപത്യം 'സ്വതന്ത്ര കേരള'ത്തിലും തുടരാനുള്ള പ്ലാനാണ് ബ്രിട്ടീഷ്സാമ്രാജ്യാധിപത്യം ഇന്നുണ്ടാക്കിവരുന്നതെന്നും ഈ ഗ്രന്ഥത്തിന്റെ രണ്ടാം ഭാഗം വ്യക്തമാക്കുന്നതായിരിക്കും.

2

ബ്രിട്ടീഷ്ഭരണത്തിൻ കീഴിൽ

ബ്രിട്ടീഷ് ഭരണത്തിനുമുമ്പ് നാടുവാണിരുന്ന സാമൂതിരി മുതലായ നാടുവാഴികുടുംബങ്ങളിലെ മൂത്ത ആൾ മരിച്ച് അടുത്ത ആൾ കാരണവസ്ഥാനമേറ്റെടുക്കുമ്പോൾ ഒരു ചടങ്ങുണ്ട്: 'അരിയിട്ടുവാഴ്ച'. ഭരണാധികാരമുണ്ടായിരുന്ന കാലത്തു ഭരണമേറ്റെടുക്കുമ്പോൾ അനുസരിച്ചിരുന്നതും ഭരണാധികാരമില്ലാതായപ്പോഴും തുടർന്നുവരുന്നതുമായ ഒരു ചടങ്ങാണത്. നാട്ടുപ്രമാണികളുടെയും ബ്രാഹ്മണരുടെയും അനുവാദത്തോടും അനുഗ്രഹത്തോടുംകൂടി സ്ഥാനമേറ്റെടുക്കുകയെന്ന പഴയ പതിവ് മുഴുവൻ ഇന്നും അനുസരിച്ചുവരുന്നുണ്ട്. തെക്കേ മലബാർ മുഴുവൻ കീഴടക്കി, കൊച്ചി മുഴുവൻ വിഴുങ്ങാനാശിച്ചിരുന്ന പഴയ സാമൂതിരിപ്പാടൻമാർ സ്ഥാനാരോഹണം ചെയ്തപ്പോൾ എന്തെല്ലാം ആഘോഷങ്ങളും ചടങ്ങുകളുമുണ്ടായിരുന്നുവോ, അതെല്ലാം ഇന്നത്തെ സാമൂതിരിപ്പാടൻമാരുടെ 'അരിയിട്ടുവാഴ്ച'കൾക്കുമുണ്ട്.

അരിയിട്ടുവാഴ്ചയ്ക്കു മാത്രമല്ല മറ്റു പല സന്ദർഭങ്ങളിലും ഈ നാടുവാഴികുടുംബങ്ങൾ പഴയ പതിവുകളും ചടങ്ങുകളും തുടർന്നുവരുന്നുണ്ട്. ഉദാഹരണത്തിന്, അവരിൽ പലരും ഇന്നും പുറത്തിറങ്ങി സഞ്ചരിക്കുമ്പോൾ അകമ്പടിയായി 'വാളും പരിചക്കാരു'മുണ്ടായിരിക്കും. ദേഹരക്ഷയ്ക്കുവേണ്ടി 'നായൻമാ'രെ അകമ്പടികൂട്ടി മാത്രം രാജാക്കൻമാരും നാടുവാഴികളും യാത്ര ചെയ്തിരുന്ന പഴയ കാലത്തെ പതിവാണതെന്നു വ്യക്തമാണല്ലോ. പക്ഷേ വാളും പരിചയും ഉപയോഗിക്കേണ്ടതെങ്ങനെയെന്നുപോലും ഇന്നത്തെ അകമ്പടിക്കാർക്കറിയില്ല; അറിയുന്നവർക്കുപോലും വെട്ടാനുപയോഗപ്പെടാത്തത്ര മൂർച്ച കുറഞ്ഞ (ചിലപ്പോൾ മരംകൊണ്ടുള്ള) വാളാണവരുടെ കൈയിലുള്ളത്; പോരെങ്കിൽ, ദേഹരക്ഷയ്ക്ക് അകമ്പടിക്കാരെ കൂട്ടത്തക്കവണ്ണം നാടുവാഴികുടുംബാം

ഗങ്ങളുടെ ജീവൻ അപകടത്തിലാവത്തക്ക സ്ഥിതിയൊന്നും ഇന്ന് നാട്ടിലില്ല. എങ്കിലും ഈ പഴയ ആർഭാടങ്ങളെല്ലാം കൃത്യമായും ക്രമമായും തുടർന്നുവരുന്നുണ്ട്.

അരിയിട്ടുവാഴ്ചയും മറ്റാർഭാടങ്ങളും നടത്തുന്ന ഈ നാടുവാഴി കുടുംബങ്ങളിൽ മിക്കതിനും ഇന്ന് ആർഭാടങ്ങളല്ലാതെ ഭരണാധികാരത്തിന്റെയോ നാടുവാഴിസ്ഥാനത്തിന്റെയോ യാതൊരവശിഷ്ടവും ബാക്കിയില്ല. അവയിൽ ചിലതിന് 'മാലിഖാ'നുണ്ട്. മാസംതോറും, അല്ലെങ്കിൽ കൊല്ലംതോറും ഇത്ര ഉറുപ്പിക വീതം എന്ന നിശ്ചയമനുസരിച്ച് ബ്രിട്ടീഷ് ഗവൺമെൻറ് അതത് കുടുംബത്തിന്റെ കാരണവർക്കും അടുത്ത ചില അനന്തരവൻമാർക്കും പെൻഷൻ കൊടുക്കുന്നുണ്ട്. മിക്കതിനും ജന്മിയെന്ന നിലയ്ക്ക് കുറെ ഭൂസ്വത്തുക്കളും അവയിൽനിന്ന് പാട്ടം വരാനുമുണ്ട്. ഈ രണ്ടിനങ്ങളിലായി കൃത്യമായി കുറെ പണം കിട്ടാനുള്ളതിനാൽ ഈ കുടുംബക്കാരണവൻമാർ പട്ടിണികിടക്കേണ്ടിവരാറില്ല. പക്ഷേ അനന്തരവൻമാർ മിക്കവരും പട്ടിണിതന്നെയാണ്; സ്ത്രീകളുടെ സ്ഥിതിയാണെങ്കിൽ 'എടുക്കാനും വയ്യ, തൊടാനും വയ്യ' എന്ന മട്ടാണ്. ചുരുക്കിപ്പറയാം: 'ഇസ്പേഡ് രാജാക്കൻമാർ' എന്നു പറയാവുന്നവരായി ലോകത്തിലാരെങ്കിലുമുണ്ടെങ്കിൽ, അത് ചേരമാൻ പെരുമാളുടെ മക്കളും മരുമക്കളും മറ്റുമാണെന്നവകാശപ്പെട്ട് പരസ്പരം മത്സരിച്ചിരുന്ന കേരളത്തിലെ പഴയ നാടുവാഴികളുടെ ഇന്നത്തെ അനന്തരഗാമികളാണ്. ഇക്കൂട്ടത്തിൽ ഏറ്റവും തമാശയുള്ള ഒരേർപ്പാടാണ് കൊടുങ്ങല്ലൂരുള്ളത്: ഒരു മൂന്നാംകിട ജന്മിക്കുള്ളത്രപോലും വരവില്ലാത്ത ഒരു രാജകുടുംബം അവിടെ നിലവിലുണ്ട്—പണ്ട് മഹനീയ പാരമ്പര്യത്തോടെ രാജ്യം ഭരിച്ചതും പിന്നീട് കൊച്ചിയെയും സാമൂതിരിയെയും തിരുവിതാംകൂറിനെയും ഡച്ചുകാരെയുമെല്ലാം മാറിമാറി ആശ്രയിച്ച് 'സ്വതന്ത്ര'രാജ്യമായി നിലനിന്നതുമായ ഒരു കുടുംബം. ഇന്നാ രാജാവിന്റെ രാജ്യം കൊച്ചിശ്ശീമയുടെ ഭാഗമായ ഒരു താലൂക്ക് (കൊടുങ്ങല്ലൂർ) ആണ്. പക്ഷേ കൊടുങ്ങല്ലൂർ രാജാവ് ഇന്നും ഒരു 'സ്വതന്ത്ര'രാജാവാണെന്ന ഒരു കെട്ടുകഥ ചമച്ചുണ്ടാക്കിയിട്ടുണ്ട്: കൊച്ചിയിൽ അഞ്ചു താലൂക്കുകളുടെ വരവുചെലവുകൾക്ക് ഒരു പൊതുബജറ്റാണുള്ളതെങ്കിൽ കൊടുങ്ങല്ലൂരിനൊരു പ്രത്യേക ബജറ്റുണ്ട്; അതുപ്രകാരമുള്ള വരവുചെലവുകളെല്ലാം കൊച്ചിരാജാവിന്റെ അനുവാദത്തോടുകൂടിയല്ല, കൊടുങ്ങല്ലൂർ രാജാവിന്റെ കൽപ്പനയനുസരിച്ചാണ് നടത്തുന്നതെന്നാണ് വയ്പ്. സാമൂതിരിയെപ്പോലെ അരിയിട്ടുവാഴ്ചയും 'വാളും പരിചക്കാ'രുടെ അകമ്പടിയും മറ്റു ചടങ്ങുകളും മാത്രമല്ല ഒരു ഭരണാധിപൻ ചെയ്യേണ്ട പല പ്രവൃത്തികളിൽ ചിലതെല്ലാം നടത്തുകയും കൊടുങ്ങല്ലൂർ രാജാവ് ചെയ്യുന്നുണ്ട്. വാസ്തവത്തിൽ ഭരണസംബന്ധമായ നടപടികൾ നോക്കിയാൽ കൊച്ചിയെപ്പോലെതന്നെ സ്വതന്ത്രമായ ഒരു രാജ്യമാണ് കൊടുങ്ങല്ലൂരെന്നും സൗകര്യത്തിനുവേണ്ടി കൊച്ചിദിവാനെത്തന്നെ കൊടുങ്ങല്ലൂർ ദിവാൻകൂടിയാക്കാൻ കൊടുങ്ങ

ല്ലൂരിലെ 'സ്വതന്ത്ര'രാജാവ് തീരുമാനിച്ചതാണെന്നും തോന്നും. പക്ഷേ കൊച്ചിദിവാന്റെ നിർദേശമനുസരിച്ച് ഉത്തരവുകൾ പാസ്സാക്കാനല്ലാതെ സ്വതന്ത്രമായി യാതൊന്നും ചെയ്യാൻ കൊടുങ്ങല്ലൂർ രാജാവിനധികാരമില്ല. ഈ 'സ്വതന്ത്ര'രാജാവിന്റെ അനന്തരവൻമാരാണെങ്കിൽ ഒരു സാധാരണകൂലിക്കാരനുള്ള വരവുപോലുമില്ലാതെ കഷ്ടപ്പെടുന്ന നിലയിലാണ്.

ഭരണകാര്യത്തിൽ മാത്രമല്ല നാട്ടുകാരുടെ ജീവിതത്തിലാകെ ഈ മാറ്റം വന്നിരിക്കുന്നു. കേരളത്തിന്റെ സംസ്കാരകേന്ദ്രങ്ങളായ മഠങ്ങളും ക്ഷേത്രങ്ങളും കോവിലകങ്ങളും ഇല്ലങ്ങളും മറ്റും ഇന്നും നിലനിൽക്കുന്നുണ്ട്; അവയിൽ പലതിലും വേദാധ്യയനവും ശാസ്ത്രപഠനവും പുരാണേതിഹാസപാരായണവും കലാപ്രകടനങ്ങളും നടക്കുന്നുണ്ട്; ഇതു സംബന്ധിച്ച് പണ്ടുണ്ടായിരുന്ന ചില ചടങ്ങുകളും, 'അരിയിട്ടുവാഴ്ച' പോലെ, തുടർന്നുവരുന്നുണ്ട് (ഉദാ: കടവല്ലൂരെ വേദപരീക്ഷ, തൃപ്പൂണിത്തുറയിലും മറ്റും ശാസ്ത്രസദസ്സ്, പട്ടത്താനം). പക്ഷേ അതെല്ലാം ഇന്ന് വെറും ചടങ്ങാണ്. ഈ പഴയ സംസ്കാരകേന്ദ്രങ്ങൾക്കുപകരം പുതിയ സംസ്കാരകേന്ദ്രങ്ങൾ—കോളജുകളും സ്കൂളുകളും വായനശാലകളും പത്രങ്ങളും—വളർന്നുകഴിഞ്ഞിരിക്കുന്നു; ചാക്യാർകൂത്തും പാഠകവും ഓട്ടൻതുള്ളലും കഥകളിയും കാണാൻ പോയിരുന്നതിനെക്കാൾ എത്രയോ ഇരട്ടി ആളുകൾ സിനിമയും നാടകവും കാണാൻ പോവുന്നുണ്ട്.

അതുപോലെ സാമ്പത്തികജീവിതത്തിലും സാമൂഹ്യബന്ധത്തിലും, എന്തിനേറെ, ജീവിതത്തിന്റെ എല്ലാ തുറകളിലും വമ്പിച്ച പല മാറ്റങ്ങളും വന്നുകഴിഞ്ഞിരിക്കുന്നു; ഇപ്പോഴും വന്നുകൊണ്ടിരിക്കുന്നുണ്ട്. പരശുരാമന്റെയും ശങ്കരാചാര്യരുടെയും ചേരമാൻ പെരുമാളുടെയും കേരളം ഇനി ഉയർന്നുവരാൻ വയ്യാത്തവിധം തകർന്നിരിക്കുന്നു; ആ കേരളത്തിന്റെ പ്രതിനിധികൾ, അതിന്റെ ലോകത്തിലാണ് തങ്ങളിന്നും ജീവിക്കുന്നതെന്നുകരുതി പ്രവർത്തിക്കുന്നവർ, *ഇന്ദുലേഖ*യിലെ സൂരിനമ്പൂതിരിയെപ്പോലെ പരിഹാസപാത്രങ്ങളായിത്തീർന്നിരിക്കുന്നു. ഇതിനുപകരം ഒരു പുതിയ കേരളം ബ്രിട്ടീഷ്ഭരണത്തിൻകീഴിൽ ഉയർന്നുവന്നിരിക്കുന്നു—ബ്രാഹ്മണനും ജന്മിക്കും നാടുവാഴികൾക്കും പകരം ബ്രിട്ടീഷുകാരൻ തന്റെ മേധാവിത്വം സ്ഥാപിച്ച് ഉറപ്പിച്ചുകഴിഞ്ഞ ഒരു കേരളം. ഭരണകാര്യത്തിലായാലും ശരി, സാമ്പത്തികവ്യവസ്ഥയിലായാലും ശരി, സാമൂഹ്യ-സാംസ്കാരികരംഗങ്ങളിലായാലും ശരി പണ്ടത്തെ നമ്പൂതിരിക്കും ജന്മിക്കും നാടുവാഴിക്കും പകരം ഇന്ന് ബ്രിട്ടീഷുകാരനാണ് പ്രമാണി. നമ്മുടെ ഭരണസമ്പ്രദായത്തിലും സാംസ്കാരികജീവിതത്തിലും സാമ്പത്തികബന്ധങ്ങളിലും ഉടുപ്പുകിടപ്പ് മുതലായ നിത്യജീവിതത്തിലുമെല്ലാം ബ്രിട്ടീഷുകാരന്റെ നിയന്ത്രണമാണ് കഴിഞ്ഞ 150 കൊല്ലക്കാലമായി നമ്മുടെ നാട്ടിലുള്ളത്.

പക്ഷേ പഴയ ജാതി-ജന്മി-നാടുവാഴി വ്യവസ്ഥയെ തികച്ചും നശിപ്പിക്കാതെയാണ് ബ്രിട്ടീഷുകാരൻ ഇവിടെ സ്ഥാനമുറപ്പിച്ചിട്ടു

ള്ളത്. ബ്രിട്ടീഷ് നിയന്ത്രണത്തിന് തടസ്സമായെന്തെല്ലാം ജാതി-ജന്മി-നാടുവാഴി വ്യവസ്ഥയിലുണ്ടോ, അതുമാത്രമേ ബ്രിട്ടീഷുകാരൻ നശിപ്പിച്ചിട്ടുള്ളു. ബാക്കി കാര്യങ്ങളിലെല്ലാം പഴയ വ്യവസ്ഥയും അതിന്റെ മർദനങ്ങളും ഇന്നും തുടർന്നുവരികയാണ്. മാത്രമല്ല, തന്റെ ഭരണാധിപത്യം ഉറപ്പിക്കാനും തന്റെ കച്ചവടവും വ്യവസായവും വിപുലപ്പെടുത്താനും ആവശ്യമായ കാര്യങ്ങളിലെല്ലാം ജാതി-ജന്മി-നാടുവാഴി വ്യവസ്ഥയെ അയാൾ കൂടുതൽ ശക്തിപ്പെടുത്തുകപോലും ചെയ്തിട്ടുണ്ട്. സ്വന്തം നാട്ടിലെന്നപോലെ ഇവിടെയും നാടുവാഴി മേധാവിത്വവുമായി സന്ധി ചെയ്ത് അതിനെ സ്വന്തം ആവശ്യങ്ങൾക്കുപയോഗിക്കുകയെന്ന നയമാണ് ബ്രിട്ടീഷുകാരൻ കൈക്കൊണ്ടത്: ബ്രിട്ടീഷ് രാജാവാണ് രാജ്യം ഭരിക്കുന്നതെന്നപേരിൽ, ആ രാജാവിന്റെ മറവിൽനിന്നുകൊണ്ട് രാജ്യം ഭരിക്കുകയെന്ന ബ്രിട്ടീഷ്തന്ത്രം തന്നെയാണ് കൊച്ചിയിലും തിരുവിതാംകൂറിലും നടക്കുന്നത്. സാമൂതിരി മുതലായ നാടുവാഴികൾക്ക് മാലിഖാൻ കൊടുക്കുകയും അവർക്കും നമ്പൂതിരിമാർക്കും ജന്മികളെന്ന നിലയ്ക്ക് വിപുലമായ സാമ്പത്തികാവകാശങ്ങൾ നൽകുകയും ചെയ്യുന്നതിലും ഇതേ തന്ത്രമാണ് പ്രവർത്തിക്കുന്നത്. കൊച്ചി, തിരുവിതാംകൂർ നാട്ടുരാജാക്കൻമാരും സാമൂതിരി മുതലായ നാടുവാഴികളും നമ്പൂതിരിമാരും അല്ലാത്തവരുമായ ജന്മികളും മുഖേനയാണ് ബ്രിട്ടീഷാധിപത്യം കേരളത്തിൽ നിലനിന്നുവരുന്നത്.

ഇതിന്റെ ഫലമായി നാട്ടുകാരുടെ സ്ഥിതി പറയാൻവയ്യാത്തവിധം ദുരിതമയമായിരിക്കുന്നു. പണ്ടത്തെ ജാതി-ജന്മി-നാടുവാഴിമർദനമൊന്നും ലവലേശം കുറയാതെ, ചില കാര്യങ്ങളിൽ പണ്ടത്തെക്കാൾ മൂർച്ഛിക്കുകപോലും ചെയ്ത്, അതിനും മീതെ ഒരു പുതിയ മർദനം കൂടി സൃഷ്ടിക്കുകയാണ്, ബഹുഭൂരിപക്ഷം നാട്ടുകാരെ സംബന്ധിച്ച് ബ്രിട്ടീഷ്ഭരണം ചെയ്തത്; നമ്പൂതിരി-ജന്മി-നാടുവാഴികളിൽ നിന്നുള്ള മർദനത്തിനൊക്കെപ്പുറമേ ബ്രിട്ടീഷുകാരിൽനിന്നുള്ള മർദനം കൂടി നാട്ടുകാർക്കനുഭവിക്കണമെന്ന നില വന്നിരിക്കുന്നു.

ഈ മാറ്റം ഏതെല്ലാം രൂപത്തിൽ, ജീവിതത്തിന്റെ ഏതെല്ലാം തുറകളിൽ, എങ്ങനെ വന്നുവെന്ന് ചുരുക്കത്തിൽ വിവരിക്കുകയാണ് അടുത്ത പേജുകളിൽ ചെയ്യുന്നത്.

നാടുവാഴിമേധാവിത്വത്തിനുപകരം ഉദ്യോഗസ്ഥമേധാവിത്വം

ഭരണാധികാരം നാടുവാഴികളുടെ കൈയിൽനിന്ന് ബ്രിട്ടീഷുകാരുടെ കൈയിലേക്ക് പകരുകയാണല്ലോ ബ്രിട്ടീഷ്ഭരണത്തിന്റെ പ്രത്യക്ഷവും ആദ്യത്തേതുമായ ഫലം; വടക്ക് കോലത്തിരി മുതൽ തെക്ക് വേണാട്ടരചൻ വരെയുള്ള ഒരു ഡസനിലധികം രാജാക്കൻമാർ നടത്തിയിരുന്ന ഭരണാധികാരം ബ്രിട്ടീഷ് ഈസ്റ്റിന്ത്യാക്കമ്പനി നടത്താൻ തുടങ്ങിയെന്നാണല്ലോ കേരളം ബ്രിട്ടന്റെ കീഴിലായെന്നു പറയുന്നതിന്റെ അർഥം.

എന്നാൽ, ഇതോടുകൂടി ഭരണസമ്പ്രദായത്തിലാകെ വമ്പിച്ച മാറ്റങ്ങൾ വരുത്താതെ ബ്രിട്ടീഷുകാർക്ക് ഭരണം നടത്താൻ സാധ്യമല്ല. രാജാ

ക്കൻമാർ സ്ഥാനത്തുനിന്നു പോയാലും അവരുടെ കീഴിൽ കാര്യങ്ങൾ നടത്തിയിരുന്ന മന്ത്രിമാരും പടനായകൻമാരും നാടുവാഴികളും ദേശവാഴികളും അവരവർക്ക് മുമ്പുണ്ടായിരുന്ന അധികാരങ്ങൾ നടത്താൻ തുടങ്ങുന്നപക്ഷം രാജാക്കൻമാർക്കുപകരം ഈസ്റ്റിന്ത്യാക്കമ്പനി വന്നതുകൊണ്ട് പറയത്തക്ക മെച്ചമൊന്നുമില്ല. അഞ്ഞൂറും ആയിരവും അതിലധികവും 'നായൻമാ'രുടെ എജമാനൻമാരായ കർത്താക്കൻമാരും പണിക്കൻമാരും മറ്റു നാട്ടുപ്രമാണികളുമുള്ള കാലത്തോളം ഭരണാധികാരത്തിന്റെ പട്ടാളവിഭാഗം ഒട്ടനവധി നാടുവാഴികളുടെയും ദേശവാഴികളുടെയും നിയന്ത്രണത്തിലായിരിക്കുന്ന കാലത്തോളം നാട്ടിൽ നിയമവും ക്രമവും പാലിക്കാൻ ഈസ്റ്റിന്ത്യാക്കമ്പനിക്കു സാധ്യമല്ല. ഇതുപോലെതന്നെ കുറ്റങ്ങൾ തെളിയിക്കാനും കുറ്റക്കാരെ ശിക്ഷിക്കാനും മറ്റും കാര്യക്ഷമമായി പ്രവർത്തിക്കുന്ന ഒരു ക്രമീകൃതമായ നീതിന്യായ വകുപ്പില്ലാതെ, നീതിന്യായസംബന്ധമായ പ്രവൃത്തികൾ ബ്രാഹ്മണരുടെ സഹായത്തോടുകൂടി രാജാവും നാടുവാഴികളും ദേശവാഴികളും നടത്തുന്ന പതിവവസാനിപ്പിക്കാതെ നാട്ടിൽ സമാധാനം പാലിക്കാനോ നാട്ടുകാരുടെ ദേഹത്തിനും സ്വത്തിനും ആവശ്യമായ രക്ഷ നൽകാനോ ബ്രിട്ടീഷുകാർക്കു കഴിയില്ല. ഭരണസംബന്ധമായ പ്രവൃത്തികൾ നടത്തുന്നവരുടെ വ്യക്തിപരമായ കഴിവും അവർക്കതുസംബന്ധിച്ചു കിട്ടിയ പരിശീലനവുമൊന്നും നോക്കാതെ ചില സമുദായങ്ങളിലെ ചില കുടുംബങ്ങളെ അത്തരം ജോലികളേൽപ്പിക്കുകയെന്ന പതിവ് നിലനിൽക്കുന്നപക്ഷം ഭരണയന്ത്രത്തിന്റെ വളർന്നുവരുന്ന ചുമതലകൾ ഏറ്റെടുത്തു നടത്താൻ കഴിയുന്ന ആളുകളെ കിട്ടുക വിഷമമായിരിക്കും. മാത്രമല്ല, ഈ പ്രവൃത്തികൾ നടത്തുന്നവർക്ക് (അഥവാ അവരുടെ കുടുംബങ്ങൾക്ക്) ജീവിതത്തിനുവേണ്ട ആദായം കിട്ടുന്ന ഭൂമികൾ മാത്രം കൊടുക്കുകയും പണമായി ശമ്പളമൊന്നും കൊടുക്കാതിരിക്കുകയും, അങ്ങനെ പണമായി ശമ്പളം കൊടുക്കേണ്ടതില്ലാത്തതിനാൽ ഭൂനികുതി പിരിക്കാതെ രാജകുടുംബത്തിനു സ്വന്തമായുള്ള ഭൂമികളിൽനിന്നു കിട്ടുന്ന ആദായം കൊണ്ട് ഭരണച്ചെലവുകൾ മിക്കവാറും നടത്തുകയും ചെയ്യുന്ന പതിവ് തുടരുന്ന കാലത്തോളം ഭരണയന്ത്രത്തിന്റെ വരവുകളോ ഉദ്യോഗസ്ഥൻമാർ തങ്ങളുടെ ചുമതലകൾ നിറവേറ്റുന്നതെങ്ങനെയെന്ന കാര്യമോ നിയന്ത്രിക്കാൻ കഴിയാതെവരും. ചുരുക്കത്തിൽ, പഴയ നാടുവാഴി ഭരണത്തിൻകീഴിലുണ്ടായിരുന്ന സൈനികസംഘടന, നീതിന്യായവകുപ്പ്, ഭരണസംബന്ധമായ ചുമതലകൾ നടത്തുന്ന ഉദ്യോഗസ്ഥന്മാരുടെ നിയമനവും നിയന്ത്രണവും, നികുതിപിരിവും ഭരണസംബന്ധമായ ചെലവും മുതലായ എല്ലാ കാര്യങ്ങളും ഒന്നാകെ ഉടച്ചുവാർക്കാതെ ബ്രിട്ടീഷ്ഭരണം ഇവിടെ ഉറയ്ക്കുകയില്ല.

ബ്രിട്ടീഷ് മലബാറിലും ബ്രിട്ടീഷിന്ത്യയുടെ മറ്റു ഭാഗങ്ങളിലും ഈമാറ്റം വന്നിട്ടുണ്ടെന്നു വ്യക്തമാണല്ലോ. ഭരണാധികാരം നിയമദൃഷ്ട്യാതന്നെ ബ്രിട്ടീഷ്രാജാവിന്റെ കൈയിലിരിക്കുകയും അതുനടത്താ

നുള്ള ചുമതല ബ്രിട്ടീഷ് പ്രതിനിധികളായ ഗവർണർ ജനറൽ, ഗവർണർ എന്നീ ഉദ്യോഗസ്ഥൻമാരെ ഏൽപ്പിക്കുകയുമാണല്ലോ ചെയ്തിട്ടുള്ളത്. അതനുസരിച്ച് ജില്ലാഭരണത്തിന് കളക്ടർ, താലൂക്ക് ഭരണത്തിന് തഹസീൽദാർ, അംശം ഭരണത്തിന് അധികാരി എന്നീ പൊതുഭരണാധിപൻമാരടങ്ങുന്ന ഒരു പൊതുഭരണവകുപ്പ്; ഇതിനുപുറമേ പൊലീസ് വകുപ്പ്, കോടതി–ജയിൽവകുപ്പ്, വിദ്യാഭ്യാസവകുപ്പ്, നികുതിപിരിവുകളുടെയും ചെലവിന്റെയും മറ്റും വകുപ്പുകൾ; ഇതിനെല്ലാംവേണ്ട ഉദ്യോഗസ്ഥൻമാരെ, അവരുടെ സമുദായമോ കുടുംബമോ നോക്കാതെ വ്യക്തിപരമായ പ്രാപ്തിയും പരിശീലനവും നോക്കി, നിയമിക്കുന്ന സമ്പ്രദായം; ഉദ്യോഗസ്ഥൻമാർക്ക് പാട്ടം പിരിക്കാനുള്ള അധികാരത്തോടുകൂടി ഭൂമി കൊടുക്കുന്നതിനുപകരം പണമായി ശമ്പളം കൊടുക്കുന്ന പതിവ്, ഉദ്യോഗസ്ഥൻമാരുടെ നിയമനം, നിയന്ത്രണം മുതലായവയ്ക്ക് വ്യക്തമായ നിയമങ്ങൾ–ഇവയെല്ലാം അടങ്ങുന്ന 'ഒരിരുമ്പുചട്ട' ബ്രിട്ടീഷിന്ത്യയിൽ ഉളവായിട്ടുണ്ട്. ഇതിന്റെ സഹായത്തോടുകൂടിയാണ്—പണ്ടത്തെ നാടുവാഴിമേധാവിത്വത്തിനുപകരം ഇന്നത്തെ ഉദ്യോഗസ്ഥമേധാവിത്വത്തെ സൃഷ്ടിച്ചിട്ടാണ്—ഒരുപിടി ബ്രിട്ടീഷുകാർ ഇന്നിന്ത്യ ഭരിക്കുന്നത്.

ബ്രിട്ടീഷിന്ത്യയിൽ മാത്രമല്ല നാട്ടുരാജ്യങ്ങളിലും ഇന്ന് പഴയ നാടുവാഴി ഭരണയന്ത്രത്തിനുപകരം പുതിയ ഉദ്യോഗസ്ഥമേധാവിത്വമാണ് നിലവിലുള്ളത്. ഐ സി എസ്, ഐ പി എസ്, ഐ ഇ എസ് മുതലായ ഔദ്യോഗിക സർവീസുകളിൽനിന്നു തിരഞ്ഞെടുത്തു നിയമിച്ച കളക്ടർ, ഡി എസ് പി മുതലായ ബ്രിട്ടീഷിന്ത്യനുദ്യോഗസ്ഥന്മാർ അനുസരിക്കുന്ന അതേ നിയമങ്ങളും ചട്ടങ്ങളും പതിവുകളുമനുസരിച്ചാണ് നാട്ടുരാജ്യങ്ങളിലെ ഉദ്യോഗസ്ഥന്മാരും ഭരണം നടത്തുന്നത്. ബ്രിട്ടീഷിന്ത്യൻ സംസ്ഥാനങ്ങളിലെ ഗവർണർക്കു പകരം ദിവാൻ, ജില്ലാകളക്ടർക്കു പകരം ദിവാൻ പേഷ്കാർ, ഡി എസ് പിക്കുപകരം പൊലീസ്കമ്മീഷണർ അഥവാ ഡി എസ് പി തന്നെ—ഇങ്ങനെ പേരുമാറ്റിയിട്ടാണെങ്കിലും ഒരേ തരത്തിലുള്ള പ്രവൃത്തികൾ നടത്തുന്ന ഉദ്യോഗസ്ഥൻമാരുടെ 'ഇരുമ്പുചട്ട' തന്നെയാണ് ബ്രിട്ടീഷിന്ത്യയിലെന്നപോലെ നാട്ടുരാജ്യങ്ങളിലും നിലവിലുള്ളത്.

കേരളത്തിലെ നാട്ടുരാജ്യങ്ങളായ കൊച്ചിയും തിരുവിതാംകൂറും തന്നെ എടുക്കുക. അവിടത്തെ രാജാക്കൻമാർ ഇന്നും നാടുവാഴുന്നുണ്ടെന്നതു ശരിതന്നെ. പക്ഷേ നാടുവാഴിഭരണത്തിൻകീഴിലെ കൊച്ചി, തിരുവിതാംകൂർ രാജാക്കൻമാരും ഇന്നത്തെ രാജാക്കൻമാരും തമ്മിൽ അജഗജാന്തരമുണ്ട്. ഒന്നാമത്, പണ്ടത്തെ രാജാക്കൻമാരെപ്പോലെ ഇന്നുള്ളവർ സ്വതന്ത്രൻമാരല്ല: ബ്രിട്ടീഷ് പ്രതിനിധിയായ റസിഡൻറിന്റെയും അധീശ ഗവൺമെൻറിന്റെയും അനുവാദത്തോടുകൂടിയല്ലാതെ പ്രധാനമായ യാതൊരു കാര്യവും ചെയ്യാൻ അവർക്ക് സ്വാതന്ത്ര്യമില്ല. രണ്ടാമത്, അധീശഗവൺമെന്റിന്റെ അനുവാദത്തോടുകൂടിയേ മുഖ്യസ്ഥാനങ്ങളിലേക്ക് (ഉദാ: ദിവാൻ) ഉദ്യോഗസ്ഥൻമാരെ നിയമിക്കാൻപോലും രാജാ

വിനധികാരമുള്ളു. മൂന്നാമത്, റസിഡൻറിന്റെ അനുവാദത്തോടും ദിവാൻ മുഖേനയും ഭരണം നടത്താനുള്ള ഭരണയന്ത്രം തന്നെ ബ്രിട്ടീഷ് മാതൃകയിലുണ്ടാക്കിയതാണ്: പീനൽകോഡ്, സിവിൽ പ്രൊസീഡ്യൂർ കോഡ്, ക്രിമിനൽ പ്രൊസീഡ്യൂർ കോഡ്, എവിഡൻസ് ആക്ട് മുതലായ നിയമസംഹിതകളുണ്ടാക്കുന്നതിലും രാജ്യത്തെ താലൂക്കുകളും ഗ്രാമ ങ്ങളുമായും ഭരണയന്ത്രത്തെ വകുപ്പുകളായും വിഭജിക്കുന്നതിലും ബ്രിട്ടീഷിന്ത്യയിലെ മാതൃക തന്നെയാണ് കൊച്ചിയിലും തിരുവിതാം കൂറിലും അനുസരിച്ചിട്ടുള്ളത്. പാലിയത്തച്ചനും കയ്മൾമാരും കർത്താ ക്കൻമാരും പിള്ളമാരും മറ്റും മുഖേന നടത്തിയിരുന്ന ഭരണം തകർ ന്നിരിക്കുന്നു. ഇങ്ങനെ, നാടുവാഴിഭരണത്തിന്റെ കാതലായ നാടു വാഴികളെയും ദേശവാഴികളെയും സ്ഥാനത്തുനിന്നു നീക്കിയും നാടു വാഴിഭരണത്തിൻകീഴിൽ രാജാവിനുള്ള അധികാരം റസിഡൻറ് മുഖേന കർശനമായി നിയന്ത്രിച്ചും നാടുവാഴിമേധാവിത്വത്തെയാകെ തകർത്ത് അതിന്റെ വെറുമൊരു തൊണ്ടുമാത്രം നിലനിർത്തിക്കൊണ്ടുമുള്ള ഭരണ രീതിയാണ് ഇന്ന് കൊച്ചിയിലും തിരുവിതാംകൂറിലുമുള്ളത്. വാസ്തവം പറകയാണെങ്കിൽ, 'അരിയിട്ടുവാഴ്ച', അകമ്പടിക്കാർ മുതലായ ആർ ഭാടങ്ങൾ നിലനിർത്തിക്കൊണ്ട് വെറും ജന്മികളായി കഴിഞ്ഞുകൂടുന്ന സാമൂതിരിയും നാടുവാഴുന്ന കൊച്ചി, തിരുവിതാംകൂർ രാജാക്കൻമാരും തമ്മിലുള്ള ഒരൊറ്റ വ്യത്യാസം കൊച്ചി, തിരുവിതാംകൂർ രാജാക്കൻമ ാർക്ക് പ്രധാനപ്പെട്ട ഭരണസംബന്ധമായ ചില കടലാസുകളിൽ 'തൃക്കൈ വിളയാടുക'യെന്ന ഒരു കാര്യംകൂടി ചെയ്യാനുണ്ടെന്നുമാത്രമാണ്. ബ്രിട്ടീഷ് പാർലമെൻറിൽ ഭൂരിപക്ഷമുള്ള കക്ഷിയുടെ നയവും പരി പാടിയും സ്വന്തം നയവും പരിപാടിയുമാക്കി പ്രഖ്യാപിക്കാൻമാത്രം സ്വാതന്ത്ര്യമുള്ള ബ്രിട്ടീഷ്രാജാവിനുള്ളത്രതന്നെ സ്വാതന്ത്ര്യമേ അധീശ ഗവൺമെൻറ് നിശ്ചയിക്കുന്ന ദിവാന്റെ തീരുമാനങ്ങൾ 'തിരുവെഴുത്തു വിളംബര'മായി പുറപ്പെടുവിക്കുന്ന കൊച്ചി, തിരുവിതാംകൂർ രാജാക്കൻ മാർക്കുള്ളു.

ഇത്തരത്തിൽ ബ്രിട്ടീഷ് നിയന്ത്രണത്തിൻകീഴിൽ തിരിയുന്ന ഒരു ഭരണയന്ത്രമുണ്ടാക്കുകയാണ് ആദ്യകാലത്തെ ബ്രിട്ടീഷ് റസിഡൻറു മാർ ചെയ്തത്. റസിഡൻറിന്റെ വെറും നിയന്ത്രണത്തിൻകീഴിൽ ഇതുനടത്താൻ സാധ്യമല്ലെന്നു കണ്ടപ്പോൾ റസിഡൻറ് തന്നെ ദിവാൻ സ്ഥാനം കൂടി ഏറ്റെടുത്തു. കൊച്ചിക്കും തിരുവിതാംകൂറിനുംകൂടി റസി ഡൻറായി ബ്രിട്ടീഷ്ഗവൺമെൻറ് നിയമിച്ച കേണൽ മൺറോ ആ ഉദ്യോഗത്തിലിരിക്കുമ്പോൾത്തന്നെ കൊച്ചി ദിവാന്റെയും തിരുവിതാം കൂർ ദിവാന്റെയും ഉദ്യോഗങ്ങൾകൂടി ഏറ്റെടുത്തു. ഇങ്ങനെ കൊച്ചിയു ടെയും തിരുവിതാംകൂറിന്റെയും ദിവാനും റസിഡൻറുമായ മൺറോ തന്റെ ഉദ്യോഗകാലത്ത് ഭരണസമ്പ്രദായത്തെയാകെ മാറ്റിമറിച്ചു.

കേണൽ മൺറോവിന്റെ കീഴിൽ കൊച്ചിയുടെ ഭരണസമ്പ്രദായ ത്തിൽവന്ന മാറ്റങ്ങൾ *കൊച്ചിൻ സ്റ്റേറ്റ് മാനുവൽ* ഇങ്ങനെ വിവരിക്കുന്നു:

നാടുവാഴികളുടെ ഭരണപരമായ അധികാരങ്ങൾ എടുത്തുകളഞ്ഞപ്പോൾ താലൂക്കുകളുടെ ചുമതല കാര്യക്കാർമാരെയാണ് ഏൽപ്പിച്ചത്. ഗവൺമെന്റിന്റെ എല്ലാ പ്രവൃത്തികളും ഇതുവരെയും അവരിലാണ് ഏകോപിതമായിരുന്നത്. അവർ റവന്യൂ ആപ്പീസറും എക്സിക്യൂട്ടീവ് ആപ്പീസറും മാത്രമല്ല മുൻസിഫും സബ്മജിസ്ട്രേട്ടും പോലീസ് ഇൻസ്പെക്ടറും കൂടിയായിരുന്നു. ഇപ്പോൾ അവരുടെ നീതിന്യായപരവും പോലീസ്സംബന്ധവുമായ അധികാരങ്ങൾ എടുത്തുകളയുകയും അവരുടെ ചുമതലകൾ നികുതി പിരിവിൽ മാത്രമായി ഒതുക്കുകയും ചെയ്തിരിക്കുന്നു. നീതിന്യായത്തിന്റെ ശരിയായ നടത്തിപ്പിനുവേണ്ടി 1812 ൽ തൃപ്പൂണിത്തുറയിലും തൃശ്ശൂരിലും ഓരോ സബോർഡിനേറ്റ് കോടതിയും സ്ഥാപിക്കപ്പെട്ടു; ഓരോന്നിന്റെയും അധ്യക്ഷപദത്തിൽ ഒരു ഹിന്ദു ജഡ്ജിയെയും ഒരു ക്രിസ്ത്യൻ ജഡ്ജിയെയും ഒരു ശാസ്ത്രിയെയും അവരോധിച്ചു. ദിവാനുൾപ്പെടെ നാലു ജഡ്ജിമാർ അധ്യക്ഷരായുള്ള ഒരു ഹജൂർ കോടതിയും സ്ഥാപിതമായി. ധർമശാസ്ത്രവും നാട്ടുനടപ്പുകളും ആചാരമര്യാദകളും അനുസരിച്ചാണ് നീതിന്യായം നടത്തേണ്ടിയിരുന്നത്. എന്നാൽ നടപടിക്രമങ്ങളുടെ കാര്യത്തിൽ ജഡ്ജിമാർക്ക് മാർഗനിർദേശകമായി ലളിതമായ ഒരു ചിട്ടയാണ് നടപ്പാക്കിയത്. ഓരോ താലൂക്കിലും ഓരോ 'ഥാനാനായക്കി'ന്റെ കീഴിൽ പോലീസിന്റെ അഥവാ 'ഥാനാദാർ'മാരുടെ ഒരു സേനയെ സംഘടിപ്പിച്ചു. നായക്കുകളുടെ മേൽനോട്ടം വഹിക്കുന്നതിനുള്ള അധികാരം ഹജൂറിന്റെ കീഴിലുള്ള, 'ദറോഹ' എന്ന ഉദ്യോഗപ്പേരോടുകൂടിയ ഒരു ആപ്പീസർക്കു നൽകപ്പെട്ടു. ആധുനിക പോലീസിന്റെയും കുറ്റകൃത്യപ്രതിരോധസേനകളുടെയും ഒന്നിച്ചുള്ള ചുമതലകളാണ് ഈ ഥാനാദാർമാർക്ക് ഉണ്ടായിരുന്നത്. നിശ്ചിതമായ തോതിനനുസരിച്ച് കോർട്ട്ഫീസ് ഈടാക്കാൻ തുടങ്ങുകയും ആധാരങ്ങൾ ചമയ്ക്കുന്നതിന് മുദ്രപ്പത്രങ്ങൾ ഏർപ്പെടുത്തുകയും ചെയ്തു. 1812 നും 1816 നും ഇടയ്ക്ക്, നീതിന്യായ ഉദ്യോഗസ്ഥന്മാരുടെയും പോലീസിന്റെയും മറ്റ് ആപ്പീസർമാരുടെയും ചുമതലകളും അധികാരങ്ങളും നിർവചിച്ചുകൊണ്ട് ഒട്ടനവധി വിളംബരങ്ങളും കൽപ്പന(ഹുക്കുംനാമ)കളും പുറപ്പെടുവിക്കുകയുണ്ടായി. അനിശ്ചിതമായ പണം പിടുങ്ങലിനാണ് ഇതേവരെ ആപ്പീസർമാർക്ക് അധികാരമുണ്ടായിരുന്നത്. എന്നാൽ അതിനുപകരം നിശ്ചിതമായ ശമ്പളത്തോത് ഏർപ്പെടുത്തി. റിട്ടയർ ചെയ്ത ആപ്പീസർമാർക്ക് പെൻഷൻ അനുവദിക്കുന്നതിനുള്ള ചില്ലറ വ്യവസ്ഥകൾ ഉണ്ടാക്കുകയും ചെയ്തു. ചില പ്രത്യേക വ്യക്തികളെയോ വിഭാഗങ്ങളെയോ വല്ലാതെ ശ്വാസംമുട്ടിച്ചിരുന്ന, ശല്യകാരിയായ പല ഇറക്കുമതിത്തീരുവകളും ധാന്യത്തിന്റെയും ഭക്ഷ്യവസ്തു

ക്കളുടെയും മേലുള്ള കയറ്റിറക്കു ചുങ്കങ്ങളും നിറുത്തലാക്കുകയും 1809 വരെ പിരിയാതെ കിടന്ന എല്ലാ റവന്യൂ കുടിശ്ശികകളും എഴുതിത്തള്ളുകയും ചെയ്തു. പല റോഡുകളും പാലങ്ങളും, പ്രാകൃതമായ ഒരു രീതിയിലാണെങ്കിലും, നിർമിച്ചു; വർഷങ്ങളായി ശ്രദ്ധിക്കാതിരുന്നതുമൂലം ഇറുന്നു പൊളിഞ്ഞു കിടന്നിരുന്ന ഒട്ടനേകം സർക്കാർ കെട്ടിടങ്ങൾ നന്നാക്കുകയോ പുതുക്കിപ്പണിയുകയോ ചെയ്തു.

ഇതുവരെ പ്രാബല്യത്തിലിരുന്ന ഭൂനികുതിയുടെയും തീരുവകളുടെയും വനവിഭവച്ചുങ്കങ്ങളുടെയും സമ്പ്രദായം നിർത്തലാക്കുകയും ഈ നികുതികൾ നേരിട്ടു പിരിക്കുന്നതിന് സർക്കാർ ഉദ്യോഗസ്ഥന്മാരെ നിയമിക്കുകയും ചെയ്തു. ഡിപ്പാർട്ടുമെൻറ് വഴി വൻതോതിൽ തേക്ക് വെട്ടിയെടുക്കുന്നതിന് ഊർജിതമായ നടപടികൾ കൈക്കൊണ്ടതോടൊപ്പം തന്നെ ചൗക്കി സ്റ്റേഷനുകളിൽ ചുങ്കമടച്ചതിനുശേഷം ആളുകൾക്ക് വനത്തിൽനിന്ന് വിറകും മറ്റു ചില്ലറ വനവിഭവങ്ങളും ശേഖരിക്കുന്നതിനുള്ള അനുവാദം നൽകുകയും ചെയ്തു. സർക്കാരിന്റെ കുത്തകയായ പുകയിലയുടെയും കുരുമുളകിന്റെയും കള്ളക്കടത്ത് തടയുന്നതിനുള്ള പ്രതിരോധനടപടികൾ സ്വീകരിച്ചു. ഉപ്പും സർക്കാരിന്റെ കുത്തകയിലാക്കി. അടുത്തകാലത്തായി കെടുകാര്യസ്ഥത കൊടികുത്തിവാണിരുന്ന ദേവസ്വങ്ങളും ഊട്ടുപുരകളും തൃപ്തികരമായ നിലയിലേക്ക് കൊണ്ടുവരികയും അവയുടെ നോക്കിനടത്തിപ്പിനായി നിശ്ചിതമായ തോതിലുള്ള ചെലവിനം വകയിരുത്തുകയും ചെയ്തു. ഒരു അക്കൗണ്ട് ഡിപ്പാർട്ട്മെൻറ് സംഘടിപ്പിക്കുകയും അക്കാലത്ത് കമ്പനി പ്രദേശങ്ങളിൽ നിലവിലുണ്ടായിരുന്നതിനു സമാനമായ ഒരു കണക്കുസൂക്ഷിപ്പുസമ്പ്രദായം ഏർപ്പെടുത്തുകയും ചെയ്തു. സർക്കാരിന്റെ കീഴിൽ കണക്കെഴുത്തുകാരും അക്കൗണ്ടന്റുമാരുമായി എടുക്കുന്നതിന് യോഗ്യരായ കുറെ ചെറുപ്പക്കാരെ വാർത്തെടുക്കുക എന്ന ലക്ഷ്യത്തോടുകൂടി ഓരോ പ്രവൃത്തിയിലും ഒന്ന് എന്ന കണക്കിന് മുപ്പത്തിമൂന്നു മലയാളം സ്കൂളുകൾ സ്ഥാപിച്ചു. ഈ നടപടികൾ വിജയകരമായി പ്രാവർത്തികമാക്കുന്നതിന് പ്രകടമായും ഭാരിച്ച അധ്വാനവും ബുദ്ധിമുട്ടും ഉണ്ടായിരുന്നു. പക്ഷേ തങ്ങളുടെ അധ്വാനം ഗംഭീരമായ ഫലം ഉളവാക്കിയത് കാണുന്നതിലുള്ള സംതൃപ്തി കേണൽ മൺറോയ്ക്കും ക്യാപ്റ്റൻ ബേക്കർക്കും ലഭിച്ചു. ഭൂനികുതി 1811–12 ൽ 2,85,000 രൂപയായിരുന്നത് 1816–17 ൽ 3,27,000 രൂപയായും പുകയില 21,000 ൽ നിന്ന് 1,57,000 രൂപയായും ചുങ്കങ്ങൾ 25,000 ൽനിന്ന് 35,000 രൂപയായും ഉപ്പ് 2,000 ൽനിന്ന് 63,000 രൂപയായും വനം 10,000 ൽനിന്ന് 62,000 രൂപയായും മൊത്തം റവന്യൂ 4,96,000 ൽ നിന്ന് 7,55,000 രൂപയായും ഉയർന്നു. (പേജ് 150–52).

കൊച്ചിയുടെ ഭരണയന്ത്രത്തിൽ വരുത്തിയ ഇതേ മാറ്റങ്ങൾ കേണൽ മൺറോ തിരുവിതാംകൂറിലും വരുത്തി. *തിരുവിതാംകൂർ സ്റ്റേറ്റ് മാനുവലിന്റെ* ഭാഷയിൽ.

കേണൽ മൺറോ ചിട്ടയും ക്രമവും സ്ഥാപിക്കുവാൻ ഉദ്യമിച്ചു അതിപുരാതനകാലം മുതൽ രാജ്യത്ത് നിലനിന്നുപോന്നിരുന്ന അധികാരവിഭജനത്തിന് അദ്ദേഹം അറുതി വരുത്തി. തലസ്ഥാനത്തിരുന്നുകൊണ്ട് ദിവാൻ നയിക്കുന്ന ഒരു കേന്ദ്രീകൃത ഭരണസംവിധാനം അദ്ദേഹം കെട്ടിപ്പടുത്തു. ദിവാനെ സഹായിക്കുന്നതിനായി ഒരു സംഘം അസിസ്റ്റന്റുമാരെയും നിയോഗിച്ചു. അവരിൽ ഏറ്റവും പ്രധാനികൾ പുതുതായി നിയമിക്കപ്പെട്ട രണ്ടു ദിവാൻപേഷ്കാർമാർ ആയിരുന്നു. റാണിയുടെ അനുവാദത്തോടുകൂടി, സർക്കാർ കാര്യങ്ങളുടെ നടത്തിപ്പിനുവേണ്ടി കൈക്കൊണ്ട ഈ സംവിധാനങ്ങൾ ഏറെക്കുറെ മദിരാശി ബ്രിട്ടീഷ് പ്രവിശ്യയിൽ നിലവിലുണ്ടായിരുന്നവയുടെ മാതൃകയിലായിരുന്നു. ഭരണകൂടത്തിന്റെ എല്ലാ വകുപ്പുകളും കേണൽ മൺറോ പുനഃസംഘടിപ്പിച്ചു. അവയിൽ ഏറ്റവും പ്രധാനപ്പെട്ടവ ഹജൂർ കച്ചേരിയും ധനകാര്യം, റവന്യൂ, നീതിന്യായം, പോലീസ്, സൈന്യം എന്നീ വകുപ്പുകളുമായിരുന്നു. കാര്യക്കാർ, തിരുമുഖംപിള്ള മുതലായ ഉദ്യോഗപ്പേരുകൾ തഹസിൽദാർ, സമ്പ്രതി എന്നും മറ്റുമാക്കി മാറ്റി. (വാല്യം IV, പേജ് 5–6).

കേണൽ മൺറോവിന്റെ കീഴിൽ നടന്ന ഭരണപരിഷ്കാരത്തിനുശേഷം എത്രയോ മാറ്റങ്ങൾ കൊച്ചി, തിരുവിതാംകൂർ ഭരണയന്ത്രത്തിൽ വരികയുണ്ടായിട്ടുണ്ട്. പക്ഷേ അദ്ദേഹം ഊട്ടിയുണ്ടാക്കിയ 'ഇരുമ്പുചട്ട'യ്ക്കു യാതൊരു പരിക്കും ഈ മാറ്റങ്ങൾ നിമിത്തം പറ്റിയിട്ടില്ല: വാസ്തവത്തിൽ, മൺറോവിനുശേഷം കൊച്ചിയിലോ തിരുവിതാംകൂറിലോ ഒരൊറ്റ രാജാവും പഴയ നാടുവാഴിമേധാവിത്വത്തെ പുനരുദ്ധരിക്കാൻ, ശ്രമിക്കുന്നതുപോകട്ടെ, ആലോചിക്കുകപോലും ചെയ്തിട്ടില്ല. റസിഡൻറ്, ദിവാൻ, ദിവാന്റെ കീഴിൽ ചീഫ്സെക്രട്ടറി മുതൽ പാർവത്യകാർ (പ്രവൃത്തിദാർ) വരെയുള്ള ഒട്ടേറെ ഉദ്യോഗസ്ഥൻമാർ എന്നിവർ മുഖേന തിരിയുന്ന ഭരണയന്ത്രത്തിന്റെ ഒരു നിസ്സാരമായ സ്ക്രൂ–അഴിഞ്ഞുപോയാലും യാതൊരുതകരാറും കൂടാതെ യന്ത്രം തിരിഞ്ഞുകൊണ്ടിരിക്കത്തക്കവിധം നിസ്സാരമായ സ്ക്രൂ–എന്ന നില മാത്രമേ ഇന്നു രാജാവിനുള്ളു. സാമൂതിരിയുടെയും മറ്റു നാടുവാഴികളുടെയും മുമ്പിൽ അകമ്പടിക്കാരായി നിൽക്കുന്ന 'നായൻമാ'രുടെ 'വാളും പരിച'യ്ക്കുള്ളതിലധികം സ്ഥാനമൊന്നും കൊച്ചി, തിരുവിതാംകൂർ രാജാക്കൻമാരുടെ സിംഹാസനത്തിനോ കിരീടത്തിനോ 'തൃക്കൈ വിളയാട്ട'ത്തിനോ ഇല്ലെന്നത് ഒരു പരമാർഥം മാത്രമാണ്.

മാർത്താണ്ഡവർമയും മൺറോയും

എന്നാൽ ബ്രിട്ടീഷുകാർ വന്നതിൽപ്പിന്നീടു മാത്രമാണ് ഈ മാറ്റങ്ങൾ വരാൻ തുടങ്ങിയതെന്നു പറയാൻ വയ്യ. അവരുടെ വരവിനുമുമ്പുതന്നെ ഇവിടെ സ്ഥാനമുറപ്പിച്ചിരുന്ന ഡച്ചുകാരുടെ മാതൃക കണ്ട് അവരെ

പ്പോലെ കാര്യക്ഷമമായി ഭരണം നടത്താനുപകരിക്കുന്ന ഒരു ഭരണ സമ്പ്രദായമേർപ്പെടുത്താൻ, നാടുവാഴികളുടെയും ദേശവാഴികളുടെയും കൈയിലുള്ള ഭരണാധികാരം ഒരു കേന്ദ്രീകൃതഗവൺമെന്റിന്റെയും അതിന്റെ കീഴിലുള്ള ഉദ്യോഗസ്ഥൻമാരുടെയും കൈയിലേക്കു പകരാൻ ഇവിടത്തെ രാജാക്കൻമാർതന്നെ ശ്രമിക്കുകയുണ്ടായി.

രാജാവിന്റെ ആവശ്യമനുസരിച്ച് ഒരു നിശ്ചിതമായ എണ്ണം 'നായന്മാ'രെ അയച്ചു യുദ്ധത്തിൽ പങ്കുകൊള്ളാൻ ബാധ്യതപ്പെട്ട നാടുവാഴികൾക്കു പകരം കേന്ദ്രീകൃതമായ ഒരു സ്ഥിരസൈന്യം രൂപീകരിക്കാനും അതിലെ പടയാളികൾക്കും പടനായകൻമാർക്കും സ്ഥിരശമ്പളം കൊടുക്കാനുമുള്ള പദ്ധതി മാർത്താണ്ഡവർമയുടെ നേതൃത്വത്തിൽ തിരുവിതാംകൂറംഗീകരിക്കുകയുണ്ടായി; ദിലനോയ് എന്ന ഡച്ച്പട്ടാളോദ്യോഗസ്ഥന്റെ നേതൃത്വത്തിൽ തിരുവിതാംകൂർ പട്ടാളത്തിന്റെ പരിശീലനവും സംഘടനയുമാകെ പരിഷ്കരിക്കുകയും ചെയ്തു. ഈ പരിഷ്കൃതവും കേന്ദ്രീകൃതവുമായ പട്ടാളത്തിന്റെ സഹായത്തോടുകൂടിയാണ് ഇന്നത്തെ തെക്കൻതിരുവിതാംകൂർ മാത്രമായിരുന്ന വേണാട് അതിന്റെ മൂന്നുനാലിരട്ടി വലിപ്പമുള്ള തിരുവിതാംകൂറായിത്തീർന്നത്.

ഇതോടൊപ്പം തിരുവിതാംകൂറിന്റെ ഭരണസമ്പ്രദായത്തിലും സമൂലപരിവർത്തനം വരുത്തേണ്ടിവന്നു. മാർത്താണ്ഡവർമയുടെയും അദ്ദേഹത്തിന്റെ അനന്തരഗാമിയായ രാമവർമയുടെയും കാലത്ത് വരുത്തിയ മാറ്റങ്ങൾ *തിരുവിതാംകൂർ സ്റ്റേറ്റ് മാനുവലിൽ* ഇങ്ങനെ സംഗ്രഹിച്ചിരിക്കുന്നു:

1684 ൽ സ്ഥാനാരോഹണം ചെയ്ത രവിവർമമഹാരാജാവിന്റെ കാലത്തിനുമുമ്പ് ഓരോ ഡിസ്ട്രിക്ടിലെയും സബ് ഡിസ്ട്രിക്ടിലെയും വില്ലേജിലെയും നികുതി ഏകദേശം കണക്കാക്കി അതിന്റെ പിരിവിനു നാടുവാഴികളെയും ദേശവാഴികളെയും ചുമതലപ്പെടുത്തുകയാണു ചെയ്തിരുന്നത്. പിരിയുന്ന നികുതിയിൽനിന്ന് ദേവസ്വങ്ങൾക്കും മതസംബന്ധമായ എല്ലാ അടിയന്തരങ്ങൾക്കുമുള്ള ചെലവും, അതുപോലെ പടയാളികളെ പോറ്റാനുള്ള ചെലവും നികുതിപിരിക്കാനുള്ള ചെലവുകളും കിഴിക്കാവുന്നതാണ്. ഇതിനു പുറമേ വലിയ കാര്യക്കാരും (പ്രധാനമന്ത്രി) മേലെഴുത്തുപിള്ളയും (അക്കൗണ്ട് ഓഫീസർ) രായസംപിള്ളയും (സെക്രട്ടറി) കുറെ ഗുമസ്തൻമാരും കണക്കെഴുത്തുകാരും ഉൾപ്പെട്ട ഒരു ഭരണയന്ത്രമാണ് അന്നു നിലവിലുണ്ടായിരുന്നത്. ഇവരിൽ പ്രധാനപ്പെട്ട ഉദ്യോഗസ്ഥൻമാരെയെല്ലാം രാജാവ് നേരിട്ടു നിയമിക്കുകയും അവർ അദ്ദേഹത്തോട് നേരിട്ടു വിധേയപ്പെട്ടു പ്രവർത്തിക്കുകയും ചെയ്തിരുന്നു. ഈ ഉദ്യോഗസ്ഥൻമാരെല്ലാം രാജാവിന്റെ കൊട്ടാരത്തിനകത്തുതന്നെ അവർക്കനുവദിക്കപ്പെട്ടിരുന്ന മുറികളിൽ ഇരുന്നാണ് പണിയെടുത്തിരുന്നത്. ഏതു കാര്യവും രാജാവിന്റെ തീരുമാനത്തിനുവയ്ക്കും, രാജകീയാനുമതികൂടാതെ യാതൊരു ഭരണകാര്യവും നടത്തിയിരുന്നില്ല.

കൊല്ലവർഷം 905 (1729 എ.ഡി) ൽ സ്ഥാനാരോഹണം ചെയ്ത മാർത്താണ്ഡവർമയുടെ കാലംവരെ ഈ സമ്പ്രദായം ഒരുവിധം വിജ

യകരമായി പിടിച്ചുനിന്നു. അദ്ദേഹം വിപുലമായ വെട്ടിപ്പിടുത്തങ്ങളിലൂടെ രാജ്യം വിസ്തൃതമാക്കിയതോടുകൂടി, മാറിവന്ന ആവശ്യങ്ങൾ നിറവേറ്റുവാൻ പഴയ സർക്കാർ യന്ത്രം അപര്യാപ്തമാണെന്നു വന്നു. അതുകൊണ്ട് ഭരണസംവിധാനത്തിലെ വ്യത്യസ്ത വകുപ്പുകളുടെ ചുമതല വഹിക്കുവാൻ സവിശേഷപ്രാപ്തിയുള്ള ആളുകൾ അടങ്ങുന്ന, കാര്യക്ഷമമായ ഒരു മന്ത്രിസഭയെ മഹാരാജാവ് നിയമിച്ചു. ഭൂനികുതി സമ്പ്രദായത്തിന്റെ പുനഃസംഘടന, സെറ്റിൽമെൻറ് നടപടികളുടെ ആരംഭം, കള്ളക്കടത്ത് തടയൽ, പൊതുമരാമത്ത് പണികൾ, വ്യാപാര വികസനം, ജീവനും സ്വത്തിനും സംരക്ഷണം—ഇവയെല്ലാം കൂടുതൽ മേലുദ്യോഗസ്ഥന്മാരെയും കീഴുദ്യോഗസ്ഥന്മാരെയും ആവശ്യമാക്കിത്തീർത്തു. വരവിനനുസരിച്ച് പൊതുചെലവുകൾ നിയന്ത്രിക്കുകയും ഒരു 'പതിവു കണക്ക്' (സ്ഥിരം അക്കൗണ്ട്) ഉണ്ടാക്കുകയും ചെയ്തു. .... തോട്ടങ്ങളുടെയും കൃഷിഭൂമികളുടെയും ഒരു സർവേ 1751 ൽ ആരംഭിക്കുകയും 1754 ൽ പൂർത്തീകരിക്കുകയും ചെയ്തു. വിശ്വാസയോഗ്യമായ ആദ്യത്തെ 'ആയക്കെട്ടു' കണക്ക് തയ്യാറാക്കിയത് ഏതാണ്ട് ഈ കാലത്താണ്.

രാമവർമ മഹാരാജാവ്, തന്റെ മഹാനായ മുൻഗാമി തുടങ്ങിവച്ച സമ്പ്രദായം തുടരുകയും അതിനെ പല ദിശകളിലേക്കും വ്യാപിപ്പിക്കുകയും ചെയ്തു. രാജ്യത്തെ മൂന്നു ഡിവിഷനുകളായി വിഭജിച്ചു; ഓരോ ഡിവിഷനും ഒരു വലിയ സർവാധികാര്യക്കാരുടെ കീഴിലാക്കി. ഓരോ ഡിവിഷനും വീണ്ടും വിഭജിക്കുകയും സർവാധികാര്യക്കാർമാരുടെ കീഴിലാക്കുകയും ചെയ്തു. അങ്ങനെ വിഭജിക്കപ്പെട്ട ഭാഗങ്ങളെ വീണ്ടും ഭാഗിച്ച് കാര്യക്കാർമാരുടെ കീഴിലാക്കി. മണിയം, കേൾവി, അധികാരം, പ്രവൃത്തി എന്നിവ മണിയക്കാരൻ, അധികാരി, പാർവത്യകാർ എന്നിവരുടെ കീഴിലുള്ള ചെറുഘടകങ്ങളായിരുന്നു.

* * * * * * * * *

ഈ മഹാരാജാവിന്റെ കാലത്താണ് പ്രധാനമന്ത്രി, ദളവ എന്നതിനു പകരം ദിവാൻ എന്ന് അറിയപ്പെടാൻ തുടങ്ങിയത്. എ.ഡി. 1773 ൽ ഒരു റവന്യൂ സർവേ പൂർത്തീകരിക്കുകയുണ്ടായി. പൊതുമരാമത്തു—റോഡുകൾ, കെട്ടിടങ്ങൾ, പാലങ്ങൾ, ജലസേചനസംവിധാനങ്ങൾ—കളുടെ നിർമാണത്തിനും പരിപാലനത്തിനുമായി സുവ്യവസ്ഥിതമായ ഒരു നയം സ്വീകരിച്ചു. കേന്ദ്രഗവൺമെൻറിന്റെ നിർദേശത്തിൻ കീഴിൽ രാജ്യത്തിന്റെ വിവിധ ഭാഗങ്ങളിൽ നീതിന്യായാധികാരം നടത്തുന്ന ഉദ്യോഗസ്ഥന്മാരുടെ ഒരു ശ്രേണിയിലൂടെ നീതിന്യായത്തിന്റെ ശരിയായ നടത്തിപ്പിനുവേണ്ടിയുള്ള കാര്യക്ഷമമായ നടപടികൾ കൈക്കൊണ്ടു. (വാല്യം IV; പേജ് 2–5)

മാർത്താണ്ഡവർമയുടെ കാലത്ത് തിരുവിതാംകൂറിൽ വരുത്തിയ മാറ്റങ്ങൾ ശക്തൻതമ്പുരാന്റെ കാലത്ത് കൊച്ചിയിലും വരുത്തി. *കൊച്ചിൻ സ്റ്റേറ്റ് മാനുവലി*ന്റെ ഭാഷയിൽ,

മാർത്താണ്ഡവർമയുടെ കീഴിൽ തിരുവിതാംകൂർ ദ്രുതഗതിയിൽ ശക്തി പ്രാപിച്ചത് കൊച്ചിക്ക് ഒരു സാധനാപാഠമാണെന്നു തെളിഞ്ഞു. അധികാരം ഒരു ഭരണത്തലവനിൽ കേന്ദ്രീകരിക്കപ്പെടുന്നതിനുപകരം അത് ഏതാനും നാടുവാഴികളുടെ കൈകളിലായി ചിതറിക്കിടക്കുന്നതാണ് കൊച്ചിയുടെ ദൗർബല്യമെന്ന് അതിനിപ്പോൾ ബോധ്യമായി. അതുകൊണ്ട് 1761 ലെ ഉടമ്പടിയിൽ ഒരു വ്യവസ്ഥ എഴുതിച്ചേർത്തു. അതിൻപ്രകാരം, നാടുവാഴികളുടെ അധികാരങ്ങൾ വെട്ടിക്കുറയ്ക്കാൻ പൊതുവിലും രാജ്യദ്രോഹികളായവരെ ശിക്ഷിക്കാൻ വിശേഷിച്ചും, കൊച്ചിയെ സഹായിക്കാമെന്ന് തിരുവിതാംകൂർ സമ്മതിച്ചു. അങ്ങനെ, സാമൂതിരിയെ തോൽപ്പിച്ചോടിച്ചതിന് തൊട്ടുപിന്നാലെതന്നെ, നാടുവാഴികളുടെ എല്ലാ ഭരണാധികാരങ്ങളും എടുത്തുകളയുകയും അവ രാജാവ് നിയമിക്കുന്ന ഉദ്യോഗസ്ഥന്മാരിൽ നിക്ഷിപ്തമാക്കുകയും ചെയ്തു. പിന്നെ, വഴങ്ങാൻ കൂട്ടാക്കാത്ത നാടുവാഴികളിൽ ഓരോരുത്തരെയായി അവരുടെ കുറ്റത്തിന്റെ സ്വഭാവത്തിനനുസൃതമായി കൈകാര്യം ചെയ്തു. മുരിയനാട്ടിലെയും വേലോശനാട്ടിലെയും നമ്പ്യാർമാരെപ്പോലെയുള്ള ഏറ്റവും കൊടിയ കുറ്റവാളികളുടെ എല്ലാ സ്വത്തുക്കളും കണ്ടുകെട്ടി, അവരെ തെരുവുതെണ്ടികളാക്കിയപ്പോൾ; തലപ്പിള്ളി രാജാവിനെയും കൊരട്ടി കൈമളെയും പോലെയുള്ള മറ്റാളുകൾ അവരുടെ കുറ്റകൃത്യത്തിന്റെ അളവിന് ആനുപാതികമായി, രാജാവിന്റെ ഇഷ്ടത്തിന് എന്നു പറയുന്നതാവും ഏറെ ശരി, തങ്ങളുടെ ഭൂസ്വത്തിന്റെ ഒരംശം പരിത്യജിക്കുവാൻ നിർബ്ബന്ധിതരാക്കപ്പെട്ടു. ഈ പരിത്യാഗങ്ങൾ രേഖാമൂലമായാണ് നടത്തിയത്; സ്വന്തം കുറ്റബോധംകൊണ്ട് സ്വമേധയാ ചെയ്തതെന്നു തോന്നിക്കുന്ന തരത്തിലാണ് അവ നടത്തിയതെന്നു മാത്രം. പണ്ടാരവക അഥവാ സർക്കാരിന് ജന്മാവകാശമുള്ള ഭൂമികളിൽ വലിയൊരളവിന്റെ ഉൽഭവം ഈ കണ്ടുകെട്ടലിൽ നിന്നുമാണ്.

ഇതുവരെ നിലനിന്നുപോന്നിരുന്ന ഫ്യൂഡൽസമ്പ്രദായത്തിന്റെ സ്ഥാനത്ത് പുതിയൊരു ഭരണസമ്പ്രദായം ഏർപ്പെടുത്തി. ഇതുവരെ ഓരോ നാടുവാഴിയുടെ കീഴിലുള്ള നാടുകളായി വിഭജിക്കപ്പെട്ടിരുന്ന രാജ്യം ഇപ്പോൾ പത്ത് കോവിലകത്തും വാതുക്കലുകൾ അഥവാ താലൂക്കുകൾ ആയി വിഭജിക്കപ്പെട്ടു; ഓരോന്നും ഓരോ കാര്യക്കാരുടെ കീഴിലാക്കി. കാര്യക്കാർ നീതിന്യായനിർവഹണം, ഭരണനിർവഹണം എന്നിവ രണ്ടിന്റെയും ചുമതലകൾ ഒരുമിച്ചു വഹിച്ചു. താലൂക്കുകളെ പ്രവൃത്തികളായി പിന്നെയും വിഭജിച്ചു; ഭരണത്തിന്റെ പ്രാഥമികഘടകം അവയായിത്തീർന്നു. അവയുടെ ഭരണം നിർവഹിച്ചിരുന്നത്, മേനോൻ അഥവാ അക്കൗണ്ടന്റ്, ചന്ത്രക്കാരൻ അഥവാ മുതൽപ്പിടി എന്നിവരുടെ സഹായത്തോടുകൂടി പാർവത്യകാർ ആയിരുന്നു. താലൂക്കുകളെ ചേർത്ത് 'വടക്കേമുഖം', 'തെക്കേമുഖം' അഥവാ വടക്കേ ഡിവിഷൻ, തെക്കേ ഡിവിഷൻ എന്നിങ്ങനെ രണ്ടു ഡിവിഷനുകൾ ആക്കുകയും ഓരോന്നും ഓരോ സർവാധികാര്യക്കാരുടെ കീഴിലാക്കുകയും ചെയ്തു. ഭരണത്തല

വനാകട്ടെ, വലിയ സർവാധികാര്യക്കാർ അഥവാ പ്രധാനമന്ത്രി ആയിരുന്നു. സൈനികകാര്യങ്ങൾക്കായി തിരുവിതാംകൂറിലെ ദിലനോയിയുടെ പട്ടാളത്തിന്റെ മാതൃകയിലുള്ള ഒരു സ്ഥിരം സൈന്യം രൂപീകരിച്ചു; പട്ടാളക്കാർക്ക് ഡച്ച് ആപ്പീസർമാർ സ്ഥിരമായ പരിശീലനം നൽകി. ഡച്ച് കമ്പനിയുടെ കീഴിൽ നാട്ടുകാരായ പട്ടാളക്കാർ ഉപയോഗിച്ചിരുന്ന മാതിരിയിലുള്ള യൂണിഫോമും അവർക്ക് നൽകപ്പെട്ടു. വലിയ സർവാധികാര്യക്കാർ സൈന്യത്തിന്റെ തലവനും കൂടിയായിരുന്നു; അദ്ദേഹത്തിന്റെ കീഴിൽ രണ്ടു കമാണ്ടന്റുമാരും ഏതാനും ക്യാപ്റ്റൻമാരും ഉണ്ടായിരുന്നു. ഈ മാറ്റങ്ങൾ, നിലവിലുള്ള റവന്യൂവരുമാനംകൊണ്ട് നിർവഹിക്കാൻ കഴിയാത്തതരത്തിൽ വാർഷികച്ചെലവ് വർധിക്കുവാൻ കാരണമായി. ഈ അധികച്ചെലവ് നിർവഹിക്കുന്നതിനായി 1763 ൽ ഒരു സ്ഥിരം ഭൂനികുതി പിരിക്കുവാൻ തുടങ്ങി. (പേജ് 118–19)

കേണൽ മൺറോവിന്റെ നേതൃത്വത്തിൽ കൊച്ചി–തിരുവിതാംകൂർ ഭരണയന്ത്രം പരിഷ്കരിക്കുന്നതിന്റെ അരനൂറ്റാണ്ടുകാലംമുമ്പുതന്നെ ഏതാണ്ടതേരീതിയിലുള്ള പരിഷ്കാരങ്ങൾ നടപ്പിൽ വരാൻ തുടങ്ങിയിരുന്നുവെന്ന് ഇതിൽനിന്നു വ്യക്തമാവും. വാസ്തവത്തിൽ, മാർത്താണ്ഡവർമയും രാമവർമയും തിരുവിതാംകൂറിലും, ശക്തൻതമ്പുരാൻ കൊച്ചിയിലും തുടങ്ങിവച്ച ഭരണപരിഷ്കാരം തുടരുകയും വലുതാക്കുകയും മാത്രമാണ് മൺറോ ചെയ്തത്. ആ സ്ഥിതിക്ക് നാടുവാഴിമേധാവിത്വത്തിൽനിന്ന് ഉദ്യോഗസ്ഥമേധാവിത്വത്തിലേക്കുള്ള മാറ്റം വരുത്തിയതിന്റെ ഉത്തരവാദിത്വം മുഴുവൻ ബ്രിട്ടീഷുകാർക്കാണെന്നു പറയാൻ വയ്യ; ആ പണി പൂർത്തിയാക്കുകയും പരിഷ്കരിക്കുകയും മാത്രമാണ് ബ്രിട്ടീഷുകാർ ചെയ്തത്.

പക്ഷേ ഒരു വ്യത്യാസമുണ്ട്: മാർത്താണ്ഡവർമയും രാമവർമയും ശക്തൻതമ്പുരാനും തുടങ്ങിവച്ച ഭരണപരിഷ്കാരം കേരളത്തിലെ ജാതി–ജന്മി–നാടുവാഴിമേധാവിത്വത്തിന്റെ അധികാരവും ശക്തിയും നശിപ്പിക്കുകയോ കുറയ്ക്കുകയോ ചെയ്യാനുദ്ദേശിക്കപ്പെട്ടിരുന്നില്ല; നാടുവാഴികളുടെയും ദേശവാഴികളുടെയും കൈയിലുള്ള അധികാരമാകെ രാജാവിന്റെ കൈയിൽ കേന്ദ്രീകരിക്കുകമാത്രമാണത് ചെയ്തത്; ആ രാജാവാകട്ടെ, ജാതി–ജന്മി–നാടുവാഴി സംസ്കാരവും ജീവിതരീതിയും ഒരിഞ്ചുപോലും വിടാതെ, 'ഗോബ്രാഹ്മണഹിത'ത്തിനുവേണ്ടി, ധർമസംഹിതകളനുസരിച്ച് രാജ്യം ഭരിക്കാൻ പ്രതിജ്ഞ ചെയ്ത ഒരു ഭരണാധികാരിയാണ്; പത്മനാഭസ്വാമിയുടെയും പഴയന്നൂർ ഭഗവതിയുടെയും രക്ഷാധികാരത്തിൻകീഴിൽ നാടുവാഴുന്ന രാജാക്കൻമാരുടെ അധികാരത്തിന് നാടുവാഴികളിൽനിന്നും ദേശവാഴികളിൽനിന്നും നേരിടേണ്ടിവന്ന പരിമിതികളും എതിർപ്പുകളും ഇല്ലാതാക്കുകമാത്രമാണ് മാർത്താണ്ഡവർമയുടെയും രാമവർമയുടെയും ശക്തൻതമ്പുരാന്റെയും ഉദ്ദേശ്യം.

നേരേമറിച്ച്, മൺറോവിന്റെ ഭരണപരിഷ്കാരത്തിൽ നാടുവാഴികളും ദേശവാഴികളും മാത്രമല്ല, അവരുടെയെല്ലാം യജമാനനായ രാജാ

വുകൂടി ഇല്ലാതായിരിക്കുന്നു. പേരിന് നാടുവാഴുന്നത് രാജാവാണ്; അദ്ദേഹം ഒപ്പിട്ടതാണ് പ്രധാന ഉത്തരവുകൾ; അദ്ദേഹമംഗീകരിക്കാത്ത നിയമങ്ങളൊന്നും നിയമങ്ങളാവുകയില്ല; ദിവാൻ അദ്ദേഹത്തിന്റെ ആജ്ഞാനുവർത്തിയായ ഉദ്യോഗസ്ഥൻ മാത്രമാണ്. പക്ഷേ യഥാർഥത്തിൽ രാജ്യം ഭരിക്കുന്നത് ദിവാനാണ്; നയവും പരിപാടിയും രൂപീകരിക്കുന്നതിലും, അത് നടപ്പിൽ വരുത്താൻവേണ്ട പ്രായോഗികനടപടികളെടുക്കുന്നതിലും, അതിനുവേണ്ട ഉദ്യോഗസ്ഥൻമാരെ നിയമിക്കുന്നതിലുമെല്ലാം ദിവാനാണ് മുമ്പും കൈയുമുള്ളത്.

രാജ്യകാര്യങ്ങൾ പോകട്ടെ, സാധാരണകുടുംബകാര്യങ്ങൾപോലും നോക്കാൻ പ്രാപ്തിയില്ലാത്ത രാജാക്കൻമാർ നാടുവാണിട്ടുണ്ട്; അവരിൽ പലരുടെയും കൊള്ളരുതായ്മയെയും വിവരമില്ലായ്മയെയും വിഡ്ഢിത്തത്തെയും കുറിച്ച് യഥാർഥവും അതിശയോക്തിപരവുമായ എത്രയോ കഥകൾ നാട്ടിൽ പ്രചരിക്കുന്നുമുണ്ട്. മാർത്താണ്ഡവർമയും രാമവർമയും ശക്തൻതമ്പുരാനും ഉദ്ദേശിച്ചുണ്ടാക്കിയ ഭരണയന്ത്രത്തിന്റെ തലവൻമാരായാണ് ഈ രാജാക്കൻമാരിലാരെങ്കിലും വന്നിരുന്നതെങ്കിൽ ഭരണമാകെ സ്തംഭിച്ചുപോകുമായിരുന്നു. പക്ഷേ അത്തരം വിഡ്ഢിരാജാക്കൻമാരുടെ കീഴിലും കൊച്ചിയിലെയും തിരുവിതാംകൂറിലെയും ഭരണയന്ത്രം യാതൊരു തകരാറും കൂടാതെ തിരിഞ്ഞിട്ടുണ്ട്.

നേരേമറിച്ച്, പ്രാപ്തൻമാരോ തന്നിഷ്ടക്കാരോ ആയ രാജാക്കൻമാർ എന്നെങ്കിലും വന്നിട്ടുണ്ടെങ്കിൽ അന്നെല്ലാം രാജാവും ദിവാനും തമ്മിലോ രാജാവും റസിഡൻറും തമ്മിലോ അസ്വരസങ്ങളും വഴക്കുകളുമുണ്ടായിട്ടുണ്ട്. ഉദാഹരണത്തിന്,

1842 മുതൽ 1848 വരെ ദിവാനാരായിരിക്കണമെന്ന കാര്യത്തിൽ മഹാരാജാവും റസിഡൻറും തമ്മിൽ യോജിക്കാതിരുന്നതിനാൽ ദിവാൻതന്നെ ഉണ്ടായിരുന്നില്ല; ഒടുവിൽ 1848 ൽ റസിഡൻറിന്റെ ആളായ കൃഷ്ണറാവുവിനെ ദിവാനായി നിയമിച്ചു. (*തിരുവിതാംകൂർ സ്റ്റേറ്റ് മാനുവൽ*, വാല്യം IV, പേജ് 11).

ഇതേമാതിരി 1941 ൽ കൊച്ചിയിലും ദിവാൻസ്ഥാനത്തേക്ക് നിയമിക്കേണ്ട ആളെ സംബന്ധിച്ച് രാജാവും അധീശഗവൺമെൻറും തമ്മിൽ തർക്കമുൽഭവിക്കുകയും അവസാനം അധീശഗവൺമെൻറിന്റെ ആളായ ഡിക്സനെ സ്വീകരിക്കാൻ കൊച്ചിരാജാവ് നിർബന്ധിക്കപ്പെടുകയും ചെയ്തു. എന്തിനേറെ, പ്രാപ്തിയും കാര്യവിവരവുമുള്ള രാജാക്കൻമാർ റസിഡന്റിന്റെ ഇഷ്ടത്തിനും അധീശഗവൺമെന്റിന്റെ നയത്തിനുമെതിരായി പ്രവർത്തിച്ചാൽ അവർക്കുപോലും രക്ഷയില്ല (ഉദാ: കൊച്ചിയിലെ ഒരു മഹാരാജാവിന്—ഇന്നത്തെ വിദ്യാഭ്യാസ ഡയറക്ടറായ ഐ എൻ മേനോന്റെ അച്ഛനും 'ഒഴിഞ്ഞ വലിയ തമ്പുരാ'നെന്നപേരിൽ പ്രസിദ്ധനുമാണദ്ദേഹം—സ്ഥാനംതന്നെ ഒഴിയേണ്ടിവന്നു).

നാട്ടുരാജ്യങ്ങളിലെ ദിവാൻ, പോലീസ്കമ്മീഷണർ മുതലായ ഉദ്യോഗസ്ഥൻമാരുടെ പ്രാപ്തി, പരിചയം മുതലായവയെപ്പറ്റിയെല്ലാം

അധീശഗവൺമെന്റ് നല്ലപോലെ നോക്കാറുണ്ട്; ഏതെങ്കിലും ഗവൺമെന്റുദ്യോഗത്തിലിരുന്നുകൊണ്ടോ അനുദ്യോഗസ്ഥനെന്ന നിലയ്ക്കോ തന്റെ പ്രാപ്തിയും വിശ്വാസ്യതയും തെളിയിച്ചവരെ മാത്രമേ ആവക ഉദ്യോഗങ്ങളിലേക്ക് നിയമിക്കാറുള്ളു. എന്നാൽ ഈ വക യാതൊരു കാര്യവും ആലോചിക്കാതെ രാജകുടുംബത്തിലെ പ്രായപൂർത്തിയെത്തിയ ഏതൊരാളെയും (അയാൾ മുഴുഭ്രാന്തനോ, 'ഒഴിഞ്ഞ വലിയ തമ്പുരാ'നെപ്പോലെ സമർഥനോ അല്ലെങ്കിൽ) രാജാവാക്കി വാഴിക്കാൻ ബ്രിട്ടീഷുകാർക്ക് മടിയൊന്നുമില്ല. 'ഭരണാധികാരി'യായ രാജാവിനാവശ്യമില്ലാത്ത ഗുണഗണങ്ങൾ അദ്ദേഹത്തിന്റെ 'കൽപ്പനപ്രകാരം കാര്യങ്ങൾ നടത്തുന്ന' ദിവാനുണ്ടായിരിക്കണമെന്ന ഈ നിർബന്ധത്തിന്റെ അർഥം വ്യക്തമല്ലേ? ഒരു പാവയെ കിരീടമണിയിച്ച് രാജാവാക്കി ഇരുത്തിയാലും ഭരണയന്ത്രത്തിന് യാതൊരു പരിക്കുമില്ല; എന്നാൽ ദിവാൻസ്ഥാനത്തിരുന്നു ഭരണം നടത്തുന്നത് കൊള്ളരുതാത്ത ഒരാളായാൽ ഗവൺമെൻറ് സ്തംഭിച്ചുപോകും; സർ സി പി രാമസ്വാമിഅയ്യർ, സർ രാമസ്വാമി മുതലിയാർ, ഛതാരി നവാബ് മുതലായി ബ്രിട്ടീഷ്പാദപൂജകൻമാരായി ജീവിതം നയിച്ച അനുദ്യോഗസ്ഥൻമാരും, സർ ജോർജ്ബോഗ്, ഡിക്സൻ മുതലായ ബ്രിട്ടീഷ്സിവിലിയൻമാരും, സി പി കരുണാകരമേനോനെപ്പോലുള്ള ഇന്ത്യൻ സിവിലിയൻമാരുമല്ലാതെ മറ്റാരെങ്കിലും ദിവാനായാൽ ബ്രിട്ടീഷ്താൽപ്പര്യങ്ങൾക്കു രക്ഷയില്ല—ഈ വിചാരമാണ് ഉദ്യോഗനിയമനകാര്യത്തിൽ ബ്രിട്ടീഷുകാരെ എപ്പോഴും നയിച്ചിട്ടുള്ളതെന്നതിന് വല്ല സംശയവുമുണ്ടോ?

ചുരുക്കത്തിൽ, രാജാവിനെ സർവശക്തനും സർവതന്ത്രസ്വതന്ത്രനുമായ ഒരു ഭരണാധികാരിയാക്കി ഉയർത്താനാണ് മാർത്താണ്ഡവർമയും രാമവർമയും ശക്തൻതമ്പുരാനും ശ്രമിച്ചതെങ്കിൽ, മൺറോ ചെയ്തത് രാജാവിനെ നിരുപദ്രവിയായ ഒരു കളിപ്പാവയാക്കി അധഃപതിപ്പിക്കുകയാണ്; രാജാവിന്റെ ആജ്ഞ കൃത്യമായും കാര്യക്ഷമമായും നടപ്പിൽവരുത്തുന്ന ഒരുദ്യോഗസ്ഥമേധാവിത്വം സൃഷ്ടിക്കാനാണ് ഈ രാജാക്കൻമാർ ശ്രമിച്ചതെങ്കിൽ, 'ആദിത്യനസ്തമിക്കാത്ത ആംഗലസാമ്രാജ്യ'ത്തിന്റെ ആജ്ഞാനുവർത്തിയായ ഒരുദ്യോഗസ്ഥമേധാവിത്വമാണ് മൺറോ സൃഷ്ടിച്ചത്; മാർത്താണ്ഡവർമയുടെ ഭരണപരിഷ്കാരം കേരളത്തിലെ രാജാധിപത്യത്തെ ശക്തിപ്പെടുത്താനാണ് ശ്രമിച്ചതെങ്കിൽ, ആ രാജാധിപത്യത്തിന്റെ മുകളിലൊരു വിദേശവ്യാപാരാധിപത്യം വച്ചുകെട്ടുകയാണ് മൺറോ ചെയ്തത്. കഴിഞ്ഞ 130 കൊല്ലക്കാലത്ത് കൊച്ചിയിലും തിരുവിതാംകൂറിലും വന്ന പുരോഗതിക്കും അധഃപതനത്തിനും മർദനത്തിനുമെല്ലാം ഉത്തരവാദികൾ ദിവാൻമാരാണ്, രാജാക്കൻമാരല്ല. സർ ടി മാധവറാവു, സർ. പി രാജഗോപാലാചാരി, സർ. സി പി രാമസ്വാമിഅയ്യർ മുതലായ പേരെടുത്ത ദിവാൻമാർ തയ്യാറാക്കുന്ന പരിപാടികൾ ശരിവച്ചുവെന്നല്ലാതെ–വാസ്തവത്തിൽ, 'ശരിവച്ചു'വെന്നതിനെക്കാൾ 'എതിർത്തില്ലെ'ന്നു പറയുന്നതായിരിക്കും കൂടുതൽ ശരി--നാട്ടുകാരുടെ ഗുണ

ത്തിനോ ദോഷത്തിനോ വേണ്ടി യാതൊന്നും രാജാക്കൻമാർ ചെയ്തിട്ടില്ല.

ഉദ്യോഗസ്ഥമേധാവിത്വവും അവശസമുദായങ്ങളും

എന്നാൽ ഇത്തരത്തിലൊരു ഉദ്യോഗസ്ഥമേധാവിത്വത്തെ സൃഷ്ടിച്ച ബ്രിട്ടീഷുകാർ അതിനുമുമ്പ് കേരളത്തിൽ നിലവിലുണ്ടായിരുന്ന ജാതി–ജന്മി–നാടുവാഴിമേധാവിത്വത്തിന്റെ കടപുഴക്കിയെന്നോ അതിനുപകരം പുതിയ ഒരു സാമൂഹ്യവ്യവസ്ഥ ഉണ്ടാക്കിയെന്നോ കരുതുന്നത് തെറ്റായിരിക്കും. സാമൂഹ്യജീവിതത്തിൽ സവർണർക്കും സാമ്പത്തിക ജീവിതത്തിൽ ജന്മികൾക്കും ഭരണകാര്യങ്ങളിൽ സാമന്തൻമാർക്കും നായൻമാർക്കുമുള്ള പ്രാധാന്യം നശിപ്പിക്കുന്നതിനുപകരം അതിനെല്ലാം മീതെ തങ്ങളുടെ സ്വന്തം രാഷ്ട്രീയാധിപത്യം കൂടി സ്ഥാപിക്കുകമാത്രമാണ് ബ്രിട്ടീഷുകാർ ചെയ്തത്.

ടിപ്പുവിനെ തോൽപ്പിച്ച് ബ്രിട്ടീഷാധിപത്യം കേരളത്തിൽ സ്ഥാപിച്ച് 150 കൊല്ലത്തിലധികം കഴിഞ്ഞ 1947 ലാണ്—അതും ബ്രിട്ടീഷുകാർ 'ഇന്ത്യ വിടാ'നുള്ള ഒരുക്കങ്ങൾ തുടങ്ങിയ ജൂൺ മാസത്തിലാണ്—അവർണർക്ക് ക്ഷേത്രപ്രവേശനമനുവദിക്കുന്ന നിയമം ബ്രിട്ടീഷ്കേരളത്തിൽ നടപ്പിൽവന്നിട്ടുള്ളത്. ഇന്നും കേരളത്തിന്റെ മൂന്നിലൊരുഭാഗത്തോളം ജനങ്ങൾ താമസിക്കുന്ന കൊച്ചിയിൽ ക്ഷേത്രപ്രവേശനമനുവദിച്ചിട്ടില്ല. ക്ഷേത്രപ്രവേശനമനുവദിച്ചുകഴിഞ്ഞ തിരുവിതാംകൂറിലും ബ്രിട്ടീഷ്കേരളത്തിലുംതന്നെ പൊതുക്ഷേത്രങ്ങളല്ലാതെ സ്വകാര്യക്ഷേത്രങ്ങൾ തുറന്നുകൊടുക്കുകയോ അയിത്തമാചരിക്കുന്നത് ശിക്ഷാർഹമാക്കുകയോ ചെയ്തിട്ടില്ല; മനുഷ്യർ തമ്മിലുള്ള സ്വാഭാവികസമത്വമെന്ന തത്വത്തിനെതിരായി മനുഷ്യനെ അകറ്റിനിർത്തുകയും മൃഗങ്ങളെയെന്നപോലെ ആട്ടിയോടിക്കുകയും ചെയ്യുകയെന്ന പൈശാചികാചാരത്തെ, കളവിനെയും കൊലയെയും കൊള്ളയെയുമെന്നപോലെ, സമുദായത്തിനെതിരായ പ്രവൃത്തിയായി കണക്കാക്കി നിയമംമുഖേന അതിനെ അമർക്കാൻ ഇന്നും കേരളത്തിനു കഴിഞ്ഞിട്ടില്ല. എന്തുകൊണ്ടെന്നാൽ, ഇത്തരം സാമൂഹ്യകാര്യങ്ങളിൽ കൈയിടാതെ, അക്കാര്യത്തിലെല്ലാം 'നാട്ടുകാരുടെ'—എന്നുവച്ചാൽ, ഉയർന്ന വർഗക്കാരായ സവർണരുടെയെന്നർഥം—അഭിപ്രായങ്ങളെ മാനിച്ച്, അവരുടെ 'സ്വാതന്ത്ര്യം' നിലനിർത്തുകയെന്ന നയമാണ് ബ്രിട്ടീഷുകാർ തുടർന്നുപോന്നിട്ടുള്ളത്. (വിക്ടോറിയാറാണിയുടെ വിളംബരം). ജാതിമേധാവിത്വത്തിന്റെ ശക്തി ഇന്നു കുറെയെങ്കിലും കുറഞ്ഞിട്ടുണ്ടെങ്കിൽ അതിനുള്ള കാരണം ബ്രിട്ടീഷ്ഭരണമല്ല, ശ്രീനാരായണഗുരുസ്വാമിയുടെ നേതൃത്വത്തിൽ ഈഴവരും അവരെത്തുടർന്ന് മറ്റധഃകൃതരും നടത്തിയ സമരങ്ങളാണ്; ഈ സമരങ്ങളുടെ അലയടിച്ച് നമ്പൂതിരി, നായർ മുതലായ സവർണഹിന്ദുസമുദായങ്ങളിൽത്തന്നെ അയിത്തത്തിനും ജാതിക്കുമെതിരായി വളർന്നുവന്ന പ്രസ്ഥാനങ്ങളാണ്; ഇവയെയെല്ലാം ഇണക്കിച്ചേർത്ത് വമ്പിച്ച ബഹുജനപ്രസ്ഥാനങ്ങൾ (വൈക്കം സത്യാഗ്രഹം, ഗുരുവായൂർ സത്യാഗ്രഹം) സൃഷ്ടിക്കാൻ കോൺഗ്രസ്സ് ചെയ്ത പരിശ്രമങ്ങളാണ്. ഈ സാമൂഹ്യ

പരിവർത്തനങ്ങൾക്ക് ബ്രിട്ടീഷുകാരിൽനിന്നു യാതൊരു സഹായവും കിട്ടിയിട്ടില്ലെന്നു മാത്രമല്ല, ഇവയ്ക്കെതിരായി 'ഗുണ്ടായിസം' സംഘടിപ്പിച്ച സനാതനികൾക്ക് പ്രത്യക്ഷവും പരോക്ഷവുമായ പ്രോൽസാഹനം നൽകാൻ ബ്രിട്ടീഷുകാരൊരുങ്ങുകയും ചെയ്തു.

സനാതനികൾക്കനുകൂലമായ ഈ ബ്രിട്ടീഷ്നയം നീതീകരിക്കാൻ കഴിയാത്തതിനാൽ ബ്രിട്ടീഷുകാരും അവരുടെ സ്തുതിപാഠകൻമാരും– ഇക്കൂട്ടത്തിൽ ഒരു വിഭാഗം അധഃകൃതനേതാക്കൻമാർകൂടി ഉൾപ്പെടും– സാധാരണ പറയാറുണ്ട്: "ജാതിയും അയിത്തവും മറ്റും നിസ്സാരമാണ്; വിദ്യാഭ്യാസവും ഉദ്യോഗവും നിയമസഭകളിലെ സ്ഥാനവുമാണ് പ്രധാനം; ഇതെല്ലാം കിട്ടിയാൽ ജാതിയും അയിത്തവുമെല്ലാം താനേ ഇല്ലാതായിക്കൊള്ളും." ഈ വാദഗതിയുടെ അടിസ്ഥാനത്തിൽ അയിത്തോച്ചാടനത്തെയും ക്ഷേത്രപ്രവേശനത്തെയുമെല്ലാം പരിഹസിക്കുകയും വിദ്യാഭ്യാസത്തിനും ഉദ്യോഗത്തിനുമെല്ലാംവേണ്ടി വാദിക്കുകയുമാണ് അധഃകൃതനേതാക്കൻമാരിലൊരുവിഭാഗം സാധാരണ ചെയ്യാറുള്ളത്.

ഇത് ശരിയായ ഒരു വാദഗതിയാണെന്നുവന്നാൽത്തന്നെയും —വാസ്തവത്തിലതു ശരിയല്ല; എന്തുകൊണ്ടെന്നാൽ, വിദ്യാഭ്യാസവും ഉദ്യോഗവും നിയമസഭാസ്ഥാനവുമെല്ലാം കിട്ടിയാൽ ജാതിയും അയിത്തവുമെല്ലാം തനിയേ പോകുമെന്നതുപോലെതന്നെ ജാതിയും അയിത്തവും കളയാനുള്ള പ്രവർത്തനത്തിൽക്കൂടി വിദ്യാഭ്യാസത്തിലും ഉദ്യോഗത്തിലുമൊക്കെ വമ്പിച്ച പുരോഗതിയുണ്ടാവുമെന്നതും പരമാർഥമാണ്; അതുകൊണ്ടാണ് ഉദ്യോഗത്തിനും മറ്റുംവേണ്ടി മറ്റേതധഃകൃതനേതാവിനെയുംപോലെ പോരാടിക്കൊണ്ടിരിക്കുമ്പോൾത്തന്നെ വൈക്കം സത്യാഗ്രഹത്തിനും മറ്റും വേണ്ടി പ്രവർത്തിക്കുകയെന്ന നയം പരേതനായ ടി കെ മാധവൻ അനുസരിച്ചത്—യാഥാർഥ്യമെന്താണ്? 150 കൊല്ലക്കാലത്തെ ബ്രിട്ടീഷ്ഭരണത്തിനുശേഷം അധഃകൃതർ വിദ്യാഭ്യാസപരമായും ഉദ്യോഗകാര്യത്തിലും ഏതൊരു നിലയിലാണ് കിടക്കുന്നത്? സവർണഹിന്ദുക്കൾക്കു കിട്ടുന്ന തോതിൽ വിദ്യാഭ്യാസമോ ഉദ്യോഗമോ അവർക്കു കിട്ടുന്നുണ്ടോ? ഇല്ലെന്ന് സ്കൂളുകളും കോടതികളും കച്ചേരികളും നോക്കിയാൽ നമുക്കു കാണാം. സ്കൂളുകളിലും കോളജുകളിലും പഠിക്കുന്ന കുട്ടികൾ, കോടതികളിൽ പ്രാക്ടീസ് ചെയ്യുന്ന വക്കീൽമാർ, ഗവൺമെൻറാപ്പീസുകളിൽ പ്രവൃത്തിയെടുക്കുന്ന ഉദ്യോഗസ്ഥൻമാരും ജോലിക്കാരും—ഇവരെ ജാതിയനുസരിച്ച് തരംതിരിച്ചു പരിശോധിച്ചാൽ അവരിൽ ഭൂരിപക്ഷം ജാതിഹിന്ദുക്കളാണെന്നും, ലേബർ ഡിപ്പാർട്ടുമെൻറുകളുടെയും അധഃകൃതോദ്ധാരകൻമാരുടെയും സഹായമെല്ലാമുണ്ടായിട്ടും പുലയർ, പറയർ മുതലായ അധഃകൃതരിലൊരു ചെറിയ ശതമാനത്തിനുമാത്രമേ വിദ്യാഭ്യാസവും ഉദ്യോഗവും കിട്ടിയിട്ടുള്ളുവെന്നും വ്യക്തമാവും. എന്തിനധികം, അധഃകൃതരുടെ കൂട്ടത്തിൽ കണക്കാക്കപ്പെടാൻവയ്യാത്ത—അത്രതന്നെ പിന്നണിയിലല്ലാത്ത—ഈഴവർ (തീയർ) തന്നെ നായൻമാരെയും ബ്രാഹ്മണരെയും ക്രിസ്ത്യാനിക

ളെയും അപേക്ഷിച്ച് വിദ്യാഭ്യാസത്തിന്റെയും ഉദ്യോഗത്തിന്റെയും കാര്യത്തിൽ എത്രയോ പിന്നണിയിലാണ്.

1121 (1945–46)ലെ ഭരണറിപ്പോർട്ടിന്റെ 7–ാം അനുബന്ധമായിക്കൊടുത്ത കണക്കനുസരിച്ച് കൊച്ചിയിലാകെ 118 പേർ മാസം 200 ഉറുപ്പികയിലധികം ശമ്പളം വാങ്ങുന്ന ഉദ്യോഗങ്ങളിലിരിക്കുന്നുണ്ട്. ഇതിൽ 45 പേർ (38 ശതമാനം) നായൻമാരാണ്. ജനസംഖ്യകൊണ്ട് നോക്കിയാൽ ഇവർ 15 ശതമാനത്തിൽ കുറവാണ്. അതുപോലെതന്നെ ജനസംഖ്യയുടെ ഒന്നര ശതമാനത്തോളം മാത്രം വരുന്ന തമിഴ്ബ്രാഹ്മണർക്ക് 16 ഉദ്യോഗം (ഒട്ടാകെയുള്ള ഉദ്യോഗങ്ങളുടെ 14 ശതമാനം) കിട്ടുന്നുണ്ട്. നേരേമറിച്ച്, പുലയർക്ക് ഒരൊറ്റ ഉദ്യോഗം പോലുമില്ല; ജനസംഖ്യയുടെ 22 ശതമാനത്തോളം വരുന്ന ഈഴവർക്ക് വെറും 10 ഉദ്യോഗമാണുള്ളത് (ഉദ്യോഗങ്ങളുടെ 8 ശതമാനം). അതായത്, പുലയർ, ഈഴവർ മുതലായവർക്കർഹതപ്പെട്ട ഉദ്യോഗങ്ങൾപോലും നായൻമാരും തമിഴ് ബ്രാഹ്മണരും കൈവശപ്പെടുത്തിയിരിക്കയാണ്.

ഇതുതന്നെയാണ് കുറഞ്ഞ ശമ്പളക്കാരായ ഉദ്യോഗസ്ഥൻമാരുടെയും നില. ഇതേ ഭരണറിപ്പോർട്ടനുസരിച്ചു 100 ഉറുപ്പികയ്ക്കും 200 ഉറുപ്പികയ്ക്കുമിടയിൽ ശമ്പളം വാങ്ങുന്ന ഉദ്യോഗസ്ഥൻമാരുടെ കൂട്ടത്തിൽ 107 നായൻമാരും 84 തമിഴ്ബ്രാഹ്മണരുമുള്ളപ്പോൾ ഈഴവർ വെറും 17 പേരാണുള്ളത്; പുലയരാകട്ടെ, ആരുമില്ല. 40 ഉറുപ്പികയ്ക്കും 100 ഉറുപ്പികയ്ക്കുമിടയിലാകട്ടെ, ഒരു പുലയനും 180 ഈഴവരുമുള്ളപ്പോൾ 267 തമിഴ്ബ്രാഹ്മണരും 658 നായൻമാരുമുണ്ട്. 40 ഉറുപ്പികയ്ക്കു താഴെയുള്ള ജോലികളിൽത്തന്നെ 155 പുലയരും 96 ഈഴവരും മാത്രമുള്ളപ്പോൾ 229 തമിഴ്ബ്രാഹ്മണരും 325 നായൻമാരുമുണ്ട്.

ഇതേ ഭരണറിപ്പോർട്ടിൽ കൊച്ചിയിലെ ഏറ്റവും വലിയ ഉദ്യോഗസ്ഥൻമാരുടെ ഒരു ലിസ്റ്റ് കൊടുത്തിട്ടുണ്ട്. ആ ലിസ്റ്റ് മുഴുവൻ നോക്കിയാലും ഒന്നുരണ്ടിലധികം അധഃകൃതനെയോ ഈഴവനെയോ കാണുകയില്ല—അതും 'അധഃകൃത' ഡിപ്പാർട്ടുമെന്റിൽ മാത്രം. തമിഴ്ബ്രാഹ്മണർ, നായന്മാർ, ക്രിസ്ത്യാനികൾ—ഇവരാണ് ഭൂരിപക്ഷം; ബാക്കിയുള്ളതോ യൂറോപ്യൻമാർ, മുസ്ലിങ്ങൾ, തമ്പുരാക്കൻമാർ, മറ്റു ജാതിഹിന്ദുക്കൾ ഇവരാണ്.

മിക്കവാറും ഇതുതന്നെയാണ് തിരുവിതാംകൂറിലെയും ബ്രിട്ടീഷ്മലബാറിലെയും നില. മദിരാശിയിലെയും ഡെൽഹിയിലെയും തിരുവനന്തപുരത്തെയും സെക്രട്ടേറിയറ്റിൽ ഏറ്റവും ഉയർന്ന ഉദ്യോഗങ്ങൾ വഹിച്ച മലയാളികളുടെ ലിസ്റ്റൊന്നു പരിശോധിച്ചാൽ അതിൽ 90 ശതമാനം നായൻമാരോ തമിഴ്ബ്രാഹ്മണരോ മറ്റു സവർണ ഹിന്ദുക്കളോ ആണെന്നു കാണാം. സവർണഹിന്ദുക്കളെന്നുമാത്രം പറഞ്ഞാൽപോരാ, ബ്രിട്ടീഷുകാർ ഇവിടെ വരുന്നതിനുമുമ്പു നാടുവാഴികളായിരുന്നതോ, നാടുവാണിരുന്ന കുടുംബങ്ങളുമായി രക്തബന്ധമുള്ളതോ, നാടുവാഴികുടുംബങ്ങളുടെ ഏറ്റവും അടുത്ത ആശ്രിതൻമാരായിക്കഴിഞ്ഞതോ ആയ കുടുംബങ്ങളിലെ അംഗങ്ങളാണ് ഉയർന്ന ഉദ്യോഗം വഹിച്ച മലയാളികളിലധികം പേരും. ഉദാഹരണത്തിന്, സാമൂതിരികുടുംബത്തിൽനിന്നു കളക്ടറുദ്യോഗം

ഭരിച്ചു പെൻഷൻപറ്റിയ 'കളക്ടർത്തമ്പുരാക്കൻ'മാർ ഒന്നിലധികം പേരുണ്ടായിട്ടുണ്ട്; അവരിലൊരാളുടെ മക്കളാണ് വെള്ളോടി സഹോദരൻമാർ (ടെക്സ്റ്റൈൽ കമ്മീഷണറായിരുന്ന എം കെ വെള്ളോടിയും അദ്ദേഹത്തിന്റെ സഹോദരൻമാരും). ഇതുപോലെ കൊടുങ്ങല്ലൂർ കോവിലകത്തെയും ഒരു 'കളക്ടർത്തമ്പുരാൻ' ഇപ്പോൾത്തന്നെ ഉദ്യോഗത്തിലുണ്ട്. ഇപ്പോൾ നാടുവാഴുന്ന കൊച്ചിമഹാരാജാവുതന്നെ ഒരു ചെറിയ ഗവൺമെന്റുദ്യോഗം വഹിച്ച് മദിരാശിയിൽ താമസിച്ചിരുന്ന ഒരാളാണ്. കൊച്ചിയിലെ ഇന്നത്തെ ചീഫ്സെക്രട്ടറിയും മറ്റ് ഉയർന്ന ഉദ്യോഗസ്ഥൻമാരും രാജകുടുംബാംഗങ്ങൾ ആണെങ്കിൽ ചീഫ് എൻജിനിയർ (അരവിന്ദാക്ഷമേനോൻ), വിദ്യാഭ്യാസ ഡയറക്ടർ (ഐ എൻ മേനോൻ) മുതലായ പല വകുപ്പധ്യക്ഷൻമാരും രാജകുടുംബാംഗങ്ങളുടെ മക്കളാണ്. ഏതെങ്കിലുമൊരു രാജകുടുംബാംഗത്തിന്റെ മകനോ, അളിയനോ, ശ്വശുരനോ മറ്റേതെങ്കിലും തരത്തിൽ ബന്ധപ്പെട്ട ആളോ അല്ലാത്ത ഉയർന്ന ഉദ്യോഗസ്ഥൻമാർ കൊച്ചിയിൽ വളരെ കുറവാണ്.

ഇതിൽ അസ്വാഭാവികമോ അൽഭുതാവഹമോ ആയി യാതൊന്നുമില്ലതാനും. എന്തുകൊണ്ടെന്നാൽ, തങ്ങൾ വരുന്നതുവരെ കേരളത്തിലെ പ്രമാണികളായിരുന്ന നാടുവാഴികളുടെ അധികാരശക്തി ഇല്ലാതാക്കാനല്ല, അവരെ തങ്ങൾക്കു കീഴ്പ്പെടുത്താൻ മാത്രമാണ് ബ്രിട്ടീഷുകാർ ശ്രമിച്ചത്. ഇതിനുവേണ്ടി അവർ സൃഷ്ടിച്ച ഉദ്യോഗസ്ഥമേധാവിത്വത്തിലേക്ക് ഏതു ജനവിഭാഗത്തിൽനിന്നാണവർക്കാളെ കിട്ടുക? മർമസ്ഥാനത്തെല്ലാം സ്വന്തം വെള്ള ഉദ്യോഗസ്ഥൻമാരുണ്ട്. പക്ഷേ ഉദ്യോഗങ്ങൾക്കു മുഴുവനും വെള്ളക്കാരെ വരുത്തുക സാധ്യമല്ല. ചില്ലറ ഉദ്യോഗങ്ങൾക്കും ഇടത്തരം ഉദ്യോഗങ്ങൾക്കും ഇന്നാട്ടിൽനിന്നുതന്നെ ആളെ എടുക്കണം. അതിനു പറ്റിയ ആളെ നാടുവാഴി കുടുംബങ്ങളിൽനിന്നും അവരുമായി ബന്ധപ്പെട്ട കുടുംബങ്ങളിൽനിന്നും പടയാളികളും പടനായകൻമാരുമായി പ്രവർത്തിച്ചിരുന്ന നായർസമുദായത്തിൽനിന്നുമല്ലാതെ മറ്റെവിടെനിന്നു കിട്ടും? അങ്ങനെ രാജ്യഭരണമൊഴിഞ്ഞ രാജാക്കൻമാരുടെയും മന്ത്രിമാരുടെയും മറ്റുയർന്ന ഉദ്യോഗസ്ഥൻമാരുടെയും സ്ഥാനമൊഴിഞ്ഞ നാടുവാഴികളുടെയും പടനായകൻമാരായിരുന്ന സ്ഥാനിനായൻമാരുടെയും കുടുംബങ്ങളിലെ അംഗങ്ങൾ സ്കൂളിലും കോളജിലും പഠിച്ചു പരീക്ഷ പാസ്സായി ഉദ്യോഗത്തിനു പോവാൻ തുടങ്ങി; ഇതേവരെ വാൾപ്പയറ്റും മറ്റായോധനമുറകളും പഠിച്ചു പടയാളികളായി നാൾകഴിച്ചിരുന്ന സാധാരണനായൻമാർ വാൾ താഴെവച്ചു പേനയെടുത്തു ഗുമസ്തൻമാരും കീഴുദ്യോഗസ്ഥൻമാരുമായി മാറി; ഇവരിൽത്തന്നെ പണവും ശിപാർശയ്ക്കാളുമുള്ള ചിലർ കീഴുദ്യോഗങ്ങളിൽനിന്ന് ക്രമേണ മേലുദ്യോഗസ്ഥൻമാരായി ഉയർന്നു. വിദ്യാഭ്യാസപരമായും സാമ്പത്തികമായും പിന്നണിയിൽക്കിടക്കുന്ന അവർണഹിന്ദുക്കൾക്കും മുസ്ലീങ്ങൾക്കും ക്രിസ്ത്യാനികളിലൊരുവിഭാഗത്തിനും (സുറിയാനി ക്രിസ്ത്യാനികൾ മിക്കവാറും സവർണഹിന്ദുക്കളെപ്പോലെതന്നെ ഉയർന്നുവന്നവരാണ്, ലത്തീൻ ക്രിസ്ത്യാനികളാണ് പിന്നണിയിൽക്കിടക്കുന്നത്) ഈ പ്രബലസമുദായങ്ങളോടു കിടപിടിച്ചുവളരാൻ കഴിഞ്ഞി

ല്ല. അങ്ങനെ മുമ്പു ഭരണമേധാവികളായിരുന്ന ഉയർന്നവർഗക്കാർ ബ്രിട്ടീഷുകാരുടെ കീഴിൽ, യൂറോപ്യൻ ഉദ്യോഗസ്ഥൻമാർ കഴിഞ്ഞാൽപ്പിന്നെ, ഏറ്റവും ഉയർന്ന സ്ഥാനമെന്നു പറയാവുന്ന ഉദ്യോഗങ്ങൾ മിക്കതും കൈയിലാക്കി.

കോരന്റെ കഞ്ഞിക്കുമ്പിൾ

വിദ്യാഭ്യാസത്തിന്റെയും ഉദ്യോഗത്തിന്റെയും കാര്യത്തിൽ മാത്രമാണ് അവശസമുദായങ്ങൾ പിന്നിൽനിൽക്കുന്നതെന്നാണ് സാധാരണ അവശസമുദായനേതാക്കൻമാരുടെ വാദത്തിൽനിന്നു നാം ധരിക്കാറുള്ളത്. വാസ്തവത്തിൽ ആ ധാരണ തെറ്റാണ്. സാമ്പത്തികമായും സവർണസമുദായങ്ങളുടെ പിന്നിലാണ് അവർണരും അധഃകൃതരും കിടക്കുന്നത്.

1934–35 ൽ കൊച്ചിശ്ശീമയിൽ ഗവൺമെൻറിന്റെ ആഭിമുഖ്യത്തിൽ ചില മാതൃകാവില്ലേജുകളിൽ ഒരു സാമ്പത്തികസർവേ നടത്തുകയുണ്ടായി. അന്വേഷണം നടത്തിയ ഓരോ ഗ്രാമത്തിലെയും കുടുംബങ്ങളുടെ എണ്ണം, സ്വത്തുക്കളുടെ വില, കടസംഖ്യ, വരവുചെലവ് മുതലായവയെക്കുറിച്ചന്വേഷിക്കുകയാണ് അന്നു ചെയ്തത്. ഓരോ കുടുംബത്തിന്റെയും സ്ഥിതി പ്രത്യേകം പ്രത്യേകം പഠിച്ചതിനുശേഷം അവരെ, കൃഷിചെയ്യാത്ത ജന്മികൾ, കൃഷിചെയ്യുന്ന ജന്മികൾ, കൃഷിചെയ്യാത്ത കുടിയാൻമാർ, കൃഷിചെയ്യുന്ന കുടിയാൻമാർ, കാർഷികത്തൊഴിലാളികൾ, മറ്റുള്ളവർ എന്ന് ജോലിയനുസരിച്ചും; നമ്പൂതിരി, നായർ തൊട്ടു ജാതിതിരിച്ചും വിഭജിക്കുകയും ഓരോന്നിന്റെയും സ്വത്തും കടവും വരവുചെലവും കണക്കാക്കുകയും ചെയ്തിട്ടുണ്ട്.

150 കൊല്ലത്തോളം നീണ്ടുനിന്ന ബ്രിട്ടീഷ്ഭരണത്തിനുശേഷം അധഃകൃതരും അവർണരും ഏതുനിലയിലാണ് കിടക്കുന്നതെന്നു കാണിക്കാൻ പ്രയോജനപ്പെടുന്ന ആ റിപ്പോർട്ടിൽനിന്ന് ജാതിസംബന്ധമായ മേലുകീഴുനിലയും സാമ്പത്തികസ്ഥിതിയും തമ്മിലുള്ള ബന്ധം മനസ്സിലാക്കാനുപകരിക്കുന്ന ചില വിവരങ്ങളാണ് താഴെ കൊടുക്കുന്നത്:

അന്തിക്കാട്ടുവില്ലേജിലെ സ്വത്തിന്റെ ആകെ വില 12,58,788 ഉറുപ്പികയാണ്. അവിടത്തെ കുടുംബങ്ങളുടെ എണ്ണം 846. അപ്പോൾ ഒരു കുടുംബത്തിന്റെ ശരാശരി സ്വത്തിന്റെ വില 1,488 ഉറുപ്പിക വരും (ഉള്ള സ്വത്ത് സമമായി ഭാഗിച്ചാലെന്നർഥം). എന്നാൽ ഇതിൽ 91,779 ഉറുപ്പിക (ഒട്ടാകെ സ്വത്തിന്റെ പതിമ്മൂന്നിലൊന്ന്) മൂന്നു നമ്പൂതിരികുടുംബങ്ങളുടെ കൈയിലാണ്. അപ്പോൾ അവരുടെ ശരാശരി സ്വത്തിന്റെ വില 3,05,932 (ശരാശരി സ്വത്തിന്റെ 20 ഇരട്ടി). നമ്പ്യാർ സമുദായത്തിൽപ്പെട്ട ഏഴു കുടുംബങ്ങൾക്കുകൂടി മറ്റൊരു 75,939 ഉറുപ്പിക(കുടുംബത്തിന് ശരാശരി 10,848 ഉറുപ്പിക)യും നായർസമുദായത്തിൽപ്പെട്ട 85 കുടുംബങ്ങളുടെ സ്വത്തായ 2,88,786 ഉറുപ്പിക (ശരാശരി 3,397 ഉറുപ്പിക)യും കൂടി 95 സവർണഹിന്ദുകുടുംബങ്ങൾ മാത്രം കൈവശം വയ്ക്കുന്ന സ്വത്തിന്റെ വില 4,56,504 ഉറുപ്പികയാണ്. അതായത്, ആ വില്ലേജിലെ കുടുംബങ്ങളുടെ ഒമ്പതിലൊന്നുമാത്രം വരുന്ന മൂന്നു സവർണസമുദായങ്ങളുടെ കൈവശമാണ് അവിടത്തെ സ്വത്തിന്റെ മൂന്നിലൊന്നിലധികം ഭാഗം കിടക്കു

ന്നത്. നേരേമറിച്ച്, 30 പുലയകുടുംബങ്ങൾക്കുംകൂടി 392 ഉറുപ്പിക(ഒരു കുടുംബത്തിന് ശരാശരി 13 ഉറുപ്പിക)യും 47 വേട്ടുവകുടുംബങ്ങൾക്കുംകൂടി 542 ഉറുപ്പിക (ശരാശരി 12 ഉറുപ്പിക)യും വിലയ്ക്കുള്ള സ്വത്താണുള്ളത്. ഇങ്ങനെ ജാതിസോപാനത്തിന്റെ ഏറ്റവും അടിയിലുള്ള പുലയനും വേട്ടുവനും ഏറ്റവും മുകളിലുള്ള നമ്പൂതിരിക്കുള്ള സ്വത്തിന്റെ 2500 ലൊരംശം സ്വത്തേ ഉള്ളൂ.

ഈ രണ്ടു വിഭാഗങ്ങൾക്കുമിടയിൽ കിടക്കുന്ന ക്രിസ്ത്യാനി, ഈഴവർ, മുസ്ലിം എന്നീ സമുദായങ്ങളിൽപ്പെട്ട കുടുംബങ്ങളുടെ ശരാശരി സ്വത്ത് യഥാക്രമം 1,772 ഉറുപ്പിക, 850 ഉറുപ്പിക, 412 ഉറുപ്പികയാണ്.

അതായത്, സ്വത്തുകൈവശത്തിന്റെ കണക്കനുസരിച്ച് ഒന്നാമതായി നിൽക്കുന്നത് നമ്പൂതിരി, രണ്ടാമത് നമ്പ്യാർ, മൂന്നാമത് നായർ, നാലാമത് ക്രിസ്ത്യാനി, അഞ്ചാമത് ഈഴവൻ, ആറാമത് മുസ്ലിം, പിന്നെ പുലയൻ, വേട്ടുവൻ—ഇതാണ് ക്രമം. സാമൂഹ്യമായും വിദ്യാഭ്യാസപരമായും മറ്റും നാട്ടിലുള്ള സ്ഥാനം നോക്കിയാൽ സമുദായങ്ങൾ തമ്മിലുള്ള മേലുകീഴുനിലയെ ഈ കണക്ക് ശരിയായി പ്രതിഫലിപ്പിക്കുന്നുണ്ടെന്നതിനു സംശയമില്ലല്ലോ.

ഇതുതന്നെയാണ് അന്വേഷണം നടത്തിയ മറ്റു വില്ലേജുകളിലെയും സ്ഥിതി. ഓരോ സമുദായത്തിലുംപെട്ട ഒരു ശരാശരി കുടുംബത്തിന്റെ കൈവശമുള്ള സ്വത്തിന്റെ വിലയാണ് താഴെ കൊടുക്കുന്നത്:

സമുദായം	ചൂണ്ടൽ	വെങ്ങാനല്ലൂർ	വള്ളിവട്ടം	തിരുവഴിയാട്
	ഉറുപ്പിക	ഉറുപ്പിക	ഉറുപ്പിക	ഉറുപ്പിക
നമ്പൂതിരി	91,179	18,449	—	—
നായർ	3,902	942	1,847	6,324
മറ്റു സവർണർ	5,250	2,772	—	24,918
ഈഴവൻ	521	69	887	263
ക്രിസ്ത്യാനി	1,381	204	1,070	8,483
മുസ്ലിം	217	243	1,410	258
പുലയൻ	30	18	7	17
പറയൻ	20	—	—	—
കണക്കൻ	22	—	13	—

ചിറ്റൂർ താലൂക്കിലെ സ്ഥിതി കേരളത്തിലെ പൊതുസാമൂഹ്യസ്ഥിതിയിൽനിന്നു വ്യത്യാസപ്പെട്ടും പ്രായേണ തമിഴ്നാട്ടിലേതിനോട് യോജിച്ചും കിടക്കുന്നതാകയാൽ അവിടത്തെ രണ്ടു വില്ലേജുകളിലെ കണക്കുകൾ ഇവിടെ വിട്ടുകളഞ്ഞിരിക്കുന്നു. അന്വേഷണം നടത്തിയ മറ്റൊരു വില്ലേജായ നായരമ്പലത്തിലെ റിപ്പോർട്ട് ഇതെഴുന്ന അവസരത്തിൽ എന്റെ മുമ്പിലില്ലാത്തതിനാൽ അതിൽനിന്ന് കണക്കുകളുദ്ധരിക്കാൻ കഴിഞ്ഞിട്ടില്ല. എന്നാൽ ഈ ഉദ്ധരിച്ച കണക്കുകളിൽനിന്നുതന്നെ താഴെ കൊടുക്കുന്ന സംഗതികൾ വ്യക്തമാവുന്നുണ്ട്:

1 സ്വത്തുകൈവശം സംബന്ധിച്ച് ഏറ്റവും മോശമായിട്ടുള്ളത് പുല

യർ, പറയർ, കണക്കർ എന്നീ അധഃകൃതസമുദായങ്ങളും ഏറ്റവും നല്ല നിലയിലുള്ളത് നമ്പൂതിരിമാരുമാണ്. അന്വേഷണം നടത്തിയ ഒരു വില്ലേജിലും നമ്പൂതിരിയെക്കാൾ അധികമോ അധഃകൃതരെക്കാൾ കുറച്ചോ ശരാശരി കുടുംബസ്വത്തുള്ള ഒരൊറ്റ സമുദായം പോലുമില്ല.

2. നമ്പൂതിരി കഴിഞ്ഞാൽപ്പിന്നെ മറ്റു സവർണർ (അമ്പലവാസികൾ) വരും. പിന്നെമാത്രമേ നായർ വരുന്നുള്ളു.
3. അധഃകൃതർ കഴിഞ്ഞാൽപ്പിന്നെ ഏറ്റവും ദരിദ്രരായിട്ടുള്ളത് ഈഴവരും മുസ്ലിങ്ങളുമാണ്. മുകളിൽ കൊടുത്ത അഞ്ചു വില്ലേജുകളിൽ രണ്ടെണ്ണത്തിൽ മുസ്ലിമിനും മൂന്നിൽ ഈഴവനും ജാസ്തി സ്വത്തുണ്ട്.
4. നായരുടെ താഴെയും ഈഴവ, മുസ്ലിങ്ങൾക്കു മീതെയുമാണ് ക്രിസ്ത്യാനിയുടെ നില. ഒരു വില്ലേജിൽ (തിരുവഴിയാട്ട്) മാത്രം നായരെക്കാളധികം സ്വത്ത് ക്രിസ്ത്യാനിക്കുണ്ട്. എന്നാൽ അവിടെയും 'മറ്റു സവർണ'രെക്കാൾ കുറച്ചേ ക്രിസ്ത്യാനികൾക്കുള്ളു.

ഇതിൽനിന്ന് സ്വത്തുകൈവശവും ജാതിമേന്മയും തമ്മിലുള്ള ബന്ധം വ്യക്തമായിരിക്കുമല്ലോ.

ഇതേ അന്വേഷണത്തിൽ കൃഷിച്ചെലവ്, കടപ്പലിശ, നികുതി മുതലായ ചെലവുകൾ കഴിച്ച് ഓരോ സമുദായത്തിലെയും ഒരു ശരാശരികുടുംബത്തിന് ഭക്ഷണം, വസ്ത്രം, വിദ്യാഭ്യാസം മുതലായ കാര്യങ്ങൾക്കുവേണ്ടി ചെലവു ചെയ്യാൻ കിട്ടുന്ന പണം കണക്കാക്കിയിട്ടുണ്ട്. അത് താഴെ കൊടുക്കുന്നു:

സമുദായം	അന്തിക്കാട്	ചൂണ്ടൽ	വെങ്ങാനല്ലൂർ	വള്ളിവട്ടം	തിരുവഴിയാട്
	ഉറുപ്പിക	ഉറുപ്പിക	ഉറുപ്പിക	ഉറുപ്പിക	ഉറുപ്പിക
നമ്പൂതിരി	496	2,887	520	—	—
നായർ	179	215	134	89	278
മറ്റുസവർണർ	818	360	222	—	—
ഈഴവൻ	98	107	107	118	126
ക്രിസ്ത്യാനി	134	128	109	148	96
മുസ്ലിം	107	113	113	99	111
പുലയൻ	83	112	79	112	101
പറയൻ	—	94	—	—	—
വേട്ടുവൻ	111	115	—	—	—
കണക്കൻ	—	—	—	—	—

ഇക്കാര്യത്തിലും നമ്പൂതിരിമാരും സവർണരുമുള്ള ഗ്രാമങ്ങളിലെല്ലാം അവരാണ് മുൻനിൽക്കുന്നതെന്നും അധഃകൃതസമുദായങ്ങൾ പിന്നിലാണുള്ളതെന്നും വ്യക്തമാണല്ലോ. ഒരു വില്ലേജിൽ (അന്തിക്കാട്ട്) നമ്പൂതിരിയെക്കാൾ കൂടുതൽ 'മറ്റു സവർണ'ർക്കു വാർഷികാദായമുണ്ടെന്നതു വാസ്തവമാണ്. അതുപോലെതന്നെ മറ്റൊരു വില്ലേജിൽ (വള്ളിവട്ടത്ത്) ഈഴവനെക്കാൾ കുറച്ചേ നായർക്കു വാർഷികാദായ

മുള്ളുവെന്നതും ശരിയാണ്. ഈഴവൻ, മുസ്ലിം, ക്രിസ്ത്യാനി, പുലയൻ എന്നിവർ തമ്മിൽ തമ്മിൽ ചില്ലറ വ്യത്യാസങ്ങൾ മാത്രമാണുള്ളതെന്നും സമ്മതിക്കതന്നെ വേണം. പക്ഷേ,

1. മുമ്പു നാം പരിശോധിച്ച കണക്കനുസരിച്ച് സ്വത്തുകൈവശത്തിലുള്ള വലിയ അന്തരം ഇതുകൊണ്ടില്ലാതാവുന്നില്ല. അധികച്ചെലവുകൊണ്ടും മറ്റു കാരണത്താലും ആ സ്വത്തുക്കളിൻമേൽ വലിയ കടങ്ങൾ വന്നുകയറിയതിനാലും, 1929 ൽ തുടങ്ങിയ സാമ്പത്തികക്കുഴപ്പത്തിന്റെ ഫലമായി പലിശ കൊടുക്കാനും നികുതിക്കും മറ്റും വേണ്ട പണമുണ്ടാക്കുന്നതിന് കൂടുതൽ നെല്ലും തേങ്ങയും മറ്റും വിൽക്കേണ്ടിവന്നതിനാലും കുടുംബച്ചെലവിനുള്ള സംഖ്യ കുറഞ്ഞതുകൊണ്ടുമാത്രമാണ് നമ്പൂതിരിമാരുടെയും മറ്റും വാർഷികാദായം കുറഞ്ഞിട്ടുള്ളത്.

2. വാർഷികാദായത്തിൽ ഈ കുറവുണ്ടായിട്ടുകൂടി, പുലയന്റെ വാർഷികാദായത്തിന്റെ നാലിരട്ടിയിൽ കുറഞ്ഞ വാർഷികാദായം ഒരു വില്ലേജിലും നമ്പൂതിരിക്കില്ല; മിക്ക വില്ലേജുകളിലും നായരെക്കാൾ കുറച്ചു വാർഷികാദായം ഈഴവനും ഈഴവനെക്കാൾ കുറച്ചുമാത്രം പുലയനുമെന്ന നിലയാണുള്ളത്.

3. ഒരു കുടുംബത്തിൽ ശരാശരി അഞ്ചംഗങ്ങളാണുള്ളതെന്ന തോതിൽ കണക്കാക്കിയാൽ ഒരു പുലയനു(വ്യക്തിക്കു)ള്ള വാർഷികാദായം ഏതാണ്ട് 20 ഉറുപ്പികയാണ്—അതായത്, മാസത്തിൽ ഒരുറുപ്പിക 10 അണ. ഈഴവനും മുസ്ലിമിനും സുമാർ ഒരുറുപ്പിക 12 അണയും ക്രിസ്ത്യാനിക്കു രണ്ടുറുപ്പികയിലധികവുമാണ്. അതേ അവസരത്തിൽ നമ്പൂതിരി, മറ്റു സർവണർ എന്നിവർക്ക് മാസത്തിൽ ഏഴര മുതൽ 10 വരെ ഉറുപ്പിക ചെലവു ചെയ്യാൻ കിട്ടുന്നുണ്ട്.

"ഓണം വന്നാലും ഉണ്ണി പിറന്നാലും കോരനു കഞ്ഞി കുമ്പിളിൽ" എന്നു പറഞ്ഞതുപോലെ, സാമൂതിരിപ്പാടും മറ്റു നാടുവാഴികളും പോയി ബ്രിട്ടീഷുകാർ അധികാരത്തിൽ വന്നാലും, ബ്രിട്ടീഷുകാരുടെ കീഴിൽ സ്ഥാപിച്ച സ്കൂളുകളിൽ പോയി ചുരുക്കം അധഃകൃതക്കുട്ടികളും അവശസമുദായക്കുട്ടികളും പഠിച്ചു പാസ്സായാലും, ഒരുപിടി അധഃകൃതർക്കും അവശസമുദായാംഗങ്ങൾക്കും കുറെ ഉദ്യോഗങ്ങൾ കിട്ടിയാലും അവരിൽ ചിലർ എം എൽ എ, എം എൽ സിമാരും മന്ത്രിമാർപോലുമായി ഉയർന്നാലും സമുദായത്തിലെ ഭൂരിപക്ഷമാളുകൾ മാസത്തിൽ ഒരുറുപ്പിക 10 അണയോ 12 അണയോ (ദിവസത്തിൽ ഒരണയെന്നർഥം) കൊണ്ടു കഴിഞ്ഞുകൂടേണ്ടവരാണെന്ന സ്ഥിതിക്ക് യാതൊരു മാറ്റവും വന്നിട്ടില്ല; അങ്ങനെ വല്ല മാറ്റവും വരുത്താൻ ബ്രിട്ടീഷ് ഗവൺമെൻറ് യാതൊരു ശ്രമവും ചെയ്തിട്ടില്ല; അധഃകൃതസമുദായങ്ങളിലും മറ്റവശസമുദായങ്ങളിലുംപെട്ട ഒരുപിടി വ്യക്തികൾക്ക് ഉദ്യോഗങ്ങളും ബിരുദങ്ങളും നൽകി അവരെ 'രാജഭക്ത'ൻമാരും ദേശീയപ്രസ്ഥാനത്തിന്റെ എതിരാളികളുമാക്കാനല്ലാതെ സമുദായത്തെ നന്നാക്കാൻ പറ്റുന്ന യാതൊന്നുമവർ ചെയ്തിട്ടില്ല എന്ന് ഈ കണക്കുകൾ വ്യക്തമാക്കുന്നുണ്ട്.

ജന്മിസമ്പ്രദായം—ബ്രിട്ടീഷ് ഭരണത്തിൻകീഴിൽ

അധഃകൃതസമുദായങ്ങളിലും അവശസമുദായങ്ങളിലുമുള്ള ജനങ്ങളിൽ ഭൂരിപക്ഷം കാർഷികത്തൊഴിലാളികളോ വെറുംപാട്ടക്കുടിയാന്മാരോ ആണ്. പകലന്തിയോളം പണിയെടുത്തു രണ്ടിടങ്ങഴി നെല്ല് വല്ലി വാങ്ങുന്ന പുലയൻ, കൃഷിപ്പണിയുള്ള രണ്ടുമാസക്കാലം മാത്രം ജോലി ചെയ്ത് ബാക്കി പത്തുമാസവും ജോലികിട്ടാതെ അലഞ്ഞുനടക്കുന്ന മറ്റു കാർഷികത്തൊഴിലാളി, പൊലിവിനു നെല്ലുവാങ്ങി വിതയും നടീലും കഴിഞ്ഞ് വിളയുന്ന നെല്ലുമുഴുവൻ പാട്ടമളന്ന് പട്ടിണിയാവുകയും ഉണക്കവും വെള്ളക്കേടുമുള്ള കാലങ്ങളിൽ പാട്ടമളക്കാൻ പോലും കഴിവില്ലാതാവുകയും ചെയ്യുന്ന വെറും പാട്ടക്കാരൻ—ഇവരാണ് അധഃകൃതസമുദായങ്ങളിലെയും മറ്റവശസമുദായങ്ങളിലെയും ഭൂരിപക്ഷം. ഈ സ്ഥിതിയിലെന്തെങ്കിലും പുരോഗതിയുണ്ടാവാത്ത കാലത്തോളം ഈ സമുദായങ്ങളുടെ യാതൊരവകാശവും നേടുക സാധ്യമല്ല. വിദ്യാഭ്യാസവും ഉദ്യോഗവുമാണ് പ്രധാനമെന്നുപറഞ്ഞ് അക്കാര്യങ്ങളിൽ അവശസമുദായങ്ങളുടെ സ്ഥിതി നന്നാക്കാൻ എത്ര കാര്യമായി ശ്രമിച്ചാലും, രണ്ടിടങ്ങഴി വല്ലി വാങ്ങുന്ന പുലയനെയും പാട്ടം കൊടുത്തു പൊളിഞ്ഞ ഈഴവനെയുംകാൾ എത്രയോ വിപുലമായ സൗകര്യമുള്ള 'തമ്പുരാക്കൻമാർ' ഏതു കാര്യത്തിലും അവരെ പിന്നണിയിലാക്കുമെന്നതിനു സംശയമുണ്ടോ?

ഈ നിലയ്ക്കു നോക്കുമ്പോൾ, ബ്രിട്ടീഷ് ഭരണത്തിൻകീഴിൽ അധഃകൃതരുടെയും അവശസമുദായക്കാരുടെയും സ്ഥിതി മുമ്പൊന്നുമില്ലാത്തത്ര ദുരിതമയമായിട്ടുണ്ടെന്നു കാണാം. പഴയ നാടുവാഴി ഭരണകാലത്തുണ്ടായിരുന്ന ജാതി–ജന്മി–നാടുവാഴി മേധാവിത്വം എത്ര മർദനപരമായിരുന്നാലും, അതിൻകീഴിൽ ഏറ്റവുമധികം മർദനമനുഭവിച്ചിരുന്ന അധഃകൃതരുടെയും അവശസമുദായങ്ങളുടെയും സ്ഥിതി അന്നത്തെക്കാളെത്രയോ അധികം ദുരിതമയമാവുകയാണ് കഴിഞ്ഞ 150 കൊല്ലക്കാലത്തുണ്ടായിട്ടുള്ളത്. എന്തുകൊണ്ടെന്നാൽ, ജന്മിയും കുടിയാനും തമ്മിലും, കൂലിപ്പണിയെടുക്കുന്നാളും എടുപ്പിക്കുന്നാളും തമ്മിലുമുള്ള ബന്ധം നാടുവാഴിഭരണത്തിൻകീഴിലത്തെക്കാൾ എത്രയോ അധികം വഷളായിത്തീർന്നിട്ടുണ്ട്.

നാടുവാഴിഭരണകാലത്ത് മറ്റെല്ലാമെന്നപോലെ, ജന്മി–കുടിയാൻ ബന്ധവും നടപ്പനുസരിച്ചാണ് നിയന്ത്രിക്കപ്പെട്ടിരുന്നത്. ഇന്നത്തെപ്പോലെ കുടിയായ്മനിയമമോ മറ്റു നിയമങ്ങളോ അന്നുണ്ടായിരുന്നില്ല. അതിനുപകരം 'കാണജന്മമര്യാദ' എന്ന പൊതുപേരുകൊണ്ടറിയപ്പെടുന്ന ഒരു കൂട്ടം നടപ്പുകളനുസരിച്ചാണ് ജന്മികളും കുടിയാൻമാരും തമ്മിൽ പെരുമാറിയിരുന്നത്. ലോഗന്റെ ഭാഷയിൽ,

മുഹമ്മദീയാക്രമണത്തിനും ബ്രിട്ടീഷ് ഭരണത്തിനുംമുമ്പ് ഇന്നാട്ടിൽ നടപ്പിലിരുന്ന നിയമത്തെ ഒറ്റവാക്കിൽ ചുരുക്കിപ്പറയണമെങ്കിൽ അതിനുള്ള പേര് നാട്ടുനടപ്പെന്നാണ്.

ബ്രിട്ടീഷുകാരുടെ വരവോടുകൂടി ഈ സ്ഥിതിക്കൊരു മാറ്റം വന്നു. നാട്ടുനടപ്പനുസരിച്ചുള്ള ബന്ധത്തിനു പകരം നിയമമനുസരിച്ചുള്ള ബന്ധമായി; സാമ്പത്തികജീവിതത്തിന്റെ മാത്രമല്ല സാമൂഹ്യവും രാഷ്ട്രീയവും സാംസ്കാരികവുമായ ജീവിതത്തിന്റെയെല്ലാം അടിസ്ഥാനമായിരുന്ന പഴയ ജന്മി–കുടിയാൻ ബന്ധം—'തമ്പുരാ'നും 'അടിയാ'നും തമ്മിലുള്ള ബന്ധം—പോയി, അതിനുപകരം ഭൂമി കൈവശമുള്ള ആളും അതു കൃഷിയാവശ്യത്തിനു കിട്ടേണ്ടയാളും തമ്മിലുള്ള വെറും സാമ്പത്തികബന്ധം വന്നു.

ഈ മാറ്റം ഏതുതരത്തിലുള്ളതാണെന്നും അത് കുടിയാൻമാരെ എങ്ങനെ ബാധിച്ചുവെന്നും 1005 ൽ (1830) തിരുവിതാംകൂർ മഹാരാജാവ് അവിടത്തെ പ്രധാനകോടതിക്ക് എഴുതിയ കത്തിൽനിന്ന് വ്യക്തമാവുന്നുണ്ട്. അതിൽനിന്നൊരു ഭാഗമാണ് താഴെ കൊടുക്കുന്നത്:

കാണക്കുടിയാൻമാരിൽനിന്നു കിട്ടിയിട്ടുള്ള ചില ഹർജികളിൽനിന്ന് കുടിയാൻമാർ അനുഭവിച്ചുവരുന്ന കാണവസ്തുക്കൾ ജന്മി, കാണാർഥം കൊടുത്തതിനുശേഷം ഒഴിഞ്ഞുകൊടുക്കേണ്ടതാണെന്ന് നിർബന്ധിക്കുന്നതായി കാണുന്നു. കുടിയാൻമാർ ജന്മവസ്തുക്കളും ദേവസ്വം ജന്മവസ്തുക്കളും കാണം, പാട്ടം എന്ന പേരുപറഞ്ഞുവരുന്ന പല ഇനവഴിയായി അനുഭവിച്ചുവരുന്നതായി കാണുന്നു. ഈ കുടിയാൻമാർ അവരുടെ അധ്വാനവും പണവും ഈ വസ്തുക്കളിൽ ചെലവഴിക്കുന്നു. കൃഷി ചെയ്യാതെ കിടന്ന വസ്തുക്കൾ അവർ കൃഷിയോഗ്യമാക്കിയിട്ടുണ്ട്. വസ്തുക്കൾ പുരയിടങ്ങളാണെങ്കിൽ അതിൽ പുര വയ്ക്കുക; കിണറു കുത്തിക്കുക; തെങ്ങ്, പിലാവ് മുതലായ ആദായകരങ്ങളായ വൃക്ഷങ്ങൾ വച്ചുപിടിപ്പിക്കുക മുതലായത് ചെയ്തിട്ടുണ്ട്. ഇപ്രകാരമുള്ള വീടുകളിൽ കുടുംബമായി താമസിച്ചുവരുന്ന അവരുടെ കുടുംബപ്പേരും ഈ താമസത്തിൽനിന്നുണ്ടായിട്ടുള്ളതാണ്. ഈ പേരുകൾ സർക്കാർ കണക്കിൽ വരവുവച്ചിട്ടും ഉണ്ട്. അവർക്ക് സ്ഥാനമാനങ്ങളും മറ്റും വസ്തുവിന്റെ പേരിനെ പിൻതുടർന്നുള്ള അവരുടെ കുടുംബപ്പേരിൽ കൊടുത്തിട്ടുണ്ട്. അവർ കൊടുക്കേണ്ട പാട്ടം അവർ കാലാകാലങ്ങളിൽ ജന്മിക്ക് കൂട്ടിക്കൊടുക്കുന്നുണ്ട്. ജന്മിമാർക്കും കുടിയാൻമാർക്കുമുള്ള അവകാശത്തെ രക്ഷിക്കുന്നതിനും അവരുടെ ബന്ധുത്വത്തെ ബലപ്പെടുത്തുന്നതിനുമായി കുടിയാൻമാർ ദേശാവസ്ഥയും ആചാരവുമനുസരിച്ച് ജന്മിക്ക് ശരിയായ പാട്ടം കൊടുക്കുകയും ജന്മിമാരുടെ കുടുംബങ്ങളിലുണ്ടാകുന്ന അടിയന്തരങ്ങളുടെ കാലത്ത് പതിവുള്ള ചില കാഴ്ചകൾ വയ്ക്കുകയും ചെയ്യുന്നുണ്ട്. കുടിയാൻമാർക്ക് പന്ത്രണ്ടുകൊല്ലത്തിലൊരിക്കൽ ജന്മി കാണപ്പാട്ടാധാരം പൊളിച്ചെഴുതി കൊടുക്കുകയും അപ്പോഴെല്ലാം അതിനുപറഞ്ഞിട്ടുള്ള പൊളിച്ചെഴുത്തവകാശം ജന്മിക്കു കൊടുക്കുകയും ചെയ്യുന്ന പതിവുണ്ട്. ജന്മിമാർ ഈ അവകാശങ്ങൾ വാങ്ങിക്കൊണ്ട് കുടിയാൻമാരെ വസ്തുവനുഭവത്തിന് അനുവദിച്ചുവരാറാണ് പതിവ്. ഒരു കുടിയാന്റെ വസ്തു അന്യംനിൽപ്പിനാൽ ഗവൺമെൻറിൽ ചേരുമ്പോൾ സർക്കാർ

കുടിയാന്റെ സ്ഥാനം സ്വീകരിച്ച് ജന്മിയുടെ അവകാശം കൊടുക്കുന്നു. ഇതാണ് ആചാരം. ഈ ആചാരം കാലപ്പഴക്കമുള്ളതുമാകുന്നു. കൂടാതെ കുടിയാൻ പാട്ടം മുതലായത് ജന്മിക്കുകൊടുക്കാറില്ലെന്നു സങ്കടം പറഞ്ഞാൽ ആ സങ്കടം വാസ്തവമാണെന്നു പരിശോധിച്ചറിഞ്ഞശേഷം വസ്തു കുടിയാനിൽനിന്നൊഴിപ്പിക്കാവുന്നതാണ്. ഈയിടെയായിട്ട് പാട്ടവും മറ്റും കണിശമായി കൊടുത്തുകൊണ്ടിരിക്കുന്ന കുടിയാനിൽനിന്നു വസ്തു ഒഴിപ്പിച്ചെടുക്കുന്നതിന് ജന്മിമാർ കേസുകൊടുത്തുവരുന്നു; ഇത് കോടതികൾ അനുവദിച്ചുംവരുന്നു. ഇക്കാരണത്താൽ കുടിയാൻമാർക്കു വളരെ വിഷമങ്ങളുണ്ട്. അവർ ധാരാളം സങ്കടവും പറയുന്നുണ്ട്. കുടിയാൻ പാട്ടം കൊടുക്കാതിരുന്നാൽപ്പോലും അത് ഈടാക്കുന്നതിനു കേസുകൊടുക്കുകയും അപ്രകാരം കുടിശ്ശിക വരുത്തിക്കൂടാ എന്നു കുടിയാനെ ധരിപ്പിക്കുകയുമല്ലാതെ ഉടൻ വസ്തു ഒഴിഞ്ഞുകിട്ടാൻ കേസുകൊടുക്കുകയല്ല വേണ്ടത്. ഇപ്രകാരം ചെയ്തിട്ട്, പാട്ടവും മറ്റും നിർബന്ധപൂർവം കുടിയാൻ കൊടുക്കാതിരിക്കുന്നെങ്കിൽ ജന്മി കാണാർഥം, ദേഹണ്ഡ (ചമയ)വില മുതലായതു കൊടുത്ത് കുടിയാനെ വസ്തുവിൽനിന്നൊഴിപ്പിക്കാവുന്നതാകുന്നു. ഇതാണു ശരിയായ വഴി. എന്നാൽ ഒരു മൂന്നാമൻ കൂടുതൽ പണം കൊടുക്കാമെന്ന് ജന്മിയോടു പറയുന്ന കാരണത്താൽ കാണാർഥം കൊടുത്ത് കുടിയാനെ വസ്തുവിൽനിന്ന് ഒഴിപ്പിക്കാനായി ജന്മി ശ്രമിക്കുന്നതും കോടതി അനുവദിക്കുന്നതും തെറ്റാണ്. ആയതിനാൽ ഇപ്പോൾ കൊടുത്തിട്ടുള്ള കേസുകളിലും ഇനിയും കൊടുക്കാൻ പോകുന്നതിലും തീരുമാനിച്ചിട്ടുള്ളതിലുമെല്ലാം കോടതികൾ രാജ്യത്തിലെ ആചാരം അനുവർത്തിക്കേണ്ടതാണ്. കുടിയാൻ താൻ ജന്മിക്കു സാധാരണയായും അസാധാരണസന്ദർഭങ്ങളിലും കൊടുക്കേണ്ട എല്ലാ അവകാശങ്ങളും കൊടുക്കണം. ജന്മി അതെല്ലാം സ്വീകരിച്ച് കുടിയാന് വസ്തുക്കളുടെ കൈവശാനുഭവം അനുവദിക്കണം. [തിരുവിതാംകൂർ ജന്മികൾക്കുവേണ്ടി 1105 (1930) ൽ തയ്യാറാക്കപ്പെട്ട ഒരു മെമ്മോറാണ്ടത്തിൽ നിന്നാണിതെടുത്തിട്ടുള്ളത്].

ബ്രിട്ടീഷ്ഭരണം തുടങ്ങി അധികം കഴിയുന്നതിനുമുമ്പ് ജന്മി കാണക്കുടിയാനെ, പാട്ടബാക്കിയില്ലെങ്കിൽപ്പോലും, ഒഴിപ്പിക്കാനും കൂടുതൽ പണം തരാൻ തയ്യാറുള്ള മറ്റൊരാളെ ഭൂമി ഏൽപ്പിക്കാനും (മേൽച്ചാർത്ത്) തുടങ്ങിയെന്നും അതിനാൽ കുടിയാൻമാർക്ക് വളരെ ബുദ്ധിമുട്ടു നേരിട്ടുവെന്നുമാണല്ലോ ഇതിൽനിന്നു വ്യക്തമാവുന്നത്. ഇതെങ്ങനെ വന്നുവെന്ന് തിരുവിതാംകൂർ ദിവാനായിരുന്ന സർ ടി മാധവറാവു 1867ൽ എഴുതിയ ഒരു കത്തിൽ വിവരിക്കുന്നുണ്ട്:

> ഈ പ്രശ്നം രൂക്ഷമായത് അടുത്തകാലത്ത് അതായത്, കഴിഞ്ഞ മുപ്പതു നാൽപ്പതു വർഷത്തിനിടയിൽ മാത്രമാണ്. അതിനുമുമ്പ് യാതൊരു സംശയവും ഉണ്ടായിരുന്നില്ല എന്നുതന്നെ പറയാം; കാണക്കുടിയാനെ ഒഴിപ്പിക്കാൻ ജന്മിക്കു കഴിയുമെന്ന് ആരും ചിന്തിച്ചിട്ടുണ്ടാവില്ല എന്നാണ് എന്റെ വിശ്വാസം. എന്നാൽ

> കിഴക്കൻ തീരത്തുനിന്നുള്ള ആളുകൾ തിരുവിതാംകൂറിൽ ഉദ്യോഗം വഹിക്കാൻ തുടങ്ങിയതോടെ സംശയങ്ങളും ഉണ്ടാവാൻ തുടങ്ങി. കാണപ്പാട്ടഭോഗത്തെക്കുറിച്ച് കേട്ടിട്ടില്ലാത്തതും സർക്കാരിൽ നിന്നു കിട്ടിയ ഭൂമിയുടെ കൈവശക്കാരന് തന്റെ കുടിയാനെ ഒഴിപ്പിക്കാൻ കഴിയുന്നതുമായ, ഇന്ത്യയുടെ ഒരു ഭാഗത്തു നിന്നാണ് അവർ വന്നത്. പ്രശ്നത്തെ ആകെത്തന്നെ തെറ്റായി ധരിക്കുകയും വ്യാജമായ സാദൃശ്യങ്ങൾ വഴിതെറ്റിക്കുകയുമാണുണ്ടായത്. കിഴക്കൻതീരത്തുനിന്നു വന്ന ഈ ആളുകൾ ബ്രിട്ടീഷ് ഇന്ത്യയിൽനിന്ന് ഇറക്കുമതി ചെയ്ത തങ്ങളുടെ കാഴ്ചപ്പാടുകൾ ആവർത്തിച്ചുറപ്പിച്ചപ്പോൾ അവരെ വേണ്ടത്ര ഫലപ്രദമായ രീതിയിൽ നാട്ടുനടപ്പിന്റെയും കുടിയായ്മയുടെയും വക്താക്കൾ എതിർക്കുകയുണ്ടായില്ല. ഈ നാട്ടുനടപ്പ് വിശദീകരിക്കുന്നതിനോ ബ്രിട്ടീഷ് പാരമ്പര്യക്കാരായ ഉദ്യോഗസ്ഥന്മാർക്കു ബോധ്യപ്പെടുന്ന തരത്തിൽ അതിനെ ഉയർത്തിപ്പിടിക്കുന്നതിനോ ഉള്ള നിഷ്കൃഷ്ടമായ യാതൊരു ശ്രമവും വാസ്തവത്തിൽ എനിക്ക് ഒരിക്കലും കാണാൻ കഴിഞ്ഞില്ല. (*തിരുവിതാംകൂർ സ്റ്റേറ്റ് മാനുവൽ*, വാല്യം കകക, പേജ് 118).

തമിഴരും തെലുങ്കരുമായ ഉദ്യോഗസ്ഥൻമാർ തിരുവിതാംകൂറിൽ ചെയ്തതുതന്നെയാണ് ബ്രിട്ടീഷ് ഉദ്യോഗസ്ഥൻമാർ ബ്രിട്ടീഷ് മലബാറിലും ചെയ്തത്. ഇന്ത്യയുടെ മറ്റു ഭാഗങ്ങളെപ്പോലെയല്ല മലബാറെന്നും ഇവിടെ ഭൂമിയിൽ സ്വകാര്യസ്വത്തവകാശമുണ്ടെന്നും, ആ സ്വത്തവകാശത്തിന്റെ പേര് ജന്മമെന്നാണെന്നും ഇവിടെ ആദ്യകാലത്തുവന്ന ബ്രിട്ടീഷുദ്യോഗസ്ഥൻമാർ പറഞ്ഞു. "ഇത്രത്തോളം ഉറപ്പാണ്: സ്വത്തിനങ്ങളുടെ സ്വഭാവരീതി മലബാറിലെപ്പോലെ ഇത്ര നന്നായി മനസ്സിലാക്കിയവരോ അതിനുമേലുള്ള അവകാശത്തെ ഇത്രയധികം മുറുകെപ്പിടിക്കുന്നവരോ ലോകത്ത് മറ്റൊരു രാജ്യത്തുമുണ്ടാവില്ല." (മേജർ വാക്കർ). [കെ പി പദ്മനാഭമേനോൻ, *കേരളചരിത്രം*, വാല്യം 2, പേജ് 303]. "മലബാറിലെ ഭൂമി—വിളഭൂമിയും തരിശും—ഏതാണ്ടു മുഴുവനും തന്നെ ജന്മാവകാശത്തോടുകൂടിയ സ്വകാര്യസ്വത്താണ്. അതുകൊണ്ടുതന്നെ അത് പൂർണമായി മണ്ണിലുള്ള പരമമായ സ്വത്തുമാണ്." (താക്കറേ) [കെ പി പത്മനാഭമേനോൻ, *കേരളചരിത്രം*, വാല്യം 2, പേജ് 300] ".....മണ്ണിലുള്ള പരമമായ സ്വത്ത് ഉടമയിൽ നിക്ഷിപ്തമായിരിക്കുന്നു." (വാർഡൻ) [കെ പി പദ്മനാഭമേനോൻ, *കേരളചരിത്രം*, വാല്യം 2, പേജ് 301].

ആദ്യകാലത്തു മലബാറിൽവന്ന ബ്രിട്ടീഷുദ്യോഗസ്ഥൻമാർ പറഞ്ഞ അഭിപ്രായം തെറ്റാണെന്ന് ലോഗനാണ് ഒന്നാമതായി വാദിച്ചത്. അദ്ദേഹത്തിന്റെ അഭിപ്രായത്തിൽ, "ജന്മാവകാശം വാങ്ങുകയും വിൽക്കുകയും ചെയ്തിരുന്നു"വെന്നതു ശരിയാണ്; പക്ഷേ,

ഈ വാങ്ങലും വിൽക്കലും നിമിത്തം, വിശേഷിച്ച് അതുസംബന്ധിച്ചു കൈമാറിയിരുന്ന ആധാരങ്ങളിലെ പദപ്രയോഗങ്ങൾ നിമിത്തം, മലബാറിലെ ഭൂവുടമസമ്പ്രദായത്തെ സംബന്ധിച്ചു തെറ്റായ പല

ധാരണകളും ആദ്യകാലത്തെ ബ്രിട്ടീഷുദ്യോഗസ്ഥൻമാർക്കുണ്ടായി. ഈ ആധാരങ്ങളിൽ ഭൂമി മാത്രമല്ല അതിലുള്ള കല്ല്, മുള്ള്, പാമ്പ്, ഗുഹ, നിധി, കിണറ്, തോട്, കാട്, വഴി, ആകാശം, പാതാളം മുതലായവകൂടി ഉൾപ്പെടുത്തിയിരുന്നു. അതിൽനിന്ന് ഭൂമിയിൽ അതിന്റെ ഉടമസ്ഥനുള്ള പരിപൂർണമായ അവകാശമാകെയാണ് വിൽക്കുന്നതെന്ന ധാരണ വന്നു. എന്നാൽ ഈ ഭൗതികപദാർഥങ്ങളോടുകൂടിത്തന്നെ 'ദേശത്തിലെ അധികാരം', 'അങ്കം', 'ചുങ്കം' മുതലായവകൂടി ഭൂമിസംബന്ധമായ ആധാരങ്ങളിൽ ഉൾപ്പെടുത്തിയിരുന്നു.

ഇതിൽനിന്ന് ലോഗൻ മനസിലാക്കുന്നത് ഇതാണ്:

യൂറോപ്യൻമാർ മനസിലാക്കുന്ന രീതിയിലുള്ള ഭൂസ്വത്തവകാശമല്ല ഈ ആധാരങ്ങൾ കൈമാറിയിരുന്നവരുടെ മനസ്സിലുണ്ടായിരുന്ന സ്വത്തവകാശരീതി. അവരുടെ അഭിപ്രായത്തിൽ വാങ്ങുകയും വിൽക്കുകയും ചെയ്യുന്നത് ഭൂമിയല്ല; പിന്നെയോ, സ്ഥാനമാനങ്ങളാണ്, ഒരു സ്ഥലത്ത് താമസിക്കുന്ന പല ജനവിഭാഗങ്ങൾക്കു നൽകിയിട്ടുള്ള പല അധികാരാവകാശങ്ങളാണ്.

അതുകൊണ്ട് ഭൂമിയുടെമേൽ പരിപൂർണാവകാശമുള്ള ഉടമസ്ഥനാണ് ജന്മിയെന്നു പറയുന്നത് തെറ്റായിരിക്കും. എന്നാൽ അതുപോലെതന്നെ തെറ്റായിരിക്കും കാണക്കാരൻ ഭൂമിയുടെ ഉടമസ്ഥനാണെന്നു പറയുന്നതും

വിളവിന്റെ ഇത്രഭാഗം ജന്മിക്ക്, ഇത്ര കുടിയാന് എന്ന് വ്യക്തമായ നിയമമുണ്ടായിരുന്നുവെന്നും, ജന്മിയുടെ അവകാശം വാങ്ങുകയും വിൽക്കുകയും ചെയ്യുമ്പോൾ വിളവിൽനിന്നുള്ള ഈ ഓഹരി മാത്രമാണ് വാങ്ങുകയും വിൽക്കുകയും ചെയ്തിരുന്നതെന്നും ലോഗൻ സ്ഥാപിച്ചു.

എന്നാൽ ബ്രിട്ടീഷ്കോടതികൾ, ജന്മിക്ക് ഭൂമിയുടെമേൽ പരിപൂർണമായ ഉടമാവകാശമുണ്ടെന്നും അയാൾക്ക് അതിലുണ്ടാവുന്ന വിളവിന്റെ ഏതുവിഹിതം വേണമെങ്കിലും വാങ്ങാനധികാരമുണ്ടെന്നുമുള്ള ധാരണയിൽ നാട്ടുനടപ്പനുസരിച്ച് വിളവിൽ ഒരു ഭാഗം ജന്മിക്കും ബാക്കി ഭാഗം കുടിയാനുമായി വീതിക്കുന്ന സമ്പ്രദായമാകെ പൊളിച്ചു.

ലോഗന്റെ ഈ അഭിപ്രായത്തെ ശക്തമായെതിർത്ത ഒരാളാണ് മദിരാശി ഹൈക്കോടതിയിലെ ചീഫ്ജസ്റ്റിസായിരുന്ന സർ ചാൾസ് ടർണർ. അദ്ദേഹം പറഞ്ഞു:

ജന്മാവകാശത്തിന്റെ ഉത്ഭവമെന്തായാലും, ബ്രിട്ടീഷുകാർ വരുന്നതിനെത്രയോ നൂറ്റാണ്ടുകൾക്കുമുമ്പ് ജന്മികൾ പരിപൂർണമായ അധികാരാവകാശങ്ങളുള്ള ഭൂവുടമകളായിരുന്നു. അവരുടെ ഈ അധികാരാവകാശങ്ങൾ അവർക്കേറ്റവുമധികം എതിരായിരുന്ന മാപ്പിളമാർപോലും അംഗീകരിക്കുകയും ചെയ്തിരുന്നു.

ലോഗന്റെയും സർ ചാൾസ് ടർണറുടെയും അഭിപ്രായങ്ങളാണ് പിന്നീടേതാണ്ട് അര നൂറ്റാണ്ടുകാലത്തോളം നടന്ന ജന്മി–കുടിയാൻ വഴക്കിൽ പലരും എടുത്തുപയോഗിച്ചത്. ജന്മിപക്ഷപാതികൾ സർ

ചാൾസ് ടർണറുടെ വാദഗതിയെ എടുത്തുകാണിച്ച്, ഇഷ്ടമുള്ളപ്പോൾ കുടിയാനെ ഒഴിപ്പിക്കാനും പാട്ടമിച്ചവാരങ്ങൾ കൂട്ടാനും പൊളിച്ചെഴുത്താവശ്യപ്പെടാനും മേൽച്ചാർത്ത് കൊടുക്കാനുമൊക്കെ അധികാരമുണ്ടെന്നു വാദിച്ചു. നേരേമറിച്ച്, കുടിയാൻ പക്ഷപാതികൾ മര്യാദയ്ക്കുള്ള പാട്ടമിച്ചവാരങ്ങളടയ്ക്കുകയും പന്ത്രണ്ടു കൊല്ലം കഴിഞ്ഞാൽ നിശ്ചിതമായ പൊളിച്ചെഴുത്തവകാശമടച്ച് പൊളിച്ചെഴുത്തിനു വിധേയനാകുകയും മറ്റു മര്യാദകളനുസരിക്കുകയും ചെയ്യുന്ന കുടിയാനെ ഒഴിപ്പിക്കുകയോ അയാളുടെ ഭൂമി മറ്റൊരാൾക്ക് മേൽച്ചാർത്തുകൊടുക്കുകയോ ചെയ്യാൻ ജന്മിക്കധികാരമില്ലെന്നു വാദിച്ചു.

ഈ രണ്ടഭിപ്രായഗതികളിലേതാണ് നിയമപ്രകാരം ശരിയെന്ന് നമുക്കു നോക്കേണ്ടതില്ല. എന്തുകൊണ്ടെന്നാൽ, നിയമപ്രകാരം കുടിയാനെ ഒഴിപ്പിക്കാനും മേൽച്ചാർത്ത് കൊടുക്കാനും പാട്ടം കൂട്ടാനുമൊക്കെ വ്യവസ്ഥയുണ്ടായാലുമില്ലെങ്കിലും, നാട്ടുനടപ്പനുസരിച്ച് അതൊന്നും ജന്മികൾ പണ്ടുകാലത്ത് ചെയ്തിരുന്നില്ലെന്നത് പരമാർഥമാണ്. ജന്മിക്ക് പരിപൂർണവും അനിയന്ത്രിതവുമായ അധികാരമുണ്ടായിരുന്നുവെന്നു വാദിക്കുന്ന സർ. ചാൾസ് ടർണർ പോലും ഇങ്ങനെ പറയുന്നു:

മലബാറിലെ നിയമമനുസരിച്ച് കുടിയാൻമാർക്ക് ഭൂമിയിൽ യാതൊരു സ്ഥിരാവകാശവുമില്ലെങ്കിലും പ്രായോഗികമായി നോക്കിയാൽ ഒരു തരത്തിലുള്ള സ്ഥിരാവകാശം നിലവിലുണ്ടായിരുന്നു.

ഇതിനുമുമ്പുദ്ധരിച്ച, തിരുവിതാംകൂർ മഹാരാജാവിന്റെ കത്തിൽ പറഞ്ഞ നാട്ടുനടപ്പ്—"കുടിയാൻ താൻ ജന്മിക്ക് സാധാരണയായും അസാധാരണസന്ദർഭങ്ങളിലും കൊടുക്കേണ്ട എല്ലാ അവകാശങ്ങളും കൊടുക്കുക"യും "ജന്മി അതെല്ലാം സ്വീകരിച്ച് കുടിയാന് വസ്തുക്കളുടെ കൈവശാനുഭവം അനുവദിക്കുകയു"മെന്ന പതിവ്—പ്രകാരം അനാവശ്യമായ വസ്തുവൊഴിപ്പിക്കലുകളോ മേൽച്ചാർത്തുകളോ നടന്നിരുന്നില്ലെന്നതിൽ സംശയമില്ല. എന്നാൽ നിയമപ്രകാരം അങ്ങനെ ചെയ്യാൻ ജന്മിക്കധികാരമുണ്ടെന്നും ആ നിയമം സാധാരണയായി ഉപയോഗിക്കാറില്ലെന്നുമാണ് ജന്മിപക്ഷപാതികൾ വാദിക്കുന്നത്.

ഇതുതന്നെ കാണക്കുടിയാൻമാരടയ്ക്കേണ്ട പൊളിച്ചെഴുത്തവകാശം, ആറടിയന്തരം മുതലായ അവകാശങ്ങളും കുടിയാൻമാരടയ്ക്കേണ്ട പാട്ടവും മറ്റും സംബന്ധിച്ച വ്യവസ്ഥകൾക്കും ബാധകമാണ്. തനിക്കിഷ്ടമുള്ള സംഖ്യ വാങ്ങാൻ ജന്മിക്ക് നിയമപ്രകാരം അധികാരമുണ്ടെന്ന അവരുടെ വാദം ശരിയായാലുമല്ലെങ്കിലും, നാട്ടുനടപ്പനുസരിച്ച് അതിനെല്ലാം ഒരു വ്യവസ്ഥയുണ്ടായിരുന്നു. ഈ നാട്ടുനടപ്പുകൾ നോക്കിയാണ് രാഘവയ്യാകമ്മിറ്റി റിപ്പോർട്ടും അതനുസരിച്ചുള്ള 1940 ലെ മലബാർ കുടിയായ്മനിയമവും തയ്യാറാക്കിയത്. ഈ നടപ്പ് ഏതാണ്ട് താഴെ കൊടുക്കുന്നവയായിരുന്നു:

1. അറ്റവിളവിന്റെ മൂന്നിലൊന്ന് യഥാർഥ കൃഷിക്കാരൻ (വെറുംപാട്ടക്കാരൻ) എടുക്കുന്നു. ബാക്കി മാത്രമേ ജന്മിയും ഇടക്കുടിയാനുണ്ടെങ്കിൽ, അയാളുംകൂടി എടുക്കാൻ പാടുള്ളൂ.

2. സാധാരണയായി അറ്റവിളവിന്റെ മൂന്നിലൊന്നു മാത്രമാണ് ജന്മി എടുക്കുക. കാണക്കാരനുള്ളിടത്തെല്ലാം മൂന്നിലൊന്ന് വെറും പാട്ടക്കാരനും മൂന്നിലൊന്ന് കാണക്കാരനും മൂന്നിലൊന്ന് ജന്മിക്കുമെന്ന വിഹിതമാണ് നിലവിലുള്ളത്.

3. കാണഭൂമികളിലെ ജന്മിയുടെ അവകാശമായ വിളവിന്റെ മൂന്നിലൊന്ന് കാണപ്പാട്ടമായി കണക്കാക്കി അതിൽനിന്ന് നികുതിയും കാണപ്പലിശയും കിഴിച്ച് ബാക്കിയാണ് കാണക്കാരൻ ജന്മിക്ക് മിച്ചവാരമായി കൊടുക്കുക.

4. ഇതിനുപുറമേ കുടിയാൻമാരെല്ലാം—കാണക്കാരും വെറുംപാട്ടക്കാരും—ആണ്ടറുതികൾക്ക് (ഓണം, വിഷു) തിരുമുൽക്കാഴ്ചയും ആറടിയന്തരവും കൊടുക്കും. ഈ സന്ദർഭങ്ങളിലും കുടിയാന്റെ വീട്ടിൽ അടിയന്തരങ്ങളുണ്ടാവുമ്പോഴും ജന്മി കുടിയാന് ഓണപ്പുടവ കൊടുക്കും.

5. പന്ത്രണ്ടു കൊല്ലം കൂടുമ്പോൾ കാണവസ്തു പൊളിച്ചെഴുതും. ആ അവസരത്തിൽ കാണാർഥത്തിന്റെ ഒരു ഭാഗം കുടിയാൻ പൊളിച്ചെഴുത്തവകാശമായി ജന്മിക്ക് കൊടുക്കുകയോ അഥവാ കാണാർഥത്തിൽ കിഴിക്കാനനുവദിക്കുകയോ ചെയ്യും.

അതായത്, വിളവിന്റെ ഇന്ന ഭാഗം വെറുംപാട്ടക്കാരന്, ഇന്ന ഭാഗം കാണക്കാരന്, ഇന്ന ഭാഗം ജന്മിക്ക് എന്ന വിഹിതവും ആ വിഹിതം ശരിക്കടയ്ക്കുന്ന കുടിയാനെ, അയാൾ കാണക്കാരനോ ജന്മിയുടെ കീഴിലുള്ള വെറുംപാട്ടക്കാരനോ ആണെങ്കിൽ, ജന്മിയും കാണക്കാരന്റെ കീഴിലുള്ള വെറുംപാട്ടക്കാരനാണെങ്കിൽ, കാണക്കാരനും ഒഴിപ്പിക്കാറില്ലെന്ന പതിവും ബ്രിട്ടീഷുകാർ വരുന്നതുവരെ സർവസാധാരണമായി കേരളത്തിലുണ്ടായിരുന്നു. ഈ പതിവിനെതിരായി അങ്ങുമിങ്ങും ഒന്നുരണ്ടു ജന്മികൾ പ്രവർത്തിച്ചിരുന്നുവെങ്കിൽപ്പോലും അത് മര്യാദയാണെന്ന് സാധാരണജന്മികളോ കുടിയാൻമാരോ സമ്മതിച്ചിരുന്നില്ല. ഇന്നും ചുരുക്കം ചില ജന്മികൾ ('മര്യാദക്കാ'രായ ജന്മികളാണ് തങ്ങളെന്നഭിമാനിക്കുന്നവർ) ഈ പതിവുകൾ കുറെയൊക്കെ അനുസരിച്ചുവരുന്നുണ്ട്. അതുകൊണ്ട്, നിയമപ്രകാരം ജന്മിക്കുള്ള അധികാരാവകാശങ്ങളെന്തായാലും, അതിന് മേൽപ്പറഞ്ഞ അതിരുകൾ പ്രായോഗികമായി സമുദായം കൽപ്പിച്ചിരുന്നു.

ഇതിനാണ് ബ്രിട്ടീഷ്ഭരണത്തിൻകീഴിൽ വലിയ കോട്ടം തട്ടിയത്. നാട്ടുനടപ്പിനുപകരം നിയമവും, മധ്യസ്ഥൻമാർക്കും സമുദായത്തിനും പകരം കോടതികളുമാണ് ജന്മി-കുടിയാൻ ബന്ധം നിയന്ത്രിക്കുന്നതെന്നുവന്നപ്പോൾ—വിശേഷിച്ചും നിയമത്തെയെല്ലാം വ്യാഖ്യാനിക്കാൻ സർ. ചാൾസ് ടർണറെപ്പോലുള്ള ജഡ്ജിമാർ വന്നപ്പോൾ—ജന്മിക്കും ഇടക്കുടിയാനും കുടിയാൻമാരോടും കീഴ്ക്കുടിയാൻമാരോടും എന്തും ചെയ്യാമെന്ന നിലവന്നു. തനിക്കിഷ്ടമില്ലാത്ത കുടിയാനെ ഒഴിപ്പിക്കുക; കൂടുതലിഷ്ടമുള്ള ഒരാൾക്ക്, നിലവിലുള്ള കുടിയാനെ ഒഴിപ്പിച്ച് വസ്തു കൈവശപ്പെടുത്താനുള്ള അധികാരത്തോടുകൂടി മേൽച്ചാർത്ത് കൊടു

ക്കുക; തോന്നിയമാതിരി മിച്ചവാരം കൂട്ടുകയും പൊളിച്ചെഴുത്തവകാശമടയ്ക്കാൻ കുടിയാനോടാവശ്യപ്പെടുകയും ചെയ്യുക— ഇതെല്ലാം കാണക്കാരന് ജന്മിയിൽനിന്നനുഭവിക്കേണ്ടിവന്നു. വെറുംപാട്ടക്കാരനും തലപൊളിയുന്ന പാട്ടമടയ്ക്കണമെന്നും വസ്തുവൊഴിയണമെന്നുമുള്ള ആവശ്യം തന്റെ തൊട്ടു മീതെയുള്ള ഭൂമിയുടമയിൽ നിന്ന്—ജന്മി അഥവാ കാണക്കാരനിൽനിന്ന്—നേരിടേണ്ടിവന്നു. ജന്മിക്ക് ഭൂമിയുടെമേൽ പരിപൂർണവും അനിയന്ത്രിതവുമായ അധികാരമുണ്ടെന്ന അടിസ്ഥാനത്തിൽ ഈ ആവശ്യങ്ങളെല്ലാം കോടതികൾ അനുവദിക്കുകയും ചെയ്തു. ഇതിന്റെ ഫലമായി എത്രയോ കുടിയാൻമാർ—കാണക്കാരും വെറുംപാട്ടക്കാരും—വസ്തുവും പുരയിടവും വിട്ട്, തങ്ങളധ്വാനിച്ചുണ്ടാക്കിയ ചമയങ്ങൾപോലും വെറുതെ കൊടുത്തുപോകേണ്ടിവന്നു. ജന്മിയോ കാര്യസ്ഥനോ എന്താവശ്യപ്പെട്ടാലും അതനുസരിക്കുകയേ ഗതിയുള്ളുവെന്നുവന്നു. കാരണം, അങ്ങനെ ചെയ്തില്ലെങ്കിൽ കുടുംബമാകെ പൊളിയും. ഇങ്ങനെ ഓരോ നിമിഷത്തിലും ജന്മിയെയും അയാളുടെ കാര്യസ്ഥനെയും സേവക്കാരെയും പേടിച്ചുകൊണ്ടുവേണം കഴിയാനെന്ന നിലവന്നപ്പോൾ നാട്ടുകാരുടെ സാമൂഹ്യജീവിതമാകെ ജന്മിയുടെ കൈപ്പിടിയിലമർന്നു.

മറ്റൊരു വിധത്തിൽ പറകയാണെങ്കിൽ, പഴയ നാടുവാഴി ഭരണത്തിൻകീഴിൽ ജന്മിസമ്പ്രദായം എത്ര മർദനപരമായിരുന്നാലും, അതിന്റെ മേൽ ചില നിബന്ധനകൾ സമുദായം ചുമത്തിയിരുന്നു; ചില നാട്ടുനടപ്പുകളനുസരിച്ചുമാത്രമേ ജന്മിക്കും ഇടക്കുടിയാനും കൃഷിക്കാരോടു പെരുമാറാൻ പാടുണ്ടായിരുന്നുള്ളു. അതിന്റെ ഫലമായി അക്രമമായ ഭൂമിയൊഴിപ്പിക്കലുകളും കുടിയിറക്കലുകളും പാട്ടംകയറ്റലുകളും അന്നുണ്ടായിരുന്നില്ല. ഈ നിലയാകെമാറ്റി, ജന്മിയും കുടിയാനും തമ്മിലും, ഇടക്കുടിയാനും കീഴ്ക്കുടിയാനും തമ്മിലുമുള്ള ബന്ധം വെറും പണത്തിന്റെ ബന്ധമാക്കുകയാണ് ബ്രിട്ടീഷുകാർ ചെയ്തത്. ഫലമോ? തലപൊളിക്കുന്ന പാട്ടം, യാതൊരു വ്യവസ്ഥയുമില്ലാത്ത പൊളിച്ചെഴുത്ത്, ഹൃദയഭേദകമായ കുടിയിറക്കൽ, ഒരുനിലയ്ക്കും നീതീകരിക്കാൻ വയ്യാത്ത നിലമൊഴിപ്പിക്കലും.

ബ്രിട്ടീഷ്ദാസൻമാരുടെ മുന്നണിവിഭാഗം

ഇങ്ങനെ കൃഷിക്കാരുടെ നേരേ എന്തും ചെയ്യാനധികാരം കിട്ടിയ ജന്മികളാരാണ്? അവർക്ക് സമുദായത്തിലുള്ള സ്ഥാനമെന്ത്? സമുദായത്തോടുള്ള കടമയെന്ത്? അവർ കൃഷിക്കാരുടെ നേരേ കാണിക്കുന്ന ഈ അഴിമതികൾക്കുപകരം കൃഷിക്കാർക്കോ മറ്റു ജനവിഭാഗങ്ങൾക്കോ വല്ല ഉപകാരവും അവർ ചെയ്യുന്നുണ്ടോ?

നാടുവാഴിഭരണത്തിൻകീഴിൽ ജന്മികൾ ഇന്നത്തെപ്പോലെ വെറും ജന്മികളായിരുന്നില്ല; പാട്ടംപിരിച്ച് അതു പറ്റിത്തിന്ന് ആഡംബരപൂർവം ജീവിക്കുക മാത്രമായിരുന്നില്ല അവരുടെ പണി. അവരന്ന് ഒന്നുകിൽ

(സാമൂതിരിയെയും കോലത്തിരിയെയും പോർളാതിരിയെയുംപോലെ) രാജാക്കൻമാരായിരുന്നു; അല്ലെങ്കിൽ ഈ രാജാക്കൻമാരുടെ മന്ത്രിമാരോ പടനായകൻമാരോ ആയ സ്ഥാനിനായൻമാരുമായിരുന്നു; അതുമല്ലെങ്കിൽ വേദശാസ്ത്രാദികൾ പാരായണം ചെയ്തും ഈശ്വരാരാധനകൾ നടത്തിയും മറ്റും നാട്ടുകാരുടെ മതപരവും സാംസ്കാരികവുമായ അഭിവൃദ്ധിക്കുവേണ്ടി പ്രവർത്തിച്ചിരുന്ന നമ്പൂതിരിമാരായിരുന്നു; ഇതൊന്നുമല്ലെങ്കിൽ ഭരണകാര്യത്തിലോ സൈനികസംഘടനയിലോ പ്രത്യേകസ്ഥാനം നേടിയ മുസ്ലിം, ക്രിസ്ത്യൻ നാട്ടുപ്രമാണികളായിരുന്നു. ഇവർക്കൊക്കെപുറമേ, ഒരതിർത്തിവരെ ഭരണാധികാരം (സങ്കേതാതിർത്തി) പോലുമുണ്ടായിരുന്നതും അതതതിർത്തിക്കകത്തെ ജനങ്ങളുടെ സാമൂഹ്യവും സാംസ്കാരികപരവുമായ ജീവിതത്തിന്റെ മുഴുവൻ കേന്ദ്രങ്ങളായി പ്രവർത്തിച്ചതുമായ ക്ഷേത്രങ്ങളും ജന്മികളുടെ കൂട്ടത്തിലുണ്ടായിരുന്നു.

ഇന്നും മലബാറിലെ ഏറ്റവും വലിയ ജന്മി സാമൂതിരിപ്പാടാണ്. കൊച്ചിയിലും തിരുവിതാംകൂറിലുമാകട്ടെ ഏറ്റവും വലിയ ജന്മി അവിടങ്ങളിലെ ഗവൺമെൻറാണ് (തിരുവിതാംകൂറിലെ വസ്തുക്കളിൽ മുക്കാൽ ഭാഗവും കൊച്ചിയിൽ മൂന്നിലൊന്നും പണ്ടാരവകയാണ്). മലബാറിൽ സാമൂതിരിപ്പാട് കഴിഞ്ഞാൽപ്പിന്നെ ചിറയ്ക്കൽ (കോലത്തിരി), അറയ്ക്കൽ, കോട്ടയം, കടത്തനാട് (പോർളാതിരി), മങ്കട (വള്ളുവക്കോനാതിരി) മുതലായ കോവിലകങ്ങളും; കവളപ്പാറ, നിലമ്പൂർ, കല്യാട്, കൂടാളി മുതലായ നാടുവാഴിനായർത്തറവാടുകളും; പൂമുള്ളി, ഒളപ്പമണ്ണ, ദേശമംഗലം മുതലായ നമ്പൂതിരികുടുംബങ്ങളും; ഗുരുവായൂർ മുതലായ ദേവസ്വങ്ങളും; കൊണ്ടോട്ടിത്തങ്ങളെപ്പോലുള്ള മുസ്ലിം പ്രമാണികളുമാണ് ജന്മികളായിട്ടുള്ളത്. കൊച്ചിയിലും പ്രധാനമന്ത്രിയായിരുന്ന പാലിയത്തച്ചൻ മുതലായ പ്രഭുകുടുംബങ്ങളും നമ്പൂതിരിമാരുമാണ് പണ്ടാരവകയൊഴിച്ചുള്ള ഭൂമികളുടെ ഉടമസ്ഥൻമാർ. അതുപോലെ തിരുവിതാംകൂറിൽ ഇടപ്പള്ളി, കിളിമാനൂർ മുതലായ ഇടവകകളും മാടമ്പിമാരും ദേവസ്വങ്ങളും നമ്പൂതിരിമാരുമാണ് ജന്മികൾ.

ഈ ജന്മികൾക്കെല്ലാം നാടുവാഴിഭരണത്തിൻകീഴിൽ എന്തെങ്കിലും ചില ജോലികളുണ്ടായിരുന്നു. രാജാക്കൻമാർക്കും നാടുവാഴികൾക്കും ഭരണസംബന്ധമായും സ്ഥാനിനായർ–മാടമ്പികുടുംബങ്ങൾക്ക് ഭരണപരവും സൈനികവുമായും, നമ്പൂതിരിമാർക്ക് മതപരവും സംസ്കാരപരവുമായും ചില കടമകൾ നിറവേറ്റാനുണ്ടായിരുന്നു. ഈ കടമകൾ അവർ ശരിയായി നിറവേറ്റിയാൽ മാത്രം നടക്കുന്ന ഒരു സാമൂഹ്യ–രാഷ്ട്രീയഘടനയാണ് അന്നു നിലവിലുണ്ടായിരുന്നത്. ഇങ്ങനെ സമുദായത്തോട് അവർക്കുള്ള കടമ നിറവേറ്റുന്നതിനു പ്രതിഫലമായാണ് സമുദായം അവർക്ക് സ്ഥാനമാനങ്ങളും വിളവിൽനിന്ന് നിശ്ചിതമായ ഒരോഹരിയും കൊടുത്തത്.

ഇക്കാര്യത്തെസംബന്ധിച്ചും ലോഗനും സർ ചാൾസ് ടർണറും–

കുടിയാൻപക്ഷപാതികളും ജന്മിപക്ഷപാതികളും—തമ്മിൽ വലിയ വാദ പ്രതിവാദം നടക്കുകയുണ്ടായിട്ടുണ്ട്. നാടുവാഴികളോ നമ്പൂതിരിമാരോ ക്ഷേത്രങ്ങളോ അല്ലാതെ സാധാരണക്കാരും ജന്മികളുടെ കൂട്ടത്തിലുണ്ടെന്നും, അതുകൊണ്ട് സാമൂഹ്യമോ രാഷ്ട്രീയമോ സാംസ്കാരികമോ ആയ അധികാരത്തിന്റെ ഭാഗമായല്ല ജന്മികൾക്ക് സാമ്പത്തികാധികാരം കിട്ടിയതെന്നും ജന്മിവിഭാഗക്കാർ വാദിച്ചു. നാടുവാഴിഭരണത്തിൻകീഴിൽ ജന്മികൾ പിരിച്ചിരുന്ന പാട്ടം ബ്രിട്ടീഷ്ഭരണത്തിൻകീഴിൽ ഗവൺമെൻറ് പിരിക്കുന്ന നികുതിപോലെ പൊതുഭരണം നടത്താനാവശ്യമായ പൊതു ഫണ്ടുണ്ടാക്കുന്നതിനുള്ള വഴിയായിരുന്നുവെന്ന ലോഗന്റെ വാദത്തിനെതിരായി, ബ്രിട്ടീഷ്ഭരണത്തിൻകീഴിൽ ജന്മികൾ പിരിക്കുന്ന പാട്ടം പോലെതന്നെയുള്ള ഒരു പിരിവായിരുന്നു നാടുവാഴിഭരണത്തിൻകീഴിലെയും പാട്ടമെന്ന് സർ ചാൾസ് ടർണർ വാദിച്ചു.

ഇതിലേതാണ് ശരിയെന്നതിന് താത്വികമായ വലിയ ഒരു പരിശോധനയൊന്നും ആവശ്യമില്ല. പ്രധാനമായ മൂന്നു പരമാർഥങ്ങൾ മാത്രമേ നമുക്ക് നോക്കേണ്ടതുള്ളു.

ഒന്ന്, ഈസ്റ്റിന്ത്യാകമ്പനി മലബാറിലെ ജന്മികളായംഗീകരിച്ച കുടുംബങ്ങളിൽ പ്രമാണിത്തംകൊണ്ടും എണ്ണംകൊണ്ടും മുൻനിൽക്കുന്നവരെല്ലാം നാടുവാഴിഭരണത്തിൻകീഴിൽ വ്യക്തമായ എന്തെങ്കിലും ചില ജോലികൾ ചെയ്തുവന്നിരുന്നു. അതുപോലെ തിരുവിതാംകൂറിലെ ഇന്നത്തെ ജന്മികൾ മുഴുവൻ ഇടവകകളോ മാടമ്പിമാരോ ദേവസ്വങ്ങളോ ബ്രഹ്മസ്വങ്ങളോ ആണ്. കൊച്ചിയിലെ പാലിയം മുതലായ പ്രധാനപ്പെട്ട പഴയ ജന്മികളൊക്കെ പണ്ടത്തെ ജാതി–ജന്മി–നാടുവാഴി മേധാവിത്വത്തിൻകീഴിൽ പ്രധാനമായ ചില ചുമതലകൾ നിറവേറ്റിയിരുന്നവരാണ്. ഇങ്ങനെയൊന്നുമില്ലാത്ത ജന്മികൾ ഉണ്ടെങ്കിൽത്തന്നെ—വാസ്തവത്തിൽ അങ്ങനത്തവർ ഉണ്ടെന്നുപോലും ജന്മിപക്ഷപാതികൾ തെളിയിച്ചിട്ടില്ല–അവരുടെ എണ്ണവും അവരുടെ ഉടമാവകാശത്തിൻകീഴിലുള്ള ഭൂമിയും അവർക്കു നാട്ടിലുള്ള സ്ഥാനവും എത്രയോ കുറവാണ്.

രണ്ട്, ഈ പഴയ നാടുവാഴി–നമ്പൂതിരി–ദേവസ്വങ്ങൾ നാടുവാഴി ഭരണത്തിൻകീഴിൽ സമുദായത്തിനു നൽകിയിരുന്ന സേവനങ്ങളൊന്നും ഇന്നവർ നൽകുന്നില്ല. സാമൂതിരിയുടെയും കോലത്തിരിയുടെയും മറ്റു രാജ, നാടുവാഴി കുടുംബങ്ങളുടെയും ചുമതലകൾ നിറവേറ്റാൻ കളക്ടറും തുക്ടിയും തഹസീൽദാരുമൊക്കെയുണ്ട്. കൊച്ചി, തിരുവിതാംകൂർ നാട്ടുരാജ്യങ്ങളിലും രാജകുടുംബത്തിനല്ലാതെ മറ്റൊരു നാടുവാഴി കുടുംബത്തിനും ഭരണസംബന്ധമായ അധികാരങ്ങളോ ചുമതലകളോ ഇല്ല. സംസ്കാരപരമായ ചുമതലകൾ നടത്തിയിരുന്ന നമ്പൂതിരിമാരുടെ ഇല്ലങ്ങൾക്കും ബ്രഹ്മസ്വം–സഭാമഠങ്ങൾക്കും പകരം സ്കൂളുകളും കോളജുകളും വായനശാലകളും പത്രങ്ങളും റേഡിയോവും സിനിമ, നാടകഗ്രൂപ്പുകളും വന്നിരിക്കുന്നു. പഴയ സംസ്കാരം നിലനിർത്താൻ ശ്രമിക്കുന്ന നമ്പൂതിരിമാരും അവരുടെ സ്ഥാപനങ്ങളും കാഴ്ചബം

ഗ്ലാവിൽ സൂക്ഷിക്കാനല്ലാതെ മറ്റൊന്നിനും പ്രയോജനപ്പെടുമെന്ന് ഇന്നത്തെ ലോകം വിശ്വസിക്കുന്നില്ല. നമ്പൂതിരിമാരുടെയും ക്ഷേത്രങ്ങളുടെയും മതപരമായ കടമകളെക്കുറിച്ചു പറകയാണെങ്കിലതും അവരുടെ പാട്ടംപിരിവിനെ ന്യായീകരിക്കത്തക്ക വൻതോതിലൊന്നും ഇന്നു നടക്കുന്നില്ല; മതവിശ്വാസവും ഈശ്വരഭക്തിയുമുള്ള ആളുകൾ അവരവർക്കിഷ്ടമുള്ള ദേവന്റെയും പുരോഹിതന്റെയും പ്രീതിക്കായി വഴിപാടും ദാനദക്ഷിണകളും നൽകിയാൽത്തന്നെ നാട്ടുകാരുടെ മതപരമായ ആവശ്യങ്ങളെല്ലാം സാധിക്കുകയും മതസ്ഥാപനങ്ങൾ നിലനിർത്തുകയും ചെയ്യാം; അതിനാൽ മതവിശ്വാസമില്ലാത്തവരോ അന്യമതവിശ്വാസികളോ ആയ നാട്ടുകാരെയൊക്കെ നിർബന്ധിച്ച് ക്ഷേത്രങ്ങൾക്കും പുരോഹിതൻമാർക്കും പാട്ടം കൊടുപ്പിക്കേണ്ട ആവശ്യമില്ല. ചുരുക്കിപ്പറകയാണെങ്കിൽ, നാടുവാഴിഭരണത്തിൻകീഴിൽ തങ്ങൾ ചെയ്തിരുന്ന ജോലി ഇല്ലാതായിട്ടും അതിന് അന്നു കിട്ടിയിരുന്ന പ്രതിഫലം വാങ്ങുന്ന ഒരു കൂട്ടരാണ് ഇന്നത്തെ ജന്മികൾ.

മൂന്ന്, ഇങ്ങനെ ജോലി ഇല്ലാതായതോടുകൂടി പ്രതിഫലവും ഇല്ലാതാക്കുകയാണ് വേണ്ടിയിരുന്നത്; പഴയ ജന്മി-നാടുവാഴികളുടെ സാമൂഹ്യവും രാഷ്ട്രീയവും സാംസ്കാരികവുമായ ചുമതലകളില്ലാതായതോടുകൂടി അവർക്കുണ്ടായിരുന്ന സാമ്പത്തികമായ അധികാരാവകാശങ്ങളും ഇല്ലാതാക്കുകയാണ് ചെയ്യേണ്ടിയിരുന്നത്. പക്ഷേ ബ്രിട്ടീഷ് ഗവൺമെൻറ് ചെയ്തതെന്താണ്? ഇതിനുമുമ്പു നാം കണ്ടതുപോലെ, അവരുടെ സാമ്പത്തികമായ അധികാരാവകാശങ്ങളെ കൂടുതൽ വിപുലമാക്കുക; നിശ്ചിതമായ തോതിൽ പാട്ടം പിരിച്ചിരുന്ന ജന്മിക്ക് ഇഷ്ടംപോലെ പാട്ടം വർധിപ്പിക്കാനും കുടിയാനെ സാധാരണയായി ഒഴിപ്പിക്കാതിരുന്ന ജന്മിക്ക് ഇഷ്ടംപോലെ ഒഴിപ്പിക്കാനുമുള്ള അധികാരം കൊടുക്കുക.

സാമൂതിരികോവിലകം, പാലിയം എസ്റ്റേറ്റ്, വഞ്ഞിപ്പുഴ മുതലായ ഇടവകകൾ; പൂമുള്ളി, ഒളപ്പമണ്ണ മുതലായ നമ്പൂതിരികുടുംബങ്ങൾ; ഗുരുവായൂർ, വടക്കുംനാഥൻ മുതലായ ക്ഷേത്രങ്ങൾ—ഇവയോരോന്നിനും ലക്ഷക്കണക്കിൽ ഉറുപ്പിക പാട്ടം വരവുണ്ട്. ഇത്തരക്കാരായ നാനൂറോ അഞ്ഞൂറോ കുടുംബങ്ങൾക്കുകൂടി കഴിഞ്ഞ 150 കൊല്ലക്കാലത്ത് കിട്ടിയ പാട്ടമാകെ കൂട്ടിനോക്കിയാൽ എത്രയോ കോടി ഉറുപ്പിക വരും. ഇതു പിരിക്കാൻവേണ്ടി നടന്ന കുടിയിറക്കലുകളുടെയും വസ്തു ഒഴിപ്പിക്കലുകളുടെയും അതിന്റെ ഫലമായി നടന്ന നാടുവിടലുകളുടെയും ആത്മഹത്യകളുടെയും കണക്കെടുക്കാൻ സാധ്യമല്ല. ഇത്ര വമ്പിച്ച ദുരിതങ്ങൾക്കിടവരുത്തിയ ഈ ജന്മി സമ്പ്രദായംകൊണ്ടു വല്ല പ്രയോജനവും നാട്ടുകാർക്കുണ്ടായിട്ടുണ്ടോ? കൃഷിക്കാരുടെ വിയർപ്പുതുള്ളികളും അവരിൽ കുടിയിറക്കപ്പെട്ട കുടുംബങ്ങളുടെ കണ്ണുനീർത്തുള്ളികളും കുടിയിറക്കപ്പെട്ടു ഗതിയില്ലാതെ നാടുവിട്ടുപോയി ദാസ്യവേല ചെയ്യുന്നവരുടെ ദുരിതങ്ങളും അരക്കവിൾ കഞ്ഞിക്കുവേണ്ടി ദേഹം

(ചാരിത്ര്യം) വിറ്റ കർഷകസ്ത്രീകളുടെ അപമാനഭാരവുമെല്ലാം ചേർന്നു കട്ടപിടിച്ചുണ്ടായ പാട്ടത്തിനുപകരം ഈ നാനൂറോ അഞ്ഞൂറോ ജന്മികുടുംബങ്ങളിൽനിന്നു വല്ലതും നമ്മുടെ നാട്ടുകാർക്കു കിട്ടിയിട്ടുണ്ടോ?

നാടുവാഴിഭരണത്തിൻകീഴിൽ ഇക്കൂട്ടരിൽനിന്ന് കൃഷിക്കാർക്കെന്തു മർദനമനുഭവിക്കേണ്ടിവന്നിരുന്നുവെങ്കിലും അവർ നാട്ടിലെ സാമൂഹ്യ–രാഷ്ട്രീയ–സാംസ്കാരികജീവിതത്തിന്റെ കേന്ദ്രങ്ങളായിരുന്നു; അവരന്നു കേരളത്തിന്റെ നായകൻമാരെന്ന നിലയ്ക്ക്, നമ്മുടെ കലകളും സാഹിത്യവും തത്വജ്ഞാനവുമെല്ലാം വളർത്താൻ സഹായിച്ചു. നാമിന്നഭിമാനത്തോടെ സ്മരിക്കുന്ന കേരളസംസ്കാരം സൃഷ്ടിക്കുന്ന കാര്യത്തിൽ നേതൃത്വം വഹിച്ചുകൊണ്ടാണ് അവരന്നു പാട്ടംപിരിച്ചതും അധികാരം നടത്തിയതും. അങ്ങനെ വല്ലതും ഇന്നത്തെ ജന്മികൾ ചെയ്യുന്നുണ്ടോ? ഇല്ല.

നേരേമറിച്ച്, പുരോഗമനപരമായ ഒരു പുതിയ കേരളം സൃഷ്ടിക്കാൻ കഴിഞ്ഞ ഒരു നൂറ്റാണ്ടുകാലത്തെന്തെല്ലാം ശ്രമങ്ങൾ നടന്നിട്ടുണ്ടോ അവയെയെല്ലാം എതിർക്കുകയും തടയുകയുമാണീ വർഗം ചെയ്തിട്ടുള്ളത്. സമുദായപരിഷ്കാരം, ദേശീയസ്വാതന്ത്ര്യപ്രസ്ഥാനം, സാഹിത്യപരവും കലാപരവുമായ അഭിവൃദ്ധി, സാമ്പത്തികപുരോഗതി—ഇവയ്ക്കെല്ലാം ഇടത്തടിച്ചുനിൽക്കുകയല്ലാതെ ഇതിനെയൊന്നും ഈ വർഗം സഹായിച്ചിട്ടില്ല. സ്ത്രീകൾ മാറു മറയ്ക്കുന്നതിനും കുട്ടികൾ സ്കൂളുകളിൽ പഠിക്കുന്നതിനും അധഃകൃതസമുദായങ്ങളുടെ സ്ഥിതി ഉയർത്തുന്നതിനും അയിത്തം ഇല്ലാതാക്കുന്നതിനും മറ്റുമുള്ള എല്ലാ പുരോഗമനപ്രസ്ഥാനങ്ങൾക്കും മുമ്പിൽ വിലങ്ങടിച്ചുനിൽക്കുന്ന ഏറ്റവും വലിയ ശക്തി ഈ ജന്മികളാണ്; അവരുടെ എതിർപ്പിനെ സധൈര്യം നേരിട്ടു തോൽപ്പിച്ചതിൽ പിന്നീടു മാത്രമേ ഏതു പുരോഗമനപ്രസ്ഥാനവും ജയിച്ചിട്ടുള്ളു.

സാമ്പത്തികമായി നോക്കുയാണെങ്കിലോ, ഇവർ വെറും ഇത്തിക്കണ്ണികളാണ്. ഫാക്ടറിയുടമസ്ഥൻമാർ, കച്ചവടക്കാർ, ബാങ്കർമാർ, വലിയ ഗവൺമെൻറുദ്യോഗസ്ഥൻമാർ എന്നിവരും നാട്ടുകാരെ ദ്രോഹിച്ച്, കൊള്ളയടിച്ച് സ്വയം തടിക്കുന്ന കാര്യത്തിൽ ജന്മികളെപ്പോലെതന്നെയാണ്. പക്ഷേ ഇവരെ ഇല്ലാതാക്കുകയാണെങ്കിൽ പകരം മറ്റൊരേർപ്പാടുണ്ടാവണം. ഫാക്ടറിയുടമസ്ഥൻ ചെയ്യുന്ന പണി ചെയ്യാൻ മറ്റൊരാൾ വേണം; കച്ചവടക്കാരനുപകരം കോ–ഓപ്പറേറ്റീവ് സൊസൈറ്റിയോ മറ്റോ വേണം; ബാങ്കർക്കു പകരം ഗവൺമെൻറ് നാട്ടുകാർക്കു കടം കൊടുക്കുകയോ മറ്റോ ചെയ്യണം. അതായത്, മറ്റെന്തെങ്കിലുമൊരേർപ്പാടുണ്ടാക്കാതെ ഇവരെ ഇല്ലാതാക്കിയാൽ സാമ്പത്തികജീവിതം സ്തംഭിച്ചുപോകും. എന്നാൽ ജന്മികളുടെ സ്ഥിതി അതല്ല; ഇന്നു കൃഷിക്കാർ ജന്മിക്കു കൊടുക്കുന്ന പാട്ടം മുഴുവൻ കൃഷിക്കാർക്കുതന്നെ സ്വയം എടുക്കാമെന്നും ഇന്നു ജന്മി ഗവൺമെൻറിലേക്കു കൊടുക്കുന്ന നികുതി മാത്രം കൃഷിക്കാർ ഗവൺമെൻറിലേക്കടയ്ക്കണമെന്നും ജന്മികൾക്കു

ഭൂമിമേൽ യാതൊരവകാശവുമില്ലെന്നുമുള്ള നിയമം നാളെ നടപ്പിൽ വരുത്തിയാൽ ഇവിടത്തെ സാമ്പത്തികജീവിതത്തിന് ഒരു പരിക്കും പറ്റാനില്ല. എന്തുകൊണ്ടെന്നാൽ, പാട്ടം പിരിച്ച് അതു തിന്നു ജീവിക്കുകയല്ലാതെ ഇവിടത്തെ സാമ്പത്തികജീവിതത്തിൽ സൃഷ്ടിപരമായ യാതൊരു പങ്കും ഈ ജന്മികൾ വഹിക്കുന്നില്ല.

ഇങ്ങനെ നാട്ടിന്റെ സാമൂഹ്യ–രാഷ്ട്രീയ–സാംസ്കാരിക–സാമ്പത്തിക ജീവിതത്തിൽ ക്രിയാത്മകമായ യാതൊരു പങ്കും വഹിക്കാത്ത ഒരു വർഗം 150 കൊല്ലക്കാലം ഇവിടെ നിലനിന്നുവെങ്കിൽ അതിനൊരു മതിയായ കാരണമുണ്ടാവണമല്ലോ. അതെന്താണെന്നു നോക്കിയാലാണ് ഈ വർഗത്തിന്റെ പിന്തിരിപ്പൻസ്വഭാവം തികച്ചും മനസ്സിലാവുക.

ടിപ്പുസുൽത്താന്റെ പടയോട്ടക്കാലത്ത് നാടുവിട്ട് തിരുവിതാംകൂറിൽപ്പോയി താമസിച്ചവരാണ് മലബാറിലെ ജന്മികൾ മുഴുവൻ. അവർ തിരിച്ചുവന്നപ്പോൾ അവരുടെ സ്വത്തുക്കൾ മുഴുവൻ അന്യരുടെ (മാപ്പിളമാരുടെ) കൈയിലായിക്കഴിഞ്ഞിരുന്നു. പക്ഷേ അതുമുഴുവൻ അവർക്കു തിരിച്ചുകിട്ടി. രാജാവായിരുന്ന സാമൂതിരി ഏറ്റവും വലിയ ജന്മിയായി; അതുപോലെ മറ്റു രാജാക്കൻമാരും നാടുവാഴികളും. ദേവസ്വങ്ങൾക്കും ബ്രഹ്മസ്വങ്ങൾക്കും അവരുടെ സ്വത്തുക്കളും സ്ഥാനമാനങ്ങളുമൊക്കെ തിരിച്ചുകിട്ടി. ഇതൊക്കെ തിരിച്ചുകൊടുപ്പിക്കാനും രാജാക്കൻമാർക്കും നാടുവാഴികൾക്കും മാലിഖാൻ കൊടുക്കാനും ഈസ്റ്റിന്ത്യാക്കമ്പനി ഒരുങ്ങി.

എന്തുകൊണ്ടെന്നാൽ, ഈ ജന്മി–നാടുവാഴിവർഗത്തിന്റെ സഹായത്തോടുകൂടി മാത്രമേ നാട്ടിൽ സമാധാനം സ്ഥാപിക്കാൻ കഴിയുകയുള്ളുവെന്ന് കമ്പനിക്കറിയാം. ഒരൊറ്റ നാടുവാഴി (പഴശ്ശിരാജ)യുടെ ലഹള അമർത്താൻതന്നെ അവർക്ക് അഞ്ചെട്ടുകൊല്ലം വേണ്ടിവന്നു. ആ സ്ഥിതിക്ക് മറ്റു നാടുവാഴികൾകൂടി ലഹളകൂട്ടുകയാണെങ്കിൽ തങ്ങളുടെ ഭരണത്തിന് വളരെ തടസ്സങ്ങളുണ്ടാവും. നേരേമറിച്ച്, അവരെ ഒരുവിധം തൃപ്തിപ്പെടുത്തി തങ്ങളുടെ ഇഷ്ടമനുസരിച്ചു പ്രവർത്തിക്കുന്ന നാട്ടുപ്രമാണികളാക്കുകയാണെങ്കിൽ അവർ മുഖേന നാട്ടുകാരുടെ ഇടയിൽ തങ്ങൾക്കുതന്നെ നല്ല ഒരു സ്ഥാനം നേടാൻ കഴിയും.

ജന്മി–നാടുവാഴിവർഗവും സ്ഥിതിഗതിയിൽ വന്ന മാറ്റം മനസിലാക്കി; പഴയപടി തങ്ങളുടെ രാഷ്ട്രീയാധികാരം നിലനിർത്താൻ സാധ്യമല്ലെന്നും ഈസ്റ്റിന്ത്യാക്കമ്പനിയുടെ പട്ടാളശക്തിയോടെതിർത്തുനിൽക്കുന്നത് വിഡ്ഢിത്തമാണെന്നും പഴശ്ശിരാജാവിന്റെയും വേലുത്തമ്പി ദളവയുടെയും അനുഭവത്തിൽനിന്ന് അവർ പഠിച്ചു. പോരെങ്കിൽ, കമ്പനിയുടെ രാഷ്ട്രീയാധികാരത്തെ ചോദ്യംചെയ്യാതെ, അതിനു കീഴടങ്ങിക്കൊണ്ട് കഴിഞ്ഞുകൂടുകയാണെങ്കിൽ ഇഷ്ടംപോലെ പാട്ടം കയറ്റാനധികാരമുള്ള ജന്മികളായും സാമൂഹ്യജീവിതത്തിൽ ധാരാളം സ്വാധീനശക്തി ചെലുത്താൻ കഴിയുന്ന നാട്ടുപ്രമാണികളായും ജീവിക്കാം.

ഇങ്ങനെ പരസ്പരം സഹായിച്ചും ബഹുമാനിച്ചും പ്രവർത്തിക്കുന്ന

രണ്ടു വിഭാഗങ്ങൾ—ബ്രിട്ടീഷുകാരുടെ രാഷ്ട്രീയാധികാരത്തിനു കീഴട ങ്ങിയ ജന്മി-നാടുവാഴിവർഗം, ജന്മി-നാടുവാഴിവർഗത്തിന്റെ സാമൂഹ്യ മായ യാഥാസ്ഥിതികത്വവും സാമ്പത്തികമായ അധികാരാവകാശങ്ങളും വകവച്ചുകൊടുക്കുന്ന ബ്രിട്ടീഷുകാർ—തമ്മിൽ നടന്ന ഒരൊത്തുതീർ പ്പിന്റെ ഫലമായാണ് മലബാറിൽ ഇന്നത്തെ ജന്മിസമ്പ്രദായം ഉളവായത്.

മലബാറിലുളവായ ഇതേ സമ്പ്രദായംതന്നെ തിരുവിതാംകൂറിലും കൊച്ചിയിലും പരന്നു. വാസ്തവത്തിൽ മാർത്താണ്ഡവർമയുടെയും ശക്തൻതമ്പുരാന്റെയും നേതൃത്വത്തിൽ നടന്ന ഭരണപരിഷ്കാര ത്തിന്റെ ഫലമായി അവിടങ്ങളിലെ ജന്മികളുടെ എണ്ണം കുറഞ്ഞുകുറ ഞ്ഞുവരികയായിരുന്നു; ഈ രാജാക്കൻമാർ കീഴടക്കിയ രാജ്യങ്ങളിലെ മാടമ്പിമാരുടെയും പ്രഭുക്കൻമാരുടെയും ഭൂമികളൊക്കെ ഓരോന്നോരോ ന്നായി കണ്ടുകെട്ടുകയെന്ന നയമാണ് ഈ രാജാക്കൻമാരനുസരിച്ചു വന്നത് ("ഇപ്പോൾ ഈ സംസ്ഥാനത്തിലെ വലിയ ജന്മി സർക്കാരാണ്. തിരുവിതാംകൂർ രാജകുടുംബത്തിൽനിന്നു കീഴടക്കിയിട്ടുള്ള രാജാക്കൻ മാരുടെ വസ്തുക്കൾ സർക്കാരിലേക്കു സിദ്ധിച്ചിട്ടുണ്ട്. കൂടാതെ അന്യം നിൽപ്പിനങ്ങളിലായി അധികം വസ്തുക്കൾ സർക്കാരിലേക്കു വന്നുചേർ ന്നിട്ടുണ്ട്. ഈ സംസ്ഥാനത്തുള്ള മുക്കാൽഭാഗം വസ്തുവും സർ ക്കാരിലെ ജന്മം വസ്തുവാണ്"—ജസ്റ്റിസ് കുഞ്ഞുരാമൻ നായർ, തിരു വിതാംകൂറിലെ ഭൂദായങ്ങളെക്കുറിച്ചുള്ള മെമ്മോറാണ്ടം). ഇത് മേൽ ക്കൊടുത്ത ജന്മിമെമ്മോറാണ്ടത്തിൽ നിന്നെടുത്തതാണ്. നാടുവാഴികളു ടെയും ദേശവാഴികളുടെയും അധികാരമെല്ലാം സ്വയം ഏറ്റെടുത്ത് സ്വന്തം അധികാരം വിപുലമാക്കുകയെന്ന നയം രാജാക്കൻമാർ തുടർന്നുവന്ന കാലത്തോളം ഈ നയവും തുടർന്നു. പക്ഷേ ബ്രിട്ടീഷ്ഭരണം വന്ന തോടുകൂടി, മൺറോ-ദിവാൻ ഭരണത്തിൻകീഴിൽ ബ്രിട്ടീഷ്നയംതന്നെ നാട്ടുരാജ്യങ്ങളിലും ജന്മി-നാടുവാഴിവർഗത്തെ നിലനിർത്താൻ തുടങ്ങി. അങ്ങനെ അവിടെയും ഇടവകകളും മാടമ്പിമാരും ദേവസ്വങ്ങളും ബ്രഹ്മസ്വങ്ങളും മലബാറിനെപ്പോലെ ജന്മികളായിത്തീർന്നു. പക്ഷേ അതിനുമുമ്പുതന്നെ കണ്ടുകെട്ടിക്കഴിഞ്ഞിരുന്ന വസ്തുക്കൾ തിരിച്ചു കൊടുക്കാത്തതിനാൽ രണ്ടിടത്തും പണ്ടാരവകജന്മം വളരെയുണ്ടെന്ന നില വന്നു. ബാക്കി മാത്രം പുറവക ജന്മികളുടെ സ്വത്തായി.

ചുരുക്കത്തിൽ, തങ്ങളുടെ ഭരണം ഇവിടെ അരക്കിട്ടുറപ്പിക്കാൻ വേണ്ടി, തങ്ങളെ എല്ലാവിധത്തിലും ആശ്രയിച്ചു നിൽക്കുന്ന ഒരുകൂട്ടം നാട്ടുപ്രമാണികളെ ഉണ്ടാക്കി, ഈ നാട്ടുപ്രമാണികൾ മുഖേന നാട്ടുകാരു ടെമേൽ തങ്ങൾക്ക് ഒരുറച്ച പിടികിട്ടാൻവേണ്ടി ബ്രിട്ടീഷുകാർ പടച്ചുവിട്ട ഒരേർപ്പാടാണ് കേരളത്തിലെ ജന്മിസമ്പ്രദായം. കേരളത്തിൽ മാത്രമല്ല ബംഗാൾ, ബിഹാർ, ഒറീസ, യു പി മുതലായ പ്രവിശ്യകളിലും സ്ഥിരം സെറ്റിൽമെൻറനുസരിച്ചുള്ള സെമിന്ദാരി സമ്പ്രദായം (ഇതാണ് ആന്ധ്ര യിലും തമിഴ്നാട്ടിന്റെ ചില ഭാഗങ്ങളിലും നടപ്പുള്ളത്.) ഏർപ്പെടുത്താൻ ബ്രിട്ടീഷുകാർ തുനിയുകയുണ്ടായി. അതുപോലെതന്നെ സെമിന്ദാരി

സമ്പ്രദായമില്ലാത്ത മറ്റു പ്രവിശ്യകളിലും പല പേരിൽ (ഉദാ: മാൽഗുസാർ, ജാഗീർദാർ) ഭൂമിയുടെയും കൃഷിക്കാരന്റെയും മേൽ ആധിപത്യമുള്ള പിന്തിരിപ്പൻവർഗങ്ങളെ ബ്രിട്ടീഷുകാർ സൃഷ്ടിച്ചു. ഈ പിന്തിരിപ്പൻജന്മിവർഗത്തിന്റെ സഹായത്തോടുകൂടിയാണ് കഴിഞ്ഞ 150 കൊല്ലക്കാലത്ത് ഇന്ത്യയിൽ തങ്ങളുടെ ആധിപത്യം നിലനിർത്താൻ ബ്രിട്ടീഷുകാർക്കു കഴിഞ്ഞത്. ഇങ്ങനെ ബ്രിട്ടീഷുകാരെ അവരുടെ ഭരണം നടത്താൻ സഹായിക്കുകയെന്ന 'സേവനം' നടത്തുന്നതിനു പ്രതിഫലമായാണ് ഇന്നീ ജന്മിമാർക്ക് പാട്ടം കിട്ടുന്നത്. അവരാകട്ടെ, തങ്ങൾക്കു കിട്ടുന്ന പാട്ടത്തിനും നാട്ടുപ്രമാണിത്തത്തിനും പ്രതിഫലമായി തികഞ്ഞ രാജഭക്തൻമാരായി പ്രവർത്തിച്ചുവരുന്നു.

പുതുജന്മികളും പുരാതനജന്മികളും

എന്നാൽ പഴയ ജന്മി–നാടുവാഴിവർഗങ്ങളുടെ പുതിയ പതിപ്പായ ഈ പുരാതനജന്മികൾ മാത്രമല്ല ഇന്ന് കേരളത്തിലുള്ളത്. ഒരുകൂട്ടം പുതിയ ജന്മികൾകൂടി അടുത്തകാലത്ത് വളർന്നുവരാൻ തുടങ്ങിയിട്ടുണ്ട്. ഓരോ കൊല്ലം കഴിയുന്തോറും ഈ പുതിയ ജന്മികളുടെ എണ്ണവും സ്വത്തും സ്വാധീനശക്തിയും വർധിച്ചുവരികയാണ്.

ഉദാഹരണത്തിന്, 1937–40 ലെ മദിരാശി അസംബ്ലിയിലെ ജനപ്രതിനിധിയായിരുന്ന ആർ എം പാലാട്ടിനെ എടുക്കുക. അദ്ദേഹം ഒരു പുരാതനജന്മികുടുംബത്തിലെ അംഗമല്ല. അദ്ദേഹത്തിന്റെ കുടുംബം ഒരു കാണക്കുടിയാൻ കുടുംബമാണ്; അദ്ദേഹത്തിന്റെ കാരണവരായിരുന്ന കെ പി രാമൻമേനോൻ മലബാറിലെ കുടിയാൻ പ്രസ്ഥാനത്തിന്റെ നേതാക്കൻമാരിലൊരാളായിരുന്നു. പക്ഷേ ഇന്നദ്ദേഹം മലബാറിലെ ജന്മികളുടെ നേതാവാണ്: 1937 ലും 1946 ലും നടന്ന പൊതുതിരഞ്ഞെടുപ്പുകളിൽ കോൺഗ്രസിനെതിരായി സ്ഥാനാർഥിയെ നിർത്താൻ നിശ്ചയിച്ച ജന്മികൾ അദ്ദേഹത്തെയാണ് തിരഞ്ഞെടുത്തത്. 1937 വരെ ഇത്തരക്കാരനായ ഒരാളെ തങ്ങളുടെ പ്രതിനിധിയായയക്കാൻ പുരാതനജന്മികൾ തയ്യാറുണ്ടായിരുന്നില്ല: കൊല്ലങ്കോട്ടു വാസുദേവരാജാ, കുതിരവട്ടത്ത് പ്രഭാകരൻതമ്പാൻ, നിലമ്പൂർരാജാ, കൂടാളിനമ്പ്യാർ മുതലായ പുരാതന ജന്മികൾ മാത്രമേ ഇതേവരെ ജന്മിപ്രതിനിധികളായിട്ടുള്ളു. 1937 ൽ പാലാട്ടിനെ ജന്മിവോട്ടർമാർ തങ്ങളുടെ പ്രതിനിധിയായി തിരഞ്ഞെടുത്തതും 1946 ൽ കോൺഗ്രസ്സിനെതിരായി വോട്ടുചെയ്ത ജന്മിവോട്ടർമാരെല്ലാം അദ്ദേഹത്തിന് വോട്ടുകൊടുത്തതും കാണിക്കുന്നത് പുരാതനജന്മികളെക്കാളൊട്ടും കുറയാത്ത സ്വാധീനശക്തി ഈ പുതിയ ജന്മികൾക്കുണ്ടാവാൻ തുടങ്ങിയിരിക്കുന്നുവെന്നാണ്.

കൊച്ചിയിലും കഴിഞ്ഞ തിരഞ്ഞെടുപ്പുകാലത്ത് ഇങ്ങനെയൊരു സംഭവം നടക്കുകയുണ്ടായി: കുറൂർ നമ്പൂതിരിപ്പാട്, ചിറളയം രാജാ, ചേലൂർ നമ്പൂതിരി, അങ്കരാത്തു മന്നാടിയാർ മുതലായ പഴയ ജന്മികുടുംബങ്ങളിലെ അംഗങ്ങൾ മാത്രം മൽസരിക്കുകയും ജയിക്കുകയും ചെയ്തിട്ടുള്ള

ജന്മി എം എൽ സി സ്ഥാനത്തിന് ഒരു പുതിയ ജന്മിയായ വർഗീസ് സ്ഥാനാർഥിയായി നിൽക്കുകയുണ്ടായി. തിരഞ്ഞെടുപ്പിൽ ജയിച്ചത് എതിർസ്ഥാനാർഥിയായ ചേലൂരാണെങ്കിലും വർഗീസിന് നിസ്സാരമല്ലാത്ത വോട്ടുകൾ കിട്ടിയെന്നോർക്കേണ്ടതുണ്ട്. ജന്മികളുടെ കാര്യം പറഞ്ഞു വാദിക്കാനുള്ള സാമർഥ്യം പാലാട്ടിനെപ്പോലെയുണ്ടായിരുന്നുവെങ്കിൽ വർഗീസിനും ജനപ്രതിനിധിയാകാൻ കഴിയുമായിരുന്നു.

ഇത്തരം പുതിയ ജന്മികൾ വളർന്നുവരുന്നതിനെ നിയമപ്രകാരം തടയുന്ന തിരുവിതാംകൂറിലും യഥാർഥത്തിൽ പുതിയ ജന്മികൾ വളർന്നുവരുന്നുണ്ട്. നിയമപ്രകാരം ഇടവകകളും മാടമ്പിമാരും ദേവസ്വങ്ങളും ബ്രഹ്മസ്വങ്ങളും മാത്രമാണ് തിരുവിതാംകൂറിൽ ജന്മികൾ. ഇവരാരെങ്കിലും വിൽക്കുന്ന ഭൂമി തീറുവാങ്ങുന്നവർപോലും ജന്മിസ്ഥാനത്തിനർഹരല്ല. അതുകൊണ്ട് പാലാട്ടിനെയും വർഗീസിനെയും പോലുള്ളവരെ തിരുവിതാംകൂർ ഗവൺമെൻറ് ജന്മികളായംഗീകരിക്കുന്നില്ല. പക്ഷേ ഈ നിയമമുണ്ടായിട്ടും യഥാർഥജീവിതത്തിൽ അത്തരം ജന്മികളെ നമുക്കു കാണാം. ഗവൺമെൻറ് റിക്കാർഡ്പ്രകാരമുള്ള ജന്മിസ്ഥാനമോ ജന്മിവോട്ടോ ഇല്ലെന്നതൊഴിച്ച് മറ്റെല്ലാക്കാര്യത്തിലും പുരാതന ജന്മികളെപ്പോലെതന്നെ ജന്മികളായ ആളുകൾ തിരുവിതാംകൂറിലുണ്ട്. 'മങ്കൊമ്പിൽ പട്ടൻ'മാരെന്നു പ്രസിദ്ധരായ ബ്രാഹ്മണകുടുംബങ്ങൾ (ഇവരിലൊരാളാണ് തിരുവിതാംകൂർ ചീഫ്സെക്രട്ടറിയായിരുന്ന എം കെ നീലകണ്ഠയ്യർ), ചാഴിക്കാടനെയും തര്യത് കുഞ്ഞിത്തൊമ്മനെയും മുരിക്കനെയുംപോലുള്ള ക്രിസ്ത്യൻ ഭൂമിയുടമസ്ഥൻമാർ മുതലായവരാണിതിൽ പ്രധാനികൾ. നിയമപ്രകാരം ഇവർ ജന്മികളല്ല. എന്നാൽ തിരുവിതാംകൂറിലെ മിക്ക പുരാതനജന്മികളെക്കാളുമധികം ഭൂവുടമസ്ഥതയും വാർഷികാദായവും ജനങ്ങളുടെമേൽ അധികാരശക്തിയും ഇവർക്കുണ്ട്. കൊച്ചിയിലെയും മലബാറിലെയുംപോലെ ഒരു നിശ്ചിതസംഖ്യയിൽ കുറയാത്ത സംഖ്യ ഗവൺമെൻറിലേക്ക് നികുതിയടയ്ക്കുന്നവരെല്ലാം ജന്മികളായിരുന്നുവെങ്കിൽ, ഇന്നത്തെ നമ്പൂതിരിജന്മിമാർക്കുപകരം ഇവരാകുമായിരുന്നു തിരുവിതാംകൂറിലെ ജന്മിപ്രതിനിധികൾ.

ഇങ്ങനെ കേരളത്തിലെല്ലായിടത്തും വളർന്നുവരുന്ന ഈ പുതിയ ജന്മികൾ എങ്ങനെയുണ്ടായി? അവരെങ്ങനെ വളർന്നു? അവർക്ക് ഇന്നത്തെ സമുദായത്തിലുള്ള സ്ഥാനമെന്ത്?

1. കൊച്ചിയിലും തിരുവിതാംകൂറിലുമുള്ള ഭൂമിയിലൊരു മുഖ്യഭാഗം (തിരുവിതാംകൂറിൽ മുക്കാൽഭാഗവും കൊച്ചിയിൽ മൂന്നിലൊന്നും) പണ്ടാരവകയാണെന്നു പറഞ്ഞുവല്ലോ. ഈ പണ്ടാരവകഭൂമി കൈവശം വയ്ക്കുന്നവർക്ക് ഗവൺമെൻറ്നികുതിയടയ്ക്കാനുള്ള ബാധ്യത മാത്രമേയുള്ളു; ജന്മികളുടെ കീഴിലുള്ള കുടിയാൻമാരെപ്പോലെ അവരെ ഒഴിപ്പിക്കുകയില്ല. അതുകൊണ്ട് അവർ ഇന്ത്യയുടെ മറ്റു ഭാഗങ്ങളിലെ റയത്ത്വാരി പട്ടയദാർമാരെപ്പോലെയും മലബാറിലെ ഏറ്റവും ചെറിയ ജന്മികളെപ്പോലെയും കൃഷിചെയ്യുന്ന ഭൂമിയുടമസ്ഥൻമാരാണ്. ഈ വർഗമാകട്ടെ ഓരോ കൊല്ലം കഴിയുന്തോറും പാപ്പരായിവരികയാണ്. കൃഷി

യിൽനിന്നുള്ള ആദായം കൊണ്ടു ജീവിക്കാൻ മതിയാവാതെവരിക, കൃഷിക്കേടുകൾ തുടർച്ചയായി പറ്റുന്നതു താങ്ങാൻ കഴിയാതെവരിക, കുടുംബങ്ങളുടെ എണ്ണം അധികമധികം വർധിച്ചുവരിക, അതിനനുസരിച്ച് കൃഷി അഭിവൃദ്ധിപ്പെടാത്തതിനാൽ ആളുകളുടെ എണ്ണത്തിനൊത്ത ആദായമാർഗമില്ലാതെ കഷ്ടപ്പെടുക—ഇതെല്ലാമാണ് ഈ പാപ്പരത്തത്തിന്റെ കാരണങ്ങൾ. ഇതിന്റെ ഫലമായി ആദ്യം വായ്പയായും, പിന്നെ വസ്തു ചൂണ്ടിപ്പണയം കൊടുത്തും, പിന്നെ കൈവശപ്പണയം കൊടുത്തും, ഒടുവിൽ ഭൂമി തന്നെ തീറുകൊടുത്തും അവർ പൊളിയുന്നു. ഇങ്ങനെ പൊളിയുന്ന ചെറുകൃഷിക്കാരുടെ ഉടമാവകാശമെല്ലാം അടുത്തുള്ള ഹുണ്ടികക്കാരോ കച്ചവടക്കാരോ മറ്റു പണക്കാരോ വാങ്ങുന്നു. ഇങ്ങനെ അനേകായിരം ചെറുകൃഷിക്കാരുടെ ഭൂവുടമാവകാശം ഒരുപിടി കൃഷിചെയ്യാത്തവരുടെ കൈയിൽ വരുന്നു. ഇങ്ങനെ ഭൂവുടമകളായവരാണ് മങ്കൊമ്പിൽപട്ടൻമാരും ചാഴിക്കാടനെപ്പോലുള്ള ക്രിസ്ത്യൻ പണക്കാരും.

2. പണ്ടാരവകയല്ലാത്ത ജന്മവസ്തുക്കൾ ഇങ്ങനെ വാങ്ങാൻ അടുത്തകാലംവരെ സൗകര്യപ്പെട്ടിരുന്നില്ല. എന്തുകൊണ്ടെന്നാൽ, പുരാതന ജന്മികൾ ഒരുവിധം നിവൃത്തിയുണ്ടെങ്കിൽ ജന്മവസ്തു വിൽക്കാതെ കഴിക്കാൻതന്നെ ശ്രമിച്ചിരുന്നു. ജന്മം വിൽക്കുന്നത് ഏറ്റവും അപമാനകരമായാണവർ കരുതിയിരുന്നത്. എന്നാൽ അടുത്തകാലത്തായി ആ സ്ഥിതിക്കും വലിയ മാറ്റം വന്നിരിക്കുന്നു. കഴിഞ്ഞ ഒന്നുരണ്ടു തലമുറകളിൽ എത്രയോ ജന്മികൾ പല കാരണങ്ങളാലും പൊളിഞ്ഞിരിക്കുന്നു. പോരെങ്കിൽ, നമ്പൂതിരിനിയമത്തിന്റെയും നായർനിയമത്തിന്റെയും മറ്റും പ്രവർത്തനത്തിന്റെ ഫലമായി എത്രയോ കുടുംബങ്ങൾ ഭാഗിക്കുകയും അങ്ങനെ ഭാഗിച്ചുപോയ താവഴിക്കാർ സ്വത്ത് വിൽക്കുകയും ചെയ്യാൻ തുടങ്ങിയിട്ടുണ്ട്. ഇതിന്റെ ഫലമായി ഇന്ന് ചെറുകൃഷിക്കാരുടേതെന്നപോലെ പുരാതനജന്മികളുടെയും ഭൂവടുമാവകാശം വാങ്ങാൻ കിട്ടുമെന്ന നിലയായിട്ടുണ്ട്. ഇത്തരം പൊളിഞ്ഞ ജന്മികളുടെ ഉടമാവകാശം വാങ്ങിയിട്ടാണ് പാലാട്ടിനെപ്പോലുള്ളവർ ജന്മികളായിട്ടുള്ളത്.

3. ജന്മികളുടെ അവകാശം വാങ്ങാൻ കിട്ടാത്ത കാലത്താണ് കുടിയാൻമാരുടെ അവകാശമെങ്കിലും വാങ്ങാൻ കിട്ടാൻ സൗകര്യപ്പെടുത്തുന്ന ഒരു പ്രസ്ഥാനം—കാണക്കുടിയാന് തന്റെ വസ്തുവിൽ സ്ഥിരാവകാശം കിട്ടാനുള്ള ഒരു പ്രസ്ഥാനം—ശക്തിപ്പെട്ടു വന്നത്. ഈ പ്രസ്ഥാനത്തിന്റെ ഫലമായി കാണക്കുടിയാൻമാരെ ഒഴിപ്പിക്കാൻ പാടില്ലെന്ന നിയമം (തിരുവിതാംകൂറിൽ 1896 ലും കൊച്ചിയിൽ 1915 ലും ബ്രിട്ടീഷ്മലബാറിൽ 1930 ലും) പാസ്സായതോടുകൂടി കാണവസ്തുക്കൾ വാങ്ങാനും വിൽക്കാനുമുള്ള സൗകര്യം ലഭിച്ചു (ജന്മിക്കിഷ്ടമുള്ളപ്പോൾ ഒഴിപ്പിക്കാമെന്ന വ്യവസ്ഥയിലുള്ള ഒരു കുടിയാന്റെ അവകാശം വാങ്ങാൻ കൊടുക്കുന്ന പണം നഷ്ടപ്പെട്ടുപോകുമല്ലോ. അതുകൊണ്ട് കുടിയായ്മനിയമം പാസ്സാവുന്നതുവരെ കുടിയാന്റെ അവകാശം ആരും വിലകൊടുത്തു വാങ്ങിയിരുന്നില്ല). ഇതോടുകൂടി കൈയിൽ പണമു

ള്ളവർ കാണക്കുടിയാന്റെ അവകാശവും വിലകൊടുത്തു വാങ്ങുകയും അങ്ങനെ വാങ്ങിയ കാണഭൂമി സ്വയം കൃഷിചെയ്യാതെ കീഴ്ക്കുടിയാന് വെറുംപാട്ടത്തിന് കൊടുത്ത്, അതിൽനിന്നു കിട്ടുന്ന വെറുംപാട്ട ത്തിൽനിന്ന് നികുതി–മിച്ചവാരം കഴിച്ചു ബാക്കിയുള്ള ആദായമനുഭ വിക്കുകയും ചെയ്യാൻ തുടങ്ങി. ഇങ്ങനെ സ്വയം കൃഷിചെയ്യാതെ വെറും പാട്ടക്കുടിയാൻമാരിൽ നിന്നു പാട്ടം പിരിച്ച് ജീവിക്കുന്ന കാണക്കാർ അല്ലെങ്കിൽ മറ്റ് ഇടക്കുടിയാൻമാർ നിയമദൃഷ്ട്യാ ജന്മികളല്ല; അവരുടെ മീതെ ജന്മികളുണ്ട്. പക്ഷേ യഥാർഥത്തിലവർ ജന്മികൾതന്നെയാണ്. എന്തുകൊണ്ടെന്നാൽ, അവർ ജന്മികളെപ്പോലെ കൃഷിക്കാരുടെ പ്രയത്നഫലം പറ്റിത്തിന്നു ജീവിക്കുന്നവരാണ്.

ഈ മൂന്നുതരത്തിലാണ് പ്രധാനമായി പുതിയ ജന്മികൾ വളർന്നു വന്നിട്ടുള്ളത്. ഇവരും പുരാതനജന്മികളും തമ്മിലുള്ള പ്രധാനമായ വ്യ ത്യാസം, ഇവർ തങ്ങളുടെ ഭൂവുടമാവകാശത്തിനു പ്രതിഫലമായി പണം കൊടുത്തിട്ടുണ്ടെന്നും പുരാതനജന്മിമാർ അങ്ങനെ ചെയ്തിട്ടില്ലെന്നു മാണ്. എത്രയോ കാലംമുമ്പുമുതൽക്ക് തങ്ങൾ പാട്ടം പിരിച്ചിരുന്നുവെ ന്നതാണ് പുരാതന ജന്മികളുടെ അവകാശവാദമെങ്കിൽ, മറ്റേതു സാധ നവും വാങ്ങുന്നതുപോലെ പണം കൊടുത്തു വാങ്ങിയ തങ്ങളുടെ സ്വത്താണിതെന്നാണ് പുതിയ ജന്മികളുടെ വാദം. പക്ഷേ പഴയ ജന്മിക ളുടെ ഉത്ഭവം ജനദ്രോഹപരവും ന്യായീകരിക്കാൻ വയ്യാത്തതുമാണെ ങ്കിൽ ഇതും അങ്ങനെതന്നെയാണ്. എന്തുകൊണ്ടെന്നാൽ, ന്യായീകരി ക്കാൻ വയ്യാത്ത വിധത്തിലുൽഭവിച്ച ആ പഴയ ജന്മികളുടെ അവകാശം വിലയ്ക്കു വാങ്ങുന്നത് കട്ടമുതൽ വിലയ്ക്കുവാങ്ങുന്നതുപോലെയാണ്.

അതുപോലെ പണ്ടാരവക ഭൂമികളിൽ കൃഷിചെയ്തിരുന്ന കൃഷി ക്കാരും ജന്മികളുടെ കീഴിലുള്ള കാണക്കുടിയാൻമാരും പൊളിയുമ്പോൾ അവരുടെ ഭൂമി വാങ്ങാൻ ഹുണ്ടികക്കാരും കച്ചവടക്കാരും കൃഷിചെ യ്യാത്ത മറ്റുള്ളവരും ഒരുങ്ങിയതും കൃഷിയെ ഒരുവിധത്തിലും സഹായിക്കാ ത്തവർക്ക് വിളവിലൊരോഹരി ആവശ്യപ്പെടാമെന്ന നിയമത്തിന്റെ ബലത്തെ ആശ്രയിച്ചാണ്. ഈ നിയമം നാടുവാഴിഭരണത്തിൻകീഴിലു ണ്ടായിരുന്നില്ലെന്ന് നാം കണ്ടുകഴിഞ്ഞു. സമുദായത്തിനാകെ പ്രയോജന കരമായ എന്തെങ്കിലും പ്രവൃത്തിയിൽ (രാജ്യഭരണം, വിദ്യാഭ്യാസം, സം സ്കാരം, മതസേവനം മുതലായ എന്തെങ്കിലുമൊരു ജോലിയിൽ) ഏർപ്പെട്ടവർക്കും കൃഷിക്കാർക്കും മാത്രം വിളവിന്റെ വിഹിതം കൊടു ക്കുകയായിരുന്നു അന്നത്തെ പതിവ്. നാടുവാഴികളുടെ രാഷ്ട്രീയവും മറ്റുമായ അധികാരം ഇല്ലാതാക്കിയ അതേ അവസരത്തിൽ അവരുടെ ഭൂസ്വത്തുക്കളും കണ്ടുകെട്ടി, അതെല്ലാം പണ്ടാരവകയാക്കിയ മാർത്താ ണ്ഡവർമ, ശക്തൻതമ്പുരാൻ എന്നിവരും ഈ നിയമം അംഗീക രിച്ചില്ലെന്നു വ്യക്തമാണ്: പൊതുജനനന്മയ്ക്കുവേണ്ടി മുമ്പു പ്രവർത്തി ച്ചിരുന്ന ജന്മി–നാടുവാഴികളുടെ സ്ഥാനം ഗവൺമെൻേററ്റെടുത്തപ്പോൾ ആ ഗവൺമെൻറിനു മാത്രം വിളവിന്റെ ഒരോഹരി നികുതിയായടയ്ക്കു

കയും ബാക്കി മുഴുവൻ കൃഷിക്കാരനെടുക്കാറാക്കുകയുമെന്ന അടിസ്ഥാനത്തിലാണ് പണ്ടാരവകപ്പാട്ടം നിജപ്പെടുത്തിയത്. ഇന്നത്തെ നവീനരാജ്യമീംമാംസയനുസരിച്ച്, "യഥാർഥകൃഷിക്കാരനും ഗവൺമെൻറിനുമിടയിൽ പാട്ടം പിരിച്ചു ജീവിക്കുന്ന മധ്യവർത്തികളുണ്ടാവാൻ പാടില്ല". (ഇന്ത്യൻ നാഷണൽ കോൺഗ്രസ്സിന്റെ തിരഞ്ഞെടുപ്പു വിജ്ഞാപനം).

അതുകൊണ്ട് പുരാതനജന്മികളിൽനിന്നായാലും കൊള്ളാം, പണ്ടാരവകഭൂമികളുടെ കൈവശക്കാരിൽനിന്നായാലും കൊള്ളാം, ജന്മികളുടെ കീഴിലുള്ള കുടിയാൻമാരിൽനിന്നായാലും കൊള്ളാം ആയിരക്കണക്കിൽ ഏക്കർ ഭൂമി വാങ്ങി അത് സ്വയം കൃഷിചെയ്യാതെ, മറ്റുള്ളവർക്കു പാട്ടത്തിനു കൊടുത്ത് ആ പാട്ടംകൊണ്ടു ജീവിക്കുന്ന ഈ പുതിയ ജന്മികൾ പഴയ ജന്മികളെപ്പോലെതന്നെ ബ്രിട്ടീഷുകാരുടെ സൃഷ്ടിയാണ്. സമുദായത്തിനു പ്രയോജനകരമായ ജോലികളൊന്നും ചെയ്യാത്ത ഒരു വർഗത്തിന് നാട്ടുകാരുടെ അധ്വാനഫലം പറ്റിത്തിന്നു ജീവിക്കാമെന്ന തത്വം ബ്രിട്ടീഷുകാർ സ്വീകരിച്ചു നടപ്പിൽ വരുത്തിയതോടുകൂടിയാണ് ഇങ്ങനെ ഇത്തിക്കണ്ണി ജീവിതം നയിക്കാനുള്ള അവകാശം വിലകൊടുത്തു വാങ്ങാമെന്ന നിലവന്നത്. നാടുവാഴിഭരണത്തിൻകീഴിൽ ചെയ്തിരുന്ന ജോലികൾ ചെയ്യാതായ നിമിഷം മുതൽ പുരാതനജന്മികളുടെ ജന്മാവകാശവും അവസാനിപ്പിക്കുന്നതിനുപകരം അവരുടെ അവകാശം കൂടുതൽ അരക്കിട്ടുറപ്പിക്കുകയെന്ന നയം ബ്രിട്ടീഷുകാരംഗീകരിച്ചതോടുകൂടി ഒരു ജോലിയും ചെയ്യാതെ പാട്ടം പിരിക്കാനുള്ള അവകാശം നേടിയ പുതിയ ജന്മികളും വളരാൻ തുടങ്ങി.

ഓരോ ദിവസം കഴിയുന്തോറും ഈ പുതിയ ജന്മികൾ അധികമധികം ശക്തിപ്പെട്ടുവരികയാണ്. ഫാക്ടറിയുടമകളെയും ബാങ്കർമാരെയും കച്ചവടക്കാരെയും ഹുണ്ടികക്കാരെയും പോലെ പരിഷ്കൃതമായ കാര്യനടത്തിപ്പും പിരിയാനുള്ളതു പിരിക്കുന്നതിലുള്ള ജാഗ്രതയും കിട്ടാനുള്ള പാട്ടം കൃത്യമായി വാങ്ങുകയുമല്ലാതെ മറ്റു കാര്യങ്ങൾ കാര്യമായെടുക്കാൻ ശ്രമിക്കായ്കയും മറ്റുമാണ് ഇക്കൂട്ടരുടെ പ്രത്യേകതകൾ. അതിന്റെ ഫലമായി ഇവരുടെ കീഴിലുള്ള കൃഷിക്കാർ പുരാതനജന്മികളുടെ കീഴിലുള്ളവരെക്കാളേറെ സാമ്പത്തികമായ കൊള്ളയനുഭവിക്കുന്നുണ്ട് (ഉദാഹരണത്തിന്, അധികസംഖ്യ പാട്ടബാക്കിയുള്ള ഒരു കുടിയാൻ പാട്ടബാക്കിയിലൊരു ഭാഗവും നല്ല ഒരു തിരുമുൽക്കാഴ്ചയും കൊടുത്ത് കുറെ ആചാരവാക്കുകളുപയോഗിച്ചാൽ പുരാതനജന്മി വല്ല ദയയും കാണിച്ചെന്നുവരും. എന്നാൽ അടയ്ക്കാനുള്ളതു മുഴുവനടച്ചാലല്ലാതെ പുതിയ ജന്മി തൃപ്തിപ്പെടുകയില്ല). മാത്രമല്ല, തങ്ങളുടെ സഹോദരജന്മികൾ പൊളിയുന്നതിൽനിന്നും, നാട്ടിലാകെ ക്ഷാമം വരുമ്പോൾ വരുന്ന വിലക്കയറ്റത്തിൽനിന്നുമെല്ലാം ആദായമടിക്കാൻ ഇവർക്കു കഴിയുന്നു. 1929–35 ലെ വിലയിടിവു കാലത്ത് പൊളിഞ്ഞ ജന്മികളുടെയും കൃഷിക്കാരുടെയും ഭൂമി വിലയ്ക്കുവാങ്ങിയും 1942 മുതൽ തുടങ്ങി ഇന്നും തുടർന്നുവരുന്ന ഭക്ഷണക്ഷാമത്തിനിടയ്ക്കു വന്ന വിലക്കയറ്റത്തിന്റെ ഫലമായി മുതൽക്കൂട്ടിയും തടിച്ച ഇവർ സാധനവില ഇടിയുമ്പോഴും

കയറുമ്പോഴും നാട്ടുകാർക്കുണ്ടാവുന്ന ദുരിതത്തിൽനിന്നു തികച്ചും മുതലെടുക്കുന്നവരാണ്.

എന്നാൽ ഇതെല്ലാം ചെയ്യുന്നത് പുതിയ ജന്മികൾ മാത്രമാണെന്നു കരുതുന്നതു തെറ്റായിരിക്കും. പുരാതനജന്മികുടുംബങ്ങളിലും ഒരു പുതിയ തലമുറ ഉയർന്നുവരുന്നുണ്ട്—നവീനവിദ്യാഭ്യാസവും പരിഷ്കാരവും നേടി, നവീനരീതിയിലുള്ള എസ്റ്റേറ്റ്ഭരണമുറകൾ സ്വീകരിച്ച്, കുടിയാൻമാരെക്കൊണ്ട് ആചാരവാക്കുകൾ പറയിക്കുന്നതും തിരുമുൽക്കാഴ്ച വയ്പ്പിക്കുന്നതും നിർത്തി, പാട്ട–മിച്ചവാരങ്ങൾ പിരിയാനുള്ളതു കണിശമായി പിരിച്ച്, ജന്മം കൊണ്ടു പുരാതനജന്മികളെങ്കിലും ജീവിതം കൊണ്ടു പുതുജന്മികളായിത്തീർന്ന ഒരു തലമുറ. പുതിയ ജന്മികളെന്നപോലെതന്നെ, ഇവരും ദിവസന്തോറും ശക്തിപ്പെട്ടുവരികയാണ്.

ഈ രണ്ടുതരം ജന്മികളും കൂടിച്ചേർന്നാണ് ഇന്നത്തെ മലയാളിജന്മികൾ ഉണ്ടായിത്തീർന്നിട്ടുള്ളത്. ഇവരിരുവരും ചേർന്നാണ് ബഹുഭൂരിപക്ഷം നാട്ടുകാരെ കൊള്ളയടിക്കുന്നത്. ഇവരിരുവരെയും നശിപ്പിക്കണമെന്നാണ് നാട്ടുകാരാവശ്യപ്പെടുന്നത്.

ജന്മികൾ പിഴിഞ്ഞെടുക്കുന്നതെത്ര?

ഈ ജന്മിവർഗത്തെ നിലനിർത്തുന്നതുകൊണ്ട് നാട്ടിനുള്ള നഷ്ടം എത്രയാണെന്നു പരിശോധിക്കുമ്പോൾ മാത്രമേ ഇതിന്റെ ഗൗരവം തികച്ചും മനസിലാവുകയുള്ളു.

1940 ലെ മലബാർ കുടിയായ്മക്കമ്മിറ്റിയിൽ മെംബറായിരുന്നപ്പോൾ മലബാറിലെ ജന്മികൾക്കു കിട്ടുന്ന പാട്ടത്തിന്റെ ആകെത്തുക കണ്ടുപിടിക്കാൻ ഞാൻ ശ്രമിക്കുകയുണ്ടായി: അതിന്റെ ഫലം (കമ്മിറ്റി റിപ്പോർട്ടിനുള്ള എന്റെ ഭിന്നാഭിപ്രായക്കുറിപ്പിൽ ചുരുക്കി വിവരിച്ചിട്ടുണ്ട്) താഴെ കൊടുക്കുന്നു:

ഗവൺമെൻറ് (റവന്യൂ ഡിപ്പാർട്ടുമെൻറ്) കണക്കനുസരിച്ച് 1347–ാം ഫസലിയിൽ 5,61,550 ഏക്കർ നഞ്ചയും, 3,52,132 ഏക്കർ തെങ്ങിൻതോട്ടവും മലബാറിലുണ്ടായിരുന്നു. ഈ രണ്ടിനത്തിലും കൂടി ഉണ്ടാവുന്ന വിളവ് (ഏക്കറിന് ശരാശരി 150 പറയെന്ന കമ്മിറ്റിയുടെ കണക്കനുസരിച്ച്) 8,42,32,500 പറ നെല്ലും (ഏക്കറിന് ശരാശരി 1500 തേങ്ങയെന്ന കമ്മിറ്റിയുടെ കണക്കനുസരിച്ച്) 52,81,98,000 തേങ്ങയുമാണ്.

വിളവിൽനിന്നു കൃഷിച്ചെലവു (വിത്തിന്റെ രണ്ടരഇരട്ടി) കഴിച്ചു ബാക്കി നെല്ലിൽ മൂന്നിൽരണ്ടും കൃഷിച്ചെലവു കഴിക്കാത്ത തേങ്ങയുടെ അഞ്ചിലൊന്നും കൃഷിചെയ്യാത്ത ഭൂമിയുടമസ്ഥന്റെ ഓഹരിയാണെന്നാണ് നിലവിലുള്ള (1930 ലെ) കുടിയാൻ നിയമത്തിലെ വ്യവസ്ഥ. ഇതു മുഴുവൻ പാട്ടമായി പിരിച്ചുവെന്നും ഇതിലധികം യാതൊന്നും പിരിച്ചിട്ടില്ലെന്നും കണക്കാക്കിയാൽ 1347–ാം ഫസലിയിൽ അന്നത്തെ നെല്ലിന്റെയും തേങ്ങയുടെയും വിലയനുസരിച്ച് 245 ലക്ഷം ഉറുപ്പിക (20 ലക്ഷം ഉറുപ്പിക തെങ്ങിൽനിന്ന്, 225 ലക്ഷം ഉറുപ്പിക നെല്ലിൽനിന്ന്) പാട്ടമായി പിരിച്ചിട്ടുണ്ട്.

ഇതിനുപുറമേയാണ് കവുങ്ങിൻതോട്ടം, കുരുമുളകിൻതോട്ടം,

പുനംകൃഷി, മോടൻ മുതലായവ. ഇവയ്ക്കെല്ലാം ഓരോ തോതിൽ പാട്ടം കണക്കാക്കലും പിരിക്കലും നടക്കുന്നുണ്ട് (ഉദാ: കുരുമുളകിൻതോട്ടത്തിനും പുനത്തിനും 'നോക്കിക്കാണൽ'; കവുങ്ങിൻതോട്ടത്തിന് വിളവിന്റെ ആറിലൊന്ന് എന്ന കുടിയാൻനിയമം). ഇതെല്ലാം വേറെ വേറെ കണക്കാക്കാതെ ഇതു മുഴുവൻ അസ്ഥിരംപുഞ്ചയാണെന്നു കണക്കാക്കുകയാണെങ്കിൽ ഈ ഒരിനത്തിൽനിന്ന് 1930 ലെ കുടിയായ്മനിയമത്തിലെ വ്യവസ്ഥ (നികുതിയുടെ മൂന്നിരട്ടി പാട്ടം) യനുസരിച്ച് 1347-ാം ഫസലിയിൽ (അന്നത്തെ അസ്ഥിരം പുഞ്ചനികുതി 21 ലക്ഷം ഉറുപ്പിക) 63 ലക്ഷം ഉറുപ്പിക പാട്ടം പിരിച്ചിട്ടുണ്ട്.

ഇങ്ങനെ 308 ലക്ഷം ഉറുപ്പിക കൃഷി ചെയ്യാത്ത ഭൂമിയുടമസ്ഥൻമാർ ആ ഫസലിയിൽ പിരിച്ചിട്ടുണ്ട്. ഇതു ലവലേശം അതിശയോക്തിയല്ലെന്നു മനസ്സിലാക്കുന്നതിന് താഴെ പറയുന്ന സംഗതികൾ കൂടി ഓർക്കണം:

1. നിലവിലുള്ള കുടിയായ്മനിയമപ്രകാരമുള്ള തോതിൽ മാത്രമാണിവിടെ പാട്ടം കണക്കാക്കിയിട്ടുള്ളത്. ഈ തോത് വാസ്തവത്തിൽ പിരിച്ചുവരുന്നതിനെക്കാൾ യഥാർഥത്തിൽ എത്രയോ കുറവാണ്. മിക്ക ജന്മികളും ഇതിലധികമാണ് പാട്ടം പിരിക്കുന്നത്.

2. പുനത്തിലും കുരുമുളകിലും മറ്റും നികുതിയുടെ മൂന്നിരട്ടിയല്ല, അതിലും എത്രയോ വലിയ സംഖ്യ പാട്ടമായി പിരിക്കുന്നുണ്ട്.

3. കുടിയായ്മനിയമപ്രകാരം ജന്മിയുടെ തെങ്ങിന് വിളവിന്റെ അഞ്ചിൽ രണ്ടും കുടിയാൻേറതിന് അഞ്ചിൽ ഒന്നുമാണ് പാട്ടം. എന്നാൽ ജന്മിയുടെ തെങ്ങെത്ര, കുടിയാൻേറതെത്ര എന്നു തിട്ടപ്പെടുത്താൻ നിവൃത്തിയില്ലാത്തതിനാൽ ചുരുങ്ങിയ സംഖ്യയായ അഞ്ചിലൊന്നു മാത്രമാണിവിടെ കണക്കാക്കിയിട്ടുള്ളത്.

ഇങ്ങനെ കഴിയുന്നത്ര ചുരുക്കി കണക്കാക്കിയ തോതുകളനുസരിച്ചാണ് ഇവിടെ പാട്ടം കണക്കാക്കിയിട്ടുള്ളത്.

ഈ 308 ലക്ഷം ഉറുപ്പികയിൽനിന്ന് ജന്മിക്കുള്ള ഒരൊറ്റ യഥാർഥ ച്ചെലവ് ഗവൺമെൻറു നികുതിയാണ്. അതാകട്ടെ, 1347-ാം ഫസലിയിൽ 45.5 ലക്ഷം ഉറുപ്പികയാണ്. അതുകഴിച്ച് ബാക്കിയുണ്ടാവുന്ന 252.5 ലക്ഷം-സൗകര്യത്തിനുവേണ്ടി നമുക്കത് രണ്ടരക്കോടിയെന്നു പറയാം—ജന്മിക്കിഷ്ടംപോലെ ചെലവുചെയ്യാനുപയോഗിക്കാം.

നഞ്ച, പുഞ്ച, തോട്ടം മുതലായ എല്ലാ ഇനത്തിലുംകൂടി നോക്കിയാൽ ശരാശരി ഒരേക്കർ ഭൂമിയിൽ 50 ഉറുപ്പിക വീതം മൊത്തവിളവുണ്ടാവുന്നുണ്ടെന്നാണ് കമ്മിറ്റി കണക്കാക്കിയത്. 1347-ാം ഫസലിയിൽ 15,06,992 ഏക്കർ കൃഷി ചെയ്തിരുന്നു. അപ്പോൾ ആ ഫസലിയിലെ മൊത്തവിളവിന്റെ വില 7,53,49,600 ഉറുപ്പിക അഥവാ ഏഴരക്കോടി ഉറുപ്പികയാണ്. ഇതിൽനിന്നാണ് രണ്ടരക്കോടി ഉറുപ്പിക (അല്ലെങ്കിൽ വിളവിന്റെ മൂന്നിലൊന്ന്) കൃഷിചെയ്യാത്ത ഭൂവുടമകളെടുക്കുന്നത്.

1931 ലെ സെൻസസ് പ്രകാരം, മലബാറിൽ കൃഷിചെയ്യാതെ പാട്ടം പിരിച്ചു ജീവിക്കുന്ന ജന്മികളുടെ എണ്ണം 23,000 വും കൃഷിചെയ്യുന്ന

ഭൂമിയുടമസ്ഥൻമാരുടേത് 40,000 വും കൃഷിചെയ്യുന്ന കുടിയാൻമാരുടേത് 1,72,000 വും കൃഷിചെയ്യാത്ത കുടിയാന്മാരുടേത് 19,000 വും, കാർഷികത്തൊഴിലാളികളുടേത് 1,89,000 വുമാണ്. അതായത്, ഭൂമിയിൽ കാർഷികമായധ്വാനിക്കുന്നവർ 4,01,000 വും അധ്വാനിക്കാതെ, മറ്റുള്ളവരെക്കൊണ്ടധ്വാനിപ്പിച്ച്, അതിന്റെ ഫലം പറ്റിത്തിന്നുന്നവർ 42,000 വുമാണ്. അധ്വാനിക്കുന്ന 10 ആളുണ്ടെങ്കിൽ അവരുടെ അധ്വാനത്തിന്റെ ഫലം പറ്റിത്തിന്നാൻ ഒരാളാണുള്ളതെന്നർഥം. പക്ഷേ നാം ഇപ്പോൾ കണ്ടതുപോലെ ഈ ഒരാളാണ് മലബാറിലുണ്ടാവുന്ന വിളവിന്റെ മൂന്നിലൊരംശം പാട്ടത്തിന്റെ രൂപത്തിലെടുക്കുന്നത്; ബാക്കിയുള്ള മൂന്നിൽ രണ്ടുഭാഗംകൊണ്ട് 10 പേർ ജീവിക്കണം. മാത്രമല്ല, ഈ മൂന്നിൽ രണ്ടു ഭാഗത്തിൽനിന്നുവേണം കന്നുകാലികളെ തീറ്റുക, വിത്തും വളവും വാങ്ങുക മുതലായ കൃഷിച്ചെലവുകൾ നടത്താൻ. നേരേമറിച്ച്, മൂന്നിലൊന്നു കിട്ടുന്ന ജന്മി (കൃഷിചെയ്യാത്ത കുടിയാനും ഇതിലുൾപ്പെടും)ക്ക് അതു മുഴുവൻ സ്വന്തം കുടുംബച്ചെലവിനും ആഡംബരങ്ങൾക്കുമായി ഉപയോഗിക്കാം.

[മലബാർ കുടിയായ്മ കമ്മിറ്റി റിപ്പോർട്ടി(കുട്ടികൃഷ്ണമേനോൻ കമ്മിറ്റി റിപ്പോർട്ട്) ലെ ഭിന്നാഭിപ്രായക്കുറിപ്പ്—*ഇ എം എസ് സമ്പൂർണകൃതികൾ*, സഞ്ചിക 3 കൃതി 28—എഡിറ്റർ]

തിരുവിതാംകൂർ സ്റ്റേറ്റ് മാനുവൽ, 1931 ലെ വിലത്തോതനുസരിച്ചു കണക്കാക്കിയത് അവിടത്തെ കൃഷിചെയ്യാത്ത ഭൂമിയുടമസ്ഥൻമാർ (ജന്മികളും ഇടക്കുടിയാൻമാരും കൂടി) ഒരു കൊല്ലത്തിൽ പാട്ടമായി 117.1 ലക്ഷം ഉറുപ്പിക പിരിച്ചുവരുന്നുണ്ടെന്നാണ്. അതേ അവസരത്തിൽ കാർഷികത്തൊഴിലാളികൾക്ക് ഒരുകൊല്ലം കൂലിയായി കിട്ടുന്നത് 160.9 ലക്ഷവും കൃഷി ചെയ്യുന്നവർക്ക് (ജന്മികൾക്കും കുടിയാന്മാർക്കും) കൃഷിയിൽ നിന്നുള്ള ആദായമായി 713.1 ലക്ഷവും ഉറുപ്പികയാണ്. അതായത്, കൃഷിയിൽനിന്നുള്ള ആകെ വരവായ 991.1 ലക്ഷം ഉറുപ്പികയുടെ ആറിലൊന്നോളം കാർഷികത്തൊഴിലാളികൾക്കും എട്ടിലൊന്നോളം കൃഷിചെയ്യാത്തവർക്കും ബാക്കി മൂന്നിൽ രണ്ടോളം കൃഷിചെയ്യുന്നവർക്കും കിട്ടുന്നു.

മലബാറിനെ സംബന്ധിച്ചു മുകളിൽ കൊടുത്തതിന്റെ പകുതിയിലും കുറവായ ഒരു തോതിലേ തിരുവിതാംകൂറിൽ ഇതനുസരിച്ചു ജന്മിക്കു പാട്ടം കിട്ടുന്നുള്ളുവെന്നതു ശരിയാണ്. അതിനു കാരണവുമുണ്ട്. അതെന്തെന്നാൽ, മലബാറിലെക്കാൾ കൂടുതൽ സ്ഥലം ഉടമസ്ഥൻമാരുടെ നേരിട്ടുള്ള കൃഷിയിൻകീഴിലാണ്: മലബാറിലെ ഭൂമി മുഴുവൻ (ചെറിയൊരു ശതമാനം മാത്രം വരുന്ന പുറമ്പോക്കു കഴിച്ചാൽ) ജന്മികളുടെ സ്വത്താണെങ്കിൽ തിരുവിതാംകൂറിൽ മുക്കാൽഭാഗവും പണ്ടാരവക ഭൂമിയാണ്. അതുകൊണ്ട് അവിടെ കൃഷിചെയ്യുന്ന ഭൂമിയുടമസ്ഥൻമാരുടെ എണ്ണം കൂടുതലും കൃഷി ചെയ്യാത്തവരുടേതു താരതമ്യേന കുറവുമാണ് (1941 ലെ സെൻസസ് പ്രകാരം കൃഷിചെയ്യാത്ത ജന്മികളും കുടിയാൻമാരും കൂടി 12,220 ഉള്ളപ്പോൾ കൃഷിചെയ്യുന്നവർ 2,75,308 ഉണ്ട്; അതായത് കൃഷിചെയ്യാത്തവരുടേതിന്റെ ഇരുപത്തിരണ്ടിരട്ടിയിലധികം.

മലബാറിലാകട്ടെ, കൃഷിചെയ്യാത്ത ജന്മികളും കുടിയാൻമാരും കൂടിയാലുള്ളതിന്റെ–42,000–അഞ്ചിരട്ടി–2,12,000–മാത്രമേ കൃഷിചെയ്യുന്നവരുള്ളു. മാത്രമല്ല, തിരുവിതാംകൂറിൽ കൃഷിചെയ്യുന്ന ഭൂവുടമകളുടെ നാലിലൊന്നു മാത്രം കൃഷിചെയ്യുന്ന കുടിയാൻമാരുള്ളപ്പോൾ മലബാറിൽ കൃഷിചെയ്യുന്ന ജന്മികളുടെ നാലിരട്ടിയിലധികം കൃഷിചെയ്യുന്ന കുടിയാൻമാരാണ്). ഈ വ്യത്യാസമുണ്ടായിട്ടുകൂടി തിരുവിതാംകൂറിൽ വിളവിന്റെ എട്ടിലൊന്ന് പാട്ടമായി പോകുന്നുണ്ടെന്നതു ശ്രദ്ധേയമായ സംഗതിയാണ്. യാതൊരു പണിയുമെടുക്കാതെ പാട്ടം പിരിച്ച് ജീവിക്കുന്നവർക്കു കിട്ടുന്നതിന്റെ ആറിരട്ടി മാത്രമേ അവരുടെ ഇരുപത്തിരണ്ടിരട്ടി ജനസംഖ്യയുള്ള കൃഷിചെയ്യുന്ന ഭൂമിയുടമസ്ഥർക്കു കിട്ടുന്നുള്ളുവെന്നർഥം.

മലബാറിനെയും തിരുവിതാംകൂറിനെയും സംബന്ധിച്ചുള്ള ഈ മൊത്തക്കണക്കുകളെക്കാൾ കണിശമായ കണക്കുകൾ കൊച്ചിയിലെ ചില വില്ലേജുകളെ സംബന്ധിച്ചു നടത്തിയ 1935 ലെ സർവേ പുറത്തുകൊണ്ടുവരികയുണ്ടായി. സർവേ നടത്തിയ ഓരോ വില്ലേജിലും ഒരുപ്പുകിൽ, ഇരുപ്പുകിൽ, കോൾ, പറമ്പ് മുതലായ ഓരോ ഇനം ഭൂമിക്കും ശരാശരി വിളവ്, വിത്ത്, കൂലിച്ചെലവ്, നികുതി കഴിച്ച് കൃഷി ചെയ്യുന്ന ഭൂമിയുടമസ്ഥനു കിട്ടുന്ന വാർഷികാദായം, കുടിയാനാണെങ്കിൽ അയാളടയ്ക്കേണ്ട പാട്ടം—ഇവയെല്ലാം സർവേ നടത്തിയ ഉദ്യോഗസ്ഥൻ കണക്കാക്കുകയുണ്ടായി.

ഉദാഹരണത്തിന്, അന്തിക്കാട്‌വില്ലേജിൽ ഒരു സാധാരണകൊല്ലത്തിൽ ഒരേക്കർ ഇരുപ്പുകിൽ നിലത്തിലുണ്ടാവുന്ന വിളവിന്റെ വില (1934–35 ലെ വിലനിരക്കനുസരിച്ച്) 49 ഉറുപ്പിക എട്ടണ ആറു പൈസയാണ്. ഇതിൽനിന്ന് അഞ്ചുറുപ്പിക വിത്തിനും 26 ഉറുപ്പിക 10 അണ എട്ടു പൈസ വല്ലി മുതലായ മറ്റു കൃഷിച്ചെലവുകൾക്കുമായി ചെലവാകും. ഇതു രണ്ടും കൂടി കൃഷിച്ചെലവിനുതന്നെ 31 ഉറുപ്പിക 10 അണ എട്ടു പൈസ, അഥവാ വിളവിന്റെ 63.8 ശതമാനം, ചെലവാകും. ബാക്കിയുള്ള 17 ഉറുപ്പിക 13 അണ 10 പൈസയിൽനിന്ന് നാലുറുപ്പിക എട്ടണ (വിളവിന്റെ 9.2 ശതമാനം) ഗവൺമെൻറ് നികുതി കൊടുക്കണം. അതുംകഴിച്ച് ബാക്കിയുള്ള 13 ഉറുപ്പിക അഞ്ചണ(വിളവിന്റെ 27 ശതമാനം)യാണ് കൃഷിചെയ്യുന്ന ഭൂമിയുടമസ്ഥനു മിച്ചമുണ്ടാവുന്നത്. കൃഷിചെയ്യുന്ന ആൾ അതിന്റെ ഉടമസ്ഥനല്ലെങ്കിലോ യാതൊരു മിച്ചവുമില്ല. എന്തുകൊണ്ടെന്നാൽ 15 ഉറുപ്പിക (വിളവിന്റെ 30 ശതമാനം) ജന്മിക്ക് പാട്ടം കൊടുക്കണം. ഇതിൽനിന്ന് നികുതി ജന്മി കൊടുത്താൽപ്പോലും കുടിയാനുള്ള മിച്ചം ഏതാണ്ട് രണ്ടുറുപ്പിക എട്ടണ (വിളവിന്റെ അഞ്ചു ശതമാനം ജന്മിക്കു കിട്ടുന്നതിന്റെ നാലിലൊന്ന്) യാണ്. വെള്ളക്കേടോ ചാഴിക്കേടോ മറ്റു കൃഷിപ്പിഴവുകളോ വന്നാലുള്ള സ്ഥിതി പറകയേവേണ്ടാ.

ഇതുപോലെ കൊച്ചിയിലെ സർവേ ചെയ്യപ്പെട്ട ഏഴു വില്ലേജുകളിലെ ഓരോ ഇനം ഭൂമിയുടെയും സ്ഥിതി താഴെക്കാണുന്ന പട്ടികയിൽ കൊടുക്കുന്നു:

(പട്ടിക 210–213 പേജുകളിൽ.)

ഈ കണക്കുകളിൽനിന്നു വ്യക്തമാവുന്ന മുഖ്യമായ സംഗതി ഇതാണ്: വിളവിൽനിന്ന് വിത്തും കൃഷിച്ചെലവും ഗവൺമെൻറ്നികുതിയും കഴിച്ചു ബാക്കിയുണ്ടാവുന്ന സംഖ്യ ഏതാണ്ടു മുഴുവനും ജന്മിക്ക് പാട്ടമായിക്കൊടുക്കാൻ കൃഷിക്കാരൻ നിർബന്ധിക്കപ്പെടുന്നുണ്ട്. അതായത്, ജന്മിയുടെ ഭൂമി പാട്ടത്തിനു വാങ്ങി കൃഷിചെയ്യുന്ന കൃഷിക്കാർക്കൊന്നും കൃഷി ഒരാദായമാർഗമേയല്ല. സ്വന്തം ഭൂമി കൃഷി ചെയ്യുന്നവർക്കു മാത്രമേ കൃഷികൊണ്ടു ജീവിക്കാൻ കഴികയുള്ളു–അതും 10 ഏക്കറിൽ കുറയാതെ കൈവശമുണ്ടെങ്കിൽ.

വിളവിന്റെ 23 ശതമാനത്തിൽ കുറയാതെയും 55 ശതമാനത്തിലധികരിക്കാതെയുമുള്ള ഒരു ഭാഗം ജന്മി പാട്ടമായി പിരിക്കുന്നുണ്ടെന്നുകൂടി ഈ കണക്കുകൾ തെളിയിക്കുന്നുണ്ട്. ഈ കണക്കുകളിലധികവും, 40 ശതമാനത്തിനുമീതെ ജന്മി വാങ്ങുന്നുവെന്നു കാണിക്കുന്നവയാണ്; 40 ശതമാനത്തിൽ കുറച്ച് പാട്ടം വാങ്ങുന്നതായി കാണിക്കുന്ന കണക്കുകൾ വളരെ കുറവാണ്.

ഇങ്ങനെ മൂന്നുനിലയ്ക്ക് കേരളത്തിലെ മൂന്നു ഖണ്ഡങ്ങളിലെ പാട്ടത്തോത് കണക്കാക്കിയതിന്റെ ഫലമായി നാം മനസ്സിലാക്കുന്നത്, കൃഷിചെയ്യാത്ത ഭൂമിയുടമസ്ഥന്റെ കൈയിൽനിന്ന് നിലംപാട്ടത്തിനു വാങ്ങുന്ന കൃഷിക്കാരൊക്കെ ആകെ വിളവിന്റെ മൂന്നിലൊന്നിൽ കുറയാത്ത ഒരുഭാഗം പാട്ടമായി കൊടുക്കുന്നുണ്ടെന്നാണ്. ഇന്നത്തെ കുടിയായ്മനിയമപ്രകാരം കണക്കാക്കി പാട്ടം പിരിച്ചാൽ മലബാറിലെ ആകെ വിളവിന്റെ മൂന്നിലൊന്നിൽ കുറയാത്ത സംഖ്യ പാട്ടമായി കൃഷിക്കാരടയ്ക്കണം. മലബാറിലേതിനെക്കാൾ കൃഷി ചെയ്യുന്ന ഭൂമിയുടമകൾ എത്രയോ ഇരട്ടി കൂടുതലും കുടിയാൻമാർ കുറവുമായ തിരുവിതാംകൂറിൽപ്പോലും വിളവിന്റെ എട്ടിലൊന്ന് പാട്ടമായി പോകുന്നുണ്ട്. കൊച്ചിയിലാണെങ്കിൽ, നാട്ടുനടപ്പനുസരിച്ചുള്ള പാട്ടത്തോതുകണക്കാക്കിയപ്പോൾ വിളവിന്റെ മൂന്നിലൊന്നിനും രണ്ടിലൊന്നിനും ഇടയിലുള്ള ഒരു വിഹിതം പാട്ടമായി പോകുന്നതായിക്കാണുന്നു.

പാട്ടമായടയ്ക്കുന്ന ഈ മൂന്നിലൊരുഭാഗം കഴിച്ച് ബാക്കിയിൽനിന്നു വേണം വിത്ത്, വളം, പണിയായുധങ്ങൾ, കന്നുകാലികളുടെ തീറ്റ, കൂലിച്ചെലവ്, കന്നുകാലികളെ വാങ്ങുന്നതിനു ചെലവാക്കുന്ന പണത്തിന്റെ പലിശ മുതലായ കൃഷിച്ചെലവുകളും; ഭക്ഷണം, വസ്ത്രം, പുരമേച്ചിൽ, ചികിൽസ, വിദ്യാഭ്യാസം, അടിയന്തരങ്ങൾ മുതലായ കുടുംബച്ചെലവുകളും നടത്താൻ. ഇങ്ങനെ കൃഷിച്ചെലവും കുടുംബച്ചെലവും മര്യാദയ്ക്കു നടത്താൻ വേണ്ടത്ര പണം കൈയിലില്ലാത്ത കൃഷിക്കാരൻ പട്ടിണിയിലും കടത്തിലും അധികമധികം ആണ്ടുപോവുകയും നല്ല കന്നുകാലികളും പണിയായുധങ്ങളും മറ്റും തക്കസമയത്തു വാങ്ങി, വിത്തും വളവും നന്നാക്കി കൃഷി അഭിവൃദ്ധിപ്പെടുത്താനയാൾക്കു കഴിയാതിരിക്കുകയും ചെയ്യുന്നതിലൽഭുതമുണ്ടോ? ഏറ്റവും പുതിയ പരിഷ്കൃ

വില്ലേജ്	വസ്തുവിന്റെ തരം	വിളവ് ക.ണ.സ	വിത്ത് ക.ണ.സ	കൃഷി ച്ചെലവ് ക.ണ.സ	നികുതി ക.ണ.സ	ആദായം ക.ണ.സ	പാട്ടം ക.ണ.സ
			(വിളവിന്റെ ഇത്ര ശതമാനമെന്ന് ബ്രായ്ക്കറ്റിൽ. . . . .)				
അന്തിക്കാട്	പറമ്പ് (തെങ്ങിൻതോട്ടം)	55–9–4	—	17–12–6 (32)	6–8–0 (11.7)	31–4–10 (56.3)	32 –37 ക (57.63)
,,	ഇരുപ്പുകിൽ	49–8–6	5–0–0 (10.1)	26–10–8 (53.7)	4–8–0 (9.2)	13–5–0 (27)	15–0–0 (30)
അന്തിക്കാട്	ഒരുപ്പുകിൽ (വിരിപ്പ്)	29–15–6	5–0–0 (16.7)	13–12–6 (45.9)	2–8–0 (8.4)	8–11–0 (29)	9–0–0 (30)
,,	പുഞ്ചക്കോൾ	41–9–0	4–0–0 (9.6)	22–4–5 (53.5)	4–12–0 (11.5)	10–8–7 (25.4)	12–0–0 (28)
,,	കുട്ടാടൻ	25–6–0	3–12–0 (14.8)	6–1–6 (24	4–12–0 (18.7)	10–12–6 (42.5)	14–0–0 (52)
ചൂണ്ടൽ	പറമ്പ് (കവുങ്ങ്)	121–8–0	—— (52.7)	64–0–0 (4.9)	6–0–0 (42.4)	51–8–0 (41)	50–0–0 ,,
	ഇരുപ്പുകിൽ	83–12–0	10–0–0 (11.9)	39–2–0 (46.4)	4–0–0 (4.8)	30–10–0 (36.9)	29–0– 0 (35)
,,	മുണ്ടകൻ	43–2–0	5–0–0 (11.6)	20–6–0 (46.5)	3–2–0 (7)	14–10–0 (34.9)	14–0–0 (34)
ഏരുട്ടെ	ഇരുപ്പുകിൽ	71–10–0	7–0–0	31–4–0	12–2–0	21–4–0	24–0–0

നാടി			(9.8)	(43.6)	(16.9)	(29.7)	(33)
,,	വിരിപ്പ്	45–3–0	4–0–0	18–2–0	8–1–0	15–0–0	18–0–0
			(8.9)	(40)	(17.9)	(33.2)	(39)
,,	മുണ്ടകൻ	38–8–0	3–0–0	14–3–0	8–1–0	13–4–0	16–0–0
			(7.8)	(36.8)	(21)	(34.4)	(0)
,,	മോടൻ	43–8–0	4–0–0	24–9–0	1–0–0	13–15–0	——
			(9.2)	(56.5)	(2.3)	(32)	
പട്ടഞ്ചേരി	ഇരുപ്പുകിൽ	73–15–0	6–0–0	28–11–0	7–0–0	32–4–0	28–7–0
(കിഴക്ക്)			(8.1)	(38.8)	(9.5)	(43.6)	(40)
,,	പൂന്തൽ	73–7–0	4–12–0	32–3–0	7–0–0	29–8–0	28–7–0
			(6.5)	(43.8)	(9.5)	(40.2)	(40)
,,	കരിങ്കറ	50–2–0	2–8–0	18–0–0	5–0–0	24–10–0	24–6–0
			(5)	(35.9)	(10)	(49.1)	(49)
പട്ടഞ്ചേരി	ഇരുപ്പുകിൽ	86–4–0	6–0–0	21–6–0	7–0–0	51–10–0	44–11–0
(പടിഞ്ഞാറ്)			(7)	(25.1)	(8.1)	(59.8)	(50)
,,	കരിങ്കറ	61–15–0	3–0–0	16–3–0	5–0–0	37–12–0	32–8–0
			(4.8)	(26.1)	(8.1)	(61)	(48)
,,	വിരിപ്പ്	44–8–0	3–0–0	14–4–0	5–0–0	22–4–0	20–5–0
			(6.8)	(32)	(11.2)	(50)	(48)
വെങ്ങാ	പണ്ടാരവക	77–10–0	7–4–0	21–5–0	5–12–0	43–5–0	37–8–0
നല്ലൂർ	ഇരുപ്പുകിൽ		(9.3)	(27.5)	(7.4)	(55.8)	(50)
,,	വിരിപ്പ്	31–10–0	8–8–0	9–2–0	2–0–0	17–0–0	15–0–0
	(100 ശ.മ)		(28.8)	(6.3)	(53.8)	(50)	

വെങ്ങാനല്ലൂർ	ദേവസ്വം ഇരുപ്പൂകിൽ	77–10–0	7–4–0 (9.3)	21–5–0 (27.5)	20–0–0 (25.8)	29–1–0 (37.4)	37–8–0 (50)
,,	വിരിപ്പ്	31–10–0	3–8–0 (11.1)	9–2–0 (28.8)	7–8–0 (23.7)	11–8–0 (36.4)	15–0–0 (50)
വള്ളിവട്ടം	തെങ്ങിൻ തോട്ടം	82–8–0	7–9–0 (9.2)	25–9–0 (31)	7–12–0 (9.4)	49–3–0 (59.6)	100–0–0 (120)
,,	ഇരുപ്പൂകിൽ	51–8–0	61–4–0 (13.3)	26–15–0 (52.3)	3–8–0 (6.8	14–9–0 (28.3)	10–8–0 (23)
,,	പാണ്ടി	22–14–0	2–0–0 (8.8)	31–3–0 (45.1)	2–12–0 (12)	9–13–0 (42.9)	9–0–0 (40)
,,	വിരിപ്പ്	28–7–0	3–0–0 (10.5)	12–4–0 (43.1)	2–12–0 (9.7)	10–7–0 (36.7)	9–6–0 (33)
തിരുവഴി യാട്(തെക്ക്)	ഇരുപ്പൂകിൽ	71–8–0	5–8–0 (7.7)	23–12–0 (33.1)	5–6–0 (7.5)	36–14–0 (51.6)	32–8–0 (48)
,,	വിരിപ്പ്	38–0–0	2–12–0 (7.2)	9–13–0 (25.8)	3–0–0 (7.9)	22–7–0 (59.1)	20–5–0 (52)
,, (വടക്ക്)	ഇരുപ്പൂകിൽ	82–2–0	5–8–0 (6.7)	22–7–0 (27.5)	5–6–0 (6.5)	48–11–0 (59.3)	40–10–0 (50)
,,	വിരിപ്പ്	43–1–0	3–0–0 (7)	9–15–0 (23)	3–0–0 (7)	27–2–0 (63)	24–6–0 (55)

[**വിവരണം**: 1. മേൽക്കൊടുത്ത കണക്കുകളിൽ ഓരോ സംഖ്യയുടെയും താഴെ കൊടുത്തിട്ടുള്ള ശതമാനത്തിൽ നിന്ന് മൊത്തവിളവിന്റെ ഇന്ന ഭാഗം വിത്തിന്, കൃഷിച്ചെലവിന്, നികുതിക്ക്, പാട്ടത്തിന് എന്നു കാണാം.

2. നികുതി ജന്മിയാണ് സാധാരണയായി കൊടുക്കേണ്ടത്.

3. 1934–35 ലെ തോതനുസരിച്ചാണ് വില കണക്കാക്കിയിട്ടുള്ളത്.

4. വള്ളിവട്ടം ദേവസ്വം ഭൂമികൾക്ക് നികുതിയെന്നു പറയുന്നത് ദേവസ്വം മിച്ചവാരമാണ്.

5. ഏരുട്ടെമ്പാടിയിലെ നികുതിയിൽ ഇറിഗേഷൻ സെസ്സും പെടും.

6. വള്ളിവട്ടത്തെ തെങ്ങിൻതോട്ടത്തിന്റെ പാട്ടം 1929 ലെ വിലയിടിവിനു മുമ്പ് നിശ്ചയിച്ച തേങ്ങാപ്പാട്ടമാണ്.]

തമായ, ശാസ്ത്രീയമായ ഉപകരണങ്ങളുപയോഗിച്ച് വിളവു വർധിപ്പിക്കുന്നതിനുപകരം ഓരോ കൊല്ലം കഴിയുന്തോറും മണ്ണിന്റെ പശിമ കുറഞ്ഞും ജലാശയങ്ങൾ തകർന്നും കന്നുകാലികളുടെയും ജോലിക്കാരുടെയും ആരോഗ്യം തകർന്നും കൃഷിയാകെ അധഃപതിക്കുന്നതു തടയാൻ ഈ സ്ഥിതിയിൽ എങ്ങനെയാണ് കൃഷിക്കാരനു കഴിയുക? കൃഷി പരിഷ്കരിക്കുന്നതു സംബന്ധിച്ച് കൃഷി ഡിപ്പാർട്ടുമെൻറുകാരും, കടം വാങ്ങുന്നതിന്റെ ദോഷങ്ങളെയും മിതവ്യയശീലത്തിന്റെ ആവശ്യകതയെയും കുറിച്ച് കോ–ഓപ്പറേറ്റീവ് ഡിപ്പാർട്ടുമെൻറുകാരും നടത്തുന്ന പ്രസംഗങ്ങളൊക്കെ മരുഭൂമിയിലെ മഴപോലെ ഉപയോഗശൂന്യമാവുന്നതിലെന്താണാശ്ചര്യപ്പെടാനുള്ളത്?

ഒരു വമ്പിച്ച സാമൂഹ്യവിപ്ലവം

എന്നാൽ നാട്ടിനുപകാരപ്രദമായ യാതൊരു പണിയും ചെയ്യാതെ, വിളവിന്റെ പ്രധാനഭാഗം പാട്ടമായി പിരിച്ചെടുത്ത്, കൃഷിക്കാരെ പാപ്പരാക്കുന്ന ജന്മികൾ മാത്രമല്ല കഴിഞ്ഞ 150 കൊല്ലക്കാലത്ത് കേരളത്തിൽ വളരുകയും ശക്തിപ്പെടുകയും ചെയ്തിട്ടുള്ളു. ബ്രിട്ടീഷ്ഭരണം വരുന്നതുവരെ ഇവിടെ ഇല്ലാതിരുന്ന പല പുതിയ ജനവിഭാഗങ്ങളും വളർന്നു വന്നിട്ടുണ്ട്; മുമ്പുണ്ടായിരുന്നവരുടെതന്നെ പ്രവൃത്തിസ്വഭാവവും അവർക്കു നാട്ടുകാരോടുള്ള ബന്ധവും മാറിയിട്ടുണ്ട്. വാസ്തവം പറകയാണെങ്കിൽ, നമ്മുടെ സാമൂഹ്യഘടനയാകെ മാറിമറിഞ്ഞ്, ആളുകൾ തമ്മിൽ തമ്മിലുള്ള ബന്ധം മുഴുവൻ കടപുഴങ്ങിയിട്ടുണ്ട്.

ഈ മാറ്റമാണ്, വളരെ ഫലിതത്തോടുകൂടി പരേതനായ കുഞ്ഞിരാമൻനായനാർ (കേസരി) വിവരിച്ച *നാട്ടെഴുത്തശ്ശനു പകരം 'മേഷ്ട്ര്' വന്ന കഥ*യിൽ അടങ്ങിയിട്ടുള്ളത്. പണ്ടത്തെ രീതിയിൽ *ഗണാഷ്ടകം, മുകുന്ദാഷ്ടകം* മുതലായവയും *രാമായണം, ഭാരതം, ഭാഗവതം* മുതലായവയും പഠിപ്പിച്ചും, ശിഷ്യന്മാരുടെ മാതാപിതാക്കന്മാരെ ആശ്രയിച്ചു ജീവി

ച്ചും ദേശത്തിലെ സാമൂഹ്യജീവിതത്തിൽ പ്രധാനമായ പങ്കെടുത്തും കഴിഞ്ഞുകൂടുന്ന നാട്ടെഴുത്തശ്ശൻ കേസരിയുടെ കാലത്തുപോലും കേരളത്തിലുണ്ടായിരുന്നു (ഇതുപോലെതന്നെ മുസ്ലിങ്ങളുടെ ഇടയിൽ അവരുടെ സംസ്കാരത്തിനനുസരിച്ചു കുട്ടികളെ പഠിപ്പിക്കാനുള്ള എഴുത്തുപള്ളികളും മുല്ലാമാരുമുണ്ടായിരുന്നു). പക്ഷേ അന്നേക്കുതന്നെ ബ്രിട്ടീഷ്ഭരണത്തിൻകീഴിലെ വിദ്യാഭ്യാസരീതിയനുസരിച്ചുള്ള സ്കൂളുകളും കോളജുകളും അവയിലെ ടീച്ചർമാരും പ്രൊഫസർമാരും വന്നുകഴിഞ്ഞിരുന്നു. ഇന്നാകട്ടെ, അത്തരത്തിലുള്ള വിദ്യാഭ്യാസസമ്പ്രദായം പടർന്നുപിടിച്ച് എലിമെന്ററി, സെക്കന്ററി സ്കൂളുകളുടെയും ഉപരിവിദ്യാഭ്യാസത്തിനുള്ള കോളജുകളുടെയും എണ്ണം എത്രയോ വർധിച്ചിരിക്കുന്നു. പഴയ രീതിയിലുള്ള എഴുത്തുപള്ളികളും നാട്ടെഴുത്തശ്ശന്മാരും മുല്ലാമാരും മറ്റും ഇന്ന് ഇല്ലെന്നു പറഞ്ഞാൽപ്പോലും അതൊരതിശയോക്തിയാവില്ല.

ഇതേ മാറ്റം നമ്മുടെ നാട്ടിൻപുറത്തെ സാമൂഹ്യജീവിതത്തിൽ മുഴുവൻ വന്നുകഴിഞ്ഞിരിക്കുന്നു. പഴയ രീതിയനുസരിച്ചുള്ള വിളക്കത്തലവൻ, കാവുതിക്കാരൻ മുതലായി ഓരോ ജാതികൾക്ക് വേറെ വേറെയുള്ള ക്ഷുരകൻ (സവർണഹിന്ദുവിന് വിളക്കത്തലവൻ, അവർണഹിന്ദുവിന് കാവുതിക്കാരൻ, മുസ്ലിമിന് ഒസാൻ) മിക്കവാറും ഇല്ലാതായിരിക്കുന്നു; അതിനുപകരം എല്ലാ ജാതിക്കാർക്കും പോകാവുന്നതും എല്ലാവരും പോകുന്നതുമായ ഷേവിങ്സലൂണുകൾ വന്നിരിക്കുന്നു (ജാതിനിയമം കണിശമായി പാലിക്കുന്നവർപോലും, 'ഇന്ന ജാതിക്കാർക്കുമാത്രം ക്ഷൗരം ചെയ്തുകൊടുക്കു'മെന്നെഴുതിയ ബോർഡ് വച്ചുകൊണ്ടുള്ള സലൂൺ തുറക്കുകയാണു ചെയ്യുന്നത്). അതുപോലെ, ഒരു വീട്ടിൽ ദീനക്കാരുണ്ടെന്നറിഞ്ഞാൽ അവിടെപ്പോയി രോഗിയെ പരിശോധിച്ച്, മരുന്നു നിശ്ചയിച്ച്, മരുന്നുണ്ടാക്കുന്നതെങ്ങനെയെന്നു നിർദേശം കൊടുത്തുപോരുന്ന വൈദ്യനുപകരം മരുന്നുകളൊക്കെ ഉണ്ടാക്കി വിൽക്കുന്ന വൈദ്യശാലകൾ ധാരാളമായിരിക്കുന്നു; ഇതിനുംപുറമേ ഇതിൽനിന്നൊക്കെ വ്യത്യാസപ്പെട്ടുനിൽക്കുന്ന ഒരു പുതിയ ചികിൽസാരീതിയും അതിനനുസരിച്ച ഡോക്ടറും കമ്പൗണ്ടറും ആശുപത്രിയും മരുന്നും ധാരാളം പരന്നിട്ടുണ്ട്. ഇതുപോലെതന്നെ ആശാരി, മൂശാരി, കരുവാൻ, പെരുങ്കൊല്ലൻ മുതലായവരും പണ്ടത്തെപ്പോലെ 'ദേശത്താശാരി', 'ദേശത്ത് മൂശാരി' മുതലായ നിലയ്ക്ക് അതതു സ്ഥലത്തു ജോലി ചെയ്ത് അവകാശം വാങ്ങുന്നതുമാറ്റി കൂടുതൽ നല്ല പ്രതിഫലം കിട്ടാനിടയുള്ള സ്ഥലത്തുപോയി പണിയെടുക്കുകയും കൂലിവാങ്ങുകയും ചെയ്തുവരുന്നു. മാത്രമല്ല, ഇത്തരം ജോലികളിലേർപ്പെട്ടു മുമ്പു ജീവിച്ചിരുന്ന പലരും അതുവിട്ട് മറ്റു ജോലികൾക്കും, മറ്റു നാടുകളിലേക്കും പോകാനും മറ്റു ജോലികളിലേർപ്പെട്ടിരുന്ന പലരും ഇത്തരം ജോലികൾ നടത്താനും തുടങ്ങിയിരിക്കുന്നു.

ചുരുക്കിപ്പറകയാണെങ്കിൽ, പഴയ സാമൂഹ്യവ്യവസ്ഥയ്ക്കു കീഴിലുണ്ടായിരുന്ന പ്രവൃത്തിവിഭജനവും സ്വത്തുവിഭജനവും അടിപുഴങ്ങി

യിരിക്കുന്നു; ഇന്നിന്ന ജാതിക്കാർ ഇന്ന ജോലിചെയ്യുക, അതിനുപകരം ഇന്ന സംഖ്യ (വിളവിന്റെ ഇന്ന ഓഹരി, അല്ലെങ്കിൽ ആണ്ടറുതികൾക്കും അടിയന്തരങ്ങൾക്കും ഇന്നിന്ന 'അവകാശം') വാങ്ങുക എന്ന വ്യവസ്ഥ നശിച്ചിരിക്കുന്നു; ഇന്ന ജാതിയിൽ ജനിച്ചതുകൊണ്ട് ഇന്ന ജോലി ചെയ്യുകയെന്നും ഇന്നിന്ന കുടുംബങ്ങളിൽനിന്ന് ഇന്നിന്ന അവകാശങ്ങൾ വാങ്ങുകയെന്നുമുള്ള നിയമം ഇല്ലാതായിരിക്കുന്നു. ഇതിനുപകരം പുതിയൊരു സാമൂഹ്യവ്യവസ്ഥ, പുതിയ തരത്തിലുള്ളൊരു പ്രവൃത്തിവിഭജനം, പുതിയ തരത്തിലുള്ളൊരു സ്വത്തുവിഭജനം നിലവിൽ വന്നിരിക്കുന്നു. 'സ്വാതന്ത്ര്യം, സമത്വം, സാഹോദര്യ'മാണീ പുതിയ വ്യവസ്ഥയുടെ അടിസ്ഥാനമെന്നാണ് വച്ചിട്ടുള്ളത്. എന്നുവച്ചാൽ, ഓരോ ആൾക്കും, താൻ ജനിച്ച ജാതിയോ കുടുംബമോ നോക്കാതെ, ഇഷ്ടമുള്ള ജോലി പഠിക്കാം; പഠിച്ച ജോലി ചെയ്തു ജീവിക്കാം; ചെയ്ത ജോലിക്കനുസരിച്ചു പ്രതിഫലം കിട്ടും; പണിയിൽ സാമർഥ്യവും പരിചയവും ധാരാളം നേടിയ ഒന്നാംകിടക്കാരനാണെങ്കിൽ മേലേക്കിടയിലുള്ള നിരക്ക് കിട്ടും; മോശക്കാരനാണെങ്കിൽ മോശമായ നിരക്കും. ഇങ്ങനെ സ്വന്തം പ്രാപ്തിയും പരിശീലനവും അധ്വാനവുമനുസരിച്ച് ഇഷ്ടമുള്ള ജോലിചെയ്തു ജീവിക്കാൻ പഴയ ജാതി–ജന്മി–നാടുവാഴി വ്യവസ്ഥയിൻകീഴിലില്ലാതിരുന്ന സ്വാതന്ത്ര്യം ഓരോ വ്യക്തിക്കും നൽകിയതാണ് ബ്രിട്ടീഷ്ഭരണം നമ്മുടെ നാട്ടിൽവരുത്തിയ വമ്പിച്ച സാമൂഹ്യവിപ്ലവം.

ഇങ്ങനെ ഇഷ്ടമുള്ള ജോലി ചെയ്തു ജീവിക്കാൻ തനിക്കു കിട്ടിയ സ്വാതന്ത്ര്യം എന്തിനുവേണ്ടിയാണ് വ്യക്തി ഉപയോഗിക്കുന്നത്? ജോലിയും ജോലിസ്ഥലവും തിരഞ്ഞെടുക്കുമ്പോൾ എന്താണയാൾ മുഖ്യമായെടുക്കുന്നത്? ഇതേവരത്തെ സ്ഥിതിയാണെങ്കിൽ, ജോലിയും ജോലിസ്ഥലവും ജോലിക്കുള്ള പ്രതിഫലവും ഓരോരുത്തന്റെയും ജനനത്തോടുകൂടി നിശ്ചയിച്ചുകഴിഞ്ഞിരുന്നു; താൻ ജനിച്ച ദേശത്ത് താൻ ജനിച്ച ജാതിക്കു വിധിച്ച ജോലിചെയ്ത്, ആ ജാതിക്കു നിശ്ചയിച്ചിട്ടുള്ള അവകാശം വാങ്ങി ജീവിക്കുകയല്ലാതെ മറ്റൊന്നും ഒരാൾക്കു ചെയ്യാനില്ല. എന്നാൽ പുതിയ വ്യവസ്ഥയ്ക്കുകീഴിൽ മട്ടാകെ മാറിയിരിക്കുന്നു; തനിക്കേറ്റവും കൂടുതൽ ഇഷ്മുള്ള ജോലിചെയ്യാം, പക്ഷേ ഏതാണൊരാളിഷ്ടപ്പെടുന്ന പ്രവൃത്തി? തനിക്ക് ഏറ്റവുമധികം അഭിരുചിയുള്ള ജോലിയോ? അല്ല. നാട്ടുകാർക്ക് ഏറ്റവുമധികം ആവശ്യമുള്ളതോ? അതുമല്ല. പിന്നെയോ? തനിക്ക് ഏറ്റവുമധികം എളുപ്പത്തിൽ ചെയ്യാവുന്നതും ഏറ്റവുമധികം പ്രതിഫലം കിട്ടാവുന്നതുമായ ജോലി. കൈത്തറിയിൽ മുണ്ടുനെയ്തുവിറ്റ് നടക്കുന്നതിലധികം ആദായകരമായത് നെയ്ത്തുകമ്പനിയിൽ കൂലിപ്പണിയെടുക്കുകയാണെങ്കിൽ ചാലിയൻ അതിനുപോകും; മരപ്പണിയെക്കാൾ ആദായമുള്ള ജോലിയാണ് ക്ഷൗരമെന്നു കണ്ടാൽ ആശാരി 'ഷേവിങ്സലൂൺ' തുറക്കും; ബി എ പാസ്സായി ഗവൺമെൻറുദ്യോഗത്തിൽ കടന്നുകൂടാനുള്ള വഴിയുണ്ടെന്നുകണ്ടാൽ ചാലിയനും ആശാരിയും തീയനുമെല്ലാം അതിനുപോകും. എന്തിനേറെ, അധ്യാപ

കൻമാർക്ക് ശമ്പളമോ ക്ഷാമബത്തയോ വർധിച്ചുകിട്ടാതിരിക്കുകയും നെയ്ത്തുജോലി താരതമ്യേന ആദായകരമാവുകയും ചെയ്ത കാലങ്ങളിൽ അധ്യാപകൻമാർ സ്കൂൾവിട്ടു നെയ്ത്തുകാരായി മാറിയതിന്റെ ഉദാഹരണങ്ങൾ അപൂർവമല്ല. അതുപോലെതന്നെ കൊങ്ങിലും കൊളമ്പിലും പെനാംഗിലും പോയി നാടുംവീടും വിട്ട്, വീട്ടുകാരിൽനിന്നും നാട്ടുകാരിൽനിന്നും വിട്ടുജീവിക്കുന്ന പതിനായിരക്കണക്കിലുള്ള മലയാളിയുവാക്കൻമാർ അതിലവർക്കുള്ള അഭിരുചികൊണ്ടോ അതൊരു സേവനമാണെന്നു കരുതിയോ അല്ല അങ്ങനെ ചെയ്യുന്നത്; കഴിഞ്ഞ യുദ്ധകാലത്ത് രണ്ടു ലക്ഷത്തോളം മലയാളിയുവാക്കൻമാർ ജീവൻ പണയം വച്ചുകൊണ്ട് യുദ്ധസേവനം നടത്തിയതും സഖ്യശക്തികളെ ജയിപ്പിക്കാനുള്ള ആഗ്രഹംകൊണ്ടല്ല; പിന്നെയോ, സ്വയം ജീവിക്കാനും കുടുംബത്തെ പോറ്റാനും നാട്ടിലിരുന്നാൽ സാധ്യമല്ലെന്നും അതിനു യുദ്ധസേവനവും അന്യദേശവാസവുമാണ് കൂടുതൽ സഹായകമെന്നും കണ്ടിട്ട്.

അതായത്, ബ്രിട്ടീഷ്ഭരണംവരെ ഓരോ വ്യക്തിയുടെയും പ്രവൃത്തിസ്വാതന്ത്ര്യത്തിന് ഒരതിരുണ്ടായിരുന്നതുപോലെതന്നെ അയാളുടെ പ്രവൃത്തിക്കും പ്രതിഫലത്തിനും ഒരുറപ്പുമുണ്ടായിരുന്നു. ഇന്ന ജോലിയേ ചെയ്യാൻ പാടുള്ളുവെന്നു നിർബന്ധിച്ച സമുദായം ഇന്ന പ്രതിഫലം കിട്ടുമെന്ന ഉറപ്പും നൽകിയിരുന്നു. ഇതിലാദ്യത്തേത് കളഞ്ഞ് വ്യക്തിസ്വാതന്ത്ര്യമനുവദിച്ച അതേ ബ്രിട്ടീഷ്ഭരണം രണ്ടാമത്തേതും കളഞ്ഞ് വ്യക്തിയുടെ ജോലിയും ജീവിതമാർഗവും നശിപ്പിക്കുകകൂടി ചെയ്തു. ഇന്ന ദേശത്ത് ഇന്ന ജാതിയിൽ ജനിച്ചവൻ ആ ദേശത്ത് ആ ജാതിക്കു വിധിച്ച ജോലിചെയ്തു ജീവിക്കണമെന്ന നിയമം എടുത്തുകളഞ്ഞ്, ലോകത്തിലെവിടെ വല്ല ജോലിയുണ്ടോ അവിടെപ്പോയി ആ ജോലിചെയ്യാൻ സൗകര്യം നൽകിയ ബ്രിട്ടീഷ്ഭരണം തന്നെ സ്വന്തം നാട്ടിൽ ജീവിക്കാൻ വേണ്ട പ്രതിഫലം കിട്ടുന്ന ജോലിയുണ്ടെന്നുറപ്പിക്കാനൊരാൾക്കും കഴിയില്ലെന്ന നിലയും വരുത്തി. തെങ്ങുചെത്തിയും കൃഷിചെയ്തും കൂലിപ്പണിയെടുത്തും കഴിഞ്ഞിരുന്ന തീയരിൽ ചിലർക്ക് ബി എയും എം എയും മറ്റും പാസ്സായി ഉദ്യോഗവും മറ്റുയർന്നതരം ജോലികളും ചെയ്തു നന്നാവാനവസരം നൽകിയ അതേ ബ്രിട്ടീഷ്ഭരണം ആ സമുദായത്തിലെ സാധാരണജനങ്ങൾക്ക് ചുരുങ്ങിയ തോതിൽപ്പോലും ജീവിക്കാൻ കഴിയാതെയും അവരിലൊരു നല്ല വിഭാഗത്തിന് നാടുവിടേണ്ടിവന്നും കഷ്ടപ്പെടാനിടയാക്കി.

സാർവലൗകികവിപ്ലവത്തിന്റെ ഭാഗം

ഇത് കേരളത്തിൽ മാത്രമല്ല ലോകത്തിലാകെ നടന്നിട്ടുള്ള ഒരു സാമൂഹ്യവിപ്ലവമാണ്. ഇവിടത്തെ ജാതി-ജന്മി-നാടുവാഴി മേധാവിത്വത്തിന്റെ രൂപത്തിൽത്തന്നെയല്ലെങ്കിലും ആളുകളെയും കുടുംബങ്ങളെയും ചില വ്യക്തമായ ജോലികളുമായി കെട്ടിയിടുകയും ആ ജോലി

ക്കുള്ള പ്രതിഫലം വ്യക്തമായി നിശ്ചയിക്കുകയും ചെയ്തുകൊണ്ടുള്ള പ്രവൃത്തിവിഭജനവും സ്വത്തുവിഭജനവും മധ്യകാലയൂറോപ്പിലുമുണ്ടായിരുന്നു. ഫ്യൂഡലിസമെന്ന പേരിലറിയപ്പെടുന്ന ആ സാമൂഹ്യഘടനയിൻ കീഴിലെ നാടുവാഴികളും കേരളത്തിലെ നാടുവാഴി–ജന്മിവർഗങ്ങളും തമ്മിൽ എന്തു വ്യത്യാസമുണ്ടായിരുന്നാലും, ആ യൂറോപ്യൻസമുദായത്തിലെ 'ഗിൽഡു'കളും നമ്മുടെ ജാതികളും തമ്മിൽ ഏതെല്ലാം വ്യത്യാസമുണ്ടെങ്കിലും രണ്ടുകാര്യത്തിൽ നമ്മുടെ സാമൂഹ്യവ്യവസ്ഥയും യൂറോപ്യൻവ്യവസ്ഥയും തമ്മിൽ സാദൃശ്യമുണ്ട്: ഒന്ന്, ഇഷ്ടമുള്ള ജോലി തിരഞ്ഞെടുക്കാനോ പഠിക്കാനോ അനുസരിക്കാനോ വ്യക്തികൾക്കു സ്വാതന്ത്ര്യമില്ല. രണ്ട്, സ്വന്തം നാട്ടിൽത്തന്നെ ജീവിച്ചു ജോലിചെയ്യാനുള്ള സൗകര്യം എല്ലാവർക്കുമുണ്ട്; എന്നുവച്ചാൽ, ജോലി തിരഞ്ഞെടുക്കുന്ന കാര്യത്തിൽ സമുദായം ചുമത്തുന്ന നിബന്ധനകളനുസരിക്കാൻ വ്യക്തികൾക്ക് കടമയും ആ നിബന്ധനകൾക്കു കീഴ്പ്പെട്ടു ജീവിക്കാൻവേണ്ട ജോലി ഓരോ ആൾക്കും സമുദായം നൽകുമെന്ന ഉറപ്പും രണ്ടു വ്യവസ്ഥകൾക്കു കീഴിലുമുണ്ട്. ആ സ്ഥിതിക്ക് കേരളത്തിൽ നടന്നതായി മുകളിൽ വിവരിച്ച മാറ്റങ്ങൾ യൂറോപ്പിലും നടന്നിട്ടുണ്ടെങ്കിൽ അത്ഭുതപ്പെടാനില്ലല്ലോ. യൂറോപ്പിൽ നടന്നതായ ഈ മാറ്റം *കമ്യൂണിസ്റ്റ് മാനിഫെസ്റ്റോവിൽ* ഇങ്ങനെ വിവരിക്കുന്നു:

> ബൂർഷ്വാസി, അതിനു മേൽക്കൈ കിട്ടിയ ഇടങ്ങളിലെല്ലാം ഫ്യൂഡലും ഗോത്രപരവും അനവദ്യഗ്രാമീണവുമായ എല്ലാ ബന്ധങ്ങൾക്കും അറുതി വരുത്തിയിരിക്കുന്നു. അത് മനുഷ്യനെ അവന്റെ 'സ്വാഭാവിക മേലാളന്മാരു'മായി ബന്ധിപ്പിച്ചിരുന്ന വിചിത്രങ്ങളായ ഫ്യൂഡൽ ചരടുകൾ ഇങ്ങിനിയില്ലാതവണ്ണം നിഷ്കരുണം മുറിച്ചുകളഞ്ഞു; നഗ്നമായ സ്വാർഥതയും നിഷ്ഠുരമായ 'രൊക്കം പണംകൊടുപ്പു'മൊഴികെ, മനുഷ്യനും മനുഷ്യനും തമ്മിലുള്ള മറ്റൊരു പാരസ്പര്യത്തെയും അത് ബാക്കിവച്ചില്ല. മതാവേശത്തിന്റെയും ആർത്തത്രാണ പരായണത്വത്തിന്റെയും ലൗകികമാത്രമായ അഭിനിവേശത്തിന്റെയും പരമമായ സ്വർഗീയനിർവൃതികളെ അത് അഹംഭാവജടിലമായ ദുഷ്ടലാക്കുകളുടെ തണുത്തുറഞ്ഞ വെള്ളത്തിൽ മുക്കിക്കൊന്നിരിക്കുന്നു. വ്യക്തിസത്തയെ അത് വിനിമയമൂല്യമാക്കി മാറ്റിയിരിക്കുന്നു..... ഭയഭക്തി ബഹുമാനങ്ങളോടെ ഇന്നോളവും ആദരിക്കുകയും നോക്കിക്കാണുകയും ചെയ്തിരുന്ന എല്ലാ തൊഴിലുകളുടെയും ദിവ്യപരിവേഷത്തെ ബൂർഷ്വാസി പിച്ചിച്ചീന്തിക്കളഞ്ഞിരിക്കുന്നു. വൈദ്യനെയും വക്കീലിനെയും വൈദികനെയും കവിയെയും ശാസ്ത്രജ്ഞനെയും അത് അതിന്റെ കൂലിവേലക്കാരാക്കി മാറ്റിയിരിക്കുന്നു. ബൂർഷ്വാ കുടുംബത്തിന്റെ വൈകാരിക മൂടുപടം കീറിക്കളയുകയും കുടുംബബന്ധത്തെ

> വെറുമൊരു പണബന്ധമാക്കി അധഃപതിപ്പിക്കുകയും ചെയ്തിരിക്കുന്നു (പേജ് 16–17).

ഇങ്ങനെ 'കുടുംബബന്ധ'ത്തെപ്പോലും 'വെറുംപണബന്ധമാക്കി അധഃപതിപ്പിച്ച' യൂറോപ്യൻ മുതലാളിവർഗത്തിന്റെ മുന്നണിവിഭാഗമായ ബ്രിട്ടീഷ്മുതലാളിമാരാണ് ഇന്ത്യയിൽ സ്ഥാനമുറപ്പിച്ചത്. അവർ പഴയ സാമൂഹ്യബന്ധങ്ങളെയും സംസ്കാരത്തെയും ജീവിതരീതിയെയുമൊക്കെ നശിപ്പിച്ചു; പകരം പുതിയ സാമൂഹ്യബന്ധങ്ങളും സംസ്കാരവും ജീവിതരീതിയും കെട്ടിപ്പടുത്തു. ഈ പുതിയ ബന്ധങ്ങൾ വന്നുചേരുന്നതിന്റെ ഒരു മാതൃക മാത്രമാണ് കേസരി ഫലിതമയമായി വിവരിക്കുന്ന, 'നാട്ടെഴുത്തശ്ശൻ' 'മേഷ്ട്ര'രായി മാറുന്ന മാറ്റം. ഈ മാറ്റം എങ്ങനെ വന്നുചേരുന്നുവെന്ന് *കമ്യൂണിസ്റ്റ് മാനിഫെസ്റ്റോ* സവിസ്തരം വിവരിക്കുന്നു:

> സ്വന്തം ഉൽപ്പന്നങ്ങൾക്കുവേണ്ടി കമ്പോളം നിരന്തരമായി വിസ്തൃതിപ്പെടുത്തേണ്ടതിന്റെ ആവശ്യകത ബൂർഷ്വാസിയെ ഭൂതലമെമ്പാടും വേട്ടയാടിക്കൊണ്ടിരിക്കുന്നു. അതിന് എല്ലായിടത്തും കൂടുകൂട്ടണം, എല്ലായിടത്തും സ്ഥിരവാസമുറപ്പിക്കണം, എല്ലായിടത്തും ബന്ധങ്ങൾ സ്ഥാപിക്കുകയും വേണം.
>
> ലോകകമ്പോളത്തെ ചൂഷണം ചെയ്യുകവഴി ബൂർഷ്വാസി സകല രാജ്യങ്ങളിലെയും ഉൽപ്പാദനത്തിനും ഉപഭോഗത്തിനും ഒരു സാർവജനീനസ്വഭാവം നൽകിയിരിക്കുന്നു. പിന്തിരിപ്പന്മാർക്ക് വല്ലാത്ത മനോദുഃഖം ഉണ്ടാക്കിക്കൊണ്ട് അത് വ്യവസായത്തെ അതു നിന്നിരുന്ന ദേശീയതയുടെ തറയിൽനിന്ന് പിഴുതുമാറ്റിയിരിക്കുന്നു. സുസ്ഥാപിതമായ പഴയ ദേശീയ വ്യവസായങ്ങൾ ഒന്നൊഴിയാതെ നശിപ്പിക്കപ്പെട്ടു കഴിഞ്ഞിരിക്കുന്നു, അഥവാ അനുദിനം നശിപ്പിക്കപ്പെട്ടു കൊണ്ടിരിക്കുന്നു; അവയെ പുതിയ വ്യവസായങ്ങൾ പുറന്തള്ളിയിരിക്കുന്നു. ഈ പുതിയ വ്യവസായങ്ങൾ ആരംഭിക്കുകയെന്നത് എല്ലാ പരിഷ്കൃത രാഷ്ട്രങ്ങളുടെയും ജീവന്മരണപ്രശ്നമായി മാറിയിരിക്കുന്നു. ഈ വ്യവസായങ്ങൾ നാടൻ അസംസ്കൃതപദാർഥങ്ങളല്ല ഇനിയങ്ങോട്ട് ഉപയോഗിക്കുക; പിന്നെയോ, ഏറ്റവും വിദൂരങ്ങളായ മേഖലകളിൽനിന്നുള്ള അസംസ്കൃത പദാർഥങ്ങളാണ്; ഈ വ്യവസായങ്ങളുടെ ഉൽപ്പന്നങ്ങൾ ഉപഭോഗിക്കുന്നത് നാട്ടിൽമാത്രമല്ല, ഭൂഗോളത്തിന്റെ എല്ലാ ഭാഗങ്ങളിലുമാണ്. നാടൻ ഉൽപ്പന്നങ്ങൾകൊണ്ട് തൃപ്തിയടഞ്ഞിരുന്ന പഴയ ജീവിതാവശ്യങ്ങളുടെ സ്ഥാനത്ത് പുതിയ ജീവിതാവശ്യങ്ങളാണ് നമുക്കു കാണാൻ കഴിയുന്നത്. അവയെ തൃപ്തിപ്പെടുത്തുവാൻ വിദൂരഭൂമികളിലെയും കാലാവസ്ഥകളിലെയും ഉൽപ്പന്നങ്ങൾ വേണ്ടിവന്നിരിക്കുന്നു. പഴയ പ്രാദേശികവും ദേശീയവുമായ ഏകാകിത്വത്തിന്റെയും സ്വയംപര്യാപ്തതയുടെയും സ്ഥാനത്ത് രാഷ്ട്രങ്ങളുടെ എല്ലാ ദിശകളിലുമുള്ള ആദാനപ്ര

ദാനവും സാർവലൗകികമായ പരസ്പരാശ്രിതത്വവുമാണ് നമുക്കുള്ളത്. ഭൗതിക ഉൽപ്പാദനത്തിലെന്നപോലെതന്നെ ധൈഷണിക ഉൽപ്പാദനത്തിലും വ്യക്തിഗത രാഷ്ട്രങ്ങളുടെ ധൈഷണിക നിർമിതികൾ പൊതുസ്വത്തായി മാറുന്നു. ദേശീയമായ ഏകപക്ഷീയതയും സങ്കുചിതമനഃസ്ഥിതിയും കൂടുതൽ കൂടുതൽ അസാധ്യമായിക്കൊണ്ടുവരുന്നു; ദേശീയവും പ്രാദേശികവുമായ നിരവധി സാഹിത്യങ്ങളിൽനിന്ന് ഒരു ലോകസാഹിത്യം ഉയർന്നുവരുന്നു.

ഉൽപ്പാദനോപകരണങ്ങളുടെ ദ്രുതഗതിയിലുള്ള മെച്ചപ്പെടുത്തലും വാർത്താവിനിമയോപാധികളുടെ അളവറ്റ ലഭ്യതയും വഴി ബൂർഷ്വാസി ഏറ്റവും ബർബരമായതുൾപ്പെടെയുള്ള എല്ലാ രാഷ്ട്രങ്ങളെയും നാഗരികതയിലേക്ക് സന്നിവേശിപ്പിക്കുന്നു. സ്വന്തം ചരക്കുകളുടെ തുച്ഛമായ വിലകളാകുന്ന വൻപീരങ്കികളുപയോഗിച്ചാണ് അത് ചൈനീസ് വൻമതിലുകളെ ഇടിച്ചുനിരത്തുകയും ബർബരന്മാർക്ക് വിദേശീയരോടുള്ള കൊടും വിദ്വേഷത്തെ അടിയറവു പറയാൻ നിർബന്ധിതമാക്കുകയും ചെയ്യുന്നത്. മരണവേദനയിൽക്കിടന്നു പുളയുന്ന എല്ലാ രാഷ്ട്രങ്ങളെയും ബൂർഷ്വാ ഉൽപ്പാദനരീതി സ്വീകരിക്കാൻ അതു നിർബന്ധിക്കുന്നു; 'നാഗരികത' എന്ന് അതു വിളിക്കുന്ന നാഗരികത ആ രാഷ്ട്രങ്ങൾക്കിടയിൽ നടപ്പാക്കുവാൻ, അതായത് സ്വയം ബൂർഷ്വാസിയാകുവാൻ അത് അവരെ നിർബന്ധിക്കുന്നു. ഒറ്റവാക്കിൽപ്പറഞ്ഞാൽ, അത് അതിന്റെ സ്വന്തം ഛായയിൽ ഒരു ലോകത്തെ സൃഷ്ടിക്കുന്നു (പേജ് 18–20).

ഇങ്ങനെ മുതലാളിവർഗം 'സ്വന്തം ഛായയിൽ സൃഷ്ടിച്ച' ലോകത്തിന്റെ ഒരു ഭാഗമായി കേരളം; മുമ്പുണ്ടായിരുന്ന കേരളീയ സാമൂഹ്യവ്യവസ്ഥയുടെ സവിശേഷതകളൊക്കെ പോയി; മുമ്പ് മേധാവിത്വം വഹിച്ചിരുന്ന കേരളീയജനവിഭാഗങ്ങൾ സ്ഥാനഭ്രഷ്ടരായി; മുമ്പ് മാന്യസ്ഥാനം ഇല്ലായിരുന്ന പുതിയ ജനവിഭാഗങ്ങൾ ഉയർന്നുവന്ന് മാന്യസ്ഥാനം നേടി; മുമ്പ് കേരളീയസംസ്കാരമായി കണക്കാക്കപ്പെട്ടിരുന്നതെല്ലാം 'പഴഞ്ച'നെന്ന നിലയ്ക്ക് തള്ളപ്പെട്ടു; മ്ലേഛസംസ്കാരമെന്നു കരുതപ്പെട്ടിരുന്ന പലതും സ്വീകാര്യമായി. ഈ വമ്പിച്ച സാമൂഹ്യ-സാംസ്കാരിക-രാഷ്ട്രീയ വിപ്ലവത്തിന്റെ നേരിയ, അപൂർണമായ ഒരു ചിത്രം അനുഗൃഹീത കവിയായ കുഞ്ചൻനമ്പ്യാരുടെ കൃതികളിൽ (ഉദാ: *നളചരിതം* തുള്ളലിലെ കലിയുഗവർണന) നമുക്കു കാണാം. അതിന്റെ ഫലമായി ഇന്നേവരെ കേരളത്തിന്റെ സാമൂഹ്യജീവിതത്തിൽ വന്നിട്ടുള്ള മാറ്റങ്ങളെയാണ് ചുരുക്കത്തിൽ താഴെ വിവരിക്കുന്നത്.

സ്വയംസമ്പൂർണത നശിക്കുന്നു

നാട്ടിലുണ്ടാവുന്ന നെല്ല്കുത്തി അരിയാക്കി അതുകൊണ്ട് ഭക്ഷണം കഴിക്കുക, നാട്ടിൽ നെയ്തുണ്ടാക്കുന്ന തുണി ഉടുക്കുക, നാട്ടുകാരായ ആശാരി, കരുവാൻ, കൊല്ലൻ മുതലായ കൈത്തൊഴിൽക്കാരുണ്ടാക്കുന്ന

മറ്റു സാധനങ്ങളുപയോഗിക്കുക-ഇതാണ് ബ്രിട്ടീഷ്ഭരണം വരുന്നതുവരെ മലയാളികൾ ചെയ്തിരുന്നത്. അന്യനാടുകളിൽനിന്ന്—എന്തിന്, കേരളത്തിന്റെ മറ്റുഭാഗങ്ങളിൽനിന്നുതന്നെ—സാധനങ്ങൾ ഇറക്കുമതി ചെയ്കയോ ഇവിടെയുണ്ടാവുന്ന സാധനങ്ങൾ അന്യനാടുകളിലേക്ക് കയറ്റിയയയ്ക്കുകയോ ചെയ്തിരുന്നില്ലെന്നു പറയാൻ പാടില്ലെങ്കിലും, വളരെ ചുരുക്കം സാധനങ്ങളാണ് ഇറക്കുമതി ചെയ്കയും കയറ്റിയയയ്ക്കുകയും ചെയ്തിരുന്നത്. ബഹുഭൂരിപക്ഷം ജനങ്ങൾ നാടൻചരക്കുകൾ കൊണ്ടുതന്നെ ജീവിതം കഴിച്ചുകൂട്ടുകയും തങ്ങളുണ്ടാക്കുന്ന സാധനങ്ങൾ അയൽവാസികൾക്കുതന്നെ വിറ്റ് പണമാക്കുകയുമാണു ചെയ്തിരുന്നത്.

ഈ സാമൂഹ്യഘടനയുടെ അവശിഷ്ടങ്ങളായ ചില മാമൂലുകൾ ഹിന്ദുക്കളുടെ ഇടയിൽ ഇന്നും നമുക്കു കാണാം: ക്ഷേത്രങ്ങളിലും മറ്റു ദൈവികാരാധനാസ്ഥലങ്ങളിലും ഇന്നും മണ്ണെണ്ണ നിഷിദ്ധമാണ്; എള്ളെണ്ണ, വെളിച്ചെണ്ണ, നെയ്യ് മുതലായവയേ ഉപയോഗിക്കുകയുള്ളൂ. വിദേശവസ്ത്രങ്ങളുപയോഗിക്കാത്ത യാഥാസ്ഥിതിക കാരണവൻമാരെ ഇന്നും അപൂർവമായി കാണാം; ഉപയോഗിക്കുന്നവർതന്നെ ശ്രാദ്ധം മുതലായ സന്ദർഭങ്ങളിൽ നാടൻതുണിയേ ഉപയോഗിക്കുകയുള്ളൂ. കേരളത്തിൽ പണ്ട് കൃഷിചെയ്തിരുന്നില്ലാത്തതും അടുത്തകാലത്ത് മറുനാടുകളിൽനിന്നു കൊണ്ടുവന്ന് കൃഷിചെയ്യാൻ തുടങ്ങിയതുമായ ചില സാധനങ്ങൾ (ഉദാ: ഉള്ളി, മരക്കിഴങ്ങ് മുതലായവ) ഇന്നും യാഥാസ്ഥിതികഹിന്ദുക്കൾ പലരും ഉപയോഗിക്കുന്നില്ല. ചുരുക്കത്തിൽ, വിദേശച്ചരക്കുകളുപയോഗിക്കുന്നത് നിഷിദ്ധമായാണ് മതവും ആചാരങ്ങളും മാമൂലുകളും കണക്കാക്കുന്നതെന്നാണ് യാഥാസ്ഥിതികഹിന്ദുക്കൾ വിശ്വസിക്കുന്നത്.

എന്നാൽ ഒരു മാമൂലായിട്ടല്ലാതെ നിത്യജീവിതത്തിൽ ഇതനുസരിക്കാൻ യാഥാസ്ഥിതികഹിന്ദുക്കൾക്കുപോലും നിവൃത്തിയില്ലെന്ന നില വന്നിട്ടുണ്ട്; ഭക്ഷണം, വസ്ത്രധാരണം, ഗൃഹനിർമാണം മുതലായ എല്ലാ കാര്യങ്ങളിലും വിദേശച്ചരക്കുകളുപയോഗിക്കാൻ ഏറ്റവും യാഥാസ്ഥിതികൻമാരായ ആളുകൾകൂടി ഇന്ന് നിർബന്ധിക്കപ്പെടുന്നുണ്ട്. മഞ്ചലും പല്ലക്കും പ്രഭുത്വത്തിന്റെ ലക്ഷണമായിക്കണക്കാക്കുന്ന ദുർലഭം പ്രമാണിമാർപോലും റോഡുകളൊന്നുമില്ലാത്ത നാട്ടിൻപുറങ്ങളിൽ മാത്രമേ അതുപയോഗിക്കുന്നുള്ളൂ: തീവണ്ടിയും ബസും മറ്റു നവീനവാഹനങ്ങളുമുപയോഗിക്കുന്നത് നിഷിദ്ധമായി ഇന്നാരും കണക്കാക്കുന്നില്ല. അതുപോലെതന്നെ ക്ഷേത്രങ്ങൾക്കകത്തും ദൈവികാരാധനകളുടെയും ആചാരങ്ങളുടെയും ആവശ്യത്തിനും 'മണ്ണെണ്ണയും മൽമലും' മറ്റു വിദേശച്ചരക്കുകളും ഉപയോഗിക്കാത്തവർപോലും സ്വന്തം ആവശ്യ

ത്തിന് എല്ലാത്തരം വിദേശച്ചരക്കുകളും ഉപയോഗിക്കുന്നത് പതിവാക്കിയിട്ടുണ്ട്.

ഈ മാറ്റം വന്നത് ബ്രിട്ടീഷ്ഭരണത്തിൻകീഴിലാണ്, ബ്രിട്ടീഷ് ഭരണത്തിന്റെ ഫലമായാണ്. വാസ്തവത്തിൽ ബ്രിട്ടീഷുകാർ ഈ മാറ്റം നമ്മുടെ നാട്ടിൽ വരുത്തിയത് അവരുടെ ആവശ്യങ്ങൾക്കുവേണ്ടിത്തന്നെയായിരുന്നു. ഇംഗ്ലണ്ടിലെ ഫാക്ടറികൾക്കാവശ്യമുള്ള അസംസ്കൃത സാധനങ്ങൾ ചുരുങ്ങിയ വിലയ്ക്കു വാങ്ങുക, ഇംഗ്ലണ്ടിലുണ്ടാക്കുന്ന വ്യാവസായികച്ചരക്കുകൾ വലിയ വിലയ്ക്കു വിൽക്കുക, ഇംഗ്ലീഷ് മുതലാളിമാർക്ക് മൂലധനമിറക്കി വ്യാപാരവും വ്യവസായങ്ങളും നടത്തി ലാഭമെടുക്കാനുള്ള സൗകര്യമുണ്ടാക്കുക—ഈ മൂന്നാവശ്യങ്ങൾക്കുവേണ്ടിയാണല്ലോ ബ്രിട്ടീഷുകാർ ഇന്ത്യയെ തങ്ങളുടെ കീഴിലാക്കിയത്. ഇതിനുവേണ്ടി നമ്മുടെ നാട്ടിലെ വ്യവസായങ്ങൾ നശിപ്പിച്ചതിന്റെയും കൈത്തൊഴിൽക്കാരെ നിരാധാരരാക്കിവിട്ടതിന്റെയും മറ്റും ചരിത്രം ഇന്ത്യൻ ദേശീയവാദികളായ ചരിത്രകാരൻമാരും ധനശാസ്ത്രജ്ഞൻമാരും രാഷ്ട്രീയപ്രവർത്തകൻമാരും ആവർത്തിച്ചാവർത്തിച്ചു പറഞ്ഞിട്ടുള്ളതാണ്. അതിന്റെ ഫലമായി കേരളത്തിലെന്തെല്ലാം മാറ്റങ്ങൾ വന്നുവെന്നു മാത്രമേ നമുക്കിവിടെ പരിശോധിക്കാനുള്ളു.

നമ്മുടെ നിത്യജീവിതത്തിനാവശ്യമുള്ള ഒന്നാമത്തെ സാധനമാണല്ലോ അരി. അതിന്റെ കാര്യത്തിൽ ബ്രിട്ടീഷ്ഭരണം വരുന്നതുവരെ നമ്മുടെ നില ഏറെക്കുറെ സ്വയംസമ്പൂർണമായിരുന്നു; നമുക്കാവശ്യമുള്ള അരി നാം ഇവിടെത്തന്നെ ഉൽപ്പാദിപ്പിച്ചിരുന്നു; അല്ലെങ്കിൽ വളരെ കുറച്ചേ (അതും അയൽപ്രദേശമായ തമിഴ്നാട്ടിൽനിന്നുമാത്രം) ഇറക്കുമതി ചെയ്തിരുന്നുള്ളു. എന്നാൽ ഇന്നത്തെ നില അതല്ല; മലയാളികൾക്കാവശ്യമുള്ള അരിയുടെ പകുതിയോളം മാത്രമേ ഇവിടെ ഉണ്ടാവുന്നുള്ളു; ബാക്കി മുഴുവൻ (അതും മുഖ്യമായി ബർമയിൽനിന്ന്) ഇറക്കുമതി ചെയ്കയാണ്. വാസ്തവത്തിൽ ഭക്ഷ്യോൽപ്പാദനത്തിന്റെ കാര്യത്തിൽ കേരളത്തെപ്പോലെ ഇത്ര കമ്മിയായ ഒരു പ്രദേശം ഇന്ത്യയിൽത്തന്നെ വേറെയില്ല. അതിന്റെ ഫലമാണല്ലോ 1942 ൽ ബർമ ജപ്പാൻകാരുടെ കൈയിലായതിൽപ്പിന്നെ നാമനുഭവിക്കുന്നത്.

അരിയുടെ കാര്യത്തിലുള്ള നമ്മുടെ പരാശ്രയസ്ഥിതി ഓരോ കൊല്ലം കഴിയുന്തോറും വർധിക്കുകയാണ്. *തിരുവിതാംകൂർ സ്റ്റേറ്റ് മാനുവൽ* പറയുന്നു:

1050 മുതൽ 1056 വരെയുള്ള ഏഴു കൊല്ലക്കാലത്ത് ഒരു കൊല്ലം ശരാശരി 12,11,611 ഉറുപ്പിക വിലയ്ക്കുള്ള അരി ഇറക്കുമതി ചെയ്തിരുന്നു. അന്നത്തെ ജനസംഖ്യകൊണ്ട് ഇതിനെ ഹരിച്ചാൽ ശരാശരി ഒരാൾ

കൊല്ലത്തിൽ 14 ചക്രം 10 കാശ് (എട്ടണ) വിലയ്ക്കുള്ള അരി ഇറക്കുമതി ചെയ്യുന്നുണ്ടെന്നു കാണാം. പിന്നീടത് താഴെ കൊടുക്കുന്ന ക്രമത്തിൽ വർധിച്ചു.

(ഒരു ഉറുപ്പിക=28.5 ചക്രം
ഒരു ചക്രം = 16 കാശ്)

കാലം	ഒരുകൊല്ലത്തെ ശരാശരി ഇറക്കുമതി (ഉറുപ്പിക)	ഇറക്കുമതിയുടെ പ്രതി ശീർഷമൂല്യം (ഉറുപ്പിക, ചക്രം, കാശ്)
1057–66	15,00,381	0 – 17 – 7
1067–76	24,70,120	0 – 27 – 0
1077–86	52,22,373	1 – 21 – 0
1087–96	1,41,61,305	4 – 3 – 0
1097–1106	2,64,20,189	5 – 3 – 0

(വാല്യം III , പേജ് 31 ൽ കൊടുത്തിട്ടുള്ള കണക്കുകളുടെ അടിസ്ഥാനത്തിൽ തയ്യാറാക്കിയ പട്ടിക)

ഇങ്ങനെ അരി ഇറക്കുമതി ചെയ്യേണ്ടിവരുന്നത് നമ്മുടെ കൃഷി കുറഞ്ഞിട്ടാണോ? അല്ല, ബ്രിട്ടീഷ്ഭരണത്തിൻകീഴിൽ നമ്മുടെ നാട്ടിലെ കൃഷി കുറയുകയല്ല, വർധിക്കുകയാണു ചെയ്തിട്ടുള്ളത്. ആയിരക്കണക്കിൽ ഏക്കർ പുതുതായി കൃഷിചെയ്യാൻ തുടങ്ങിയിട്ടുണ്ട്. ഇന്നും ഓരോ കൊല്ലം കഴിയുന്തോറും കൃഷിചെയ്യുന്ന ഭൂമിയുടെ വിസ്തീർണം വർധിക്കുകയും തരിശിൻേറതു കുറയുകയുമാണ്. പക്ഷേ ഇങ്ങനെ പുതുതായി കൃഷിചെയ്യുന്ന സ്ഥലത്ത് നെല്ലല്ല, മറ്റ് ഉൽപ്പന്നങ്ങളാണ് ഉണ്ടാക്കുന്നത്; തെങ്ങ്, ചായ, റബർ, ഏലം മുതലായ വാണിജ്യവിളകളുടെ കൃഷിയാണു വർധിക്കുന്നത്. ഈ വാണിജ്യവിളകളുടെ കാര്യത്തിൽ ഇന്ത്യയിൽത്തന്നെ ഒന്നാമത്തേതും പ്രധാനവുമായ സ്ഥാനം കേരളം സമ്പാദിച്ചുകഴിഞ്ഞിരിക്കുന്നു. ഇത്ര വിശാലമായ റബർ, ചായ, കാപ്പിത്തോട്ടങ്ങളും ഇത്രയേറെ തെങ്ങിൻതോപ്പുകളും ഇത്രയധികം കയർ, വെളിച്ചെണ്ണ കമ്പനികളുമുള്ള പ്രദേശം കേരളത്തെപ്പോലെ ഇന്ത്യയിലെവിടെയും കാണാൻ കഴിയുകയില്ല.

അരിയുടെ ഇറക്കുമതി വർധിച്ച അതേ കാലത്തുതന്നെ ഈ ഉൽപ്പന്നങ്ങളുടെ കയറ്റുമതി വർധിക്കുകയും ചെയ്തിട്ടുണ്ടെന്ന് *തിരുവിതാംകൂർ സ്റ്റേറ്റ് മാനുവലിൽ* കൊടുത്ത കണക്കുകളിൽനിന്നു മനസിലാവുന്നുണ്ട്. ആ കണക്ക് താഴെ കൊടുക്കുന്നു:

ചരക്ക്	കയറ്റുമതിയുടെ മൂല്യം		
	1029 ൽ (ഉറുപ്പിക)	1037 ൽ (ഉറുപ്പിക)	1113 ൽ (ഉറുപ്പിക)
കാപ്പി	6,553	37,370	1,87,875
റബർ	—	—	74,89,464
ചായ	—	—	2,25,61,823
ഏലം	—	—	33,01,512
വെളിച്ചെണ്ണ	1,27,395	1,34,649	59,51,499
കയർ	92,427	5,93,926	1,64,10,624

[1029, 1037 വർഷങ്ങളിലെ കണക്കുകൾ *സ്റ്റേറ്റ് മാനുവൽ* വാല്യം III, പേജ് 16 ലെ ഇറക്കുമതിയുടെ പട്ടികയിൽനിന്നും, 1113 ലേത് പേജ് 95 (അപ്പെൻഡിക്സ്) പട്ടിക III (കയറ്റുമതി ചെയ്ത സാധനങ്ങൾ) ൽ നിന്നുമാണ് എടുത്തിട്ടുള്ളത്.]

അതായത്, നമുക്കാവശ്യമുള്ളതും ഇവിടെ ഉണ്ടാക്കാവുന്നതുമായ സാധനങ്ങൾ പുറമേനിന്നു വരുത്തുക, നമുക്കാവശ്യമില്ലാത്തതും അന്യ നാടുകളിൽ വിറ്റഴിച്ചാൽ മാത്രം ഉൽപ്പാദകൻമാരുടെ ജീവിതം നടക്കുന്നതുമായ ചരക്കുകൾ ഇവിടെ ഉണ്ടാക്കുക—ഇതാണ് നാമിന്നു ചെയ്യുന്നത്. *തിരുവിതാംകൂർ സ്റ്റേറ്റ് മാനുവലി* (വാല്യം III, പേജ് 82, ഇറക്കുമതി ചെയ്ത സാധനങ്ങളുടെ പട്ടിക)ൽ കൊടുത്ത കണക്കുകളനുസരിച്ച് 1113 ലെ തിരുവിതാംകൂറിന്റെ ഇറക്കുമതിയുടെ 31.9 ശതമാനം (മൂന്നിലൊന്ന്) അരിയും 2.2 ശതമാനം നെല്ലും 3.4 ശതമാനം പലവ്യഞ്ജനങ്ങളും അടക്കം 37.5 ശതമാനം ഭക്ഷണസാധനങ്ങളാണ്. തുണി, മണ്ണെണ്ണ, പുകയില എന്നീ അത്യാവശ്യ സാധനങ്ങളും 11 ശതമാനം, 7 ശതമാനം, 3.7 ശതമാനം എന്നീ ക്രമത്തിൽ ഇറക്കുമതി ചെയ്യുന്നുണ്ട്. അതായത് തിരുവിതാംകൂറിന്റെ ഇറക്കുമതിയിൽ 59.2 ശതമാനം ഭക്ഷണം, തുണി, മണ്ണെണ്ണ, പുകയില എന്നീ അത്യാവശ്യസാധനങ്ങളാണ്. നേരേമറിച്ച്, അതേ കൊല്ലത്തിൽ തിരുവിതാംകൂറിന്റെ കയറ്റുമതിയിൽ 23.9 ശതമാനം ചായയും 8 ശതമാനം റബറും 4.5 ശതമാനം കാപ്പി, ഏലം, പുൽത്തൈലം എന്നിവയും കൂടി 36.4 ശതമാനം തോട്ടങ്ങളിലെ ഉൽപ്പന്നങ്ങളാണ്. ഇതിനു പുറമേ, 17.4 ശതമാനം കയർ, 6.3 ശതമാനം വെളിച്ചെണ്ണ, 4.4 ശതമാനം കൊപ്ര, 0.9 തേങ്ങ അടക്കം 29 ശതമാനം തെങ്ങിന്റെ ഉൽപ്പന്നങ്ങളും തിരുവിതാംകൂറിൽ നിന്നു കയറ്റി അയയ്ക്കുന്നുണ്ട്. അതായത് തിരുവിതാംകൂറിന്റെ കയറ്റുമതിയിൽ 65.4 ശതമാനം (ഏതാണ്ടു മൂന്നിൽ രണ്ട്) തെങ്ങിന്റെയും തോട്ടങ്ങളുടെയും ഉൽപ്പന്നങ്ങളാണെങ്കിൽ ഇറക്കുമതിയിൽ 59.2 ശതമാനം (ഏതാണ്ട് അഞ്ചിൽ മൂന്ന്) ഭക്ഷണം, തുണി, മണ്ണെണ്ണ, പുകയില എന്നീ അത്യാവശ്യസാധനങ്ങളാണ്.

ഇങ്ങനെ നമുക്കാവശ്യമുള്ള സാധനങ്ങൾ ഇറക്കുമതി ചെയ്യുകയും

കയറ്റിഅയയ്ക്കാനുള്ള സാധനങ്ങൾമാത്രം നാമുണ്ടാക്കുകയും ചെയ്യുന്നതിന്റെ ഫലമായി കച്ചവടവും കച്ചവടക്കാരുടെ എണ്ണവും വല്ലാതെ വർധിച്ചിരിക്കുന്നു.

തിരുവിതാംകൂറിന്റെ കച്ചവടത്തിൽ കഴിഞ്ഞ ഒരു നൂറ്റാണ്ടുകാലമായിവന്ന അഭൂതപൂർവമായ അഭിവൃദ്ധി ഇതോടൊപ്പം കൊടുക്കുന്ന പട്ടികയിൽനിന്നു വ്യക്തമാവും.

(പട്ടിക പേജ് 226 ൽ.)

(തിരുവിതാംകൂറിനെന്നപോലെതന്നെ കൊച്ചിക്കും മലബാറിനും ഇതു ബാധകമാണെന്നു പറയേണ്ടതില്ലല്ലോ).

കച്ചവടക്കാരുടെ എണ്ണവും അവർക്ക്
സമുദായത്തിലുള്ള സ്ഥാനവും

കച്ചവടത്തിൽവന്ന ഈ അഭൂതപൂർവമായ വളർച്ച നമ്മുടെ സാമൂഹ്യഘടനയിലാകെ വമ്പിച്ച ഒരു വിപ്ലവം വരുത്തി. എത്രയോ നൂറ്റാണ്ടുകളായി നിലനിന്നുവന്നിരുന്ന തൊഴിൽവിഭജനക്രമം പോയി പുതിയ ഒരു ക്രമം വളർന്നുവരാൻ തുടങ്ങി; തൊഴിലുകൾ തമ്മിലും ആ തൊഴിലുകളനുസരിക്കുന്ന ജനവിഭാഗങ്ങൾ തമ്മിലുമുള്ള ഉച്ചനീചത്വമാകെ പുതിയ രീതിയിൽ മാറിവന്നു.

പ്രാചീനകേരളത്തിലെ സ്വയംസമ്പൂർണമായ സമുദായത്തിൽ കച്ചവടത്തിന് വലിയ സ്ഥാനമൊന്നുമില്ലായിരുന്നു. സ്വന്തം നാട്ടിൽത്തന്നെയുണ്ടാക്കുന്ന സാധനങ്ങളുപയോഗിക്കുന്ന നാട്ടുകാർക്കും സ്വന്തം നാട്ടിൽത്തന്നെ ചരക്കുകൾ വിറ്റഴിക്കുന്ന ഉൽപ്പാദകൻമാർക്കും കച്ചവടക്കാരെ കൂടാതെതന്നെ ജീവിക്കാൻ വിഷമമില്ല. പ്രഭുക്കൻമാരുടെ ആഡംബരപരമായ ഉപയോഗത്തിനുമാത്രമുള്ള ചില ചരക്കുകളാണ് അവർക്ക് വെളിയിൽനിന്നു കൊണ്ടുവരാനുണ്ടായിരുന്നത്; കുരുമുളകിനെപ്പോലുള്ള ചുരുക്കം ചില ഉൽപ്പന്നങ്ങളാണ് വെളിയിൽപോയി വിറ്റഴിക്കാനുണ്ടായിരുന്നത്. ചുരുങ്ങിയ തോതിലുള്ള ഈ കയറ്റുമതിയും ഇറക്കുമതിയും തന്നെ നടത്തിയിരുന്നത് യഥാർഥ കേരളസംസ്കാരം സ്വീകരിക്കാത്തവരും യഥാർഥ കേരളീയസമുദായത്തിലുൾപ്പെടാത്തവരുമായ യഹൂദർ, ക്രിസ്ത്യാനികൾ, മുസ്ലിങ്ങൾ, ചെട്ടികൾ മുതലായവരായിരുന്നു. അതുകൊണ്ട് കേരളത്തിലെ ജാതിവ്യവസ്ഥയിൽ കച്ചവടംകൊണ്ടു ജീവിക്കുന്ന ഒരു ജാതി ഉണ്ടായിരുന്നില്ല. ഭൂസ്വത്ത്, ദൈവാരാധന, വേദശാസ്ത്രാദിപാരായണം, രാജ്യഭരണം മുതലായവ മുഖേന നാട്ടിൽ പ്രാമാണ്യമുള്ള സവർണഹിന്ദുക്കളുടെ—നമ്പൂതിരിമാരുടെയും തമ്പുരാക്കൻമാരുടെയും പ്രഭുക്കൻമാരുടെയും—ആശ്രിതൻമാരായാണ് ഈ 'പരദേശി'കൾ ചുരുങ്ങിയ തോതിൽ കച്ചവടം നടത്തിയിരുന്നത്.

നാടുവാഴിഭരണത്തിൻകീഴിൽത്തന്നെ ഈ 'പരദേശി'കൾക്കുള്ള സ്ഥാനം ക്രമേണ ഉയർന്നുവരാൻ തുടങ്ങിയിരുന്നു. ജോസഫ്റബ്ബാൻ, ഇരവിക്കോർത്തൻ മുതലായവർക്ക് ചില ഗ്രാമങ്ങളും സ്ഥാനമാനങ്ങളും കൊടുക്കാൻ ഇവിടത്തെ നാടുവാഴികൾതന്നെ പ്രേരിതരായി; കച്ചവടം

വർഷം (കൊല്ലവർഷം)	കയറ്റുമതിമൂല്യം (ഉറുപ്പിക)	ഇറക്കുമതിമൂല്യം (ഉറുപ്പിക)	കച്ചവടത്തിന്റെ മൊത്തം മൂല്യം(ഉറുപ്പിക)
1030	18,11,408	6,36,938	24,48,346
1040	46,47,829	... .	....
1050	75.5 ലക്ഷം (സുമാർ)	45 ലക്ഷം (സുമാർ)	120.5 ലക്ഷം (സുമാർ)
1060	1,08,21,137	85,53,948	1,97,75,085
1070	1,68,67,834	1,03,67,530	2,72,35,364
1080	1,71,48,056	57,41,246	2,28,89,302
1090	4,18,20,726	2,93,36,797	7,11,57,523
1100	9,70,96,131	5,70,98,244	15,41,94,375
1101	10,26,54,128	5,93,79,863	16,20,33,991
1102	11,40,65,138	6,16,43,268	17,57,08,406
1103	11,84,08,817	8,23,81,910	20,07,90,727
1104	11,80,42,935	9,32,90,681	21,63,33,616
1105	11,29,39,039	9,36,10,748	20,65,49,787
1106	9,65,15,615	7,65,58,897	17,30,74,512
1107	7,51,16,153	6,49,29,804	14,00,45,957
1108	7,71,08,954	6,43,99,262	14,15,08,216
1109	7,78,97,856	6,29,16,056	14,08,13,912
1110	8,37,66,683	7,91,51,279	16,29,17,762
1111	8,16,00,000	7,43,00,000	15,59,00,000
1112	9,22,92,577	7,42,39,341	16,65,31,918

(ടി കെ വേലുപ്പിള്ള, *തിരുവിതാംകൂർ സ്റ്റേറ്റ് മാനുവൽ*, വാല്യം III, പേജ് 51).

നടത്തിയിരുന്ന അറബികളും യഹൂദൻമാരും ക്രിസ്ത്യാനികളും ചെട്ടികളും പെരുമാക്കൻമാരുടെയും സാമൂതിരി മുതലായ രാജാക്കൻമാരുടെയും വിശ്വസ്ത സുഹൃത്തുക്കളും ഉപദേശകൻമാരുമായി; അവരിൽ പലർക്കും ഹിന്ദുനാടുവാഴികൾക്കുള്ളത്രതന്നെ മാന്യമായ സ്ഥാനം സമുദായത്തിൽ കിട്ടാൻ തുടങ്ങി; പോർച്ചുഗീസുകാരും ലന്തക്കാരും ഇംഗ്ലീഷുകാരും വന്നതോടുകൂടി ഇത് മൂർധന്യത്തിലെത്തി; യൂറോപ്യൻ കമ്പനിക്കാരുടെ ഉപദേശമനുസരിച്ച് പുതിയ പട്ടാളപരിശീലനവും ആയോധനമുറകളും ഭരണസമ്പ്രദായവുമംഗീകരിച്ച കേരളീയ രാജാക്കൻമാർ (മാർത്താണ്ഡവർമ, ശക്തൻതമ്പുരാൻ) തന്നെ കച്ചവടം പ്രോൽസാഹിപ്പിക്കുക മാത്രമല്ല, സ്വയം കച്ചവടം തുടങ്ങുകകൂടി ചെയ്തു. ജാതി–ജന്മി–നാടുവാഴി മേധാവിത്വത്തിൻകീഴിലെ ഭൂസ്വത്തു സമ്പ്രദായവും വൈദികസംസ്കാരവും നാടുവാഴിഭരണവ്യവസ്ഥയും കൊണ്ടുമാത്രം കേരളസമുദായത്തെ നിലനിർത്തുകയും വളർത്തുകയും ചെ

യ്യാൻ സാധ്യമല്ലെന്നു മനസ്സിലാക്കിയ ഈ രാജാക്കൻമാർ മറ്റു കാര്യങ്ങളിലെന്നപോലെ കച്ചവടത്തിലും യൂറോപ്യൻകോയ്മകളെ അനുകരിക്കാൻ തുടങ്ങി.

എന്നാൽ, മാർത്താണ്ഡവർമയെയും ശക്തൻതമ്പുരാനെയും പോലുള്ള ചുരുക്കം ചില രാജാക്കൻമാരും ദീർഘദർശികളായ മറ്റുള്ളവരും മാത്രമേ കച്ചവടത്തിന്റെ പ്രാധാന്യം മനസ്സിലാക്കിയിരുന്നുള്ളു. സമുദായത്തിലെ ഭൂരിപക്ഷം ജനങ്ങളും പഴയ രീതിയിൽത്തന്നെയാണ് ജീവിച്ചുപോന്നിരുന്നത്. വാർഡും കോണറുമെന്ന രണ്ട് ഇംഗ്ലീഷുകാരൻമാർ 1820ലെ കേരളത്തിലെ സ്ഥിതിയെപ്പറ്റി പറയുന്നതിങ്ങനെയാണ്:

ജനങ്ങൾ മുഴുവൻ കൃഷിയെ ആശ്രയിച്ചുതന്നെ ജീവിക്കുന്നുവെന്ന് പറയാം; പണക്കാർപോലും ഗ്രാമീണത്തൊഴിലുകളുപേക്ഷിച്ച് കച്ചവടത്തിൽ ദൃഷ്ടി പതിപ്പിക്കുന്നില്ല. (*കൊച്ചി–തിരുവിതാംകൂർ നാട്ടുരാജ്യങ്ങളെ സംബന്ധിച്ച ഒരു വിവരണം*).

ഇന്നാകട്ടെ, സ്ഥിതിയാകെ മാറിയിരിക്കുന്നു: ഇറക്കുമതിയിലും കയറ്റുമതിയിലും കഴിഞ്ഞ ഒരു നൂറ്റാണ്ടിനിടയ്ക്കുവന്ന അഭിവൃദ്ധിയുടെ ഫലമായി ഇറക്കുമതിയും കയറ്റുമതിയും നടത്തുന്ന മൊത്തക്കച്ചവടക്കാർ, ചില്ലറക്കച്ചവടക്കാർ, തരകുകാർ, ഏജൻറന്മാർ മുതലായവരും അവരുടെ വകയായ പീടികകളും ഗോഡൗണുകളും നാട്ടിലാകെ പടർന്നുപിടിച്ചിരിക്കുന്നു; അവർക്ക് ധനസഹായം നൽകാനുള്ള ബാങ്കുകളും ഹുണ്ടികക്കച്ചവടക്കാരും കുറി (ചിട്ടി) മുതലായ മറ്റേർപ്പാടുകളും ദിവസേനയെന്നപോലെ വളർന്നുവരുന്നു; സാധനങ്ങൾ അങ്ങോട്ടുമിങ്ങോട്ടും എത്തിക്കാനുള്ള വഞ്ചി, വള്ളം, വണ്ടി, ലോറി മുതലായ വാഹനങ്ങളും അവയിൽ പ്രവൃത്തിയെടുക്കുന്ന ശമ്പളക്കാരും ഉയർന്നുവരുന്നു. ഇങ്ങനെ കച്ചവടത്തിന്റെ അഭിവൃദ്ധിയുടെ ഫലമായിവന്ന പുതിയ തൊഴിലുകൊണ്ട് ജീവിക്കുന്ന ഒരു പുതിയ ജനവിഭാഗംതന്നെ കേരളത്തിൽ ഉയർന്നുവരികയാണ്.

1941 ലെ സെൻസസ്പ്രകാരം കൊച്ചിയിൽ ഗതാഗതം, കച്ചവടം എന്നിവകൊണ്ട് ജീവിക്കുന്നവരുടെ എണ്ണവും ഒട്ടാകെ ജനസംഖ്യയിൽ അവരുടെ തോതും കാണിക്കുന്ന കണക്കാണ് താഴെ പട്ടികയിൽ കൊടുക്കുന്നത്:

(പട്ടിക പേജ് 229 ൽ.)

മറ്റൊരുവിധത്തിൽ പറകയാണെങ്കിൽ, കൊച്ചിയിലെ ജനസംഖ്യയിൽ ഏതാണ്ട് ആറിലൊരു ഭാഗത്തിന്റെ ജീവിതം ആശ്രയിച്ചിരിക്കുന്നത് പലതരം കച്ചവടങ്ങളെയും അതിനാവശ്യമുള്ള ഗതാഗതത്തെയുമാണ്;

ഏതാണ്ടിതുതന്നെയാണ് തിരുവിതാംകൂറിലെയും മലബാറിലെയും സ്ഥിതിയെന്ന് അവിടങ്ങളെസംബന്ധിച്ച കണക്കുകൾ തെളിയിക്കുന്നുണ്ട്.

ജോലിയെടുത്ത് ജീവിക്കുന്നവരുടെ എണ്ണംപോലെതന്നെ പ്രധാനമാണ് അതിൽനിന്നുള്ള വരവ്. ആ നിലയ്ക്കു പരിശോധിച്ചാലും കച്ചവടം ഒരു പ്രധാനമായ തൊഴിലായിത്തീർന്നിട്ടുണ്ടെന്ന് 1931 ൽ തിരുവിതാം

ഇനം	എണ്ണം	തോത് (ജനസംഖ്യ 1000 ആണെങ്കിൽ ഈ തൊഴിൽകൊണ്ട് ജീവിക്കുന്നവരെ ത്രയെന്ന്)
1.വെള്ളം വഴിക്കുള്ള ഗതാഗതം (വഞ്ചി, ബോട്ട്)	15,455	108
2. റോഡുഗതാഗതം	28,265	197
3. റെയിൽ	2,567	18
4. തപാൽ, കമ്പി, ടെലിഫോൺ	638	4
5. ആകെ ഗതാഗതം	46,925	330 (അതായത് 3.3%)
6. ബാങ്ക്, ചിട്ടി, ഇൻഷുറൻസ് മുതലായവ	2,830	19
7. തരകുകാരും കമ്മീഷനേജന്റുമാരും	3,933	27
8. തുണിക്കച്ചവടക്കാർ	7,251	51
9. തോൽ	785	5
10. മരം	4,775	34
11. ലോഹങ്ങൾ	4,087	8
12. മൺപാത്രങ്ങൾ, ഓട് മുതലായവ	786	6
13. മരുന്ന്, ചായം, എണ്ണ മുതലായവ	1,266	8
14.ഹോട്ടലുകൾ,ക്ലബ്ബുകൾ	32,965	231
15. മറ്റുതരത്തിലുള്ള ഭക്ഷണക്കച്ചവടം	46,246	346
16. തുണി, സോപ്പ് മുതലായവ	1,591	11
17. വീട്ടുസാമാനങ്ങൾ	1,953	13
18. ഗൃഹനിർമാണസാധനങ്ങൾ	1,503	10
19. വാഹനക്കച്ചവടം	3,365	24
20. വിറക്	3,264	24
21. ആഡംബരസാധനങ്ങളും പുസ്തകങ്ങൾ മുതലായവയും കച്ചവടം	2,293	16
22. മറ്റു കച്ചവടം	49,459	362
23. ആകെ കച്ചവടം	1,65,352 (11.95%)	1195
24. ആകെ ഗതാഗതവും കച്ചവടവുംകൂടി	2,12,277	1525 (15.25%)

കൂറിൽ നടത്തിയ സാമ്പത്തികസർവേ തെളിയിച്ചു. അതനുസരിച്ച് തിരുവിതാംകൂറിന്റെ ഒരു കൊല്ലത്തെ വാർഷികാദായം 20,89,90,000 ഉറുപ്പികയാണ്. ഇതിൽ 1,17,10,000 ഉറുപ്പിക ജന്മികളുടെ പാട്ടവും 7,13,10,000 ഉറുപ്പിക കൃഷിക്കാരുടെ കാർഷികാദായവും 1,60,90,000 ഉറുപ്പിക കാർഷികത്തൊഴിലാളികളുടെ കൂലിയും കൂടി 10 കോടിയോളം ഉറുപ്പിക കൃഷികൊണ്ട് ജീവിക്കുന്നവരുടെ വരവാണ്. ബാക്കി 10 കോടി ഉറുപ്പികയിൽ 2,35,40,000 ഉറുപ്പിക കച്ചവടത്തിൽനിന്നും 49,70,000 ഉറുപ്പിക ഗതാഗതത്തിൽനിന്നുംകൂടി 2,85,10,000 ഉറുപ്പിക കച്ചവടസംബന്ധമായിത്തന്നെ വരുന്നുണ്ട്. അതായത് തിരുവിതാംകൂറിന്റെ ആകെ വരവിൽ ഏഴിലൊന്ന് കച്ചവടം, ഗതാഗതം എന്ന രണ്ടിനങ്ങളിൽനിന്നാണ്. (*തിരുവിതാംകൂർ സ്റ്റേറ്റ് മാനുവൽ*, വാല്യം III, പേജ് 78–80).

ജോയിന്റ് സ്റ്റോക്ക് കമ്പനികൾ

കച്ചവടക്കാരുടെയും അതുകൊണ്ടു ജീവിക്കുന്നവരുടെയും എണ്ണത്തിലും അവർക്കു കിട്ടുന്ന ആദായത്തിന്റെ തോതിലും വരുന്ന വളർച്ചയുടെ ഒരു പ്രധാന അളവുകോലാണ് ജോയിന്റ് സ്റ്റോക്ക് കമ്പനികൾ. ഇന്നത്തെ ലോകത്തിൽ കച്ചവടം നടത്തുന്നതൊന്നും പണ്ടത്തെപ്പോലെ വ്യക്തികളോ കുറെ വ്യക്തികളടങ്ങുന്ന ചെറിയ സംഘങ്ങളോ അല്ല; കുറെ പണക്കാർ ചേർന്ന് സ്വന്തം മുതലിറക്കിയും നാട്ടുകാരിൽനിന്ന് പണം പിരിച്ചും, ഇങ്ങനെ ഉണ്ടാവുന്ന മൂലധനംകൊണ്ടും മതിയാവാത്ത പണം ബാങ്കുകളിൽനിന്നു കടം വാങ്ങിയും, ഇങ്ങനെ കടം വാങ്ങുന്നതിനുവേണ്ടി പല പുതിയ രീതികൾ കണ്ടുപിടിച്ചുമാണ്. ഇതെല്ലാം ചെയ്യുന്നതിന് ഇന്നത്തെ മുതലാളിലോകം കണ്ടുപിടിച്ചിട്ടുള്ള ഏർപ്പാടാണ് ജോയിന്റ് സ്റ്റോക്ക് കമ്പനി.

എന്നാൽ വൻതോതിൽ കച്ചവടം നടത്താൻ മാത്രമല്ല മുതലാളിലോകം കമ്പനികളുണ്ടാക്കുന്നത്; ഉൽപ്പാദകൻമാരിൽ നിന്ന് ചുരുങ്ങിയ വിലയ്ക്കു വാങ്ങി ഉപഭോക്താക്കൾക്ക് വലിയ വിലയ്ക്കു വിറ്റ് ആദായമുണ്ടാക്കാൻ മാത്രമല്ല കമ്പനികളുണ്ടാക്കുന്നത്. പിന്നെയോ? വൻതോതിൽ ചെയ്യാവുന്ന കാര്യങ്ങൾ മുഴുവൻ ചെയ്യാൻ: ഒരാളോ കുടുംബമോ സ്വന്തമായും കൂലിക്കാരുടെ സഹായത്തോടുകൂടിയും കൃഷിചെയ്യുന്നതിനുപകരം വൻതോതിൽ, ആയിരക്കണക്കിലുള്ള പണം മുടക്കി, അനവധി തൊഴിലാളികളെക്കൊണ്ട് പണിയെടുപ്പിച്ച് കൃഷിചെയ്യാൻ; സ്വന്തം വീട്ടിലിരുന്ന് നെയ്തോ മറ്റു കൈത്തൊഴിലുകൾ നടത്തിയോ വേലക്കാർ ജീവിതം നയിക്കുന്നതിനുപകരം കുറെ പണം മുടക്കി അനവധി തൊഴിലാളികളെക്കൊണ്ട് ജോലി ചെയ്യിച്ച് സാധനങ്ങളുണ്ടാക്കി മുതലാളി ആദായമുണ്ടാക്കാൻ; തന്റെ കൈയിലുള്ള പണം ആവശ്യക്കാർക്കു കടം കൊടുത്ത് പലിശ വാങ്ങുന്നതിനുപകരം പണം കൈയിരിപ്പുള്ളവരിൽനിന്ന് ചുരുങ്ങിയ പലിശയ്ക്കു വാങ്ങി ആവശ്യക്കാർക്ക് കൂടുതൽ പലിശയ്ക്കു കൊടുത്ത് ആദായമുണ്ടാക്കാൻ; സ്വന്തം വണ്ടിയോ

വഞ്ചിയോ നാട്ടുകാർക്ക് ഉപയോഗത്തിന് കൊടുത്ത്, അവർക്കുവേണ്ടി സ്വയം ജോലി ചെയ്ത് കൂലിയും വാടകയും വാങ്ങുന്നതിനുപകരം അനവധി വാഹനങ്ങൾ വാങ്ങാൻ പണം മുടക്കിയും അവയിൽ പ്രവർത്തിക്കാൻ ജോലിക്കാരെ നിർത്തിയും ബസ്, ബോട്ട് സർവീസുകൾ മുതലായവ നടത്താൻ—ഇതിനെല്ലാം പ്രയോജനപ്പെടുന്ന ഒരേർപ്പാടാണ് കമ്പനി. അതായത്, സാധനങ്ങളെന്നപോലെതന്നെ ഭൂമിയും പണവും ജോലിക്കാരുടെ അധ്വാനശക്തിയുമെല്ലാം വൻതോതിൽ വാങ്ങുകയും വിൽക്കുകയും ചെയ്യാൻ—ചുരുങ്ങിയ വിലയ്ക്കു വാങ്ങുകയും കൂടുതൽ വിലയ്ക്ക് വിൽക്കുകയും ചെയ്ത് ആദായമുണ്ടാക്കാൻ—എത്ര പണക്കാരനായാലും ഒരു വ്യക്തിക്ക് സാധ്യമല്ലെന്നും അതിന് കുറെ പണക്കാർ കൂടുകയും അന്യോന്യം സഹകരിക്കുകയും ചെയ്യണമെന്നും കാണുമ്പോഴാണ് കമ്പനികൾ ഉയർന്നുവരുന്നത്.

ഇത്തരത്തിലുള്ള കൃഷിക്കമ്പനികളും (എസ്റ്റേറ്റുകൾ) കച്ചവടക്കമ്പനികളും പണക്കമ്പനികളും (ബാങ്കുകൾ) തൊഴിൽക്കമ്പനികളും (ഫാക്ടറികൾ) വാഹനക്കമ്പനികളും (ബസ്, ബോട്ട് കമ്പനികൾ) അടുത്ത കാലത്തായി കേരളത്തിൽ വളർന്നുവന്നിട്ടുണ്ട്. ഓരോ കൊല്ലം കഴിയുംതോറും ഇവയുടെ എണ്ണവും മൂലധനവും സാമ്പത്തികശക്തിയും വർധിച്ചുവരികയാണ്.

തിരുവിതാംകൂർ സ്റ്റേറ്റ് മാനുവൽ ഇങ്ങനെ പറയുന്നു:

> നാട്ടിലെ കച്ചവടത്തിന്റെ വലിയൊരു പങ്ക് നടത്തുന്നത് കമ്പനി നിയമമനുസരിച്ച് രജിസ്റ്റർ ചെയ്തിട്ടുള്ള വാണിജ്യ കോർപ്പറേഷനുകളാണ്. തിരുവിതാംകൂറിൽ കച്ചവടക്കമ്പനികളുടെയും മറ്റു സംഘടനകളുടെയും ഏകീഘടനവും നിയന്ത്രണവും സമാപ്തീകരണവും നിയമവൽക്കരിക്കേണ്ടത് ആവശ്യമായിത്തീർന്നത് 1063 (കൊല്ലവർഷം)ൽ ആണ്. പാഴായിപ്പോകുന്ന വളരെയധികം അസംസ്കൃതപദാർഥങ്ങൾ പ്രയോജനപ്പെടുത്തുന്നതിനുവേണ്ടി പുനലൂരിൽ ഒരു പേപ്പർമിൽ നടത്തുന്നതിനായി ഒരു ജോയിന്റ് സ്റ്റോക്ക് കമ്പനി രൂപവൽക്കരിക്കേണ്ടിയിരുന്നതുകൊണ്ടാണ് അത് ഒരു അടിയന്തരാവശ്യമായിത്തീർന്നത്. വ്യക്തിക്ക് താങ്ങാൻ കഴിയാത്ത തരത്തിലുള്ള വ്യാവസായികവും മറ്റുമായ സമാരംഭങ്ങളിൽ മൂലധനത്തിന്റെയും വൈദഗ്ധ്യത്തിന്റെയും ഏകോപനത്തെ പ്രോത്സാഹിപ്പിക്കേണ്ടത് ആവശ്യമാണെന്ന് ആനുഷംഗികമായി തോന്നുകയും ചെയ്തു. അങ്ങനെ ജോയിന്റ് സ്റ്റോക്ക് കമ്പനികളുടെ രൂപവൽക്കരണം സാധ്യമാക്കുന്നതിനുവേണ്ടി 1063 ലെ ഒന്നാം റഗുലേഷൻ പാസ്സാക്കി. 1882 ലെ ഇന്ത്യൻ കമ്പനി ആക്ട്, 1887 ലെ ആക്ട് VI വഴി ഭേദഗതി വരുത്തിയ പ്രകാരം, തിരുവിതാംകൂറിലാകമാനം, ആവശ്യമായ ഭേദഗതികളോടുകൂടി, നടപ്പിലാക്കുക മാത്രമാണ് ആ റഗുലേഷൻ വഴി ചെയ്തത്.... മേൽ റഗുലേഷൻ, നിലവിലുള്ള 1092 ലെ റഗുലേഷൻ വഴി റദ്ദ് ചെയ്യ

പ്പെട്ടു. മുൻ റഗുലേഷനിലെ വകുപ്പുകൾ ഇപ്പോഴത്തെ ആവശ്യങ്ങൾ നിറവേറ്റുവാൻ അപര്യാപ്തമാണെന്നു കണ്ടതു കൊണ്ടാണ് അങ്ങനെ ചെയ്തത്. ഇതേത്തുടർന്ന് കമ്പനികളുടെ രൂപവൽക്കരണത്തിൽ അഭൂതപൂർവമായ വർധനവുണ്ടായി. (വാല്യം III, പേജ് 666).

കമ്പനികളുടെ വളർച്ചയെസംബന്ധിച്ച കണക്കുകൾ *സ്റ്റേറ്റ് മാനുവലിൽ* കൊടുക്കുന്നുണ്ട്. അതനുസരിച്ച് 1102 ൽ 56 ബാങ്കുകളുണ്ടായിരുന്നത് 1111 ആയപ്പോഴേക്കും 244 ആയി; ഗതാഗത, ചരക്കുകടത്തു കമ്പനികൾ അഞ്ചിൽനിന്ന് ഏഴായി ഉയർന്നു; കച്ചവട, വ്യവസായ കമ്പനികൾ 40 ൽ നിന്ന് 66 ആയി ഉയർന്നു. എല്ലാത്തരത്തിലുമുള്ള കമ്പനികളുടെ എണ്ണം 152 ൽ നിന്ന് 390 ആയി ഉയർന്നു (പേജ് 668).

എന്നാൽ കമ്പനികളുടെ എണ്ണത്തെക്കാൾ പ്രധാനമായ സംഗതി അവയുടെ മൂലധനമാണ്. അതിന്റെ വളർച്ച താഴെ കൊടുക്കുന്നു:

വർഷം	കമ്പനികളുടെ എണ്ണം	ഓഹരീബദ്ധ കമ്പനികൾ മൂലധനം (ഉറുപ്പികയിൽ)		
		അംഗീകൃതം	വാഗ്ദത്തം	അടച്ചുതീർത്തത്
1102	152	4,53,85,050	1,32,05,433	84,81,341
1103	221	5,80,57,550	1,97,28,135	1,14,53,924
1104	308	7,10,24,000	2,29,92,190	1,27,14,840
1105	372	8,20,76,661	2,79,68,760	1,57,54,658
1106	403	8,61,62,661	2,91,44,612	1,65,54,864
1107	653	9,16,94,662	3,02,12,990	1,76,05,431
1108	924	9,92,31,062	3,23,08,066	1,90,01,008
1109	641	9,53,39,662	3,12,88,352	1,83,30,295
1110	425	9,05,83,662	3,23,15,157	1,94,46,905
1111	390	9,17,51,861	3,29,44,826	1,87,58,898

(പേജ് 671)

കമ്പനികളുടെ മൂലധനത്തിൽവന്ന ഈ വളർച്ച ഇന്നും തുടർന്നു കൊണ്ടിരിക്കുന്നുണ്ടെന്നതിന് 1119 ലെ ഭരണറിപ്പോർട്ട് (അതാണെന്റെ കൈയിലുള്ളതിൽവച്ച് അവസാനത്തേത്) സാക്ഷ്യം വഹിക്കുന്നു. അതനുസരിച്ച് 1118 അവസാനത്തിൽ 403 കമ്പനികൾ തിരുവിതാംകൂറിൽ നിലവിലുണ്ടായിരുന്നു; 1119 ൽ 48 എണ്ണം പുതുതായി തുടങ്ങുകയും വീണുകിടന്നിരുന്ന ഒന്ന് വീണ്ടും പ്രവർത്തിക്കാൻ തുടങ്ങുകയും ചെയ്തു; ഇങ്ങനെ 49 എണ്ണം ജാസ്തിയായതിനുപകരം 1119 ൽ ഇട്ടുവീണത് 16 എണ്ണം മാത്രമാണ്; അങ്ങനെ 1119 അവസാനമായപ്പോഴേക്ക് ശരിയായി പ്രവർത്തിക്കുന്ന കമ്പനികൾ 436 ആയി ഉയർന്നു. ഇവയുടെ അടച്ച മൂലധനമാകട്ടെ, 1111 ൽ 1,87,58,898 ആയിരുന്നത് 1119 ൽ 5,02,47,158 ആയി ഉയർന്നു. അതായത്, 1111 ലുണ്ടായിരുന്ന മൂലധന

ത്തിന്റെ ഏതാണ്ട് മൂന്നിരട്ടി 1119 ലുണ്ടായിരുന്നു.

ഈ കമ്പനികളാണ് വാസ്തവത്തിലിന്നു നാട്ടിലെ സാമ്പത്തിക വ്യവസ്ഥയിൽ ഏറ്റവും മുഖ്യമായ സ്ഥാനം വഹിക്കുന്നത്; അവയുടെ കൈയിലാണ് സാമ്പത്തികശക്തി കിടക്കുന്നത്. വ്യക്തികളായ കച്ചവടക്കാരുണ്ടാവും മുതലാളിമാരുണ്ടാവും വ്യക്തികളായ ജന്മികളുണ്ടാവും വൻകിടയിൽ ആദായകരമായ കൃഷി ചെയ്യുന്ന കൃഷിക്കാരുണ്ടാവും (ഉദാ: എൻജിൻവച്ച് വെള്ളം വറ്റിച്ചും മറ്റും ആയിരക്കണക്കിൽ പറ വിത്തിന്റെ കായൽക്കൃഷി ചെയ്യുന്നവർ). അവർക്കെല്ലാം വമ്പിച്ച ആദായം കിട്ടുകയും സാമ്പത്തികവ്യവസ്ഥയിൽ അവർക്ക് ഉയർന്ന സ്ഥാനം കിട്ടുകയും ചെയ്യുന്നുണ്ടാവും. എന്നാൽ ഏറ്റവും വലിയ പണക്കാർ, ഏറ്റവുമധികം ആദായമുണ്ടാക്കി ഏറ്റവും നല്ല നിലയിൽ ജീവിക്കുന്നവർ ഇത്തരത്തിലുള്ള വ്യക്തികളായ മുതലാളിമാരോ ജന്മികളോ അല്ല, കമ്പനികളാണ്.

ഉദാഹരണത്തിന് 1119 ലെ ഭരണറിപ്പോർട്ടനുസരിച്ച് തിരുവിതാംകൂറിൽ ഒട്ടാകെ 3883 പേരുടെ മേൽ ആദായനികുതി ചുമത്തിയിട്ടുണ്ട്; കൊല്ലത്തിൽ 75,000 ഉറുപ്പികയിലധികം ആദായമുള്ള വ്യക്തികളും കുടുംബങ്ങളും കമ്പനികളുമെല്ലാം കൂടി ആ കൊല്ലത്തിൽ 3883 പേരുണ്ടെന്നർഥം. ഇതിൽ 3541 പേർ വ്യക്തികളും 322 ജോയിൻറ് സ്റ്റോക്ക് കമ്പനികളും 20 രജിസ്റ്റേർഡ് ഫേംസുമാണ്. എന്നാൽ എണ്ണത്തിൽ കുറവായ കമ്പനികൾക്കും ഫേംസിനുമാണ് കൂടുതൽ ആദായമുള്ളത്. 3541 വ്യക്തികളുടെമേൽ ചുമത്തിയ ആദായനികുതി 24 ലക്ഷമാണെങ്കിൽ, ജോയിൻറ് സ്റ്റോക്ക് കമ്പനികളുടേത് 45 ലക്ഷവും 20 രജിസ്റ്റേർഡ് ഫേംസിൻേറത് 3 ലക്ഷവുമാണ്. അതായത്, വ്യക്തികളുടെമേൽ ശരാശരിനികുതി 694 ഉറുപ്പികയാകുമ്പോൾ ജോയിൻറ് സ്റ്റോക്ക് കമ്പനികളുടേത് 14,073 ഉറുപ്പികയും രജിസ്റ്റേർഡ് ഫേംസിൻേറത് 17,637 ഉറുപ്പികയുമാണ്. മറ്റൊരുവിധത്തിൽ പറയുകയാണെങ്കിൽ 75,000 ഉറുപ്പികയിലധികം വാർഷികാദായമുള്ളവരുടെ വാർഷികാദായത്തിന്റെ മൂന്നിൽ രണ്ട് ജോയിൻറ് സ്റ്റോക്ക് കമ്പനികൾക്കും രജിസ്റ്റേർഡ് ഫേംസിനുമാണ് കിട്ടുന്നത്. മൂന്നിൽ ഒന്നു ഭാഗം മാത്രമേ വ്യക്തികൾക്ക് കിട്ടുന്നുള്ളു (48 ലക്ഷം ഉറുപ്പിക കമ്പനികളുടെയും ഫേംസിന്റെയും കൈയിൽനിന്നും 24 ലക്ഷം ഉറുപ്പിക വ്യക്തികളുടെ കൈയിൽനിന്നുമാണല്ലോ നികുതി പിരിക്കുന്നത്).

കൃഷിയിൽനിന്നുള്ള വരവിന്റെ കാര്യത്തിലും ഇതുതന്നെയാണ് നില. 1119 ൽ കാർഷികാദായനികുതി ചുമത്തപ്പെട്ട വ്യക്തികളുടെ എണ്ണം 399–ഉം അവരുടെ കൈയിൽനിന്ന് പിരിക്കുന്ന നികുതി രണ്ടുലക്ഷം ഉറുപ്പികയുമാണെങ്കിൽ, കാർഷികാദായനികുതി ചുമത്തപ്പെട്ട കമ്പനികളുടെ എണ്ണം 54–ഉം അവരുടെമേൽ ചുമത്തിയ നികുതി 16 ലക്ഷം ഉറുപ്പികയുമാണ്. അതായത് ഒട്ടാകെയുള്ള കാർഷികാദായനികുതിയുടെ ഒമ്പതിൽ എട്ട് (18 ലക്ഷത്തിൽ 16 ലക്ഷം) കമ്പനികളുടെയും ഒമ്പതിൽ ഒന്ന് (18 ലക്ഷത്തിൽ 2 ലക്ഷം) മാത്രം വ്യക്തികളുടെയും കൈ

യിൽനിന്ന് പിരിച്ചതാണ്.

ഭൂസ്വത്തിൻമേലുള്ള ഉടമാവകാശവും പാട്ടംപിരിച്ച് ജീവിക്കാൻ സൗകര്യവുമുള്ള ജന്മികൾ ഇന്നും നമ്മുടെ നാട്ടിലുണ്ടെങ്കിലും അവർക്കല്ല ഇന്നത്തെ കേരളത്തിൽ സാമ്പത്തികമേധാവിത്വമുള്ളതെന്ന് ഇതിൽനിന്ന് വ്യക്തമാകുന്നുണ്ടല്ലോ. ഇതാണ് ബ്രിട്ടീഷ്ഭരണത്തിൻകീഴിൽ നമ്മുടെ സാമൂഹ്യഘടനയിൽ വന്ന വമ്പിച്ച മാറ്റങ്ങളുടെ മുഴുവൻ അടിസ്ഥാനം. ജാതി–ജന്മി–നാടുവാഴി മേധാവിത്വത്തിൻകീഴിൽ പ്രമാണികളായിരുന്നവർക്കും അവരുടെ സാമ്പത്തികമേധാവിത്വത്തിനുപകരം സാധനങ്ങളും പണവും തൊഴിലാളികളെയും ചുരുങ്ങിയ വിലയ്ക്കുവാങ്ങി കൂടുതൽ വിലയ്ക്ക് വിൽക്കുന്ന കച്ചവടക്കാരും ബാങ്കർമാരും ഫാക്ടറിയുടമകളും പ്രമാണിമാരാവാൻ തുടങ്ങിയിരിക്കുന്നു; അതായത്, ഒരു പുതിയ മുതലാളിജനവിഭാഗം ഉയർന്നുവന്നിരിക്കുന്നു.

ജന്മിയും മുതലാളിയും

ബ്രിട്ടീഷുകാർ വരുന്നതിനുമുമ്പ് മലബാറിലെ ഏറ്റവും പ്രബലനും പ്രതാപിയുമായിരുന്ന രാജാവാണ് സാമൂതിരി. ബ്രിട്ടീഷുകാർ വരുന്നതുവരെ ഉണ്ടായിരുന്ന ഭരണാധികാരം പോയതല്ലാതെ സാമ്പത്തികമായി യാതൊരു നഷ്ടവും ബ്രിട്ടീഷ്ഭരണത്തിൻകീഴിൽ അദ്ദേഹത്തിനു വന്നിട്ടില്ല: തന്റെ ജന്മവസ്തുക്കളിൽനിന്നുകിട്ടിയിരുന്ന പാട്ടമെല്ലാം പണ്ടത്തെപ്പോലെയോ കൂടുതൽതന്നെയോ ഇന്നും അദ്ദേഹത്തിനു കിട്ടുന്നുണ്ട്. ഇങ്ങനെ കിട്ടുന്ന പാട്ടത്തിൽനിന്ന് ചെലവുകഴിച്ച് മിച്ചമുണ്ടാക്കി പുതിയ ഭൂമി വാങ്ങാനും അങ്ങനെ തന്റെ വാർഷികാദായം വർധിപ്പിക്കാനും കുറെയൊക്കെ അദ്ദേഹത്തിനു കഴിഞ്ഞിട്ടുണ്ട്. ഈ നിലയ്ക്ക് അദ്ദേഹത്തിന്റെ സാമ്പത്തികസ്ഥിതി ബ്രിട്ടീഷ്ഭരണത്തിൻകീഴിൽ നന്നാവുകയാണു ചെയ്തിട്ടുള്ളത്.

പക്ഷേ സാമൂതിരിപ്പാടിനെ സാമുവൽ ആറോണുമായൊന്നു താരതമ്യപ്പെടുത്തിനോക്കുക: രണ്ടോ മൂന്നോ തലമുറയ്ക്കുമുമ്പ് സാമൂതിരിപ്പാടിന്റെ അനവധി കുടിയാൻമാരുടെ കൂട്ടത്തിൽമാത്രം കണക്കാക്കപ്പെട്ടിരുന്ന ഒരു സാധാരണക്കാരനായിരുന്ന ഒരാൾ വളർന്നുവളർന്ന് ഇന്ന് സാമൂതിരിപ്പാടിനെക്കാൾ എത്രയോ അധികം വാർഷികാദായമുള്ള ഒരു പണക്കാരനായിത്തീർന്നിരിക്കുന്നു. മാത്രമോ? ഓരോ ദിവസം കഴിയുന്തോറും ഈ പുതിയ പണക്കാരന്റെ സ്വത്ത് അധികമധികം വർധിച്ചുവരികയാണ്. സാമൂതിരിപ്പാടിൻേറതാകട്ടെ, പഴയപടി നിൽക്കുകയോ അങ്ങേയറ്റം പറഞ്ഞാൽ ഏറ്റവും ചുരുങ്ങിയ തോതിൽ മാത്രം വളരുകയോ ആണ്. നിത്യജീവിതത്തിലാകട്ടെ, സാമൂതിരികുടുംബത്തിലെ അനന്തരവൻമാരുടെ ഭക്ഷണവും മറ്റു ജീവിതാവശ്യങ്ങളും ഈ പുതിയ പണക്കാരന്റെ ഒരു ക്ലാർക്കിൻേറതിനെക്കാൾ ഉയർന്നതല്ല.

എന്നാൽ ആദായം മാത്രം നോക്കി ജന്മിയെയും മുതലാളിയെയും താരതമ്യപ്പെടുത്തുന്നതു ശരിയായിരിക്കില്ല: സാമ്പത്തികമായി മാത്രമല്ല,

മറ്റുതരത്തിലും മുതലാളിക്ക് ജന്മിയെക്കാൾ ഉയർന്ന ഒരു നിലയിലെത്താൻ കഴിഞ്ഞിട്ടുണ്ട്. ഉദാഹരണത്തിന്, സാമുവൽ ആറോൺ ആറോൺമില്ലിന്റെ മാനേജിങ് ഡയറക്ടർ മാത്രമല്ല, മറ്റെത്രയോ കമ്പനികളുടെ ഡയറക്ടറാണ്; ഡയറക്ടർ ബോർഡിൽ ആറോൺ കൂടിയുണ്ടാവുന്നത് തങ്ങളുടെ അന്തസ്സിനത്യാവശ്യമാണെന്ന് പുതിയ പുതിയ കമ്പനികളുടെ ഭാരവാഹികൾക്കു തോന്നത്തക്കവിധം അത്ര സാമ്പത്തികവിദഗ്ധനും പ്രമാണിയുമാണ്; നാട്ടിന്റെ സാമ്പത്തികഭാവി എങ്ങനെയായിരിക്കണമെന്നു നിശ്ചയിക്കാൻ ഗവൺമെൻറ് നിയമിച്ച പ്ലാനിങ് കമ്മിറ്റിയിലെ ഒരംഗമാണ്; മലബാറിലെ പൊതുജനാഭിപ്രായം രൂപീകരിക്കുന്ന മുഖ്യപത്രമായ *മാതൃഭൂമി*യുടെ ഡയറക്ടർമാരിലൊരാളാണ്; ഭരണം നടത്തുന്ന പാർട്ടിയായ കോൺഗ്രസിന്റെ പ്രവർത്തകൻമാരിൽ വളരെപ്പേർക്ക് ധനസഹായം നൽകിയും മന്ത്രിമാരുടെയും മറ്റു നേതാക്കൻമാരുടെയും ആതിഥേയനായും മറ്റു പല തരത്തിലും ഭരണത്തിൽത്തന്നെ സ്വാധീനശക്തി ചെലുത്താൻ കഴിയുന്നൊരാളാണ്. നേരേമറിച്ച്, സാമൂതിരിപ്പാടിനാകട്ടെ തന്റെ കോവിലകത്തിനകത്തല്ലാതെ മറ്റെവിടെയും അത്ര വലിയ സ്ഥാനമൊന്നുമില്ല; ഉദ്യോഗസ്ഥൻമാർക്ക് 'ഓണപ്പുടവ'യും കൈക്കൂലിയും കൊടുക്കുക, ഫീസ് കൊടുത്ത് വക്കീലിനെക്കൊണ്ട് വാദിപ്പിക്കുക മുതലായ വഴികളുപയോഗിച്ച് ചില്ലറ ചില കാര്യങ്ങൾ നേടാനല്ലാതെ, പൊതുജനാഭിപ്രായം രൂപീകരിച്ച് ഗവൺമെൻറ്നയത്തിൽ മാറ്റം വരുത്തി, ഭരണയന്ത്രം ഇഷ്ടംപോലെ തിരിക്കാനുള്ള കഴിവ് അദ്ദേഹത്തിനില്ല.

സാമൂതിരിപ്പാടും സാമുവൽ ആറോണും തമ്മിലുള്ള ഈ വ്യത്യാസം അറയ്ക്കൽ രാജായും കുഞ്ഞിമായൻഹാജിയും തമ്മിലും പാലിയത്തച്ചനും സീതാറാംസ്വാമിയും തമ്മിലും പൂഞ്ഞാർ രാജാവും എ വി തോമസും തമ്മിലും നമുക്കു കാണാം; എന്തിനധികം, ജന്മികളുടെ ഇടയിൽത്തന്നെ രണ്ടു മൂന്നു തലമുറ മുമ്പ് മുതലാളിയാവാൻ ശ്രമിച്ചു തുടങ്ങിയ ദേശമംഗലവും ഇന്നും പഴയ രീതിയിൽത്തന്നെ കഴിയുന്ന പഴയ ജന്മികളും തമ്മിലും നമുക്കീ വ്യത്യാസം കാണാം. ഒരു വില്ലേജിൽത്തന്നെ 1000–2000 പറ പാട്ടം കിട്ടുന്ന ഒരു ചെറുജന്മിയെക്കാൾ പണവും പദവിയും സ്വാധീനശക്തിയുമുള്ളത് 1000–2000 ഉറുപ്പിക മുതലിറക്കി കച്ചവടം നടത്തുകയോ അല്ലെങ്കിൽ 10–15 തറികളുള്ള ഒരു കമ്പനി നടത്തുകയോ ചെയ്യുന്ന മുതലാളിക്കാണ്.

ഇതാണ് ബ്രിട്ടീഷ്ഭരണത്തിൻകീഴിൽ നമ്മുടെ നാട്ടിൽ വന്ന വമ്പിച്ച സാമൂഹ്യവിപ്ലവം: പരശുരാമന്റെ കൈയിൽനിന്ന് 'ദാനം കിട്ടിയ ഭൂമി'യിൽനിന്നു കിട്ടുന്ന പാട്ടമല്ല, തരിശായിക്കിടക്കുന്ന ഭൂമി കൃഷി ചെയ്തും നാട്ടുകാർക്കാവശ്യമുള്ളതോ അന്യനാടുകളിലേക്ക് കയറ്റി അയയ്ക്കാവുന്നതോ ആയ സാധനങ്ങൾ (തുണി, കയർ, ഓട്, ബീഡി മുതലായവ) ഉണ്ടാക്കിച്ചും സാധനങ്ങൾ അന്യോന്യം കൈമാറിയും മറ്റും നാട്ടിലെ സ്വത്തു വർധിപ്പിക്കുന്ന ജോലിക്കു കിട്ടുന്ന പ്രതിഫലമാണ് കൂടുതൽ

പ്രധാനമെന്ന നില വന്നിരിക്കുന്നു; ആയിരക്കണക്കിൽ ഏക്കർ ഭൂമിയുടെ ഉടമസ്ഥനെന്ന നിലയ്ക്ക് പതിനായിരക്കണക്കിൽ പറ നെല്ല് പാട്ടം പിരിക്കുന്ന ജന്മിയെക്കാൾ പണവും പദവിയും പ്രതാപവുമുള്ളത് ഉള്ള മുതൽ മുടക്കി തോട്ടം വച്ചുപിടിപ്പിക്കുകയും ഫാക്ടറികളിടുകയും കച്ചവടം നടത്തുകയും ചെയ്യുന്ന മുതലാളിക്കാണെന്നു വന്നിരിക്കുന്നു.

ജാതി–ജന്മി–നാടുവാഴി മേധാവിത്വത്തിനു കിട്ടിയ വലിയൊരടിയാണിത്. എന്തുകൊണ്ടെന്നാൽ, ജാതിമേധാവിത്വത്തിൻകീഴിൽ 'മ്ലേച്ഛൻ' മാരായി കണക്കാക്കപ്പെട്ടിരുന്ന ക്രിസ്ത്യാനികളും മുസ്ലിങ്ങളുമാണ്, സവർണഹിന്ദുക്കളല്ല, മുതലാളിമാരായി വളരാൻ ആദ്യം ശ്രമിച്ചത്; അവരാണല്ലോ ബ്രിട്ടീഷ്ഭരണത്തിനു മുമ്പുതന്നെ കച്ചവടം നടത്തിയിരുന്നത്. കച്ചവടവും അതിനെത്തുടർന്ന് വ്യവസായവുമാണ് പുതിയ കേരളത്തിൽ വളരാൻ പോകുന്നതെന്നു കാണാൻ പഴയ കേരളത്തിലെ പ്രമാണിമാർക്ക്—സവർണഹിന്ദുക്കൾ, ജന്മികൾ, നാടുവാഴികൾ എന്നിവർക്ക്–കഴിഞ്ഞില്ല; തങ്ങളുടെ പദവിയും പ്രതാപവും പഴയപോലെതന്നെ നിലനിൽക്കുമെന്നു കരുതി പഴയ ജീവിതം തുടരാനാണവർ ശ്രമിച്ചത്. നേരേമറിച്ച്, ക്രിസ്ത്യാനികളും മുസ്ലിങ്ങളുമാകട്ടെ, തങ്ങളുടെ പഴയ ജോലിതന്നെ പുതിയ സ്ഥിതിയിൽ കൂടുതൽ വിപുലമായും കൂടുതൽ നന്നായും നടത്താൻ പഠിച്ചു: സാധനങ്ങൾ വാങ്ങുകയും വിൽക്കുകയും ചെയ്യുകയെന്ന പഴയ കച്ചവടംതന്നെ കൂടുതൽ വിപുലമാക്കുക; സാധനങ്ങളെപ്പോലെതന്നെ പണവും വിൽക്കുകയും വാങ്ങുകയും ചെയ്യുക; സാധനങ്ങൾ വാങ്ങി അത് കൂടുതൽ നന്നാക്കാനുള്ള തൊഴിലാളികളെക്കൊണ്ടു പ്രവർത്തിപ്പിച്ച് കൂടുതൽ വിലയ്ക്കു വിൽക്കുക; ഭൂമി വിലയ്ക്കോ പാട്ടത്തിനോ വാങ്ങി തൊഴിലാളികളെക്കൊണ്ടു പണിയെടുപ്പിച്ചുണ്ടാവുന്ന വിളവ് വിൽക്കുക—ഇങ്ങനെ കച്ചവടത്തെത്തന്നെ ഉയർത്തി, ബാങ്കിങ്ങും വ്യവസായവും തോട്ടങ്ങളും വളർത്തി വമ്പിച്ച പണക്കാരാവാനവർക്കു കഴിഞ്ഞു. ഇങ്ങനെയാണ് എ വി തോമസും എ വി ജോർജും തങ്ങൾകുഞ്ഞുമുസലിയാരും സാമുവൽആറോണും കുഞ്ഞിമായൻ ഹാജിയും വളർന്നുവന്നത്.

എന്നാൽ ക്രിസ്ത്യാനികളും മുസ്ലിങ്ങളും ഈ നിലയിൽ വളരുന്നതു കണ്ട് ഹിന്ദുക്കൾ, സവർണഹിന്ദുക്കൾപോലും, വെറുതെയിരുന്നില്ല. അവരുടെ ഇടയിലും ക്രമേണ ഈ മനോഭാവം വളർന്നുവന്നു; അവരുടെ ഇടയിൽനിന്നും ചുരുങ്ങിയ തോതിൽ മുതലാളിമാർ വളർന്നുവന്നു; തിരുവിതാംകൂറിലെ കശുവണ്ടിക്കമ്പനി മുതലാളിമാരിലൊരു പ്രധാന ഭാഗം ഈഴവരാണ്; ആലപ്പുഴയിലെ കയർവ്യവസായ മുതലാളിമാരിലൊരു പ്രമാണിയാണ് കെ സി കരുണാകരൻ; മലബാറിലെ മുതലാളിമാരിൽ നാരകശ്ശേരി കൃഷ്ണൻ, കായത്ത് ദാമോദരൻ മുതലായവർ ഈഴവരാണ്. അതുപോലെ നായൻമാരുടെയിടയിലും കോട്ടയത്തെ 'മോട്ടോർരാജാ'വെന്നു പറയാവുന്ന ശങ്കുണ്ണിപ്പിള്ള, എറണാകുളത്തെ ഓയിൽമില്ലുടമസ്ഥനും പ്രജാമണ്ഡലത്തിന്റെ പിന്നിലുള്ള പ്രധാന

ചരടുവലിക്കാരനുമായ കെ പി മാധവൻനായർ, ബോംബെയിലും കൽക്കത്തയിലും മറ്റും പോയി കച്ചവടം നടത്തി പണക്കാരനായി ഉയർന്നുവന്ന വി കെ മേനോൻ, കോഴിക്കോട്ടും കണ്ണൂരിലുമുള്ള എം എൻ നായരും എ കെ നായരും മുതലായ മുതലാളിമാർ വളർന്നുവന്നിട്ടുണ്ട്. രണ്ടു മൂന്നു തലമുറ മുമ്പുതന്നെ ഓട്ടുകമ്പനിയും കോട്ടൺമില്ലും തുടങ്ങിയ ദേശമംഗലം നമ്പൂതിരിപ്പാട്, 25–30 കൊല്ലം മുമ്പ് യോഗക്ഷേമപ്രസ്ഥാനത്തോടൊപ്പം ഉയർന്നുവന്ന കമ്പനികളും ബാങ്കുകളും കഴിഞ്ഞ രണ്ടു മൂന്നു കൊല്ലക്കാലമായി വീണ്ടും ഉയിർത്തെഴുന്നേറ്റ യോഗക്ഷേമ പ്രസ്ഥാനത്തിന്റെ പ്രേരണയാൽ തുടങ്ങിയ ഒലവക്കോട്ടെ ഗ്ലാസ്ഫാക്ടറി മുതലായവ ഇതേ മനോഭാവം നമ്പൂതിരിമാരിലും വളർന്നുവരുന്നുണ്ടെന്നു കാണിക്കുന്നു. എന്തിനധികം? കൊച്ചി രാജകുടുംബത്തിലെ അനന്തരവൻമാർപോലും ബാങ്കുകളും കമ്പനികളും നടത്തുന്നു; അവരിലൊരാളാണ് അഖിലേന്ത്യാ വ്യവസായമുതലാളി സംഘ (മാനുഫാക്ചറേഴ്സ് അസോസിയേഷൻ)ത്തിന്റെ എറണാകുളം ബ്രാഞ്ചിന്റെ പ്രസിഡന്റ്. കമ്പനികളുടെ കണക്കുകളും മറ്റും ആഡിറ്റ് ചെയ്യുന്നതിനുള്ള ആഡിറ്ററുടെ പണി ചെയ്യുന്ന 'വർമ ആൻറ് വർമ'യും രാജകുടുംബത്തിലെ മെംബറാണ്.

അതായത്, നവീനമുതലാളിയായി വളരാൻ തുടങ്ങിയതും ഇന്നും നവീനമുതലാളിമാരിൽ മുഖ്യസ്ഥാനം വഹിക്കുന്നതും ക്രിസ്ത്യാനികളും മുസ്ലിങ്ങളുമാണെങ്കിലും, എല്ലാ ജാതിയിലും മതത്തിലുംപെട്ട പണക്കാരെയെല്ലാം ഉൾക്കൊള്ളുന്ന ഒരു ജനവിഭാഗമാണ് ഇന്നത്തെ പുതിയ പണക്കാർ; ജീവിക്കാൻവേണ്ട കൂലിപോലും കിട്ടാതെ കഴിച്ചുകൂട്ടുന്ന അധഃകൃതരും മറ്റു ദരിദ്രസമുദായങ്ങളും മാത്രമാണ് മുതലാളികളുടെ ഇടയിൽ യാതൊരു സ്ഥാനവുമില്ലാതെ പുറംതള്ളായി നിൽക്കുന്നത്; മറ്റേതു സമുദായത്തിലുംപെട്ട ഇടത്തരക്കാരും പണക്കാരുമായവരിലൊരു ഭാഗം തങ്ങളുടെ ചെലവുകഴിച്ചു മിച്ചമുണ്ടാവുന്ന പണം മുടക്കി കച്ചവടമോ വ്യവസായങ്ങളോ നടത്തി മുതലാളിമാരാവാൻ ശ്രമിക്കുകയാണ്. സവർണഹിന്ദുക്കളിലും ജന്മികളിലുമുള്ള ദീർഘദർശികളായവർ മുഴുവൻ പഴയ രീതിയിലുള്ള സ്വത്തവകാശത്തെയും ആദായ മാർഗത്തെയുംകാൾ നല്ലത് പുതിയ സ്വത്തവകാശവും ആദായമാർഗവുമാണെന്നു മനസിലാക്കി മുതലാളിമാരായി വളരുകയാണ്.

ഒരു പുതിയ സംസ്കാരത്തിന്റെ വളർച്ച

സ്വത്തവകാശത്തിലും ആദായമാർഗത്തിലും വന്ന ഈ മാറ്റം വിദ്യാഭ്യാസരീതിയിലും സംസ്കാരത്തിലുംകൂടി വരുന്നത് സ്വാഭാവികമാണല്ലോ. ജന്മാവകാശത്തിനും പാട്ടം പിരിവിനും പകരം സാധനക്കൈമാറ്റവും ഫാക്ടറി നടത്തിപ്പും അതിൽനിന്നുള്ള ആദായവും വന്നപ്പോൾ, ജാതി–ജന്മി–നാടുവാഴി മേധാവിത്വത്തിനുപകരം മുതലാളിമേധാവിത്വം വന്നപ്പോൾ പണ്ടത്തെ ബ്രാഹ്മണരും സവർണഹിന്ദുക്കളുമായ വിദ്വാൻ

മാർക്കും ശാസ്ത്രജ്ഞൻമാർക്കുംപകരം പുതിയതരത്തിലുള്ള വിദ്വാൻമാരും ശാസ്ത്രജ്ഞൻമാരുമുണ്ടാവേണ്ടിവന്നു. നാലു വേദങ്ങളും ആറു ശാസ്ത്രങ്ങളും മറ്റും പഠിച്ചതുകൊണ്ട് ഇന്നത്തെ പുതിയ ലോകത്തിൽ പ്രാമാണ്യം ലഭിക്കുകയില്ലെന്നു വ്യക്തമായപ്പോൾ, പുതിയ തരത്തിലുള്ള വിദ്വാൻമാർക്കും ശാസ്ത്രജ്ഞൻമാർക്കുമാണ് കൂടുതൽ നല്ല ശമ്പളം കൊടുക്കാൻ നാട്ടുകാർ തയ്യാറാവുന്നതെന്നു വന്നപ്പോൾ, പഴയ സംസ്കാരത്തിന്റെ അടിത്തറ തന്നെ പുഴങ്ങി. അങ്ങനെ ഒരു പുതിയ തലമുറ എല്ലാ സമുദായത്തിലും ഉയർന്നുവന്നു; വക്കീൽമാർ, ക്ലാർക്കുമാർ, ഡോക്ടർമാർ, എൻജിനിയർമാർ, അധ്യാപകർ, പത്രപ്രവർത്തകർ മുതലായ ജനവിഭാഗം—ബുദ്ധിജീവികളെന്നു പറയപ്പെടുന്ന ഇവർ പഴയ സമുദായഘടനയിലില്ലാത്തവരും ഇന്നത്തെ മുതലാളിസമുദായത്തിന് ഒഴിവാക്കാൻ വയ്യാത്തവരുമാണ്.

കച്ചവടം നടത്താൻവേണ്ടി ഇന്ത്യയിൽവന്ന ബ്രിട്ടീഷ് ഈസ്റ്റിന്ത്യാക്കമ്പനിക്ക് തങ്ങളുടെ കച്ചവടനടത്തിപ്പിനും പിന്നീട് ഭരണം നടത്തുന്നതിനും ആവശ്യമായ ക്ലാർക്കുമാരെ ഉണ്ടാക്കുന്നതാവശ്യമായപ്പോൾ അവർ തുടങ്ങിയ പുതിയതരം സ്കൂളുകളും കോളജുകളുമാണ് ഈ ബുദ്ധിജീവികളുടെ ഉത്ഭവസ്ഥാനമെന്നു വ്യക്തമാണല്ലോ. ബ്രിട്ടീഷ് കച്ചവടക്കാർക്കാവശ്യമായ ഇതേ ക്ലാർക്കുമാർ ക്രമേണ ഇന്ത്യൻ കച്ചവടക്കാർക്കും ആവശ്യമാവാൻ തുടങ്ങി; ബ്രിട്ടീഷ്ഭരണത്തിന് ഇവിടെ സ്ഥിരപ്രതിഷ്ഠ കിട്ടിയപ്പോൾ അതിൻകീഴിലുള്ള ഉദ്യോഗങ്ങൾ വഹിക്കുന്നത് സാമ്പത്തികമായും സാമൂഹ്യമായും ഉയരാനുള്ള വഴിയാണെന്ന് ആളുകൾ കാണാൻ തുടങ്ങി; പഴയ ഭരണത്തിൻകീഴിൽ ഉദ്യോഗങ്ങൾ വഹിച്ചിരുന്ന നായൻമാർക്കും മറ്റു സവർണഹിന്ദുക്കൾക്കും പഴയ ജോലി തുടരാൻ സാധ്യമല്ലെന്നു വന്നപ്പോൾ പുതിയ ജോലികളിലേർപ്പെടാനും അതിനുവേണ്ടി പുതിയ സ്കൂളുകളിലും കോളജുകളിലും ചേരാനുമുള്ള പ്രേരണ വന്നു; പഴയ ഭരണത്തിൻകീഴിൽ അടിച്ചമർത്തപ്പെട്ടിരുന്ന സമുദായങ്ങൾക്ക് പുതിയ ഭരണത്തിൻകീഴിൽ ഉദ്യോഗസ്ഥൻമാരാവുന്നത് അന്തസ്സും ആദായവുമുണ്ടാക്കാനുള്ള വഴിയാണെന്നുകണ്ട് അവരും ഈ വഴിക്കു തിരിഞ്ഞു; ഇങ്ങനെ നാനാവിധമായ പ്രേരണകൾക്കു കീഴ്പ്പെട്ട് എല്ലാ സമുദായങ്ങളിലുംപെട്ട ആളുകൾ പുതിയ ഇംഗ്ലീഷ് സ്കൂളുകളിലും കോളജുകളിലും പോയി പഠിച്ച്, പുതിയ സംസ്കാരം സ്വീകരിച്ച് പ്രാചീനകേരളത്തിലെ സംസ്കാരത്തെയാകെ വെല്ലുവിളിക്കാൻ തുടങ്ങി; വേദശാസ്ത്രാദിപണ്ഡിതൻമാർക്ക് യാതൊരു സ്ഥാനവും നൽകാതെ അവരെ പ്രാചീനവസ്തുക്കളുടെ കൂട്ടത്തിൽ മാത്രം കണക്കാക്കി നവീനകലാശാസ്ത്രങ്ങളിൽ വൈദഗ്ധ്യം നേടിയവരെ മാനിക്കാൻ തുടങ്ങി. ഇതാണ് പുതിയ സംസ്കാരത്തിന്റെ ഉൽഭവം, ഇതാണ് പ്രാചീനകേരളസംസ്കാരത്തിനു കിട്ടിയ ഏറ്റവും ഭയങ്കരമായ അടി.

ഇതിൽ മുൻകൈയെടുത്തത് നായൻമാരും ക്രിസ്ത്യാനികളുമാണ്. പഴയ ജാതി–ജന്മി–നാടുവാഴി മേധാവിത്വത്തിൻകീഴിൽ പടയാളികളും പടനായകൻമാരും മന്ത്രിമാരുമായിരുന്ന നായൻമാർക്ക് ബ്രിട്ടീഷ്ഭരണം

വന്നപ്പോൾ ആ ജോലി പഴയ രീതിയിൽ നടത്താൻ നിവൃത്തിയില്ലെന്നായി; എന്നാൽ അതേ ജോലികൾ പുതിയ രൂപത്തിൽ നടത്താനുള്ള സൗകര്യം അവർക്കു കിട്ടി. കളരിക്കുപകരം സ്കൂളും കോളജുമാവുക; വാളിനുപകരം പേനയും കടലാസുമെടുക്കുക; നാടുവാഴിയെ സേവിക്കുന്നതിനുപകരം ബ്രിട്ടീഷ്ഉദ്യോഗസ്ഥനെ സേവിക്കുക— ഇത് സ്വാഭാവികമായി അവർക്കു ചെയ്യാൻ കഴിഞ്ഞു. അങ്ങനെ 'മേനോൻ' ക്ലാർക്കായി; 'കാര്യക്കാ'രും 'തടസ്ഥ'രും മറ്റും വക്കീലും മുൻസിഫും തഹസീൽദാരും മറ്റുമായി; 'കുറുപ്പും' 'പണിക്ക'രും മറ്റും ഇൻസ്പെക്ടറും മറ്റു പോലീസുദ്യോഗസ്ഥൻമാരുമായി; കാര്യസ്ഥനും പാട്ടാളിയും മറ്റും വക്കീലായി. ഇങ്ങനെ പഴയ ജോലി പുതിയ രീതിയിൽ നടത്താനാവശ്യമായ നവീനവിദ്യാഭ്യാസം ലഭിച്ചപ്പോൾ, അതേവരെ താൻ ചെയ്യാത്ത പല പുതിയ ജോലികളും നായർ ചെയ്യാൻ തുടങ്ങി; അവരുടെ ഇടയിൽ നിന്ന് ഡോക്ടർമാരും എൻജിനിയർമാരും അധ്യാപകൻമാരും പത്രപ്രവർത്തകരും കവികളുമൊക്കെ ഉയർന്നുവന്നു; വിദ്യാഭ്യാസവും സംസ്കാരവും ഏറ്റവുമധികം സമ്പാദിച്ച സമുദായമെന്ന സ്ഥാനം നമ്പൂതിരിയിൽനിന്ന് നായരിലേക്കു മാറി.

ക്രിസ്ത്യാനിക്കും ഇത്തരത്തിലുള്ള സാംസ്കാരികവളർച്ചയ്ക്ക് ധാരാളം സൗകര്യങ്ങളുണ്ടായിരുന്നു. ബ്രിട്ടീഷുകാർ സ്ഥാപിച്ച നവീന വിദ്യാഭ്യാസരീതി സ്വീകരിക്കാൻ ഏറ്റവുമധികം പ്രേരണ നൽകുന്ന ഒരു സംസ്കാരമാണവരുടേത്: പ്രാചീനകേരളത്തിലെ വിദ്യാഭ്യാസരീതിക്ക് ഹൈന്ദവസംസ്കാരവുമായി എത്ര അടുത്ത ബന്ധമുണ്ടോ അത്ര അടുത്ത ബന്ധമാണ് ബ്രിട്ടീഷ്ഭരണത്തിൻകീഴിലെ പുതിയ വിദ്യാഭ്യാസരീതിക്കും ക്രിസ്തുമതത്തിനുമുള്ളത്: പോരെങ്കിൽ സ്കൂളുകളും കോളജുകളും നടത്തുന്നതിൽ ക്രിസ്ത്യൻപാതിരിമാർ വളരെ മുഖ്യമായ പങ്കു വഹിച്ചിട്ടുമുണ്ട്. അതിനുപുറമേ കച്ചവടസംബന്ധമായി വളർന്നുവരുന്ന ഈ സമുദായത്തിന് അതനുസരിച്ചുവേണ്ട പുതിയ വിദ്യാഭ്യാസം ആവശ്യമാണല്ലോ. ആ സ്ഥിതിക്ക് ക്രിസ്ത്യാനികളും നായൻമാരെക്കാളൊട്ടും കുറയാത്ത തരത്തിൽ വിദ്യാഭ്യാസം നേടുകയും അഭ്യസ്തവിദ്യർ സ്വീകരിക്കുന്ന ജോലികൾ സ്വീകരിക്കുകയും ചെയ്തു. രണ്ടു മൂന്നു തലമുറയ്ക്കുമുമ്പുള്ള ബുദ്ധിജീവികളിൽ മുഖ്യമായ സ്ഥാനം നായൻമാർക്കും ക്രിസ്ത്യാനികൾക്കുമാണ്.

നായൻമാരെയും ക്രിസ്ത്യാനികളെയും തുടർന്ന് എല്ലാ സമുദായക്കാരും ഇംഗ്ലീഷ്വിദ്യാഭ്യാസം നേടി, നവീനസംസ്കാരം സ്വീകരിച്ച് പുതിയ രീതിയിലുള്ള ബുദ്ധിജീവികളാകാൻ ശ്രമിച്ചു. ജാതി-ജന്മിമേധാവിത്വത്തിൻകീഴിൽ അടിച്ചമർത്തപ്പെട്ടിരിക്കുന്ന ഈഴവരും അധഃകൃതജാതിക്കാരും തങ്ങളുടെ സാമൂഹ്യമായ അടിമത്തംപോക്കാൻ നവീനവിദ്യാഭ്യാസമാണ് നല്ലതെന്നു മനസ്സിലാക്കി അതംഗീകരിക്കാൻ ശ്രമിച്ചു; സാമൂഹ്യസമത്വമാണ് തങ്ങളുടെ സംസ്കാരത്തിന്നടിസ്ഥാനമെന്നവകാശപ്പെടുന്ന ബ്രിട്ടീഷ്ഭരണാധികാരികളും, അധഃകൃതജനവിഭാഗങ്ങളെ ഉയർത്തുകയാണ് തങ്ങളുടെ ഉദ്ദേശമെന്നു പറയുന്ന ക്രിസ്ത്യൻ പാതിരി

മാരും ഇതിനവരെ സഹായിച്ചു. ഇതിന്റെ ഫലമായി ഈ 'അയിത്തജാതി'ക്കാരുടെ ഇടയിൽനിന്ന് വക്കീൽമാരും ഗവൺമെന്റുദ്യോഗസ്ഥൻമാരും മറ്റു ബുദ്ധിജീവികളുമുണ്ടാവാൻ തുടങ്ങി. ഇങ്ങനെ അധഃകൃതവർഗക്കാരും മറ്റയിത്തജാതിക്കാരുംകൂടി സാംസ്കാരികമായി ഉയരാൻ തുടങ്ങിയതുകണ്ടിട്ടാണ് മുസ്ലിങ്ങളും നമ്പൂതിരിമാരും ഈ വഴിക്കു പോകാൻ തുടങ്ങിയത്. തങ്ങളുടെ പഴയ ഇസ്ലാമികസംസ്കാരവും ആർഷസംസ്കാരവും ഇന്നത്തെ ലോകത്തിനു പറ്റിയതല്ലെന്നു മനസിലാക്കാൻ ഇവർക്ക് കുറച്ചുകാലം വേണ്ടിവന്നു. എന്നാൽ ഇന്ന് അവരെല്ലാം ഇതു സ്വീകരിച്ചുകഴിഞ്ഞിരിക്കുന്നു: എല്ലാ സമുദായക്കാരെയും മതക്കാരെയും ഉൾക്കൊള്ളുന്ന ഒരു ബുദ്ധിജീവിജനവിഭാഗം നമ്മുടെ നാട്ടിൽ ഉയർന്നുവന്നിരിക്കുന്നു.

ഈ ജനവിഭാഗത്തിന് സമുദായത്തിലുള്ള സ്ഥാനമെന്തെന്നു മനസിലാക്കത്തക്ക ചില കണക്കുകൾ *തിരുവിതാംകൂർ സ്റ്റേറ്റ് മാനുവലിൽ* കൊടുത്തിട്ടുണ്ട്. അതനുസരിച്ച് 1931 ൽ ഒരു ഗവൺമെൻറുദ്യോഗസ്ഥന്റെ ഒരു കൊല്ലത്തെ ശരാശരി വരവ് 332 ഉറുപ്പികയാണ്; മറ്റൊരു ജോലിയിലും ഇത്ര ഉയർന്ന തോതിൽ വരവുണ്ടാക്കാൻ കഴിയുന്നില്ല. ഗവൺമെൻറുദ്യോഗസ്ഥൻ കഴിഞ്ഞാൽപ്പിന്നെ അടുത്തുവരുന്നത് വക്കീൽ, ഡോക്ടർ, പത്രപ്രവർത്തകൻ മുതലായി ഗവൺമെൻറിന്റെ കീഴിലല്ലാതെ സ്വതന്ത്രമായി എന്തെങ്കിലും തൊഴിലെടുത്തു ജീവിക്കുന്ന ബുദ്ധിജീവികളാണ്; അവരുടെ ശരാശരി വരവാകട്ടെ കൊല്ലത്തിൽ 247 ഉറുപ്പികയാണ്. അതിലും താഴെയാണ് 'പലവക' ജോലികൾ (കൊല്ലത്തിൽ ശരാശരി 198 ഉറുപ്പിക), കച്ചവടം (196 ഉറുപ്പിക), കളിമൺവ്യവസായം (161 ഉറുപ്പിക), ഗതാഗതം (152 ഉറുപ്പിക), ലോഹവ്യവസായം (151 ഉറുപ്പിക) എന്നിവ വരുന്നത്. ഏറ്റവും ചുരുങ്ങിയ ശരാശരി വാർഷികാദായമുള്ളത് കാർഷികത്തൊഴിലാളിക്കാണെന്നും അയാളുടെ വരവ് കൊല്ലത്തിൽ 80 ഉറുപ്പിക മാത്രമാണെന്നുംകൂടി ഈ അവസരത്തിൽ ഓർക്കേണ്ടതുണ്ട്. (*സ്റ്റേറ്റ് മാനുവൽ*, വാല്യം III, പേജ് 80). ഇതിൽനിന്ന് ഏറ്റവുമധികം പണം കിട്ടുന്ന ജോലി ഗവൺമെൻറുദ്യോഗവും അടുത്തത് മറ്റു ബുദ്ധിജീവികളുടേതുമാണെന്ന് തെളിയുന്നുണ്ടല്ലോ.

ഏറ്റവും ഉയർന്ന ശമ്പളം കിട്ടുന്ന ഗവൺമെൻറുദ്യോഗസ്ഥന് ഒരു വൻകിട മുതലാളിയുടേതിനെക്കാൾ വലിയ ആദായമുണ്ടെന്ന് ഇതിനർഥമില്ല. എ വി തോമസിനെയും എ വി ജോർജിനെയുംപോലെ വരവുള്ള ഒരു ഗവൺമെൻറുദ്യോഗസ്ഥനും തിരുവിതാംകൂറിലില്ലെന്നു നമുക്കറിയാം. പക്ഷേ വൻകിട മുതലാളി മുതൽ ഏറ്റവും ചെറിയ ഒരു വെറ്റിലക്കടക്കാരൻവരെയുള്ള എല്ലാ കച്ചവടക്കാർക്കുംകൂടി കിട്ടുന്ന ആദായം സമമായി ഭാഗിച്ചാൽ ഒരാൾക്ക് ശരാശരി 196 ഉറുപ്പിക കിട്ടുമ്പോൾ, ദിവാൻ മുതൽ ശിപായിവരെയുള്ള ഗവൺമെൻറുദ്യോഗസ്ഥൻമാർക്കെല്ലാംകൂടി കിട്ടുന്ന ശമ്പളം സമമായി ഭാഗിച്ചാൽ കിട്ടുന്നത് 332 ഉറുപ്പികയാണെന്ന് ഇതിൽനിന്നു വ്യക്തമാവുന്നുണ്ട്. ഇതിലൽഭുതപ്പെടാനുമില്ല. എന്തുകൊണ്ടെന്നാൽ, എ വി തോമസുമാരും എ വി ജോർജുമാരും തന്നെ അധികം ഉയർന്നുവരുന്നത് ബുദ്ധിജീവികളുടെ ഇടയിൽനിന്നാണ്; മുത

ലാളിയായി ഉയരാൻ ബുദ്ധിജീവിയാകുന്നത് വളരെ സഹായകരമായിരിക്കും. ഈ ജനവിഭാഗത്തിൽനിന്നുതന്നെവേണം ഗവൺമെൻറുദ്യോഗസ്ഥൻമാരെയും തിരഞ്ഞെടുക്കാൻ. അപ്പോൾ ഗവൺമെൻറുദ്യോഗങ്ങൾ സ്വീകരിച്ച് അതിൽ ഉറച്ചുനിൽക്കാനൊരാൾക്ക് പ്രേരണ കിട്ടണമെങ്കിൽ, ഇടത്തരം മുതലാളിക്കു കിട്ടുന്ന ആദായമെങ്കിലും കിട്ടുമെന്ന ഉറപ്പ് ഉയർന്ന ഉദ്യോഗങ്ങൾ സ്വീകരിക്കുന്നവർക്കു കൊടുക്കണം. അതുപോലെതന്നെ വക്കീലായി പണിയെടുത്താൽ സാമാന്യം നല്ല നിലയിൽ ജീവിക്കാൻ കഴിയുമെന്നു ബോധ്യപ്പെട്ടാൽ മാത്രമേ വക്കീലാവാൻ ആരും തുനിയുകയുള്ളു. അതുകൊണ്ടാണ് ഗവൺമെൻറുദ്യോഗസ്ഥൻമാർക്കും മറ്റു ബുദ്ധിജീവികൾക്കും ഉയർന്ന ശമ്പളത്തോത് നിശ്ചയിച്ചിട്ടുള്ളത്.

ജാതി–ജന്മി–നാടുവാഴിമേധാവിത്വത്തിൻകീഴിൽ ജന്മികൾക്കുണ്ടായിരുന്ന സാമ്പത്തികാധിപത്യം ബ്രിട്ടീഷ്ഭരണത്തിൻകീഴിൽ മുതലാളിമാർക്കായതുപോലെ, സാംസ്കാരികവും ഭരണസംബന്ധവുമായ മേധാവിത്വം പണ്ടത്തെ ബുദ്ധിജീവികളുടെയും ഭരണാധികാരികളുടെയും കൈയിൽനിന്ന് പുതിയ ബുദ്ധിജീവികളുടെ കൈയിലേക്കു മാറിയെന്നതാണ് ഇതിന്റെ ഫലം. പണ്ടത്തെ വാധ്യാൻ, വൈദികൻ, തന്ത്രി മുതലായ പുരോഹിതൻമാർക്കും ആഢ്യൻ നമ്പൂതിരിമാർ, ഇടപ്രഭുക്കൻമാർ മുതലായ നാട്ടുപ്രമാണികൾക്കും കുറുപ്പ്, പണിക്കർ മുതലായ സേനാനായകൻമാർക്കും മറ്റുമുണ്ടായിരുന്ന സ്ഥാനമൊക്കെ ഇന്ന് ഗവൺമെൻറുദ്യോഗസ്ഥൻമാരും ബുദ്ധിജീവികളും കൈയിലാക്കിയിരിക്കുന്നു.

ബ്രിട്ടീഷ്ഭരണം സാമൂഹ്യവിപ്ലവത്തെ തടയുന്നു

എന്നാൽ ഈ സാമൂഹ്യവിപ്ലവം മുഴുവൻ കേരളത്തിൽ നടത്തുന്നത് ബ്രിട്ടീഷ് ഭരണത്തിൻകീഴിലായിരുന്നുവെന്നത് വളരെ പ്രധാനമായ ഒരു സംഗതിയാണ്. കച്ചവടത്തിന്റെ തോതും കച്ചവടക്കാരുടെ എണ്ണവും കച്ചവടം വ്യവസായമായി വളർത്തുന്നതുമെല്ലാം ബ്രിട്ടന്റെ നിയന്ത്രണത്തിലാണ്; ബ്രിട്ടീഷ് മുതലാളിമാരുടെ ആദായം വർധിക്കത്തക്ക നിലയിലാണ്. ബ്രിട്ടന്റെ രാഷ്ട്രീയമേധാവിത്വവും ബ്രിട്ടീഷ്മുതലാളിമാരുടെ ആദായവും കുറയാനിടയുള്ള യാതൊന്നും ഇവിടെ വളരാൻ ബ്രിട്ടീഷുകാർ സമ്മതിച്ചിട്ടില്ല.

സർ. എം വിശ്വേശ്വരയ്യ എന്ന ഇന്ത്യൻ വ്യവസായവിദഗ്ധൻ തന്റെ, *ഇന്ത്യക്കൊരു സാമ്പത്തികപദ്ധതി* എന്ന ഗ്രന്ഥത്തിൽ ബ്രിട്ടൻ ഇന്ത്യയിലനുസരിച്ചുപോന്ന നയം ഇങ്ങനെ സംഗ്രഹിക്കുന്നു:

ബ്രിട്ടനിലുണ്ടാക്കുന്ന വ്യാവസായികോൽപ്പന്നങ്ങൾക്കൊരു കമ്പോളമാവണം ഇന്ത്യയെന്നാണ് ബ്രിട്ടനാഗ്രഹിക്കുന്നത്. അതുകൊണ്ട് ഇവിടെ വ്യവസായങ്ങൾ വളരാനുള്ള യാതൊരു പ്രേരണയും ബ്രിട്ടൻ നൽകുന്നില്ല.

ബ്രിട്ടീഷ് മുതലാളിമാർക്ക് അവരുടെ കൈയിരുപ്പുസംഖ്യകൾ മൂല

ധനമായി മുടക്കാൻ ഇന്ത്യയിൽ സാധിക്കണമെന്നാണ് ബ്രിട്ടീഷുകാരാഗ്രഹിക്കുന്നത്. അതുകൊണ്ട് ഇന്ത്യയുടെ മേലുള്ള സാമ്പത്തികമായ പിടി വിടാനവർ തയ്യാറില്ല.

ബ്രിട്ടീഷ്ചരക്കുകൾക്ക് ഇന്ത്യയിലുള്ള കമ്പോളം സുരക്ഷിതമാവണമെന്ന് ബ്രിട്ടീഷുകാരാഗ്രഹിക്കുന്നു. അതിനുവേണ്ടിയാണ്, ഇന്ത്യക്കാരടയ്ക്കുന്ന നികുതിപ്പണം ചെലവാക്കി നിലനിർത്തുന്നതെങ്കിലും ബ്രിട്ടീഷ്നിയന്ത്രണത്തിലുള്ള ഒരു ഭാരിച്ച സൈന്യത്തെ ബ്രിട്ടീഷുകാരിവിടെ നിർത്തിയിട്ടുള്ളത്.

ബ്രിട്ടീഷ്ഭരണത്തിൻകീഴിൽ ഗവൺമെൻറിന് നികുതിയല്ലാതെ നാട്ടുകാർക്കാദായമുണ്ടാവത്തക്ക സ്വത്തുക്കൾ വളരെ കുറച്ചേ വളർന്നിട്ടുള്ളു. റെയിൽവേകളും ഇറിഗേഷൻ (ജലസേചനം) പദ്ധതികളുമുണ്ടെങ്കിൽ, അവയുടെമേൽ വമ്പിച്ചൊരു കടവും വരുത്തിവച്ചിട്ടുണ്ട്; ഈ കടത്തിൽത്തന്നെ 40 ശതമാനം ഇംഗ്ലണ്ടിൽനിന്നാണു വാങ്ങിയിട്ടുള്ളത്. 1900–ാമാണ്ടിൽ 307 കോടി ഉറുപ്പികയായിരുന്നു നമ്മുടെ കടം; അത് 1212 കോടി ഉറുപ്പികയായി ഇന്നേക്ക് വർധിച്ചിരിക്കുന്നു; ഇതിൽത്തന്നെ 500 കോടി ഉറുപ്പിക ഇംഗ്ലണ്ടിലാണ്.

സാങ്കേതികവിദ്യാഭ്യാസത്തിന് പ്രോത്സാഹനം നൽകുന്നതിനെക്കുറിച്ചാണെങ്കിൽ, ഒരൊറ്റ ഉദാഹരണമെടുത്താൽമതി; മദിരാശിയിലും പൂനയിലുമുള്ള രണ്ടു ഗവൺമെന്റെൻജിനിയറിങ് കോളജിലുംകൂടി ഏതാണ്ട് 25 വിദ്യാർഥികളെയാണ് ഒരു കൊല്ലം സാങ്കേതികവിദ്യാഭ്യാസത്തിനെടുക്കുന്നത്; ഈ രണ്ടു കോളജുകൾ നിൽക്കുന്ന സംസ്ഥാനങ്ങളിലെ ജനസംഖ്യയാകട്ടെ ഏഴു കോടിയുണ്ടുതാനും.

ചുരുക്കത്തിൽ വ്യവസായീകരണത്തെ തടയുകയും നാട്ടുകാരുടെ ഗ്രാമാശ്രയസ്വഭാവം വളരുന്നത് തടയാതിരിക്കുകയുമാണ് ബ്രിട്ടൻ ചെയ്യുന്നത്.

വ്യവസായങ്ങളും മറ്റും വളർത്തണമെന്ന് ആളുകൾ വളരെയധികം ബഹളംകൂട്ടിയാൽ അപ്പോൾ താൽക്കാലികമായി ചില നിസ്സാരസൗജന്യങ്ങളനുവദിക്കും. എന്നാൽ നാട്ടിന്റെ സാമ്പത്തികാഭിവൃദ്ധിയുടെ മുമ്പിലുള്ള മൗലികതടസ്സങ്ങൾ പിന്നെയും നാട്ടിനെ പിന്നോക്കം പിടിച്ചുവലിച്ചുകൊണ്ടിരിക്കും.

ഈ സ്ഥിതിക്ക്, പരിഷ്കൃതരാജ്യങ്ങളിലെ നിവാസികളിൽവച്ച് ഏറ്റവും കുറച്ചുമാത്രം വരവുള്ള ആളുകൾ ഇന്ത്യക്കാരാണെന്ന നില വന്നതിലത്ഭുതപ്പെടാനുണ്ടോ? തൊഴിലില്ലായ്മയുടെ ആപൽക്കരമായ വർധന; ഏറ്റവും വർധിച്ച മരണത്തോത്; വ്യവസായത്തിൽനിന്നുള്ള വരവിന്റെയും വ്യാപാരത്തിന്റെയും ബാങ്ക് ഡെപ്പോസിറ്റുകളുടെയും അക്ഷരാഭ്യാസത്തിന്റെയും കുറവ്—ഈ ഏതിനമെടുത്തു നോക്കിയാലും ലോകത്തിലെ രാജ്യങ്ങളിൽ വച്ച് ഏറ്റവും മോശമായ സ്ഥാനം നേടാൻ ഇന്ത്യ മൽസരിക്കുകയാണെന്നു തോന്നും.

ഇത് കേരളത്തെ മുഖ്യമായും മൂന്നുതരത്തിൽ ബാധിച്ചിട്ടുണ്ട്.

1. കച്ചവടം വളർന്നതുപോലെ വ്യവസായങ്ങൾ വളർന്നിട്ടില്ല. ഇവിടെ വളർത്താൻ ധാരാളം സൗകര്യമുള്ള കപ്പൽവ്യവസായം, ലോഹവ്യവസായങ്ങൾ മുതലായവയൊന്നും വളർന്നിട്ടില്ല. വ്യാപാരപരമായും വ്യാവസായികമായും വളരെ പിന്നണിയിലാണ്.

ആറു പരിഷ്കൃതരാജ്യങ്ങളിലും തിരുവിതാംകൂറിലും പ്രവൃത്തിയെടുത്തു ജീവിക്കുന്ന ആളുകളിൽ എത്ര ശതമാനം വീതമാണ് പ്രധാന ജോലികളിലേർപ്പെട്ടിട്ടുള്ളതെന്നു കാണിച്ച് അവരെ പരസ്പരം താരതമ്യപ്പെടുത്തുന്ന കണക്കാണ് താഴെ കൊടുക്കുന്നത്:

രാജ്യം	കൃഷി, മീൻ പിടിത്തം	വ്യവസായം,ഖനി	കച്ചവടം, ഗതാഗതം	സർക്കാർ ജോലി	വക്കീൽ, ഡോക്ടർ	മറ്റുള്ളവ
തിരുവിതാംകൂർ	39.0	15.0	9.0	3.0		84.0
ഇംഗ്ലണ്ട്	7.1	47.2	20.7	5.9	4.4	14.7
അമേരിക്ക	22.0	31.7	24.5	2.2	7.0	12.6
കാനഡ	31.2	24.9	17.7	2.9	6.2	17.2
ജർമനി	30.5	41.3	16.4	2.0	4.1	5.7
ഫ്രാൻസ്	38.3	33.3	17.0	2.2	3.6	5.6
ജപ്പാൻ	50.3	19.5	20.2	7.0	—	3.0

വിവരണം:

(എ) ഇതിൽ തിരുവിതാംകൂറിനെ സംബന്ധിച്ചുള്ള കണക്ക് *സ്റ്റേറ്റ് മാനുവലിൽ* (വാല്യം III, പേജ് 13) നിന്നും മറ്റു രാജ്യങ്ങളുടേത് സർ. എം വിശ്വേശ്വരയ്യയുടെ *ഇന്ത്യക്കൊരു സാമ്പത്തികപദ്ധതി* എന്ന പുസ്തകത്തിൽനിന്നുമാണെടുത്തിട്ടുള്ളത്.

(ബി) തിരുവിതാംകൂറിൽ വക്കീൽ, ഡോക്ടർ മുതലായ ജോലികളിലേർപ്പെട്ടവരുടെ കണക്ക് പ്രത്യേകം കൊടുത്തിട്ടില്ല. സർക്കാർജോലിയും ഇതുംകൂടിയാണ് മൂന്നു ശതമാനം.

(സി) ഇതിൽ അമേരിക്ക, ജർമനി എന്നീ രാജ്യങ്ങളിലെ കണക്ക് 1930 ലും മറ്റു രാജ്യങ്ങളിലേത് 1931 ലും എടുത്തതാണ്.

(ഡി) തിരുവിതാംകൂറിൽ 'മറ്റുള്ള ജോലിക'ളെന്ന അവസാനത്തെ കോളത്തിൽ കൊടുത്ത 84 ശതമാനത്തിൽ 30 ശതമാനത്തോളം വീട്ടു (ദാസ്യ) ജോലികളിലേർപ്പെട്ടവരാണ്.

വ്യവസായം, ഖനി, വ്യാപാരം, ഗതാഗതം മുതലായ ജോലികളിലേർപ്പെട്ടു ജീവിക്കുന്നവരുടെ ശതമാനം (24 ശതമാനം) ഏറ്റവും കുറവ് തിരുവിതാംകൂറിലാണ്; ഏറ്റവും വർധിച്ച ശതമാന(69.2 ശതമാനം) മുള്ള ഇംഗ്ലണ്ടിൽ തിരുവിതാംകൂറിന്റെ മൂന്നിരട്ടിയോളം ആളുകൾ ആ ജോലികളിലേർപ്പെട്ടു ജീവിക്കുന്നുണ്ട്; ഇക്കാര്യത്തിൽ തിരുവിതാംകൂറിനോട് കുറെയെങ്കിലും അടുത്തുനിൽക്കുന്ന ജപ്പാനിൽത്തന്നെ 40 ശതമാനത്തോളംപേർ ഈ ജോലികൾകൊണ്ടു ജീവിക്കുമ്പോൾ തിരുവിതാംകൂറിൽ 24 ശതമാനം മാത്രമേ ഉള്ളു—ഇത്രയും സംഗതികൾ ഈ

കണക്കുകളിൽനിന്നു വ്യക്തമാവുന്നുണ്ടല്ലോ. മറ്റൊരു കാര്യംകൂടി ഇവിടെ ഓർക്കേണ്ടതുണ്ട്: തിരുവിതാംകൂറിലെ കണക്കിൽ വ്യവസായമെന്ന കണക്കിൽ കൊടുത്തിട്ടുള്ളതിലൊരു പ്രധാനഭാഗം ചെറുകിടയിലുള്ള കുടിൽവ്യവസായമാണ്; പരിഷ്കൃതരാജ്യങ്ങളിലാകട്ടെ അതിൽ മിക്കവാറും മുഴുവൻ യന്ത്രീകൃതമായ വൻകിടവ്യവസായമാണ്. തിരുവിതാംകൂറിലെ കൈത്തറിക്കാരെയും കരുവാൻമാരെയുമെല്ലാം തുണിവ്യവസായത്തിലും ലോഹവ്യവസായത്തിലും പെടുത്തിയാൽ കിട്ടുന്ന 24 ശതമാനത്തെയാണ് ലങ്കാഷെയറും ഷെഫീൽഡുമുള്ള ഇംഗ്ലണ്ടിലെ 69 ശതമാനവുമായി താരതമ്യപ്പെടുത്തുന്നത്.

തിരുവിതാംകൂറിൽ ഒരുകൊല്ലം ഖനികളിൽനിന്നുള്ള വരവ് 2.9 ലക്ഷവും തുണിവ്യവസായത്തിൽനിന്ന് 78.2 ലക്ഷവും മരവ്യവസായത്തിൽനിന്ന് 43.9 ലക്ഷവും ലോഹവ്യവസായങ്ങളിൽനിന്ന് 17.4 ലക്ഷവും കളിമൺ വ്യവസായത്തിൽനിന്ന് 8.6 ലക്ഷവും മറ്റു വ്യവസായങ്ങളിൽ നിന്ന് 74.4 ലക്ഷവും കൂടി വ്യവസായം, ഖനി എന്നിവയിൽനിന്ന് 225.4 ലക്ഷം ഉറുപ്പികയാണ് 1931 ൽ വരവുള്ളത്. ഇത് അന്നത്തെ ജനസംഖ്യ (50,95,973) കൊണ്ട് ഹരിച്ചാൽ ഈ ഇനത്തിൽനിന്ന് ഒരു തിരുവിതാംകൂറുകാരന്റെ ഒരുകൊല്ലത്തെ ശരാശരിവരവ് ഏതാണ്ട് നാലര ഉറുപ്പികയാണെന്നു കാണാം. ഇതിനുപകരം ഇംഗ്ലണ്ടിൽ 463–ഉം അമേരിക്കയിൽ 830–ഉം കാനഡയിൽ 544–ഉം ജപ്പാനിൽ 167–ഉം ജർമനിയിൽ 238.9–ഉം ഉറുപ്പികയാണ് ഒരാളുടെ ഒരു കൊല്ലത്തെ ശരാശരിവരവ്.

എന്നാൽ ഈ ഇനത്തിൽ മാത്രമല്ല, എല്ലാ ഇനങ്ങളിലും തിരുവിതാംകൂറിന്റെ വരവ് പരിഷ്കൃതരാജ്യങ്ങളിലേതിന്റെ എത്രയോ പിന്നണിയിലാണ്. എല്ലാ ഇനങ്ങളിലുംകൂടി 1931 ൽ തിരുവിതാംകൂറിന്റെ ആകെ ഉൽപ്പാദനം അന്നത്തെ വില കണക്കാക്കിയാൽ 2241 ലക്ഷവും അത് സമമായി ഭാഗിച്ചാൽ ഓരോ തിരുവിതാംകൂറുകാരന്റെയും ശരാശരി വിഹിതം 44 ഉറുപ്പികയുമാണ്. അതേസമയത്ത് ഓരോ ഇംഗ്ലീഷുകാരന് ശരാശരി 531–ഉം അമേരിക്കക്കാരന് 1003–ഉം കാനഡക്കാരന് 851–ഉം ജപ്പാൻകാരന് 234–ഉം ഉറുപ്പിക കിട്ടുന്നുണ്ട്. അതായത് അമേരിക്കക്കാരന് 24 ഉറുപ്പികയും കാനഡക്കാരന് 19 ഉറുപ്പികയും ഇംഗ്ലീഷുകാരന് 12 ഉറുപ്പികയും ജപ്പാൻകാരന് 5 ഉറുപ്പികയും കിട്ടുമ്പോൾ തിരുവിതാംകൂറുകാരന് ഒരു ഉറുപ്പിക മാത്രമാണു കിട്ടുന്നത്.

1119 ലെ ഭരണറിപ്പോർട്ടനുസരിച്ച് തിരുവിതാംകൂറിൽ രജിസ്റ്റർ ചെയ്ത് പ്രവർത്തിക്കുന്ന 436 കമ്പനികളും അവയുടെ മൂലധനം 502 ലക്ഷം ഉറുപ്പികയുമാണ്. എന്നാൽ ഇതിൽ, 138 കമ്പനികളും 63 ലക്ഷം ഉറുപ്പികയും പണമിടപാടിനും, 18 കമ്പനികളും 7 ലക്ഷം ഉറുപ്പികയും ഗതാഗതത്തിനും, 89 കമ്പനികളും 282 ലക്ഷം ഉറുപ്പികയും തോട്ടങ്ങൾക്കുംവേണ്ടി ഉപയോഗിക്കപ്പെടുന്നവയാണ്. അതായത്, കമ്പനികളുടെ എണ്ണത്തിൽ 56.1 ശതമാനവും മൂലധനത്തിൽ 70.1 ശതമാനവും ഉപയോഗിക്കുന്നത് പണമിടപാട്, ഗതാഗതം, തോട്ടങ്ങൾ എന്നിവയിലാണ്. ബാ

ക്കി 30 ശതമാനം മൂലധനം മാത്രമാണ് 44 ശതമാനം കമ്പനികൾ പലതരം കച്ചവടങ്ങൾക്കും വ്യവസായങ്ങൾക്കുമായുപയോഗിക്കുന്നത്. ഇതിൽത്തന്നെ ഒരു പ്രധാന ഭാഗം കച്ചവടത്തിനും ചില്ലറവ്യവസായങ്ങൾക്കുമുള്ളതു കഴിച്ച് യഥാർഥവും മുഖ്യവുമായ വ്യവസായങ്ങൾക്കുവേണ്ടി ഉപയോഗിക്കപ്പെടുന്നവയുടെ എണ്ണവും മൂലധനവും എത്രയോ നിസ്സാരമാണെന്നതിന് സംശയമില്ല.

2. <u>ഉള്ള വ്യവസായങ്ങളിൽത്തന്നെ പ്രധാനമായവയും മൂലധനത്തിൽത്തന്നെ മുഖ്യമായ പങ്കും ബ്രിട്ടീഷുകാരുടെ നിയന്ത്രണത്തിലാണ്.</u>

സാമ്പത്തികാധഃപതനാന്വേഷണക്കമ്മിറ്റി റിപ്പോർട്ടനുസരിച്ച് തിരുവിതാംകൂറിലെ തോട്ടങ്ങളിൽ 61,986 ഏക്കർ റബ്ബറും 74,618 ഏക്കർ തേയിലയും 48,000 ഏക്കർ ഏലവും കൃഷിചെയ്യുന്നുണ്ട്: ഇതിൽ 17,000 ഏക്കർ റബ്ബറും 4,000 ഏക്കർ തേയിലയും 10,000 ഏക്കർ ഏലവും നാട്ടുകാരുടെ കൈയിലാണെന്നും ബാക്കി മുഴുവൻ യൂറോപ്യൻമാരുടെ കൈവശമാണെന്നും കമ്മിറ്റി കണക്കാക്കിയിരിക്കുന്നു. അതായത് ആകെ 1,84,604 ഏക്കർ തോട്ടമുള്ളതിൽ വെറും 31,000 ഏക്കറാണ് നാട്ടുകാരുടെ കൈയിലുള്ളത്; തിരുവിതാംകൂറിലെ തോട്ടങ്ങളിൽ ആറിലഞ്ചുഭാഗം ബ്രിട്ടീഷ് നിയന്ത്രണത്തിലാണെന്നർഥം.

തിരുവിതാംകൂറിന്റെ സാമ്പത്തികജീവിതത്തിൽ വളരെ പ്രധാനമായ പങ്ക് ഈ തോട്ടങ്ങൾക്കുണ്ട്. തോട്ടങ്ങളിലെ ഉൽപ്പന്നങ്ങളെല്ലാം കൂടിയാൽ തിരുവിതാംകൂറിന്റെ കയറ്റുമതിയിൽ 35.6 ശതമാനമായെന്നും അതിൽ ചായ (23.9 ശതമാനം), റബ്ബർ (8 ശതമാനം), ഏലം (3.5 ശതമാനം) എന്നിവ കൂടിയാൽത്തന്നെ 34.4 ശതമാനമായെന്നും മുമ്പ് നാം കണ്ടുകഴിഞ്ഞിരിക്കുന്നു. ഈ ഉൽപ്പന്നങ്ങൾ കയറ്റിയയച്ച് കിട്ടുന്ന പണം കൊണ്ടാണ് തിരുവിതാംകൂറിനാവശ്യമുള്ള അരിയും തുണിയും മറ്റത്യാവശ്യ സാധനങ്ങളും കൊണ്ടുവരുന്നത്. ഇത്ര മർമപ്രധാനമായ ഒരു വകുപ്പിന്റെയാണ് ആറിലഞ്ചുഭാഗം യൂറോപ്യൻമാരുടെ കൈയിലുള്ളത്.

മറ്റൊരു സംഗതികൂടി ഈ കണക്കുകളിൽനിന്ന് വായനക്കാർക്കു കാണാം. തോട്ടം ചരക്കുകളിൽത്തന്നെ ഏറ്റവുമധികം ഏക്കർ (74,618) കൃഷി ചെയ്യുന്നതും കയറ്റുമതിയുടെ ഏറ്റവും വലിയ ശതമാനം (23.9) വരുന്നതുമായ ചായയിലാണ് നാട്ടുകാർ ഏറ്റവും കുറവ് (74,618 ൽ 4,000). കൃഷിയുടെ വിസ്തീർണത്തിലും കയറ്റുമതിയുടെ ശതമാനത്തിലും കുറവുള്ള റബ്ബറിലും ഏലത്തിലും നാട്ടുകാർ ഇതിലും കൂടുതലുണ്ട്.

ബ്രിട്ടീഷ്തോട്ടക്കാരുടെ മൂലധനവും അതിന്റെ ഫലമായുള്ള സാമ്പത്തികശക്തിയും നോക്കിയാലാണ് അവരുടെ പ്രാമാണ്യം തികച്ചും മനസിലാവുക. ഉദാഹരണത്തിന്, 1119 ലെ ഭരണറിപ്പോർട്ടനുസരിച്ച് തിരുവിതാംകൂറിൽ 21 യൂറോപ്യൻ തോട്ടക്കാരുടെ കമ്പനികളുണ്ട് (10 ചായ; 11 റബ്ബർ). ഈ 21 കമ്പനികളുടെയും കൂടിയുള്ള ഒട്ടാകെ മൂലധനം 7,70,22,558 ഉറുപ്പികയാണ്. അതേസമയത്ത് തിരുവിതാംകൂറിൽ രജിസ്റ്റർ

ചെയ്ത തോട്ടക്കമ്പനികൾ 89 ആണ് (11 ചായ; 48 റബ്ബർ; 30 മറ്റുള്ളവ). ഇവയ്ക്കെല്ലാംകൂടിയുള്ള മൂലധനം 2,82,00,000 ഉറുപ്പികയാണ്. എന്നുവച്ചാൽ, തിരുവിതാംകൂറിലെ തോട്ടങ്ങളിലിറക്കിയിട്ടുള്ള ഒട്ടാകെ മൂലധന(1052 ലക്ഷം ഉറുപ്പിക)ത്തിൽ 73.3 ശതമാനം (ഏതാണ്ട് മുക്കാൽ ഭാഗം) യൂറോപ്യൻമാരുടേതാണ്.

ഇവയിൽത്തന്നെ ഒരൊറ്റക്കമ്പനി(കണ്ണൻദേവൻ)യുടെ മൂലധനം ഒന്നേമുക്കാൽകോടി ഉറുപ്പികയോളം വരും. 1937 ൽ ആ കമ്പനിയും തിരുവിതാംകൂർ ഗവൺമെൻറുമായി നടന്ന സംഭാഷണങ്ങളുടെ അവസാനം കമ്പനിയുടെ കൈവശമുള്ളതും അതേവരെ നികുതി ചുമത്താത്തതുമായ 48,000 ഏക്കർ സ്ഥലത്തിന് നികുതി കൊടുക്കാമെന്ന് കമ്പനി സമ്മതിച്ചു. ഇതോടുകൂടി കമ്പനിയുടെ കൈയിൽ 215 ചതുരശ്രമൈൽ (1,37,600 ഏക്കർ) സ്ഥലമുണ്ടെന്നുവന്നു. (*സ്റ്റേറ്റ് മാനുവൽ,* വാല്യം IV, പേജ് 486–87). ഇത്രയധികം ഭൂമി കൈവശമുള്ളതും ഇത്രയധികം മുതലിറക്കിയതും ഇത്രയധികം സാമ്പത്തികമേധാവിത്വമുള്ളതുമായ മറ്റൊരു വ്യക്തിയോ കമ്പനിയോ തിരുവിതാംകൂറിലില്ലെന്നു പറയേണ്ടതില്ലല്ലോ.

തോട്ടം കഴിഞ്ഞാൽപ്പിന്നെ പ്രധാനമായ ഇനം കയർവ്യവസായമാണ്: തിരുവിതാംകൂറിന്റെ കയറ്റുമതിയിൽ 17.4 ശതമാനം കയറാണെന്ന് നാം മുമ്പു കണ്ടുകഴിഞ്ഞു. മാത്രമല്ല, തിരുവിതാംകൂറിലെയും കേരളത്തിലെതന്നെയും ഏറ്റവും ക്ഷാമബാധിതപ്രദേശങ്ങളിലൊന്നായ അമ്പലപ്പുഴ, ചേർത്തല താലൂക്കുകളിലൊരു വലിയ ജനവിഭാഗത്തിന് ജോലി കൊടുക്കുന്ന വ്യവസായമാണത്. സാമ്പത്തികാധഃപതനാന്വേഷണക്കമ്മിറ്റി റിപ്പോർട്ടനുസരിച്ച് പ്രത്യക്ഷമായോ പരോക്ഷമായോ ഈ ഒരൊറ്റ വ്യവസായത്തെ ആശ്രയിച്ചു ജീവിക്കുന്നവരുടെ എണ്ണം 2,00,000 ആണ്. ഈ വ്യവസായത്തിന്റെ 40 ശതമാനത്തോളം മാത്രമാണ് കമ്മിറ്റിയുടെ അഭിപ്രായത്തിൽ തിരുവിതാംകൂറുകാരുടെ കൈയിലുള്ളത്; ബാക്കി 60 ശതമാനവും വിദേശീയരുടെ (മിക്കവാറും ബ്രിട്ടീഷുകാരുടെ) കൈയിലാണ്.

തിരുവിതാംകൂറിന്റെ ഉൽപ്പാദനത്തിലും കയറ്റുമതിയിലും പ്രാധാന്യം വഹിക്കുന്ന രണ്ടു വകുപ്പുകളിൽ (തോട്ടത്തിലും കയറിലും) യൂറോപ്യൻമാർക്കാണ് മുമ്പുംകൈയുമുള്ളതെന്ന് ഇതിൽനിന്നു വ്യക്തമായിരിക്കും. ഇതിനുപുറമേ, സ്വന്തം ഉൽപ്പന്നങ്ങൾ കയറ്റി അയയ്ക്കുകയും അന്യരാജ്യങ്ങളിലെ ഉൽപ്പന്നങ്ങൾ ഇറക്കുമതി ചെയ്യുകയും ചെയ്തു ജീവിക്കേണ്ട ഏതു രാജ്യക്കാർക്കും ജീവൽപ്രാധാന്യമുള്ള കപ്പൽനിർമാണം, കപ്പൽഗതാഗതം, ഇംപോർട്ട്–എക്സ്പോർട്ട് (ഇറക്കുമതി–കയറ്റുമതി), കച്ചവടം, ഇതിനാവശ്യമുള്ള ബാങ്കിങ്, എക്സ്ചേഞ്ച് (പണത്തിന്റെ സാർവലൗകിക കൈമാറ്റം), കറൻസി (പണത്തിന്റെ വിലനിരക്കും കൈമാറ്റത്തോതും) മുതലായവയുടെയെല്ലാം കാര്യത്തിൽ തിരുവിതാംകൂർ ബ്രിട്ടനെ ആശ്രയിച്ചാണിരിക്കുന്നത്. എന്തുകൊണ്ടെന്നാൽ, തിരുവിതാംകൂർ ഇന്ത്യയുടെ ഒരു ഭാഗമാണ്; ഇന്ത്യയാകട്ടെ

ബ്രിട്ടന്റെ കീഴിലുമാണ്.

3. ഇതിനുമുമ്പുതന്നെ നാം കണ്ടതുപോലെ, പഴയ ജാതി–ജന്മി–നാടുവാഴിമേധാവിത്വത്തെ നശിപ്പിക്കാതെ, അതിനെ അങ്ങനെതന്നെ നിലനിർത്തിക്കൊണ്ട്, അതിന്റെ മീതെ മുതലാളിമേധാവിത്വം സ്ഥാപിച്ച്, ആ മുതലാളിമേധാവിത്വത്തിന്റെ കേന്ദ്രമായി സ്വയം വളരുകയാണ് ബ്രിട്ടീഷ്മുതലാളിഭരണം ചെയ്തത്.

തിരുവിതാംകൂർ, കൊച്ചി രാജാക്കൻമാരുടെയും മലബാറിലെ നാടുവാഴികളുടെയും അധികാരം, രാഷ്ട്രീയമായും ഭരണപരമായും നോക്കിയാൽ, ഇന്ന് നടക്കുന്നില്ല: ബ്രിട്ടീഷ് പ്രധാനമന്ത്രിയും ബ്രിട്ടീഷ് വൈസ്രോയിയുമാണ് ഇന്ന് ഭരണകാര്യത്തിൽ പരമാധികാരികൾ. പക്ഷേ ബ്രിട്ടീഷ് ഭരണത്തിനു കീഴടങ്ങാനല്ലാതെ നാട്ടുകാർക്കു കീഴടങ്ങാൻ ബ്രിട്ടീഷുകാർ ഈ നാടുവാഴികളെ നിർബന്ധിച്ചില്ല. എന്നുമാത്രമല്ല, തിരുവിതാംകൂറിലും കൊച്ചിയിലും രാജാക്കൻമാരുടെ അധികാരവും പദവിയും നിലനിർത്താൻ സ്വന്തം ശക്തിയും അധികാരവും പ്രയോഗിക്കുകകൂടി ബ്രിട്ടീഷുകാർ ചെയ്തു. മലബാറിലാകട്ടെ, സാമൂതിരി മുതലായ നാടുവാഴികളാണ് ബ്രിട്ടീഷ്ഭരണത്തെ നിലനിർത്തുന്ന നെടുംതൂണുകൾ: ബ്രിട്ടീഷ് താൽപ്പര്യങ്ങൾക്കു കോട്ടംതട്ടാത്ത കാര്യങ്ങളിലെല്ലാം ഈ നാടുവാഴികളുടെ അഭിപ്രായവും ആഗ്രഹവുമനുസരിച്ചാണ് കളക്ടറും ഗവർണറുമൊക്കെ ഭരണം നടത്തുന്നത്; ഇവരുടെ അഭിപ്രായമാണ് 'നാട്ടുകാരുടെ അഭിപ്രായ'മായി ഗവൺമെൻറ് കണക്കാക്കാറുള്ളത്.

വാസ്തവം പറകയാണെങ്കിൽ, പതിനെട്ടാംനൂറ്റാണ്ടിന്റെ അവസാനഘട്ടത്തിലും പത്തൊമ്പതാംനൂറ്റാണ്ടിന്റെ ആദ്യഘട്ടത്തിലുമായി, ബ്രിട്ടീഷ് നിയന്ത്രണത്തിൻകീഴിൽ, കേരളത്തിൽ നടന്നത് ജാതി–ജന്മി–നാടുവാഴിമേധാവിത്വത്തിന്റെ നശീകരണമല്ല, അതിനെ അരക്കിട്ടുറപ്പിക്കുന്ന ഒരു റിപ്പയർവേലയാണ്. സാമൂഹ്യശക്തികളുടെ വളർച്ചയുടെ ഫലമായി തികച്ചും തകരാൻ തുടങ്ങിയിരുന്ന ജാതി–ജന്മി–നാടുവാഴിമേധാവിത്വത്തെ നിലനിർത്തണമെന്ന് ബ്രിട്ടീഷുകാരും, ബ്രിട്ടീഷുകാരുടെ കീഴിൽ, അവരുടെ പാദപൂജകൻമാരായി വാണുകൊള്ളാമെന്ന് നാടുവാഴി–ജന്മിവർഗങ്ങളും പരസ്പരം സമ്മതിക്കുകയാണു ചെയ്തത്.

അതായത്, ബഹുഭൂരിപക്ഷം നാട്ടുകാരെ സംബന്ധിച്ചിടത്തോളം ബ്രിട്ടീഷ്ഭരണത്തിൻകീഴിൽവന്ന മാറ്റം ഇതാണ്: ജാതി–ജന്മി–നാടുവാഴിമേധാവിത്വത്തിന്റെ ഭാരം ഇതേവരെ താങ്ങിയതുമുഴുവൻ അങ്ങനെതന്നെ താങ്ങിക്കൊണ്ട്, അതിന്റെയും മീതെ വന്ന മുതലാളിഭരണംകൂടി അവർക്ക് താങ്ങണമെന്ന നില വന്നിരിക്കുന്നു; അങ്ങനെ അവരുടെ ജീവിതം മുമ്പത്തെക്കാളുമധികം ദുരിതമയമായിരിക്കുന്നു. നാടുവാഴിഭരണത്തിൻകീഴിൽ അടിച്ചമർത്തപ്പെട്ടുകിടന്നിരുന്ന ചില സമുദായങ്ങളിലെ ഒരു ചെറുന്യൂനപക്ഷത്തിന് മുതലാളിമാരും ഗവൺമെൻറുദ്യോഗസ്ഥരും ബുദ്ധിജീവികളുമായി വളരാൻ കഴിഞ്ഞിട്ടുണ്ടെങ്കിലും അവരിൽ ബഹുഭൂരിപക്ഷത്തിന്റെ ജീവിതം അങ്ങേയറ്റം ഭയങ്കരമായിത്തീർന്നിരി

ക്കുന്നു.

ഇത് നാട്ടുകാരുടെ നിത്യജീവിതത്തെ ബാധിക്കുന്നതെങ്ങനെയെന്ന് ഞാനെന്റെ *ഒന്നേകാൽകോടി മലയാളികൾ* എന്ന പുസ്തകത്തിൽ ചുരുക്കി വിവരിച്ചിട്ടുണ്ട്. അതിൽനിന്നുള്ള ചില പ്രധാനഭാഗങ്ങളാണ് താഴെ കൊടുക്കുന്നത്:

പട്ടാളത്തിലാളെ ചേർക്കുന്ന കാര്യത്തിൽ മദിരാശി സംസ്ഥാനത്തിനു രണ്ടാംസ്ഥാനമാണുള്ളതെന്നും മദിരാശി സംസ്ഥാനത്തിൽത്തന്നെ ഒന്നാംസ്ഥാനമുള്ളത് മലബാറിനാണെന്നും ഈയിടെ ഒരു ഗവൺമെന്ററിയിപ്പിൽ കാണുകയുണ്ടായി.

മലബാർജില്ലയിൽനിന്നുമാത്രം 60,000 പേർ കരസൈന്യത്തിലും കടൽപ്പടയിലും വിമാനപ്പടയിലുമായി ചേർന്നിട്ടുണ്ട്. ഇന്ത്യയിലാകെ ഈ മൂന്നു വിഭാഗങ്ങളിലുമായി ചേർന്നിട്ടുള്ളത് 20,00,000 പേരാണ്. അതായത്, ഇന്ത്യയിൽനിന്നാകെ ചേർന്ന പടയാളികളിൽ മൂന്നു ശതമാനം മലബാർ ജില്ലയിൽനിന്നാണു പോയിട്ടുള്ളത്. ജനസംഖ്യകൊണ്ട് നോക്കുകയാണെങ്കിൽ ഇന്ത്യയുടെ ഒരു ശതമാനം (40 കോടിയിൽ 40 ലക്ഷം) മാത്രമേ മലബാറിലുള്ളു.

മറ്റൊരു നില നോക്കുക: 40 ലക്ഷം ജനങ്ങളുള്ള മലബാറിൽനിന്ന് 60,000 പേർ പട്ടാളത്തിൽ ചേർന്നിട്ടുണ്ട്. 40 കോടി ജനങ്ങളുള്ള ഇന്ത്യയിൽനിന്നാകട്ടെ 20 ലക്ഷം മാത്രമാണു ചേർന്നിട്ടുള്ളത്. അതായത്, മലബാറിലെ ജനസംഖ്യയിൽ ഒന്നര ശതമാനം പട്ടാളത്തിൽ ചേർന്നെങ്കിൽ, ഇന്ത്യയിലേതിന്റെ അരശതമാനം മാത്രമേ ചേർന്നിട്ടുള്ളു.

ചുരുക്കത്തിൽ, മലബാറിൽ നടന്ന റിക്രൂട്ട്മെൻറിന്റെ മൂന്നിലൊന്നുമാത്രമേ ഇന്ത്യയിലാകെ നടന്നിട്ടുള്ളു.

ബ്രിട്ടീഷ് മലബാറിനുമാത്രമല്ല, കൊച്ചിക്കും തിരുവിതാംകൂറിനും കൂടി ഇതു ബാധകമാണ്. വാസ്തവത്തിൽ മലബാറിൽ നടന്നതിലും അധികമല്ലേ കൊച്ചിയിലും തിരുവിതാംകൂറിലും നടന്ന റിക്രൂട്ട്മെൻറിന്റേതോതെന്നുപോലും സംശയിക്കേണ്ടിയിരിക്കുന്നു. കൊച്ചിയിലും തിരുവിതാംകൂറിലും നടന്ന റിക്രൂട്ട്മെൻറുംകൂടി കൂട്ടുന്നപക്ഷം രണ്ടു ലക്ഷത്തിൽ കുറയാതെ മലയാളികൾ പട്ടാളത്തിൽ പോയതായി കാണാം.

ഇതിനുപുറമേയാണ് അസം, തൃക്കണാമല എന്നീ സ്ഥലങ്ങളിലേക്കു കൂലിക്കാരായിപ്പോയവരും വാർ ടെക്നീഷൻമാരായും സപ്ലൈ ഡിപ്പാർട്ടുമെന്റിലും മറ്റും ക്ലാർക്കുമാരായും പോയവരും മറ്റു പല ജോലികൾക്കുമായി നാടുവിട്ടവരും. ഇതിൽനിന്നെല്ലാംകൂടി കഴിഞ്ഞ ആറു കൊല്ലക്കാലമായി നാടുവിട്ട മലയാളികളുടെ എണ്ണം അഞ്ചു ലക്ഷത്തോളം വരുമെന്നു കണക്കാക്കുന്നതിൽ തെറ്റില്ല. നമ്മുടെ ജനസംഖ്യയിൽ നാലു ശതമാനം കഴിഞ്ഞ ആറു കൊല്ലക്കാലത്തു നാടുവിട്ടിരിക്കുന്നു (120 ലക്ഷത്തിൽ അഞ്ചുലക്ഷം).

ഇതെല്ലാം കഴിഞ്ഞു ബാക്കി നാട്ടിൽത്തന്നെ ജീവിക്കുന്ന മല

യാളികൾക്കാകട്ടെ ഉണ്ണാനരിയില്ല, ഉടുക്കാൻ തുണിയില്ല, വിളക്കുകത്തിക്കാൻ മണ്ണെണ്ണയില്ല, ചികിൽസിക്കാൻ മരുന്നില്ല; ഈ നരകത്തിനിടയ്ക്ക് കോളറ, വസൂരി, മലേറിയ മുതലായ മഹാമാരികളും നമ്മുടെ നാട്ടിൽ പടർന്നുപിടിച്ചു; ഇതിനെല്ലാം ഇരയായി ഒരു ലക്ഷത്തോളം മലയാളികൾ മരിച്ചിട്ടുണ്ടാവണം (1943 ലെ കോളറ കൊണ്ട് ബ്രിട്ടീഷ് മലബാറിൽത്തന്നെ 30,000 ത്തോളം പേർ മരിച്ചിട്ടുണ്ടെന്ന് ഔദ്യോഗികമായിത്തന്നെ പ്രസ്താവിക്കപ്പെട്ടിട്ടുണ്ട്. ഇത്തരം മരണങ്ങളുടെ കണക്ക് കൊച്ചിയിലും തിരുവിതാംകൂറിലും പ്രസിദ്ധപ്പെടുത്തിയിരുന്നുവെങ്കിൽ 1943 ലെ കോളറ, 1944 ലെ വസൂരി, ഇക്കാലത്തെല്ലാം തുടർന്നു വന്ന മറ്റു പകർച്ചവ്യാധികൾ എന്നിവയുടെ ഫലമായി കേരളത്തിലാകെ ഒരു ലക്ഷംപേർ മരിച്ചതായിക്കാണാമെന്നാണെനിക്കു തോന്നുന്നത്).

ചുരുക്കിപ്പറകയാണെങ്കിൽ, കഴിഞ്ഞ അഞ്ചാറുകൊല്ലക്കാലമായി മലയാളികളനുഭവിച്ച ദുരിതം ബംഗാളികളൊഴിച്ച് ഇന്ത്യയിൽ മറ്റൊരു പ്രദേശവും അനുഭവിച്ചിട്ടില്ല. ബംഗാൾതന്നെ 1943 ലെ ക്ഷാമത്തിനിടയ്ക്കല്ലാതെ മറ്റു കാലങ്ങളിൽ ഇത്ര ഭയങ്കരമായ ദുരിതമനുഭവിച്ചിട്ടുണ്ടോ എന്നു ഞാൻ സംശയിക്കുന്നു.

ഈ ദുരിതത്തിനെല്ലാം കാരണം യുദ്ധകാലപരിതഃസ്ഥിതിയാണെന്നു വിചാരിക്കുന്നതു തെറ്റായിരിക്കും. എന്തുകൊണ്ടെന്നാൽ, യുദ്ധകാലത്ത് നാമെന്തെല്ലാം അനുഭവിച്ചുവോ അതെല്ലാം ചുരുങ്ങിയ തോതിൽ യുദ്ധത്തിനു മുമ്പും നാമനുഭവിച്ചുവന്നിരുന്നു.

ബോംബെ പട്ടണത്തിൽ 50,000 മലയാളികളുണ്ടായിരുന്നുവെന്നാണു പറയപ്പെടുന്നത് (കൃത്യമായ വിവരമില്ല). അതായത്, 240 മലയാളികൾ കേരളത്തിലുണ്ടെങ്കിൽ ഒരു മലയാളി ബോംബെ പട്ടണത്തിലുണ്ട് (കേരളത്തിലെ ആകെ ജനസംഖ്യ 120 ലക്ഷം). ഇതുപോലെ മദിരാശി, കൽക്കത്ത, ഡെൽഹി മുതലായ മറ്റു പട്ടണങ്ങളിലും സിലോൺ, ബർമ, മലയ മുതലായ അയൽരാജ്യങ്ങളിലും പോയി ജീവിക്കുന്ന 'മറുനാട്ടിലെ മലയാളികൾ' എത്രയുണ്ടെന്നു കണക്കെടുത്താൽ ഏതു മലയാളിയും നടുങ്ങിപ്പോകും. കേരളത്തിനു പുറത്തുവെച്ചുമാത്രം മലയാളികളെ കാണുന്ന ഒരന്യനാട്ടുകാരൻ, മലയാളികൾ 'ക്ലാർക്കുമാരും കൂലിക്കാരും' മാത്രമടങ്ങുന്ന ഒരു ജനവിഭാഗമാണോ എന്നു സംശയിക്കും.

നാട്ടിൽത്തന്നെ ജീവിക്കുന്ന മലയാളികളുടെ സ്ഥിതിയെന്തെന്ന് ഏതാണ്ടു പത്ത് കൊല്ലം മുമ്പ് കൊച്ചി ഗവൺമെൻറ് നടത്തിയ സാമ്പത്തികസർവേയിൽ വ്യക്തമായി കാണുകയുണ്ടായി. ഇത്ര നിഷ്കർഷമായ യാതൊരന്വേഷണവും അതിൽപ്പിന്നീട് കേരളത്തിലെവിടെയും നടന്നിട്ടില്ലാത്തതിനാൽ അതിൽ കൊടുത്ത ചില വിവരങ്ങൾ ഞാൻ താഴെ കൊടുക്കുന്നു:

1. അന്തിക്കാട് വില്ലേജിൽ ആകെ 816 കുടുംബങ്ങളുള്ളതിൽ 414 കുടുംബങ്ങളുടെ വാർഷികാദായം 100 ഉറുപ്പികയിൽ കുറവാണ്. ഇതിൽത്തന്നെ 114 കുടുംബങ്ങളുടെ വാർഷികാദായം 50 ഉറുപ്പികയിൽ കുറച്ചേ

ഉള്ളു. ഇതിന്റെ അർഥം: (ഒരു കുടുംബത്തിൽ അഞ്ച് അംഗങ്ങളെന്ന കണക്കനുസരിച്ച്) 114 കുടുംബങ്ങളിലെ അംഗങ്ങൾക്ക് കൊല്ലത്തിൽ 10 ഉറുപ്പിക, മാസത്തിൽ 13 അണ, ദിവസത്തിൽ 5 പൈസ പോലും ചെലവഴിക്കാൻ വകയില്ല. 300 കുടുംബങ്ങളിലെ അംഗങ്ങൾക്കാകട്ടെ, ദിവസത്തിൽ 5 പൈസയ്ക്കും 11 പൈസയ്ക്കുമിടയ്ക്കു ചെലവഴിക്കാം. ഊണ്, ഉടുപ്പ്, വീടുമേച്ചിൽ, ചികിൽസ, കുട്ടികളുടെ പഠിപ്പ് മുതലായവയ്ക്കെല്ലാംകൂടി മാസത്തിൽ എട്ടുറുപ്പിക പോലും ചെലവാക്കാൻ വകയില്ലാത്തവരാണ് ഈ വില്ലേജിലെ പകുതിയാളുകൾ.

2. 846 കുടുംബങ്ങളിൽ 26 എണ്ണ(മൂന്നു ശതമാനം)ത്തിനു മാത്രമേ കൊല്ലത്തിൽ 500 ഉറുപ്പികയിലധികം വരവുള്ളു. ഈ കുടുംബങ്ങൾക്കു മാത്രമാണ് ഒരുമാതിരി നല്ല നിലയിൽ കഴിഞ്ഞുകൂടാൻ സാധിക്കുക.

3. ഇത് സർവേ നടത്തിയ മറ്റു വില്ലേജുകൾക്കും ബാധകമാണ്. ചൂണ്ടൽവില്ലേജിൽ 45 ശതമാനവും ഏരുട്ടെമ്പാടിയിൽ 42 ശതമാനവും മട്ടാഞ്ചേരിയിൽ 44 ശതമാനവും വെങ്ങാനല്ലൂരിൽ 50 ശതമാനവും വള്ളിവട്ടത്ത് 45 ശതമാനവും തിരുവഴിയാറിൽ 45 ശതമാനവും കൊല്ലത്തിൽ 100 ഉറുപ്പികയിൽ കുറച്ചുമാത്രം വരവുള്ള കുടുംബങ്ങളാണ്. ഈ വില്ലേജുകളിൽ 500 ഉറുപ്പികയിലധികം വരവുള്ള കുടുംബങ്ങളുടെ ശതമാനം രണ്ട്, നാല്, രണ്ട്, പന്ത്രണ്ട്, പതിനൊന്ന്, രണ്ട് എന്നിങ്ങനെയാണ്.

ഇങ്ങനെ നാട്ടുകാരിൽ പകുതിയോളം ആളുകൾക്കു മുഴുപ്പട്ടിണിയും അരപ്പട്ടിണിയുമായി നാൾ കഴിക്കേണ്ടിവരിക, ബാക്കി പകുതിയിൽത്തന്നെ ഒരു ചെറിയ ശതമാനത്തിനുമാത്രം മനുഷ്യന്റെ ന്യായമായ ജീവിതാവശ്യങ്ങൾ നിറവേറ്റാൻവേണ്ട വരുമാനമുണ്ടാവുക—ഈ സ്ഥിതിയിൽ തടിമിടുക്കും മനക്കരുത്തും ഉള്ള യുവതീയുവാക്കൻമാർ നാടും വീടും വിട്ടു ജോലിയന്വേഷിക്കുന്നതിലത്ഭുതമുണ്ടോ?

യുദ്ധത്തിനുമുമ്പുതന്നെ ഉണ്ടായിരുന്ന ഈ ദുരിതം പതിൻമടങ്ങു മൂർച്ഛിക്കുക മാത്രമാണ് യുദ്ധകാലത്തു നടന്നത്; യുദ്ധത്തിനുമുമ്പുതന്നെ ജീവച്ഛവങ്ങളായിരുന്ന മലയാളികളെ തികച്ചും കൊല്ലുക മാത്രമാണ് പകർച്ചവ്യാധികൾ ചെയ്തത്; യുദ്ധത്തിനുമുമ്പുതന്നെ അരപ്പട്ടിണിക്കാരായിരുന്നവരെ മുഴുപ്പട്ടിണിക്കാരാക്കുക മാത്രമാണ് ഭക്ഷണക്കുഴപ്പം ചെയ്തത്.

* * * * * * * *

ഈ ജനദ്രോഹപരിപാടി അതിന്റെ മൂർധന്യത്തിലെത്തിയത് കഴിഞ്ഞ ആറുകൊല്ലക്കാലത്താണ്. ഇക്കാലത്ത് അരിയുടെയും തുണിയുടെയും മറ്റു നിത്യോപയോഗസാധനങ്ങളുടെയും വില അഞ്ചും ആറും ഇരട്ടി വർധിച്ചുവെങ്കിലും അതിനനുസരിച്ച് യുദ്ധബത്ത അനുവദിച്ചുകിട്ടണമെന്ന തൊഴിലാളികളുടെ ആവശ്യം ഗവൺമെൻറ് ചെവിക്കൊണ്ടില്ല; മുതലാളിമാരുടെ ആദായം എത്രയോ ഇരട്ടി വർധിച്ചിരിക്കയാൽ, തൊഴിലാളികൾക്കു ബോണസ് കിട്ടണമെന്ന തത്വവും ഗവൺമെൻറംഗീകരിച്ചില്ല; കന്നുകാലികളുടെയും കൃഷിക്കുവേണ്ട പണിയായുധങ്ങളു

ടെയും മറ്റും വില നിയന്ത്രിച്ച് കൃഷിക്കാരെ സഹായിക്കണമെന്ന മുറവിളിക്കും ന്യായമായ മറുപടി കിട്ടിയില്ല. അരിക്കും തുണിക്കും മറ്റു നിത്യോപയോഗസാധനങ്ങൾക്കും വില വർധിക്കുകയും വർധിച്ച വിലയ്ക്കുതന്നെ സാധനങ്ങൾ കിട്ടാൻ ബുദ്ധിമുട്ടാവുകയും ചെയ്യുന്ന സന്ദർഭത്തിൽ ഉള്ള സാധനങ്ങൾ ന്യായമായ വിലയ്ക്ക് സമമായ തോതിൽ റേഷൻ ചെയ്യാനും ഗവൺമെൻറ് കൂട്ടാക്കിയില്ല; പ്രക്ഷോഭത്തിന്റെ ശക്തികാരണം അവസാനം നെല്ലെടുപ്പും റേഷനിങ്ങും നടപ്പിൽ വരുത്തേണ്ടിവന്നപ്പോൾപോലും അതിൽ ജന്മികൾക്കും മൊത്തക്കച്ചവടക്കാർക്കും പല സൗജന്യങ്ങളും ആനുകൂല്യങ്ങളും അനുവദിക്കാനവർ മടിച്ചില്ല.

ഇതിന്റെയെല്ലാം ഫലമായാണ് യുദ്ധത്തിന്റെയും ക്ഷാമത്തിന്റെയുമിടയ്ക്ക് നമ്മുടെ നാട്ടുകാർ ഇത്രയധികം കഷ്ടപ്പെടേണ്ടിവന്നത്; ഇതിന്റെ ഫലമായിട്ടുതന്നെയാണ് പട്ടാളക്കാരെ വൻതോതിൽ പിരിച്ചുവിടാൻ തുടങ്ങിക്കഴിയാത്ത ഇന്നുതന്നെ തൊഴിലില്ലായ്മ തലപൊക്കിയിട്ടുള്ളതും. ഇതിന്റെ ഫലമായിട്ട് കേരളത്തിന്റെ ചരിത്രത്തിലിതേവരെ ഉണ്ടായിട്ടില്ലാത്തത്ര ഭയങ്കരമായ സാമ്പത്തികക്കുഴപ്പമാണു വരാൻ പോകുന്നത്.

ചുരുക്കത്തിൽ ബ്രിട്ടീഷ്ഭരണത്തെ നമുക്കു നാലു വാക്കുകളിൽ വിവരിക്കാം: പാപ്പരത്തം, പണിയില്ലായ്മ, പട്ടിണി, പകർച്ചവ്യാധി. ഈ നാലാപത്തുകളും ആദ്യം കൈത്തൊഴിൽക്കാരെ, പിന്നെ കൃഷിക്കാരെ, അവസാനം ഇടത്തരക്കാരെ ബാധിച്ചു: ഈ ഓരോ വിഭാഗവുമാണ് തങ്ങൾക്കു മുമ്പുണ്ടായിരുന്ന ജോലിയും ആദായമാർഗവും നഷ്ടപ്പെട്ട്, നാട്ടിലിരുന്നുപൊറുക്കാൻ നിവൃത്തിയില്ലാതെ പെനാങ്ങിലേക്കും കൊളമ്പിലേക്കും പോകുന്നത്. ഇവരുടെ ഇടയിൽനിന്നാണ് മദിരാശിയിലെ വെറ്റിലക്കടക്കാരും തമിഴ്നാട്ടിലെങ്ങും ദാസ്യവൃത്തി നടത്തുന്ന 'മലയാളിച്ചി'കളും ബോംബെ ചൗപ്പാത്തി മണൽപ്പുറത്തെ 'പാനിനാരിയൽവാല' (ഇളനീർക്കച്ചവടക്കാർ)മാരും സിലോണിലെ ചെത്തുതൊഴിലാളികളും ഇന്ത്യയിലെല്ലായിടത്തുമുള്ള ഗുമസ്തപ്പട്ടാളങ്ങളും പൊന്തിവന്നിട്ടുള്ളത്. മാർവാടികളും ഗുജറാത്തികളും പണക്കാരായ മുതലാളിമാരാവുമ്പോൾ, മലയാളികളിൽത്തന്നെ ഒരു ചെറുന്യൂനപക്ഷം ജന്മികളും മൊത്തക്കച്ചവടക്കാരും മുതലാളിമാരുമായി വളരുമ്പോൾ നമ്മുടെ നാട്ടുകാരിൽ ഭൂരിപക്ഷം ഇങ്ങനെ കഷ്ടപ്പെടുന്നതിന്റെ കാരണം ബ്രിട്ടീഷ്ഭരണമല്ലാതെ മറ്റൊന്നുമല്ല.

എന്നാൽ സാമ്പത്തികനാശം മാത്രമാണ് ബ്രിട്ടൻ നിമിത്തം നമുക്കനുഭവിക്കേണ്ടിവന്നതെന്നു വിചാരിക്കുന്നതു തെറ്റായിരിക്കും. സാമ്പത്തികനഷ്ടം മാത്രമേ നമുക്കുണ്ടായിരുന്നുള്ളുവെങ്കിൽ ജന്മികൾ, മുതലാളിമാർ മുതലായ ഉയർന്ന വർഗക്കാർക്കെങ്കിലും ബ്രിട്ടീഷ്ഭരണം കൊണ്ടു നേട്ടമുണ്ടെന്നു പറയാം; അവരെങ്കിലും ബ്രിട്ടീഷ്ഭരണം കൊണ്ടു നന്നായിട്ടുണ്ടെന്നു പറയാം. വാസ്തവം അതല്ല. ബ്രിട്ടീഷ്ഭരണംകൊണ്ടു നന്നായിട്ടുണ്ടെന്നു പറയാവുന്ന ഒരു വ്യക്തിപോലും കേരളത്തിലില്ല;

എന്തുകൊണ്ടെന്നാൽ, കേരളത്തിന്റെ വിഭവങ്ങൾ സ്വന്തം സ്വാർഥത്തിനായുപയോഗിക്കുക മാത്രമല്ല ബ്രിട്ടൻ ചെയ്തിട്ടുള്ളൂ; സാമൂഹ്യമായും സംസ്കാരപരമായും മലയാളികൾ സ്വന്തമെന്നഭിമാനിക്കുന്ന എന്തെല്ലാം നമുക്കുണ്ടായിരുന്നുവോ, അതെല്ലാം നശിപ്പിക്കുകകൂടി ബ്രിട്ടൻ ചെയ്തു. നമ്മുടെ കൃഷിയെയും കൈത്തൊഴിലുകളെയും മാത്രമല്ല ബ്രിട്ടൻ ഞെക്കിക്കൊന്നിട്ടുള്ളൂ; നമ്മുടെ കലകളെയും സാഹിത്യത്തെയും സംസ്കാരത്തെയാകെയുംകൂടി അത് തികച്ചും നശിപ്പിച്ചിരിക്കുന്നു. നവീനരീതിയിലുള്ള വൻകിടവ്യവസായങ്ങളുടെ വളർച്ചയെ മാത്രമല്ല ബ്രിട്ടൻ തടഞ്ഞിട്ടുള്ളൂ; നവീനമായ സയൻസിനെയും കണ്ടുപിടിത്തങ്ങളെയും നവീനകലകളെയും കൂടി അതു തടഞ്ഞിരിക്കുന്നു.

ബ്രിട്ടീഷധികാരം കേരളത്തിൽ കാൽകുത്താൻ തുടങ്ങിയ ദിവസം മുതൽ ഇതേവരെയുള്ള രണ്ടു നൂറ്റാണ്ടോളം കാലത്ത് എന്തെന്തു മാറ്റങ്ങളാണ് സംസ്കാരപരമായി ലോകത്തിൽ വന്നിട്ടുള്ളത്! അതിന്റെയെന്തിന്റെയെങ്കിലും നേരിയ ഒരലയെങ്കിലും കേരളത്തിൽ അലച്ചിട്ടുണ്ടോ? മനുഷ്യന്റെയും മറ്റു ജീവികളുടെയും പ്രപഞ്ചത്തിന്റെയും യാഥാർഥ്യത്തെക്കുറിച്ച് പലപല പുതിയ നിയമങ്ങളും ദിവസേന കണ്ടുപിടിക്കുന്ന ഈ ലോകത്തിൽ ഇതിന്റെയെല്ലാം അർഥമെന്തെന്നു മനസ്സിലാക്കാൻ കഴിയുന്ന മലയാളികളെത്രയുണ്ട്? പ്രപഞ്ചത്തെ മൗലികപദാർഥങ്ങ(elements)ളുടെ അണുക്ക (atoms)ളും പരമാണുക്ക(electrons & protons)ളും മറ്റുമായിത്തിരിക്കുകയും അവയോരോന്നിനെയും സൂക്ഷ്മമായി പരിശോധിക്കുകയും ചെയ്യാൻ ലോകത്തിലെ ശാസ്ത്രജ്ഞന്മാർക്കു കഴിയുന്ന അവസരത്തിൽ നമ്മുടെ സാഹിത്യം 'പഞ്ചഭൂത'ങ്ങളുടെ വിവരണത്തിൽനിന്നുപോലും മുമ്പോട്ടു പോയിട്ടുണ്ടോ? ലോകത്തിലെ ജ്യോതിശ്ശാസ്ത്രജ്ഞൻമാർ പുതിയ പുതിയ ഗ്രഹങ്ങളെയും നക്ഷത്രങ്ങളെയും കണ്ടുപിടിക്കുകയും പരിശോധിക്കുകയും ചെയ്യുമ്പോൾ നമ്മുടെ ജ്യോതിശ്ശാസ്ത്രം അന്ധവിശ്വാസരൂപമായ 'ജ്യോതിഷ'ത്തിന്റെ പേരിലല്ലേ നമ്മുടെ നാട്ടിലിന്നു നിലനിന്നുവരുന്നത്? ശരീരശാസ്ത്രത്തിന്റെയും രസതന്ത്രത്തിന്റെയും മറ്റും വളർച്ചയുടെ ഫലമായി വൈദ്യശാസ്ത്രം മുമ്പൊന്നുമില്ലാത്ത നിലയിൽ വളർന്നുവരുന്ന ഇന്നും 'ത്രിദോഷ' സിദ്ധാന്തത്തിലുമുപരി നമ്മുടെ വൈദ്യശാസ്ത്രം ഉയർന്നിട്ടുണ്ടോ?

കേരളത്തിന്റെ പഴയ സംസ്കാരത്തെക്കുറിച്ച് ഏതു മലയാളിക്കും ന്യായമായഭിമാനം കൊള്ളാവുന്നതാണ്. ആയുർവേദം, ജ്യോതിശ്ശാസ്ത്രം മുതലായ ശാസ്ത്രങ്ങളിലും, വേദാന്തം മുതലായ തത്വകലാവകുപ്പുകളിലുമെല്ലാം കേരളത്തിനു വെളിയിൽപ്പോലും പ്രസിദ്ധിനേടിയ മലയാളികൾ നമ്മുടെ നാട്ടിലുണ്ടായിട്ടുണ്ട്. അവരുടെ വ്യക്തിമാഹാത്മ്യത്തെയോ അവർ കേരളത്തിന്റെയും ലോകത്തിന്റെയും സംസ്കാരത്തിനു നൽകിയ സംഭാവനയെയോ ബുദ്ധിയുള്ള ഒരാളും നിസ്സാരമാക്കി തള്ളിക്കളയുകയില്ല.

പക്ഷേ അവരുടെ കാലത്തിനുശേഷം ഈ സംസ്കാരവകുപ്പുകളെല്ലാംതന്നെ മുമ്പെന്നുമുണ്ടായതിനെക്കാളുമധികം വളർന്നുവന്നിട്ടുണ്ട്. അവരുടെ പഴയ പുണ്യത്തെ മാത്രം ഇന്നു മുറുകെപ്പിടിച്ചിരിക്കുന്നത് അവരെത്തന്നെ അപമാനിക്കുകയാണ്. അന്നത്തെക്കാലത്തെ സംസ്കാരലോകത്തിൽ മലയാളിക്കു മാന്യസ്ഥാനം നേടാൻ പ്രാചീന കേരളത്തിലെ പണ്ഡിതൻമാർക്കു കഴിഞ്ഞതുപോലെ ഇന്നത്തെ സംസ്കാരലോകത്തിൽ മലയാളിക്കു മാന്യസ്ഥാനം നേടാൻ കഴിയാത്ത നമുക്ക്— ഇന്നത്തെ സംസ്കാരലോകത്തിന്റെ പിന്നണിയിൽ നിൽക്കുന്ന നമുക്ക്– അവരുടെ പേരുച്ചരിക്കാൻപോലും അവകാശമില്ല.

ഈ നില നമ്മുടെ നാട്ടിനുണ്ടാക്കിത്തീർത്തത്—ഇന്ത്യയിലെങ്ങും പാണ്ഡിത്യത്തിനു വിഖ്യാതി നേടിയ പ്രാചീനകേരളത്തിലെ പണ്ഡിതൻമാരുടെ പിൻഗാമികളിൽ നിന്ന് ഒരൊറ്റ പണ്ഡിതനെങ്കിലും ഉയർന്നുവരാതിരിക്കത്തക്ക നില വരുത്തിയത്—കഥകളിയുടെ ജന്മഭൂമിയായ കേരളം തമിഴ്നാടകത്തെയും ഹിന്ദിസിനിമകളെയും അനുകരിക്കുന്ന നാടകങ്ങളുടെ കൂത്തരങ്ങായിത്തീർന്നിട്ടുള്ളത്–ചമ്പൂകാരൻമാരുടെയും ആട്ടക്കഥാകാരന്മാരുടെയും മറ്റും ഭാഷയിൽ എണ്ണപ്പെട്ട കൃതികളൊന്നും വരുന്നില്ലെന്ന നില വന്നത്—ബ്രിട്ടീഷ് ഭരണം വന്നതുകൊണ്ടാണ്. ബ്രിട്ടീഷ്ഭരണത്തിനു കീഴിൽപ്പോലും വള്ളത്തോളും കുമാരനാശാനും ചന്തുമേനോനും രാമൻപിള്ളയും മറ്റും മലയാളസാഹിത്യത്തിലുണ്ടായിട്ടുണ്ടെങ്കിൽ അതിനുകാരണം മലയാളികളുടെ അനശ്വരമായ ജീവനാണ്; ഈ ജീവൻ പുറത്തുവന്നത് വിരലിലെണ്ണാവുന്ന കവികളുടെയും ആഖ്യായികാകാരൻമാരുടെയും മാത്രം രൂപത്തിലായതും ശാസ്ത്രജ്ഞന്മാർ, തത്വചിന്തകൻമാർ, എൻജിനിയർമാർ, കവികൾ മുതലായ സംസ്കാരമൂർത്തികൾ ആയിരക്കണക്കിൽ വളർന്നുവരാത്തതും ബ്രിട്ടീഷ്ഭരണത്തിന്റെ ഫലമായാണ്.

150 കൊല്ലത്തിലധികം കാലമായി ബ്രിട്ടീഷുകാർ ഇവിടെ സ്കൂളുകളും കോളജുകളും നടത്തിവരുന്നു; നമ്മുടെ പഴയ എഴുത്തുപള്ളികളും പാഠശാലകളും നശിപ്പിച്ചുകഴിഞ്ഞിരിക്കുന്നു. പക്ഷേ ഇക്കാലമത്രയും നടന്ന വിജ്ഞാനവിതരണത്തിന്റെ ഫലമായി ഒരു നല്ല മലയാളനിഘണ്ടുപോലും നമുക്കു കിട്ടിയിട്ടില്ല; ഫിസിക്സ്, കെമിസ്ട്രി മുതലായ പ്രകൃതിശാസ്ത്രങ്ങളുടെയോ ധനശാസ്ത്രം, രാജ്യമീമാംസ മുതലായ സാമൂഹ്യശാസ്ത്രങ്ങളുടെയോ മറ്റനവധി ശാസ്ത്രവകുപ്പുകളുടെയോ അടിസ്ഥാനപരമായ ഒരു വിവരമെങ്കിലും കിട്ടത്തക്ക ഗ്രന്ഥങ്ങൾ ഇനിയും മലയാളത്തിലുണ്ടായിട്ടില്ല; നമ്മുടെ വർത്തമാനപത്രങ്ങളുടെയും നമ്മുടെ ചെറുകഥാസാഹിത്യത്തിന്റെയും മറ്റു സാഹിത്യവിഭാഗങ്ങളുടെയുമെല്ലാം നിലവാരം എത്രയോ മോശമായതാണ്. ഈ വിഭാഗങ്ങളിലെല്ലാം മലയാളികളുടെ ജ്ഞാനതൃഷ്ണയെ ശമിപ്പിക്കത്തക്ക പ്രവർത്തനം നടത്തുന്ന ലേഖകൻമാരെയും ശാസ്ത്രജ്ഞന്മാരെയും പണ്ഡിതൻമാരെയും സൃഷ്ടിക്കാനല്ല, തങ്ങളുടെ ഗുമസ്തൻമാരും ടൈപ്പി

സ്റ്റുമാരും സെക്രട്ടറിമാരുമായി ചെറുപ്പക്കാരെ വളർത്താനാണ് ബ്രിട്ടീഷുദ്യോഗസ്ഥവർഗം തങ്ങളുടെ നവീനവിദ്യാഭ്യാസസമ്പ്രദായം ഉപയോഗിച്ചത്.

* * * * * * * *

ചുരുക്കത്തിൽ, നമ്മുടെ പഴയ സമൂഹഘടനയിലും സാമ്പത്തിക വ്യവസ്ഥയിലും സംസ്കാരത്തിലും നമുക്കഭിമാനിക്കത്തക്കതും വിലമതിക്കത്തക്കതുമായി എന്തെല്ലാമുണ്ടായിരുന്നുവോ അതെല്ലാം (നമ്മുടെ കല, സാഹിത്യം) നശിപ്പിക്കുക; പുതിയ യൂറോപ്യൻ സംസ്കാരത്തിൽ നാം സ്വീകരിക്കേണ്ടതായി എന്തെല്ലാമുണ്ടോ അതൊന്നും (സയൻസ്, നവീനവ്യവസായങ്ങൾ) നമുക്കു കിട്ടാതിരിക്കുക; നമ്മുടെ പഴയ സാമൂഹ്യഘടനയിലെ ദോഷങ്ങളെല്ലാം (ഉദാ: ജാതിമേധാവിത്വം) കൂടുതൽ ഭയങ്കരമായിത്തീരുക—ഇതാണ് 150 കൊല്ലത്തിലധികം കാലത്തെ ബ്രിട്ടീഷ് ഭരണംകൊണ്ട് നമുക്കനുഭവിക്കേണ്ടിവന്നത്.
(ഒന്നേകാൽ കോടി മലയാളികൾ—*ഇ എം എസ് സമ്പൂർണകൃതികൾ,* സഞ്ചിക 6 കൃതി 16—എഡിറ്റർ).

3

നവീന കേരളത്തിന്റെ ഉത്ഭവവും വളർച്ചയും

കൊല്ലവർഷം 1083 ൽ (ക്രി. 1907–8 ൽ) മലയാളസാഹിത്യത്തിൽ വിപ്ലവപരമായ മാറ്റം വരുത്തിയ ഒരു കവിത പുറത്തുവന്നു—*വീണപൂവ്.* അതിന്റെ വിഷയവും പ്രതിപാദനരീതിയും അന്നത്തെ മലയാളവായനക്കാർക്ക് പുത്തനായിരുന്നു; പൗരാണിക വിഷയങ്ങളെ ആസ്പദിച്ചും പുരാതനമായ സാഹിത്യനിയമങ്ങളെയും സങ്കേതങ്ങളെയും അനുസരിച്ചും എഴുതിയ പാട്ടുകൾക്കും പ്രബന്ധങ്ങൾക്കും പകരം പുതിയ വിഷയങ്ങളെടുത്തു പുതിയ സങ്കേതങ്ങളും രീതികളുമനുസരിക്കുന്ന ഒരു പുതിയ കാവ്യസരണിയെ അതു വെട്ടിത്തെളിച്ചു. അതിനെത്തുടർന്ന് അതേ കവി (കുമാരനാശാൻ) എഴുതിയ *നളിനി, ലീല, ദുരവസ്ഥ* മുതലായ കവിതകളും, അവയെത്തുടർന്ന് മറ്റു മലയാളകവികൾ (വള്ളത്തോൾ, ശങ്കരക്കുറുപ്പ്, ചങ്ങമ്പുഴ മുതലായവർ) എഴുതിയ അത്തരം മറ്റു കാവ്യങ്ങളും കഴിഞ്ഞ അരനൂറ്റാണ്ടുകാലത്തോളം മലയാള സാഹിത്യത്തെയാകെ എന്തെന്നില്ലാതെ പുഷ്ടിപ്പെടുത്തിയിട്ടുണ്ട്.

'ഖണ്ഡകാവ്യപ്രസ്ഥാന'മെന്ന പേരിലറിയപ്പെടുന്ന ആ പ്രസ്ഥാനത്തിന്റെ ആദ്യകവി 'അയിത്തക്കാരെ'ന്ന പേരിൽ അകറ്റിനിർത്തപ്പെടുന്ന ഒരു സമുദായത്തിൽ—തീയസമുദായത്തിൽ—ജനിച്ച ഒരാളായിരുന്നുവെന്ന പരമാർഥം അദ്ദേഹം വെട്ടിത്തുറന്ന കാവ്യസരണിയെപ്പോലെതന്നെ വിപ്ലവകരമായിരുന്നു. കേരളത്തിന്റെ പൊതുസംസ്കാരമെന്ന പേരിൽ നാമെല്ലാം അഭിമാനം കൊള്ളുന്ന പുരാതന നാടുവാഴി സംസ്കാരത്തിൽനിന്നും ആ സംസ്കാരത്തിനടിസ്ഥാനമായിനിന്ന സാമൂഹ്യഘടനയിൽനിന്നും ആട്ടിയകറ്റപ്പെട്ടതും അക്കാരണത്താൽത്തന്നെ ആ സംസ്കാരത്തെ പുഷ്ടിപ്പെടുത്തത്തക്ക വിലയേറിയ യാതൊരു സംഭാവനയും നൽകാൻ കഴിയാത്തതുമായ ഒരു സമുദായത്തിലാണു ജനിച്ചതെങ്കിലും,

മൂന്നു നാലു ഖണ്ഡകാവ്യങ്ങളെഴുതിക്കഴിഞ്ഞപ്പോഴേക്കും അദ്ദേഹം 'മഹാകവി'പ്പട്ടത്തിനർഹനായി. സാഹിത്യത്തിലെ സവർണക്കുത്തകയെ തന്റെ അസാമാന്യമായ കവിതാവാസനകൊണ്ടദ്ദേഹം പൊളിച്ചു.

മലയാളസാഹിത്യത്തിലും കേരളീയസമുദായത്തിലും വന്ന ഈ മാറ്റം എത്ര ശക്തിയേറിയതായിരുന്നുവെന്നതിന് മഹാകവി കുമാരനാശാന്റെ കാവ്യങ്ങളിൽ മിക്കവാറും അവസാനത്തേതായ *ദുരവസ്ഥ*യുടെ അവസാനത്തെ വരികൾ സാക്ഷ്യംവഹിക്കുന്നുണ്ട്. ഒരു വ്യാഴവട്ടക്കാലത്തെ സാഹിത്യസേവനവും സമുദായസേവനവുംകൊണ്ട് ജനസമ്മതി നേടിയ അദ്ദേഹം (ഒരു മഹാകവി മാത്രമായിരുന്നില്ല ആശാൻ; എസ് എൻ ഡി പി യോഗത്തിന്റെ ആദ്യത്തെ ജനറൽസെക്രട്ടറി, തിരുവിതാംകൂർ നിയമസഭാമെംബർ, നാരായണഗുരുസ്വാമികളുടെ അടുത്ത ശിഷ്യൻ എന്നെല്ലാമുള്ള നിലയ്ക്ക് തിരുവിതാംകൂറിലെ ഈഴവസമുദായനേതാവുകൂടിയായിരുന്നു) തികഞ്ഞ ആത്മവിശ്വാസത്തോടുകൂടി യാഥാസ്ഥിതികത്വത്തെയാകെ പോർക്കുവിളിച്ചുകൊണ്ടാണ് തന്റെ അവസാനകാവ്യം അവസാനിപ്പിക്കുന്നത്. കവി പറയുന്നു:

പൂജ്യരാം വൈദികന്മാരേ! തുനിഞ്ഞിവൻ
യോജ്യമല്ലെങ്കിലുമൊന്നോതുന്നേൻ:
രാജ്യത്തെയോർത്തും മതത്തെയോർത്തും പിന്നെ
പ്രാജ്യരാം നിങ്ങളെത്തന്നെയോർത്തും
കാലം വൈകിപ്പോയി കേവലമാചാര-
നൂലുകളെല്ലാം പഴകിപ്പോയി
കെട്ടിനിറുത്താൻ കഴിയാതെ ദുർബല-
പ്പെട്ട ചരടിൽ ജനതനിൽക്കാ
മാറ്റുവിൻ ചട്ടങ്ങളെ സ്വയമല്ലെങ്കിൽ
മാറ്റുമതുകളീ നിങ്ങളെത്താൻ.

എന്നാൽ മലയാളസാഹിത്യത്തെ പുതിയ വഴികളിലൂടെ നയിക്കുകയും സമുദായത്തിലെ യാഥാസ്ഥിതികത്വത്തെയാകെ എതിർത്തു നശിപ്പിക്കാൻ സാഹിത്യത്തെ ഉപയോഗപ്പെടുത്തുകയും ചെയ്ത സാഹിത്യകാരൻ ആശാൻ മാത്രമായിരുന്നില്ല. ആശാന്റെ *വീണപൂവ്*, ഖണ്ഡകാവ്യപ്രസ്ഥാനത്തിന്റെ മുന്നോടിയായിരുന്നെങ്കിൽ, ആശാന്റെ ആ കവിത പുറത്തുവരുന്നതിന് ഏതാണ്ട് കാൽനൂറ്റാണ്ടുമുമ്പ് പുറത്തുവന്ന *ഇന്ദുലേഖ* മുഖേന മറ്റൊരു പുതിയ പ്രസ്ഥാനത്തെ–നോവൽപ്രസ്ഥാനത്തെ–സൃഷ്ടിക്കുകയാണ് ചന്തുമേനോൻ ചെയ്തത്. ആശാന്റെ കവിതകൾ പഴയ സാഹിത്യനിയമങ്ങൾക്കും സങ്കേതങ്ങൾക്കും തുരങ്കം വച്ചുവെങ്കിൽ ചന്തുമേനോന്റെ *ഇന്ദുലേഖ*യും മലയാളവായനക്കാരൻ അതേവരെ കാണാത്ത ഒരു പുതിയ പ്രസ്ഥാനത്തെ കേരളത്തിലേക്കിറക്കുമതി ചെയ്തു. ആശാന്റെ *ദുരവസ്ഥ* ജാതിസമ്പ്രദായത്തിന്റെ നേർക്കുള്ള ഒരു പോർക്കുവിളിയായിരുന്നെങ്കിൽ മേനോന്റെ *ഇന്ദുലേഖ*യിലെയും *ശാരദ*യിലെയും പാത്രസൃഷ്ടി—സൂരിനമ്പൂതിരിയുടെയും പഞ്ചുമേനോന്റെയും ശീനുപ്പട്ടരു

ടെയും കണ്ടൻമേനോന്റെയും മറ്റും ചിത്രങ്ങൾ—ജന്മിസമ്പ്രദായത്തിനും അതിനോടു ചുറ്റിപ്പറ്റിനിൽക്കുന്ന സാമൂഹ്യദുരാചാരങ്ങൾക്കും എതിരായ ഒരു ബോംബായിരുന്നു. ഒരു കാൽ നൂറ്റാണ്ടുകാലത്തോളം കേരളത്തിലങ്ങോളമിങ്ങോളം നടന്ന കുടിയായ്മപ്രസ്ഥാനത്തിനും നമ്പൂതിരിമാരുടെ ഇടയിലെ സമുദായപരിഷ്കാരപ്രവർത്തനത്തിനും വേണ്ട ആവേശവും പ്രേരണയും നൽകത്തക്ക ശക്തി സൂരിനമ്പൂതിരിയുടെ ചിത്രത്തിനുണ്ടായിരുന്നുവെന്നതിനു സംശയമില്ല.

ചന്തുമേനോനെപ്പോലെതന്നെ സഹൃദയനായ ഒരു സാഹിത്യകാരനായിരുന്നു 'കേസരി'യെന്ന പേരിലറിയപ്പെടുന്ന വേങ്ങയിൽ കുഞ്ഞിരാമൻ നായനാർ. അദ്ദേഹം ആശാനെപ്പോലെ ഖണ്ഡകാവ്യങ്ങളോ ചന്തുമേനോനെപ്പോലെ നോവലോ എഴുതിയിട്ടില്ല; കുറെ പത്രലേഖനങ്ങൾ മാത്രമാണദ്ദേഹമെഴുതിയിട്ടുള്ളത്; അവയുടെ സമാഹാരമായ *കേസരി*യെന്ന ഒരൊറ്റ ഗ്രന്ഥമല്ലാതെ മറ്റൊന്നും അദ്ദേഹത്തിന്റെ വകയായി പുറത്തുവന്നിട്ടുമില്ല. പക്ഷേ ആ ഒരൊറ്റ ഗ്രന്ഥം മുഖേന അദ്ദേഹം സാഹിത്യലോകത്തിൽ അനശ്വരമായ ഒരു സ്ഥാനം നേടിയിരിക്കുന്നു. സമുദായത്തിൽ നടക്കുന്ന അനേകം ദുരാചാരങ്ങളെയും അവയുടെ മൂർത്തീകരണങ്ങളായ ജനവിഭാഗങ്ങളെയും സമുദായജീവിതത്തിൽ വരുത്തേണ്ട പരിഷ്കാരങ്ങളെയുംകുറിച്ചു ഫലിതമയമായി വിവരിക്കുകയാണദ്ദേഹം ചെയ്തത്. കുഞ്ചൻനമ്പ്യാരുടെ തുള്ളലുകളിലും ചാക്യാന്മാരുടെ കൂത്തുകളിലുമുള്ള ഗുണം–ഉള്ളിൽത്തട്ടത്തക്കവിധം തമാശയായും എന്നാൽ തമാശയ്ക്കുവേണ്ടി കാര്യം വിടാതെയും ചുറ്റുപാടും നടക്കുന്ന സംഭവങ്ങളെയും ആളുകളെയും വിമർശിക്കുകയെന്ന സ്വഭാവം—മലയാളഗദ്യത്തിലേക്ക് ഒന്നാമതായി പകർത്തിയത് അദ്ദേഹമാണ്. അദ്ദേഹത്തിന്റെ മാതൃകയെ അനുകരിച്ച് ഹാസ്യഗദ്യസാഹിത്യപ്രസ്ഥാനം പുഷ്ടിപ്പെടുത്താൻ പുത്തേഴത്ത് രാമമേനോനെപ്പോലെ ചിലർ ശ്രമിക്കുകയുണ്ടായെങ്കിലും അതൊന്നും ഫലിച്ചില്ല; നായനാരോടു കിടപിടിക്കാവുന്ന ചുരുക്കം ഹാസ്യസാഹിത്യകാരന്മാർ പിന്നീടു മലയാളത്തിലുയർന്നുവന്നത് സഞ്ജയൻ, ഇ വി കൃഷ്ണപിള്ള മുതലായവരാണ്; എന്നാൽ അവർപോലും നായനാരെക്കാളധികം ഉയർന്ന സ്ഥാനം അർഹിക്കുന്നുണ്ടെന്നു പറയാൻ വയ്യ.

നായനാരെത്തുടർന്ന് ഹാസ്യസാഹിത്യകാരന്മാർ അധികം വളരുകയുണ്ടായില്ലെങ്കിലും, തമാശയായി അദ്ദേഹം നിർവഹിച്ച കാര്യം സഗൗരവമായി നിർവഹിക്കാൻ ശ്രമിച്ചവർ അദ്ദേഹത്തിന് അടുത്തുമുമ്പും അദ്ദേഹത്തിന്റെ കാലത്തിനുശേഷവും എത്രയോ ഉണ്ടായിട്ടുണ്ട്. നായനാരിൽനിന്ന് മലയാളസാഹിത്യത്തിനു കിട്ടിയ ഒരൊറ്റ നേട്ടം കുറെ പത്രലേഖനങ്ങളാണെന്നു പറഞ്ഞുവല്ലോ. ഈ സമ്പാദ്യം കേരളത്തിനു നേടിക്കൊടുത്ത വർത്തമാനപത്രങ്ങളാണ് അടുത്തകാലത്ത് മലയാളസാഹിത്യാഭിവൃദ്ധിക്കു മുഴുവൻ കാരണമെന്നുപോലും പറയാം.

*മലയാളമനോരമ*യുടെ സ്ഥാപകനും ഉടമസ്ഥനുമായ വറുഗീസുമാ

പ്പിള[26] വെറുമൊരു പത്രാധിപർ മാത്രമായിരുന്നില്ല. പിന്നെയോ? *മലയാള മനോരമ*യുടെ ഒരുവശം മുഴുവനും ഭാഷാപോഷണവിഷയത്തിനായി ഒഴിച്ചിട്ടിരുന്നു. അങ്ങനെ മലയാളക്കരയിലെ പ്രധാന കവികളുടെയെല്ലാം കേളീരംഗമായിത്തീർന്ന *മനോരമ* അചിരേണ പത്രങ്ങളുടെ കൂട്ടത്തിൽ അഗ്രിമസ്ഥാനം സമ്പാദിച്ചു. ആദ്യത്തെ കവിസമാജം *മനോരമ* ആപ്പീസിൽവെച്ചാണു നടന്നത്. ഈ കവിസമാജം ക്രമേണ ഭാഷാപോഷിണി സഭയായി രൂപാന്തരപ്പെട്ടു. (ആർ നാരായണപ്പണിക്കരുടെ *കേരളഭാഷാ സാഹിത്യചരിത്രം,* വാല്യം V, പേജ് 10, 13, 14).

വറുഗീസുമാപ്പിളയെപ്പോലെതന്നെ പത്രപ്രവർത്തനം മുഖേന സാഹിത്യസേവനം നടത്തിയവരാണ് ചെങ്കളത്ത് കുഞ്ഞിരാമമേനോൻ (*കേരളപത്രിക*), സി പി അച്യുതമേനോൻ (*വിദ്യാവിനോദിനി*), കെ രാമകൃഷ്ണപിള്ള മുതലായവർ. (വറുഗീസുമാപ്പിളയുടെതന്നെ പാരമ്പര്യം അദ്ദേഹത്തിന്റെ കാലശേഷം മകനായ മാമൻമാപ്പിള തുടർന്നുവന്നു). ഇവരൊക്കെ തങ്ങളുടെ പത്രങ്ങൾ മുഖേന സാഹിത്യകാരന്മാരെ പ്രോത്സാഹിപ്പിക്കുകയും പത്രപ്രവർത്തനമെന്ന ഒരു പുതുപ്രസ്ഥാനത്തിനു മലയാളസാഹിത്യത്തിൽ അടിത്തറയിടുകയും ചെയ്തു.

ഇങ്ങനെ ഖണ്ഡകാവ്യം, നോവൽ, പത്രപ്രവർത്തനം എന്ന മൂന്നു പുതുപ്രസ്ഥാനങ്ങൾ വളർന്നുകൊണ്ടിരിക്കുമ്പോൾത്തന്നെ പഴയ പ്രസ്ഥാനങ്ങൾക്കും മലയാളസാഹിത്യത്തിൽ ധാരാളം പ്രചാരം കിട്ടിയിരുന്നു: മഹാകാവ്യങ്ങൾ, നാടകങ്ങൾ, ആട്ടക്കഥകൾ, തുള്ളലുകൾ മുതലായ എല്ലാ പഴയ പ്രസ്ഥാനങ്ങളും, അവയുടെ പുരാതനസങ്കേതങ്ങളോടും നിയമങ്ങളോടും കൂടി, പുരാതനമായ ഇതിവൃത്തത്തെ ആശ്രയിച്ചുതന്നെ, എഴുതുന്ന മഹാകവികളും ഇടത്തരം കവികളും ജീവിച്ചിരുന്ന കാലത്താണ് ആശാനും ചന്തുമേനോനും നായനാരും വറുഗീസുമാപ്പിളയുമൊക്കെ ജീവിച്ചിരുന്നത്; *വീണപൂവ്, ഇന്ദുലേഖ, കേസരി* ഇവയെല്ലാം പുറത്തുവന്ന കാലത്തുതന്നെയാണ് *വാല്മീകിരാമായണം, മഹാഭാരതം, ശാകുന്തളം, ഉത്തരരാമചരിതം* മുതലായ സംസ്കൃതകൃതികളുടെ തർജ്ജുമകളും എത്രയോ സ്വതന്ത്രമഹാകാവ്യങ്ങളും പുറത്തുവന്നത്; ആശാനെയും ചന്തുമേനോനെയും നായനാരെയും മറ്റും പ്രോൽസാഹിപ്പിച്ച അതേ പത്രാധിപന്മാരാണ് കുഞ്ഞിക്കുട്ടൻതമ്പുരാനെയും കൊച്ചുണ്ണിത്തമ്പുരാനെയും വടക്കുംകൂറിനെയും മറ്റും പ്രോത്സാഹിപ്പിച്ചത്. എന്തിനേറെ, ഖണ്ഡകാവ്യപ്രസ്ഥാനത്തിൽ പേരെടുത്ത മഹാകവി വള്ളത്തോളാണ് *വാല്മീകിരാമായണ*ത്തിന്റെ പരിഭാഷകൻ എന്ന ഒരൊറ്റസംഗതിയിൽനിന്ന് പുതുപ്രസ്ഥാനങ്ങളുടെ ഉയർച്ചയും പുരാതനപ്രസ്ഥാനങ്ങളുടെ പുനരുത്ഥാനവും ഒരുപോലെ നടന്നിരുന്ന ഒരു കാലമാണതെന്നു മനസിലാക്കാമല്ലോ.

*കേരളഭാഷാസാഹിത്യചരിത്ര*മെഴുതിയ നാരായണപ്പണിക്കർ പറയുന്നതുപോലെ, "കൊല്ലവർഷം പതിനൊന്നാം ശതവർഷം (ക്രി: 1825–1925) മലയാളസാഹിത്യത്തിലെ സുവർണയുഗമായിരുന്നു"വെന്ന്

സംശയംകൂടാതെ പറയാം. സംസ്കൃതത്തിൽനിന്നും ഇംഗ്ലീഷിൽനിന്നും തർജുമചെയ്തു മുമ്പത്തെക്കാളുമധികം കാവ്യങ്ങളും നാടകങ്ങളും പുരാണേതിഹാസങ്ങളും കിട്ടുക, എണ്ണമറ്റ സ്വതന്ത്രകൃതികൾ (മഹാകാവ്യങ്ങൾ, ഖണ്ഡകാവ്യങ്ങൾ, നാടകങ്ങൾ, നോവലുകൾ, ഗദ്യപ്രബന്ധങ്ങൾ) പുറത്തുവരിക; പരക്കെ സ്വീകാര്യമായ ഒരു ഗദ്യശൈലി നടപ്പിൽവരിക; ഗദ്യ, പദ്യരചനയ്ക്കടിസ്ഥാനമായി നിൽക്കുന്ന ചില വ്യാകരണനിയമങ്ങളും സാഹിത്യനിയമങ്ങളുമുണ്ടാവുക; ഗദ്യ, പദ്യഗ്രന്ഥങ്ങളെയെല്ലാം ചില പൊതുനിയമങ്ങളനുസരിച്ചു വിമർശിക്കാൻ തുടങ്ങുക; ഇതിലെല്ലാമുപരി, ഈ സാഹിത്യവ്യവസായത്തിൽ സവർണാവർണവ്യത്യാസമോ ഹിന്ദു, മുസ്ലിം, ക്രിസ്ത്യൻ വ്യത്യാസമോ ഇല്ലാതെ സഹൃദയന്മാരെല്ലാം സജീവമായി പങ്കെടുക്കാൻ തുടങ്ങുക—ഇവയെല്ലാംകൂടിയുണ്ടാക്കിയ മാറ്റം അന്നത്തെപ്പോലെ മുമ്പെങ്ങും മലയാളത്തിലുണ്ടായിട്ടില്ല.

നവോത്ഥാനത്തിന്റെ വേര്: സാമൂഹ്യവിപ്ലവം

ഇത്ര വിപ്ലവകരമായ മാറ്റം മലയാളസാഹിത്യത്തിൽവന്ന കാലത്തുതന്നെ കേരളത്തിന്റെ സാമൂഹ്യഘടനയിലും വമ്പിച്ച മാറ്റം വന്നുകൊണ്ടിരുന്നു. ഈ സാമൂഹ്യവിപ്ലവത്തിന്റെ ഫലമാണ് സാഹിത്യവിപ്ലവമെന്നുപോലും പറയുന്നതിലബദ്ധമില്ല.

കേരളത്തിലെ സാമ്പത്തികഘടനയുടെയും ഭരണസമ്പ്രദായത്തിന്റെയും നിയന്ത്രണം ജന്മി–നാടുവാഴിമേധാവിത്വത്തിൽനിന്ന് ബ്രിട്ടീഷുദ്യോഗസ്ഥ–മുതലാളിമേധാവിത്വത്തിന്റെ കൈയിലേക്കു മാറിയതെങ്ങനെയെന്നും അതിന്റെ ഫലമായി കേരളത്തിലെ ബഹുജനങ്ങളുടെ ജീവിതം എത്ര ദുരിതമയമായിത്തീർന്നുവെന്നും ഈ ഗ്രന്ഥത്തിന്റെ രണ്ടാംഭാഗത്തിൽ വിവരിച്ചിട്ടുണ്ട്. ഇതോടൊപ്പംതന്നെ, ഇതിന്റെ ഫലമായി വിദ്യാഭ്യാസം, ജീവിതരീതി, വിവാഹസമ്പ്രദായം, പ്രപഞ്ചത്തോടാകെയുള്ള മനോഭാവം ഇതിലൊക്കെ വമ്പിച്ചമാറ്റം വരികയുണ്ടായി. ഈ മാറ്റത്തെ നാരായണപ്പണിക്കർ തന്റെ *കേരളഭാഷാസാഹിത്യചരിത്ര*ത്തിൽ ഇങ്ങനെ വിവരിക്കുന്നു:

> കേരളീയരുടെ സാമൂഹ്യവും രാഷ്ട്രീയവുമായ ജീവിതം ഉടഞ്ഞു. 'ഓരോരുത്തനും അവനവന്' എന്ന പാശ്ചാത്യസിദ്ധാന്തം നമ്മുടെ നാട്ടിലേക്കു പതുക്കെക്കടന്നു. കുടിപ്പള്ളിക്കൂടങ്ങളുടെ സ്ഥാനത്ത് സർക്കാർപള്ളിക്കൂടങ്ങൾ വരികയും അവിടെ ബ്രിട്ടീഷാധിപത്യം കൊണ്ടുണ്ടായിട്ടുള്ള ഗുണഗണങ്ങളെ വാച്യമായും വ്യംഗ്യമായും കീർത്തിക്കുന്ന പാഠപുസ്തകങ്ങൾ പഠിപ്പിച്ചുതുടങ്ങുകയും ചെയ്തതിനോടുകൂടി ഇളംതലമുറക്കാർക്ക് മാതൃഭൂമിയോടുള്ള ഭക്തി നിശ്ശേഷം നശിച്ചു. ക്രമേണ വിദ്യാഭ്യാസപദ്ധതിയിൽ സംസ്കൃതത്തിനു കൽപ്പിച്ചിരുന്ന മാന്യപദവിയും ആംഗലീദേവി കരസ്ഥമാക്കി. 1033 ൽ മദ്രാസ്, ബോംബെ, കൽക്കത്ത എന്നീ പ്രസിഡ

> ൻസിനഗരങ്ങളിൽ സർവകലാശാലകൾ സംസ്ഥാപിതമായി. ഈ ശതകത്തിന്റെ ഉത്തരാർധമായപ്പോഴേക്കും സർവകലാശാലാബിരുദങ്ങൾ നേടിയിട്ടുള്ളവർക്കുമാത്രമേ ഉയർന്ന ഉദ്യോഗങ്ങൾ ലഭിക്കയുള്ളുവെന്നുവന്നു. പണമുള്ളവരൊക്കെയും തങ്ങളുടെ കുട്ടികളെ ഇംഗ്ലീഷ്പള്ളിക്കൂടങ്ങളിൽ അയച്ചുതുടങ്ങി. കഷ്ടിച്ചു കൃത്യം കഴിച്ചുവന്നിരുന്നവരിൽപ്പോലും ചിലർ വീടും പുരയിടങ്ങളും പണയപ്പെടുത്തിയോ വിറ്റോ തങ്ങളുടെ പുത്രന്മാർക്ക് ഉൽകൃഷ്ടവിദ്യാഭ്യാസം നൽകുന്ന വിഷയത്തിൽ ഉത്സാഹമുള്ളവരായി കാണപ്പെട്ടു. മാതൃഭാഷയോടും സംസ്കൃതത്തോടുമുള്ള അവജ്ഞ സർവസാധാരണമായിത്തീർന്നു. മലയാളം പ്രസംഗിക്കാൻ കഴിവില്ലെന്ന് അഭിമാനപൂർവം പറയുന്നവർ ഇക്കാലത്തും അസുലഭമല്ലല്ലോ. ചുരുക്കിപ്പറഞ്ഞാൽ, കേരളീയരുടെ വേഷഭൂഷാദികളും ജീവിതരീതികളുമൊക്കെ മാറി. കുട്ടിസായ്പന്മാരുടെയും മിസിയമ്മമാരുടെയും പ്രേരണാശക്തിക്ക് മുത്തശ്ശിയമ്മമാർപോലും വഴങ്ങേണ്ടതായിവന്നു. വ്യക്തിത്വബോധത്തിന്റെ തള്ളിച്ച കൂട്ടുകുടുംബവ്യവസ്ഥയോടു പരക്കെ ഒരു വൈരസ്യം ജനിപ്പിച്ചു. അച്ചടിയന്ത്രങ്ങൾ സ്ഥാപിതമാവുകയും കടലാസും പേനയും നടപ്പിൽവരികയും ചെയ്തതിനാൽ ഓലഗ്രന്ഥങ്ങളിൽ ഏറിയകൂറും നിലവറകളെ അഭയംപ്രാപിച്ചു ചിതലിനും പാറ്റയ്ക്കും ആഹാരമായിത്തുടങ്ങി. അക്ഷരങ്ങളുടെ വടിവുതന്നെയും മാറിപ്പോയതിനാൽ ഗ്രന്ഥത്തിലെ ലിപികൾ വായിക്കുന്നതിനു കഴിവുള്ളവരുടെ സംഖ്യയും കുറഞ്ഞു. ഇങ്ങനെയാണ് ഒട്ടുവളരെ പുസ്തകങ്ങൾ നഷ്ടപ്പെട്ടുപോയത്. (വാല്യം IV, പേജ് 736–37).

മലയാളികളുടെ സാമൂഹ്യവും സാംസ്കാരികവുമായ സവിശേഷതകളാകെ നശിച്ച് അയാൾ ഇംഗ്ലീഷ് സംസ്കാരത്തിനും ജീവിതരീതിക്കും അടിമപ്പെട്ടുവെന്നാണല്ലോ ഇതിനർഥം. അത് വാസ്തവമാണുതാനും. പക്ഷേ ഇതിനുതന്നെ മറ്റൊരു വശമുണ്ട്: ബഹുഭൂരിപക്ഷം മലയാളികളെ അടിമപ്പെടുത്തിവച്ചിരുന്ന ജാതി–ജന്മി–നാടുവാഴിമേധാവിത്വത്തിന്റെ സംസ്കാരവും ജീവിതരീതിയുമാണു നശിച്ചത്; യൂറോപ്പിലാകെ ജനാധിപത്യപ്രസ്ഥാനം വളരുന്നതിനു വഴികാണിച്ച ഇംഗ്ലീഷ്വിപ്ലവത്തിന്റെയും —ആ വിപ്ലവത്തിനിടയ്ക്കു ചാൾസ്രാജാവിന്റെ തലതന്നെ തെറിക്കുകയുണ്ടായി—രണ്ടു നൂറ്റാണ്ടിലധികം നീണ്ടുനിന്ന പാർലമെന്ററിസമരങ്ങളുടെയും, ലോകജീവിതമാകെ കീഴ്മേൽമറിച്ച വ്യാവസായികവിപ്ലവത്തിന്റെയും ഫലമായി ഉയർന്നുവന്ന പുതിയ സംസ്കാരമാണ്—അന്ധവിശ്വാസത്തിനുപകരം സയൻസ്; ഏകാധിപത്യത്തിനുപകരം ജനാധിപത്യം; നാടുവാഴിമേധാവിത്വത്തിനുപകരം ദേശീയൈക്യം ഇവയുടെ സംസ്കാരമാണ്—ഇവിടെ ഉയർന്നുവന്നത്. പ്രാപ്തിയുള്ളവനെല്ലാം പഠിച്ച്, പാസ്സായി, ഉദ്യോഗവും സ്ഥാനമാനങ്ങളും വാങ്ങി ഉയരാമെന്ന പുതിയ നി

യമം പഴയ ജാതിക്കുത്തകയെ പൊളിച്ചു; അച്ചടിയന്ത്രത്തിന്റെ ഉത്ഭവം നാട്ടിലെ വിജ്ഞാനഭണ്ഡാരം ഒരാളുടെയും സ്വകാര്യസ്വത്തല്ല, നാട്ടുകാരുടെ പൊതുസ്വത്താണെന്ന നിലവരുത്തി; പുതിയ രീതിയിലുള്ള സ്കൂളുകളും കോളജുകളും അവിടങ്ങളിൽ പഠിപ്പിക്കാൻ പാഠപുസ്തകങ്ങളുണ്ടാക്കുന്നതത്യാവശ്യമാണെന്ന നിലയും പഴയ സാഹിത്യഗ്രന്ഥങ്ങളിൽനിന്നെടുത്തതും പുതുതായുണ്ടാക്കുന്നതുമായ ഗദ്യപദ്യകൃതികൾക്കു പ്രചാരം നൽകി; പത്രപ്രവർത്തനവും ഗ്രന്ഥപ്രസിദ്ധീകരണവും ആദായകരമായ ഒരു തൊഴിലായിത്തീർന്നതോടുകൂടി സാഹിത്യകാരന്മാരെ പ്രോത്സാഹിപ്പിക്കാൻ പഴയ രാജകീയ സദസ്സുകൾക്കുപകരം പുതിയ പുതിയ സ്ഥാപനങ്ങൾ ഉയർന്നുവന്നു. ചുരുക്കിപ്പറഞ്ഞാൽ, പണിക്കർ ആവലാതിപ്പെടുന്നതുപോലെ, “ഓലഗ്രന്ഥങ്ങളിൽ ഏറിയകൂറും നിലവറകളെ അഭയം പ്രാപിച്ചു ചിതലിനും പാറ്റയ്ക്കും ആഹാരമായിത്തുടങ്ങാ”നും “ഒട്ടുവളരെ പുസ്തകങ്ങൾ നഷ്ടപ്പെട്ടുപോവാ”നും ഇടവരുത്തിയ അതേ കാരണങ്ങൾ തന്നെയാണ്, “കൊല്ലവർഷം 11–ാം ശതവർഷത്തെ മലയാളസാഹിത്യത്തിലെ സുവർണയുഗമാക്കി”യതും.

പണിക്കർതന്നെ ഈ വാസ്തവം സമ്മതിക്കുന്നുണ്ട്. അദ്ദേഹം തുടരുന്നു:

> വർത്തമാനപത്രങ്ങളുടെ ആവിർഭാവം കൃഷീവലന്മാരുടെ ഇടയ്ക്കുപോലും നവീനാശയങ്ങൾ പ്രചരിപ്പിച്ചു. പുതിയ പുതിയ സാഹിത്യവാസനകൾ അങ്കുരിച്ചു. പുതിയ പുതിയ പ്രസ്ഥാനങ്ങൾക്കു വഴിതെളിച്ചു. ഇങ്ങനെ ഇരിക്കെ ആഘാതവും പ്രത്യാഘാതവും തുല്യബലങ്ങളും പരസ്പരവിപരീതങ്ങളുമാണെന്ന പ്രകൃതിശാസ്ത്രസിദ്ധാന്തമനുസരിച്ചു കാറ്റു തിരിഞ്ഞടിച്ചു. ആംഗലഗ്രന്ഥങ്ങളുമായുള്ള ഗാഢപരിചയം നിമിത്തം സ്വാതന്ത്ര്യം, സമത്വം, സാഹോദര്യം എന്നീ സകാരത്രയത്തെപ്പറ്റിയുള്ള ബോധം നമ്മുടെ നാട്ടിലും കടന്നുകൂടി. നമ്മുടെ നാട്, നമ്മുടെ ഭാഷ, നമ്മുടെ സംസ്കാരം എന്നിങ്ങനെ ഓരോ ജനതയും അഭിമാനപൂർവം പറഞ്ഞുതുടങ്ങി. റസ്സോ–ജപ്പാൻ യുദ്ധത്തിനുശേഷം പൗരസ്ത്യദേശങ്ങൾക്കു പൊതുവെയുണ്ടായ പ്രബുദ്ധത നമ്മുടെ നാടിനെയും ബാധിക്കാതിരുന്നില്ല. കഴ്സൺ പ്രഭുവിന്റെ ബംഗാൾവിഭജനം നിമിത്തം ആവിർഭവിച്ച അഖിലഭാരതപ്രക്ഷോഭവും ഉണർച്ചയും നമ്മുടെ ജനതയ്ക്കും ഒരുണർവുനൽകി. മഹാത്മാഗാന്ധിയുടെ ആഭിമുഖ്യത്തിൽ സഹനസമരവും നിസ്സഹകരണവും ആരംഭിച്ച അവസരത്തിൽ കേരളീയരും അതിൽ പങ്കുകൊണ്ടതിനാൽ ഇന്നത്തെ സാഹിത്യത്തിൽ അതിന്റെയൊക്കെ പ്രതിഫലനം കാൺമാനുണ്ട്. (വാല്യം IV, പേജ് 737).

ഇങ്ങനെ പഴയ ജാതി–ജന്മി–നാടുവാഴിസംസ്കാരത്തിനുപകരം പുതിയ ഒരു ജനകീയ സംസ്കാരം ഉയർന്നുവരാൻ തുടങ്ങിയതിന്റെ ഉദാഹര

ണങ്ങളാണ് ഖണ്ഡകാവ്യം, നോവൽ, പത്രപ്രവർത്തനപ്രസ്ഥാനങ്ങൾ. കഴിഞ്ഞ ഒരു നൂറ്റാണ്ടുകാലത്ത് സാഹിത്യനായകനെന്നോ മഹാകവിയെന്നോ വിമർശകനെന്നോ പേരെടുത്തവരായി ആരെല്ലാം കേരളത്തിലുണ്ടോ അവരിലോരോരുത്തരുടെയും ജീവചരിത്രം പരിശോധിച്ചാൽ ഈ വാസ്തവം വ്യക്തമാവും. അവരിൽവച്ചേറ്റവും മുന്തിനിൽക്കുന്ന ചിലരെ മാത്രം ഉദാഹരണത്തിനെടുക്കാം.

ആധുനിക മലയാളസാഹിത്യത്തിന്റെ നിർമാതാക്കളിൽ പല നിലയ്ക്കും പ്രാധാന്യംവഹിക്കുന്ന രണ്ടു സാഹിത്യനായകന്മാരാണ് കേരളവർമ വലിയ കോയിത്തമ്പുരാനും എ ആർ രാജരാജവർമ കോയിത്തമ്പുരാനും. *മയൂരസന്ദേശ*മെന്ന ഒരു മനോഹരസന്ദേശകാവ്യത്തിന്റെയും ഒട്ടേറെ ഗദ്യഗ്രന്ഥങ്ങളുടെയും കർത്താവും *ശാകുന്തളം* നാടകത്തിന്റെ പരിഭാഷകനുമാണ് കേരളവർമയെങ്കിൽ, *കേരളപാണിനീയം, സാഹിത്യസാഹ്യം, ഭാഷാഭൂഷണം* മുതലായ വ്യാകരണ, സാഹിത്യശാസ്ത്രപരമായ ഗ്രന്ഥങ്ങളുടെ കർത്താവാണ് രാജരാജവർമ. ഇങ്ങനെ സ്വയം സാഹിത്യകാരന്മാരായതിനു പുറമേ, ഒട്ടേറെ സാഹിത്യകാരന്മാരെ പ്രോത്സാഹിപ്പിക്കുകയും വളർത്തുകയും ചെയ്കയെന്ന സേവനം കൂടി ഇവർ രണ്ടുപേരും അനുഷ്ഠിച്ചിട്ടുണ്ട്.

ഇവർ രണ്ടുപേരും തിരുവിതാംകൂറിലെ നാടുവാഴികുടുംബങ്ങളിലെ അംഗങ്ങളാണ്. ഇവരുടെ കുടുംബങ്ങളിലെ അംഗങ്ങളാണ് സാധാരണ തിരുവിതാംകൂർ രാജകുടുംബത്തിലെ പെൺകുട്ടികളെ വിവാഹം ചെയ്യാറുള്ളത് (വലിയ കോയിത്തമ്പുരാന്റെ ഭാര്യ തിരുവിതാംകൂർ രാജകുടുംബാംഗമായ ലക്ഷ്മീഭായിയായിരുന്നു). ഇവരുടെ കുടുംബങ്ങളിലെ പഴയ പതിവനുസരിച്ച് സംസ്കൃതത്തിലുള്ള കാവ്യനാടകാലങ്കാരങ്ങളും ശാസ്ത്രങ്ങളും പഠിച്ചു പാണ്ഡിത്യംനേടൽ തന്നെയായിരുന്നു ഇവരുടെയും ബാല്യകാലവിദ്യാഭ്യാസത്തിന്റെ ഉദ്ദേശ്യം. പക്ഷേ കാലസ്ഥിതി മാറിയിരുന്നതിനാൽ സംസ്കൃതത്തോടൊപ്പംതന്നെ ഇംഗ്ലീഷും ഇവർ പഠിച്ചു; ആ ഭാഷയിലും സാമാന്യം നല്ല പണ്ഡിതന്മാരാണ് തങ്ങളെന്ന നില വരുത്തി. ഇങ്ങനെ പഴയ രീതിയും പുതിയ രീതിയുമനുസരിച്ചു പണ്ഡിതന്മാരായ ഇവർക്ക് തിരുവിതാംകൂർ ഗവൺമെന്റ് അവിടത്തെ വിദ്യാഭ്യാസവകുപ്പിൽ ഉയർന്ന ചുമതലകൾ നൽകി; വലിയ കോയിത്തമ്പുരാൻ തിരുവിതാംകൂർ ടെക്സ്റ്റ്പുസ്തകക്കമ്മിറ്റിയുടെ പ്രസിഡന്റും രാജരാജവർമ സംസ്കൃതകോളജിലെയും മഹാരാജാസ് കോളജിലെയും പ്രൊഫസറുമായി നിയമിക്കപ്പെട്ടു. ഈ നിലയ്ക്കുള്ള തന്റെ ചുമതലകൾ നിറവേറ്റുന്നതിനിടയ്ക്കാണ് വലിയ കോയിത്തമ്പുരാൻ *ഒന്നാംപാഠം, രണ്ടാംപാഠം, മൂന്നാംപാഠം, വിജ്ഞാനമഞ്ജരി, സൻമാർഗപ്രദീപം, ധനതത്വനിരൂപണം, ലോകത്തിന്റെ ശൈശവാവസ്ഥ, ഇന്ത്യാചരിത്രം, തിരുവിതാംകൂർ ചരിത്രം, മഹച്ചരിതസംഗ്രഹം, സന്മാർഗവിവരണം, അക്ബർ, വിജ്ഞാനസംഗ്രഹം* എന്നീ പതിമ്മൂന്നു ഗ്രന്ഥങ്ങളെഴുതിയത്. ഇതുതന്നെയാണ് 'കേരളപാണിനി' (ആ പേരിലാണ് രാജരാജവർമയെ സാഹിത്യലോകം

സബഹുമാനം വിളിക്കുന്നത്)യുടെ വ്യാകരണ, സാഹിത്യശാസ്ത്രഗ്രന്ഥങ്ങളുടെയും ഉത്ഭവം. ഇംഗ്ലീഷ് പഠിച്ച് ആ ഭാഷയിൽ പാണ്ഡിത്യം നേടുകയും വിദ്യാഭ്യാസവകുപ്പിൽ ചുമതലപ്പെട്ട ഉദ്യോഗങ്ങൾ വഹിക്കുകയും ചെയ്തിരുന്നില്ലെങ്കിൽ ഇവർ പഴയ രീതിയിലുള്ള സാഹിത്യകാരന്മാരേ ആകുമായിരുന്നുള്ളു; ആധുനിക മലയാളസാഹിത്യത്തിന്റെ നിർമാതാക്കളെന്ന ഉയർന്ന സ്ഥാനം നേടുമായിരുന്നില്ല.

കോയിത്തമ്പുരാക്കന്മാരെപ്പോലെതന്നെ നാടുവാഴികുടുംബത്തിൽ ജനിച്ച് പഴയതും പുതിയതുമായ വിദ്യാഭ്യാസരീതികളനുസരിച്ചു സംസ്കൃതത്തിലും ഇംഗ്ലീഷിലും പാണ്ഡിത്യം നേടിയ മറ്റൊരു സാഹിത്യനായകനാണ് കൊച്ചി രാജകുടുംബത്തിൽപ്പെട്ട അപ്പൻതമ്പുരാൻ. *ഭാസ്കര മേനോൻ* എന്ന സാമുദായിക ഡിറ്റക്ടീവ്നോവലും *ഭൂതരായർ* എന്ന ചരിത്രനോവലും *മംഗളമാല* എന്ന പേരിൽ പ്രസിദ്ധീകരിച്ചിട്ടുള്ള ലേഖനസമാഹാരവും (ഒന്നുമുതൽ നാലുവരെ ഭാഗങ്ങൾ) മുഖേന അദ്ദേഹം തന്റെ സാഹിത്യപരമായ കഴിവ് വ്യക്തമാക്കിയിട്ടുണ്ട്. ഇതിനുപുറമേ *മംഗളോദയം* മാസികവഴിക്കും സാഹിത്യപരിഷത്തിന്റെ പ്രധാനപ്രവർത്തകനെന്ന നിലയ്ക്കും എത്രയോ സാഹിത്യകാരന്മാർക്കു പ്രോത്സാഹനം നൽകിയ ഒരാളാണദ്ദേഹം. പരിഷത്തിന്റെ ആദ്യകാലത്ത് അതിന്റെ ഉദ്ദേശമായംഗീകരിച്ചിരുന്ന പ്രസാധനം, ഗവേഷണം മുതലായ കാര്യങ്ങളിലെല്ലാം നല്ല നിലയിൽ പ്രവർത്തിക്കാനും അവയെ പരിഷത്തിന്റെ ഉദ്ദേശമായംഗീകരിപ്പിക്കാനും അപ്പൻതമ്പുരാനു കഴിവുണ്ടാണ്ടാക്കിയത് അദ്ദേഹത്തിന്റെ നവീന വിദ്യാഭ്യാസവും അതിന്റെ ഫലമായി അദ്ദേഹത്തിനു കിട്ടിയ നവീനാശയങ്ങളുമാണ്.

കോയിത്തമ്പുരാക്കന്മാരെയും അപ്പൻതമ്പുരാനെയും പോലെ ഒരു നാടുവാഴികുടുംബത്തിൽ ജനിച്ചുവളർന്ന ഒരാളാണ് കൊടുങ്ങല്ലൂർ കുഞ്ഞിക്കുട്ടൻതമ്പുരാൻ. പഴയ രീതിയിലുള്ള കാവ്യനാടകാലങ്കാരങ്ങളും വ്യാകരണം, വേദാന്തം, ജ്യോതിഷം, ഗണിതം എന്നീ ശാസ്ത്രങ്ങളും പഠിച്ച ഒരു പണ്ഡിതനായിരുന്നു അദ്ദേഹം. പക്ഷേ ഇതോടുകൂടി അദ്ദേഹത്തിന്റെ വിദ്യാഭ്യാസം അവസാനിച്ചു; ഇംഗ്ലീഷ് പഠിച്ച്, നവീനരീതിയിലുള്ള വിദ്യാഭ്യാസം നേടി, പുതിയ തരത്തിലുള്ള പണ്ഡിതനാവാനദ്ദേഹത്തിനു കഴിഞ്ഞില്ല. അതുകൊണ്ട് കോയിത്തമ്പുരാക്കന്മാരെയും അപ്പൻതമ്പുരാനെയുംപോലെ ആധുനിക മലയാളസാഹിത്യത്തിന്റെ പുരോഗതിയെ നയിക്കാനദ്ദേഹത്തിനു കഴിഞ്ഞില്ല: *മഹാഭാരതം* തർജുമ, എണ്ണമറ്റ ഒറ്റ ശ്ലോകങ്ങൾ, നാടകങ്ങളും ഖണ്ഡകാവ്യങ്ങളും മുതലായവയാണദ്ദേഹത്തിന്റെ പ്രധാനകൃതികൾ, എങ്കിലും *മഹാഭാരതം* തർജുമ ചെയ്ത് കേരളവ്യാസനെന്ന പേരുനേടിയ അദ്ദേഹം തന്നെ ഷേക്സ്പിയറുടെ രണ്ടു നാടകങ്ങൾ (*ഹാംലെറ്റും ഒഥല്ലോ*യും) സുഹൃത്തുക്കളുടെ സഹായത്തോടുകൂടി തർജുമചെയ്തു. മാത്രമല്ല *മംഗളോദയം* മുതലായ മാസികകൾക്കും ഭാഷാപോഷിണിസഭ മുതലായ സംഘടനകൾക്കും അദ്ദേഹം നൽകിയ പ്രോൽസാഹനവും അവയിലദ്ദേഹമെടുത്ത പങ്കും കേരളത്തി

ലെല്ലായിടത്തുമുള്ള സാഹിത്യകാരന്മാരുമായി അദ്ദേഹത്തിനുണ്ടായിരുന്ന ബന്ധവും മുഖേന പുതുപ്രസ്ഥാനങ്ങളെത്തന്നെ വളർത്താനദ്ദേഹം വളരെയധികം സഹായിച്ചിട്ടുണ്ട്. നവീനവിദ്യാഭ്യാസം നേടി പുതിയ ചിന്താഗതിയും മനോഭാവവുമുൾക്കൊള്ളാനദ്ദേഹത്തിനു കഴിഞ്ഞിരുന്നുവെങ്കിൽ എന്തു വമ്പിച്ച നേട്ടമാണ് മലയാളസാഹിത്യത്തിനു കിട്ടുമായിരുന്നുതെന്നതിന് അദ്ദേഹത്തിന്റെ *കേരളം* ഉദാഹരണമാണ്; കേരളത്തിന്റെ ഉത്ഭവത്തെയും ചരിത്രത്തെയും കുറിച്ചു പ്രചരിച്ചുവന്നിരുന്ന ഐതിഹ്യങ്ങൾ പദ്യരൂപേണ പകർത്തിയ *കേരളം* ശാസ്ത്രീയഗവേഷണം നടത്തിയെഴുതിയ ഒരു ചരിത്രഗ്രന്ഥമാകാത്തത് ഗ്രന്ഥകർത്താവിന്റെ വിദ്യാഭ്യാസം വെറും പഴയ രീതിയിലായതിനാലാണ്.

നാടുവാഴികുടുംബങ്ങളിൽ ജനിച്ച് പുരാതനകേരളസംസ്കാരമുൾക്കൊണ്ട ഈ സാഹിത്യനായകന്മാരെപ്പോലെതന്നെ മലയാളസാഹിത്യത്തെ വളർത്തിയ മറ്റു ചില സാഹിത്യകാരന്മാരുണ്ട്: ഒയ്യാരത്ത് ചന്തുമേനോൻ, സി വി രാമൻപിള്ള, പത്രാധിപർ കെ രാമകൃഷ്ണപിള്ള, സി പി അച്യുതമേനോൻ മുതലായവർ. ഇവരെല്ലാം നായർസമുദായത്തിൽപ്പെട്ടവരും അതുകൊണ്ട് ബ്രിട്ടീഷ്ഭരണത്തിൻകീഴിൽ ഈ സമുദായാംഗങ്ങൾ മിക്കവാറും സമുദായത്തൊഴിലായംഗീകരിച്ച ഗവൺമെന്റുദ്യോഗങ്ങൾക്കാവശ്യമുള്ള ഇംഗ്ലീഷ് വിദ്യാഭ്യാസം നേടിയവരുമാണ് (പഴയ നാടുവാഴിഭരണത്തിൻകീഴിൽ പടയാളികളും മന്ത്രിമാരുമായിരുന്ന നായന്മാർക്ക് പുതിയ ബ്രിട്ടീഷ്ഭരണത്തിൻകീഴിൽ ഗുമസ്തന്മാരും ഉദ്യോഗസ്ഥന്മാരുമാവേണ്ടിവന്നു; അതുകൊണ്ടവർ കളരി വിട്ട് പള്ളിക്കൂടവും വാൾ വിട്ട് പേനയും സ്വീകരിച്ചു). ഇവർക്കാർക്കും പറയത്തക്ക സംസ്കൃതപാണ്ഡിത്യമില്ലായിരുന്നു; നവീനമായ ചിന്താഗതിയും ലേഖനരീതിയുമാണ്, ഇംഗ്ലീഷ്വിദ്യാഭ്യാസത്തിന്റെ ഫലമായി, ഇവർക്കുണ്ടായത്. പോരെങ്കിൽ, തങ്ങളുടെ ഔദ്യോഗികജീവിതവും യൂറോപ്യന്മാരും യൂറോപ്യൻ സംസ്കാരമംഗീകരിച്ച ഇന്ത്യക്കാരുമായുള്ള സമ്പർക്കവും നിമിത്തം നാടുവാഴിസാമൂഹ്യഘടനയെയും സംസ്കാരത്തെയും വിമർശനദൃഷ്ട്യാ വീക്ഷിക്കാനും ഇവർക്കു കഴിഞ്ഞു. അതുകൊണ്ട് ഇവരിൽ രണ്ടുപേരിൽനിന്ന് നോവലുകളും രണ്ടുപേരിൽനിന്ന് നിർഭയവും നിശിതവുമായ വിമർശനങ്ങളും മലയാള സാഹിത്യത്തിനു കിട്ടി; സാമുദായികാഖ്യായികാകാരന്മാരിൽ ചന്തുമേനോനെയും ചരിത്രാഖ്യായികാകാരന്മാരിൽ സി വി യെയും അതിശയിക്കുന്ന സാഹിത്യകാരന്മാർ മലയാളത്തിലിന്നും ഉണ്ടായിട്ടില്ലെന്നും സി പി അച്യുതമേനോന്റെ *വിദ്യാവിനോദിനി*യോടു കിടപിടിക്കുന്ന മാസിക ഇന്ന് മലയാളത്തിലില്ലെന്നും പറയുന്നത് ഒരതിശയോക്തിയാവുകയില്ല. രാമകൃഷ്ണപിള്ളയെക്കുറിച്ചു പറകയാണെങ്കിൽ, അഭിപ്രായസ്വാതന്ത്ര്യം പ്രകടിപ്പിച്ചതിനു മർദനമനുഭവിക്കേണ്ടിവന്ന ആദ്യത്തെ മലയാളിപത്രപ്രവർത്തകനെന്ന നിലയ്ക്കു മാത്രമല്ല, പത്രപ്രവർത്തനത്തെ ഒരു കലയും ശാസ്ത്രവുമെന്നനിലയ്ക്കു പഠിക്കുകയും അഭ്യസിക്കുകയും ചെയ്യാൻ സഹായിക്കുന്ന ഏകഗ്രന്ഥ (*വൃത്താന്തപത്രപ്രവർത്ത*

ന)ത്തിന്റെ കർത്താവെന്ന നിലയ്ക്കും മലയാളിപത്രപ്രവർത്തകന്മാർക്ക് ഇന്നും ആരാധ്യനായ ഒരാചാര്യനാണദ്ദേഹം.

എന്നാൽ ഇക്കാലത്ത് മലയാളസാഹിത്യത്തിനു വന്ന ഏറ്റവും വലിയ അഭിവൃദ്ധി, ഇതിനു മുമ്പു വിവരിച്ചതുപോലെ, അയിത്തക്കാരെന്ന പേരിൽ അകറ്റിനിർത്തപ്പെട്ട സമുദായങ്ങളിൽനിന്നുകൂടി കവികൾ വളർന്നുവരാൻ തുടങ്ങിയതാണ്. തുഞ്ചൻ, കുഞ്ചൻ മുതലായവരടക്കം മേലേക്കിടയിൽ നിൽക്കുന്ന മലയാളകവികളിലൊരാളായ കുമാരനാശാനെപ്പറ്റി ഇതിനു മുമ്പുതന്നെ പറഞ്ഞുകഴിഞ്ഞു. ആശാനു പുറമേ വേറെയും ഇത്തരം കവികൾ ഈഴവരുടെ ഇടയിൽ ഉയർന്നുവരികയുണ്ടായി. അവരിൽവച്ചെല്ലാംകൊണ്ടും പ്രമാണിയായ ആളാണ് സരസകവി മൂലൂർ എസ് പത്മനാഭപ്പണിക്കർ. കൊടുങ്ങല്ലൂർ കുഞ്ഞിക്കുട്ടൻതമ്പുരാനുമായിട്ടുപോലും ഒരു കവിതാമത്സരം നടത്തിയ ഒരാളാണദ്ദേഹമെന്നും ആ മത്സരത്തിൽ "വിജയശ്രീവരിച്ചത് പണിക്കരെയാണെ"ന്നും പലരും പറയുന്നുണ്ടെന്നു പറഞ്ഞാൽ അദ്ദേഹത്തിന്റെ മേന്മ വ്യക്തമാവുമല്ലോ. അതുപോലെതന്നെ ഇന്നു ജീവിച്ചിരിക്കുന്ന സാഹിത്യകാരന്മാരിൽ ഒരു പ്രധാനിയായ മഹാകവി പള്ളത്തുരാമനും; സരസഭാഷകൻ, നിശിതനിരൂപകൻ, ചരിത്രഗവേഷകൻ, ഗദ്യകാരൻ, പത്രപ്രവർത്തകൻ എന്നീ നിലകളിലെല്ലാം അത്യുന്നതസ്ഥാനം നേടിയ വന്ദ്യവയോധികനായ സി വി കുഞ്ഞുരാമനും; വാസനാസമ്പന്നനായ ഒരു യുവകവിയെന്ന് എതിരാളികൾകൂടി സമ്മതിക്കുന്ന കെടാമംഗലം പപ്പുക്കുട്ടിയും ഈഴവസമുദായാംഗങ്ങളാണ്. മാത്രമല്ല, പരേതനായ മൂർക്കോത്ത് കുമാരനെപ്പോലെ സരസഗദ്യകാരനും നിരൂപകനും പത്രപ്രവർത്തകനുമായ ഒരാളെയും, സി കൃഷ്ണനെപ്പോലെ നിരന്തരം നടത്തിയ പത്രപ്രവർത്തനം കൊണ്ട് സമുദായത്തെ ഉയർത്തിയ സമുദായനേതാവിനെയും മറ്റും സൃഷ്ടിക്കാനും ആ സമുദായത്തിനു കഴിഞ്ഞിട്ടുണ്ട്.

ഈഴവസമുദായത്തിലെന്നപോലെ മുസ്ലിം, ക്രിസ്ത്യൻ സമുദായങ്ങളിലും കവികളും സാഹിത്യകാരന്മാരും ധാരാളം ഉയർന്നുവന്ന കാലമാണിത്. ഈ രണ്ടു സമുദായങ്ങളിൽവച്ച് താരതമ്യേന പിന്നണിയിൽ നിൽക്കുന്ന മുസ്ലിങ്ങളുടെ ഇടയിൽനിന്നുതന്നെ കവികൾ ഉയർന്നുവരികയും 'മാപ്പിളപ്പാട്ടു'കളെന്ന പേരിലറിയപ്പെടുന്ന അവരുടെ കൃതികൾ വിപുലമായ തോതിൽ പ്രചരിക്കുകയും ചെയ്യാൻ തുടങ്ങിയത് ഇക്കാലത്താണ്. ഏതാണ്ടരനൂറ്റാണ്ടുമുമ്പു ജീവിച്ചിരുന്നയാളും 'മാപ്പിളപ്പാട്ട്' പ്രസ്ഥാനത്തിന്റെ ജനയിതാവുമായ മോയിൻകുട്ടി വൈദ്യരുടെ കാലം മുതൽക്കാണിതു വളർന്നുവരാൻ തുടങ്ങിയത് (അതേവരെ അറബിരീതിയിലെഴുതിയതും, *ബെയ്ത്ത്* എന്ന പേരിലറിയപ്പെടുന്നതുമായ പാട്ടുകളാണ് മാപ്പിളമാരുടെ ഇടയിൽ പ്രചരിച്ചിരുന്നത്). പക്ഷേ അധികം താമസിയാതെതന്നെ പത്രപ്രവർത്തനത്തിലും ഗദ്യരചനയിലും പേരെടുത്ത മുസ്ലിം സാഹിത്യകാരന്മാർ ഉയർന്നുവന്നു: *ഐക്യം* പ്രതിവാരപത്രത്തിന്റെ പത്രാധിപരായ സീതി സാഹേബ്, *അൽ–അമീനി*ന്റെ സ്ഥാപകനും പത്രാ

ധിപരുമായ പരേതനായ അബ്ദു റഹിമാൻ സാഹേബ് എന്നിവർ സമുദായത്തിനും രാജ്യത്തിനുമെന്നപോലെ സാഹിത്യത്തിനും ചെയ്ത സേവനം ഒരു ഭാഷാഭിമാനിക്കും മറക്കാൻ വയ്യ. ഇന്നു ജീവിച്ചിരിക്കുന്ന ചെറുകഥാകാരന്മാരുടെ മുന്നണിയിൽ നിൽക്കുന്ന ബഷീറും സമുദായത്തിന്റെ സാഹിത്യപരമായ വളർച്ചയുടെ പ്രത്യക്ഷോദാഹരണമാണ്.

ക്രിസ്ത്യൻസമുദായത്തെക്കുറിച്ച് അധികം പറയേണ്ടതില്ല. *ശ്രീയേശുവിജയം മഹാകാവ്യ* ('നഗരാർണവശൈലർത്തു' വർണനംപോലുള്ള കാവ്യലക്ഷണമനുസരിച്ച് 24 സർഗങ്ങളിലായി യേശുക്രിസ്തുവിന്റെ ജീവചരിത്രം വിവരിക്കുന്ന ഒരു മഹാകാവ്യമാണിത്)ത്തിന്റെ കർത്താവായ കട്ടക്കയത്തിൽ ചെറിയാൻമാപ്പിള, ചന്തുമേനോന്റെ പൂർത്തിയാവാത്ത *ശാരദ* പൂർത്തിയാക്കിയ സി അന്തപ്പായി, സുപ്രസിദ്ധസാഹിത്യനായകന്മാരുടെ കേളീരംഗമായിരുന്ന *മലയാളമനോരമ*യുടെ പത്രാധിപരായ വറുഗീസുമാപ്പിളയും മാമൻമാപ്പിളയും—ഇവരെയെല്ലാം സൃഷ്ടിച്ച സമുദായത്തിനു സാഹിത്യത്തിലുള്ള സ്ഥാനത്തെപ്പറ്റി ഒന്നും പറയണമെന്നില്ലല്ലോ. പോരെങ്കിൽ, ഇന്ന് മലയാളത്തിൽ നടക്കുന്ന മുപ്പതോളം ദിനപത്രങ്ങളിൽ ആറോ ഏഴോ എണ്ണം ക്രിസ്ത്യാനികളുടെ ഉടമസ്ഥതയിലും പത്രാധിപത്യത്തിലുമാണു നടക്കുന്നതെന്നും, ഇന്നത്തെ മലയാളകഥാകാരന്മാരിൽ മുന്തിനിൽക്കുന്ന ഒരാളും (പൊൻകുന്നം വർക്കി), വിമർശകന്മാരിൽ രണ്ടുപേരും (ജോസഫ് മുണ്ടശ്ശേരി, എം പി പോൾ) ക്രിസ്ത്യാനികളാണെന്നും പറഞ്ഞാൽ ഈ സമുദായം സാഹിത്യത്തിൽ നേടിയ സ്ഥാനം ഊഹിക്കാമല്ലോ.

പുലയർ, പറയർ മുതലായ 'അധഃകൃത' സമുദായങ്ങളിൽനിന്നുയർന്ന് ഉൽകൃഷ്ടനിലയിലെത്തിയ സാഹിത്യകാരന്മാർ ഇനിയും ഉണ്ടായിട്ടില്ല. ഈഴവരല്ലാത്ത 'അയിത്ത'ജാതിക്കാരിൽ വാലസമുദായത്തിൽനിന്നു മാത്രമാണ് ഒരാൾ (പരേതനായ പണ്ഡിറ്റ് കറുപ്പൻ) *ബാലാകലേശം* നാടകം മുതലായ കൃതികളെഴുതി പേരെടുത്തത്. ഇതിനുള്ള കാരണവും അധികം ആരായേണ്ടതില്ല: സാമ്പത്തികമായും വിദ്യാഭ്യാസപരമായും, ഉദ്യോഗം വഹിക്കാൻ ഭാഗ്യം ലഭിച്ച സമുദായാംഗങ്ങളുടെ എണ്ണമനുസരിച്ചും നോക്കിയാൽ ഈ അധഃകൃതസമുദായങ്ങൾ ഈഴവരെയും മുസ്ലിം, ക്രിസ്ത്യൻസമുദായങ്ങളെയും അപേക്ഷിച്ച് വളരെ പിന്നണിയിലാണ്. അതുകൊണ്ട് ജ്ഞാനസമ്പാദനത്തിനും സാഹിത്യപരമായ ജോലികൾക്കും ആവശ്യമായ സൗകര്യവും സമയവുമുള്ള സമുദായാംഗങ്ങൾ അവരുടെ ഇടയിൽനിന്ന് ഇന്നും ഉയർന്നുവന്നുതുടങ്ങിയിട്ടില്ല.

അധഃകൃതസമുദായങ്ങളെ വേണ്ടത്ര ഉയർത്തിക്കൊണ്ടുവന്നില്ലെന്നു മാത്രമല്ല, മറ്റൊരു പ്രധാന ന്യൂനതകൂടി പതിനൊന്നാം ശതവർഷത്തിലെ നവോത്ഥാനത്തിനുണ്ടായിരുന്നു: കാവ്യങ്ങൾ, നാടകങ്ങൾ, നോവലുകൾ, മാസികകളും പത്രങ്ങളും എന്നിവയൊക്കെ വളർന്നുവെങ്കിലും സയൻസെന്ന പൊതുപേരിലറിയപ്പെടുന്ന നവീനവിജ്ഞാനശാഖകൾ മലയാള ഭാഷാസാഹിത്യത്തിൽ ഉയർന്നുവന്നില്ല. ഭൗതികം, രസതന്ത്രം മുത

ലായ പ്രകൃതിശാസ്ത്രങ്ങളുടെയും, ധനശാസ്ത്രം, ചരിത്രം മുതലായ സാമൂഹ്യശാസ്ത്രങ്ങളുടെയും അടിസ്ഥാനതത്വങ്ങളെ സംബന്ധിച്ചുള്ള ഒരേകദേശജ്ഞാനമെങ്കിലും മലയാളഭാഷ മാത്രമറിയുന്ന നമ്മുടെ നാട്ടുകാർക്കു കിട്ടാൻ നിവൃത്തിയില്ല. സ്കൂളുകളിൽ പഠിപ്പിക്കുന്നതിനുവേണ്ടി തയാറാക്കിയ ചില പാഠപുസ്തകങ്ങളിൽനിന്നു കിട്ടാവുന്ന അറിവുകൊണ്ട് ഒരു സാധാരണമലയാളി തൃപ്തിപ്പെട്ടുകൊള്ളണം. പ്രകൃതിശാസ്ത്രത്തിന്റെ നാനാശാഖകളിലും അനുദിനം പുറപ്പെടുന്ന പുതിയ പുതിയ കണ്ടുപിടിത്തങ്ങളുടെയോ സാമൂഹ്യജീവിതത്തിൽ അടിക്കടി വന്നുകൊണ്ടിരിക്കുന്ന ഗംഭീരപരിവർത്തനങ്ങളുടെയോ അർഥം മനസിലാക്കാൻ കഴിയാതെ അമ്പരന്നു നിൽക്കുന്ന മലയാളിയെ വിക്തർ യൂഗോവും ദസ്തയേവ്സ്കിയും ടാഗൂറുമൊക്കെയായി പരിചയപ്പെടുത്തുന്നതോടുകൂടി ന്യൂട്ടനും എഡിസനും ഡാർവിനും ഐൻസ്റ്റൈനും ആദംസ്മിത്തും മാർക്സും കെയിൻസും സർ സി വി രാമനും ജെ സി ബോസും മറ്റുമായി പരിചയപ്പെടുത്തുകകൂടി ചെയ്യണമെന്ന ധാരണ നമ്മുടെ സാഹിത്യനായകന്മാർക്കുണ്ടായിട്ടില്ല. ഇത്തരം വിജ്ഞാനമാർഗങ്ങളിൽ ശ്രദ്ധ ചെലുത്തുകയും അവയെക്കുറിച്ച് ഗ്രന്ഥങ്ങളെഴുതുകയും ചെയ്യുന്നവരെ 'അരസിക'ന്മാരും 'ബോറ'ന്മാരുമായി കണക്കാക്കി അവരുപയോഗിക്കുന്ന വാചകങ്ങളുടെയും വാക്കുകളുടെയും വ്യാകരണത്തെറ്റു പരിശോധിച്ച് അവരെ മക്കാറാക്കി വിടുകയാണ് തങ്ങളുടെ കടമയെന്നു കരുതുന്ന സാഹിത്യകാരന്മാരും പണ്ഡിതന്മാരും നമ്മുടെ ഇടയിൽ ധാരാളമുണ്ട്.

'സാഹിത്യ'മെന്ന പദത്തിന്റെ നിർവചനത്തിൽ ഇത്തരം ഗ്രന്ഥങ്ങളുൾപ്പെടുമോ ഇല്ലയോ എന്ന വാദം ഈ സന്ദർഭത്തിൽ അപ്രധാനമാണ്. എന്തുകൊണ്ടെന്നാൽ, സാഹിത്യത്തിൽ സയൻസുൾപ്പെട്ടാലുമില്ലെങ്കിലും, മലയാളവായനക്കാരനു സയൻസ് പഠിക്കാനുള്ള ഗ്രന്ഥങ്ങൾ കിട്ടിയേ തീരൂ; ലോകത്തിലെ മറ്റൊരുഭാഷയും പഠിക്കാതെതന്നെ ഒരു മലയാളിയുവാവിന് ഐൻസ്റ്റൈനോ സർ സി വി രാമനോ ആവാനുള്ള സൗകര്യമുണ്ടാവത്തക്കവിധം മലയാളഭാഷ വളർന്നേ കഴിയൂ. ഇന്നത്തെ ലോകഗതി മനസിലാക്കണമെങ്കിൽ അന്യഭാഷകളെ ആശ്രയിക്കണമെന്ന നിലയിലാണ് മലയാളി ഇരിക്കുന്നതെന്നു മനസിലാക്കിയിട്ടും ആ ന്യൂനത തീർത്ത് മലയാളഭാഷയെ ഈ നിസ്സഹായതയിൽനിന്നുയർത്താൻ ശ്രമിക്കാതെ വ്യാകരണവും അലങ്കാരവും തട്ടിമൂളിക്കുന്ന ആൾ 'സാഹിത്യകാര'നായിരിക്കാം, പക്ഷേ ഭാഷാഭിമാനിയല്ല. വിശ്വസാഹിത്യത്തിലെ മികച്ച കാവ്യങ്ങളും നാടകങ്ങളും നോവലുകളും ചെറുകഥകളും മാത്രമല്ല, എല്ലാ തുറകളിലുമുള്ള ശാസ്ത്രീയഗ്രന്ഥങ്ങൾകൂടി മലയാളത്തിലേക്കു പകർത്തുകയും സ്വതന്ത്രകൃതികൾ കാവ്യനാടകാദികളിലെന്നപോലെ ശാസ്ത്രീയഗ്രന്ഥങ്ങളിലും വളർന്നുവരികയും ചെയ്യണമെന്നാശിക്കുകയും അതിനു ശ്രമിക്കുകയും ചെയ്യുന്നതാണ് ശരിയായ ഭാഷാഭിമാനം.

ഇത്തരത്തിലുള്ള ഭാഷാഭിമാനത്തിനുപകരം കാവ്യനാടകാദികളിൽ സർവശ്രദ്ധയും കേന്ദ്രീകരിക്കുന്ന 'സാഹിത്യാഭിരുചി'യും 'സഹൃദയ

ത്വ'വും വളർന്നതിനുള്ള കാരണം ബ്രിട്ടീഷാധിപത്യത്തിൻകീഴിൽ പ്രചരിച്ച വിദ്യാഭ്യാസസമ്പ്രദായത്തിന്റെ സ്വഭാവമാണ്. ആ വിദ്യാഭ്യാസ സമ്പ്രദായത്തിന്റെ ഉദ്ദേശ്യം തന്നെ നമ്മുടെ നാട്ടിലെ വിജ്ഞാനഭണ്ഡാരം നിറയ്ക്കണമെന്നോ നാട്ടുകാരുടെ വിജ്ഞാനനിലവാരം ഉയർത്തണമെന്നോ അല്ല; പിന്നയോ, ബ്രിട്ടീഷ്ഭരണയന്ത്രം തിരിക്കുന്നതിനും ബ്രിട്ടീഷ്വ്യാപാരം നടത്തുന്നതിനും ആവശ്യമായ ഗുമസ്തന്മാരെയും കീഴുദ്യോഗസ്ഥന്മാരെയും ഉണ്ടാക്കുകയാണ്. മെട്രിക്കുലേഷൻ പാസായ ക്ലാർക്കുമാർ, ബി എ ബി എല്ലോ പ്ലീഡർഷിപ്പോ പാസായ വക്കീൽമാർ, എം ബി ബി എസും മറ്റും പാസായ ഡോക്ടർമാർ, ഐ സി എസും മറ്റു സർവീസ്പരീക്ഷകളും പാസായ കീഴുദ്യോഗസ്ഥന്മാർ ഇവരെയാണ് ഭരണയന്ത്രത്തിനാവശ്യം. വ്യവസായാഭിവൃദ്ധിക്കാവശ്യമായ ശാസ്ത്രീയഗവേഷണങ്ങൾ നടത്തുന്ന വിദഗ്ധശാസ്ത്രജ്ഞൻമാരോ പ്രായോഗികപരീക്ഷണങ്ങൾ മുഖേന കാര്യക്ഷമമായ വ്യാവസായികപ്രവർത്തനങ്ങൾ നടത്തുന്ന എൻജിനിയർമാരോ സയൻസിന്റെ അടിസ്ഥാനതത്വങ്ങൾ മനസിലാക്കിയ ബഹുജനങ്ങളോ ഉണ്ടാവുന്നതുകൊണ്ട് ബ്രിട്ടീഷ്ഭരണത്തിനു പ്രയോജനമൊന്നുമില്ല. നേരേമറിച്ച്, അത്തരക്കാരുണ്ടായാൽ നാട്ടുകാരുടെ ശ്രദ്ധ വ്യവസായാഭിവൃദ്ധിയിലേക്കു തിരിക്കുകയും അതിന്റെ ഫലമായി ബ്രിട്ടീഷ്വ്യവസായത്തോടു മത്സരിക്കുന്ന നാടൻവ്യവസായങ്ങൾ വളർന്നുവരികയും ചെയ്യും. മറ്റൊരുവിധത്തിൽ പറയുകയാണെങ്കിൽ, കവികളും നാടകകർത്താക്കളും നോവലെഴുത്തുകാരും ഗ്രന്ഥവിമർശകന്മാരും വൈയാകരണന്മാരും വളർന്നതുകൊണ്ട് ബ്രിട്ടീഷ്ഭരണത്തിനു യാതൊരു കോട്ടവുമില്ല; ശാസ്ത്രജ്ഞന്മാരും എൻജിനിയർമാരും സാങ്കേതികവിദഗ്ധന്മാരുമുണ്ടായാൽ ബ്രിട്ടീഷാധിപത്യത്തിന്റെ അടി തകരും. അതുകൊണ്ടാണ് സാഹിത്യത്തിനും കലകൾക്കും മാത്രം പ്രാധാന്യം നൽകുന്ന പൊതുവിദ്യാഭ്യാസരീതിയേർപ്പെടുത്തി സാങ്കേതികവും ശാസ്ത്രീയവുമായ വിദ്യാഭ്യാസത്തെ തടയാൻ ബ്രിട്ടീഷുകാർ ശ്രമിച്ചത്. അതുകൊണ്ടുതന്നെയാണ് പണ്ഡിറ്റ് നെഹ്റുവിനെപ്പോലുള്ള രാഷ്ട്രീയനേതാക്കന്മാരും സർ എം വിശ്വേശ്വരയ്യയെപ്പോലുള്ള വ്യവസായവിദഗ്ധന്മാരും സാങ്കേതികവിദ്യാഭ്യാസത്തിന്റെ ആവശ്യത്തെപ്പറ്റി ഊന്നിയൂന്നി പ്രസ്താവിക്കുന്നത്.

അതായത്, കലാപരമായ സാഹിത്യത്തിന്റെ അഭിവൃദ്ധിക്കും ശാസ്ത്രീയസാഹിത്യത്തിന്റെ അഭാവത്തിനും രണ്ടിനുംകാരണം കലാപ്രധാനവും ശാസ്ത്രരഹിതവുമായ വിദ്യാഭ്യാസസമ്പ്രദായമാണ്. കലാകാമുകൻ(?), കലാനായകൻ എന്ന അർഥങ്ങളുള്ള ബി എ യും, എം എ യും പാസാവുന്ന വിദ്യാഭ്യാസത്തിന്റെ പരമകാഷ്ഠയും, അഞ്ഞൂറോ ആയിരമോ ഉറുപ്പിക ശമ്പളം കിട്ടുന്ന ഒരുദ്യോഗം അഭ്യസ്തവിദ്യരുടെ ലക്ഷ്യവുമായി കണക്കാക്കപ്പെടുന്ന സ്ഥിതിയിലാണ് കോയിത്തമ്പുരാക്കന്മാരും അപ്പൻതമ്പുരാനും ചന്തുമേനോനും കുമാരനാശാനുമൊക്കെ വളർന്നത്. അതുതന്നെയാണ് നമ്മുടെയിടയിൽനിന്ന് സർ സിവി രാമന്മാരും സർ ജെ സി ബോസുമാരും ഉണ്ടാവാതിരിക്കാനും, കെ പി പദ്മനാഭമേനോനെ

പ്പോലുള്ള ചരിത്രപണ്ഡിതന്മാരും പ്രൊഫസർ തോമസിനെപ്പോലുള്ള ധനശാസ്ത്രപണ്ഡിതന്മാരും മലയാളഭാഷയിൽ ഗ്രന്ഥങ്ങളെഴുതാതിരിക്കാനും കാരണം.

ചുരുക്കത്തിൽ, പതിനഞ്ചാംശതവർഷത്തിൽ മലയാളസാഹിത്യത്തിലുണ്ടായ നവോത്ഥാനത്തിന്റെ എല്ലാ ഗുണങ്ങൾക്കും ദോഷങ്ങൾക്കും ഉത്തരവാദം വഹിക്കേണ്ടത്, ബ്രിട്ടീഷാധിപത്യം ഇറക്കുമതിചെയ്ത വിദ്യാഭ്യാസമാണ്. നാട്ടുകാരായ ഉദ്യോഗസ്ഥന്മാരെ സൃഷ്ടിക്കുന്നതിന് നവീനമായ പൊതുവിദ്യാഭ്യാസം പ്രചരിപ്പിക്കുകയും അച്ചടിയന്ത്രങ്ങളും പത്രമാസികകളും തുടങ്ങുകയും ചെയ്യേണ്ടിവന്നു; അതിൽനിന്ന് പൊതുവിദ്യാഭ്യാസംനേടി സഹൃദയന്മാരായിത്തീർന്ന ഒരു പുതിയ തലമുറ മലയാളികൾ ഉയർന്നുവരികയും അവർ മലയാളസാഹിത്യത്തിന് ഒരു പുതിയ ജീവൻ കൊടുക്കുകയും ചെയ്തു. ഈ നാട്ടുകാരായ ഉദ്യോഗസ്ഥന്മാരെ തിരഞ്ഞെടുക്കുന്നതിൽ ജാതിവ്യത്യാസത്തിനു യാതൊരു സ്ഥാനവുമില്ലെന്ന അടിസ്ഥാനത്തിൽ എല്ലാ സമുദായത്തിലുമുള്ള ചെറുപ്പക്കാർക്ക് വിദ്യാഭ്യാസവും പാസായവർക്ക് ഉദ്യോഗവും കൊടുക്കേണ്ടിവന്നു; അതുകൊണ്ട് ഈഴവർ മുതലായ 'അയിത്ത'ജാതിക്കാരിൽനിന്ന് അഭ്യസ്തവിദ്യരുടെ ഒരു തലമുറ ഉയർന്നുവരികയും അതിലൊരുവിഭാഗം സാഹിത്യകാരന്മാരായി വളരുകയും ചെയ്തു. അതേസമയത്ത്, അധഃകൃതവർഗക്കാരുടെ സാമ്പത്തികസ്ഥിതി അഭിവൃദ്ധിപ്പെടുത്താത്തതിനാലും സാമ്പത്തികശക്തി അധികവും സവർണസമുദായങ്ങളിൽ കേന്ദ്രീകരിക്കപ്പെട്ടിരുന്നതിനാലും വിദ്യാഭ്യാസത്തിനും ഉദ്യോഗത്തിനുമുള്ള സൗകര്യം അധികം സവർണർക്കായിരുന്നു; അതുകൊണ്ട് അഭ്യസ്തവിദ്യരും സഹൃദയരുമായവരിൽ ഭൂരിപക്ഷം സവർണരും ഒരു ചെറുവിഭാഗം ഈഴവാദിസമുദായക്കാരുമായിത്തീരുകയും 'അധഃകൃത' സമുദായങ്ങളിൽനിന്ന് അത്തരക്കാർ മിക്കവാറും ഇല്ലെന്ന നിലതന്നെ വരികയും ചെയ്തിരിക്കുന്നു. അതായത്, ബ്രിട്ടീഷ്‌വിദ്യാഭ്യാസരീതി മലയാളസാഹിത്യത്തിന്റെ കലാപരമായ വിഭാഗത്തെ അഭിവൃദ്ധിപ്പെടുത്തുകയും അതിന്റെ അടിസ്ഥാനത്തിൽ സാഹിത്യപരമായ ജാതിക്കുത്തകയെ നശിപ്പിക്കുകയും ചെയ്തെങ്കിലും സാഹിത്യത്തെ ശാസ്ത്ര–സാങ്കേതികത്തുറകളിൽനിന്നകറ്റിനിർത്തുകയും സാഹിത്യത്തിൽപ്പോലും ജാതിസംബന്ധമായ അസമത്വങ്ങൾ തുടരാനിടവരുത്തുകയും ചെയ്തു.

ബ്രിട്ടീഷ്ഭരണത്തിന്റെ ഈ ഇരട്ടസ്വഭാവം—ഒരതിർത്തിവരെ ജാതി–ജന്മി–നാടുവാഴിക്കുത്തക പൊളിക്കുക; എന്നാൽ പഴയ ജാതി–ജന്മി–നാടുവാഴിമേധാവിത്വത്തിനും അതിനു കീഴിലുള്ള ഹൈന്ദവസംസ്കാരത്തിനുംപകരം പുതിയ ജനാധിപത്യഭരണവും അതിന്റെ കീഴിലുള്ള ശാസ്ത്രസംസ്കാരവും വളരാനനുവദിക്കാതിരിക്കുക എന്ന രണ്ടു സ്വഭാവം—വിദ്യാഭ്യാസസമ്പ്രദായത്തെ മാത്രമല്ല, സാമൂഹ്യനിയമങ്ങളെയും സാമ്പത്തികബന്ധങ്ങളെയും രാഷ്ട്രീയസംഘടനയെയുമെല്ലാം ബാധിച്ചിട്ടുണ്ട്. ഈ എല്ലാ കാര്യത്തിലും തങ്ങളുടെ മേധാവിത്വം നിലനിർത്താ

നാവശ്യമായിടത്തോളം മാത്രം ജാതി–ജന്മി–നാടുവാഴിമേധാവിത്വത്തെ തകർക്കുകയും എന്നാൽ ജാതി–ജന്മി–നാടുവാഴി മേധാവിത്വത്തിനുപകരം ബഹുജനമേധാവിത്വം ഉയർന്നുവരാനനുവദിക്കാതിരിക്കുകയുമാണ് ബ്രിട്ടീഷുകാർ ചെയ്തിട്ടുള്ളത്. പക്ഷേ ഈ നയത്തിന് നാട്ടുകാർ അധികംകാലം കീഴടങ്ങിയില്ല; ബ്രിട്ടീഷുകാർ തകർത്ത ജാതി–ജന്മി–നാടുവാഴിമേധാവിത്വത്തെ തികച്ചും നശിപ്പിച്ച്, അതിന്റെ എല്ലാ അവശിഷ്ടങ്ങളും തുടച്ചുനീക്കി, ഒരു ജനകീയകേരളം സൃഷ്ടിക്കാനാണവരാഗ്രഹിച്ചത്. ഇതിനുള്ള ശ്രമമാണ് ചന്തുമേനോന്റെയും കുമാരനാശാന്റെയും രാമകൃഷ്ണപിള്ളയുടെയും കുഞ്ഞിരാമൻ നായനാരുടെയും വറുഗീസു മാപ്പിളയുടെയും മറ്റും സാഹിത്യപരിശ്രമത്തിൽ നാം കാണുന്നത്. അതുതന്നെയാണ് സമുദായപരിഷ്കാരപ്രസ്ഥാനം, കുടിയാൻപ്രസ്ഥാനം, രാഷ്ട്രീയപ്പാർട്ടികൾ എന്നിവയിലൂടെ വളർന്നുവന്ന് ഐക്യകേരളപ്രസ്ഥാനത്തിലും പുരോഗമനസാഹിത്യപ്രസ്ഥാനത്തിലും ചെന്നെത്തിയിട്ടുള്ളതും അടുത്ത പേജുകളിൽ ചുരുക്കി വിവരിക്കുന്നതുമായ കേരളത്തിലെ ബഹുജനവിപ്ലവപ്രസ്ഥാനത്തിന്റെയും അർഥം.

സമുദായപരിഷ്കാരപ്രസ്ഥാനങ്ങൾ

ഇന്ത്യയുടെ മറ്റു ഭാഗങ്ങളിലെന്നപോലെ കേരളത്തിലും രാഷ്ട്രീയബഹുജനപ്രസ്ഥാനം വളർന്നുവന്നതിനെത്രയോമുമ്പ് സമുദായപരിഷ്കാരപ്രസ്ഥാനം ഉയർന്നുവന്നു. ഇന്ത്യൻനാഷണൽ കോൺഗ്രസിന്റെ ഉത്ഭവത്തിന് ഒരു തലമുറമുമ്പ് രാജാ റാംമോഹൻറായിയുടെയും മറ്റും നേതൃത്വത്തിൽ സാമൂഹ്യമായ അനാചാരങ്ങൾക്കെതിരായി ബ്രഹ്മസമാജം മുതലായ പ്രസ്ഥാനങ്ങൾ ബംഗാളിലും മറ്റുമുണ്ടായതുപോലെ കേരളത്തിലും ഹോംറൂൾ–സഹകരണത്യാഗ പ്രസ്ഥാനങ്ങൾ പടർന്നുപിടിക്കുന്നതിന്റെ ഒന്നുരണ്ടു വ്യാഴവട്ടം മുമ്പുതന്നെ സി കൃഷ്ണപിള്ളയുടെയും മറ്റും നേതൃത്വത്തിൽ നായന്മാരുടെയും നാരായണഗുരുസ്വാമികളുടെയും ഡോക്ടർ പൽപ്പുവിന്റെയും നേതൃത്വത്തിൽ ഈഴവരുടെയും കുറൂർ ദാമോദരൻനമ്പൂതിരിപ്പാടിന്റെയും മറ്റും നേതൃത്വത്തിൽ നമ്പൂതിരിമാരുടെയും ഇടയിൽ സമുദായപരിഷ്കാരപ്രസ്ഥാനം വളർന്നുവരികയുണ്ടായി. ഈ മൂന്നു പ്രസ്ഥാനങ്ങളുടെയും പ്രത്യക്ഷമായ രൂപമാണ് ഇന്നും നിലവിലുള്ള നായർ സർവീസ് സൊസൈറ്റി (തിരുവിതാംകൂർ), നായർസമാജം (കൊച്ചി), എസ് എൻ ഡി പി (തിരുവിതാംകൂർ, കൊച്ചി, മലബാർ), നമ്പൂതിരി യോഗക്ഷേമസഭ എന്നീ സംഘടനകൾ.

ഈ സമുദായ പരിഷ്കാരപ്രസ്ഥാനമാണ് ആദ്യമായി മലയാളി ബഹുജനങ്ങളെ ഉണർത്തിവിട്ടതെന്നതിലത്ഭുതത്തിനിടയില്ല. എന്തുകൊണ്ടെന്നാൽ, ജാതി–ജന്മി–നാടുവാഴിമേധാവിത്വത്തിന്റെ സാമൂഹ്യമായ പിടിയിൽനിന്നു മോചനം കിട്ടാത്ത ഒരു മലയാളിക്ക് ബ്രിട്ടീഷാധിപത്യത്തിൻകീഴിൽ നവീനവിദ്യാഭ്യാസത്തിന്റെ ഫലമായി പാശ്ചാത്യസംസ്കാരവുമായി ഇടപെടാൻ കഴിഞ്ഞാൽ അയാളുടെ ശ്രദ്ധ ആദ്യം തിരിയുക

സാമൂഹ്യപ്രശ്നങ്ങളിലേക്കാണ്. ഇന്ത്യയുടെ മറ്റു ഭാഗങ്ങളിലും ലോകത്തിലെ മറ്റു രാജ്യങ്ങളിലും പോയി, അവിടത്തുകാരുമായി ഇടപെട്ട്, വ്യക്തിസ്വാതന്ത്ര്യത്തെയും ജനാധിപത്യത്തെയും കുറിച്ചുള്ള ആധുനികാശയങ്ങളുൾക്കൊണ്ട് മടങ്ങിവരുന്ന മലയാളി തന്റെ ചുറ്റും കാണുന്നത് ജാതികളും ഉപജാതികളും അവ തമ്മിലുള്ള അസമത്വങ്ങളും മരുമക്കത്തായവും കൂട്ടുകുടുംബവും മറ്റുമാണ്. ലോകംമുഴുവൻ ചുറ്റിസഞ്ചരിച്ച്, ഉൽകൃഷ്ടബിരുദങ്ങൾ നേടി മടങ്ങിവരുന്ന നായർയുവാക്കന്മാർക്ക് തങ്ങളുടെ നാട്ടിൽ വന്നാൽ കിട്ടുന്നത് 'കപ്പൽ കയറി ശീമയ്ക്കു പോയതിനുള്ള ഭ്രഷ്ടാണെ'ങ്കിൽ; ഇത്ര ഉയർന്ന ബിരുദങ്ങളും അതിനൊത്ത ഉദ്യോഗവും നേടി മാന്യസ്ഥാനം നേടിയ ഒരു നായർയുവാവ് അപരിഷ്കൃതനും വിഡ്ഢിയുമായ ഒരു പഴഞ്ചൻ നമ്പൂതിരിയെയോ തമ്പുരാനെയോ കാണുമ്പോൾ രണ്ടാംമുണ്ട് അരയിൽക്കെട്ടി, ചെരിപ്പും കുപ്പായവുമഴിച്ച്, "അടിയനെറാൻ" പറഞ്ഞു തൊഴണമെങ്കിൽ; വളരെ കഷ്ടപ്പെട്ടിട്ടാണെങ്കിലും നല്ല പോലെ പഠിച്ച്, അഭിനന്ദനീയമായി വിജയംവരിച്ച്, താനർഹിക്കുന്ന ഒരുദ്യോഗമാവശ്യപ്പെടുന്ന ഒരീഴവയുവാവിനു ഗവൺമെന്റിൽനിന്നു കിട്ടുന്ന മറുപടി "ഈഴവന്റെ കുലത്തൊഴിൽ തെങ്ങുചെത്താണെ"ന്നാണെങ്കിൽ; പകർച്ചവ്യാധി പിടിപെട്ട മനുഷ്യനെയും പട്ടിയെയും അനുവദിക്കുന്ന റോഡുകളിൽനിന്ന് പരിഷ്കൃതവേഷധാരിയും പണ്ഡിതനുമായ ഒരീഴവനെ ആട്ടിയകറ്റുമെങ്കിൽ അതെല്ലാം വച്ചുപൊറുപ്പിക്കാൻ പുതിയ തലമുറയിൽപ്പെട്ട നായൻമാരും ഈഴവരും തയാറാവുകയില്ലല്ലോ. അതുപോലെ തന്നെ വ്യക്തിസ്വാതന്ത്ര്യബോധവും താൻ സമ്പാദിക്കുന്ന സ്വത്ത് തനിക്കും തന്റെ ഭാര്യാമക്കൾക്കും അനുഭവിക്കാൻ കഴിയണമെന്ന ആഗ്രഹവും വളർന്നുവരാൻ തുടങ്ങുന്നകാലത്ത് സ്വത്തുക്കളൊക്കെ കുടുംബത്തിന്റെ വകയായിരിക്കുകയും കുടുംബത്തിൽ ഭാര്യാമക്കൾ ഉൾപ്പെടാതിരിക്കുകയും ചെയ്യുന്ന സമ്പ്രദായം നായർക്കും നമ്പൂതിരിക്കും സ്വീകാര്യമാവാനിടയില്ല. ഭാര്യയെയും മക്കളെയും തൊട്ടാൽ 'അശുദ്ധ'മാവുന്ന ഭർത്താക്കന്മാരും അച്ഛന്മാരും; അച്ഛനെ 'അച്ഛാ' എന്നു വിളിക്കാനധികാരമില്ലാത്ത മക്കൾ; അച്ഛന്റെ മരുമക്കളെ ശത്രുക്കളായെണ്ണുന്ന മക്കൾ, 'അമ്മായി അമ്മ'യെ മറ്റാരെക്കാളുമധികം വെറുക്കുന്ന തറവാട്—ഇതെല്ലാമടങ്ങുന്ന വിലക്ഷണമായ വിവാഹസമ്പ്രദായം അപരിഷ്കൃതമാണെന്ന് പുതിയ തലമുറ കണക്കാക്കുന്നതും സ്വാഭാവികമാണ്.

ജാതിസംബന്ധമായ അവശതകളുടെയും മരുമക്കത്തായ-കൂട്ടുകുടുംബസമ്പ്രദായങ്ങൾ നിമിത്തമുണ്ടാകുന്ന അസൗകര്യങ്ങളുടെയും 'സംബന്ധ'സമ്പ്രദായത്തിലുള്ള അസ്വാഭാവികതകളുടെയും നേരേ, ഉയർന്നുവരുന്ന തലമുറയിലെ മലയാളികൾ തുടങ്ങിയ സമരമാണ് കേരളത്തിലെ സമുദായപരിഷ്കാരപ്രസ്ഥാനം. ഇതിനുവേണ്ട പ്രേരണ നൽകിയത് ഇംഗ്ലീഷ്വിദ്യാഭ്യാസവും തൽഫലമായി കിട്ടിയ നവീനാശയങ്ങളുമാണെങ്കിലും, ബ്രിട്ടീഷാധിപത്യത്തിനുമുമ്പുതന്നെ മലയാളികൾ ഈ വഴിക്കു തിരിയാൻ തുടങ്ങിയിരുന്നു. സരസമഹാകവിയായ കുഞ്ചൻനമ്പ്യാർ

തന്റെ കൃതികളിൽ പലേടത്തും "വല്ലഭമാരുടെ വീടുപുലർത്താനില്ലം പണയംവച്ചു തുടങ്ങു"ന്നതിനെയും, "നമ്മുടെ വീട്ടിൽ പണ്ടൊരു മാതാവമ്മാത്രം മുതൽ നേടിയതെല്ലാം അമ്മായിക്കു കൊടുത്തുകൊടുത്തുടനമ്മാവൻ താനൊക്കെ മുടിച്ച"തിനെയും "ചേട്ടനൊരച്ചിയെക്കൂട്ടിച്ചുകൊണ്ടന്ന് കെട്ടിനകത്തെപ്പുരയിലിരുത്തി ചേട്ടത്തിവന്നു കലമ്പിത്തുടങ്ങി"യതിനെയും മറ്റും പറ്റി ധാരാളം പ്രസ്താവിച്ചിട്ടുള്ളതിൽനിന്ന് മരുമക്കത്തായസമ്പ്രദായം അന്നേ പൊളിയാൻ തുടങ്ങിയെന്നു വ്യക്തമാവുന്നുണ്ട്. രണ്ടു നൂറ്റാണ്ടോളം കാലത്തെ പാശ്ചാത്യ (പോർച്ചുഗീസ്–ഡച്ച്) സമ്പർക്കത്തിന്റെ ഫലമായി തിരുവിതാംകൂറിലെയും കൊച്ചിയിലെയും ഭരണസമ്പ്രദായത്തിലും സാമൂഹ്യഘടനയിലും മൗലികപരിവർത്തനങ്ങൾ വരുത്തിയ മാർത്താണ്ഡവർമ, രാമവർമ, ശക്തൻതമ്പുരാൻ എന്നിവരുടെ കാലത്ത് ജീവിച്ചിരുന്ന നമ്പ്യാർ കണ്ട ഈ സാമൂഹ്യപരിവർത്തനം കുറെക്കൂടി പൂർണമായ രൂപത്തിൽ പുറത്തുവരുത്തുക മാത്രമാണ് കഴിഞ്ഞ അമ്പത് കൊല്ലക്കാലത്തു നടന്ന സമുദായപരിഷ്കാരപ്രസ്ഥാനം ചെയ്തത്.

1. നായന്മാരുടെ ഇടയിൽ

സമുദായപരിഷ്കാരപ്രസ്ഥാനം ആദ്യം പടർന്നുപിടിച്ചത് നായന്മാരുടെ ഇടയിലാണ്. അവരാണല്ലോ മറ്റെല്ലാ സമുദായങ്ങളെക്കാളും മുമ്പ്, മറ്റെല്ലാവരെക്കാളും വിപുലമായതോതിൽ ഇംഗ്ലീഷ്വിദ്യാഭ്യാസത്തിനും ഉദ്യോഗസമ്പാദനത്തിനും മുതിർന്നത്. നായർസ്ത്രീകളെ നമ്പൂതിരിമാരുടെ സുഖഭോഗത്തിനുവേണ്ടി പരശുരാമൻ കൊണ്ടുവന്നതാണെന്നും അവർക്ക് പാതിവ്രത്യനിയമത്തിന്റെ ആവശ്യമില്ലെന്നും മറ്റുമുള്ള ഐതിഹ്യങ്ങളും അതനുസരിച്ചുള്ള ബ്രാഹ്മണസംബന്ധവും ഈ പുതിയ തലമുറ നായന്മാരെ അരിശംകൊള്ളിച്ചു; മറ്റേതു പരിഷ്കൃത ജനസമുദായത്തെയും പോലെ ഭാര്യാഭർത്താക്കന്മാരും അച്ഛനും മക്കളുമെല്ലാം ഒരേ കുടുംബമായി ജീവിക്കണമെന്നും അവരുടെ ഇടയിൽ സാമൂഹ്യമായ അസമത്വങ്ങളുണ്ടായിരിക്കരുതെന്നും അവരാഗ്രഹിച്ചു; താവഴികളും ഉപതാവഴികളുമായി പരന്നുകിടക്കുന്ന തറവാടുകളും അവയിലെ അംഗങ്ങൾ തമ്മിലുള്ള മത്സരങ്ങളും, ഒരുകൂട്ടർ മറ്റൊരുകൂട്ടരെ തോൽപ്പിക്കാൻ വേണ്ടി ചെയ്യുന്ന സൂത്രങ്ങളും, അനന്തരവൻമാരെ തോൽപ്പിക്കുന്ന കാരണവന്മാരുമടങ്ങുന്ന മരുമക്കത്തായത്തറവാടുകളിലെ അസുഖകരമായ ജീവിതമവസാനിച്ചുകാണാനവർ മോഹിച്ചു; കല്യാണങ്ങളും മറ്റടിയന്തരങ്ങളും വഴിപാടുകളും ദാനധർമങ്ങളും കൊണ്ട് പണച്ചെലവ് ദിവസേന വർധിക്കുകയും അതിനനുസരിച്ചു വരവ് വർധിക്കുന്നതിനുപകരം കൃഷിയിലും മറ്റാദായമാർഗങ്ങളിലും ശ്രദ്ധ അധികമധികം കുറഞ്ഞു തുടങ്ങുകയും ചെയ്യുന്നതു കണ്ട് സാമൂഹ്യ–കുടുംബജീവിതമാകെ മാറ്റുന്നതിന്റെ ആവശ്യം അവർ മനസിലാക്കി.

ഇതിന്റെ ഫലമായാണ് കേരളത്തിന്റെ നാനാഭാഗങ്ങളിലും—തിരുവിതാംകൂർ, കൊച്ചി, തെക്കേ മലബാർ, വടക്കേ മലബാർ എന്നിവിടങ്ങളിലെ

ല്ലാം—നായർസമാജങ്ങൾ ഉയർന്നുവന്നത്. ഇവയുടെയെല്ലാം കാര്യപരിപാടി മുഖ്യമായി താഴെ പറയുന്നവയായിരുന്നു:

i. താലികെട്ടുകല്യാണം അവസാനിപ്പിക്കുക. അധികച്ചെലവും സ്വത്തുനാശവും വരുത്തുന്ന അനാവശ്യമായ ഒരടിയന്തരമാകയാൽ മാത്രമല്ല, വെപ്പാട്ടിസമ്പ്രദായമെന്നു തോന്നിക്കുന്ന ഒരു വിവാഹസമ്പ്രദായത്തിനുള്ള മുന്നൊരുക്കമെന്നനിലയ്ക്ക് സമുദായത്തിനപമാനകരമാകയാലും താലികെട്ടുകല്യാണം നിർത്തിയേ കഴിയൂ എന്ന് പരിഷ്കൃതമനോഭാവമുള്ള നായർയുവാക്കന്മാർ വാദിച്ചു.

ii. സംബന്ധത്തെ പരിഷ്കൃതമായ വിവാഹമായും സന്താനങ്ങളുടെ സ്വത്തവകാശം ക്രമപ്പെടുത്തുന്നതിനുപകരിക്കുന്ന നിയമപരമായ ഒരു നടപടിയായും അംഗീകരിക്കുക.

iii. തറവാട്ടുസ്വത്തു ഭാഗിച്ചു വാങ്ങാനും അതു ഭാര്യാമക്കൾക്കു കൊടുക്കാനും ഓരോ പുരുഷനും അധികാരം നൽകുകയും സ്ത്രീകൾക്ക് സ്വന്തം തറവാട്ടിലെ സ്വത്തിലൊരംശവും ഭർത്താവിന്റെ സ്വകാര്യസ്വത്തിൻമേലവകാശവുമനുവദിക്കുകയും ചെയ്യത്തക്കവിധം കുടുംബനിയമം പരിഷ്കരിക്കുക.

iv. അനാവശ്യവും അധികച്ചെലവുണ്ടാക്കുന്നതുമായ അടിയന്തരങ്ങൾ വേണ്ടെന്നുവയ്ക്കുകയും തറവാടുകൾക്കുള്ളിലും ഒന്നിലധികം തറവാടുകൾ തമ്മിൽ തമ്മിലുമുള്ള വഴക്കുകളും മത്സരങ്ങളും സമാധാനപരമായി പറഞ്ഞുതീർക്കുകയും ചെയ്യുക.

v. നായന്മാരുടെ ഇടയിലുള്ള അവാന്തരവിഭാഗങ്ങൾ തമ്മിൽ സമത്വം സ്ഥാപിക്കുകയും അടിയന്തരാദികളിൽ ബ്രാഹ്മണരുടെയും മറ്റു സമുദായങ്ങളുടെയും ആശ്രയം തേടുന്നത് വേണ്ടെന്നുവയ്ക്കുകയും ചെയ്ത് സമുദായത്തിൽ ആഭ്യന്തരസമത്വവും അന്യസമുദായങ്ങളുടെ പിടിയിൽനിന്നു മോചനവും നേടുക.

കേസരി നായനാർ അധ്യക്ഷനും പി രൈരുനമ്പ്യാർ സെക്രട്ടറിയുമായി വടക്കേ മലബാറിൽ സ്ഥാപിച്ച ഉത്തരകേരളനായർസമാജം, സി കൃഷ്ണപിള്ളയുടെ നേതൃത്വത്തിൽ തിരുവിതാംകൂറിൽ നടന്ന നായർസമാജം മുതലായ സംഘടനകൾ മുഖേനയും സർ സി ശങ്കരൻനായർ മുതലായ വ്യക്തികൾ മുഖേനയും നായർസമുദായത്തിന്റെ വിവാഹദായക്രമങ്ങൾ പരിഷ്കരിക്കാൻ നടന്ന ശ്രമങ്ങളുടെ ഫലമായി തിരുവിതാംകൂറിലും കൊച്ചിയിലും മലബാറിലും നായന്മാരുടെ വിവാഹവും ദായക്രമവും പരിഷ്കരിക്കപ്പെട്ടു. 1925 ലെ നായർ റെഗുലേഷൻകൊണ്ട് തിരുവിതാംകൂറിലും, 1920 ലേതുകൊണ്ട് കൊച്ചിയിലും തറവാട്ടുസ്വത്തുക്കൾ ആളോഹരിവീതമനുസരിച്ച് ഭാഗിക്കാമെന്നായിരിക്കുന്നു; 1933 ലെ മലബാർ മരുമക്കത്തായനിയമമാകട്ടെ ആളോഹരിഭാഗമനുവദിച്ചിട്ടില്ലെങ്കിലും താവഴിഭാഗമനുസരിച്ചു. ഇങ്ങനെ ഭാഗിച്ചുകിട്ടിയ (ആളോഹരി) സ്വത്ത് സ്വകാര്യമാണെന്നും അത് ഇഷ്ടമുള്ളവർക്കു കൊടുക്കാമെന്നും നിശ്ചയിച്ചതിനുപുറമേ, ഒസ്യത്തെഴുതാതെ മരിക്കുന്നവരുടെ സ്വത്തുക്കൾ ഭാര്യാമക്കൾ

ക്ക് (സഹോദരീസഹോദരന്മാർക്കോ മരുമക്കൾക്കോ അല്ലെന്നർഥം) ലയിക്കുമെന്നും വ്യവസ്ഥപ്പെടുത്തിയിട്ടുള്ളതിനാൽ മരുമക്കത്തായവും പ്രായോഗികമായി നശിച്ചുകഴിഞ്ഞു. വിവാഹത്തെക്കുറിച്ചാണെങ്കിൽ, നാട്ടുനടപ്പനുസരിച്ചുള്ള സംബന്ധത്തെ യഥാർഥ വിവാഹമായംഗീകരിക്കുകയും സംബന്ധസമ്പ്രദായത്തിലുൾക്കൊള്ളുന്ന വിവാഹമോചനസ്വാതന്ത്ര്യം (അച്ഛൻ മക്കൾക്കു ചെലവിനു കൊടുക്കണമെന്ന നിബന്ധനയോടുകൂടി) തുടരാൻ വ്യവസ്ഥപ്പെടുത്തുകയും ചെയ്തിരിക്കുന്നു. ചുരുക്കത്തിൽ, കേസരി നായനാരുടെയും സി കൃഷ്ണപിള്ളയുടെയും മറ്റും നേതൃത്വത്തിൽ, നായർയുവാക്കന്മാരാഗ്രഹിച്ച വിവാഹ–ദായക്രമപരിഷ്കാരം മിക്കവാറും സാധിച്ചുകഴിഞ്ഞിരിക്കുന്നു.

ഇതോടുകൂടി സമുദായത്തിന് പുതിയൊരു പ്രശ്നം നേരിടേണ്ടിവന്നിരിക്കുന്നു: ഭാഗിച്ചുപോന്ന നായർ എങ്ങനെ ജീവിക്കും? മരുമക്കത്തായ ത്തറവാടുകളായിരുന്ന കാലത്ത് തറവാടിന്റെ നിലയനുസരിച്ച് ഉണ്ണാനും ഉടുക്കാനും കിട്ടിയിരുന്നു; തറവാട്ടിലെ എല്ലാ മെംബർമാർക്കും അതു കൊടുക്കുകയെന്ന ചുമതല കാരണവരുടേതാണ്. എന്നാൽ നായർറെഗുലേഷനോടുകൂടി അതു പോയി: ഉള്ള സ്വത്ത് ഭാഗിച്ചുവാങ്ങി എടുത്തനുഭവിക്കുവാൻ അവകാശം കിട്ടിയതോടുകൂടി ഭാഗിച്ചുകിട്ടിയ സ്വത്ത് ശരിയായി നോക്കി അതുകൊണ്ടോ, മതിയാവില്ലെങ്കിൽ മറ്റു ജോലികൾ ചെയ്തോ ജീവിക്കാനുള്ള ചുമതലയും വന്നു. എന്നാൽ ഒന്നായിനിൽക്കുമ്പോൾ ആയിരക്കണക്കിൽ ഉറുപ്പിക വരവുള്ള ഒരു തറവാട് ആളോഹരിയനുസരിച്ചു ഭാഗിക്കുമ്പോൾ ഒരാൾക്കു കിട്ടുന്ന സ്വത്ത് ഒരു എലിമെന്ററി സ്കൂൾമാസ്റ്റർക്കു കിട്ടുന്ന ശമ്പളത്തോളം പോലും വരികയില്ല; ആ സ്വത്ത് കൈവശംകിട്ടുന്ന ആളാകട്ടെ, കൃഷിയിലും തറവാട്ടുഭരണത്തിലും യാതൊരു ചുമതലയുമേൽക്കാതെ ജീവിച്ചുപോന്നതിനാൽ അക്കാര്യത്തിൽ യാതൊരു പരിചയവും നേടാൻ കഴിയാത്തയാളാണ്. ഫലമോ? അതുകൊണ്ടയാൾക്ക് ജീവിക്കാൻ കഴിയാതെവരുന്നു; നല്ല നിലയിൽ ജീവിച്ചും നല്ല തറവാട്ടുകാരനാണ് താനെന്നഭിമാനിച്ചും പോന്ന അയാൾക്ക് ഈ ചുരുങ്ങിയ തോതിൽ ജീവിക്കാൻ കഴിയാതെ വരുന്നു; കടംവാങ്ങൽ, പണയമെഴുതൽ, തീറുവിൽക്കൽ എന്നീ ഘട്ടങ്ങൾ കടന്ന് അയാൾ നിർധനനായിത്തീരുകയും "തറവാട്ടുസ്വത്ത് നശിപ്പിച്ച പൊളിയൻ" എന്ന പേര് അയാൾക്കു കിട്ടുകയും ചെയ്യുന്നു. ഇങ്ങനെ സർവവും നശിച്ചു നാടുവിടേണ്ടിവന്ന അനേകായിരം യുവതീയുവാക്കന്മാർ സമുദായത്തിൽ ഇന്നുണ്ട്.

തിരുവിതാംകൂറിൽ 1917 മുതൽ 1920 വരെയുള്ള മൂന്നുകൊല്ലക്കാലത്ത് ഒരു കൊല്ലം ശരാശരി 193 ലക്ഷം ഉറുപ്പിക വിലയ്ക്കുള്ള ഭൂമി തീറുവിൽക്കപ്പെട്ടുവെങ്കിൽ, 1920 മുതൽ 1925 വരെയുള്ള അഞ്ചുകൊല്ലക്കാലത്തെ ശരാശരി 221 ലക്ഷം ഉറുപ്പികയും 1925 മുതൽ 1930 വരെയുള്ള അഞ്ചുകൊല്ലക്കാലത്തെ ശരാശരി 303 ലക്ഷം ഉറുപ്പികയുമാണെന്നു പറഞ്ഞതിനുശേഷം *തിരുവിതാംകൂർ സ്റ്റേറ്റ് മാനുവൽ* ചൂണ്ടിക്കാണിക്കുന്നു:

1925–30 കാലത്തു തീറുവിൽപ്പന അസാധാരണമായി വർധിച്ചു.

അക്കാലത്താണ് നായർ, ഈഴവ റെഗുലേഷനുകൾ നടപ്പിൽ വന്നത് (വാല്യം III, പേജ് 7–8).

ഇങ്ങനെ പാപ്പരായിവരുന്ന സമുദായാംഗങ്ങളുടെ സ്ഥിതികണ്ട് അതു പരിഹരിക്കുന്നതിനുവേണ്ടി ശ്രമിക്കത്തക്ക സംഘടനകളൊന്നും സമുദായത്തിലില്ല. എന്തുകൊണ്ടെന്നാൽ, സമുദായത്തിലെ ഗണ്യമായ ഒരു വിഭാഗം കഴിഞ്ഞ ഇരുപത്തഞ്ച് കൊല്ലക്കാലമായി ദേശീയവാദികളായിത്തീർന്നു. സമുദായകാര്യത്തെക്കുറിച്ചാലോചിക്കുന്നതു രാജ്യദ്രോഹമാണെന്നു വിശ്വസിക്കുന്നവരാണ്; നാട്ടിനാകെ ദേശീയസ്വാതന്ത്ര്യവും സാമ്പത്തികാഭിവൃദ്ധിയും വരുമ്പോഴല്ലാതെ ഒരു സമുദായത്തിനും സ്വന്തമായി വളരാൻ കഴിയുകയില്ലെന്നു വാദിക്കുന്നവരാണ് അവർ. നേരേമറിച്ച്, സമുദായകാര്യങ്ങളാലോചിക്കുകയും അതിനുവേണ്ടി പ്രവർത്തിക്കുകയും ചെയ്യുന്നവർ (തിരുവിതാംകൂർ നായർ സർവീസ് സൊസൈറ്റിയുടെയും കൊച്ചി നായർസമാജത്തിന്റെയും നേതാക്കന്മാർ) സമുദായത്തിന്റെ അധഃപതനത്തിന്റെ കാരണം ക്രിസ്ത്യാനികളാണെന്നു പറഞ്ഞ് ക്രിസ്ത്യൻ വിരോധത്തിന്റെ അടിസ്ഥാനത്തിൽ സമുദായത്തെ സംഘടിപ്പിക്കുവാൻ ശ്രമിക്കുകയാണ്. ഈ മനോഭാവം, തിരുവിതാംകൂറിൽ വിശേഷിച്ചും, വളരെ ഭയങ്കരമായ നായർ–ക്രിസ്ത്യൻ മത്സരമായി വളർന്നുവന്നിരിക്കുന്നു. അവിടത്തെ എൻ എസ് എസ് എല്ലാക്കാര്യത്തിലും—സ്കൂൾനടത്തിപ്പ്, ബാങ്കുകൾ, കൃഷി മുതലായവയിലെല്ലാം—ക്രിസ്ത്യാനികളോടു കിടപിടിക്കാൻ ശ്രമിക്കുകയും ആ കിടമത്സരത്തിൽ അവരെ തോൽപ്പിക്കാൻ കഴിയാത്തതിനാൽ അധികമധികം നിരാശരും ക്രിസ്ത്യൻ വിരോധികളുമായിത്തീർന്നുവരികയുമാണ്. ഇതിന്റെ ഫലമായി അവർ സ്റ്റേറ്റ്കോൺഗ്രസിനെ ക്രിസ്ത്യൻ മേധാവിസംഘടനയും ഉത്തരവാദഭരണത്തെ ക്രിസ്ത്യൻഭരണവുമായി ചിത്രീകരിച്ച് സ്വേച്ഛാധിപത്യഭരണത്തെ അനുകൂലിച്ചുവരികയാണ്. ഇങ്ങനെ ക്രിസ്ത്യൻ വിരോധത്തിന്റെ അടിസ്ഥാനത്തിൽ സമുദായത്തെ സംഘടിപ്പിക്കുന്നതോടൊപ്പംതന്നെ ഈ ആപത്തുകൾക്കെല്ലാം കാരണം നായർറെഗുലേഷനും ആളോഹരിഭാഗവുമാണെന്നു പറഞ്ഞ് മരുമക്കത്തായത്തറവാടുകൾ പുനരുദ്ധരിക്കാനുള്ള ശ്രമവും നടക്കുന്നുണ്ട് (1100 ലെ നായർറെഗുലേഷനിലെ വ്യവസ്ഥകൾ റദ്ദാക്കിക്കൊണ്ടുള്ള ഒരു പുതിയ ബില്ല് ഈയിടെ തിരുവിതാംകൂറിലവതരിപ്പിക്കുകയുണ്ടായി).

ദേശീയവാദികളൊരുഭാഗത്തും ക്രിസ്ത്യൻവിരോധികളും നായർ റെഗുലേഷൻ പാസാക്കിയതിൽ പശ്ചാത്തപിക്കുന്നവരുമായ സമുദായനേതാക്കന്മാർ മറുവശത്തും നിന്നുകൊണ്ടുള്ള ഈ മത്സരത്തിൽ, തിരുവിതാംകൂറിനെ സംബന്ധിച്ചു പറയുകയാണെങ്കിൽ, സമുദായനേതാക്കന്മാർക്കാണ് നായർബഹുജനങ്ങളുടെ ഇടയിൽ കൂടുതൽ സ്വാധീനശക്തിയുള്ളതെന്നതിനു സംശയമില്ല (പറയത്തക്ക സമുദായസംഘടനയോ സമുദായനേതാക്കന്മാരോ മലബാറിലില്ലാത്തതിനാലും ഉള്ളവർക്ക് കൊച്ചിയിൽ പറയത്തക്ക ശക്തിയില്ലാത്തതിനാലും തിരുവിതാംകൂറിൽ മാത്രമാണ് ദേശീയവാദികളും സമുദായനേതാക്കന്മാരും തമ്മിൽ മത്സരം

നടക്കുന്നത്). എന്തുകൊണ്ടെന്നാൽ, ഓരോ കരയിലും നായർകുടുംബങ്ങൾ മിക്കതും പൊളിഞ്ഞുവരുന്നുണ്ടെന്നത് ഒരു പരമാർഥമാണ്; അങ്ങനെ പൊളിയുന്ന നായരുടെ സ്വത്തുക്കൾ ഒരുപിടി ക്രിസ്ത്യൻമുതലാളിമാരുടെ കൈയിലേക്കു മാറിപ്പോകയാണെന്നതും അനിഷേധ്യമാണ്. മാത്രമല്ല, അടുത്തകാലത്ത് സ്വത്തുക്കൾ സമ്പാദിച്ചവരും സാമ്പത്തികമായി നല്ല നിലയിലെത്തിയവരുമായ പണക്കാരിൽ ഭൂരിപക്ഷം ക്രിസ്ത്യാനികളാണെന്നതിനും സംശയമില്ല. അതുകൊണ്ട് നായരെ പൊളിക്കുന്നത് ക്രിസ്ത്യാനികളാണെന്ന് സർവീസ് സൊസൈറ്റിക്കാരൻ പറയുമ്പോൾ അത് ഒരു സാധാരണനായർക്ക് വളരെ ശരിയാണെന്ന വിശ്വാസം വരുന്നു; തന്റെ സ്വന്തം അനുഭവമാണ് സൊസൈറ്റിക്കാരന്റെ പ്രസംഗത്തിലുള്ളതെന്നു കാണുന്ന അയാൾ സൊസൈറ്റിയെ തന്റെ സ്വന്തം സംഘടനയായിക്കാണാൻ തുടങ്ങുന്നു; ക്രിസ്ത്യാനിക്കിതെല്ലാം സാധിക്കുന്നത് അയാളുടെ ഉറച്ച സംഘടന—പള്ളി, സ്കൂൾ, ബാങ്ക് മുതലായവയിലൂടെയാണെന്നും അതിനുള്ള പ്രതിവിധി തനിക്കും അതുപോലെ ഉറച്ച സംഘടന ഉണ്ടാക്കുകയാണെന്നും പറഞ്ഞ് സൊസൈറ്റിയെ അയാൾ ശക്തിപ്പെടുത്തുന്നു. ഇതിനുപകരം ദേശീയവാദിക്ക് സാധാരണനായരോടു പറയാനുള്ളത്, സ്വാതന്ത്ര്യത്തെയും ഉത്തരവാദഭരണത്തെയും ജനാധിപത്യത്തെയും മറ്റും പറ്റിയുള്ള കുറെ പൊതുമുദ്രാവാക്യങ്ങൾ മാത്രം. പൊളിഞ്ഞുവരുന്ന നായർതറവാടുകളെ രക്ഷിക്കാൻ കഴിയാത്ത യാതൊന്നും–സ്വാതന്ത്ര്യമായാലും ഉത്തരവാദഭരണമായാലും ജനാധിപത്യമായാലും–തന്റെ രക്ഷാമാർഗമായംഗീകരിക്കാത്ത അയാൾ ഈ സ്വാതന്ത്ര്യപ്രസംഗങ്ങളെ വെറും 'വേദാന്ത'മായിത്തള്ളുകമാത്രമല്ല, തന്റെയും തന്റെ സമുദായസഹോദരന്മാരുടെയും സ്വത്തുക്കൾ കൈയടക്കിവച്ച ക്രിസ്ത്യാനിയെ പ്രമാണിയാക്കാനുപകരിക്കുന്ന ഉത്തരവാദഭരണത്തെയും സ്റ്റേറ്റ്കോൺഗ്രസിനെയും എതിർക്കാൻ തുടങ്ങുകയും ചെയ്യുന്നു. ഇങ്ങനെയാണ് തിരുവിതാംകൂറിലെ ചരിത്രപ്രസിദ്ധമായ (1114 ലെ) സമരത്തിൽ സ്റ്റേറ്റ്കോൺഗ്രസിനെതിരായി 'നാഷണൽ കോൺഗ്രസ്' ദിവാന്റെ പ്രേരണയാൽ സ്ഥാപിച്ചപ്പോൾ സർവീസ് സൊസൈറ്റിയുടെ നേതൃത്വത്തിലുള്ള നായന്മാരിൽ ബഹുഭൂരിപക്ഷം 'നാഷണൽ കോൺഗ്രസി'ന്റെ കൊടിക്കീഴിൽ സ്റ്റേറ്റ്കോൺഗ്രസിനെതിരായി അണിനിരന്നത്.

എന്നാൽ സ്റ്റേറ്റ്കോൺഗ്രസിനെതിരായി നായർബഹുജനങ്ങളെ അണിനിരത്താനും ദിവാൻഭരണത്തെ ശക്തിപ്പെടുത്താനുമല്ലാതെ നായർസമുദായത്തിന്റെ സാമ്പത്തികപ്രശ്നത്തിനു പരിഹാരം കാണാൻ സർവീസ് സൊസൈറ്റി നേതൃത്വത്തിനു കഴിഞ്ഞിട്ടില്ല. ക്രിസ്ത്യാനിയെ മത്സരിച്ചു തോൽപ്പിക്കണമെന്ന മത്സരബുദ്ധി ഇളക്കിവിടാനല്ലാതെ ക്രിസ്ത്യാനിയുടെ സാമ്പത്തികവിജയത്തിനുള്ള രഹസ്യം മനസിലാക്കി അതുപോലെ സാമർഥ്യവും പരിശീലനവും നേടിയ നായർയുവാക്കന്മാരെ സൃഷ്ടിക്കാൻ സൊസൈറ്റി ശ്രമിച്ചിട്ടില്ല. സാങ്കേതികവിദ്യാഭ്യാസം നേടി, വ്യാപാരത്തിലും വ്യവസായത്തിലും പരിചയം സമ്പാദിച്ച് നവീനസാമ്പത്തികജീ

വിതം നയിക്കാനാഗ്രഹിക്കുകയും അതിനാവശ്യമായ പരിശീലനം നേടുകയുംചെയ്യുന്നതിനുപകരം ഗവൺമെന്റുദ്യോഗവും വക്കീൽപ്പണി മുതലായ മറ്റു ജോലികളും സ്വീകരിക്കാനുള്ള വാസനയാണ് ഇന്നും നായർക്കുള്ളത്. അതു മാറ്റാനുള്ള കാര്യമായ യാതൊരു ശ്രമവും സൊസൈറ്റി ചെയ്തിട്ടില്ലെന്നു മാത്രമല്ല, ഉദ്യോഗവിതരണത്തിന്റെ കാര്യത്തിൽ തങ്ങൾക്കിന്നുള്ള സ്ഥാനം (ജനസംഖ്യയനുസരിച്ചു കിട്ടാനർഹതയുള്ളതിനെക്കാളെത്രയോ അധികം ഉദ്യോഗം ഇന്നു നായന്മാർക്കുണ്ട്) നിലനിർത്തുകയും അക്കാര്യത്തിൽ മറ്റു സമുദായങ്ങളർഹിക്കുന്ന സ്ഥാനം നിഷേധിക്കുകയും ചെയ്യാൻ അവർ പെടുന്നപാട് ഗവൺമെന്റുദ്യോഗമല്ലാതെ മറ്റൊന്നും നായർക്ക് പറ്റില്ലെന്ന ധാരണ പരത്താനാണുപകരിക്കുന്നത്. ഇങ്ങനെ ക്രിസ്ത്യാനിയുടെ 'കച്ചവട–വ്യവസായക്കുത്തക'യിലരിശംകൊള്ളുന്ന നായരും നായരുടെ 'ഉദ്യോഗക്കുത്തക'യെ എതിർക്കുന്ന ക്രിസ്ത്യാനിയും തമ്മിൽ നടക്കുന്ന ഭയങ്കര മത്സരത്തിലേക്കാണ് സർവീസ് സൊസൈറ്റിയുടെ നയം ചെന്നെത്തുന്നത്.

ദേശീയവാദിയായ നായരാകട്ടെ, ഈ സമുദായത്തർക്കത്തിൽ നിന്നൊഴിഞ്ഞുനിൽക്കുന്നുവെന്ന പേരിൽ അതിന്റെ മൂലകാരണത്തെ എതിർക്കാതെ വിട്ടിരിക്കുന്നു. സാധാരണ നായരുടെ ക്രിസ്ത്യൻവിരോധത്തിന്റെ അടിസ്ഥാനം നായർകുടുംബങ്ങളുടെ പാപ്പരീകരണമാണെന്നു മനസിലാക്കി അതിനുള്ള പ്രായോഗികപരിഹാരമാർഗം കണ്ടുപിടിച്ച്, സമുദായത്തെ ക്രിസ്ത്യൻവിരോധത്തിൽനിന്നു മാറ്റി, ഉത്തരവാദഭരണപ്രസ്ഥാനത്തിലേക്കാകർഷിക്കാൻ ശ്രമിക്കുന്നതിനുപകരം സമുദായൈക്യത്തിന്റെ പ്രാധാന്യത്തെയും ഉത്തരവാദഭരണത്തിന്റെ മാഹാത്മ്യത്തെയും കുറിച്ച് കുറെ പ്രസംഗങ്ങൾ 'പാസാക്കുക'മാത്രം ചെയ്യുന്ന അയാളെ "ക്രിസ്ത്യാനിയുടെ വലയിൽപ്പെട്ട ഒരു നല്ല മനുഷ്യ"നായാണ് ഭൂരിപക്ഷം നായന്മാർ കണക്കാക്കുന്നത്. നേരേമറിച്ച്, ദേശീയത്വത്തിന്റെയും ജനാധിപത്യത്തിന്റെയും പേരിൽ, സങ്കുചിതമായ സമുദായമനോഭാവത്തെ എതിർക്കുന്നതിന്റെ പേരിൽ ഉദ്യോഗവിതരണകാര്യത്തിലും മതവിദ്യാഭ്യാസത്തിന്റെ കാര്യത്തിലും ക്രിസ്ത്യാനി പുറപ്പെടുവിക്കുന്ന മിക്ക അവകാശങ്ങളെയും എതിർക്കുന്ന സ്റ്റേറ്റ്കോൺഗ്രസുകാരൻ നായരെ "ദേശീയക്കുപ്പായമിട്ട സമുദായവാദി നായരാ"യിട്ടാണ് ക്രിസ്ത്യാനി കാണുന്നത്. ഇങ്ങനെ രണ്ടുകൂട്ടരുടെ സംശയത്തിനും അവിശ്വാസത്തിനും പാത്രമായ അയാൾ സമുദായൈക്യവും ദേശീയൈക്യവുമുണ്ടാക്കാൻ കഴിയാതെ കഷ്ടപ്പെടുന്നു.

ഉത്തരവാദഭരണം ലഭിച്ചതോടുകൂടി ഈ സ്ഥിതിക്ക് പ്രത്യക്ഷമായ ഒരു മാറ്റം വന്നിട്ടുണ്ടെന്നതു ശരിയാണ്: 1114 മുതൽ 1122 വരെ സ്റ്റേറ്റ് കോൺഗ്രസിനെതിരായിരുന്ന നായർ സർവീസ് സൊസൈറ്റി 1123 ൽ സ്റ്റേറ്റ് കോൺഗ്രസിന്റെ ഭാഗമായിരിക്കുന്നു: 1114 ലെ സമരകാലത്ത് സ്റ്റേറ്റ്കോൺഗ്രസിനെതിരായി 'നാഷണൽ കോൺഗ്രസ്' സംഘടിപ്പിച്ച മന്നം, സ്റ്റേറ്റ് കോൺഗ്രസിന്റെ ഉത്ഭവം മുതൽക്കിന്നേവരെ അതിന്റെ പ്രസിഡന്റായിരുന്ന പട്ട

ത്തെപ്പോലെയും സർവീസ് സൊസൈറ്റി മെംബറായിരുന്നുകൊണ്ടുതന്നെ സ്റ്റേറ്റ്കോൺഗ്രസ്സ് പ്രവർത്തകക്കമ്മിറ്റിമെംബറുമായിരുന്നിട്ടുള്ള കുമ്പളത്ത് ശങ്കുപ്പിള്ളയെപ്പോലെയും ഉയർന്ന ഒരു കോൺഗ്രസ്നേതാവായിരിക്കുന്നു: സ്റ്റേറ്റ്കോൺഗ്രസിനു വോട്ടുചെയ്യാതിരിക്കുന്നത് നായർസമുദായത്തോടുതന്നെ ചെയ്യുന്ന ദ്രോഹമാണെന്ന് സൊസൈറ്റിനേതാക്കന്മാർ പറയുന്നു. ഇങ്ങനെ പുറമേയ്ക്ക് വലിയ ഐക്യമാണ് ദേശീയവാദിയായ നായരും സമുദായവാദിയായ നായരും തമ്മിലുള്ളതെന്നിരുന്നാലും, നായർബഹുജനങ്ങളുടെ പാപ്പരീകരണത്തിന് ഇതുകൊണ്ട് യാതൊരു പരിഹാരവുമായിട്ടില്ലെന്നു വ്യക്തമാണല്ലോ. ആ സ്ഥിതിക്ക് ഉദ്യോഗംകൊണ്ടു മാത്രം ജീവിക്കാൻ പഠിച്ച ഇടത്തരക്കാരൻനായരും, കൃഷിയും കച്ചവടവും വ്യവസായവും പഠിച്ചിട്ടുണ്ടെങ്കിലും ഉദ്യോഗംകൂടി കിട്ടാനാഗ്രഹിക്കുന്ന ഇടത്തരക്കാരൻക്രിസ്ത്യാനിയും, 'സവർണക്കുത്തക'പൊളിക്കാൻ ശ്രമിക്കുന്ന ഇടത്തരക്കാരനീഴവനും തമ്മിലുള്ള മൗലികമായ മത്സരം ഇനിയും മറ്റു രൂപത്തിൽ പൊന്തിവരുമെന്നതിനു സംശയമില്ല. എല്ലാവർക്കും ജോലിയും ഭക്ഷണവും കൊടുക്കാൻ കഴിയുന്ന—ഒരാളും പാപ്പരാവാത്ത—ഒരു പുതിയ തിരുവിതാംകൂറിനു മാത്രമേ ശാശ്വതമായ സാമുദായികൈക്യമുണ്ടാക്കാൻ കഴികയുള്ളു.

തിരുവിതാംകൂറിലെപ്പോലെതന്നെ കൊച്ചിയിലും മലബാറിലും ഇടത്തരക്കാരായ നായന്മാർ ക്രമേണ പാപ്പരായിവരികയാണ്; ഇടത്തരക്കാരായ ക്രിസ്ത്യാനികളും (കൊച്ചിയിൽ) മുസ്ലിങ്ങളും (മലബാറിൽ) സാമ്പത്തികമായി നന്നായിവരുന്നുമുണ്ട്; അതുകൊണ്ട്, ക്രിസ്ത്യൻവിരോധവും മുസ്ലിംവിരോധവും നായന്മാരുടെ ഇടയിൽ കുറെയൊക്കെ നിലവിലുണ്ട്. നേരേമറിച്ച്, ഉദ്യോഗങ്ങളുടെ കാര്യത്തിലും മറ്റും നായർക്കുള്ള സ്ഥാനംനിമിത്തം ക്രിസ്ത്യൻ, മുസ്ലിം, ഈഴവാദി സമുദായങ്ങളിൽ നായർവിരോധവും ധാരാളമുണ്ട്. ഇവയുടെ കാരണം കണ്ടുപിടിച്ച് നായരുടെ സാമ്പത്തികസ്ഥിതി നന്നാക്കാനോ ഈഴവാദി സമുദായങ്ങളുടെ ന്യായമായ അവകാശങ്ങളനുവദിക്കാനോ ദേശീയവാദികളായ നായന്മാർ ശ്രമിക്കുന്നുമില്ല. ഈ സ്ഥിതിയിൽ, സർവീസ് സൊസൈറ്റിയുടേതുപോലുള്ള സമുദായപ്രവർത്തനം നടക്കുന്നില്ലെന്ന ഒരൊറ്റക്കാരണംകൊണ്ടാണ് കൊച്ചിയിലും മലബാറിലും സ്ഥിതി കൂടുതൽ വഷളാവാത്തത്.

2. ഈഴവ(തീയ)രുടെ ഇടയിൽ

നായന്മാരുടേതിനെക്കാൾ വിപുലവും അടിയുറപ്പുള്ളതുമായ ഒരു പ്രസ്ഥാനമാണ് ഈഴവ(തീയ)രുടേത്. നായർമാരെപ്പോലെ വിവാഹസമ്പ്രദായത്തിലും ദായക്രമത്തിലും പരിഷ്കാരങ്ങൾ വരുത്തുന്നതുകൊണ്ടൊന്നും ഈഴവർക്ക് ഇന്നത്തെ പരിഷ്കൃതലോകത്തിൽ മാന്യസ്ഥാനം നേടാൻ കഴിയുകയില്ലല്ലോ. തങ്ങളെ അടിച്ചമർക്കുന്ന സാമൂഹ്യഘടനയെയാകെ അട്ടിമറിക്കാതെ, നൂറ്റാണ്ടുകളോളമായി നിലനിന്നുവരുന്ന നിയമങ്ങളും ആചാരനടപടികളും അവസാനിപ്പിക്കാതെ—ജാതികളും ഉപജാതികളും തമ്മിലുള്ള അസമത്വങ്ങളും അവയിൽ 'താണ'ജാതിക്കാർക്കുള്ള നാ

നാവിധമായ അവശതകളും ഇല്ലാതാക്കി സാമൂഹ്യസമത്വം സ്ഥാപിക്കാതെ—ആ സമുദായത്തിനു രക്ഷയില്ലല്ലോ.അതുകൊണ്ട് അവരുടെ സമുദായ പരിഷ്കാരപ്രസ്ഥാനത്തിന്റെ ആദ്യകാലത്തുതന്നെ ജാതിസമ്പ്രദായത്തിനെതിരായി സമുദായം പോരാടാൻ തുടങ്ങി: 'ജാതി ചോദിക്കരുത്, പറയരുത്', 'ഒരു ജാതി ഒരു മതം ഒരു ദൈവം', 'മതമേതായാലും മനുഷ്യൻ നന്നായാൽ മതി' മുതലായ മുദ്രാവാക്യങ്ങൾ ഈ സമുദായമാണ് കേരളത്തിനാദ്യം നൽകിയത്.

ഈഴവരുടെ സമുദായപരിഷ്കാരപ്രസ്ഥാനത്തെപ്പറ്റി 1931 ലെ കൊച്ചി സെൻസസ് റിപ്പോർട്ടിൽ പരേതനായ ടി കെ ശങ്കരമേനോൻ ഇങ്ങനെ പറയുന്നു:

> അവരുടെ സാമൂഹിക്കവും ആചാരപരവും മതപരവുമായ ജീവിതത്തിൽ വിപ്ലവകരമെന്നു വിളിക്കാവുന്ന മാറ്റങ്ങൾ വന്നതായി നമുക്കു കാണാം. ഇരുപതാം നൂറ്റാണ്ടിന്റെ ആദ്യദശാബ്ദത്തിൽ സമുദായം അതിന്റെ പഴയ നിർജീവാവസ്ഥയിൽ കിടക്കുകയായിരുന്നു; കേരളത്തിലെ ജാതിവ്യവസ്ഥയുടെ കർശനനിയമങ്ങളനുസരിച്ചനുഭവിക്കേണ്ടിയിരുന്ന അവശതകളെല്ലാം നിശ്ശബ്ദം സഹിച്ചുകഴിഞ്ഞുകൂടുകയായിരുന്നു അവർ; 36 അടി അകലെ നിൽക്കണമെന്ന അയിത്തനിയമത്തിനവർ തലകുനിച്ചുവന്നിരുന്നു. അവർക്കൊരു നേതൃത്വമോ സംഘടനയോ ഐക്യമോ ഉണ്ടായിരുന്നില്ല. പക്ഷേ ഇപ്പോൾ അവർ ഉണർന്നിരിക്കുന്നുവെന്നുമാത്രമല്ല, പഴയപോലെ ഉറക്കത്തിൽപ്പെടുകയില്ലെന്നവർ ഉറപ്പിച്ചിട്ടുമുണ്ട്. വെറും ഇരുപതു കൊല്ലക്കാലംകൊണ്ട് അവരൊരു സുസംഘടിത സമുദായമായിമാറിയിരിക്കുന്നു; അവരുടെ സമാജങ്ങളും യോഗങ്ങളും സാമൂഹ്യാവശതകളോട് പടവെട്ടി സമുദായത്തെ സാമൂഹ്യമായും സാൻമാർഗികമായും മതപരമായും അഭിവൃദ്ധിപ്പെടുത്താൻവേണ്ടി പ്രവർത്തിച്ചുവരുന്നു.

അവരുടെ ഈ പ്രവർത്തനത്തിന്റെ കേന്ദ്രമാണ് ശ്രീനാരായണ ധർമപരിപാലനയോഗം (എസ് എൻ ഡി പി). അതിന് ഇന്നു തിരുവിതാംകൂറിലും കൊച്ചിയിലും മലബാറിലും വെവ്വേറെ സംഘടനകളുണ്ട്; ഇവയ്ക്കെല്ലാം കൂടി കേന്ദ്രീകൃതമായ സംഘടനയൊന്നുമില്ല. പക്ഷേ തങ്ങളുടെ ആത്മീയഗുരുവായി ഈഴവർ കണക്കാക്കുന്ന ശ്രീനാരായണഗുരുസ്വാമികളുടെ സന്ദേശം നടപ്പിലാക്കുകയെന്ന ഒരേ പരിപാടി സ്വീകരിക്കുന്നതിനാൽ ഇവയുടെയെല്ലാം പ്രവർത്തനത്തിന് ഒരൈകരൂപ്യമുണ്ട്. ഏതെങ്കിലും കാര്യത്തിൽ അവയുടെ പ്രവർത്തനം വ്യത്യാസപ്പെട്ടുകാണുന്നുണ്ടെങ്കിലത് മൂന്നു ഭരണസമ്പ്രദായത്തിൻകീഴിൽ സമുദായത്തിനു നേരിടേണ്ടിവരുന്ന പ്രശ്നങ്ങളുടെ സ്വഭാവം വ്യത്യാസപ്പെട്ടതുകൊണ്ടുമാത്രമാണ്.

യോഗത്തിന്റെ ഉത്ഭവത്തെയും ആദ്യകാലചരിത്രത്തെയും കുറിച്ച്

പരേതനായ ടി കെ മാധവന്റെ ജീവചരിത്രത്തിൽ (വാല്യം II, പേജ് 406) ഇങ്ങനെ പറയുന്നു:

എസ് എൻ ഡി പി യോഗം തിരുവിതാംകൂറിലെ കമ്പനിറെഗുലേഷൻ പ്രകാരം രജിസ്റ്ററാക്കിയിട്ടുള്ള ധർമപരമായ ഒരു ജോയിന്റ് സ്റ്റോക് കമ്പനിയാണ്. ഇപ്രകാരം യോഗം രജിസ്റ്റർ ചെയ്തത് 1078 ഇടവം 2 ന് ആകുന്നു. ആധ്യാത്മികവും രാഷ്ട്രീയവുമായ രണ്ടു മഹാപ്രവാഹങ്ങളുടെ സമ്മേളനത്തിൽനിന്നാണ് യോഗത്തിന്റെ ഉത്ഭവം. സുപ്രസിദ്ധനായ ജി പി പിള്ളയുടെ നേതൃത്വത്തിൽ മലയാളികളുടെ രാഷ്ട്രീയാവകാശങ്ങളെ വിദേശീയരുടെ (തമിഴരും തെലുങ്കരുമായ ഉദ്യോഗസ്ഥന്മാരെ ധാരാളം ഇറക്കുമതിചെയ്ത് നാട്ടുകാരായ ഉദ്യോഗസ്ഥന്മാരുടെ അവകാശങ്ങളെ അവഗണിക്കുകയെന്ന പതിവ് ഇന്നു സർ സി പി യെന്നപോലെ, അന്നത്തെ തിരുവിതാംകൂർ ഗവൺമെന്റും അനുസരിച്ചിരുന്നു. അത്തരം ഉദ്യോഗസ്ഥന്മാരുടെ—ഇ എം എസ്) ആക്രമണത്തിൽനിന്നും വീണ്ടെടുക്കുന്നതിനായി നാനാജാതിമതസ്ഥരായ പതിനായിരത്തിൽപ്പരം ആളുകൾ ഒപ്പിട്ട വിശ്രുതമായ 'മലയാളി മെമ്മോറിയൽ' 1067–ാമാണ്ട് മഹാരാജാവ് തിരുമനസിലേക്കു സമർപ്പിച്ചിരുന്നു. അതിൽ ഈഴവർക്ക് സർക്കാർസ്കൂളുകളിൽ പ്രവേശനം അനുവദിക്കാത്തതിനെയും അവർക്ക് യോഗ്യതാനുസരണം ഉദ്യോഗങ്ങൾ നൽകി അവരുടെ അവകാശങ്ങളെ പരിപാലിക്കാത്തതിനെയും പറ്റി ഗവൺമെന്റിനെ ശക്തിയായി കുറ്റപ്പെടുത്തിയിരുന്നു. പ്രസ്തുത മെമ്മോറിയലിന് ഗവൺമെന്റിൽനിന്നും നൽകിയ ഇണ്ടാസിൽ ഈഴവർ അവരുടെ കുലവൃത്തികളായ കൃഷി, തെങ്ങുചെത്ത്, കയറുപിരിപ്പ് മുതലായവകൊണ്ട് തൃപ്തരാണെന്നും, അവർക്ക് ഉൽകൃഷ്ടവിദ്യാഭ്യാസത്തിലോ സർക്കാർ സർവീസിലോ താൽപ്പര്യമില്ലെന്നും, തങ്ങളുടെ സംഖ്യ വർധിപ്പിക്കുന്നതിനായി ഈഴവരെ പ്രക്ഷോഭകന്മാർ ആകർഷിച്ചു ചേർത്തിരിക്കയാണെന്നും പ്രസ്താവിച്ചിരുന്നു. എന്നാൽ യഥാർഥത്തിൽ അന്ന് എൽ എം എസ് ഡിഗ്രി സമ്പാദിച്ചതിനുശേഷം തിരുവിതാംകൂറിൽ ഉദ്യോഗം ലഭിക്കാതെ മൈസൂർസർവീസിനെ അഭയംപ്രാപിച്ചിരുന്ന മാന്യനേതാവായ ഡോക്ടർ പി പൽപ്പു മലയാളിമെമ്മോറിയലിന്റെ ഒരു പ്രധാനപ്രവർത്തകനായിരുന്നു. അതിനു വളരെ മുമ്പു തുടങ്ങി തന്റെ പിതാവിനെ ഗവൺമെന്റിൽനിന്നു നടത്തിയ വക്കീൽപ്പരീക്ഷയിൽ ചേർക്കാതിരുന്നതിനാലും തനിക്കും സഹോദരനും ഗവൺമെന്റ് സർവീസിൽ പ്രവേശനം നിരസിക്കയാലും മറ്റും ഈഴവർ ക്രിസ്ത്യാനികളായാൽ അവർക്ക് അനുവദിക്കുന്ന അവകാശങ്ങളെങ്കിലും അവർ ഹിന്ദുക്കളായിരിക്കുമ്പോൾ അനുവദിക്കണമെന്നു കാണിച്ച് ഡോക്ടർ പൽപ്പു ഗവൺമെന്റിലേക്കു തുടരെ മെമ്മോറിയലുകൾ അയയ്ക്കുകയും പത്രങ്ങൾവഴി പ്രക്ഷോഭം നടത്തുകയും ചെയ്തുവന്നിരുന്നു. ഇതുകൊണ്ടു ഫലമില്ലെന്നു കാണുകയാൽ സംഘടിതമായ രീതിയിൽ ശക്തിയായി പ്രക്ഷോഭം നടത്തുന്നതിനായി 'തിരുവിതാംകൂർ ഈഴവസഭ' എന്ന പേരിൽ ഒരു സ്ഥാപനം ഉണ്ടാക്കുകയും അതിന്റെ ആഭിമുഖ്യത്തിൽ 1896 സെപ്റ്റംബറിൽ പ

തിമൂവായിരത്തിൽപ്പരം ഈഴവർ ഒപ്പിട്ട ഒരു ഭീമഹർജി മഹാരാജാവ് തിരുമനസിലേക്കു സമർപ്പിക്കുകയും ചെയ്തു. ഇതുകൊണ്ടും ഫലമൊന്നുമുണ്ടായില്ല. ഇതിനെത്തുടർന്ന് ആറേഴുകൊല്ലം തിരുവിതാംകൂറിലെ തീയർ നിലവിളിക്കയും ചിലപ്പോൾ നിരാശപ്പെട്ടു ക്ഷീണിച്ചു കിടന്നുറങ്ങുകയും ചെയ്തു.

ഈ കാലഘട്ടത്തിലാണ് വിശ്രുതനായ സ്വാമി വിവേകാനന്ദൻ അമേരിക്കയിലെ തന്റെ ദിഗ്വിജയത്തിനുശേഷം ഹിന്ദുമതോദ്ധാരണാർഥം ഭാരതത്തിന്റെ നാനാഭാഗങ്ങളിലും സഞ്ചരിച്ചിരുന്നത്. ഈ ആധ്യാത്മികമായ ഉണർവിനെ കേരളത്തിൽ പ്രതിനിധീകരിച്ചിരുന്ന ശ്രീനാരായണഗുരുസ്വാമികൾ താൻ സ്ഥാപിച്ച അരുവിപ്പുറം ക്ഷേത്രത്തിന്റെ ഉത്സവാദികാര്യങ്ങൾ നടത്തുന്നതിനായി 1074 മുതൽ 11 യോഗക്കാരായി 24 ആളുകളെ ചേർത്ത് ഒരു യോഗം രജിസ്റ്റർചെയ്തു നടത്തിവന്നിരുന്നു. ശ്രീനാരായണ ഗുരുസ്വാമികളും ഡോക്ടർ പൽപ്പുവുമായി നേരത്തേതന്നെ പരിചയമായിരുന്നു. സ്വാമികളുടെ പരിശുദ്ധമായ ആധ്യാത്മിക തേജസ്സും ഡോക്ടർ പൽപ്പുവിന്റെ തീവ്രമായ സമുദായസേവാസക്തിയും തമ്മിൽ സമ്മേളിച്ചപ്പോൾ അവരുടെ നേതൃത്വത്തിൽ നടന്നുവന്ന സ്ഥാപനങ്ങൾ കർമകുശലതയാൽ ഏകീകൃതങ്ങളായി ഭവിച്ചു. 1078–ാമാണ്ട് ധനുമാസം 23 ന് കൂടിയ ക്ഷേത്രയോഗത്തിന്റെ ഒരു വിശേഷാൽ യോഗത്തിലെ നിശ്ചയപ്രകാരം ക്ഷേത്രയോഗത്തിന്റെ ഉദ്ദേശങ്ങളെയും വ്യാപ്തിയെയും കേരളനിവാസികളായ ഈഴവസമുദായത്തിനു മുഴുവൻ പ്രയോജനപ്പെടത്തക്കവണ്ണം വിസ്തൃതമാക്കുകയും യോഗത്തെ ഈഴവരുടെ ആധ്യാത്മികവും ലൗകികവുമായ വിദ്യാഭ്യാസത്തെയും വ്യവസായശീലത്തെയും പരിപോഷിപ്പിക്കത്തക്കവിധം അരുവിപ്പുറം ശ്രീനാരായണ ധർമപരിപാലന യോഗമായി രൂപാന്തരപ്പെടുത്തുകയും ചെയ്തു.

ആയിടെ കൽക്കത്തയിൽനിന്നും സംസ്കൃതവിദ്യാഭ്യാസം കഴിഞ്ഞുവന്ന കുമാരനാശാനവർകളെ യോഗത്തിന്റെ ജനറൽ സെക്രട്ടറിയായി തിരഞ്ഞെടുത്തു. പരിശുദ്ധചരിതനായ സ്വാമിഅവർകളുടെയും കർമകുശലനായ ഡോക്ടർ പൽപ്പുവിന്റെയും പരിശ്രമിയായ കുമാരനാശാന്റെയും ഒത്തൊരുമിച്ചുള്ള ശ്രമങ്ങളുടെ ഫലമായി എസ് എൻ ഡി പി യോഗത്തിന്റെ പേരും പെരുമയും വളരെ ക്ഷണത്തിൽ കേരളമൊട്ടുക്കു വ്യാപിച്ചു. അരുവിപ്പുറം, കൊല്ലം, ആലപ്പുഴ, കണ്ണൂർ, തിരുവനന്തപുരം, കോഴിക്കോട്, മയ്യഴി, എറണാകുളം എന്നിങ്ങനെ കേരളത്തിലെ പ്രധാനസ്ഥലങ്ങളിൽവെച്ച് യോഗത്തിന്റെ വാർഷികയോഗം വളരെ മോടിയായി ആഘോഷിക്കപ്പെട്ടു. കൊല്ലത്തും കണ്ണൂരും വെച്ച് കൂടിയ വാർഷികസമ്മേളനങ്ങളോടൊന്നിച്ചു കെങ്കേമമായ പ്രദർശനങ്ങളും നടത്തിയിരുന്നു. ഈ യോഗങ്ങൾ അതതു സ്ഥലങ്ങളിലും സമീപപ്രദേശങ്ങളിലും ഉള്ള സ്വജനങ്ങളുടെ ഇടയിൽ പുതുതായ ഉണർവ് ഉണ്ടാക്കിയിരുന്നതിനുപുറമേ കന്യാകുമാരി മുതൽ കന്നട ജില്ലവരെ വ്യാപിച്ചുകിടക്കുന്ന ഈഴവസമുദായത്തിന്റെ ഏകീകൃതശക്തിയെയും കഴിവുകളെയും പ്രത്യക്ഷപ്പെടുത്തുകയും തൻമൂലം പല ജാതിനാമങ്ങളാൽ മൂന്നു സംസ്ഥാനങ്ങളിലായി ചിന്നി

ച്ചിതറിക്കിടക്കുന്നവരിൽ ഒരൈക്യബോധവും അഭിമാനവും ജനിപ്പിക്കുന്നതിനു സഹായിക്കുകയും ചെയ്തിരുന്നു. 1087 മേടം 18, 19, 20, 21 ഈ തീയതികളിൽ കേരളമൊട്ടുക്കുമുള്ള ജനങ്ങളുടെ സഹായസഹകരണങ്ങളോടുകൂടി അത്യന്തം ആഡംബരപൂർവം നിർവഹിക്കപ്പെട്ട വർക്കല ശിവഗിരിയിലെ ശാരദാപ്രതിഷ്ഠയും യോഗവാർഷികസമ്മേളനവും ദക്ഷിണകാശി എന്നു കേളികേട്ട വർക്കലയെ ഈഴവരുടെ തലസ്ഥാനമാക്കുമാറ് ചെയ്ത അംഗീകരണവും വർധിച്ചുവന്ന ആ ഏകീകരണബോധത്തെയും മൈത്രീബന്ധത്തെയും സുദൃഢമാക്കി. അതിനെത്തുടർന്ന് തിരുവിതാംകൂറിന്റെ വടക്കേയറ്റത്ത് ആലുവയിലും തെക്കു തിരുവനന്തപുരത്തും വെച്ചാഘോഷിച്ച വാർഷികയോഗങ്ങൾ യോഗത്തിന്റെ ബഹുജനസമ്മതിയെയും സുസ്ഥിരതയെയും വ്യക്തമാക്കി.

ഇങ്ങനെ പകുതി മതപരവും പകുതി രാഷ്ട്രീയപരവുമായ ഉദ്ദേശത്തോടും പരിപാടിയോടുംകൂടി പുറപ്പെട്ട എസ് എൻ ഡി പി ക്ക് ഇന്ന് മതച്ഛായ തീരെ ഇല്ലെന്നു പറയാം. ജാതിക്കും അയിത്തത്തിനുമെതിരായ ശ്രീനാരായണസന്ദേശം നടപ്പിൽവരുത്തുകയല്ലാതെ ദൈവികവും ആധ്യാത്മികവുമായ 'ശ്രീനാരായണധർമം' പുലർത്തുകയെന്ന പ്രവൃത്തി എസ് എൻ ഡി പി നടത്തുന്നില്ല. ആ ജോലി നടത്തുന്നത് ശ്രീനാരായണഗുരുവിന്റെ അനന്തരഗാമികളായ സന്യാസിമാരാണ്. ഈ സന്യാസിമാരും എസ് എൻ ഡി പിയും തമ്മിൽ വഴക്കുകളും കേസുകളും തന്നെ ഉത്ഭവിക്കുകയും അതു തീർക്കാൻ വേണ്ടി നടത്തിയ പല ശ്രമങ്ങളും വിഫലമാവുകയും ചെയ്തു. അവസാനം സ്വാമികളുടെ മഠങ്ങൾ, ക്ഷേത്രങ്ങൾ, അവയുടെ സ്വത്തുക്കൾ എന്നിവയെല്ലാം സന്യാസിമാരുടെയോ ക്ഷേത്രയോഗങ്ങളുടെയോ കൈയിലും സമുദായത്തിന്റെ സാമൂഹ്യവും രാഷ്ട്രീയവുമായ പ്രശ്നങ്ങൾക്കു പരിഹാരം കാണുന്നതിന്റെ ചുമതല യോഗത്തിന്റേതുമെന്ന നിലയിലാണ് സമുദായം ചെന്നെത്തിയിട്ടുള്ളത്.

സ്വാമികൾ നൽകിയ ആത്മീയനേതൃത്വത്തിന് സമുദായചരിത്രത്തിൽ യാതൊരു സ്ഥാനവുമില്ലെന്ന് ഇതിനർഥമില്ല. ഇതേവരെ ബ്രാഹ്മണരുടെ കുത്തകയായിരുന്ന ആത്മീയചിന്ത ഈഴവനും ആകാമെന്നും, എത്ര ഉയർന്ന ബ്രാഹ്മണനെയും പോലെ ഈഴവനും സന്യാസം സ്വീകരിച്ച് ആത്മീയജീവിതം നയിക്കാമെന്നും, ബ്രാഹ്മണനെ ആശ്രയിക്കാതെ സ്വന്തം കാലിന്മേൽനിന്നുകൊണ്ടുതന്നെ ഈഴവർക്ക് ഈശ്വരാരാധന നടത്തത്തക്ക ക്ഷേത്രങ്ങളുണ്ടാക്കാമെന്നും പ്രായോഗികജീവിതം മുഖേന കാണിച്ച സ്വാമിജിയിൽനിന്നു കിട്ടിയതുപോലെ ഭയങ്കരമായ ഒരടി ഇതിനുമുമ്പു കേരളത്തിലെ ജാതിമേധാവിത്വത്തിനു കിട്ടിയിട്ടില്ല; അത്ര ആവേശകരമായ മറ്റൊരു മാതൃക ഈഴവരോ മറ്റവശസമുദായങ്ങളോ ഇതിനുമുമ്പു കണ്ടിട്ടില്ല. കണ്ണൂർമുതൽ കൊല്ലംവരെ കേരളത്തിന്റെ നാനാഭാഗങ്ങളിലും ക്ഷേത്രങ്ങൾ, അവിടെയെല്ലാം ഹിന്ദുമതാചാരപ്രകാരം ഈഴവരായ ശാന്തിക്കാർ നടത്തുന്ന ആരാധനാക്രമം, സവർണ ക്ഷേത്രങ്ങളിലെന്നപോലുള്ള ഉത്സവങ്ങളും മറ്റടിയന്തരങ്ങളും, ഹൈന്ദവശാസ്ത്രമനു

സരിച്ചു സന്യാസംവരിച്ച് സന്യാസജീവിതം നയിക്കുന്ന ഈഴവസന്യാസിമാർ, ഇതിനെല്ലാം പ്രേരകശക്തിയായി നിൽക്കുന്ന ശ്രീനാരായണഗുരു–ഇത് പത്തിരുപതു നൂറ്റാണ്ടുകാലമായി കേരളത്തിനു കാണാൻ കഴിയാത്തൊരു കാഴ്ചയാണ്.

ആത്മീയത്തെക്കാൾ ഭൗതികമായ ഫലമാണ് ഇതിനു സമുദായത്തിലും രാജ്യത്തിലുമുണ്ടായത്. ശ്രീനാരായണനെത്തുടർന്നുവന്ന സന്യാസിമാരും ചുരുക്കം മതഭക്തന്മാരുമൊഴിച്ച് ഈഴവരിൽത്തന്നെ അധികമാരും സ്വാമികളുടെ സന്യാസജീവിതത്തെ ആദർശമായെടുക്കുന്നില്ല. എന്നാൽ, ഈഴവനായ നാരായണഗുരുവിന് നമ്പൂതിരിയായ ശങ്കരാചാര്യരെപ്പോലെ സന്യാസജീവിതം നയിക്കുകയും ആത്മീയചിന്തയിൽ മുഴുകയും ചെയ്യാമെന്നു പ്രായോഗികജീവിതത്തിൽ കാണിക്കുകയും 'ഒരു ജാതി ഒരു മതം ഒരു ദൈവം' എന്ന മുദ്രാവാക്യം പ്രചരിപ്പിക്കുകയും ചെയ്ത ശ്രീനാരായണന്റെ, "അസമത്വത്തോടും അവശതകളോടും പോരാടി സ്വതന്ത്രരാവുക" എന്ന സന്ദേശം ഈഴവർ മുഴുവനംഗീകരിച്ചു. ബുദ്ധമതാനുയായിയായ സി കൃഷ്ണൻ, നിർമതനായ സഹോദരനയ്യപ്പൻ മുതലായവർപോലും 'ശ്രീനാരായണധർമം പരിപാലിക്കാനുള്ള യോഗ'ത്തിന്റെ നേതാക്കന്മാരായത് അതുകൊണ്ടാണ്.

അതായത്, ക്ഷേത്രങ്ങളുടെയും മഠങ്ങളുടെയും അടിത്തറയാണ് സ്വാമികളിട്ടതെങ്കിലും, അവയുടെ മീതെ ഉയർന്നുവന്നത് സാമൂഹ്യസമത്വമെന്ന കെട്ടിടമാണ്; അധ്യാത്മചിന്തയുടെ വിത്താണദ്ദേഹം പാകിയതെങ്കിലും, മുളച്ചുവന്നത് സാമൂഹ്യ–രാഷ്ട്രീയാവകാശവാദമാണ്; ആർഷസംസ്കാരത്തിന്റെ സന്ദേശമാണദ്ദേഹം പ്രചരിപ്പിച്ചതെങ്കിലും, അത് ശ്രോതാക്കളുടെ ചെവിയിൽ ചെന്നലച്ചത് 'സ്വാതന്ത്ര്യം, സമത്വം, സാഹോദര്യ'മെന്ന പാശ്ചാത്യ–നവീനസന്ദേശമായിട്ടാണ്. അങ്ങനെ അരുവിപ്പുറം ക്ഷേത്രയോഗത്തിൽനിന്ന് ഉയർന്നുവന്ന എസ് എൻ ഡി പി, ക്ഷേത്രവിശ്വാസികളും അല്ലാത്തവരുമായ എല്ലാവരെയും ഉൾക്കൊള്ളുന്നതും മിശ്രഭോജനം, മിശ്രവിവാഹം മുതലായവയടക്കമുള്ള വിപ്ലവപ്രവർത്തനം വഴി പരിപൂർണസാമൂഹ്യൈക്യം സ്ഥാപിക്കാൻ ശ്രമിക്കുന്നതും, ഉദ്യോഗം, നിയമസഭാപ്രാതിനിധ്യം, വിദ്യാഭ്യാസം മുതലായ രാഷ്ട്രീയകാര്യങ്ങളിൽ ഇന്നുള്ള സവർണക്കുത്തക പൊളിച്ച് സമുദായനീതി സ്ഥാപിക്കണമെന്നു വാദിക്കുന്നതുമായ ഒരു സാമൂഹ്യ–രാഷ്ട്രീയസംഘമായിരിക്കുന്നു.

നാരായണഗുരുസ്വാമികളെപ്പോലെ അഖിലകേരളപ്രചാരം കിട്ടിയിട്ടില്ലെങ്കിലും സമുദായത്തിന്റെ വളർച്ചയെ സാരമായി സഹായിച്ച മറ്റൊരു വ്യക്തിയാണ് വടക്കേ മലബാറിലെ കോട്ടയം താലൂക്കിൽ ജനിച്ച വാഗ്ഭടാനന്ദ ഗുരുദേവൻ. പാണ്ഡിത്യത്തിലും വാഗ്മിത്വത്തിലും നാരായണഗുരുദേവനെപ്പോലും കവച്ചുവച്ചിരുന്ന അദ്ദേഹം ആദ്യം ബ്രഹ്മസമാജത്തിലൂടെയും പിന്നീട് സ്വന്തമായി സ്ഥാപിച്ച ആത്മവിദ്യാസംഘം മുഖേനയും ജാതിവ്യത്യാസം, വിഗ്രഹാരാധന, മദ്യപാനം മുതലായവയ്ക്കെതി

രായി ശക്തിപൂർവം പ്രവർത്തിക്കുകയും ഇതിൽ സവർണഹിന്ദുക്കളിൽ ചിലരെപ്പോലും തന്റെ ശിഷ്യന്മാരാക്കുകയും ചെയ്തു. വടക്കേ മലബാറിന്റെ സാമൂഹ്യവളർച്ചയിൽ വളരെ പ്രധാനമായ ഒരു പങ്ക് അദ്ദേഹം വഹിച്ചിട്ടുണ്ടെന്നതിനു സംശയമില്ല.

നാരായണഗുരുസ്വാമികളുടെ കാലത്തിനുശേഷം (കുറച്ചൊക്കെ സ്വാമികളുടെ കാലത്തുതന്നെ) മുഖ്യമായ നാലു ചിന്താഗതികൾ എസ് എൻ ഡി പി നേതൃത്വത്തെ നിയന്ത്രിച്ചുപോന്നിട്ടുണ്ട്. അവ പലപ്പോഴും പരസ്പരം മത്സരിക്കുകയും ഒന്നു മറ്റൊന്നിനെ കീഴടക്കാൻ ശ്രമിക്കുകയും ചെയ്തിട്ടുണ്ട്. അവയെല്ലാം ഒരുതരത്തിലല്ലെങ്കിൽ മറ്റൊരുതരത്തിൽ ഇന്നും പ്രവർത്തിച്ചുവരുന്നുമുണ്ട്.

1. സവർണഹിന്ദുക്കൾ തങ്ങളുടെ ശത്രുക്കളും സവർണഹിന്ദുമേധാവിത്വത്തെ തകർക്കുന്ന ബ്രിട്ടീഷുകാർ ബന്ധുക്കളുമാണ്. ബ്രിട്ടീഷ്ഭരണം പോയി 'സ്വരാജ്യം' വന്നാൽ സവർണമേധാവിത്വമാണ് വരിക, അതു തടയണം. ഈ പരിപാടിയനുസരിച്ച് ദേശീയസ്വാതന്ത്ര്യപ്രസ്ഥാനത്തെ എതിർക്കുകയും ബ്രിട്ടീഷുകാരെ സഹായിക്കുകയും ചെയ്ത പ്രധാന ഈഴവനേതാവ് (മലബാറിലെ) പരേതനായ സി കൃഷ്ണൻ (*മിതവാദി* പത്രാധിപർ) ആണ്. ഇ കെ അയ്യാക്കുട്ടി (കൊച്ചി), എം ഗോവിന്ദൻ (തിരുവിതാംകൂർ) മുതലായവരും ഇക്കൂട്ടത്തിൽപ്പെടും.

2. ഈഴവരുടെ ന്യായമായ അവകാശങ്ങൾക്കുവേണ്ടി വാദിക്കുകയും അതിനുവേണ്ടി സമുദായത്തെ സംഘടിപ്പിക്കുകയും ചെയ്യുന്നതോടുകൂടിത്തന്നെ നാട്ടിന്റെ പൊതുസ്വാതന്ത്ര്യസമരത്തിൽ ഈഴവർ സജീവമായി പങ്കുകൊള്ളുകകൂടി ചെയ്യണമെന്നു വാദിക്കുന്നവർ. ഇവരിൽ പ്രധാനി പരേതനായ ടി കെ മാധവനാണ്. ഈഴവരുടെ ഇടയിൽ മാത്രമല്ല, കേരളത്തിൽത്തന്നെയുള്ള ആദ്യത്തെ സമർഥരായ രണ്ടു ബഹുജനസംഘാടകന്മാരിലൊരാളെന്നു പറയാവുന്ന (മറ്റേത് കേരള സംസ്ഥാനകോൺഗ്രസ്കമ്മിറ്റിയുടെ ആദ്യത്തെ സെക്രട്ടറിയായ കെ പി കേശവമേനോനാണ്) അദ്ദേഹം ഒരു കൊല്ലക്കാലംകൊണ്ട് 300-ഓളം ശാഖായോഗങ്ങൾ സംഘടിപ്പിക്കുകയും 60,000ത്തോളം മെംബർമാരെ ചേർക്കുകയും ചെയ്ത് യോഗത്തെ ഒരു സുസംഘടിതസംഘമാക്കിത്തീർക്കുകയും ഉദ്യോഗവിതരണകാര്യത്തിൽ സാമുദായിക പ്രാതിനിധ്യത്തിനുവേണ്ടി ശക്തിപൂർവം വാദിക്കുന്ന യോഗം മെമ്മോറിയൽ തയാറാക്കുകയും ചെയ്തതോടുകൂടിത്തന്നെ വൈക്കം സത്യാഗ്രഹം, തിരുവിതാംകൂറിലെ മദ്യവർജനപ്രക്ഷോഭം മുതലായവയിൽ നേതൃത്വംവഹിച്ചും കോൺഗ്രസ്പ്രവർത്തനത്തിൽ സജീവമായി പങ്കുകൊണ്ടും ദേശീയസ്വാതന്ത്ര്യസമരത്തെ സമുദായ പ്രവർത്തനവുമായി കൂട്ടിയിണക്കുകകൂടി ചെയ്തു. ടി കെ യുടെ മരണത്തിനുശേഷം സി കേശവനും അതുപോലെ എസ് എൻ ഡി പി-സംയുക്ത-സ്റ്റേറ്റ്കോൺഗ്രസ്സ് എന്നിവയുടെ നേതാവായി സമുദായത്തിന്റെയും നാട്ടിന്റെയും പ്രീതിയും വിശ്വാസവും നേടി. കേരളകോൺ

ഗ്രസ്കമ്മിറ്റിയുടെ നേതാക്കന്മാരിലൊരാളായിരുന്ന എ അച്യുതനെപ്പോലുള്ളവരും ഇത്തരത്തിൽപ്പെടും.

3. യുക്തിവാദവും സോഷ്യലിസവും സ്വീകരിച്ച് അതിന്റെപേരിൽ കോൺഗ്രസിനെ ശക്തിപൂർവം എതിർക്കുകയും എന്നാൽ കോൺഗ്രസിനെക്കാളൊട്ടും കുറയാത്ത സവർണമേധാവിത്വവും സോഷ്യലിസ്റ്റ്‌വിരോധവും കാണിക്കുന്ന ഗവൺമെന്റിന്റെ നേരേ മിതമായും അഹിംസാത്മകമായും പെരുമാറുകയും ചെയ്യുന്നവർ. ഇക്കൂട്ടത്തിൽ എല്ലാംകൊണ്ടും പ്രമാണി കൊച്ചിമന്ത്രി കെ അയ്യപ്പനാണ്. ഗാന്ധിജിയുടെ അന്ധവിശ്വാസങ്ങളെ ധീരധീരം എതിർക്കുന്ന അദ്ദേഹം കൊച്ചി മഹാരാജാവിന്റെ അന്ധവിശ്വാസങ്ങളെ (അവ ഗാന്ധിജിയുടേതിനെക്കാളെത്രയോ അധികം അടുത്തുകിടക്കുന്നതും തനിക്കും സമുദായത്തിനും അപമാനകരവുമായിട്ടുകൂടി) കണ്ടിട്ടില്ലെന്നു നടിക്കുന്നു; ഉദ്യോഗകാര്യത്തിലുള്ള 'സവർണക്കുത്തക'യ്ക്കുത്തരവാദികളായി ആ ഉദ്യോഗത്തിലിരിക്കുന്ന സവർണരെ ആക്ഷേപിക്കുന്നതിൽ ശൗര്യവീര്യങ്ങൾ പ്രകടിപ്പിക്കുന്ന അദ്ദേഹം ആ സവർണക്കുത്തകയെ അരക്കിട്ടുറപ്പിച്ചിരിക്കുന്ന നാടുവാഴിഭരണത്തിന്റെ നേരേ തന്റെ മൂർച്ചയേറിയ ആയുധമുപയോഗിക്കുന്നില്ല.

4. ടി കെ മാധവന്റെയും സി കേശവന്റെയും ദേശീയപ്രസ്ഥാനപക്ഷപാതം, സഹോദരനയ്യപ്പന്റെ യുക്തിവാദവും സോഷ്യലിസവും, ഇടതുപക്ഷകോൺഗ്രസുകാരുടെയും കമ്യൂണിസ്റ്റുകാരുടെയും തൊഴിലാളി–കർഷകപ്രവർത്തനം എന്നിവയെയെല്ലാം കൂട്ടിയിണക്കി സമുദായത്തെ നാട്ടിലെ വിപ്ലവ ബഹുജനപ്രസ്ഥാനത്തിന്റെ ഒരഭേദ്യഭാഗമാക്കിത്തീർക്കാൻ ശ്രമിക്കുന്നവർ. ഇവർ പ്രായേണ കമ്യൂണിസ്റ്റനുഭാവമുള്ളവരും ഇവരിൽ ചിലർ കമ്യൂണിസ്റ്റുകാരുമാകയാൽ ഇവരെ കമ്യൂണിസ്റ്റുകാരെന്നാണ് സാധാരണ വിളിച്ചുവരാറുള്ളത്. പക്ഷേ മലബാർ എസ് എൻ ഡി പിയുടെ മുഖപത്രമായ *നവകേരള*ത്തിന്റെ പത്രാധിപർ ടി കൃഷ്ണൻ (ഇദ്ദേഹം ഉറച്ച കോൺഗ്രസുകാരനാണ്), മലബാർ എസ് എൻ ഡി പി ജനറൽ സെക്രട്ടറി കെ വി കൃഷ്ണൻ മുതലായ പലരും കമ്യൂണിസ്റ്റുകാരല്ലാതിരുന്നിട്ടും ഈ അഭിപ്രായഗതിയോട് ഏറെക്കുറെ യോജിക്കുന്നുണ്ട്.

ഈ നാലഭിപ്രായഗതികളിൽ ആദ്യത്തേത് ഇന്നു മിക്കവാറും ഇല്ലാതായിരിക്കുന്നു. 'ഇന്ത്യൻ യൂണിയൻ' ഒരു 'സ്വതന്ത്രരാജ്യ'മാവുകയും ബ്രിട്ടീഷുകാർ അധികാരസ്ഥാനങ്ങളിൽ നിന്നു പോവുകയും നാട്ടുരാജ്യങ്ങളിൽ ഉത്തരവാദഭരണം സ്ഥാപിക്കുകയും ചെയ്തതോടുകൂടി പഴയ തരത്തിലുള്ള 'രാജഭക്ത'ന്മാർ തീരെ ഇല്ലാതായിരിക്കുന്നു. മാത്രമല്ല രണ്ടും മൂന്നും ഗ്രൂപ്പുകൾ തമ്മിൽ യോജിക്കാനും തുടങ്ങിയിരിക്കുന്നു. ഇതിനുള്ള ഏറ്റവും നല്ല രണ്ടുദാഹരണങ്ങളുണ്ട്: (1) ഇത്രയും കാലം കോൺഗ്രസിനെ എതിർത്തിരുന്ന സഹോദരനയ്യപ്പൻ പ്രജാമണ്ഡലത്തിൽചേർന്നു. (2) വലിയ 'രാജഭക്ത'നായിരുന്ന എം ഗോവിന്ദനും ആദ്യം കോൺഗ്രസുകാരനായിരുന്ന് പിന്നെ കോൺഗ്രസിനെ എതിർത്ത് വീണ്ടും കോൺഗ്രസുകാരനായിത്തീർന്ന ആർ ശങ്കറും തിരുവിതാംകൂർ സ്റ്റേറ്റ്കോൺഗ്ര

സിൽചേർന്നു; അവരെ സ്റ്റേറ്റ്കോൺഗ്രസ്സ്ഥാനാർഥികളായി നിർത്തി. പനമ്പിള്ളിയും അയ്യപ്പനും ഒപ്പം മന്ത്രിസഭയിൽപ്പോവുക; ഒപ്പം തന്നെ രാജിവയ്ക്കുക; അയ്യപ്പൻ ഈഴവരോടെല്ലാം പ്രജാമണ്ഡലത്തിൽച്ചേരണമെന്നാവശ്യപ്പെടുക; സി കേശവൻ എം ഗോവിന്ദനും ആർ ശങ്കറിനും വോട്ടുപിടിക്കാൻ നടക്കുക—ഇതെല്ലാം കാണിക്കുന്നത് സമുദായം അതിന്റെ ചരിത്രത്തിലെ ഒരു പുതിയ ദശാഘട്ടത്തിലേക്കു പ്രവേശിക്കാൻ തുടങ്ങിയിട്ടുണ്ടെന്നാണ്.

എന്നാൽ ഈ മൂന്നു ഗ്രൂപ്പുകൾ തമ്മിലുള്ള വ്യത്യാസം നീങ്ങുന്നതോടുകൂടി ഈ മൂന്നു ഗ്രൂപ്പുകളൊരുവശത്തും നാലാം ഗ്രൂപ്പ് മറുവശത്തുമായി വമ്പിച്ച മത്സരം തുടങ്ങിയിട്ടുണ്ട്. ഇതിന്റെ ഏറ്റവും വലിയ ഉദാഹരണമാണ് കൊച്ചി എസ് എൻ ഡി പി യിൽ വളർന്നുവരുന്ന ഇടതുപക്ഷം. പ്രജാമണ്ഡലത്തിൽച്ചേരാൻ അയ്യപ്പൻ പുറപ്പെടുവിച്ച അഭ്യർഥന ചെവിക്കൊള്ളാൻ വളരെ കുറച്ചുപേരേ ഉണ്ടായിരുന്നുള്ളുവെന്നും എസ് എൻ ഡി പി ബ്രാഞ്ചുകളിലൊരു ഗണ്യമായ ഭാഗം കമ്യൂണിസ്റ്റ്പാർട്ടി, സോഷ്യലിസ്റ്റ് പാർട്ടി എന്നിവയുമായി സഹകരിച്ച് അയിത്തത്തിനും ജന്മിമേധാവിത്വത്തിനുമെതിരായി സമരങ്ങൾ നടത്തുകയാണെന്നുമുള്ളത് വളരെ പ്രധാനമായ പരമാർഥങ്ങളാണ്. തിരുവിതാംകൂറിലും എസ് എൻ ഡി പി യിലൊരു ഗണ്യമായഭാഗം കേശവൻ–ശങ്കർ–ഗോവിന്ദനച്ചുതണ്ടിനെതിരായി ഇടതുപക്ഷപാർട്ടികളോടു യോജിച്ചു പ്രവർത്തിക്കുന്നുണ്ട്.

3. നമ്പൂതിരിമാരുടെ ഇടയിൽ

നായന്മാരെയും ഈഴവരെയും അപേക്ഷിച്ച് എണ്ണത്തിലെത്രയോ കുറവാണെങ്കിലും, സമുദായപരിഷ്കാരപ്രസ്ഥാനത്തിന്റെ വ്യാപ്തിയിലും വിപ്ലവസ്വഭാവത്തിലും അവരുടേതിനെക്കാൾ കുറയാത്തവരാണ് നമ്പൂതിരിമാർ. എന്തുകൊണ്ടെന്നാൽ, ഏതൊരു സാമൂഹ്യവ്യവസ്ഥയ്ക്കെതിരായാണോ ഈഴവർ തങ്ങളുടെ സമുദായസംഘടനയുണ്ടാക്കിയത്, ആ ജാതിസമ്പ്രദായത്തിന്റെ മേലേക്കിടയിൽ നിൽക്കുന്നവരാണ് നമ്പൂതിരിമാർ; ഏതൊരു കുടുംബവിവാഹസമ്പ്രദായത്തെയാണോ നായന്മാർ തങ്ങളുടെ സമുദായസംഘടനകൊണ്ടെതിർത്തത്, ആ കൂട്ടുകുടുംബവ്യവസ്ഥയുടെയും സംബന്ധസമ്പ്രദായത്തിന്റെയും കേന്ദ്രം നമ്പൂതിരിമാരാണ്. സമുദായപരിഷ്കാരപ്രസ്ഥാനം അവരിലും വ്യാപിച്ചുവെന്നതിന്റെ അർഥം അവരുടെ മേധാവിത്വത്തിന്റെ അടിസ്ഥാനത്തിൽ കെട്ടിപ്പടുത്ത ജാതിക്കോട്ട പൊളിയാൻ തുടങ്ങിയെന്നാണ്. ജാതിക്കോട്ടയ്ക്കു വെളിയിൽനിന്നുള്ള ആക്രമണമായിരുന്നു എസ് എൻ ഡി പി യെങ്കിൽ, അതിനകത്തുനിന്നുകിട്ടിയ ഭയങ്കരമായ ഒരടിയാണ് യോഗക്ഷേമസഭ; മരുമക്കത്തായ–സംബന്ധസമ്പ്രദായത്തിനെതിരായും നവീനരീതിയിലുള്ള കുടുംബ–വിവാഹസമ്പ്രദായത്തിനനുകൂലമായും ആദ്യത്തെ അടിയടിച്ചത് നായർ റെഗുലേഷനാണെങ്കിൽ ആ പഴയ സമ്പ്രദായത്തിന്റെ കടപുഴക്കിയത് നമ്പൂതിരിനിയമമാണ്.

വളരെ മിതമായ ചില ഉദ്ദേശങ്ങളെ മുൻനിർത്തിയാണ് യോഗക്ഷേമസഭയുടെ ആദ്യകാലത്തെ പ്രവർത്തകന്മാർ പ്രവർത്തിച്ചിരുന്നത്; കുടും

ബത്തർക്കങ്ങളും വഴക്കുകളും സമാധാനപരമായി തീർക്കുക, വിവാഹ സംബന്ധമായും മറ്റുമുള്ള ബുദ്ധിമുട്ടുകൾ ഇല്ലാതാക്കുക മുതലായി പഴയ സാമൂഹ്യനിയമങ്ങൾക്കും ആചാരങ്ങൾക്കും തികച്ചും വിധേയ മായ ഒരു പരിപാടി മാത്രമാണ് ആദ്യകാലത്തെ സഭയ്ക്കുണ്ടായിരുന്നത്. പക്ഷേ ക്രമേണ രണ്ടു പ്രധാന പ്രശ്നങ്ങൾ സഭയുടെ മുമ്പിൽവന്നു; ഇം ഗ്ലീഷ് വിദ്യാഭ്യാസവും കനിഷ്ഠവിവാഹവും. നമ്പൂതിരിബാലന്മാർ ഉപ നയനം, വേദാഭ്യാസം മുതലായ പഴയ ചടങ്ങുകൾ കഴിഞ്ഞാൽ—ഇതിന് 15–16 വയസുവരെ വേണ്ടിവരും—പിന്നെ ഇംഗ്ലീഷ് പഠിക്കാൻ തുടങ്ങണം; എന്തുകൊണ്ടെന്നാൽ, ഇംഗ്ലീഷ് പഠിക്കാത്ത ഒരാൾക്ക് ഇന്നത്തെ ലോക ത്തിൽ ജീവിക്കാൻ സാധ്യമല്ല; അതുപോലെതന്നെ ജ്യേഷ്ഠപുത്രൻമാ ത്രം സ്വജാതിയിൽനിന്നു വിവാഹം ചെയ്കയും അനുജന്മാരെല്ലാം കോ വിലകങ്ങളിൽ കൂട്ടിരിപ്പോ നായർ, അമ്പലവാസിസ്ത്രീകളുമായി സംബ ന്ധമോ നടത്തുകയെന്ന പതിവ് മാറ്റണം; അങ്ങനെവന്നാൽ മാത്രമേ പെ ൺകിടാങ്ങളെ വിവാഹംകഴിച്ചുകൊടുക്കാനുള്ള ബുദ്ധിമുട്ടുകൾ തീരുക യുള്ളു—ഇതാണ് യോഗക്ഷേമസഭ സ്ഥാപിച്ച് ആറേഴുകൊല്ലത്തിനു ള്ളിൽ സമുദായത്തിന്റെ മുമ്പിൽവന്ന പുതിയ പരിപാടി; അത് സഭ അംഗീ കരിച്ചു.

ഇത് സമുദായത്തെ രണ്ടാക്കി: ഇംഗ്ലീഷ് മ്ലേച്ഛഭാഷയാണെന്നും അതു പഠിക്കുന്നത് പാപമാണെന്നും അതുപോലെതന്നെ അനുജന്മാർ സ്വജാതിവിവാഹം ചെയ്യുന്നത് കുടുംബത്തെയും നമ്പൂതിരിക്കുള്ള മാന്യ തയെയും നശിപ്പിക്കാനുള്ള വഴിയാണെന്നും പറഞ്ഞ് ഒരുവിഭാഗം ഈ പരിപാടിയെയും അതംഗീകരിച്ച സഭയെയും എതിർത്തു. എന്നാൽ ചെറു പ്പക്കാർ മുഴുവൻ ഉൽപ്പതിഷ്ണുക്കളായിരുന്നു; അവർക്കു സജീവവും ക്രിയാത്മകവുമായ നേതൃത്വവുമുണ്ടായിരുന്നു. അങ്ങനെ, കാരണവന്മാ രുടെ എന്തെതിർപ്പുവന്നാലും അതിനെ എതിർത്തുതോൽപ്പിച്ച് ഇംഗ്ലീഷ് പഠിക്കാനാഗ്രഹിക്കുന്നവർക്ക് അതിനുള്ള സൗകര്യം നൽകുന്നതിന് സഭ യുടെ ആഭിമുഖ്യത്തിൽ ഒരു നമ്പൂതിരിവിദ്യാലയം തുറന്നു. സൗജ ന്യഭക്ഷണം, സൗജന്യമായി പുസ്തകങ്ങളും മറ്റുപകരണങ്ങളും, യാഥാ സ്ഥിതികന്മാർക്കുപോലും എതിർക്കാൻ നിവൃത്തിയില്ലാത്തവിധം സ ന്ധ്യാവന്ദനനിത്യകർമാദികൾ, സ്കൂളുകളിലുള്ള പൊതുവിദ്യാഭ്യാസ ത്തിനുപുറമേ സംസ്കൃതവിദ്യാഭ്യാസം മുതലായവയെല്ലാമുള്ള ഒരു പ്രത്യേക നമ്പൂതിരി വിദ്യാലയമായിരുന്നു അത്. അഞ്ചെട്ടുകൊല്ലം കൊണ്ട് അത് ആയിരത്തോളം നമ്പൂതിരിയുവാക്കന്മാർക്കു നവീനവിദ്യാ ഭ്യാസത്തിന്റെ സ്വാദനുഭവിക്കാൻ കൊടുത്തു. യോഗക്ഷേമസഭയുടെ നേ രിട്ടുകീഴിലുള്ള ഈ വിദ്യാലയത്തിനുപുറമേ വടക്കേ മലബാറിൽ തളിപ്പ റമ്പിലും തിരുവിതാംകൂറിൽ കുളക്കടയിലും ഓരോ നമ്പൂതിരിവിദ്യാല യം തുറന്നു. ഈ പ്രത്യേക വിദ്യാലയങ്ങൾവഴിക്കല്ലാതെ, കഴിവുള്ള യു വാക്കന്മാർക്ക് പൊതുസ്കൂളുകളിൽച്ചേർന്ന് പഠിക്കാനും ഈ പ്രത്യേക വിദ്യാലയങ്ങൾ പ്രേരണനൽകി. ക്രമേണ കോളജിൽച്ചേർന്നു പഠിക്കുന്ന വരുടെ എണ്ണവും വലുതാവാൻ തുടങ്ങി.

നായന്മാർ ഇംഗ്ലീഷ്‌വിദ്യാഭ്യാസം തുടങ്ങി അരനൂറ്റാണ്ടിനുശേഷമാണ് നമ്പൂതിരിമാർ തുടങ്ങിയത്. അത്രയും കാലം 'വമ്പാർന്നനാചാരമണ്ഡലച്ഛത്ര'മായി വാഴുകയായിരുന്നു അവർ. ശങ്കരാചാര്യരെയും മേൽപ്പത്തൂരിനെയും ചെറുശ്ശേരിയെയും സൃഷ്ടിച്ച സമുദായത്തിന് വികടവികളായ വെൺമണിമാരെയും, ചന്തുമേനോൻമുതൽ ഏറ്റവും മോശക്കാരനായ നോവൽകർത്താവുവരെയുള്ള എല്ലാവർക്കും പരിഹാസപാത്രങ്ങളായ സൂരിനമ്പൂതിരിമാരെയും, 'നമ്പൂതിരിവിഡ്ഢി'യെന്ന പൊതുപേര് വരത്തക്ക കുപ്രസിദ്ധിപെറ്റ വിഡ്ഢികളെയുമല്ലാതെ പരിഷ്കൃതലോകത്തിനു യോജിച്ച നമ്പൂതിരിമാരെ സൃഷ്ടിക്കാൻ കഴിവില്ലെന്ന നിലവന്നു. ഇങ്ങനെ തങ്ങൾ പരിഷ്കൃതലോകത്തിലെത്രയോ പിന്നിലായിക്കഴിഞ്ഞുവെന്ന ബോധവും കുടിയാൻപ്രശ്നത്തെ സംബന്ധിച്ചും മറ്റും തങ്ങളുടെ താൽപ്പര്യം നിലനിർത്തണമെന്ന ആഗ്രഹവുമാണ് പരേതനായ കുറൂർ ദാമോദരൻനമ്പൂതിരിപ്പാടിന്റെ നേതൃത്വത്തിൽ നമ്പൂതിരിജന്മികളിലൊരുവിഭാഗത്തെക്കൊണ്ട് ഇംഗ്ലീഷ്‌വിദ്യാഭ്യാസമെന്ന പരിപാടിയെ അനുകൂലിപ്പിച്ചത്.

എന്നാൽ ഈ ജന്മികൾ പ്രതീക്ഷിച്ചവിധത്തിലല്ല കാര്യങ്ങൾ നീങ്ങിയത്. സ്കൂളുകളിലും കോളജുകളിലും പഠിച്ചുപാസായ നമ്പൂതിരിയുവാക്കന്മാർ ആദ്യകാലത്തെ സമുദായനേതാക്കന്മാരുദ്ദേശിച്ചതുപോലെ 'ഇരുപതാംനൂറ്റാണ്ടിലെ നമ്പൂതിരി'മാരാവുന്നതിനുപകരം മറ്റേതൊരു സമുദായത്തിലെയും അംഗങ്ങൾ ചെയ്യുന്ന ജോലികൾ ചെയ്ത്, അവർ നയിക്കുന്ന ജീവിതം നയിച്ച്, അവരെപ്പോലെ പരിഷ്കൃതമനുഷ്യരാവാനാണു ശ്രമിച്ചത്. ഈ പുതിയ മനോഭാവവും യോഗക്ഷേമസഭയുടെ പഴയ നേതാക്കന്മാരുടെ മനോഭാവവും തമ്മിൽ വലിയൊരു സംഘട്ടനം നടന്നു: പുതിയ മനോഭാവത്തിന്റെ പ്രാതിനിധ്യം വഹിച്ചുകൊണ്ട് നമ്പൂതിരിയുവജനസംഘവും *ഉണ്ണിനമ്പൂതിരി*പത്രവും വളർന്നുവന്നപ്പോൾ പഴയ മനോഭാവത്തെ യോഗക്ഷേമസഭയും *യോഗക്ഷേമം*പത്രവും പുലർത്തിപ്പോന്നു. ഇംഗ്ലീഷ്‌വിദ്യാഭ്യാസത്തിന്റെയും കനിഷ്ഠവിവാഹത്തിന്റെയും കാര്യത്തിൽ മുമ്പു പഴമക്കാരും യോഗക്ഷേമക്കാരും തമ്മിൽ നടന്നതുപോലെ, സ്ത്രീകളുടെ ഘോഷബഹിഷ്കരണം, വിധവാവിവാഹം മുതലായ ആചാരപരിഷ്കാരങ്ങളുടെയും ആളോഹരിഭാഗം മുതലായവയുടെയും കാര്യത്തിൽ യോഗക്ഷേമക്കാരും യുവജനസംഘക്കാരും തമ്മിൽ ഏറ്റുമുട്ടി. മാത്രമല്ല, ഇരുകൂട്ടരും യോജിക്കുന്ന സ്ത്രീവിദ്യാഭ്യാസം, ബഹുഭാര്യത്വനിരോധം, സംബന്ധനിരോധം, സ്വജാതിവിവാഹം മുതലായവ നടപ്പിൽ വരുത്തുന്ന കാര്യത്തിൽ സഭ മിതമായും നയത്തോടുകൂടിയും പെരുമാറിയപ്പോൾ സമരപരമായ പരിപാടികൾ പലതും (ഉദാ: രണ്ടാം വിവാഹങ്ങളും വൃദ്ധവിവാഹങ്ങളും പിക്കറ്റുചെയ്യുക) സംഘം നടപ്പിൽവരുത്തി. ഭാഗ്യക്കുറി നടത്തി, ഫണ്ടുപിരിച്ച് വിദ്യാലയവും സദനവും നടത്തി വിദ്യാഭ്യാസം പ്രചരിപ്പിക്കാൻ സഭ ശ്രമിച്ചപ്പോൾ സമുദായത്തെയാകെ പിടിച്ചുകുലുക്കിയ യാചനായാത്രകൾകൊണ്ടു സംഘം വിദ്യാഭ്യാസപ്രചാരണം നടത്തി.

ഇതിന്റെയെല്ലാം ഫലമായി സമുദായത്തിലാകെ ഒരു സാമൂഹ്യവിപ്ലവത്തിന്റെ അലയടിച്ചു. അതിനെക്കുറിച്ച് 1931 ലെ കൊച്ചി സെൻസസ് റിപ്പോർട്ട് പറയുന്നു:

ഉയർന്നജാതി മലയാളികളുടെ സാമൂഹ്യനിയമങ്ങളെയും നിബന്ധനകളെയും സംബന്ധിച്ചു മുഴുവൻ നമ്പൂതിരിമാരാണ് പ്രമാണം; അവയെ ശരിയായി സംരക്ഷിക്കേണ്ട ചുമതലയും അവർക്കാണുള്ളത്. എന്നാൽ അവരിൽ വയസന്മാരും യാഥാസ്ഥിതികന്മാരുമായ ആളുകളുടെതന്നെ സന്താനങ്ങൾ ഈ പരിശുദ്ധനിയമങ്ങളെയെല്ലാം യാതൊരു കൂസലുംകൂടാതെ ലംഘിക്കുകയും അതവർക്കു കാണേണ്ടിവരികയും ചെയ്യുന്നത് ഒരു വിധിവൈപരീത്യംതന്നെയാണ്. ഉൽപ്പതിഷ്ണുക്കളായ നമ്പൂതിരിമാർ തീണ്ടലോ തൊടീലോ ആചരിക്കുന്നുണ്ടോ എന്നു സംശയമാണ്—ഉണ്ടെങ്കിൽത്തന്നെ വളരെ ദുർലഭം. പുലയാചരിക്കുന്നതിൽപ്പോലും അവർക്ക് ശ്രദ്ധയില്ല. മിശ്രഭോജനം സംബന്ധിച്ച് മുമ്പുണ്ടായിരുന്ന കർശനനിയമങ്ങൾ പലരും ലംഘിച്ചുവരുന്നുണ്ട്.... ഇംഗ്ലീഷ് വിദ്യാഭ്യാസം സിദ്ധിച്ച നായന്മാരെക്കാൾ ആവേശത്തോടുകൂടി ഉൽപ്പതിഷ്ണുക്കളായ നമ്പൂതിരിമാർ തീണ്ടലിനെയും തൊടീലിനെയും എതിർക്കുന്നുണ്ട്; മറ്റു സമുദായത്തിലെ സമുദായപരിഷ്കാരങ്ങളെക്കാൾ ഉത്സാഹത്തോടെ അവർ ക്ഷേത്രപ്രവേശനത്തിനുവേണ്ടി വാദിക്കുന്നുണ്ട്. നമ്പൂതിരിമാരുടെ ഈ മാതൃക മറ്റെല്ലാ മലയാളിഹിന്ദുക്കളിലും പ്രതിഫലിക്കാതിരിക്കില്ല. ഏറ്റവും ഉയർന്ന ജാതിക്കാർക്ക് ജാതിനിയമങ്ങൾ കൂസൽകൂടാതെ ലംഘിക്കാമെങ്കിൽ, അവരെ പിന്തുടരുന്നതിൽ മറ്റുള്ളവർക്കു സംശയിക്കാനൊന്നുമില്ലല്ലോ. ഇന്നത്തെ നിലയ്ക്കു നോക്കുകയാണെങ്കിൽ, 1941 ലെ സെൻസസ്റിപ്പോർട്ടെഴുതാറാവുമ്പോഴേക്ക് ജാതിനിയമങ്ങളിൽ ഒരുപക്ഷേ, മിശ്രവിവാഹത്തെ തടയുന്നവമാത്രം ബാക്കിനിൽക്കുമായിരിക്കാം; മറ്റൊന്നുമുണ്ടാവില്ലെന്നു തോന്നുന്നു.

ആ സെൻസസ് റിപ്പോർട്ടിനുശേഷം വിപ്ലവകരമായ പല മാറ്റങ്ങളും സമുദായത്തിൽ വന്നുകഴിഞ്ഞിരിക്കുന്നു. ഒന്നാമത്, അധിവേദനം (ഒരു ഭാര്യ ജീവിച്ചിരിക്കെ രണ്ടാമതു വിവാഹം ചെയ്യുക) നിയമപ്രകാരംതന്നെ കേരളത്തിൽ മുഴുവൻ തടഞ്ഞിരിക്കുന്നു. ജ്യേഷ്ഠനെപ്പോലെതന്നെ അനുജന്മാരും വിവാഹം കഴിക്കുകയെന്ന പതിവ് വന്നുകഴിഞ്ഞു. രണ്ടാമത്, മലബാറിലെ നമ്പൂതിരിനിയമപ്രകാരവും കൊച്ചി, തിരുവിതാംകൂറിൽ എല്ലാവരും സ്വജാതിവിവാഹം ചെയ്യുന്നതിനെത്തുടർന്ന് പ്രായോഗികമായ ആവശ്യം നേരിട്ടതിനാൽ പരസ്പരം യോജിച്ചും കൂട്ടുകുടുംബങ്ങൾ ഭാഗിക്കാൻ തുടങ്ങിയിരിക്കുന്നു. നമ്പൂതിരിയും അയാളുടെ സ്വജാതീയഭാര്യയും കുട്ടികളും കൂടിയുള്ള ചെറുകുടുംബങ്ങൾ പഴയ കൂട്ടുകുടുംബങ്ങൾക്കുപകരം ഉയർന്നുവരികയാണ്. മൂന്നാമത്, നമ്പൂതിരിസ്ത്രീകളുടെ ഇടയിൽ വിദ്യാഭ്യാസവും വേഷപരിഷ്കരണവും ഘോഷബഹിഷ്കരണവും അധികമധികം പ്രചരിച്ചു വരുന്നുണ്ട്. പൊതുസ്കൂളുകളിലും കോളജുകളിലും ചേർന്നു പഠിക്കുന്നത് നമ്പൂതിരിബാലികമാർക്കു നിഷി

ദ്ധമല്ലാതായിട്ടുണ്ട്. നാലാമത്, അയിത്തോച്ചാടനം, ക്ഷേത്രപ്രവേശനം, മിശ്രഭോജനം, മിശ്രവിവാഹം എന്നിവയെസംബന്ധിച്ച് 1931 ലെ സെൻസസ്സ്റിപ്പോർട്ടിൽ പറഞ്ഞ സംഗതികൾ വളരെയധികം അഭിവൃദ്ധിപ്പെട്ടിട്ടുണ്ട്. ഒന്നിലധികം നമ്പൂതിരിയുവതികൾ അന്യസമുദായങ്ങളിലെ യുവാക്കന്മാരെ വിവാഹം ചെയ്കപോലുമുണ്ടായിട്ടുണ്ട്; വിധവാവിവാഹവും കുറച്ചൊക്കെ നടന്നിട്ടുണ്ട്.

ഈ മാറ്റങ്ങളോടുകൂടി സമുദായപരിഷ്കാരപരമായി സാധിക്കേണ്ടതെല്ലാം സാധിച്ചുകഴിഞ്ഞുവെന്ന ഒരു ബോധം പരക്കയാലും ഇക്കാലത്തുനടന്ന ഗംഭീര രാഷ്ട്രീയപ്രസ്ഥാനങ്ങളുടെ അലയടിയാലും 1934–35 – ഓടുകൂടി സമുദായപരിഷ്കാരപ്രസ്ഥാനമാകെ ഒന്നു മന്ദീഭവിച്ചു: യുവജനസംഘത്തിന്റെ ജീവനാഡികളായിരുന്ന പലരും (ഉദാ: വി ടി ഭട്ടതിരിപ്പാട്) 'സമുദായത്തോടു യാത്രപറഞ്ഞ്' പൊതുപ്രവർത്തനത്തിലിറങ്ങി; സമരപരമായ പരിപാടികൾ നടപ്പിൽവരുത്തിയിരുന്ന യുവജനസംഘാംഗങ്ങളിലൊരു വിഭാഗം കോൺഗ്രസിലും കമ്യൂണിസ്റ്റ് പാർട്ടിയിലും മറ്റും ചേർന്നതിനാലും മറ്റൊരു വിഭാഗം വിവാഹം ചെയ്തു ഭാഗംവാങ്ങി വേറെ താമസിക്കുന്നതിന്റെ ഫലമായുളവായ കുടുംബപ്രാരാബ്ധങ്ങളാലും പ്രസ്ഥാനത്തിൽനിന്നൊഴിഞ്ഞു. സഭ പേരിനുമാത്രമുള്ള ഒരു സംഘടനയായധഃപതിക്കുകയും യുവജനസംഘടന നശിക്കുകയും ചെയ്തു.

ഇതിനിടയ്ക്ക് ആളോഹരിഭാഗത്തിന്റെ ഫലമായി നായന്മാർക്ക് നേരിടേണ്ടിവന്ന പ്രശ്നങ്ങളെല്ലാം, അതിന്റെ ആരംഭഘട്ടത്തിലെ രൂപത്തിൽ , നമ്പൂതിരിമാരെയും നേരിടാൻ തുടങ്ങി. ഭാഗിച്ചുകിട്ടിയ കുടുംബസ്വത്തുകൊണ്ടെന്തു ചെയ്യണമെന്നറിയായ്ക, അതു ശരിയായി നോക്കിയാൽപ്പോലും അതുകൊണ്ടു ജീവിക്കാൻ നിവൃത്തിയില്ലെന്ന നില, സ്വന്തമായി ജോലിചെയ്തു ജീവിക്കാനുള്ള പരിശീലനക്കുറവ് മുതലായവ നിമിത്തം സ്വജാതീയവിവാഹവും ആളോഹരിഭാഗവും പുതിയപുതിയ ഭാരങ്ങൾ ഈ ചെറുകുടുംബങ്ങളുടെ ചുമലിൽവച്ചു. ഇതൊന്നും താങ്ങാൻ വയ്യാതെ പലരും നശിക്കുകയും പലർക്കും ആചാരപരിഷ്കാരമായി തങ്ങൾ മുന്നോട്ടുവച്ച അടി പിന്നോട്ടു വയ്ക്കേണ്ടിവരികയും ചെയ്തു. ഈ ഘട്ടത്തിലാണ് 1944–45 ൽ സഭ പുതിയൊരു പരിപാടിയോടുകൂടി പുനരുദ്ധരിക്കപ്പെട്ടത്. ആ പരിപാടിയുടെ ചുരുക്കം ഇതാണ്: ഭാഗിച്ചുകിട്ടിയ സ്വത്തുകൊണ്ടു ജീവിക്കാമെന്ന വിചാരം കളഞ്ഞ് ഓരോ നമ്പൂതിരിയും അന്തർജനവും എന്തെങ്കിലുമൊരു ജോലി പഠിക്കണം. കൂലിപ്പണിയോ തോട്ടിപ്പണിയോ ചെയ്തെങ്കിലും സ്വന്തംകാലിൽ നിന്നു ജീവിക്കാനുള്ള ആ ആഹ്വാനം മൂന്നുകൊല്ലത്തെ പ്രചാരവേലയ്ക്കുശേഷം ഇന്നിപ്പോൾ ഒരു തൊഴിൽപരിശീലനകേന്ദ്രത്തിന്റെ രൂപത്തിൽ നടപ്പിൽ വരാൻ തുടങ്ങിയിരിക്കുന്നു. അന്തർജനങ്ങളും പെൺകിടാങ്ങളുമായ 15 നമ്പൂതിരിസ്ത്രീകൾക്ക് കൈത്തൊഴിലുകളിലും കൂട്ടത്തിൽ പൊതുവിജ്ഞാനത്തിലും പരിശീലനം കൊടുക്കുന്ന ഒരു കേന്ദ്രം സഭയുടെ ആഭിമുഖ്യത്തിലും സമുദാ

യത്തിന്റെ കൈയയച്ച സംഭാവനയുടെ പിൻബലത്തിലും തുടങ്ങിയിരിക്കുന്നു. ഇതോടൊപ്പം തന്നെ പഴയ ജന്മികളെന്ന നിലയ്ക്ക് പാട്ടം പിരിച്ചു ജീവിക്കുകയെന്ന പതിവുവിട്ട് കച്ചവടവും വ്യവസായങ്ങളും കൃഷിയും തുടങ്ങാനും നമ്പൂതിരിയുവാക്കന്മാർ കുറേശ്ശ മുമ്പോട്ടു വരുന്നുണ്ട്. ഇങ്ങനെ ജാതി–ജന്മി–നാടുവാഴിമേധാവിത്വമില്ലാത്ത ഒരു ജനകീയകേരളത്തിൽ ജീവിക്കാൻ നമ്പൂതിരിയെ തയാറാക്കുക—'നമ്പൂതിരിയെ മനുഷ്യനാക്കുക'—എന്ന പരിപാടിയിലാണ് സഭ ഇന്നേർപ്പെട്ടിട്ടുള്ളത്. ഇതിനു പല ഭാഗത്തുനിന്നും എതിർപ്പുണ്ടെങ്കിലും സമുദായത്തിലൊരു ഗണ്യമായ വിഭാഗത്തിന്റെ ഉള്ളഴിഞ്ഞ ആനുകൂല്യവും സഹകരണവും നേടാൻ, കഴിഞ്ഞ രണ്ടുമൂന്നുകൊല്ലത്തെ പ്രവർത്തനം പ്രയോജനപ്പെട്ടിട്ടുണ്ട്.

4. സമുദായപരിഷ്കാരവും രാഷ്ട്രീയകാര്യങ്ങളും

വെറും സമുദായപരിഷ്കാരത്തിന്റെ അടിസ്ഥാനത്തിൽ ഉയർന്നുവന്ന മൂന്നു സാമുദായികസംഘടനകളെയാണ് നാമിവിടെ പരിശോധിച്ചത്. അവ മൂന്നും സമുദായപരിഷ്കാരത്തിന്റെ പരിധി വിട്ട് രാഷ്ട്രീയാവകാശവാദത്തിന്റെയും രാഷ്ട്രീയാഭിപ്രായവ്യത്യാസത്തിന്റെയും പിടിയിൽപ്പെടാൻ തുടങ്ങിയെന്നു നാം കണ്ടുകഴിഞ്ഞു: വിവാഹ–ദായക്രമപരിഷ്കാരം ലക്ഷ്യമാക്കിപ്പുറപ്പെട്ട നായരുടെ സമുദായസംഘടന ക്രിസ്ത്യാനിക്കും കുറച്ചൊക്കെ ഈഴവാദിസമുദായങ്ങൾക്കും എതിരായിരിക്കുന്നു; ജാതിനശീകരണമെന്ന സാമൂഹ്യാദർശത്തോടും "മതമേതായാലും മനുഷ്യൻ നന്നാവണ"മെന്ന പരിപാടിയോടും കൂടി പുറപ്പെട്ട ഈഴവൻ ഉദ്യോഗകാര്യത്തിൽ സവർണരെ എതിർക്കുന്നതോടുകൂടി പൊതുദേശീയപ്രസ്ഥാനത്തിന് മിക്കപ്പോഴും എതിരായ നിലയെടുത്തു; ഇംഗ്ലീഷ്‌വിദ്യാഭ്യാസം, സ്വജാതിവിവാഹം മുതലായ ഇനങ്ങളടങ്ങുന്ന സാമൂഹ്യപരിപാടിയോടുകൂടിത്തുടങ്ങിയ നമ്പൂതിരിയുടെ സാമുദായികസംഘടന രാഷ്ട്രീയകോളിളക്കത്തിൽപ്പെട്ട് ഒരു തവണ തീരെ പൊളിഞ്ഞു; ഇന്നും രാഷ്ട്രീയാഭിപ്രായവ്യത്യാസം സമുദായത്തെ കുറെയൊക്കെ ഇളക്കിമറിക്കുന്നുണ്ട്.

ഇതിൽനിന്നും പുലയർ, പറയർ മുതലായ മറ്റു സമുദായങ്ങളുടെ സംഘടനകളനുസരിക്കുന്ന പരിപാടിയിൽനിന്നും (കൊച്ചിയിലും തിരുവിതാംകൂറിലും ഇത്തരം സംഘടനകൾ ധാരാളമുണ്ട്; അവയിൽ പലതിനും അതത് സമുദായത്തിൽ, എസ് എൻ ഡി പി യോഗത്തിന് ഈഴവരുടെ ഇടയിലുള്ളത്രതന്നെ, സ്വാധീനശക്തിയുണ്ട്; കൊച്ചി–തിരുവിതാംകൂറിനെ അപേക്ഷിച്ച് മോശമാണെങ്കിലും കുറച്ചൊക്കെ മലബാറിലും ഇത്തരം പ്രവർത്തനങ്ങൾ നടക്കുന്നുണ്ട്) ഒരു കാര്യം വളരെ വ്യക്തമായി കാണാൻകഴിയും: സമുദായപരിഷ്കാരം വെറും സമുദായപരിഷ്കാരമായി നിൽക്കുകയെന്നത് ഇന്നത്തെ നിലയ്ക്ക് സാധ്യമല്ല; അതിനു രാഷ്ട്രീയകാര്യങ്ങളുമായി വളരെ ബന്ധമുണ്ട്. രാഷ്ട്രീയപ്രവർത്തനം നടത്തുന്ന ഒന്നോ അധികമോ പാർട്ടികൾ തമ്മിൽ തമ്മിലും, രാഷ്ട്രീയപാർട്ടികളും ഗവൺമെന്റും തമ്മിലുമുള്ള മത്സരത്തിൽനിന്ന് സമുദായപരിഷ്കാരപ്രസ്ഥാനത്തിന് ഒഴിഞ്ഞുനിൽക്കാൻ കഴിയുമായിരിക്കും; പക്ഷേ ഗവൺമെന്റി

നെയും രാഷ്ട്രീയപാർട്ടികളെയും സമീപിച്ച് കാര്യം നേടുകയും പല കാര്യങ്ങളിലും ഗവൺമെന്റിന്റെയും രാഷ്ട്രീയപാർട്ടികളുടെയും നയത്തെ എതിർക്കുകയും ചെയ്യാതെ സമുദായസംഘടനയ്ക്ക് അതിന്റെ പ്രവൃത്തി നടത്താൻ കഴിയുകയില്ല, ക്ഷേത്രപ്രവേശനത്തെയും അയിത്തോച്ചാടനത്തെയും എതിർക്കുന്ന കൊച്ചിഗവൺമെന്റിനെ എതിർക്കുന്നത് രാഷ്ട്രീയകാര്യമാണെങ്കിൽ എല്ലാ സമുദായങ്ങളിലെയും സമുദായ പരിഷ്കാരപ്രസ്ഥാനം ഒരു വമ്പിച്ച രാഷ്ട്രീയപ്രസ്ഥാനമാണ്; ഉദ്യോഗകാര്യത്തിലുള്ള സവർണഹിന്ദുക്കുത്തക പൊളിക്കുന്നത് രാഷ്ട്രീയകാര്യമാണെങ്കിൽ ഈഴവരുടെയും മറ്റവശസമുദായങ്ങളുടെയും സമുദായസംഘടനകളെല്ലാം രാഷ്ട്രീയസംഘടനകളാണ്; നമ്പൂതിരിബില്ല് തള്ളിക്കളഞ്ഞ കൊച്ചിഗവൺമെന്റിന്റെ നയത്തെ ശക്തിയായെതിർത്ത യോഗക്ഷേമസഭയ്ക്കും, ആ രൂപത്തിൽ, ഗവൺമെന്റിനെ എതിർക്കേണ്ടിവന്നിട്ടുണ്ട്. എല്ലാറ്റിനുമുപരി, ഓരോ സമുദായത്തിലെയും അംഗങ്ങൾക്ക് മാനമായ ജോലി കിട്ടണമെന്നുണ്ടെങ്കിൽ അതിന് ഇന്നാട്ടിലെ കൃഷിയും വ്യവസായങ്ങളും വ്യാപാരവും ഗതാഗതമാർഗങ്ങളുമെല്ലാം വളരണം; അവ വളരണമെങ്കിലോ, ഇക്കാര്യമെല്ലാം നിയന്ത്രിക്കുന്ന സാമ്പത്തികനയവും അതു നടപ്പിൽവരുത്തുന്ന ഗവൺമെന്റും മാറണം. അതുകൊണ്ടാണ് ഒരു സമുദായവും രാഷ്ട്രീയകാര്യങ്ങളിൽ നിന്നൊഴിഞ്ഞുനിൽക്കാത്തത്.

എന്നാൽ സമുദായസംഘടനകൾ സമുദായസംഘടനകളാണെന്ന കാരണത്താൽത്തന്നെ–അവയുടെ മൗലികതാൽപ്പര്യങ്ങൾ ഒരു സമുദായത്തിന്റെ പ്രത്യേകതാൽപ്പര്യങ്ങളാണെന്ന കാരണത്താൽത്തന്നെ—സമുദായസംഘടനകൾ രാഷ്ട്രീയകാര്യങ്ങളിൽ കൈയിടുന്നത് നാട്ടിന്റെ പൊതുതാൽപ്പര്യങ്ങളെ ശക്തിപ്പെടുത്തുന്നതിനുപകരം ക്ഷീണിപ്പിക്കുകയാണു ചെയ്യുന്നത്. ഈഴവരുടെയും പുലയരുടെയും താൽപ്പര്യങ്ങൾ സംരക്ഷിക്കാൻവേണ്ടി എസ് എൻ ഡി പി യും പുലയമഹാസഭയും പുറപ്പെടുവിക്കുന്ന ആവശ്യങ്ങൾ മിക്കതും ന്യായമാണെങ്കിലും ആ ആവശ്യങ്ങൾ കിട്ടാൻവേണ്ടി പലപ്പോഴും അവ ബ്രിട്ടീഷുകാരെയും നാട്ടുരാജാക്കന്മാരെയും സ്വസമുദായത്തിലെ ബഹുഭൂരിപക്ഷത്തിന്റെ ബദ്ധശത്രുക്കളായ ജന്മി, മുതലാളിവർഗങ്ങളെയും അനുകൂലിക്കുന്നു; നാട്ടിന്റെ പൊതുശത്രുക്കൾക്കെതിരായി നാട്ടുകാരെ അണിനിരത്തുന്ന കോൺഗ്രസ്, ട്രേഡ്യൂണിയനുകൾ, കിസാൻസഭകൾ, കമ്യൂണിസ്റ്റ്പാർട്ടി എന്നിവയെ എതിർക്കുകയും ചെയ്യുന്നു. മാത്രമല്ല, സ്വന്തം സമുദായത്തിന്റെ അവകാശവാദം പുറത്തുവരുന്നത് മിക്കപ്പോഴും ഇതരസമുദായങ്ങളോടുള്ള വിരോധത്തിന്റെ രൂപത്തിലാകയാൽ, അന്യായവും അമിതവുമായ ആവശ്യങ്ങൾ പുറപ്പെടുവിക്കാനും അന്യസമുദായദ്വേഷം പരത്താനുമുള്ള ഉപകരണങ്ങളായും ഈ സംഘടനകൾ പ്രവർത്തിക്കാറുണ്ട്. നേരേമറിച്ച്, ദേശീയപ്രസ്ഥാനത്തെ പൊതുവെ അനുകൂലിക്കുന്ന നായന്മാർ ഉദ്യോഗത്തിന്റെയും മറ്റും കാര്യത്തിൽ ഈഴവാദിസമുദായങ്ങളുടെ ന്യായമായ ആവശ്യങ്ങളെപ്പോലും എതിർക്കുകയും, അതിനുവേണ്ടി ചിലപ്പോൾ (ഉദാ: 1114 ലെ തിരുവിതാം

കൂർ സമരം) ദേശീയ പ്രസ്ഥാനത്തിനെതിരായി അണിനിരക്കുകയും ചെയ്യുന്നു. ഈ സ്ഥിതിയിൽ സമുദായസംഘടനകൾ വളരുന്തോറും ജാതിമേധാവിത്വം പോകുന്നുണ്ടെങ്കിലും ജാതിമനോഭാവവും ജാതികൾ തമ്മിലുള്ള മത്സരങ്ങളും ഇല്ലാതാകുന്നില്ല; സവർണക്കുത്തക നശിപ്പിച്ചു സാമൂഹ്യസമത്വം സ്ഥാപിക്കാനുള്ള ശ്രമം സമുദായങ്ങൾതമ്മിലുള്ള വ്യത്യാസങ്ങളില്ലാതാക്കി സാമൂഹൈ്യക്യം സ്ഥാപിക്കുന്നതിനുപകരം സമുദായവഴക്കുകൾ ആളിക്കത്തിക്കാനാണു പ്രയോജനപ്പെടുന്നത്.

ഈ നിലയ്ക്ക് നോക്കുമ്പോൾ "സമുദായസംഘടനകൾ രാജ്യത്തിന്റെ പൊതുതാൽപ്പര്യത്തിനെതിരാണെ"ന്ന തീരുമാനത്തിൽ നാം ചെന്നെത്തുന്നുവെന്നതു ശരിയാണ്. പക്ഷേ ഇതിനു മറ്റൊരുവശമുണ്ട്. ജാതിസമ്പ്രദായം അടിയുറച്ചുകിടക്കുന്ന ഒരു സാമൂഹ്യസ്ഥിതിയിൽ ഇത് ഒഴിവാക്കാൻവയ്യാത്ത ഒരു സംഭവഗതിയാണ്. നൂറ്റാണ്ടുകളായി അടിച്ചമർത്തപ്പെട്ടുകിടക്കുന്ന അവശസമുദായക്കാർക്ക് ആത്മാഭിമാനവും രാഷ്ട്രീയബോധവും വരുമ്പോൾ അവരാദ്യം ചിന്തിക്കുന്നത് തങ്ങളുടെ ജാതിയും തങ്ങളെ അടിച്ചമർത്തുന്ന ജാതിയുമെന്ന നിലയ്ക്കല്ലാതെ വരാൻ നിവൃത്തിയില്ല; ഈഴവർ സവർണനെ–എന്തിന്, പുലയൻ ഈഴവനെപ്പോലും –തന്റെ സമുദായശത്രുവായി കണക്കാക്കുന്നതിലോ ആ സമുദായശത്രുവിനെ തോൽപ്പിക്കാൻ ബ്രിട്ടീഷുകാരന്റെ സഹായംപോലും അയാൾ തേടുന്നതിലോ അത്ഭുതപ്പെടാനില്ല. അതുപോലെ, നൂറ്റാണ്ടുകളോളമായി താനനുഭവിച്ചുപോന്ന പ്രത്യേക സൗജന്യങ്ങളും സ്ഥാനമാനങ്ങളും പെട്ടെന്നില്ലാതാവുകയും അതിന്റെ ഫലമായി ജീവിതമാർഗംപോലും നശിക്കുകയും ചെയ്യുന്നതു കാണുമ്പോൾ അതിനിടവരുത്തുന്ന ക്രിസ്ത്യാനിയെയും ഈഴവനെയും മുസ്ലിമിനെയും മറ്റും നായർ എതിർക്കുന്നതും മനുഷ്യസഹജമാണ്. ഇങ്ങനെ പരസ്പരം എതിർക്കുകയും വഴക്കടിക്കുകയും ചെയ്യുന്നതുകൊണ്ട് എല്ലാവരും നശിക്കുകയാണ് ചെയ്യുന്നതെന്നും, നേരേമറിച്ച് എല്ലാവർക്കും അവരവരുടെ ന്യായമായ ആവശ്യങ്ങൾ സിദ്ധിക്കത്തക്ക ഒരു നവീന ജനാധിപത്യകേരളം സൃഷ്ടിക്കാൻ കഴിയുമെന്നും അതിൻകീഴിൽ ഈഴവനും പുലയനും ക്രിസ്ത്യാനിക്കും വരുന്ന അഭിവൃദ്ധി നായരുടെയും നമ്പൂതിരിയുടെയും അധഃപതനത്തിനിടവരുത്തുകയില്ലെന്നും ബോധ്യപ്പെടുമ്പോൾ മാത്രമേ സമുദായസംഘടനകൾ പൊതു–ദേശീയതാൽപ്പര്യങ്ങളെ എതിർക്കുന്നതിനുപകരം സഹായിക്കുകയുള്ളൂ.

അതായത്, സമുദായപ്രവർത്തനവും സമുദായസംഘടനകളും, ജാതിമേധാവിത്വത്തിന്റെ നാടായ കേരളത്തിൽ, നാട്ടുകാരിൽ ആത്മാഭിമാനവും മൗലികമായ രാഷ്ട്രീയബോധവും തട്ടിയുണർത്തി; ആയിരക്കണക്കിലുള്ള ബഹുജനങ്ങളെ ഉൾക്കൊള്ളുന്ന വമ്പിച്ച ബഹുജനസംഘടനകളുണ്ടാക്കി; ഇന്നും പിന്നണിയിൽക്കിടക്കുന്ന വലിയൊരു വിഭാഗം നാട്ടുകാർക്ക് രാഷ്ട്രീയപ്രവർത്തനത്തിന്റെ ആദ്യപാഠങ്ങൾ നൽകുന്നത് അവയാണ്. എന്നാൽ അവ നാട്ടുകാരെ തട്ടിയുണർത്തിയിട്ടും ഉണർത്തുന്നുമുണ്ടെങ്കിലും നാട്ടിന്റെ പൊതുശത്രുക്കൾക്കെതിരായി, നാട്ടുകാരുടെ പൊ

തുനന്മയ്ക്കുവേണ്ടി നാട്ടുകാരെ യോജിപ്പിക്കുന്നില്ല; സമുദായതാൽപ്പര്യം സംരക്ഷിക്കുകയെന്ന സങ്കുചിതലക്ഷ്യംവച്ചു പ്രവർത്തിക്കുന്ന അവർക്കതു സാധ്യവുമല്ല. ഒരു പ്രത്യേക സമുദായത്തിന്റേതിനുപകരം എല്ലാ സമുദായങ്ങളുടെയും പൊതുതാൽപ്പര്യങ്ങൾ സംരക്ഷിക്കുകയെന്ന ഉദ്ദേശത്തോടെ എല്ലാ സമുദായങ്ങളിലുംപെട്ട നാട്ടുകാരെ യോജിപ്പിച്ച് സമരരംഗത്തിറക്കുന്ന ദേശീയപ്രസ്ഥാനത്തിനുമാത്രമേ ആ പണി ചെയ്യാനാവുകയുള്ളു. അത്തരമൊരു ദേശീയ പ്രസ്ഥാനവുംകൂടി കഴിഞ്ഞ മുപ്പത് കൊല്ലത്തോളമായി കേരളത്തിൽ വളർന്നുവരുന്നുണ്ട്; അതുകൊണ്ടാണ് സമുദായസംഘടനകൾപോലും സമുദായമത്സരത്തിലും ആഭ്യന്തരയുദ്ധത്തിലും ചെന്നെത്താത്തത്.

കേരള കോൺഗ്രസിന്റെ ഉത്ഭവം

കേരളത്തിൽ സമുദായപ്രസ്ഥാനം വളർന്നുവരാൻ തുടങ്ങിയ കാലത്തുതന്നെ ഇന്ത്യയുടെ മറ്റു ഭാഗങ്ങളിൽ രാഷ്ട്രീയപ്രസ്ഥാനം വളർന്നുകഴിഞ്ഞിരുന്നു. എസ് എൻ ഡി പി യോഗം സ്ഥാപിച്ചത് 1078 (1903) ലാണെന്നു നാം കണ്ടുവല്ലോ. അതുകഴിഞ്ഞ് ഒന്നുരണ്ടുകൊല്ലത്തിനുള്ളിൽ ബംഗാൾ വിഭജനത്തിനെതിരായും ബ്രിട്ടീഷ്സാമാനബഹിഷ്കരണം മുതലായ സമരപരിപാടികളോടുകൂടിയുമുള്ള ഒരു ഇടതുപക്ഷപ്രസ്ഥാനം ബംഗാൾ, മഹാരാഷ്ട്ര, പഞ്ചാബ്, യു പി മുതലായ സംസ്ഥാനങ്ങളിൽ ഉയർന്നുവന്നു. 'ലാൽ-പാൽ-ബാൽ' എന്ന പൊതുപേരിലറിയപ്പെടുന്ന ത്രിമൂർത്തികൾ—*ലാലാ*ലജ്പത്റായി, ബിപിൻചന്ദ്ര*പാൽ*, *ബാൽ*ഗംഗാധർതിലക്—പഴയ കോൺഗ്രസ്നേതൃത്വത്തിന്റെ മിതവാദിത്വപരമായ നയത്തിനെതിരായി 'അമിതവാദി'കളെ അണിനിരത്തുകയും മിതവാദികളും അമിതവാദികളും തമ്മിലുള്ള ഈ വഴക്ക് സൂറത്ത്കോൺഗ്രസ്സിൽ വെച്ച് പരസ്യമായി ഭിന്നിപ്പിൽത്തന്നെ ചെന്നെത്തുകയും അമിതവാദികളുടെ നേതാവായ തിലകനെ അറസ്റ്റ്ചെയ്ത് ആറു കൊല്ലത്തെ ജയിൽശിക്ഷ നൽകുകയും അമിതവാദികളുടെ സംഘടനകൾ വളർന്നുവന്ന് അവർ സാമ്രാജ്യദാസന്മാരായ ഉദ്യോഗസ്ഥന്മാരെ വെടിവയ്ക്കുകയും ഈ ഭീകരപ്രവർത്തനം നടത്തിയിരുന്ന രാഷ്ട്രീയപ്രവർത്തകന്മാരെ തൂക്കിക്കൊല്ലുകയും മറ്റും ചെയ്തിരുന്ന കാലത്ത് അതിന്റെയൊന്നും അല കേരളത്തിൽ അടിച്ചിരുന്നില്ല.

ഇതിനെപ്പറ്റി കേരള കോൺഗ്രസിന്റെ ഔദ്യോഗികചരിത്രത്തിൽ—കെ പി സി സി പ്രസിദ്ധീകരിച്ച *കേരളവും കോൺഗ്രസു*മെന്ന ഗ്രന്ഥത്തിൽ—ഇങ്ങനെ പറയുന്നു:

തിരുവിതാംകൂർ, കൊച്ചി, ബ്രിട്ടീഷ്മലബാർ എന്ന മൂന്നു പ്രത്യേക വിഭാഗങ്ങളായി കേരളം വേർതിരിഞ്ഞിരിക്കുന്നതുകൊണ്ട് പൊതുവായ ഒരു രാഷ്ട്രീയജീവിതം ഏതാനും ശതാബ്ദങ്ങളായി ഇവിടെ നഷ്ടപ്രായമായിരിക്കുന്നു. 1920 നുമുമ്പ് നാട്ടുരാജ്യങ്ങൾ കോൺഗ്രസിന്റെ പരിധിയിൽ പെട്ടിരുന്നില്ല. ബ്രിട്ടീഷിന്ത്യയിലെ ഭരണകാര്യസംബന്ധമായ പ്രശ്നങ്ങളിൽ മാത്രമാണ് കോൺഗ്രസ് ആദ്യകാലങ്ങളിൽ ശ്രദ്ധിച്ചിരുന്നത്.

ചേറ്റൂർ ശങ്കരൻനായർ, ജി പി പിള്ള, പിരൈരുനമ്പ്യാർ, സി കുഞ്ഞിരാമമേനോൻ, മന്നത്തു കൃഷ്ണൻനായർ, ഡോക്ടർ ടി എം നായർ, എസ് കെ നായർ, സി കരുണാകരമേനോൻ, കെ പി അച്ചുതമേനോൻ, കെ യു നാരായണമേനോൻ എന്നിവർ അക്കാലങ്ങളിലെ കോൺഗ്രസ്സമ്മേളനങ്ങളിൽ ഇടയ്ക്കിടെ സംബന്ധിച്ചതായും നടപടികളിൽ പങ്കുകൊണ്ടതായും കാണുവാനുണ്ട്. ഇവരിൽ സി ശങ്കരൻനായർ അമരാവതിയിൽവെച്ചു നടന്ന കോൺഗ്രസിന്റെ പതിമ്മൂന്നാം സമ്മേളനത്തിൽ ആധ്യക്ഷ്യം വഹിക്കുകയും ചെയ്തു. എന്നാൽ ഈ പറഞ്ഞവരിൽ പ്രധാനപ്പെട്ട പലരും കേരളത്തിനുപുറമേ സ്ഥിരമായി പാർത്തുവന്നവരായിരുന്നു. അതിനാൽ അവരുടെ പൊതുക്കാര്യതൽപ്പരത കേരളത്തിലെ അന്തരീക്ഷത്തെ സ്പർശിച്ചിരുന്നില്ല (പേജ് 377–8).

വാസ്തവം പറകയാണെങ്കിൽ, രാഷ്ട്രീയപ്രസ്ഥാനത്തിന്റെ കാര്യത്തിൽ മാത്രമല്ല, സമുദായപരിഷ്കാരപ്രസ്ഥാനത്തിന്റെ കാര്യത്തിൽപ്പോലും കേരളവും ഇന്ത്യയുടെ മറ്റുഭാഗങ്ങളും തമ്മിൽ ഈ അന്തരമുണ്ടായിരുന്നു. രാജാ റാംമോഹൻറോയിയുടെയും മറ്റും നേതൃത്വത്തിൽ ബംഗാളിൽ സമുദായപരിഷ്കാരപ്രസ്ഥാനം തുടങ്ങി ഏതാണ്ടരനൂറ്റാണ്ടു കഴിഞ്ഞപ്പോഴേക്കു മാത്രമാണ്—ബംഗാളിലും ബോംബെയിലും മറ്റും സമുദായപരിഷ്കാരപ്രസ്ഥാനത്തിലൂടെ വളർന്നുവന്ന പൊതുപ്രവർത്തകന്മാർ രാഷ്ട്രീയപ്രശ്നങ്ങളെക്കുറിച്ചാലോചിക്കാനും രാഷ്ട്രീയസംഘടനകൾ രൂപീകരിക്കാനും തുടങ്ങിയതിൽപ്പിന്നെയാണ്—കേരളത്തിൽ സമുദായപരിഷ്കാരപ്രസ്ഥാനം വളരാനും സമുദായപരിഷ്കരണസംഘടനകൾ രൂപീകരിക്കാനും തുടങ്ങിയത്. കേരളത്തിൽ സമുദായപരിഷ്കാരപ്രസ്ഥാനം തുടങ്ങിയപ്പോഴേക്കും ബംഗാളിലും ബോംബെയിലും അരനൂറ്റാണ്ടോളം കാലത്തെ സമുദായപരിഷ്കാരപ്രസ്ഥാനവും കാൽനൂറ്റാണ്ടോളം കാലത്തെ മിതവാദപരമായ കോൺഗ്രസ്പ്രസ്ഥാനവും കൊണ്ട് തൃപ്തിപ്പെടാതെ അമിതവാദപരമായ ഒരു രാഷ്ട്രീയപ്രസ്ഥാനം വളർത്താൻ രാഷ്ട്രീയപ്രവർത്തകന്മാർ ആരംഭിച്ചുകഴിഞ്ഞിരുന്നു.

ഇതിനുള്ള കാരണമെന്താണെന്ന ചോദ്യത്തിനുള്ള മറുപടി കേരള കോൺഗ്രസ് ചരിത്രകാരന്റെ മുകളിൽ കൊടുത്ത പ്രസ്താവനയിൽ അടങ്ങിയിട്ടുണ്ട്. ആദ്യകാലത്തെ കോൺഗ്രസ്പ്രവർത്തനത്തിൽ പങ്കുകൊണ്ടിരുന്ന മലയാളികളിൽ “പ്രധാനപ്പെട്ട പലരും കേരളത്തിനുപുറമേ സ്ഥിരമായി പാർത്തുവന്നവരായിരുന്നു.” അതായത്, മദിരാശിയിൽ താമസിച്ച് ഹൈക്കോടതിയിൽ പ്രാക്ടീസ്ചെയ്തിരുന്ന ‘ഒന്നാംകിട’ വക്കീൽമാരുടെ കൂട്ടത്തിൽ മലയാളികളുമുണ്ടായിരുന്നു; അവരും, തങ്ങളുടെ കൂട്ടുകാരെപ്പോലെ, അന്നത്തെ കോൺഗ്രസിന്റെ ‘മദിരാശിപ്രതിനിധി’കളായിരുന്നു; അവരും, മറ്റു ‘മദിരാശി പ്രതിനിധി’കളെയെന്നപോലെ, പ്രമേയങ്ങളവതരിപ്പിക്കും, പ്രസംഗിക്കും; അവരിൽവച്ചേറ്റവും പ്രാപ്തിയുള്ളയാൾ (ശങ്കരൻ നായർ) കോൺഗ്രസ്സധ്യക്ഷനാവുകയും ചെയ്തു.

മലയാളികളുടെ ഇടയിൽ മാത്രമല്ല, ഇന്ത്യയിലെ എല്ലാ ജനവിഭാഗ

ങ്ങളുടെ ഇടയിലും കോൺഗ്രസ്പ്രവർത്തകന്മാർ—എന്തിന്, സമുദായപരിഷ്കാരപ്രവർത്തകന്മാർപോലും—ആദ്യം ഉയർന്നുവന്നത് ഹൈക്കോടതിവക്കീൽമാർ, ഉയർന്ന ഉദ്യോഗങ്ങൾ കിട്ടാനാശിക്കുന്ന അഭ്യസ്തവിദ്യർ, ഗവൺമെന്റിൽനിന്ന് ബിരുദങ്ങളും സ്ഥാനമാനങ്ങളും പ്രതീക്ഷിക്കുന്ന നാട്ടുപ്രമാണികൾ, കച്ചവടവും ഫാക്ടറികളും നടത്തി ആദായങ്ങളെടുക്കുന്നവരും അതിനാഗ്രഹിക്കുന്നവരും മുതലായവരുടെ ഇടയിൽനിന്നാണ് (കേരളത്തിൽത്തന്നെ എസ് എൻ ഡി പി സ്ഥാപകന്മാരിലൊരാളായ ഡോക്ടർ പൽപ്പു ഇത്തരക്കാരനായിരുന്നുവെന്ന് നാം കണ്ടുകഴിഞ്ഞു). ഇവരെല്ലാം സംസ്ഥാനഗവൺമെന്റുമായി ഒരു തരത്തിലല്ലെങ്കിൽ മറ്റൊരു തരത്തിൽ ബന്ധപ്പെട്ടവരും തലസ്ഥാനനഗരത്തിൽ സ്ഥിരമായി താമസിക്കുകയോ കൂടക്കൂടെ പോവുകയെങ്കിലുമോ ചെയ്യുന്നവരുമാണ്. അതായത്, ഗവൺമെന്റ് തലസ്ഥാനനഗരവുമായുള്ള ബന്ധമാണ് സമുദായപരിഷ്കാര പ്രസ്ഥാനത്തിനും ആദ്യകാലത്തെ രാഷ്ട്രീയ പ്രസ്ഥാനത്തിനുമുള്ള പ്രേരണകളിലൊന്ന്. അത് കേരളത്തിന് കുറവാണ്. എന്തുകൊണ്ടെന്നാൽ, കേരളമെന്നൊരു സംസ്ഥാനമില്ല. ബ്രിട്ടീഷ്കേരളം മദിരാശിസംസ്ഥാനത്തിന്റെ ഭാഗമായ ഒരു ജില്ല മാത്രമാണ്. അതുകൊണ്ട്, ഉൽകൃഷ്ടവിദ്യാഭ്യാസവും നവീനാശയങ്ങളും കിട്ടി ഉദ്യോഗം സമ്പാദിച്ച്, പൊതുപ്രശ്നങ്ങളിൽ ശ്രദ്ധചെലുത്താൻ കഴിയുന്നവരെല്ലാം നാടും വീടും വിട്ട് അന്യരാജ്യങ്ങളിൽ പോയി അന്യനാട്ടുകാരുടെ ഇടയിൽ കാലംകഴിക്കുന്നു; സ്വന്തം നാട്ടുകാരിൽനിന്നും അവരുടെ ജീവിതപ്രശ്നങ്ങളിൽനിന്നും അകന്നുനിൽക്കുന്ന അവർക്ക് പൊതുപ്രവർത്തകന്മാർക്കുണ്ടാവേണ്ടതായ സേവനബോധമോ സംഘടനാമനോഭാവമോ ഉണ്ടാവുന്നില്ല: സ്വന്തം ജീവിതം നയിക്കാൻവേണ്ടിയാണു നാടുവിട്ടു ജീവിക്കുന്നതെന്ന ബോധം അവരിൽ സാമൂഹ്യമനോഭാവത്തെക്കാളധികം സ്വാർഥമനോഭാവമാണുളവാക്കുന്നത്. സമുദായത്തിൽ നിലവിലുള്ള അനാചാരങ്ങളെയും രാഷ്ട്രീയ–സാമ്പത്തികജീവിതത്തിലുള്ള തകരാറുകളെയുംകാൾ തങ്ങളുടെ ഉദ്യോഗക്കയറ്റം, ശമ്പളക്കൂടുതൽ മുതലായവയെക്കുറിച്ചാണവരാലോചിക്കുന്നത്. പോരെങ്കിൽ കൽക്കത്തയിലും ബോംബെയിലും മദിരാശിയിലുമെന്നപോലെ കച്ചവടവും ഫാക്ടറികളും നടത്തുന്നാളുകളും കേരളത്തിലില്ല.

ഇതല്ല ബംഗാളിലെയും ബോംബെയിലെയും സ്ഥിതി. അവിടത്തെ അഭ്യസ്തവിദ്യരും ഉദ്യോഗാർഥികളും ഉദ്യോഗസ്ഥന്മാരുമെല്ലാം സ്വന്തം നാട്ടിൽ, സ്വന്തം നാട്ടുകാരുടെ ഇടയിൽ താമസിക്കുന്നു; ചുറ്റുമുള്ള സാമൂഹ്യജീവിതത്തിൽ പങ്കുകൊള്ളുന്നു. ഓണത്തിനും വിഷുവിനും അവധി കിട്ടാതെ മദിരാശിയിൽത്തന്നെ താമസിച്ചും, ചുറ്റും നടക്കുന്ന ദീപാവലിയാഘോഷത്തിൽ ഹൃദയപൂർവം പങ്കുകൊള്ളാൻ കഴിയാതെയും, പെൻഷൻ കിട്ടി നാട്ടിൽപ്പോയി ഓണം, വിഷു മുതലായ അടിയന്തരങ്ങളാഘോഷിക്കാൻ കഴിയുന്ന ദിവസം പ്രതീക്ഷിച്ചും കഴിയുന്ന മലയാളി, നാടിനെയും നാട്ടുകാരെയും ഗവൺമെന്റിനെയും തന്നെപ്പോലും ശപിച്ചു നാൾകഴിക്കുകയാണെങ്കിൽ, ബംഗാളിയും മറാത്തിയും തമിഴനുമൊക്കെ ഉദ്യോ

ഗജീവിതത്തിലെന്നപോലെ സ്വന്തം നാട്ടുകാരുടെ നിത്യജീവിതത്തിലും സജീവമായി പങ്കുകൊള്ളുന്നതിനാൽ അവർക്ക് മലയാളികളെക്കാൾ ഹൃദയവിശാലതയും സാമൂഹ്യബോധവും സംഘടനാബോധവും വളരുന്നു. അങ്ങനെ ബംഗാളികളും മഹാരാഷ്ട്രക്കാരും പാർസികളും കോൺഗ്രസിന്റെ മുന്നണിയിൽ നിൽക്കുകയും അവരുടെ ഇടയിൽ അമിതവാദം പോലും പരക്കാൻ തുടങ്ങുകയും തമിഴ്നാട്ടിൽപ്പോലും സുബ്രഹ്മണ്യഭാരതി, വി പി എസ് അയ്യർ മുതലായവരുടെ വിപ്ലവപ്രസ്ഥാനം വളരുകയും ചെയ്തപ്പോൾ കേരളം രാഷ്ട്രീയമായി ഉറങ്ങുകയായിരുന്നു.

ഉൽക്കൃഷ്ടവിദ്യാഭ്യാസവും നവീനാശയങ്ങളും നേടിയ മലയാളിയുവാക്കന്മാരെ ആകർഷിക്കുകയും കേന്ദ്രീകരിക്കുകയും ചെയ്യുന്ന ഒരു തലസ്ഥാനം—ഗവൺമെന്റാപ്പീസുകൾ, ഹൈക്കോടതി, സർവകലാശാല, ഫാക്ടറികൾ, തുറമുഖം മുതലായവയുള്ള ഒരു പ്രധാനനഗരം—കേരളത്തിലുണ്ടായിരുന്നുവെങ്കിൽ ഇവിടെയും സജീവരാഷ്ട്രീയപ്രവർത്തനം നേരത്തേതന്നെ തുടങ്ങുമായിരുന്നുവെന്നതിന്, അതൊന്നുമില്ലാതെ തന്നെ ഒരു രാമകൃഷ്ണപിള്ളയെ സൃഷ്ടിക്കാൻ കേരളത്തിനുകഴിഞ്ഞുവെന്ന പരമാർഥം ഉദാഹരണമാണ്. 'ലാൽ–പാൽ–ബാൽ' നേതൃത്വമാണ് ഇന്ത്യയിലാദ്യം വിപ്ലവപ്രസ്ഥാനം സൃഷ്ടിച്ചതെങ്കിൽ പരേതനായ രാമകൃഷ്ണപിള്ളയാണ് ഗവൺമെന്റിനെതിരായി നിശിതമായ വിമർശനം മുഖേന നാട്ടുകാരുടെ പ്രീതിനേടിയ ആദ്യത്തെ മലയാളി രാഷ്ട്രീയപ്രവർത്തകൻ; ബാൽഗംഗാധർതിലകനാണ് ഇന്ത്യയിലെ ആദ്യത്തെ രാഷ്ട്രീയത്തടവുകാരനും ഇടതുപക്ഷ പ്രസ്ഥാനത്തിന്റെ മുൻഗാമിയുമെങ്കിൽ, രാമകൃഷ്ണപിള്ളയാണ് രാഷ്ട്രീയകാരണങ്ങളാൽ ഗവൺമെന്റ് മർദനം (സ്വന്തം രാജ്യമായ തിരുവിതാംകൂറിൽനിന്നു നാടുകടത്തൽ) അനുഭവിക്കേണ്ടിവന്ന ആദ്യത്തെ രാഷ്ട്രീയപ്രവർത്തകൻ. അദ്ദേഹത്തിന്റെ ധീരതയും ത്യാഗസന്നദ്ധതയും ദീർഘദർശിത്വവും (ഉദാ: അദ്ദേഹം കാൾ മാർക്സിന്റെ ഒരു ജീവിതചരിത്രമെഴുതി പ്രസിദ്ധീകരിച്ചു. മലയാളത്തിൽ —എന്റെ അന്വേഷണത്തിൽ ഇന്ത്യൻ ഭാഷകളിൽത്തന്നെ—ഒന്നാമതു പുറത്തുവന്ന മാർക്സിന്റെ ജീവചരിത്രം അതാണ്. ലോകചരിത്രത്തിൽ മാർക്സിസത്തിനുണ്ടാവാൻ പോകുന്ന പ്രാധാന്യം അവ്യക്തമായിട്ടെങ്കിലും കാണാനദ്ദേഹത്തിനു കഴിഞ്ഞുവെന്നർഥം.) അനുകരിക്കാൻ വേറെ ആളുകളില്ലാതെ വന്നത് അത്തരക്കാരെല്ലാം മദിരാശിയിലും ഡെൽഹിയിലും മറ്റു പട്ടണങ്ങളിലും പോയി സ്വന്തം നാട്ടുകാരിൽനിന്നകന്നു ജീവിച്ചതുകൊണ്ടാണ്. കേരളത്തിനൊരു മദിരാശിയോ കൽക്കത്തയോ ബോംബെയോ ഉണ്ടായിരുന്നുവെങ്കിൽ രാമകൃഷ്ണപിള്ള, ധീരനെങ്കിലും ഒറ്റപ്പെട്ട ഒരു വ്യക്തിയാകുമായിരുന്നില്ല; തിലകനെയും മറ്റും പോലെ, ധീരരായ ഒരു സംഘം വിപ്ലവകാരികളുടെ നേതാവാകുമായിരുന്നു.

ഒന്നാംലോകമഹായുദ്ധത്തോടുകൂടി സ്ഥിതിഗതികളാകെ മാറി. തലസ്ഥാനനഗരത്തിൽ താമസിക്കുന്ന ഹൈക്കോടതിവക്കീൽമാരും ഉയർന്ന

ഉദ്യോഗസ്ഥന്മാരും ഉദ്യോഗാർഥികളും മറ്റും കൊല്ലത്തിലൊരിക്കൽ സമ്മേളനം ചേർന്ന് പിരിയുകയും ചില പ്രധാനകാര്യങ്ങളിൽ ഗവൺമെന്റിന്റെ മുമ്പിൽ നിവേദനങ്ങൾ സമർപ്പിക്കുകയും ചെയ്താൽമാത്രംപോരാ, ജില്ലാസമ്മേളനങ്ങൾ, ജില്ലാക്കമ്മിറ്റികൾ, ജില്ലകളുടെ ആവശ്യങ്ങളെക്കുറിച്ച് പ്രമേയങ്ങളും നിവേദനങ്ങളും ഇവയെല്ലാംകൂടിവേണം എന്ന ഒരഭിപ്രായം കോൺഗ്രസ്സിനുള്ളിൽ പരന്നു. ഇത് പ്രചരിപ്പിക്കാനും നടപ്പിൽ വരുത്താനുമായി മദിരാശിയിൽ ആനിബെസന്റിന്റെ നേതൃത്വത്തിൽ ഹോംറൂൾ (സ്വയംഭരണ) ലീഗ് എന്ന ഒരു സംഘടനയും *ന്യൂഇന്ത്യ* എന്ന ദിനപത്രവും തുടങ്ങി. അതിന്റെ പ്രചാരവേല മദിരാശി നഗരത്തിൽനിന്ന് ജില്ലകളിലേക്കും വ്യാപിച്ചു. കൂട്ടത്തിൽ അത് മലബാറിലും എത്തി.

കേരളകോൺഗ്രസ്സ് ചരിത്രകാരൻ പറയുന്നു:

> തുടർച്ചയായ ഒരു രാഷ്ട്രീയപ്രവർത്തനം ഇവിടെ തുടങ്ങുന്നത് 1915 നുശേഷം ഹോംറൂൾ പ്രസ്ഥാനത്തിന്റെ ആരംഭത്തോടുകൂടിയാണ്. 1916 ൽ ബാരിസ്റ്റർ കെ പി കേശവമേനോൻ ബിലാത്തിയിൽനിന്നു മടങ്ങിയെത്തി കോഴിക്കോട്ട് പ്രാക്ടീസാരംഭിച്ചു. കേശവമേനോൻ മലബാർ ഹോംറൂൾ ലീഗിന്റെയും പിന്നീട് ഡിസ്ട്രിക്ട് കോൺഗ്രസ്സ്കമ്മിറ്റിയുടെയും സെക്രട്ടറിയായിരുന്നു. ഹോംറൂൾ ലീഗിന്റെ പ്രസിഡന്റ് മഞ്ചേരി രാമയ്യരും ഡിസ്ട്രിക്ട് കോൺഗ്രസ്സ്കമ്മിറ്റിയുടെ പ്രസിഡന്റ് കെ പി രാമൻ മേനോനുമായിരുന്നു. പി എ കുഞ്ഞഹമ്മദ് ഈ രണ്ടു സംഘടനകളുടെയും അസിസ്റ്റന്റ് സെക്രട്ടറിയായി രണ്ടുകൊല്ലം പ്രവൃത്തി എടുത്തിരുന്നു. (പേജ് 378).

എന്നാൽ ആനിബെസന്റിന്റെ നേതൃത്വത്തിൽ വന്ന പുതിയ ഹോംറൂൾ പ്രസ്ഥാനം താരതമ്യേന മിതവാദപരമായ ഒരു പ്രസ്ഥാനമായിരുന്നു. ബ്രിട്ടീഷ്സാമ്രാജ്യത്തിനകത്ത് ഇന്ത്യക്ക് പൂർണമായ സ്വയംഭരണം കിട്ടണമെന്നും അതിന് നാട്ടുകാർ സംഘടിക്കണമെന്നുമുള്ള ഹോംറൂൾ പരിപാടിയോടൊപ്പംതന്നെ ഇന്ത്യയുടെ മറ്റു ഭാഗങ്ങളിൽ വിപ്ലവകരമായ പരിപാടികളും മുന്നോട്ടു വന്നിരുന്നു. ഒന്നാമത്, പഞ്ചാബിലെ ഗദർപാർട്ടി, ബംഗാളിലെ വിപ്ലവപാർട്ടികൾ മുതലായവ 'ബ്രിട്ടന്റെ ആപത്ത് നമ്മുടെ അവസരം' എന്ന തത്വമനുസരിച്ച് പട്ടാളത്തിൽ ലഹള കുത്തിയിളക്കിയും ചെറുപ്പക്കാർക്ക് ആയുധപരിശീലനം നൽകിയും മറ്റും ഒരു വിപ്ലവം നടത്താൻ ശ്രമിച്ചിരുന്നു. രണ്ടാമത്, ഇത്തരത്തിലുള്ളൊരു സായുധവിപ്ലവത്തിനു വേണ്ട ഒരുക്കങ്ങൾ ചെയ്തിരുന്നില്ലെങ്കിലും ബ്രിട്ടന്റെ യുദ്ധനയത്തെയും ബ്രിട്ടീഷ്ഭരണത്തെയും ശക്തിയായെതിർക്കുന്ന അലിസഹോദരന്മാർ, അബ്ദുൾകലാം ആസാദ് മുതലായ മുസ്ലിം നേതാക്കന്മാർ പ്രവർത്തിച്ചിരുന്നു. മൂന്നാമത്, ഇന്ത്യയുടെ ഉദ്ദേശങ്ങൾ സാധിക്കുന്നതിന് പഴയ പരിപാടികളൊന്നും പ്രയോജനപ്പെടുകയില്ലെന്നും സത്യാഗ്രഹമെന്ന ഒരു പുതിയ സമരമാർഗമംഗീകരിക്കണമെന്നുമുള്ള ഗാന്ധിജിയുടെ

അഭിപ്രായവും ക്രമേണ പടർന്നുപിടിക്കുകയും ഒടുവിൽ, 1919 ൽ, അത് കോൺഗ്രസ്സാകെ സ്വീകരിക്കുകയും ചെയ്തു.

ഈ പുതിയ ബ്രിട്ടീഷ്‌വിരോധമനോഭാവത്തിന്റെയും പുതിയ പരിപാടിയുടെയും അല കേരളത്തിലും അടിച്ചിരുന്നുവെന്നതിന് രണ്ടുദാഹരണങ്ങൾ കോൺഗ്രസ്ചരിത്രത്തിൽ കാണുന്നുണ്ട്: ഒന്ന്, കോഴിക്കോട്ടു ടൗൺഹാളിൽവെച്ച് കളക്ടറുടെ അധ്യക്ഷതയിൽ കൂടിയ യോഗത്തിൽ ഒരു പ്രസംഗം ചെയ്യാനെഴുന്നേറ്റ കെ പി കേശവമേനോൻ മലയാളത്തിൽ സംസാരിക്കാൻ തുടങ്ങി; കളക്ടർ അതു തടഞ്ഞു; മലയാളികളുടെ യോഗത്തിൽ മലയാളം സംസാരിക്കാനവകാശമുണ്ടെന്നു കേശവമേനോൻ വാദിച്ചു; എന്നിട്ടും കളക്ടർ സമ്മതിച്ചില്ല. ഇതിൽ പ്രതിഷേധിച്ചുകൊണ്ട് കേളപ്പനും മറ്റു പലരും ഹാൾ വിട്ടിറങ്ങി.

രണ്ട്, 1917 ഏപ്രിൽ 23 ഉം 24 ഉം തീയതികളിൽ കോഴിക്കോട്ടുവച്ചു കൂടിയ രണ്ടാം മലബാർജില്ലാ രാഷ്ട്രീയസമ്മേളനത്തിൽ ബ്രിട്ടീഷ്ഗവൺമെന്റിന്, യുദ്ധം നടത്തുന്നതിനു, നാട്ടുകാരെല്ലാം പണം കൊടുക്കണമെന്ന പ്രമേയം അവതരിപ്പിച്ചപ്പോൾ എം പി നാരായണമേനോൻ അതിനെ എതിർത്തു. അദ്ദേഹം പറഞ്ഞു:

നാം തന്നെ ഇംഗ്ലണ്ടിൽനിന്നു വലിയ സംഖ്യകൾ കടംവാങ്ങിക്കൊണ്ടിരിക്കുമ്പോൾ നമുക്കെങ്ങനെയാണ് ഇംഗ്ലണ്ടിനു കടം കൊടുക്കാൻ കഴിയുക? അധമർണ്ണൻ ഉത്തമർണ്ണനു ദാനംകൊടുക്കുന്നത് ഒരു പുതിയ വർത്തമാനമാണ്.

ഒന്നാം ലോകമഹായുദ്ധത്തോടുകൂടി ഇന്ത്യയിലാകെ അടിക്കാൻ തുടങ്ങിയ പുതിയ കാറ്റ് കേരളത്തിലും അടിക്കാൻ തുടങ്ങിയെന്നാണിതു കാണിക്കുന്നത്. ഈ രണ്ടു സംഭവങ്ങളും വാസ്തവത്തിൽ, ഗാന്ധിജിയുടെ രംഗപ്രവേശനത്തിനുമുമ്പു നടന്നവയാണ്. ഈ സംഭവങ്ങളുടെ അടിയിൽക്കിടക്കുന്ന പുതിയ സാമ്രാജ്യവിരോധമനോഭാവം ആളിക്കത്തിയത് ഗാന്ധിജിയുടെ നേതൃത്വത്തോടുകൂടിയാണ്. ഈ പുതിയ മനോഭാവവും പഴയ കോൺഗ്രസ്നേതൃത്വവും തമ്മിൽ നടന്ന ഏറ്റുമുട്ടലിന്റെ രംഗമായിരുന്നു 1920 ഏപ്രിൽ അവസാനം മഞ്ചേരിയിൽവെച്ചുകൂടിയ അവസാനത്തെ മലബാർജില്ലാ രാഷ്ട്രീയസമ്മേളനം. അതിനെക്കുറിച്ച് കേരളകോൺഗ്രസ്സിന്റെ ചരിത്രകാരൻ പറയുന്നു:

> അഭിനവകേരളത്തിന്റെ രാഷ്ട്രീയചരിത്രത്തിൽ മഞ്ചേരിജില്ലാസമ്മേളനം ഗംഭീരമായ ഒരു പരിവർത്തനഘട്ടത്തെ കുറിക്കുന്നുണ്ട്. അഭിനവഭാരതംതന്നെ ഒരു വലിയ പരിവർത്തനത്തിൽക്കൂടി കടന്നുപോവുകയായിരുന്നു. നവഭാരതത്തിന്റെ ആവിർഭാവത്തിന് മറ്റു യാതൊരു വ്യക്തിയെക്കാളും അൽപ്പമായിട്ടെങ്കിലും കൂടുതൽ സഹായിച്ചിട്ടുള്ള ആനിബെസന്റ് മദാമ്മ ഈ പരിവർത്തനഘട്ടത്തിൽ രാഷ്ട്രീയരംഗത്തിൽനിന്ന് അന്തർധാനം ചെയ്യുകയും ചെയ്യുന്നു. പ്രതിഭാശാലിനിയായ ആ മഹതി നടത്തിയ അവസാനസമരത്തിലെ ഒരു രംഗം ഈ മഞ്ചേരികോൺഫറൻസായിരുന്നു. ഗാ

ന്ധിജിയുടെ നിസ്സഹകരണപ്രസ്ഥാനം അപ്പോൾ ആരംഭിച്ചുകഴിഞ്ഞിരുന്നില്ലെങ്കിലും അതിനടിസ്ഥാനമായിരുന്ന സംഗതികൾ സംഭവിച്ചുകഴിഞ്ഞിരുന്നു. ജനദ്രോഹപരമായ റൗലത്ബില്ലിന്റെ ത്വരിതമായ പാസ്സാക്കൽ, ജാലിയൻവാലയിലെ കൂട്ടക്കൊല, പഞ്ചാബിലെ മറ്റക്രമങ്ങൾ, ഖിലാഫത്ത് കാര്യത്തിൽ ബ്രിട്ടീഷ്ഗവൺമെന്റ് ചെയ്ത അനീതി, മുഹമ്മദലിയുടെ നേതൃത്വത്തിൽ ഇംഗ്ലണ്ടിലേക്കു പോയിരുന്ന ഖിലാഫത്ത് ഡെപ്യൂട്ടേഷന്റെ ഇച്ഛാഭംഗത്തോടുകൂടിയ മടക്കം—ഈ സ്ഥിതിയിൽ ഗവൺമെന്റുമായോ 'പരിഷ്കരിച്ച്' നിയമസഭകളുമായോ സഹകരിക്കുവാൻ മുസ്ലിങ്ങൾക്കു സാധ്യമല്ലെന്നുകാണിച്ചുള്ള ഒന്നാമത്തെയും രണ്ടാമത്തെയും അഖിലഭാരതഖിലാഫത്ത് കോൺഫറൻസുകളുടെയും മദ്രാസ്സംസ്ഥാനഖിലാഫത്ത് കോൺഫറൻസിന്റെയും നിശ്ചയം—ഈ സംഭവങ്ങളുടെ ഫലമായി നിസ്സഹകരണാനുഷ്ഠാനത്തിനുള്ള ആലോചന അന്തരീക്ഷത്തിൽ സർവത്ര വ്യാപിച്ചിരുന്നു. എത്രയും ഇച്ഛാഭംഗജനകമായിരുന്ന ഭരണപരിഷ്കാരനിയമത്താൽ അതൃപ്തരായി ഭവിച്ച ജനങ്ങൾ മേൽപ്പറഞ്ഞ സംഭവങ്ങളാൽ നിസ്സഹകരണത്തിന് എളുപ്പം സന്നദ്ധരാവുമെന്നു ഭയപ്പെട്ടതിനാൽ നിസ്സഹകരണാനുകൂലമായ തീരുമാനങ്ങളൊന്നും മഞ്ചേരികോൺഫറൻസിൽ പാസാകുവാൻ സംഗതിയാവരുതെന്നു കരുതി നിസ്സഹകരണവിരോധികളായ ആനിബെസന്റും കൂട്ടരും നേരത്തേതന്നെ സമർഥമായ പ്രചാരണവേലകളാരംഭിച്ചിരുന്നു. അവരുടെ സ്വാധീനം നിസ്സഹകരണഗതിയെ നിരോധിക്കുവാൻ എത്ര കണ്ട് പര്യാപ്തമാകുമെന്ന് ഇവിടെവെച്ച് പരീക്ഷിച്ചു നോക്കുവാനും തീർച്ചപ്പെടുത്തി. അങ്ങനെ സഹകരണവാദികളുടെയും നിസ്സഹകരണവാദികളുടെയും ബലാബലം പരീക്ഷിച്ചുനോക്കുവാനുള്ള ഒരു പ്രധാന രംഗമായും മഞ്ചേരികോൺഫറൻസ് പരിണമിച്ചു. സാധാരണ ഒരു ജില്ലാ കോൺഫറൻസിനുള്ള ഒരുക്കങ്ങളെക്കാളധികം ഒരുക്കവും ഉത്സാഹവും മഞ്ചേരിയിൽ കാണുകയുണ്ടായി. മലബാറിന്റെ നാനാഭാഗങ്ങളിൽനിന്നും പതിവിലധികം പ്രതിനിധികൾ സന്നിഹിതരായിരുന്നു. എന്നുമാത്രമല്ല, പുറമേ മദ്രാസിൽനിന്നും മറ്റുമായി പല പ്രമാണികളും എത്തിയിട്ടുണ്ടായിരുന്നു. മഞ്ചേരി രാമയ്യർ മുതലായവരാൽ അനുഗതയായി ആനിബെസന്റും കെ പി കേശവമേനോൻ, എ രങ്കസ്വാമിഅയ്യങ്കാർ, കെ മാധവൻനായർ മുതലായവരോടുകൂടി സമ്മേളനാധ്യക്ഷനായി വരിക്കപ്പെട്ടിരുന്ന എസ് കസ്തൂരിരങ്കയ്യങ്കാരും നേരത്തേ മഞ്ചേരിയിൽ ചെന്നുചേർന്നു. അവരുടെ വരവിനുമുമ്പും അതിനുശേഷവും പ്രതിനിധികളുടെ ക്യാമ്പിൽ പ്രചാരണവേലകൾ ഇരുഭാഗത്തുനിന്നും കലശലായി നടത്തുന്നുണ്ടായിരുന്നു. പ്രതിനിധികളുടെ കൂട്ടത്തിൽ വളരെ മാപ്പിളമാരും ഉണ്ടായിരുന്നുവെന്നുള്ളത് ഈ സമ്മേളനത്തെക്കുറിച്ച് പ

റയുവാനുള്ള ഒരു വിശേഷസംഗതിയാണ്. എളിയനിലയിലുള്ള ചില കൂലിപ്പണിക്കാരോടൊപ്പം വലിയനിലയിലുള്ള പ്രഭുക്കന്മാരും, കോഴിക്കോട്ടെ ചെറിയേട്ടൻരാജാ, നിലമ്പൂർ ഇളയരാജാ, മണ്ണാർക്കാട്ട് മൂപ്പിൽനായർ, മങ്കട ഉദയവർമരാജാ, കെ സി വീരരായൻരാജാ എന്നിവരും ഈ സമ്മേളനത്തിന്റെ പ്രതിനിധികളുടെ കൂട്ടത്തിലുണ്ടായിരുന്നു (പേജ് 400–402).

ഖിലാഫത്ത്, ഭരണപരിഷ്കാരം, ജന്മി–കുടിയാൻ പ്രശ്നം എന്നീ മൂന്നു സംഗതികളെക്കുറിച്ചാണ് തീവ്രമായ വാദപ്രതിവാദം സമ്മേളനത്തിൽ നടന്നത്. ആദ്യത്തെ രണ്ടു കാര്യത്തിലും ബ്രിട്ടീഷ്ഗവൺമെന്റനുസരിക്കുന്ന നയത്തെ എതിർത്തുകൊണ്ടും അവയ്ക്കെതിരായി നാട്ടുകാർ അഹിംസാപരമായ നിസ്സഹകരണം മുഖേന സമരം നടത്തണമെന്നുമായിരുന്നു പ്രമേയം. ഇതിൽ നിസ്സഹകരണത്തിന്റെ ഭാഗത്തെ ആനിബെസന്റും കൂട്ടരും എതിർത്തു. പക്ഷേ ബഹുഭൂരിപക്ഷത്തോടെ പ്രമേയം പാസ്സായി. ആനിബെസന്റിനെ അനുകൂലിച്ചിരുന്നവരിൽ ജന്മികൾ ധാരാളമുണ്ടായിരുന്നു; കുടിയാന്മാരിൽ ഭൂരിപക്ഷം നിസ്സഹകരണത്തെ അനുകൂലിച്ചു. ജന്മി–കുടിയാൻ പ്രശ്നത്തിലും ബെസന്റിന്റെ അനുയായികൾ ജന്മികളുടെ ഭാഗത്തും നിസ്സഹകരണവാദികൾ മിക്കവാറും കുടിയാന്മാരുടെ ഭാഗത്തും വോട്ടുചെയ്തു.

ഇങ്ങനെ ബ്രിട്ടീഷ്ഗവൺമെന്റിനോടും മലബാർജന്മികളോടും യുദ്ധം പ്രഖ്യാപിച്ച മഞ്ചേരിസമ്മേളനത്തോടുകൂടി കോൺഗ്രസിന് ഒരു പുതിയ ഉശിരും ആവേശവും കിട്ടി. ഗാന്ധിജിയുടെ നിസ്സഹകരണസന്ദേശം അതിവേഗത്തിൽ കേരളത്തിലെങ്ങും പടർന്നുപിടിച്ചു. സ്കൂളുകളും കോളജുകളും കോടതികളും ആപ്പീസുകളും വിട്ട് എത്രയോ ചെറുപ്പക്കാർ മുഴുവൻസമയവും നാട്ടിനുവേണ്ടി പ്രവർത്തിക്കുന്ന പ്രവർത്തകന്മാരായി മുമ്പോട്ടുവന്നു; മലബാർ, കൊച്ചി, തിരുവിതാംകൂർ എന്ന മൂന്നു രാഷ്ട്രീയ വിഭാഗങ്ങളിൽനിന്നും നമ്പൂതിരി, നായർ, തീയൻ, മുസ്ലിം, ക്രിസ്ത്യാനി മുതലായ സമുദായങ്ങളിൽനിന്നും ജന്മികൾ, ഇടത്തരക്കാർ, കൃഷിക്കാർ, തൊഴിലാളികൾ മുതലായ വർഗങ്ങളിൽനിന്നും പ്രവർത്തകന്മാരും ജനങ്ങളും കോൺഗ്രസിലേക്ക് ധാരാളമായി വന്നുകൊണ്ടിരുന്നു. കോഴിക്കോട്ടും പാലക്കാട്ടും മറ്റു മലബാർ പട്ടണങ്ങളിലും മാത്രം പ്രചാരമുള്ള മലബാർ ജില്ലാ കോൺഗ്രസ് കേരളത്തിലെങ്ങുമുള്ള പട്ടണങ്ങളിലും ഗ്രാമങ്ങളിലും പ്രചരിക്കുന്ന കേരളകോൺഗ്രസായി മാറി. അങ്ങനെ അവസാനത്തെ മലബാർജില്ലാസമ്മേളനത്തിനുശേഷം ഒരു കൊല്ലം കഴിഞ്ഞപ്പോൾ, 1921 ഏപ്രിൽമാസത്തിൽ, ഒന്നാം കേരളസംസ്ഥാന സമ്മേളനം ഒറ്റപ്പാലത്തുവെച്ച് ടി പ്രകാശത്തിന്റെ അധ്യക്ഷതയിൽ കൂടി. “പണ്ടത്തെ മാമാങ്കത്തിനുശേഷം കേരളത്തിലെ എല്ലാഭാഗത്തുനിന്നുമുള്ള പൗരപ്രതിനിധികൾ ഒന്നായി ഒരു സ്ഥലത്തു സമ്മേളിക്കുന്നത് ഇതാദ്യമായിട്ടാണെ”ന്ന് കേരളകോൺഗ്രസ് ചരിത്രകാരൻ അഭിമാനത്തോ

ടുകൂടി പറയുന്നു. പെരുമാക്കന്മാരുടെ കാലത്തിനുശേഷം കേരളം ഒന്നാവാൻ ശ്രമിക്കുന്നത് ഇന്ത്യൻ നാഷണൽ കോൺഗ്രസിന്റെ നേതൃത്വത്തിലാണ്; പരസ്പരം കലഹിച്ചു നാടു കുട്ടിച്ചോറാക്കിയ നാടുവാഴികൾ ഭിന്നിപ്പിച്ച കേരളത്തെ ഒന്നാക്കാൻ ശ്രമിക്കുന്നത് ബ്രിട്ടീഷുകാരോടും ജന്മികളോടും യുദ്ധം പ്രഖ്യാപിച്ച കോൺഗ്രസാണ്; ബ്രിട്ടീഷുകാരുടെ ഭരണത്തിൻകീഴിൽ ഒരു നൂറ്റാണ്ടിലധികം കാലമായി അനുഭവിക്കുന്ന ദുരിതങ്ങൾക്കെതിരായി പോരാടാൻ തുടങ്ങിയപ്പോൾ മാത്രമാണ് പത്തുനൂറ്റാണ്ടിലധികം കാലമായി വേർതിരിഞ്ഞുകിടക്കുന്ന കേരളത്തിന് പഴയ മാമാങ്കം പുതിയ രീതിയിൽ പുനരുദ്ധരിക്കാനുള്ള സന്ദർഭമുണ്ടായത്.

കേരളത്തിന്റെ ഈ ഉയിർത്തെഴുന്നേൽപ്പ് സാമ്രാജ്യാധിപത്യത്തെ അരിശം പിടിപ്പിച്ചതിലത്ഭുതമില്ലല്ലോ. ഈ പുതിയ പ്രസ്ഥാനം വളർന്നുവരാൻ തുടങ്ങിയപ്പോൾത്തന്നെ അതിന്റെ നേതാക്കന്മാരെ—മാധവൻ നായർ, ഗോപാലമേനോൻ, മൊയ്തീൻ കോയ എന്നിവരെ—മലബാറിൽ സഞ്ചരിച്ചിരുന്ന മദിരാശി നേതാവായ യാക്കൂബ് ഹസ്സനോടുകൂടി ഗവൺമെന്റ് അറസ്റ്റ്ചെയ്ത് ജയിലിലാക്കി. ഇതുകൊണ്ടൊന്നും നാട്ടുകാരുടെ ആവേശത്തള്ളൽ തടയാൻ കഴിയുന്നില്ലെന്നു കണ്ടപ്പോൾ ഒറ്റപ്പാലം സമ്മേളനസ്ഥലത്തുവെച്ച് സമ്മേളനം സെക്രട്ടറി പി രാമനുണ്ണിമേനോനെയും മറ്റു പല പ്രവർത്തകന്മാരെയും അകാരണമായും പൈശാചികമായും അടിച്ചു. ഇങ്ങനെ നിരോധനാജ്ഞ, അറസ്റ്റ്, ശിക്ഷ, അടി മുതലായവകൊണ്ട് നാട്ടുകാരിലൊരു വിഭാഗത്തെ ഭയപ്പെടുത്തുക, മറ്റൊരു വിഭാഗത്തെ ക്ഷോഭിപ്പിച്ച് ‘അക്രമം’ പ്രവർത്തിപ്പിക്കുക, അങ്ങനെ ‘അക്രമം’ പ്രവർത്തിച്ച നാട്ടുകാരെ ആ പേരിൽ അമർക്കുക—ഇതായിരുന്നു സാമ്രാജ്യാധിപത്യത്തിന്റെ തന്ത്രം. അതിനു പ്രയോജനപ്പെടത്തക്കവിധത്തിലാണ്, നിർഭാഗ്യവശാൽ, സംഭവങ്ങൾ ഒറ്റപ്പാലം സമ്മേളനത്തിനുശേഷം നടന്നത്.

1921 ലെ മലബാർ ലഹള

എല്ലാ ജാതിക്കാരും മതക്കാരും വർഗക്കാരുമടങ്ങിയ ഒരു ദേശീയപ്രസ്ഥാനമാണ് 1920–21 ൽ കേരളത്തിലുയർന്നുവന്നതെന്നു പറഞ്ഞുവല്ലോ. ബ്രിട്ടീഷ്ഭരണത്തിനെതിരായും സ്വരാജ് നേടുന്നതിനുവേണ്ടിയും മലയാളികളാകെയും മലയാളികളും ഇന്ത്യയിലെ മറ്റു ജനവിഭാഗങ്ങളും തമ്മിലും യോജിച്ചു പ്രവർത്തിച്ചിരുന്ന ആ കാലത്ത് കേരളത്തിന്റെ പല ഭാഗത്തും ആവേശവും ആഹ്ലാദവും നൽകുന്ന പല രംഗങ്ങളും അഭിനയിക്കുകയുണ്ടായി. മുസ്ലിം പള്ളികളിൽ സാധാരണ നടക്കാറുള്ള മതപ്രസംഗങ്ങളിൽ ബ്രിട്ടീഷ് ‘ചെകുത്താൻ’ ഗവൺമെന്റിനോടു സമരം നടത്തുന്നതിന്റെ മതപ്രാധാന്യം വ്യക്തമാക്കുന്ന പ്രസംഗങ്ങൾ; അത്തരം പ്രസംഗങ്ങൾ നടക്കുന്ന യോഗങ്ങളിൽ മുസ്ലിം മതപുരോഹിതന്മാരോടൊപ്പം ഹിന്ദു രാഷ്ട്രീയനേതാക്കന്മാർകൂടി ഹാജ

രാവുക; യോഗങ്ങളിലും ഘോഷയാത്രകളിലും ഹിന്ദു, മുസ്ലിം ബഹുജനങ്ങൾ ഒരുപോലെ പങ്കെടുക്കുക; കോൺഗ്രസ്, ഖിലാഫത്ത് കമ്മിറ്റികളും വാളണ്ടിയർമാരും യോജിച്ചു പ്രവർത്തിക്കുക മാത്രമല്ല രണ്ടിനും ഒരേ ഭാരവാഹികളും ഉദ്യോഗസ്ഥന്മാരുമുണ്ടായിരിക്കുക—ഇതെല്ലാം മലബാറിന്റെ നാനാഭാഗത്തും സർവസാധാരണമായിരുന്നു.

വിവിധ ജാതി, മത, വർഗങ്ങൾ തമ്മിലുള്ള ഈ യോജിപ്പു തന്നെയാണ് ആ പ്രസ്ഥാനത്തിനുണ്ടായിരുന്ന ദൗർബല്യം. എന്തുകൊണ്ടെന്നാൽ, എത്രയോ നൂറ്റാണ്ടുകളായി വേറെവേറെ നിൽക്കുന്നവരും പരസ്പരവിരുദ്ധമായ താൽപ്പര്യങ്ങളുള്ളവരുമായ വിഭാഗക്കാരാണ് ആദ്യമായി, ഒരു പൊതുകാര്യം നേടുന്നതിനുവേണ്ടി, പൊതുശത്രുവിനെ എതിർത്തു തോൽപ്പിക്കാൻവേണ്ടി യോജിക്കുന്നത്. ഇങ്ങനെ അവരെ യോജിപ്പിക്കുന്ന ഒരു പൊതുതാൽപ്പര്യവും പൊതുശത്രുവിനോടു വിരോധവുമുണ്ടെങ്കിലും, ആ അടിസ്ഥാനത്തിൽ യോജിച്ചു പ്രവർത്തിക്കുന്ന അവർ തമ്മിൽ നൂറ്റാണ്ടുകളായുള്ള തെറ്റിദ്ധാരണകളും അകൽച്ചയും അന്യോന്യശത്രുതയും പിന്നെയും ബാക്കി നിലനിൽക്കുന്നുണ്ട്. ഖിലാഫത്തിന്റെയും സ്വരാജിന്റെയും നിസ്സഹകരണപ്രസ്ഥാനത്തിന്റെയും ചർക്കയുടെയും അടിസ്ഥാനത്തിൽ ഹിന്ദുവും മുസ്ലിമും യോജിച്ചുവെങ്കിലും, മുലപ്പാലോടുകൂടി കിട്ടിയ 'മ്ലേച്ഛ'വിരോധം സവർണഹിന്ദുവിന്റെയും 'കാഫർ'വിരോധം മുസ്ലിമിന്റെയും ചോരയിൽ ഇഴുകിപ്പിടിച്ചിട്ടുണ്ട്; അയിത്തോച്ചാടനം ദേശീയപരിപാടിയുടെ ഒരു ഇനമാണെങ്കിലും 'താണജാതി'ക്കാരുടെ നേരേ സവർണഹിന്ദുക്കൾക്കുള്ള അലക്ഷ്യഭാവമോ 'തമ്പുരാ'ക്കന്മാരുടെ നേരേ അയിത്തജാതിക്കാർക്കുള്ള വെറുപ്പോടുകൂടിയ ഭയബഹുമാനങ്ങളോ പോയി അവർ ഒന്നായിത്തീർന്നിരുന്നില്ല; ജന്മി–കുടിയാൻ കാര്യത്തെക്കുറിച്ച് കോൺഗ്രസ് യോഗങ്ങളിൽ ധാരാളം പ്രസംഗങ്ങൾ നടന്നിരുന്നുവെങ്കിലും കുടിയാന്മാരാരാണെന്നും അവരുടെ രക്ഷയെന്നാലെന്താണെന്നുമുള്ള കാര്യത്തിൽ യോജിച്ചതും വ്യക്തവുമായ ഒരഭിപ്രായമുണ്ടായിരുന്നില്ല. ഇങ്ങനെ എത്രയെത്രയോ പ്രശ്നങ്ങളിൽ പരസ്പരവിരുദ്ധമല്ലെങ്കിൽ,വിഭിന്നമെങ്കിലുമായ ആശയഗതിയും മനോഭാവവുമുള്ള ജനവിഭാഗങ്ങൾ തമ്മിൽ യോജിച്ച് ഒരൈക്യമുന്നണിയായി പ്രവർത്തിക്കുന്നതിനിടയ്ക്ക് ഓരോ നിമിഷത്തിലും ഓരോ പുതിയ പ്രശ്നം നേരിടാനുണ്ടാവുമെന്നും അവയ്ക്കു പരിഹാരം കണ്ട് സാമ്രാജ്യവിരോധപരമായ ഐക്യം നിലനിർത്തിയാൽമാത്രമേ പ്രസ്ഥാനം മുമ്പോട്ടുപോവുകയുള്ളുവെന്നും കോൺഗ്രസ് നേതൃത്വം മനസിലാക്കിയില്ല; അതുകൊണ്ട് ഖിലാഫത്ത്–സ്വരാജ് മുദ്രാവാക്യങ്ങൾ കേട്ടുണർന്ന് യോജിച്ച ലക്ഷക്കണക്കിലുള്ള ആളുകളെ, ഓരോ ദിവസവും നടത്തുന്ന പ്രവർത്തനം മുഖേന അധികമധികം ഇണക്കിച്ചേർത്ത് ഒരു വമ്പിച്ച ഐക്യമുന്നണിയാക്കി ഉയർത്താൻ അവർക്കു കഴിഞ്ഞില്ല. നേരേമറിച്ച്, ബ്രിട്ടീഷ്ഭരണാധികാരികൾ കോൺഗ്രസ്–ഖിലാഫത്ത് കമ്മിറ്റികളുടെ നേതൃത്വത്തിലണിനിരന്ന

ബഹുജനങ്ങളെ അധികമധികം അകറ്റാനും അവരുടെ ഇടയിൽ പരസ്പരവൈരുധ്യം വളർത്താനും ശ്രമിച്ചു. ഇങ്ങനെയാണ് 'മാപ്പിളലഹള'യെന്നും 'ഖിലാഫത്തെ'ന്നും മറ്റും വിളിച്ചുവരുന്ന 1921 ലെ മലബാർ ലഹള പൊട്ടിപ്പുറപ്പെട്ടത്.

ഈ ലഹളയുടെ ഉത്ഭവത്തെയും സ്വഭാവത്തെയും കുറിച്ച് പല അഭിപ്രായങ്ങളും പ്രചരിച്ചുവരുന്നുണ്ട്. ബ്രിട്ടീഷ് ഗവൺമെന്റ് പരത്തിവിട്ടിട്ടുള്ള അഭിപ്രായം, പ്രകൃത്യാ ലഹളക്കാരും മതഭ്രാന്തരുമായ മാപ്പിളമാർ ഗവൺമെന്റിനെതിരായ കോൺഗ്രസ്-ഖിലാഫത്ത് പ്രചാരവേലനിമിത്തം ഇളകിപ്പുറപ്പെട്ട് ഗവൺമെന്റിനും ഹിന്ദുക്കൾക്കുമെതിരായി ലഹള നടത്തിയതാണെന്നാണ്. കോൺഗ്രസ് നേതാക്കന്മാരുടെ അഭിപ്രായത്തിൽ (ഉദാ: പരേതനായ കെ മാധവൻ നായർ *മാതൃഭൂമി*യിലെഴുതിയ ലേഖനപരമ്പരയും സ്പെഷൽ കോടതി മുമ്പാകെ അദ്ദേഹം കൊടുത്ത തെളിവും) ഒഴിപ്പിക്കൽ മുതലായ ജന്മിമർദനങ്ങളും കോൺഗ്രസ്-ഖിലാഫത്ത് പ്രസ്ഥാനത്തെ നശിപ്പിക്കാൻവേണ്ടി ഗവൺമെന്റും പോലീസും നടത്തിയ മർദനവും നിമിത്തം ക്ഷോഭിച്ച മാപ്പിളമാർ കോൺഗ്രസ്-ഖിലാഫത്ത് നേതാക്കന്മാർ ഊന്നിയൂന്നി പ്രസ്താവിച്ച അഹിംസാസിദ്ധാന്തം വിട്ട് അക്രമം സ്വീകരിച്ചതാണ് ലഹളയ്ക്കു കാരണം. ഈ രണ്ടഭിപ്രായഗതികളുടെയും അംശങ്ങൾ ചേർന്ന് മാപ്പിളമാരുടെ മതഭ്രാന്ത്, അക്രമവാസന മുതലായവയും അഹിംസാ സിദ്ധാന്തത്തിൽ അവരെ ഉറപ്പിച്ചു നിർത്താൻ കോൺഗ്രസ് നേതാക്കന്മാർക്ക് കഴിയാതെവന്ന സംഗതിയും മറ്റു പല കാരണങ്ങളും കൂടിച്ചേർന്ന് "മാപ്പിളനാട് തീയാണ്; അത് തൊട്ടുകളിക്കരുത്" എന്നൊരു ബോധം ഹിന്ദുകോൺഗ്രസുകാരുടെ ഇടയിൽ പരന്നിട്ടുണ്ടെന്നത് ഒരു പരമാർഥമാണ്; ഇക്കാരണം പറഞ്ഞാണ് 1930–32 ൽ മലബാറിൽ സിവിൽ നിയമലംഘനം തുടങ്ങുന്നതിനെ അന്നത്തെ കോൺഗ്രസ് നേതാക്കന്മാർ എതിർത്തത്.

നേരേമറിച്ച്, മാപ്പിളമാർ മതഭ്രാന്തന്മാരല്ലെന്നും 1921 ലെ ലഹളയെ "മാപ്പിളലഹള"യെന്നു വിളിക്കാൻതന്നെ പാടില്ലെന്നും അതൊരു കാർഷിക വിപ്ലവമായിരുന്നുവെന്നും വാദിക്കുന്നവരുണ്ട്. ഇത് മാപ്പിളമാരുടെ സൽപ്പേര് നിലനിർത്താൻ ശ്രമിക്കുന്ന മുസ്ലിം നേതാക്കന്മാരോ, ഏതു ലഹളയിലും സാമ്പത്തികകാരണങ്ങൾ കണ്ടുപിടിക്കാൻ ശ്രമിക്കുന്ന കമ്യൂണിസ്റ്റുകാരോ മാത്രം പറയുന്നതല്ല. ലഹള അവസാനിച്ചതിൽപ്പിന്നെ കൂടിയ ആദ്യത്തെ സംസ്ഥാനരാഷ്ട്രീയ സമ്മേളനത്തിൽ (1923 മേയ്മാസത്തിൽ പാലക്കാട്ടുവെച്ചുകൂടിയ രണ്ടാം സമ്മേളനത്തിൽ) സ്വാഗതസംഘാധ്യക്ഷനായിരുന്ന ഗായത്രിവല്ലഭയ്യർ തന്റെ സ്വാഗതപ്രസംഗത്തിൽ ഇതേ അഭിപ്രായം പറയുകയുണ്ടായി. അദ്ദേഹത്തിന്റെ പ്രസംഗത്തിൽ നിന്ന് ഒരു ഭാഗം താഴെ കൊടുക്കുന്നു:

> ലഹളയുടെ വാസ്തവമായ കാരണം അതിൽ പങ്കെടുത്തവരുടെ ദാരിദ്ര്യവും ജന്മിയുടെ ഉപദ്രവവുമാണ്. അല്ലാതെ ചിലർ പറയുന്ന

പോലെ ഖിലാഫത്തോ സഹകരണത്യാഗമോ അല്ല. ഖിലാഫത്ത് പ്രക്ഷോഭം ആരംഭിക്കുന്നതിനുമുമ്പും എത്രയോ പ്രാവശ്യം ഈ ജില്ലയിൽ ലഹളയുണ്ടായിട്ടുണ്ട്. എൺപത്തഞ്ചു സംവത്സരങ്ങളോളമായി ഇടയ്ക്കിടെ നടന്നുവരുന്ന ലഹളകളെപ്പറ്റി അന്വേഷണം നടത്തിയിട്ടുള്ള എല്ലാ ഗവൺമെന്റുദ്യോഗസ്ഥന്മാരും ലഹളയും കുടിയായ്മയും തമ്മിലുള്ള ബന്ധത്തെപ്പറ്റി പറയാതിരുന്നിട്ടില്ല. മർദനംകൊണ്ട് ഒരിക്കലും ലഹളയെ അമർത്തുവാൻ കഴിയുന്നതല്ലെന്നും ദരിദ്രനായ മാപ്പിളയ്ക്ക് സമാധാനത്തോടുകൂടി കുടിയിൽ ഇരിക്കുവാൻ സാധിക്കുന്നതുവരെ അവന്റെ 'മതഭ്രാന്ത്' ഇളകിക്കൊണ്ടിരിക്കുമെന്നും മലബാർ കളക്ടറായിരുന്ന ലോഗൻ എത്രയോ മുമ്പുതന്നെ ബലമായി പറഞ്ഞിട്ടുണ്ട്. ജന്മികൾ തങ്ങളുടെ വസ്തുക്കൾ കുടിയാന്മാർക്ക് പണയംവച്ചതാണെന്നു തെറ്റിദ്ധരിച്ച് ഇംഗ്ലീഷ് ജഡ്ജിമാർ ജന്മികൾക്ക് അനർഹങ്ങളായ അവകാശങ്ങൾ നൽകിയിരിക്കുന്നു എന്നും ലോഗൻ പറഞ്ഞിരിക്കുന്നു.

കുറച്ചുകാലമായി ജന്മികൾ അവരുടെ അവകാശങ്ങൾ നിലനിർത്തിപ്പോരുവാൻ ഒരു ജന്മിസഭയും കുടിയാൻമാർ അവരുടെ സങ്കടനിവാരണത്തിനായി ഒരു കുടിയായ്മ യോഗവും തുടങ്ങിയിട്ടുണ്ട്. കഴിഞ്ഞ തിരഞ്ഞെടുപ്പിൽ ഇവർ തമ്മിലായിരുന്നു പോര്. പോരിനിടയിൽ ജന്മികൾ തങ്ങളുടെ ശക്തി ഉപയോഗിച്ച് കുടിയാന്മാർക്ക് അവരുടെ ജീവിതം മുമ്പുള്ളതിലും ദുസ്സഹമാക്കിത്തീർത്തിട്ടുണ്ട്. 1919 ൽ മാപ്പിളമാരുടെ 'ഹിദായത്തുൾ മുസ്ലിമിൻ' സഭ മഞ്ചേരിയിൽവെച്ച് വില്ലിങ്ടൺ പ്രഭുവിനോട് അവരുടെ സങ്കടങ്ങൾ പറയുകയുണ്ടായി. പക്ഷേ അതിനു യാതൊരു ഫലവുമുണ്ടായില്ല. ജന്മികളുടെ അവകാശങ്ങൾക്ക് ഒരു വ്യവസ്ഥ വരുത്തേണ്ടതാണെന്നും അതിന് ജന്മിപ്രതിനിധികളും കുടിയാൻ പ്രതിനിധികളും കൂടിയാലോചിച്ച് ഒത്തുതീർമാനം ചെയ്വാൻ ശ്രമിക്കേണ്ടതാണെന്നും കാണിച്ച് കെ പി രാമൻ മേനോൻ ജന്മിസഭാ കാര്യദർശിക്കയച്ച കത്തിന് തങ്ങൾ അതിനനുകൂലിക്കാൻ ഭാവമില്ലെന്ന നിലയിലാണ് ജന്മികൾ അദ്ദേഹത്തിന് മറുപടി അയച്ചത്.

ഇതിന്റെ ശേഷം കുടിയാന്മാർ പല ദിക്കുകളിലും യോഗങ്ങൾകൂടി സഭകൾ സ്ഥാപിച്ചു. കോൺഫറൻസുകൂടി ജന്മികളും അപ്രകാരം ചെയ്തു. നിയമസഭയിലെ ഒരു മെംബറായിരുന്ന വേങ്ങയിൽ കുഞ്ഞിരാമൻ നായനാർ, താൻ ഒരു ജന്മിയായിരുന്നിട്ടുകൂടി, മലബാറിലെ സമാധാനത്തിനും ജനങ്ങളുടെ ക്ഷേമത്തിനും ജന്മി–കുടിയാൻ കാര്യത്തിൽ ഒരു വ്യവസ്ഥ വരുത്തേണ്ടതാണെന്നു മനസ്സിലാക്കി അതിനായി ശ്രമിക്കണമെന്ന് ഗവൺമെന്റിനോടപേക്ഷിച്ചിട്ടുണ്ട്. അതിന്റെശേഷം നിയമസഭയിൽ മെംബർമാരായിരുന്നിട്ടുള്ള കെ പി രാമൻ മേനോൻ, സദാശിവ ഭട്ട്, എം കൃ

ഷ്ണൻ നായർ ഇവരും തങ്ങളാൽ കഴിയുംവണ്ണം ഇക്കാര്യത്തിൽ ശ്രമിക്കുകയും ഗവൺമെന്റിന്റെ സഹായത്തിനപേക്ഷിക്കുകയും ചെയ്തിട്ടുണ്ട്. പക്ഷേ അതിനൊന്നും യാതൊരു ഫലവും ഇനിയും ഉണ്ടായിട്ടില്ല. (*കോൺഗ്രസും കേരളവും*, പേജ് 458–60).

ലഹളയുടെ യഥാർഥ കാരണം

ഈ അഭിപ്രായങ്ങളിലെല്ലാം അനവധി അപൂർണതകളും അർധസത്യങ്ങളും അടങ്ങിയിട്ടുണ്ട്. മാപ്പിളമാരുടെ മതഭ്രാന്ത്, ജന്മിമർദനം, കോൺഗ്രസ്–ഖിലാഫത്ത് പ്രസ്ഥാനം മുതലായ ഏതെങ്കിലുമൊരു സംഗതിയെടുത്ത് അതാണ് ലഹളയ്ക്കു കാരണമെന്നു വാദിക്കുന്നതും അല്ലെന്നു വാശിപിടിക്കുന്നതും ഒരുപോലെ അസംബന്ധമാണ്. മറ്റേതു ബഹുജനപ്രസ്ഥാനവുമെന്നപോലെ 1921 ലെ മലബാർലഹളയും സാമൂഹ്യ–രാഷ്ട്രീയ–സാമ്പത്തിക പ്രാധാന്യമുള്ള പല സ്ഥിതിഗതികളുടെയും സംഭവങ്ങളുടെയും സംഘട്ടനത്തിൽനിന്നു പൊട്ടിപ്പുറപ്പെട്ടതാണ്; അവയെയെല്ലാം ശാസ്ത്രീയമായി പരിശോധിച്ച് അവയുടെ അന്യോന്യബന്ധം കണ്ടുപിടിച്ചാൽ മാത്രമേ ലഹളയെക്കുറിച്ച് ശരിയായ ഒരഭിപ്രായം പറയാൻ കഴിയുകയുള്ളൂ.

ഇങ്ങനെ പരിശോധിക്കുന്നയവസരത്തിൽ നാം ഒന്നാമതായിക്കാണുന്ന സംഗതി, മലബാറിൽ മാപ്പിളലഹള പൊട്ടിപ്പുറപ്പെടുന്നത് 1921 ൽ ആദ്യമായിട്ടല്ലെന്നതാണ്. 1836 മുതൽ ചെറുതോതിലുള്ള എത്രയോ ലഹളകൾ 'മാപ്പിളനാട്ടി'ൽ നടക്കുകയുണ്ടായിട്ടുണ്ട്. അവയെക്കുറിച്ച് നിഷ്കൃഷ്ടമായയന്വേഷണം നടത്തിയ ലോഗൻ, ജന്മി–കുടിയാൻ പ്രശ്നമാണ് ഇതിന്റെയൊക്കെ അടിയിലുള്ളതെന്നു വാദിച്ചു; അതനുസരിച്ച്, ലഹളകൂടാതെ കഴിക്കത്തക്ക ഇന്നിന്ന പരിഹാരങ്ങൾ കുടിയായ്മ നിയമത്തിൽ വരുത്തണമെന്നും അദ്ദേഹം നിർദേശിച്ചു. അദ്ദേഹത്തെത്തുടർന്ന് കുടിയാൻ പ്രസ്ഥാനത്തിന്റെ നേതാക്കന്മാരെല്ലാം തങ്ങളുടെ വാദത്തിനു ബലംകൂട്ടാൻ മാപ്പിളലഹളയെ ആശ്രയിക്കുകയും ചെയ്തു (അതാണല്ലോ ഗായത്രിവല്ലഭയ്യരുടെ പ്രസംഗത്തിൽ നാം കാണുന്നത്). എന്നാൽ സ്വാഭാവികമായ ഒരു ചോദ്യം വരുന്നു: കുടിയായ്മപ്രശ്നമാണ് ലഹളയുടെ അടിയിലുള്ളതെങ്കിൽ എന്തുകൊണ്ടത് മാപ്പിളക്കുടിയാന്മാരെ മാത്രം ബാധിക്കുന്നു? മാത്രമല്ല, ലഹളകളിൽ പലതും മതംമാറ്റത്തെത്തുടർന്ന് നടക്കുന്നതുമാണ്. ആ സ്ഥിതിക്ക് കുടിയാൻ പ്രശ്നമല്ല, മാപ്പിളമാർക്കു പ്രത്യേകമായുള്ള എന്തോ ഒന്ന് ലഹളകൾക്കടിയിലുണ്ടെന്നു വ്യക്തമല്ലേ? നേരേമറിച്ച്, ലോഗന്റെയും കുടിയാൻ പ്രസ്ഥാനനേതാക്കന്മാരുടെയും വാദത്തെ എതിർക്കുന്നവർ വാദിക്കുന്നതുപോലെ, മാപ്പിളലഹളകളും കുടിയാൻപ്രശ്നവും തമ്മിൽ യാതൊരു ബന്ധവുമില്ലെങ്കിൽ, എന്തുകൊണ്ടാണീ ലഹളകൾ 1836 ൽ മാത്രം തുടങ്ങിയത്? ബ്രിട്ടീഷ്ഭരണം വരുന്നതുവരെ മലബാറിൽ മാപ്പിളമാർ മതഭ്രാന്തന്മാരായിരുന്നില്ല. ആയിരു

ന്നെങ്കിൽ അവരും സാമൂതിരിയും തമ്മിൽ ഉണ്ടായിരുന്നതായി ചരിത്രം പ്രഖ്യാപിക്കുന്ന സൗഹാർദം ഉണ്ടാവുകയില്ലല്ലോ; പോർച്ചുഗീസുകാർ വന്ന കാലത്ത് മാപ്പിളമാർ മതഭ്രാന്തന്മാരായിരുന്നുവെങ്കിൽ അവരും സാമൂതിരിയുംകൂടി പോർച്ചുഗീസുകാരെ കോഴിക്കോട്ടുനിന്നോടിക്കുമായിരുന്നില്ലല്ലോ.

അതുകൊണ്ട് ബ്രിട്ടീഷുകാരുടെ വരവോടുകൂടിയാണ് മലബാറിലെ ഹിന്ദു–മുസ്ലിം ബന്ധം വഷളായിത്തീർന്നതെന്നു വ്യക്തമാണ്. എന്താണിതിനു കാരണം? ജന്മി–കുടിയാൻ ബന്ധത്തിൽ ബ്രിട്ടീഷ് ജഡ്ജിമാർ വരുത്തിയ മാറ്റം—ജന്മിക്ക് ഇഷ്ടമുള്ളപ്പോൾ കുടിയാനെ ഒഴിപ്പിക്കുകയും പാട്ടം കയറ്റുകയും ചെയ്യാമെന്ന നിയമം—മൂലം മാപ്പിളക്കുടിയാന്മാരുടെ സ്ഥിതി മോശമായിത്തീർന്നതാണിതിനു കാരണമെന്നു ലോഗനും കുടിയാൻ നേതാക്കന്മാരും വാദിക്കുന്നു. അത് ഒരതിർത്തിവരെ ശരിയാണുതാനും. ബഹുഭൂരിപക്ഷം ആളുകൾ കുടിയാന്മാരായ ഒരു സമുദായത്തിന് ഈ പുതിയ കുടിയായ്മവ്യവസ്ഥ അസ്വാസ്ഥ്യജനകം തന്നെയാണ്. പക്ഷേ അതുമാത്രമല്ല, വേറെയും കാരണമുണ്ട്. കുടിയാന്മാരെന്ന നിലയ്ക്കു മാത്രമല്ല, മാപ്പിളമാരെന്ന നിലയ്ക്കുപോലും അവരുടെ സ്ഥിതി ബ്രിട്ടീഷ്ഭരണത്തിൻകീഴിൽ മോശമായി.

തെക്കേ ഇന്ത്യയിൽ തങ്ങൾക്കു നേരിടാനുള്ള ഏറ്റവും വലിയ ശത്രു മൈസൂർ സുൽത്താനായിരുന്നുവെന്ന സംഗതി മനസ്സിൽവച്ചുകൊണ്ടാണ് ബ്രിട്ടീഷുകാർ ആദ്യകാലത്തൊക്കെ പെരുമാറിയിരുന്നത്. മലബാറിലെ ഹിന്ദുനാടുവാഴികളൊക്കെ ബ്രിട്ടീഷാധിപത്യം അംഗീകരിച്ചതിൽപ്പിന്നീടും തങ്ങളുടെ നില തികച്ചും സുരക്ഷിതമായിട്ടില്ലെന്ന ബോധവും ഇനി തങ്ങൾക്കെതിരായി വരാനിടയുള്ളത് ടിപ്പുസുൽത്താന്റെ അനുയായികളായിരുന്ന മാപ്പിളപ്രമാണികളാണെന്ന വിശ്വാസവും അവർക്കുണ്ടായിരുന്നു. മാത്രമല്ല, യുദ്ധങ്ങളുടെയും വെട്ടിപ്പിടുത്തങ്ങളുടെയും ഇടയ്ക്ക് നാടുവാഴികളൊക്കെ ചെയ്യാറുള്ളതും മാർത്താണ്ഡവർമയെപ്പോലുള്ള കേരളരാജാക്കന്മാർതന്നെ ചെയ്തതുമായ കടുംകൈകൾ മലബാറിൽ കുറച്ചൊക്കെ നടത്തിയ ടിപ്പുവിനെ ഒരു ഹിന്ദുമതദ്രോഹിയായി ചിത്രീകരിക്കുകയും അങ്ങനെ മതദ്രോഹിയായ ഒരാളിൽനിന്ന് മലബാറിനെ രക്ഷിച്ചത് തങ്ങളാണെന്ന ബോധം പരത്തുകയും ചെയ്യുന്നത് തങ്ങളുടെ ആധിപത്യം നിലനിർത്തുന്നതിനു പ്രയോജനപ്പെടുമെന്ന് അവർ കരുതി. മലബാറിൽ മാത്രമല്ല, ഇന്ത്യയുടെ മറ്റു ഭാഗങ്ങളിലും മുഗളസാമ്രാജ്യത്വത്തിന്റെ അവശിഷ്ടങ്ങളായ മുസ്ലിം രാജാക്കന്മാരെയും നാടുവാഴികളെയും അമർത്താനും മുസ്ലിം സാമ്രാജ്യത്തിനും മുസ്ലിം സംസ്കാരത്തിനും മുമ്പുണ്ടായിരുന്ന സ്വാധീനശക്തി സ്വയം തട്ടിയെടുക്കാനും ബ്രിട്ടീഷുകാർ ശ്രമിച്ചിരുന്ന കാലമാണത്.

നേരേമറിച്ച്, മാപ്പിളപ്രമാണിമാരും ബ്രിട്ടീഷ്ഭരണത്തെ തങ്ങളുടെ ശത്രുവായിക്കണക്കാക്കി (മലബാറിൽ മാത്രമല്ല, ഇന്ത്യയുടെ മറ്റു ഭാഗ

ങ്ങളിലും ബ്രിട്ടീഷ്ഭരണത്തിനെതിരായി ആദ്യം മുന്നോട്ടുവന്നത് മുസ്ലിം ഉലമാക്കളാണ്). സാമൂതിരിയുടെ സഹായികളും ഉപദേശകന്മാരും; പോർച്ചുഗീസുകാരെ ആട്ടിയോടിക്കാൻ കഴിഞ്ഞവർ; മൈസൂർ സുൽത്താന്റെ കീഴിൽ നാടുവാഴിസ്ഥാനവും ഭരണാധികാരവും നേടിയവർ; ടിപ്പുസുൽത്താനെ പേടിച്ച് നാടുവിട്ടുപോയ ഹിന്ദുഭൂമിയുടമസ്ഥന്മാരുടെ സ്വത്തുക്കൾ കൈവശമാക്കിയവർ—ഇങ്ങനെയൊക്കെയുള്ള മുസ്ലിംപ്രമാണിമാർക്ക് ബ്രിട്ടീഷ്ഭരണം ഒരു ശത്രുവായിത്തോന്നുന്നത് സ്വാഭാവികമാണല്ലോ. ടിപ്പുസുൽത്താനെ തോൽപ്പിച്ചു കഴിഞ്ഞതിൽപ്പിന്നീട് മലബാറിനുവേണ്ടിയുണ്ടാക്കിയ ഭരണ–സാമ്പത്തികവ്യവസ്ഥകൾ തിരുവിതാംകൂർ രാജാവിന്റെ പ്രതിനിധിയും തിരുവിതാംകൂറിലഭയം പ്രാപിച്ചിരുന്ന ഹിന്ദുനാടുവാഴികളുമായാലോചിച്ചുണ്ടാക്കിയതാകയാൽ, മുസ്ലിം പ്രമാണികൾക്ക് ഭൂമിയും മറ്റു സ്വത്തുക്കളും ഭരണത്തിലുള്ള പങ്കും വളരെ കുറച്ചേ കിട്ടിയുള്ളു. ഇതിന്റെയെല്ലാം ഫലമായി ബ്രിട്ടീഷുകാർക്കും അവരെ തുണച്ച ഹിന്ദുക്കൾക്കുമെതിരായ ഒരു മനോഭാവം അവരുടെ ഇടയിൽ നീറിപ്പിടിച്ചിരുന്നു. തങ്ങളുടെ മതവും സംസ്കാരവും രക്ഷിക്കാനും അധികാരാവകാശങ്ങൾ വീണ്ടെടുക്കാനുമുള്ള 'ജിഹാദി'ൽ (പാവനസമരത്തിൽ) 'ശഹീദാ'വുക (രക്തസാക്ഷിയാവുക) ഓരോ മുസ്ലിമിന്റെയും കടമയാണെന്ന ബോധം പരന്നു.

അതായത്, ബ്രിട്ടീഷ്ഭരണം വന്നതോടുകൂടി പൊയ്പ്പോയ തങ്ങളുടെ പഴയ മേധാവിത്വം വീണ്ടെടുക്കാനും ബ്രിട്ടീഷ് വിദ്യാഭ്യാസസമ്പ്രദായത്തിന്റെയും ഭരണരീതിയുടെയും ഫലമായി ഉയർന്നുവന്ന നവീന സംസ്കാരത്തിൽനിന്ന് 'ഇസ്ലാ'മിനെ രക്ഷിക്കാനും മുസ്ലിം പ്രമാണിമാരും മതപുരോഹിതന്മാരും നടത്തിയ ശ്രമങ്ങളും, അവരെ തികച്ചും അമർത്തി സ്വന്തം അധികാരം ഉറപ്പിക്കാൻ ബ്രിട്ടീഷുകാരെടുത്ത നടപടികളുമാണ് മലബാറിലെ മാപ്പിളപ്രശ്നത്തിന്റെ ജീവൻ. ബ്രിട്ടീഷുകാരുടെ കീഴിൽ ജന്മികളുടെ അധികാരവും ശക്തിയും മുമ്പത്തെക്കാളുമധികം വർധിക്കുകയും അതിന്റെ ഫലമായി മുസ്ലിം കുടിയാന്മാരുടെ സ്ഥിതി വളരെ മോശമാവുകയും ചെയ്തതിനാൽ അവർക്ക് ജന്മികളോടുള്ള വിരോധം 'ഇസ്ലാമിന്റെ രക്ഷ'യ്ക്കുള്ള സമരത്തിലേക്കു തിരിക്കാൻ ലഹളക്കാർക്കു കഴിഞ്ഞു. നേരേമറിച്ച് ബ്രിട്ടീഷുകാർക്കാകട്ടെ, ടിപ്പുവിന്റെ കാലത്തോടുകൂടി ഹിന്ദുക്കളുടെ ഇടയിൽ വന്ന മുസ്ലിം വിരോധവും ബ്രിട്ടീഷുകാരുടെ കീഴിൽ നേടിയ ഭൂമിയും സ്വത്തുക്കളും അധികാരശക്തിയും നിലനിർത്താൻ ഹിന്ദുജന്മികൾക്കുള്ള ആഗ്രഹവും ഉപയോഗിക്കാൻ കഴിഞ്ഞു. ഇങ്ങനെ 'മതത്തിനുവേണ്ടി ആയുധമെടുത്ത' മുസ്ലിങ്ങളും 'ലഹളയമർത്തി നാട്ടിൽ സമാധാനം സ്ഥാപിക്കുന്ന' ബ്രിട്ടീഷുകാരും തമ്മിൽ നടന്ന സമരത്തിലെ ചില സംഭവങ്ങളാണ് 1836 മുതൽക്കുള്ള ലഹളകൾ.

ഈ ലഹളകളുടെനേരേ ബ്രിട്ടീഷ്ഗവൺമെന്റ് ആദ്യകാലത്തെടുത്ത നയം ലഹളയമർത്താൻ മർദനമുപയോഗിക്കുകയെന്നതായിരുന്നു.

ലഹളക്കാരുടെ നേതാവെന്നു കരുതപ്പെട്ട സയ്യദ്ഫസൽ പൂക്കോയതങ്ങളെ നാടുകടത്തുക (1852), മാപ്പിളമാരെ പ്രത്യേകം ബാധിക്കുന്ന നിയമങ്ങൾ പാസാക്കുക (1854), പോലീസിനെയും പട്ടാളത്തിനെയും ലഹള പ്രദേശങ്ങളിൽ സ്ഥിരമായി പാർപ്പിക്കുക—ഇതെല്ലാമവർ ചെയ്തു നോക്കി. പിന്നീട് ഈ മർദനം കൊണ്ടുമാത്രം ലഹള ശമിക്കുകയില്ലെന്നു കണ്ട്, മാപ്പിളമാരുടെ ഇടയിൽ വിദ്യാഭ്യാസം പരത്താനും റോഡ്വെട്ടിയും മറ്റും മാപ്പിളനാട് പരിഷ്കരിക്കാനും ലഹളയുടെ പ്രത്യക്ഷകാരണമായ കുടിയാൻപ്രശ്നത്തിന് ചില്ലറ പരിഹാരമാർഗങ്ങൾ കണ്ടുപിടിക്കാനും തുടങ്ങി.

മലബാറിൽ മാത്രമല്ല, ഇന്ത്യയിലാകെ ബ്രിട്ടീഷുകാർ മുസ്ലിങ്ങളുടെ നേരേയും മുസ്ലിങ്ങൾ ബ്രിട്ടീഷുകാരുടെ നേരേയും എടുത്ത നിലയുടെ ചരിത്രത്തിൽ ഈ രണ്ടു ഘട്ടങ്ങൾ നമുക്കു കാണാൻ സാധിക്കും. ആദ്യഘട്ടത്തിൽ, മുഗളസാമ്രാജ്യത്തിന്റെ അവകാശികളായ മുസ്ലിം നവാബുമാരെയും നാടുവാഴികളെയും ശത്രുക്കളായി ബ്രിട്ടീഷുകാരും, ബ്രിട്ടീഷുകാരെ ശത്രുക്കളായി മുസ്ലിം പ്രമാണികളും കണക്കാക്കിയിരുന്നു. എന്നാൽ പിന്നീട്, ബ്രിട്ടീഷുകാരുടെ നേരേയുള്ള മനോഭാവം മാറണമെന്ന അഭിപ്രായമുള്ള ഒരു വിഭാഗം മുസ്ലിം നേതാക്കന്മാർ സർ സയ്യദ് അഹമ്മദ്ഖാന്റെ[36] നേതൃത്വത്തിൽ ഉയർന്നുവരികയും അവർ അലീഗഢ് സ്കൂൾ സ്ഥാപിച്ച്, പിന്നീട് കോളജും യൂണിവേഴ്സിറ്റിയുമായി ഉയർത്തുകയും ചെയ്തു. പഴയ ഇസ്ലാമിക സംസ്കാരത്തിനും ഉലമാക്കൾക്കുമെതിരായ ഈ ചിന്താഗതിയെ ശക്തിപ്പെടുത്തുകയെന്ന നയം ബ്രിട്ടീഷുകാരനുസരിച്ചു. 1872 ൽത്തന്നെ സർ സയ്യദ് അഹമ്മദ്ഖാന്റെ മുസ്ലിം വിദ്യാഭ്യാസ പരിശ്രമങ്ങൾക്ക് അന്നത്തെ വൈസ്രോയി 10,000 ഉറുപ്പിക സംഭാവന ചെയ്യുകയുണ്ടായി. ഇങ്ങനെ മുസ്ലിങ്ങളിലൊരു വിഭാഗത്തെ സ്വാധീനിക്കുകയെന്ന നയം നടപ്പിൽ വന്നിരുന്ന കാലത്താണ്, മാപ്പിളമാരുടെ മതഭ്രാന്തുകൊണ്ടല്ല, ദാരിദ്ര്യവും ജന്മിവിരോധവും കൊണ്ടാണ് ലഹളകളുണ്ടാവുന്നതെന്ന ലോഗന്റെ റിപ്പോർട്ട് പുറത്തുവന്നത്.

പക്ഷേ, ഈ രണ്ടു നയംകൊണ്ടും മാപ്പിളലഹളകളില്ലാതായില്ല. എന്തുകൊണ്ടെന്നാൽ, ഇതുകൊണ്ടൊന്നും ലഹളയുടെ അടിസ്ഥാന കാരണങ്ങളില്ലാതായില്ല; അലീഗഢ് പ്രസ്ഥാനം മുഖേന വടക്കേ ഇന്ത്യയിലെ മുസ്ലിങ്ങളുടെ ഇടയിൽ വന്ന നവീനാശയഗതി ഇവിടത്തെ മുസ്ലിങ്ങളുടെ ഇടയിൽ പരന്നില്ല; ബ്രിട്ടീഷ് ഭരണത്തിനെതിരായി ആയുധമെടുത്തു പോരാടുന്നത് ഉപയോഗശൂന്യമാണെന്നും ബ്രിട്ടീഷ്ഭരണത്തിലും ബ്രിട്ടീഷ്സംസ്കാരത്തിലുമുള്ള മേന്മ മനസ്സിലാക്കി അതു സ്വയം നേടുകയാണ് വേണ്ടതെന്നുമുള്ള അഭിപ്രായം (അതാണല്ലോ സർ സയ്യദിന്റെ നേതൃത്വം) ഇവിടത്തെ മുസ്ലിങ്ങൾ സ്വീകരിച്ചില്ല; അവിശ്വാസികളെ കൊന്നാൽ കിട്ടുന്ന വീരസ്വർഗം, മതത്തിന്റെയും ഈശ്വരന്റെയും ശക്തിയുടെ മുമ്പിൽ ബ്രിട്ടീഷുകാരുടെ കഴിവില്ലായ്മ മുതലായവയെപ്പറ്റിയുള്ള അന്ധവിശ്വാസങ്ങളൊന്നും ഇല്ലാതായില്ല; ഇഷ്ടംപോലെ ഭൂമിയൊ

ഴിപ്പിക്കാനും പാട്ടം കയറ്റാനും ജന്മികൾക്കുള്ള അധികാരം, ലോഗന്റെ റിപ്പോർട്ടിനുശേഷവും ഇല്ലാതാക്കിയില്ല; ഈ അധികാരമുപയോഗിച്ചും മറ്റും ജന്മികൾ നടത്തുന്ന മർദനം ചിലപ്പോഴൊക്കെ പള്ളികളെയും മത സ്വത്തുക്കളെയും മതംമാറ്റങ്ങളെയും ബാധിച്ചിരുന്നതിനാൽ അത് ഹിന്ദു നടത്തുന്ന മുസ്ലിം മർദനമായി വ്യാഖ്യാനിക്കാനും വലിയ വിഷമമൊന്നുമില്ലായിരുന്നു. അങ്ങനെ പല കാരണങ്ങളാലും 1921 ലെ ലഹളയുടെ വളരെ അടുത്ത കാലംവരെ ലഹളകൾ തുടർന്നുവന്നു; കളക്ടർ മുതലായ ഗവൺമെന്റുദ്യോഗസ്ഥന്മാരും ജന്മികളുമെല്ലാം അടുത്തകാലത്തു പോലും മാപ്പിളലഹളക്കാരുടെ ആക്രമണത്തിനിരയായിത്തീർന്നിട്ടുണ്ട്.

ഈ അന്തരീക്ഷത്തിലേക്കാണ് 1920–21 ൽ കോൺഗ്രസ്–ഖിലാഫത്ത് സന്ദേശം അലച്ചെത്തിയത്. ബ്രിട്ടീഷുകാരുടെ ഗവൺമെന്റ് 'ചെകുത്താൻ ഗവൺമെന്റാണെ'ന്ന ഗാന്ധിജിയുടെ അഭിപ്രായം; ഇസ്ലാമിന്റെ നായകനായ ഖലീഫിനെ സ്ഥാനഭ്രഷ്ടനാക്കി ബ്രിട്ടീഷുകാർക്കെതിരായി മുസ്ലിംമതപുരോഹിതന്മാർ പുറപ്പെടുവിച്ച അഭിപ്രായങ്ങൾ; സ്വരാജിനും ഖിലാഫത്തിനും വേണ്ടിയുള്ള സമരം കുടിയായ്മക്കാര്യത്തിൽ നീതികിട്ടാനുള്ള സമരം കൂടിയാണെന്ന കേരളകോൺഗ്രസ് നേതാക്കന്മാരുടെ പ്രസംഗങ്ങൾ—ഇതെല്ലാം മാപ്പിളബഹുജനങ്ങളുടെ ഹൃദയങ്ങളെ സ്പർശിച്ചു. അവരുടെ രാഷ്ട്രീയവും മതപരവും സാമ്പത്തികവുമായ താൽപ്പര്യങ്ങൾക്കും അതനുസരിച്ച് അവരുടെ ഇടയിൽ പരന്ന രാഷ്ട്രീയബോധത്തിനും തികച്ചും യോജിച്ച അഭിപ്രായങ്ങളായിരുന്നു അവ. ബ്രിട്ടീഷ്ഭരണം അവസാനിപ്പിക്കുക, ഇസ്ലാംമതത്തെ രക്ഷിക്കുക, ജന്മിമർദനം തടയുക—ഇവ മൂന്നിനുംവേണ്ടി തങ്ങളോടൊപ്പം ഹിന്ദുക്കളും വരുന്നുണ്ടെന്നു കണ്ടപ്പോൾ അവർ അതിയായി സന്തോഷിച്ചു; മുസ്ലിം മതപുരോഹിതന്മാരും നായർ വക്കീൽമാരും ഒരേ യോഗത്തിൽ പ്രസംഗിക്കുന്നതും സഹോദരന്മാരെപ്പോലെ പെരുമാറുന്നതുംകണ്ട് അവർക്കാവേശമുണ്ടായി; 'കാഫറി'നെ സംബന്ധിച്ചുള്ള പഴയ അഭിപ്രായങ്ങളൊക്കെ തൽക്കാലത്തേക്കെങ്കിലും അവർ മാറ്റിവച്ചു; ബ്രിട്ടീഷ്ഭരണമാണ് 'കാഫറെ'ന്നും അതിനെതിരായ സമരത്തിൽ 'ശഹീദാ'വുകയാണു വേണ്ടതെന്നുമുള്ള അഭിപ്രായം വന്നു.

ഇങ്ങനെ ദേശീയപ്രസ്ഥാനത്തിലേക്കടിച്ചുകയറിയ മുസ്ലിം ബഹുജനങ്ങളും അവരെ നയിച്ചിരുന്ന കോൺഗ്രസ്–ഖിലാഫത്ത്കമ്മിറ്റികളും തമ്മിൽ, ആശയപരമായി നോക്കിയാൽ, അജഗജാന്തരമുണ്ടായിരുന്നു. ഒന്നാമത്, കോൺഗ്രസ്–ഖിലാഫത്ത് കമ്മിറ്റികളുടെ രാഷ്ട്രീയപരിപാടിയുടെ ഒരഭേദ്യഭാഗമാണ് അഹിംസ. മാപ്പിളമാർക്കാകട്ടെ അഹിംസാസിദ്ധാന്തം മനസിലാവുകയേ ഇല്ല. ബ്രിട്ടീഷ് ഗവൺമെൻറ് 'ചെകുത്താ'നാണെന്നു പറഞ്ഞാൽ അതിന്റെ അർഥം അതിനെതിരായി 'ജിഹാദ്' നടത്തി വേണ്ടിവന്നാൽ 'ശഹീദാ'വണമെന്നാണവർ മനസിലാക്കിയത്; 'ചെകുത്താ'ന്റെനേരേ അഹിംസാപ്രയോഗം അവർക്കു ചിന്തിക്കാനേ കഴിയില്ല. അതുകൊണ്ട് വക്കീൽമാരും നേതാക്കൻമാരും കമ്മിറ്റികളുണ്ടാക്കു

കയും പ്രസംഗിക്കുകയും ചെയ്ത സന്ദർഭങ്ങളിലെല്ലാം മുസ്ലിംബഹുജന ങ്ങൾ ഗവൺമെൻറിന്റെ അധികാരസ്ഥാനങ്ങൾ കൈവശപ്പെടുത്താനും 'ചെകുത്താൻഭരണം' മാറ്റി നല്ല ഭരണം സ്ഥാപിക്കാനും ഒരുക്കുകൂട്ടു കയായിരുന്നു (ഇതിൽ പട്ടാളത്തിൽനിന്നു മടങ്ങിവന്ന മാപ്പിളയുവാക്കൻ മാർ ധാരാളം സഹായിക്കുകയും ചെയ്തു). രണ്ടാമത്, കേരള കോൺ ഗ്രസ് നേതാക്കൻമാർ കുടിയാൻപ്രശ്നത്തെപ്പറ്റി പറഞ്ഞപ്പോൾ കാണ ക്കുടിയാൻമാരുടെ സ്ഥിരാവകാശം മാത്രമേ ഉദ്ദേശിച്ചിരുന്നുള്ളു; വെറും പാട്ടക്കാർക്കു സ്ഥിരാവകാശമോ പാട്ടം നിജപ്പെടുത്തലോ അവർ കുടിയാ യ്മപ്രശ്നത്തിലുൾപ്പെടുത്തിയിരുന്നതേയില്ല (തിരുവിതാംകൂറിലും കൊച്ചി യിലും ഇതിനുമുമ്പുതന്നെ കാണക്കുടിയാൻമാർക്കു രക്ഷ നൽകുന്നതും വെറുംപാട്ടക്കാർക്കു നൽകാത്തതുമായ നിയമങ്ങൾ പാസാക്കിക്കഴി ഞ്ഞിരുന്നു. മലബാറിലത് പാസായില്ലെന്നു മാത്രമല്ല, അതിനുള്ള എല്ലാ ശ്രമങ്ങളെയും മദിരാശി ഗവൺമെൻറ് ശക്തിയായെതിർക്കുകയുമായി രുന്നു. അതുകൊണ്ട് കുടിയാൻ കാര്യത്തിനു നാട്ടുകാരെയാകെ അണി നിരത്തുന്നതാവശ്യമാണെന്നുകണ്ട കുടിയാൻ-കോൺഗ്രസ് നേതാക്കൻ മാർ അത് തങ്ങളുടെ പരിപാടിയിലുൾപ്പെടുത്തിയിരുന്നുവെങ്കിലും വെറും പാട്ടക്കാരുടെ കാര്യം അവർ കണക്കാക്കിയതേ ഇല്ല). നേരേമറിച്ച്, കോൺ ഗ്രസ്സ്-ഖിലാഫത്ത്പ്രസ്ഥാനത്തിലേക്ക് അടിച്ചുകയറിയ മുസ്ലിം ബഹു ജനങ്ങളിൽ ഭൂരിപക്ഷം വെറുംപാട്ടക്കുടിയാൻമാരാണ്; എല്ലാത്തരം കുടി യാൻമാരെയും രക്ഷിക്കണമെന്നാണവരാഗ്രഹിച്ചത്. അതുകൊണ്ടാണ വർ 'ചെകുത്താൻ' ഭരണം നശിപ്പിക്കാനുള്ള ശ്രമത്തിൽ ഖജാനയും പൊലീസ്സ്റ്റേഷനും കൈവശപ്പെടുത്തിയ കൂട്ടത്തിൽ രജിസ്ട്രാരാപ്പീ സുകളിലെയും കോടതികളിലെയും റിക്കാർഡുകൾ നശിപ്പിച്ചത്; ഖജാന യും പൊലീസ്സ്റ്റേഷനും ബ്രിട്ടീഷുകാരുടെ അധികാരകേന്ദ്രങ്ങളാണെ ന്നതുപോലെതന്നെ രജിസ്ട്രാരാപ്പീസുകളും കോടതികളും ജന്മികളുടെ കോട്ടകളാണെന്നും മനസ്സിലാക്കിയ അവർ അവയുടെയെല്ലാം നേരേ ആക്രമണം തുടങ്ങി.

കോൺഗ്രസ്-ഖിലാഫത്ത് നേതാക്കൻമാരും അവരുടെ കീഴിലണി നിരന്നിരുന്ന മുസ്ലിംബഹുജനങ്ങളും തമ്മിലുള്ള ഈ വ്യത്യാസമാണ് 1921 ലെ ഖിലാഫത്ത്-നിസ്സഹകരണപ്രസ്ഥാനത്തെ "മാപ്പിളലഹള"യാക്കി മാറ്റിയത്. തങ്ങളുദ്ദേശിച്ചതുപോലെ 'അക്രമരഹിതമായ നിസ്സഹകരണ' മല്ല, ആയുധമേന്തിയ ഒരു കലാപമാണ് മാപ്പിളമാർ നടത്തുന്നതെന്നു കണ്ട ഉടനേ കോൺഗ്രസ് നേതാക്കൻമാർ അതിൽനിന്നു പിന്മാറി; മാപ്പിള മാരുടെ ദ്വേഷ്യത്തിൽനിന്ന് പോലീസുദ്യോഗസ്ഥൻമാരെ രക്ഷിക്കാൻ പോലും അവർ മുതിർന്നു. ഇതോടുകൂടി നേതാക്കൻമാരും മാപ്പിളബഹു ജനങ്ങളും തമ്മിൽ മുമ്പുണ്ടായിരുന്ന ഐക്യം പൊളിഞ്ഞു. പക്ഷേ ഈ ഘട്ടത്തിലും കോൺഗ്രസ് നേതാക്കൻമാരെയോ ഹിന്ദുക്കളെയോ തങ്ങ ളുടെ ശത്രുക്കളായി മാപ്പിളമാർ കരുതിയില്ല; ബ്രിട്ടീഷ്ഭരണവും അ തിന്റെ പോലീസ്-പട്ടാളങ്ങളും നശിപ്പിക്കാനുള്ള ശ്രമത്തിലാണവർ മുഴു

കിയിരുന്നത്. പിന്നീട് പട്ടാളക്കാർ വന്ന് ലഹളയെ അമർത്താനുള്ള ശ്രമം തുടങ്ങിയപ്പോഴാണ്, ഹിന്ദുക്കളിലൊരു ഗണ്യമായ ഭാഗം നാടുവിട്ടു പോകുകയും ഇവിടെത്തന്നെ നിന്നവർ പട്ടാളത്തിന്റെ ഒറ്റുകാരായി പ്രവർത്തിക്കുകയും ചെയ്യാൻ തുടങ്ങിയപ്പോഴാണ് ഖിലാഫത്ത് പ്രശ്നത്തിന്റെ അടിസ്ഥാനത്തിൽ കെട്ടിപ്പടുക്കപ്പെട്ടിരുന്ന ഹിന്ദു–മുസ്ലിം ഐക്യം തികച്ചും പൊളിഞ്ഞത്. ഇതോടുകൂടി ഹിന്ദുക്കൾക്കെതിരായ പല അക്രമങ്ങളും നടത്താൻ മാപ്പിളമാർ തുനിയുകയും ശരിയായ ഒരു സാമുദായികലഹളയുടെ മുഴുവൻ സ്വഭാവങ്ങളും അതിനുണ്ടാവുകയും ചെയ്തു.

ലഹളയുടെ മൂന്നു ഘട്ടങ്ങൾ

ലഹളയുടെ ഓരോ ഘട്ടവും അതോരോന്നിലും ഗവൺമെൻറ്, കോൺഗ്രസ്–ഖിലാഫത്ത്നേതാക്കൻമാർ, മാപ്പിളമാർ, ഹിന്ദുക്കൾ എന്നിവരുടെ നിലയും പരിശോധിച്ചാൽ ഇതു വ്യക്തമാവും.

1. 1921 ഏപ്രിൽ മാസം–ഒറ്റപ്പാലം സമ്മേളനവും അവിടെവെച്ചുനടന്ന പോലീസ്മർദനവും–മുതൽ ആഗസ്റ്റ് 20–ാം തീയതിവരെയുള്ള നാലു മാസക്കാലമാണ് ലഹളയുടെ ഒന്നാംഘട്ടം. അന്ന് ഉരുക്കുപോലെ ഉറച്ചു നിൽക്കുന്നുവെന്ന് പുറമേയ്ക്കു തോന്നുന്ന ഒരൈക്യമാണ് കോൺഗ്രസ്–ഖിലാഫത്ത് പ്രസ്ഥാനത്തിനകത്തുണ്ടായിരുന്നത്; നേതാക്കൻമാരും മാപ്പിള ബഹുജനങ്ങളും തമ്മിലുള്ള വ്യത്യാസമൊന്നും പുറത്തു വന്നിരുന്നില്ല. ഈ ഘട്ടത്തിൽ ഗവൺമെൻറിന്റെ നയം അറസ്റ്റ്, അടികലശൽ, ബഹുജനങ്ങളെയും അവരുടെ മതപരമായ വികാരങ്ങളെയും ഇളക്കിവിട്ട് അവരെ അക്രമത്തിനു പ്രേരിപ്പിക്കുക എന്നിവയായിരുന്നു.

2. ഗവൺമെൻറിന്റെ ഈ നയത്തെ നേരിടേണ്ടതെങ്ങനെയെന്ന കാര്യത്തിൽ കോൺഗ്രസ്–ഖിലാഫത്ത് നേതാക്കൻമാരും മാപ്പിളമാരും തമ്മിലുള്ള അഭിപ്രായവ്യത്യാസത്തോടുകൂടിയാണ് ലഹളയുടെ രണ്ടാം ഘട്ടം തുടങ്ങുന്നത്.

നിലമ്പൂർ ആറാംമുറ തിരുമുൽപ്പാടിന്റെ തോക്കുകളുപയോഗിക്കുന്നുവെന്നു പറഞ്ഞുകൊണ്ട് പോലീസുകാർ പൂക്കോട്ടൂർ ഖിലാഫത്ത് സെക്രട്ടറി വടക്കേവീട്ടിൽ മുഹമ്മദിനെ അറസ്റ്റ് ചെയ്യുവാനും മുഹമ്മദിന്റെ വീട്ടിൽ കയറി പരിശോധന നടത്തുവാനുമായി ചെന്നിരുന്നു.... തോക്കു കളവുപോയി എന്നു വെറുതെ പറഞ്ഞുണ്ടാക്കിയതാണെന്നും വടക്കേവീട്ടിൽ മുഹമ്മദിനെയും മറ്റും പോലീസുകാർ അറസ്റ്റ് ചെയ്യാൻ വിചാരിക്കുന്നത് അവരെ ലോക്കപ്പിൽവെച്ചു ദേഹോപദ്രവം ചെയ്യുവാനാണെന്നും പൂക്കോട്ടൂർ ജനങ്ങൾ വിശ്വസിച്ചു. അതിനാൽ വടക്കേവീട്ടിൽ മുഹമ്മിനെ വിട്ടുകൊടുക്കരുതെന്ന് അവർ നിശ്ചയിച്ചു. ഇങ്ങനെ അറസ്റ്റ് ചെയ്യാൻവന്ന പോലീസുകാർക്ക് ഒരു വലിയ എതിർപ്പിനെ നേരിടേണ്ടി വന്നു. (*കേരളവും കോൺഗ്രസും*, പേജ് 438–39).

ഈ എതിർപ്പിനെ നേരിടാൻവേണ്ടി ആഗസ്റ്റ് 20–ാം തീയതി കൂടുതൽ സന്നാഹങ്ങളോടുകൂടി പോലീസ് തിരൂരങ്ങാടിക്കുപോയി പള്ളി വളയുകയും അവിടെ പ്രക്ഷുബ്ധരായിനിന്നിരുന്ന ജനങ്ങളുടെ നേരേ വെടിവയ്ക്കുകയും ചെയ്തതോടുകൂടി ശരിയായ ലഹള തുടങ്ങി.

കോപാന്ധരായി ഭവിച്ചിരുന്ന മുസ്ലിങ്ങൾ താലൂക്ക്കച്ചേരിയും മറ്റു ചില പബ്ലിക്കെട്ടിടങ്ങളും തീവച്ചു നശിപ്പിക്കുകയും ചില ഗവൺമെൻറ് സേവനക്കാരെ കൊല്ലുകയും ചെയ്തു. 28–ാം തീയതി ഇംഗ്ലീഷ്പട്ടാളവുമായിവന്നു പൂക്കോട്ടൂർവെച്ചു യുദ്ധമുണ്ടാവുന്നതുവരെ മലപ്പുറത്തെ സംബന്ധിച്ചു ബ്രിട്ടീഷ്ഭരണം അവസാനിച്ചിരുന്നുവെന്നു പറയാം. തിരൂരങ്ങാടി, മഞ്ചേരി, പെരിന്തൽമണ്ണ എന്നീ സ്ഥലങ്ങളിലെല്ലാം 'ലഹള ത്തലവൻ'മാരുടെ സ്വച്ഛന്ദമായ വാഴ്ചതന്നെയായിരുന്നു. അവരോട് എതിരിടുവാൻ ആരുംതന്നെ ഇല്ലാതിരുന്നതുകൊണ്ട് അവർക്കും ആരോടും എതിരിടേണ്ടതായിട്ടോ ലഹള നടത്തേണ്ടതായിട്ടോ ഉണ്ടായിരുന്നില്ല. ഇക്കാലത്ത് ചേക്കുട്ടി ഇൻസ്പെക്ടറെയും ഒരു ഹെഡ്കോൺസ്റ്റബിളിനെയും നിലമ്പൂർ തിരുമുൽപ്പാടിന്റെ ചില ആൾക്കാരെയും മാത്രമേ വധിച്ചിരുന്നുള്ളു. അക്കാലത്ത് ലഹളക്കാരുടെ പെരുമാറ്റം സാമാന്യ ജനങ്ങളിൽ ഒരുവിധത്തിലും ഭീതി ഉളവാക്കത്തക്കതല്ലായിരുന്നുവെന്നു ഗവൺമെൻറ് ഭാഗം ഒരു സാക്ഷിയുടെ സ്റ്റേറ്റ്മെന്റിൽത്തന്നെ കാൺമാനുണ്ട്. (*കേരളവും കോൺഗ്രസ്സും,* പേജ് 441–42).

ഈ ഘട്ടത്തിൽ കോൺഗ്രസുകാരുടെ നിലയെന്തായിരുന്നുവെന്നു താഴെ കൊടുത്തിരിക്കുന്ന വിവരണത്തിൽനിന്നു മനസ്സിലാക്കാം:

> ലഹളയുടെ ആരംഭത്തിൽ, വർത്തമാനം ഗ്രഹിച്ച കെ മാധവൻ നായരും എം പി നാരായണമേനോനും അബ്ദു റഹിമാൻ താൽപ്പര്യപ്പെട്ട പ്രകാരം പൂക്കോട്ടൂർക്കു പോയിരുന്നു. അപ്പോൾ ലഹള തുടങ്ങിയിരുന്നില്ല. വടക്കേ വീട്ടിൽ മുഹമ്മദും മറ്റും അറസ്റ്റിന് വഴിപ്പെടാതെ നിൽക്കുന്നതുകൊണ്ട് അനാശാസ്യസംഭവങ്ങൾക്കു സംഗതിയാവുമെന്നും അതിനാൽ അക്രമരാഹിത്യസിദ്ധാന്തം തികച്ചും ദീക്ഷിച്ചുകൊണ്ട് അറസ്റ്റിന് വിധേയരാകണമെന്നും ഇവർ മുസ്ലിങ്ങളോടുപദേശിച്ചു. ആ ഉപദേശമനുസരിച്ചു പ്രവർത്തിക്കുവാൻ അവരിൽ അധികംപേരും ഒരുക്കമുള്ളതായി കാണപ്പെട്ടു. ഇത് ആഗസ്റ്റ് 20–ാം തീയതി വൈകുന്നേരമായിരുന്നു. എന്നാൽ തിരൂരങ്ങാടിയിലെ പള്ളി പൊലീസ്സൈന്യം ആക്രമിച്ചിരിക്കുന്നു എന്നൊരു വർത്തമാനം അപ്പോഴേക്കും അവിടെ എത്തുകയും പൂക്കോട്ടൂർ മാപ്പിളമാർ ഇളകിവശാവുകയും ചെയ്തു. "അക്രമത്തിനാണ് നിങ്ങളുടെ ഒരുക്കമെങ്കിൽ നിങ്ങളോടുകൂടി ഞാനില്ല" എന്നുപറഞ്ഞ് നെഞ്ചിൽ കൈവെച്ചുകൊണ്ട് മാധവൻനായർ സ്നേഹിതൻമാരോടുകൂടി മടങ്ങുകയാണു ചെയ്തത്. എന്നാൽ അവരോട് അപ്പോൾമുതൽക്ക് പരിപൂർണ്ണമായ ഒരു നിസ്സഹകരണഭാവം അനുഷ്ഠിച്ചുവെന്നു പറയുക വയ്യ.

> അവർ മഞ്ചേരിയിൽ എത്തി. പോലീസ്സ്റ്റേഷനെയും പോലീസ് ഇൻസ്പെക്ടറെയും ഡിസ്ട്രിക്ട് മുൻസിഫിനെയും ലഹളക്കാരിൽനിന്നു രക്ഷിക്കുവാൻ അവരാൽ ആവുന്നതെല്ലാം നോക്കുകയും അതിന് അവർക്കു മാപ്പിളമാരുടെ ഇടയിൽ പൊതുവിലുണ്ടായിരുന്ന സ്വാധീനം ഉപയോഗിക്കുകയും ലഹളക്കാർ മഞ്ചേരിയിൽ ഉപദ്രവമൊന്നുമുണ്ടാക്കാതെ തിരിച്ചുപോകത്തക്കവണ്ണം അവരുടെ സർവസ്വാധീനങ്ങളും ഉപയോഗിക്കാമെന്നു പോലീസ് ഇൻസ്പെക്ടറോട് ഏൽക്കുകയും ആ ഉറപ്പിൻമേൽ പോലീസ് ഇൻസ്പെക്ടർ അന്നുരാത്രി ഗാഢമായി നിദ്ര കൊള്ളുകയും ചെയ്തതായി കോടതിരേഖകളിൽനിന്നു കാണുന്നു. (*കേരളവും കോൺഗ്രസ്സും*, പേജ് 450–51).

ഇങ്ങനെ മാധവൻനായരുടെയും നാരായണമേനോന്റെയും ഇടപെടൽനിമിത്തം ജീവാപായത്തിൽനിന്നു രക്ഷനേടാൻ കഴിഞ്ഞ ഇൻസ്പെക്ടറാണ് നാരായണമേനോനെതിരായി കള്ളത്തെളിവുകൾ കൊണ്ടുവന്ന് അദ്ദേഹത്തിന് ജീവപര്യന്തം തടവുശിക്ഷ കൊടുപ്പിച്ചതെന്നതിൽനിന്ന് ഈ ഘട്ടത്തിൽ ഗവൺമെൻറുദ്യോഗസ്ഥൻമാരുടെ നില മനസിലാക്കാമല്ലോ.

3. ആഗസ്റ്റ് 28–നു നടന്ന പൂക്കോട്ടൂർ യുദ്ധത്തോടുകൂടി ലഹളയുടെ മൂന്നാംഘട്ടം തുടങ്ങി. യുദ്ധകാലത്തു പട്ടാളത്തിൽപ്പോയി പരിശീലനം കിട്ടി തിരിച്ചുവന്നിരുന്ന കുറച്ചു മാപ്പിളമാരുടെ നേതൃത്വത്തിൽ, പരിശീലനമൊന്നും കിട്ടാത്തവരും പറയത്തക്ക ആയുധങ്ങളൊന്നുമില്ലാത്തവരുമായ മാപ്പിളമാരൊരുവശത്തും, പരിഷ്കൃതമായ ആയുധങ്ങളും ഉയർന്നരീതിയിലുള്ള പരിശീലനവും തഴക്കമുള്ള ആപ്പീസർമാരുമുള്ള ബ്രിട്ടീഷ് പട്ടാളം മറുവശത്തും നിന്നുകൊണ്ടു നടത്തിയ ആ യുദ്ധത്തോടുകൂടിയാണ് ബ്രിട്ടീഷ്ഭരണത്തിന്റെ പൊയ്പ്പോയ അധികാരശക്തി തിരിച്ചെടുക്കാനുള്ള ശ്രമം തുടങ്ങിയത്. സ്വന്തം നാടും സ്വന്തം മതവും രക്ഷിക്കാനുള്ള സമരമാണെന്ന ആത്മവിശ്വാസത്തോടെ പൊരുതുന്ന മാപ്പിളമാരെ അത്ര വേഗത്തിലൊന്നും തോൽപ്പിക്കാൻ ബ്രിട്ടീഷുകാർക്കു കഴിഞ്ഞില്ല. പൂക്കോട്ടൂരിലെ പരസ്യയുദ്ധത്തിലും മറ്റനേകം സ്ഥലങ്ങളിൽ നടന്ന ചെറുചെറുസമരങ്ങളിലും അസാമാന്യമായ ധീരതയും വാശിയും സമരസാമർഥ്യവും മാപ്പിളമാർ കാണിച്ചു.

പട്ടാളക്കാരുടെ വരവോടുകൂടി ലഹളക്കാരുടെയും സാമാന്യജനങ്ങളുടെയും മനോഭാവങ്ങളിൽ ഓരോരോ കാരണങ്ങളാൽ അന്തരമുണ്ടായി. പൂക്കോട്ടൂർവെച്ചുള്ള 'യുദ്ധ'വും പട്ടാളക്കാരുമായി മറ്റു സ്ഥലങ്ങളിലുണ്ടായ പോരുകളും അതുവരെ സംഘടിതരായിനിന്ന ലഹളക്കാരെ ശിഥിലീകൃതമായ വിഭാഗങ്ങളാക്കുകയും അവർക്കു സംഭവിച്ച ആൾനഷ്ടവും നേരിടേണ്ടിവന്ന അപായസ്ഥിതിയും അവരെ കൂടുതൽ സാഹസികബുദ്ധികളാക്കുകയും ചെയ്തു. ഈ ഘട്ടത്തിൽ സാമാന്യജനങ്ങൾ എത്രയും വിഷമമേറിയ ഒരു പതനത്തിൽ എത്തുകയും

ചെയ്തു. യുദ്ധകാലങ്ങളിൽ നിഷ്പക്ഷനില പ്രായേണ ആപൽക്കരമായിട്ടാണ് എവിടെയും കണ്ടിട്ടുള്ളത്. ലഹളക്കാലത്ത് ഉൾനാട്ടിലെ ഹിന്ദുക്കളുടെ സ്ഥിതി ഏറ്റവും വിഷമമുള്ളതായി ഭവിച്ചു. പട്ടാളക്കാർക്ക് എല്ലാവിധ സഹായസഹകരണങ്ങളും ചെയ്തുകൊടുത്തില്ലെങ്കിൽ ഇവരെ ഖിലാഫത്തുകാരായി പരിഗണിച്ചു പട്ടാളക്കാർ അറസ്റ്റു ചെയ്യും. ഏറനാട്ടും വള്ളുവനാട്ടുമുള്ള ദുർഘടമായ മലയിടുക്കുകളും കുറ്റിക്കാടുകളും പട്ടാളക്കാരെ വല്ലാതെ പരീക്ഷിക്കുകയും ചെയ്തിരുന്നു. അവർക്ക് നാട്ടുകാരുടെ സഹായം അത്യന്താപേക്ഷിതമായിത്തീർന്നു. പലവിധമുള്ള ഹേമങ്ങളും ഹിംസകളും നിമിത്തം നിസ്സഹായരായ ആ ഉൾനാട്ടുകാർ ചിലപ്പോഴെക്കെ ലഹളക്കാരുടെ ഗതാഗതത്തെക്കുറിച്ചും സങ്കേതസ്ഥലങ്ങളെക്കുറിച്ചും വല്ല വിവരങ്ങളും പട്ടാളക്കാർക്കു നൽകി എന്നു വരുന്നത് അസംഭവ്യമല്ല. അങ്ങനെയും അതല്ലാതെയും ഹിന്ദുക്കളെ പലപ്പോഴും പട്ടാളക്കാരുടെകൂടെ മാപ്പിളമാർ കണ്ടിട്ടുമുണ്ട്. ഇത് മാപ്പിളമാരുടെ ഇടയിൽ ഹിന്ദുക്കളുടെ നിലയെക്കുറിച്ചു സംശയത്തിനും പിന്നീട് അവരോട് അമർഷത്തിനും കാരണമായെങ്കിൽ അത് അസ്വാഭാവികവുമല്ല. ലഹളക്കാരുടെ സ്ഥിതിയാണെങ്കിൽ, അക്രമികൾ എന്നുള്ള നില പോയി കേവലം ആത്മരക്ഷയ്ക്കുവേണ്ടി പൊരുതുവാൻ നിർബന്ധിതരായിരിക്കുന്നവർ എന്ന നിലയും വന്നുചേർന്നു. ലേശവും വർഗീയഭാവമില്ലാതിരുന്ന ഒരത്യപ്തജനവിഭാഗത്തിന്റെ ഇളക്കം ഈ സ്ഥിതിയിൽ വർഗീയനിറമുള്ള ഒരു മാപ്പിളലഹളയായി പരിണമിച്ചു. (*കേരളവും കോൺഗ്രസും*, പേജ് 447–48).

ഈ കാലഘട്ടത്തിലാണ് നിർബന്ധിച്ചു മതംമാറ്റുക, മതം മാറാൻ കൂട്ടാക്കാത്തവരുടെ കഴുത്തറക്കുക, ഹിന്ദുക്ഷേത്രങ്ങൾ നശിപ്പിക്കുക മുതലായ സംഭവങ്ങൾ ലഹളക്കാർ പലേടത്തും നടത്തിയത്. ഇതേ കാലത്തുതന്നെയാണ് ലഹളത്തടവുകാരെ കൊണ്ടുപോവുന്ന ഒരു ഗുഡ്സ്വണ്ടിമുറിയിൽ ആളുകളെ അധികം അട്ടിയട്ടിയായി കയറ്റിയതിന്റെ ഫലമായി അവർക്കു ശ്വസിക്കാൻ വായു കിട്ടാതെ അവരിലധികഭാഗവും ശ്വാസം മുട്ടി മരിക്കാനിടയാക്കിയ കുപ്രസിദ്ധമായ വാഗൺട്രാജഡിയും മറ്റനേകം പൈശാചികമർദനങ്ങളും പട്ടാളക്കാർ മാപ്പിളമാരുടെ നേരേ നടത്തിയത്. അങ്ങനെ മാപ്പിളമാരെക്കുറിച്ചുള്ള ഭയം ഹിന്ദുക്കളിലും, പട്ടാളത്തെക്കുറിച്ചുള്ള ഭയം മാപ്പിളമാരിലും പരത്തിയ ദുരിതമയമായ ആ നാലഞ്ചുമാസക്കാലത്തുതന്നെയാണ് 'ചെകുത്താൻ' ഭരണത്തിനെതിരായ ഹിന്ദു–മുസ്ലിം ഐക്യം പൊളിഞ്ഞത്.

ആ കൊല്ലം (1921) ഡിസംബറിൽ അഹമ്മദാബാദിൽവെച്ചുകൂടിയ ഇന്ത്യൻ നാഷണൽ കോൺഗ്രസ് മലബാർലഹളയെക്കുറിച്ചു പാസ്സാക്കിയ പ്രമേയത്തിൽ ഇങ്ങനെ പറഞ്ഞു:

അഹിംസാസന്ദേശം അവിടെ പ്രചരിച്ചിരുന്നുവെങ്കിൽ ഈ ലഹള ഉണ്ടാവുംകയില്ലായിരുന്നു. എന്നാൽ ഡിസ്ട്രിക്ട് അധികാരികൾ ആദ്യം

മുതൽക്കേ അനുവർത്തിച്ച നയവും സ്വീകരിച്ച നടപടികളും ഈ സന്ദേ ശത്തിന്റെ പ്രചാരണത്തിനു പ്രതിബന്ധമായിത്തീർന്നു. ചില മാപ്പിളമാർ ഹിന്ദുക്കളെ നിർബന്ധപൂർവം മതംമാറ്റിയതും ജീവനെയും സ്വത്തു ക്കളെയും നശിപ്പിച്ചതും മറ്റക്രമങ്ങൾ പ്രവർത്തിച്ചതും പരിതാപകരമാണ്. യാക്കൂബ് ഹസന്റെയും മറ്റു നിസ്സഹകരണവാദികളുടെയും സഹകരണം ഗവൺമെന്റ് സ്വീകരിച്ചിരുന്നുവെങ്കിൽ ലഹള വർധിക്കാതിരിക്കുമാ യിരുന്നു. മഹാത്മാഗാന്ധിയെ മലബാറിൽ പോകാൻ സമ്മതിച്ചി രുന്നുവെങ്കിലും ലഹളയ്ക്ക് നേരത്തേ ശമനം വരുവാനിടയു ണ്ടായിരുന്നു. മാപ്പിളത്തടവുകാരോടു മനുഷ്യോചിതമല്ലാത്തവിധം പെരുമാറിയതും അവർ ശ്വാസംമുട്ടിച്ചാകാനിടയാക്കിയതും പരിഷ്കൃതമെന്നഭിമാനിക്കുന്ന യാതൊരു ഗവൺമെൻറിനും യോജിച്ചതല്ലെന്ന് ഈ സമ്മേളനം അഭിപ്രായപ്പെടുന്നു.

ലഹളയുടെ പ്രധാനമായ ഉത്തരവാദിത്വം ഗവൺമെൻറിനാണെ ന്നും ഏതെങ്കിലും തരത്തിൽ അടിച്ചമർക്കുകയെന്ന പൈശാചികനയ ത്തിനുപകരം ജനകീയനേതാക്കൻമാരുടെ സഹായത്തോടുകൂടി സമാ ധാനം സ്ഥാപിക്കുകയെന്ന നയം ഗവൺമെൻറംഗീകരിച്ചിരുന്നുവെങ്കിൽ മാപ്പിളമാരുടെയും പട്ടാളക്കാരുടെയും ഭാഗത്തുനിന്നുവന്ന സ്വത്തുനാശ വും ജീവനാശവും വരില്ലായിരുന്നുവെന്നുമുള്ള ഈ അഭിപ്രായം ശരിയാ ണെന്നതിനു സംശയമില്ല.

എന്നാൽ 'ഭിന്നിപ്പിച്ചു ഭരിക്കുക'യെന്ന രാജ്യതന്ത്രതത്വമനുസരിച്ചു പ്രവർത്തിക്കുന്ന ബ്രിട്ടീഷുകാർ കോൺഗ്രസ്–ഖിലാഫത്ത് പ്രസ്ഥാ നത്തിൽ പ്രത്യക്ഷമായ ജനകീയൈക്യം പൊളിക്കാൻ എന്തക്രമവും അനുവർത്തിക്കുമെന്നും, ലഹള സമാധാനപരമായി ഒതുക്കുന്നതിനെ ക്കാൾ അവർക്കാവശ്യം ലഹളപ്രദേശങ്ങളിലെ നാട്ടുകാരെയാകെ ഭയ പ്പെടുത്തി സ്വരാജിനുവേണ്ടിയുള്ള സമരത്തിൽനിന്നകറ്റുകയാണെന്നും മനസ്സിലാക്കി ആ സാമ്രാജ്യതന്ത്രം പൊളിക്കാൻ വേണ്ട മറുതന്ത്രം പ്ര യോഗിക്കാൻ കോൺഗ്രസുകാർക്കു കഴിഞ്ഞില്ലെന്നതും അത്രതന്നെ പര മാർഥമാണ്. ഇതിനവരെ കുറ്റപ്പെടുത്തിയിട്ടു പ്രയോജനമില്ല; മാപ്പിളമാ രുടെ മനോഭാവമറിഞ്ഞ് അവരെ അതതു സമയത്ത് വേണ്ടതുപോലെ നയിക്കത്തക്ക വിപ്ലവകാരികളല്ലായിരുന്നു അവർ; നായർസമുദായത്തിൽ ജനിച്ച്, ഇടത്തരക്കാരായി വളർന്ന്, വക്കീൽ ജീവിതം നയിച്ച്, അക്രമരഹി തമായ നിസ്സഹകരണമാണ് സമരത്തിന്റെ അങ്ങേയറ്റത്തെ രൂപമെന്ന രാ ഷ്ട്രീയസിദ്ധാന്തം സ്വീകരിച്ച അവർ, ഒരു നൂറ്റാണ്ടോളം കാലത്തെ ലഹളകളുടെ പാരമ്പര്യമുള്ളവരും നവീനവിദ്യാഭ്യാസം സിദ്ധിക്കാത്തവ രുമായ മാപ്പിളക്കൃഷിക്കാരുടെ വിപ്ലവസമരങ്ങളുടെ നേതൃത്വം വഹി ക്കാൻ പ്രാപ്തരാവാതെവന്നത് സ്വാഭാവികമാണ്. ഇങ്ങനെ പരസ്പരം യോജിക്കാത്ത നേതാക്കൻമാരും അനുയായികളുമാണുണ്ടായിരുന്നതെ

ന്നതാണ് 1921 ലെ ലഹളയുടെയും അതിന്റെ പരിതാപകരമായ പരാജയത്തിന്റെയും കാതൽ.

ലഹളയ്ക്കുശേഷം

ജാതി, മത, വർഗ വ്യത്യാസമില്ലാതെ ഒരേ കൊടിക്കീഴിൽ സംഘടിച്ചുവരാനിടയാക്കിയ ഖിലാഫത്ത്-നിസ്സഹകരണപ്രസ്ഥാനം 'മാപ്പിളലഹള'യായി മാറിയത് ബ്രിട്ടീഷുകാരെയും അവരുടെ പാദപൂജകൻമാരെയും സന്തോഷിപ്പിച്ചുവെന്നു പറയാനില്ലല്ലോ. 'സ്വരാജ്യ'മെന്ന ലക്ഷ്യവും അക്രമരഹിതമായ നിസ്സഹകരണമെന്ന കാര്യപരിപാടിയുമായി മുന്നോട്ടുവന്ന ഇന്ത്യൻ നാഷണൽ കോൺഗ്രസിനു കൊണ്ട വലിയൊരടിയാണതെന്നും കോൺഗ്രസോ ഖിലാഫത്തോ ഇനി പൊന്തുകയില്ലെന്നും അവരാശിച്ചു. ഗാന്ധിജിയുടെയും കോൺഗ്രസിന്റെയും ഉപദേശനിർദേശങ്ങളനുസരിച്ചാലുണ്ടാവുന്ന ഫലമിതാണെന്നും, വിവരമില്ലാത്ത നാട്ടുകാരെ ഇളക്കിവിട്ട് നാട്ടിൽ കലാപമുണ്ടാക്കുന്നവരെ ഇനി അനുകൂലിക്കരുതെന്നും നാട്ടുകാരെ അവർ ഉപദേശിക്കാൻ തുടങ്ങി.

ഈ പ്രചാരവേലയ്ക്കു കുറെയൊക്കെ ഫലമുണ്ടായി. ലഹളക്കാലത്ത് കഷ്ടപ്പെട്ടു നാട്ടിൽ കഴിക്കേണ്ടിവന്നവരും ലഹളക്കാരുടെ കൈയാൽ മരിക്കുകയോ അവരുടെ മർദനമനുഭവിക്കുകയോ ചെയ്തവരുടെ കുടുംബക്കാരും നിസ്സഹായരായി നാടുവിട്ടു ജീവിക്കേണ്ടിവന്നവരുമായ ഹിന്ദുക്കളെല്ലാം കഠിനമായ മുസ്ലിം വിരോധം പരത്താൻ സഹായിച്ചു; എന്തു തത്വോപദേശം ചെയ്താലും "മാപ്പിള നന്നാവില്ലെ"ന്ന അഭിപ്രായം അവരിൽ വേരൂന്നിപ്പിടിച്ചു. നേരേമറിച്ച്, പട്ടാളക്കാരുടെ വെടിയേറ്റു മരിച്ചവരുടെ കുടുംബങ്ങൾ, തൂക്കിക്കൊല്ലപ്പെട്ടവരുടെ ആളുകൾ, പല ജയിലുകളിലും ആൻഡമാൻ ദ്വീപിലും കഴിച്ചുകൂട്ടേണ്ടിവന്ന പതിനായിരത്തിലധികം മാപ്പിളമാരും അവരുടെ കുടുംബങ്ങളും—ഇവരെല്ലാം 'ഖിലാഫ'ത്തെന്നു കേട്ടാൽ ഞെട്ടിവിറയ്ക്കുമെന്ന നിലയിലെത്തി; "കോൺഗ്രസും ഖിലാഫത്തും സ്വരാജ്യവുമൊന്നും നമുക്കു പറ്റില്ലെന്നും അതിൽ നാം കുടുങ്ങിയാൽ തകരാറാവു"മെന്നുമുള്ള ബോധം അവരിൽ പടർന്നുപിടിക്കാൻ തുടങ്ങി. ഹിന്ദുക്കളുടെയും മുസ്ലിങ്ങളുടെയും ഇടയിൽ പരന്നുവന്ന ഈ മനോഭാവമുപയോഗിച്ച് സ്വന്തംപരിപാടി നടപ്പിൽവരുത്താൻ ആര്യസമാജം, ഹിന്ദുമഹാസഭ മുതലായ ഹിന്ദു സംഘടനകൾ ശ്രമിച്ചുവെങ്കിൽ, മുസ്ലിം ബഹുജനങ്ങളെ നവീനാശയങ്ങളിൽ നിന്നെല്ലാം അകറ്റി തങ്ങളുടെ പിടിയിൽത്തന്നെ നിർത്താൻ മുസ്ലിം ജന്മികൾ, മുസ്ലിം കച്ചവടക്കാർ, മൗലവിമാർ മുതലായവർ അങ്ങേയറ്റം ഉൽസാഹിച്ചു.

ഈ പരിതഃസ്ഥിതിയിലാണ് ലഹളത്താലൂക്കുകളിലൊരു ഭയങ്കര മർദനഭരണം സ്ഥാപിക്കാൻ ഗവൺമെൻറിനു കഴിഞ്ഞത്. ലഹള ശമിച്ചു, പട്ടാളനിയമം പിൻവലിച്ചു. ബ്രിട്ടീഷ്-ഗൂർഖ പട്ടാളങ്ങളെ പിൻവലിച്ചു കഴിഞ്ഞ ഉടനെ ലഹളത്താലൂക്കുകളിൽ സമാധാനം സ്ഥാപിക്കുന്നതിന്

'മലബാർ സ്പെഷൽ പോലീസ്' (എം എസ് പി) എന്ന ഒരു പ്രത്യേക സൈന്യം സംഘടിപ്പിക്കപ്പെട്ടു. പട്ടാളത്തിനും പോലീസിനുമുള്ള പൈശാചികസ്വഭാവങ്ങളെല്ലാം മൂർത്തീകരിച്ച ആ പ്രത്യേകസൈന്യത്തെപ്പോലെ ഇത്രയധികം ജനമർദനം നടത്തിയ ഒരു സംഘം മദിരാശി സംസ്ഥാനത്തിൽ ഇതിനുമുമ്പുണ്ടായിട്ടില്ല. മലബാറിലെ മാപ്പിളമാർ മാത്രമല്ല, ഗോദാവരി ജില്ലയിലെ കൃഷിക്കാർ, മദിരാശിയിലും മറ്റും (1930–32) സിവിൽ നിയമലംഘനം നടത്തിയ സത്യാഗ്രഹികൾ, റെയിൽവേ മുതലായ വ്യവസായങ്ങളിലെ പണിമുടക്കിയ തൊഴിലാളികൾ മുതലായി എവിടെയെവിടെ ബഹുജനങ്ങൾ സ്വാതന്ത്ര്യത്തിനും ന്യായമായ അവകാശങ്ങൾക്കുംവേണ്ടി പോരാടിയിട്ടുണ്ടോ അവിടെയെല്ലാമുള്ള ജനങ്ങൾ ഈ പ്രത്യേക സൈന്യത്തിന്റെ കൈയുടെ സ്വാദനുഭവിച്ചിട്ടുണ്ട്; ഇതെഴുതുന്നയവസരത്തിൽത്തന്നെ വടക്കേ മലബാറിലെയും കൃഷ്ണാ ജില്ലയിലെയും കൃഷിക്കാർ അതനുഭവിച്ചുവരികയാണ്. ഇത്തരത്തിൽ നാടെങ്ങും കുപ്രസിദ്ധി നേടിയ എംഎസ്പിയുടെ പരിശീലനരംഗം മാപ്പിളനാടാണെന്നും അവിടത്തെ കൃഷിക്കാരെ "സമാധാനം പഠിപ്പിച്ച"തിൽ കിട്ടിയ അനുഭവങ്ങളാണ് എം എസ് പി മറ്റു ദിക്കുകളിൽ പ്രയോഗിക്കുന്നതെന്നും പറഞ്ഞാൽ അന്നു മാപ്പിളനാട്ടിലുണ്ടായിരുന്ന സ്ഥിതി ഏതാണ്ടൂഹിക്കാമല്ലോ.

ഈ മർദനഭരണം നിമിത്തം പണക്കാരായിത്തീർന്ന പോലീസുദ്യോഗസ്ഥന്മാർ, അവരുടെ സിൽബന്ധികളായ കച്ചവടക്കാർ, ജന്മികൾ മുതലായവർ ഹിന്ദുക്കളുടെയും മുസ്ലിങ്ങളുടെയും ഇടയിൽ ഒരുപോലെയുണ്ട്. അവരിലൊരാളായ ഇൻസ്പെക്ടർ മാധവമേനോന്റെ പേരിലുള്ള ആക്ഷേപങ്ങൾ ഒരുവിധത്തിലും ന്യായീകരിക്കാനോ നിഷേധിക്കാനോ വയ്യായിരുന്നതിനാൽ അയാളെ ഉദ്യോഗത്തിൽനിന്നു പിരിച്ചുവിട്ട് ശിക്ഷിക്കാൻ ഗവൺമെന്റു നിർബന്ധിതമായി! മറ്റൊരാളായ നീലകണ്ഠൻ നായരെ സംബന്ധിച്ചു "വേണ്ടത്ര തെളിവുകിട്ടാത്തതിനാൽ" അദ്ദേഹത്തെ നിരപരാധിയെന്നുകണ്ട് വിട്ടുവെങ്കിലും സുദീർഘമായ ഒരു കേസ് നടത്തേണ്ടിവന്നു; വേറെ ചിലർ (ഉദാ: നാരായണമേനോൻ, ആമു സാഹേബ്) ഗവൺമെൻറിന്റെ ദൃഷ്ടിയിൽ സത്യസന്ധൻമാരായ ഉദ്യോഗസ്ഥൻമാരാണെങ്കിലും അവർക്ക് ഉദ്യോഗക്കയറ്റങ്ങൾ കിട്ടിയെങ്കിലും അവർ ചെയ്ത കടുംകൈകളും വാങ്ങിയ കൈക്കൂലിയും മറ്റും നാട്ടുകാരുടെ ഇടയിൽ പരസ്യമായ സംഗതികളാണ് (കോൺഗ്രസിന്റെയോ ഖിലാഫത്തിന്റെയോ അനുകൂലിയെന്ന് ഒരുവിധത്തിലും പറയാൻ വയ്യാത്ത, ഖിലാഫത്ത്–നിസ്സഹകരണപ്രസ്ഥാനകാര്യത്തിലുണ്ടായ അഭിപ്രായവ്യത്യാസം നിമിത്തം കോൺഗ്രസിൽനിന്നു വിട്ടുപോയ മഞ്ചേരി രാമയ്യർ 'പോലീസുരാജ്' എന്ന തന്റെ ലേഖനപരമ്പരയിൽ അന്നത്തെ പോലീസഴിമതികളിൽ കുറെയെണ്ണം തുറന്നുകാട്ടുകയുണ്ടായി). ഈ ഉദ്യോഗസ്ഥൻമാരുടെ ഏജൻറുമാരായിനിന്ന് അവർക്ക് കൈക്കൂലി വാങ്ങിക്കൊടുത്തും കൈക്കൂലി കിട്ടിയ സംഖ്യ അതതുദ്യോഗസ്ഥൻ

മാരുടെ പേരിലല്ലാതെ ഇടപാടു ചെയ്തും (അവരുടെ പേരിൽത്തന്നെ സൂക്ഷിച്ചാൽ അതു കൈക്കൂലി മുതലാണെന്നു തെളിയുമല്ലോ) മറ്റും അവരെ സഹായിച്ച നാട്ടുപ്രമാണികളുമുണ്ട്.

ഈ ദുരിതങ്ങളുടെയെല്ലാം നടുവിലും കോൺഗ്രസിന്റെയും സ്വരാജിന്റെയും സന്ദേശം മലബാറിൽ പ്രചരിച്ചിരുന്നുവെന്നത് വളരെ പ്രധാനമായ സംഗതിയാണ്. 1921 ൽ കോടതിയും സ്കൂളും ഉദ്യോഗവുമുപേക്ഷിച്ച വക്കീൽമാരിലും വിദ്യാർഥികളിലും ഉദ്യോഗസ്ഥൻമാരിലും ഒരു ഭാഗം വീണ്ടും പ്രാക്ടീസോ പഠിപ്പോ ജോലിയോ തുടർന്നുവെങ്കിലും, അവരെല്ലാം ബാറിലും സ്കൂളിലും ജോലിസ്ഥലത്തും പ്രവർത്തിച്ചിരുന്നതു ദേശീയവാദികളെന്ന നിലയ്ക്കാണ്: ലഹളയുടെ സാമുദായിക സ്വഭാവമോ, അതമർത്താനുപയോഗിച്ച മർദനത്തിന്റെ കാഠിന്യമോ അവരെ ദേശീയവാദികളല്ലാതാക്കിയില്ല. സ്വരാജിലും കോൺഗ്രസിലും ഗാന്ധിജിയിലും അവർക്കുള്ള വിശ്വാസം ഉപേക്ഷിക്കാനതൊന്നും കാരണമായില്ല. അയിത്തോച്ചാടനം, ഖാദി, ഹിന്ദി മുതലായ നിർമാണപരിപാടിയിലെ ഇനങ്ങൾ നടപ്പിൽ വരുത്തിയും അഹിംസയുടെ പ്രാധാന്യം ഊന്നിയൂന്നി പ്രസ്താവിച്ചും നാട്ടുകാരുടെയിടയിൽ ദേശീയപ്രചാരവേല നടത്തിയും അവരെ അക്രമരഹിതമായ സമരത്തിന് തയ്യാറാക്കുകയാണു വേണ്ടതെന്ന് അവർ മനസിലാക്കി.

ഇവർ വെറുതെയിരിക്കുകയല്ല ചെയ്തത്. വളരെ ഫലപ്രദമായ കാര്യങ്ങൾ പലതും അവരിക്കാലത്തു ചെയ്തുതീർത്തുവെന്ന് 1922 മുതൽക്കുള്ള അഞ്ചുകൊല്ലംകൊണ്ട് കേരളത്തിലെ ദേശീയപ്രസ്ഥാനത്തിനുണ്ടായ നേട്ടങ്ങളിൽനിന്നു മനസ്സിലാക്കാം. എന്തൊക്കെയാണു നേട്ടങ്ങൾ:

1. കേരള കോൺഗ്രസിന്റെ നാവാണെന്നു പരക്കെ സമ്മതിക്കപ്പെട്ട നിലയിൽ (ഔദ്യോഗികമായി അങ്ങനെയല്ലെങ്കിലും) ഒരു ദേശീയ പത്രം—*മാതൃഭൂമി*—തുടങ്ങി. കേരളസംസ്ഥാന കോൺഗ്രസ് കമ്മിറ്റിയുടെ ആദ്യകാലത്ത് സെക്രട്ടറിയായിരുന്ന കെ പി കേശവമേനോനായിരുന്നു *മാതൃഭൂമി*യുടെ ആദ്യത്തെ പത്രാധിപർ; അദ്ദേഹത്തിനു കുടുംബപ്രാരബ്ധം നിമിത്തം നാടുവിട്ടുപോകേണ്ടിവന്നപ്പോൾ, പരേതനായ പി രാമുണ്ണിമേനോൻ ആ സ്ഥാനമേറ്റു. ഈ രണ്ടു സ്ഥാപകപത്രാധിപന്മാരുടെ ധീരമായ തൂലികകൾ എത്രയെത്രയോ യുവാക്കന്മാരെ ദേശീയപ്രസ്ഥാനത്തിലേക്കാകർഷിച്ചിട്ടുണ്ടെന്നതിനു സംശയമില്ല. 1930–32 ലെ നിയമലംഘന പ്രസ്ഥാനത്തിലും പിന്നീടു നടന്ന ദേശീയപ്രവർത്തനത്തിലുമെല്ലാം കേരളത്തിലെ യുവാക്കന്മാർ ധീരവും അഭിമാനജനകവുമായ പങ്കു വഹിച്ചിട്ടുണ്ടെങ്കിൽ അതിനുള്ള മെച്ചത്തിലൊരു പങ്ക് 1923–29 കാലത്തെ *മാതൃഭൂമി*ക്കാണു പോകേണ്ടത്. ആ പത്രം സ്ഥാപിച്ച് ശരിയായി നടത്തിക്കൊണ്ടുപോവാൻ–പണം പിരിക്കാനും വരിക്കാരെ ഉണ്ടാക്കാനും പരസ്യങ്ങൾ നേടാനും–കോൺഗ്രസുകാരെല്ലാം ഒരുപോലെ ശ്രമിച്ചിട്ടുണ്ടെന്നും മറ്റേതു ജനകീയപത്രത്തെയുംപോലെ നാട്ടുകാരുടെ രാഷ്ട്രീയബോധം, ത്യാഗ

സന്നദ്ധത എന്നിവയുടെ അടിസ്ഥാനത്തിലാണതു കെട്ടിപ്പടുത്തതെന്നും നിസ്സംശയം പറയാം. 1921 ലെ ലഹളയെത്തുടർന്ന് നാട്ടിൽ പൊതുവെ പടർന്നുപിടിച്ച ഭയം, നിരാശ, എന്തുചെയ്യണമെന്നറിയായ്ക ഇവയെയെല്ലാം നീക്കാനും ഇവയുടെയെല്ലാം ഫലമായി രാഷ്ട്രീയ പ്രവർത്തകന്മാരുടെ ഇടയിലുള്ള മാന്ദ്യം പോക്കാനും *മാതൃഭൂമി*യെപ്പോലെ മറ്റൊന്നും ഉപകരിച്ചിട്ടില്ല.

2. *മാതൃഭൂമി*യുടേതുപോലെയോ അതിലധികമോ പ്രാധാന്യമുള്ള മറ്റൊരു പത്രവും ഇക്കാലത്ത് പുറപ്പെടുകയുണ്ടായി. 1924 ൽ തുടങ്ങിയ *അൽ അമീ*നാണത്. അതിന്റെ സ്ഥാപകനും പത്രാധിപരും മാനേജരും എല്ലാമായിരുന്ന പരേതനായ മുഹമ്മദ് അബ്ദു റഹിമാൻ ദേശീയ കേരളത്തിന്റെ സ്രഷ്ടാക്കളിൽ വളരെ പ്രധാനമായ സ്ഥാനം വഹിച്ച ഒരു മഹാനായിരുന്നു; പരേതനായ ടി കെ മാധവൻ, കെ പി കേശവമേനോൻ, കെ കേളപ്പൻ മുതലായ എത്രയോ ചുരുക്കം പേർ മാത്രമേ ദേശീയപ്രസ്ഥാനത്തിൽ മുഹമ്മദ് അബ്ദു റഹിമാനോളം തങ്ങളുടെ വ്യക്തിമുദ്ര കുത്തിയിട്ടുള്ളു. എന്നാൽ അവർപോലും തങ്ങളുടെ പ്രവർത്തനം തുടങ്ങിയതും നടത്തിയതും അദ്ദേഹത്തിനോളം കഠിനമായ പ്രതിബന്ധങ്ങളെ നേരിട്ടുകൊണ്ടല്ല. എന്തുകൊണ്ടെന്നാൽ, 1921 ലെ ലഹളയുടെ ഫലമായി ഏറ്റവുമധികം കഷ്ടപ്പാടും മർദനവുമനുഭവിച്ച മാപ്പിളസമുദായത്തിന്റെ നിരാശയാണദ്ദേഹത്തിനു നീക്കാനുണ്ടായിരുന്നത്; ആ സമുദായത്തിലെ യുവാക്കന്മാരെയും ബഹുജനങ്ങളെയുമാണദ്ദേഹത്തിനു ദേശീയവാദികളാക്കാനുണ്ടായിരുന്നത്; ആ സമുദായത്തിലെ പ്രമാണികളുടെ പണപ്പെട്ടികളോടും പുരോഹിതന്മാർ പരത്തിവിടുന്ന അന്ധവിശ്വാസങ്ങളോടുമാണദ്ദേഹത്തിനു പടവെട്ടാനുണ്ടായിരുന്നത്; ആ സമുദായത്തിലെ ബഹുജനങ്ങൾ വിവരമില്ലാത്തവരും അന്ധവിശ്വാസികളുമാണെങ്കിലതിനുള്ള പരിഹാരം അവരെ ദേശീയസമരത്തിൽനിന്നൊഴിവാക്കുകയല്ല, ദേശീയസമരത്തിൽ തികച്ചും പങ്കുകൊള്ളിക്കുകയും അവരുടെ വിദ്യാഭ്യാസത്തിലും സാംസ്കാരികവളർച്ചയിലും കൂടുതൽ ശ്രദ്ധിക്കുകയുമാണു വേണ്ടതെന്നാണദ്ദേഹത്തിന് തന്റെ കോൺഗ്രസ് സഹപ്രവർത്തകന്മാരെ ബോധ്യപ്പെടുത്താനുണ്ടായിരുന്നത്. പഴയ അന്ധവിശ്വാസങ്ങളും അജ്ഞതയും നീക്കി നവീന വിദ്യാഭ്യാസവും നവീനാശയഗതികളും സ്വീകരിച്ച്, ദേശീയപ്രസ്ഥാനത്തിൽ പങ്കുകൊള്ളുക മാത്രമാണ് 1921 ലേതുപോലുള്ള സംഭവങ്ങളാവർത്തിക്കാതിരിക്കാനുള്ള വഴിയെന്നദ്ദേഹത്തിനു തന്റെ സമുദായത്തിലെ ബഹുജനങ്ങളോടു പറയാനുണ്ടായിരുന്നു. ഈ കടമകളദ്ദേഹം ശരിയായി നിർവഹിച്ചുവെന്നതിന് 1930 ലെ നിയമലംഘനത്തിൽ മുസ്ലിം യുവാക്കന്മാരെടുത്ത പങ്കും 1937 ൽ ഏറനാട്-വള്ളുവനാട് നിയോജകമണ്ഡലത്തിലദ്ദേഹത്തിനു കിട്ടിയ വോട്ടും (തന്റെ രണ്ടെതിരാളികൾക്കുംകൂടി കിട്ടിയതിനെക്കാൾ 6000 വോട്ട് അധികം അദ്ദേഹത്തിനു കിട്ടി) സാക്ഷ്യം വഹിക്കുന്നുണ്ട്. അങ്ങനെ മുസ്ലിം സമുദായത്തിൽ ദേശീയബോധവും നവീനാശയഗതികളും പരത്താന

ദ്ദേഹമുപയോഗിച്ച മൂർച്ചയേറിയ ആയുധം *അൽ അമീനാ*ണ്.

3. മുഹമ്മദ് അബ്ദു റഹിമാനും *അൽ അമീനി*നും പുറമേ മറ്റൊരു വിഭാഗം മുസ്ലിംനേതാക്കളും ഇതേകാലത്ത് സംഘടിക്കാൻ തുടങ്ങി. അവരാണ് കെ എം സീതി സാഹേബിന്റെ നേതൃത്വത്തിലുള്ള മുസ്ലിം ഐക്യസംഘം; *ഐക്യ*മെന്ന ഒരു പത്രവും അതിനുണ്ടായിരുന്നു. *അൽ അമീ*നും *ഐക്യ*വും തമ്മിലുള്ള പ്രധാനവ്യത്യാസം *അമീൻ* ഒരു മുസ്ലിം കോൺഗ്രസ് പത്രമായിരുന്നുവെന്നും *ഐക്യം* ഒരു ഉൽപ്പതിഷ്ണുപത്രമായിരുന്നുവെന്നുമാണ് (അബ്ദു റഹിമാൻതന്നെ ആദ്യം ഐക്യസംഘത്തിൽച്ചേരുകയും പിന്നീട് സംഘം രാഷ്ട്രീയ കാര്യങ്ങളിൽ ശ്രദ്ധിക്കുന്നില്ലെന്ന കാരണത്താൽ ഒഴിയുകയും ചെയ്തു). സാമൂഹ്യകാര്യങ്ങളിൽ–വിദ്യാഭ്യാസം, അന്ധവിശ്വാസങ്ങൾക്കും അനാചാരങ്ങൾക്കുമെതിരായ സമരം, മൗലവിമാരുടെ പിടിയിൽനിന്നു മോചിപ്പിച്ച് ബഹുജനങ്ങളെ ഉയർത്താനുള്ള ശ്രമം മുതലായവയിൽ—*അമീനും ഐക്യ*വും ഏതാണ്ടൊരേ നിലയാണെടുത്തത്. സർ സയ്യദ് അഹമ്മദ്ഖാൻ ഇന്ത്യയിലെ മുസ്ലിങ്ങൾക്കാകെവേണ്ടി ചെയ്ത പ്രവൃത്തി (പഴയ നാടുവാഴി–മുഗൾസാമ്രാജ്യപരമായ മനോഭാവം വിട്ട് നവീനാശയങ്ങളുൾക്കൊള്ളാൻ മുസ്ലിങ്ങളെ പ്രേരിപ്പിക്കുക)യാണ് *അമീനും ഐക്യ*വും കൂടി കേരള മുസ്ലിങ്ങൾക്കുവേണ്ടി ചെയ്തത്. ഈ പണി ഒരു തലമുറ മുമ്പു ചെയ്തിരുന്നുവെങ്കിൽ, 1921 ലെ ലഹള കൂടാതെ കഴിക്കാനോ ഇല്ലെങ്കിൽ അതിന്റെ വ്യാപ്തിയും ഭയാനകതയും കുറയ്ക്കാനെങ്കിലുമോ കഴിയുമായിരുന്നു; ഇനിയെങ്കിലും അത്തരമൊരു സ്ഥിതിവന്ന് മുസ്ലിങ്ങൾക്കും നാട്ടിനും നഷ്ടകഷ്ടങ്ങൾ വരാതിരിക്കണമെങ്കിൽ സമുദായത്തെ പരിഷ്കരിക്കുകയും നവീകരിക്കുകയും ചെയ്യുന്നതത്യാവശ്യമാണെന്നു വന്നു. അതുകൊണ്ട് *അമീൻ–ഐക്യ* പ്രസ്ഥാനങ്ങൾക്ക് സമുദായത്തിൽ വലിയ പിൻബലം കിട്ടി; ഇതിലേതെങ്കിലുമൊന്നിന്റെ തണലിൽ വളർന്നുവന്ന തലമുറയാണ് പിന്നീട് ദേശീയ മുസ്ലിം സംഘടനയുടെയും മുസ്ലിംലീഗിന്റെയും പ്രവർത്തകന്മാരായത്.

4. ലഹളനിമിത്തം ഏറ്റവുമധികം കഷ്ടപ്പാടനുഭവിച്ച മുസ്ലിംസമുദായത്തിനകത്തുതന്നെ ദേശീയത്വത്തിന്റെയും സാമൂഹ്യനവീകരണത്തിന്റെയും സന്ദേശം ഇത്ര നന്നായലച്ചുവെങ്കിൽ മറ്റുള്ളവരുടെ ഇടയിൽ പറയാനേ ഇല്ലല്ലോ. വൈക്കം സത്യാഗ്രഹം, ശുചീന്ദ്രം സത്യാഗ്രഹം മുതലായവ മുഖേന അയിത്തത്തിനെതിരായും ഒരു ശക്തിയായ മദ്യവർജന പ്രക്ഷോഭം മുഖേന മദ്യപാനത്തിനെതിരായും പയ്യന്നൂർ,നാഗർകോവിൽ ഖാദി നിർമാണകേന്ദ്രങ്ങൾ മുഖേന വിദേശവസ്ത്രങ്ങൾക്കെതിരായും പ്രവർത്തനങ്ങൾ നടന്നു; ഇവയിൽ ചിലതിൽ (ഉദാ: വൈക്കം സത്യാഗ്രഹം) വളരെപ്പേർ ജയിൽവാസം വരിക്കുക, അടികൊള്ളുക, മറ്റു കഷ്ടപ്പാടുകളനുഭവിക്കുക എന്നിവയെല്ലാം ചെയ്തിട്ടുണ്ട്. ഇതിനുപുറമേ 1923 മേയ്മാസത്തിൽ പാലക്കാട്ടുവെച്ചും 1927 ഏപ്രിൽ മാസത്തിൽ കോഴിക്കോട്ടു വെച്ചും രണ്ടും മൂന്നും സംസ്ഥാനസമ്മേളനങ്ങളും കൂടുക

യുണ്ടായി.

ഇങ്ങനെ ദേശീയപ്രസ്ഥാനത്തിന്റെ തീ കുറച്ചൊക്കെ നീറിക്കൊണ്ടിരുന്നുവെങ്കിലും, 1922–27 കൊല്ലങ്ങളിലെ കേരള കോൺഗ്രസ് പ്രവർത്തനം വളരെ മന്ദീഭവിച്ചു കിടക്കുകയായിരുന്നുവെന്നതിനു സംശയമില്ല. മൂന്നാം സംസ്ഥാനസമ്മേളനത്തിന്റെ സ്വാഗതസംഘാധ്യക്ഷനായിരുന്ന മാധവൻ നായർ തന്റെ സ്വാഗതപ്രസംഗത്തിൽ അന്നത്തെ സ്ഥിതി ഇങ്ങനെ വിവരിക്കുന്നു:

ലഹളക്കാരല്ലാത്തവർക്ക് ലഹളക്കാരിൽനിന്നും മാപ്പിളമാർക്ക് പട്ടാളക്കാരിൽനിന്നും നേരിട്ട അത്യാപത്തുകൾ നാട്ടുകാർക്ക് ഗംഭീരമായ കഷ്ടനഷ്ടങ്ങൾ നേരിടുവിച്ചതിനുപുറമേ മലബാറിലെ പൊതുജീവിതത്തിന് അപാരമായ നാശം സംഭവിപ്പിക്കുകയും ചെയ്തു. കോൺഗ്രസ് കമ്മിറ്റികൾ, ഖിലാഫത്ത് കമ്മിറ്റികൾ ഇവ സ്ഥാപിക്കുന്ന കാര്യത്തിൽ എത്രയോ നിസ്സാരമായ സഹായം ചെയ്തിരുന്ന പല നിരപരാധികളുടെയും പേരിൽ, ഗവൺമെന്റിനോട് ആയുധമെടുത്തു യുദ്ധം ചെയ്യുക മുതലായ ഗുരുതരങ്ങളായ കുറ്റങ്ങൾ ചുമത്തി, അവരിൽ പലരെയും തൂക്കിക്കൊല്ലാനും ജീവപര്യന്തം നാടുകടത്തുവാനും വിധിച്ചു. ഖദർ ധാരണം തന്നെ ഒരു കുറ്റമായി കരുതപ്പെട്ടു. എന്നുമാത്രമല്ല, ഖദർ ധരിച്ചവൻ ഒരു മാപ്പിളയാണെന്നുകൂടിവന്നാൽ അവന് കൊലക്കുറ്റത്തിനോ മറ്റോ സമാധാനം പറയുവാൻ അധികം കാലതാമസം വേണ്ടിവന്നിരുന്നില്ല. ലഹള നിർത്തുവാൻ ആത്മാർഥമായി ഉത്സാഹിച്ച പലരും ലഹളയ്ക്കുത്സാഹിച്ചവരുടെ നിലയിൽ അന്യായമായി കാരാഗൃഹവാസം അനുഭവിക്കുവാൻ ഇടവന്നു. ബ്രിട്ടീഷ്ഭരണത്തിനുപകരം അക്രമം കൊണ്ടും പ്രതിക്രിയാവാസനകൊണ്ടും ബീഭത്സമായ ഒരു പോലീസുഭരണം രാജ്യത്തു സ്ഥാപിതമായോ എന്നു ജനങ്ങൾ ശങ്കിക്കാൻ തുടങ്ങി. ഈ ആപത്തുകളുടെ ഫലമായി ജനസാമാന്യം ദേശീയപ്രവൃത്തികളെത്തന്നെ ഭയത്തോടുകൂടി വീക്ഷിച്ചു. അവയിൽനിന്ന് അവർ അകന്നു പിൻമാറി. അങ്ങനെ മലബാറിൽ ദേശീയബോധവും ഉത്സാഹവും മിക്കവാറും അസ്തമിച്ചു. കൊച്ചിയിലും തിരുവിതാംകൂറിലും കോൺഗ്രസ്സ് പ്രവൃത്തികൾക്കു പൂർണമായ സ്വാതന്ത്ര്യമോ സൗകര്യമോ ഉണ്ടായിരുന്നില്ല. അവയിൽ രണ്ടിലുംവച്ച് കൊച്ചിയിലെ സ്ഥിതി അധികം കഷ്ടമായിരുന്നു. സംസ്ഥാന കോൺഫറൻസ് അവിടെവെച്ചു കൂടാൻ പോകുന്നു എന്നുള്ള പ്രസ്താവം പോലും അധികൃതന്മാരെ അസ്വസ്ഥരാക്കി. ഈ കാരണങ്ങളാലും നിസ്സഹകരണ പ്രസ്ഥാനത്തിനു പൊതുവിൽ നേരിട്ട ആപത്തുകളാലും കേരളത്തിലെ കോൺഗ്രസ് പ്രവൃത്തി നാമാവശേഷമായ നിലയിലായിത്തീർന്നിട്ടുണ്ട്. (*കേരളവും കോൺഗ്രസും,* പേജ് 494–95).

ഈ വിഷമം പിടിച്ച പരിതഃസ്ഥിതിയിൽപ്പോലും ദേശീയത്വത്തിന്റെ തീ ആളിക്കത്തിക്കാൻ കഴിയുന്നതെല്ലാം ചെയ്തുവെന്നതാണ് *മാതൃഭൂമി, അൽ അമീൻ* എന്നീ പത്രങ്ങളുടെയും മാധവൻ നായർ, അബ്ദു

റഹിമാൻ, കേളപ്പൻ, കൃഷ്ണസ്വാമി അയ്യർ മുതലായ കേരള കോൺഗ്രസ് നേതാക്കന്മാരുടെയും നേട്ടം.

പുതിയ കാറ്റു വീശുന്നു

1922–27 കൊല്ലങ്ങൾ കേരളത്തിൽ മാത്രമല്ല ഇന്ത്യയിലെല്ലായിടത്തും ദേശീയപ്രസ്ഥാനം കുറെയൊക്കെ മന്ദീഭവിച്ച കാലമാണെന്നുകൂടി ഈ അവസരത്തിൽ ഓർക്കേണ്ടതുണ്ട്. മലബാർ ലഹളപോലെ വൻതോതിലുള്ള ഒരു കലാപത്തിന്റെ ഫലമായിട്ടല്ലെങ്കിലും, കോൺഗ്രസ്–ഖിലാഫത്ത് പ്രക്ഷോഭകാലത്ത് പ്രത്യക്ഷമായിരുന്ന ആവേശകരമായ ദേശീയൈക്യം തകർന്നുപോയി. ഹിന്ദു–മുസ്ലിം ബന്ധം താറുമാറായി; പശുവിനെ അറക്കുക, പള്ളിയുടെ മുമ്പിൽ കൊട്ടുക മുതലായ നിസ്സാരപ്രശ്നങ്ങളിൽപ്പോലും വഴക്കും ലഹളകളും നടന്നു; 1920–21 ലെ പ്രസിദ്ധ കോൺഗ്രസുകാരായിരുന്ന ഹിന്ദുക്കളിൽ പലരും ഹിന്ദു മഹാസഭക്കാരും, ഖിലാഫത്തുകാരായിരുന്ന മുസ്ലിങ്ങളിൽ പലരും കടുത്ത സമുദായവാദികളായ മുസ്ലിം നേതാക്കന്മാരുമായി മാറി. ഇതിനുപുറമേ, കോൺഗ്രസിനകത്തുതന്നെ നിസ്സഹകരണപ്രസ്ഥാനം ഉപേക്ഷിച്ച് കോൺഗ്രസുകാർ കൗൺസിലുകളിൽ പോകണമെന്നു വാദിക്കുന്ന സ്വരാജ്യകക്ഷിക്കാരും, അതല്ല നിസ്സഹകരണപ്രസ്ഥാനത്തിൽത്തന്നെ ഉറച്ചു നിൽക്കണമെന്നു വാദിക്കുന്ന 'പഴയകൂറ്റുകാ'രും തമ്മിൽ വലിയ വടംവലി നടന്നു; സ്വരാജ്യകക്ഷിക്കാർ നിയമസഭാപ്രവർത്തനത്തിലും 'പഴയകൂറ്റുകാർ' ഖാദി, ഹിന്ദി, അയിത്തോച്ചാടനം മുതലായ നിർമാണപരിപാടികളിലും മാത്രം ശ്രദ്ധിച്ചു. ഇതിലൊരു ഭാഗത്ത് സി ആർ ദാസ്, പണ്ഡിറ്റ് മോത്തിലാൽ നെഹ്രു, വിത്തൽഭായി പട്ടേൽ മുതലായവരും മറുഭാഗത്ത് ഗാന്ധിജി, സർദാർ പട്ടേൽ, രാജാജി, രാജേന്ദ്രബാബു മുതലായവരുമായിരുന്നതിനാൽ, ഏറ്റവും ഉയർന്ന നേതാക്കന്മാർ തമ്മിലുള്ള ഈ അഭിപ്രായവ്യത്യാസം കോൺഗ്രസിന്റെ സംഘടനാപരമായ ഐക്യം പൊളിച്ചു.

ദേശീയപ്രസ്ഥാനത്തിനകത്തുണ്ടായിരുന്ന ഈ മാന്ദ്യം തകർത്ത് പ്രസ്ഥാനത്തെ മുമ്പോട്ടു കൊണ്ടുപോകത്തക്ക ശക്തികളും ഇതോടൊപ്പം വളർന്നുവന്നിരുന്നു. ഒന്നാം ലോകമഹായുദ്ധത്തിനുമുമ്പ് ബംഗാൾ, പഞ്ചാബ്, യു പി മുതലായ സംസ്ഥാനങ്ങളിലുണ്ടായിരുന്ന വിപ്ലവസംഘടനകൾ നിസ്സഹകരണപ്രസ്ഥാനകാലത്ത് തങ്ങളുടെ സ്വന്തമായ പരിപാടികൾ നടപ്പിൽ വരുത്തുന്ന സ്വതന്ത്രസംഘടനകളെന്ന നിലയ്ക്കല്ല, പൊതുദേശീയപ്രസ്ഥാനത്തിന്റെ ഭാഗമെന്ന നിലയ്ക്കാണ് പ്രവർത്തിച്ചിരുന്നത്. എന്നാൽ 1922 മുതൽക്ക് പൊതുദേശീയ പ്രസ്ഥാനം സമരപരമായ കാര്യപരിപാടികൾ വേണ്ടെന്നുവച്ച് നിയമസഭാപ്രവർത്തനത്തിലും നിർമാണപരിപാടിയിലും മുഴുകിയപ്പോൾ ഈ വിപ്ലവസംഘടനകൾ വീണ്ടും ഉയിർത്തെഴുന്നേറ്റു. ബംഗാളിലെ 'അനുശീലൻ', 'യുഗാന്തർ', 'ശ്രീസംഘ്' എന്നീ വിപ്ലവസംഘടനകൾക്കു പുറമേ, പഞ്ചാബിലെ

'നൗജവാൻ ഭാരത് സഭ', യു പി യിലും പഞ്ചാബിലും മറ്റും പ്രവർത്തിച്ച 'ഹിന്ദുസ്ഥാൻ സോഷ്യലിസ്റ്റ് റിപ്പബ്ലിക്കൻ ആർമി' മുതലായ പുതിയ സംഘടനകളും വളർന്നുവന്നു. ബോംബെ, കൽക്കത്ത, കാൺപൂർ മുതലായ തൊഴിലാളി കേന്ദ്രങ്ങളിൽ പണിമുടക്കങ്ങൾ, അവയുടെ നേതൃത്വം വഹിക്കുന്ന ട്രേഡ് യൂണിയനുകൾ, ട്രേഡ്‌യൂണിയനുകൾക്കകത്തുതന്നെ മിതവാദിനേതൃത്വത്തിന്റെ സന്ധിപ്രവർത്തനത്തിനെതിരായി പ്രവർത്തിക്കുന്ന വിപ്ലവഗ്രൂപ്പുകൾ–ഇവയുടെയെല്ലാം ഫലമായി സോഷ്യലിസത്തിന്റെ ആശയഗതിയും അതു സ്വീകരിച്ചു നടപ്പിൽ വരുത്തുന്ന സംഘടനകളും ഉയർന്നുവന്നു. ഡാങ്കെ, മുസഫർ അഹമ്മദ് എന്നീ നേതാക്കന്മാരുടെ പരിശ്രമഫലമായി തൊഴിലാളികേന്ദ്രങ്ങളിൽ കമ്യൂണിസ്റ്റ് ഗ്രൂപ്പുകളും തൊഴിലാളി, കർഷക പാർട്ടികളും സ്ഥാപിക്കാൻ തുടങ്ങി. ഈ വിപ്ലവസംഘടനകളെ തകർക്കുന്നതിനുവേണ്ടി ബംഗാൾ ഓർഡിനൻസ്, ഇന്ത്യൻ തൊഴിൽത്തർക്കബില്ല്, ഇന്ത്യൻ പൊതുരക്ഷാനിയമം മുതലായവ അവതരിപ്പിച്ച് പാസ്സാക്കുകയും, അവയിലെ നിബന്ധനകളനുസരിച്ച് ആയിരക്കണക്കിലുള്ള ബംഗാളിയുവാക്കന്മാരെ വിചാരണകൂടാതെ തടങ്കലിൽ വയ്ക്കുകയും, കാൺപൂർ ഗൂഢാലോചനക്കേസ് (1924), മീറത്ത്, ലാഹൂർ ഗൂഢാലോചനക്കേസുകൾ (1929) മുതലായ കേസുകൾ നടത്തുകയും ചെയ്യാൻ ഗവൺമെന്റ് മുതിർന്നു.

ഈ വിപ്ലവസംഘടനകൾക്കെല്ലാം യോജിച്ച ഒരു പരിപാടിയോ കേന്ദ്രീകൃതമായ ഒരു നേതൃത്വമോ ഉണ്ടായിരുന്നില്ല; ഓരോന്നിനും ഒരു സംസ്ഥാനത്തിലോ ഒരു കേന്ദ്രത്തിലോ മാത്രമേ സ്വാധീനശക്തിയുണ്ടായിരുന്നുള്ളു; ഓരോന്നിന്റെയും വീക്ഷണഗതിയും പ്രവർത്തനരീതിയും മറ്റേതിൽനിന്നും വ്യത്യാസപ്പെട്ടതായിരുന്നു. എന്നാൽ, അവയ്ക്കെല്ലാം രണ്ടു കാര്യത്തിൽ ഉറച്ചതും യോജിച്ചതുമായ അഭിപ്രായമുണ്ടായിരുന്നു:

1. ദേശീയപ്രസ്ഥാനത്തിന്റെ ലക്ഷ്യം 'സ്വയംഭരണ'മെന്നോ 'സ്വരാജെ'ന്നോ അവ്യക്തമായിപ്പറഞ്ഞാൽപ്പോരാ, പൂർണസ്വാതന്ത്ര്യമാണ്, ബ്രിട്ടീഷ് സാമ്രാജ്യവുമായുള്ള എല്ലാ ബന്ധങ്ങളും വിടർത്തി ഇന്ത്യ ഒരു സ്വതന്ത്ര രാജ്യമായി നിൽക്കുകയാണ് നമ്മുടെ ലക്ഷ്യമെന്നു വ്യക്തമാക്കണം.

2. നിയമസഭാപ്രവർത്തനംകൊണ്ടോ നിർമാണപരിപാടികൊണ്ടോ നമ്മുടെ ഉദ്ദേശം സാധിക്കുകയില്ല, അതിനു വിപ്ലവകരമായ സമരം തന്നെ വേണം. ഈ രണ്ടാശയങ്ങൾ കോൺഗ്രസിനെക്കൊണ്ടംഗീകരിപ്പിക്കാൻ ദീർഘവും കഠിനവുമായ സമരം നടത്തേണ്ടി വന്നു. മൗലാനാ ഹസ്രത്ത് മോഹാനി, പണ്ഡിറ്റ് ജവാഹർലാൽ നെഹ്രു, സുഭാസ് ചന്ദ്രബോസ്, എസ് ശ്രീനിവാസയ്യങ്കാർ, വിത്തൽഭായി പട്ടേൽ മുതലായവർ പൂർണസ്വാതന്ത്ര്യമംഗീകരിപ്പിക്കാൻ ശ്രമിച്ചപ്പോൾ ഗാന്ധിജി ["കഴിയുമെങ്കിൽ സാമ്രാജ്യത്വത്തിനകത്തു നിൽക്കുക, നിവൃത്തിയില്ലെങ്കിൽ പുറത്തുപോവുക"—ഇതായിരുന്നു അദ്ദേഹത്തിന്റെ ഉപദേശം. മാത്രമല്ല, മദിരാശി കോൺഗ്രസ് സമ്മേളനം (1927) പൂർണസ്വാതന്ത്ര്യലക്ഷ്യം അംഗീകരിച്ച

പ്പോൾ ആ പ്രമേയത്തെ അദ്ദേഹം ശക്തിയായി വിമർശിക്കുകയും ചെയ്തു], പണ്ഡിറ്റ് മോത്തിലാൽ മുതലായവർ അതിനെ എതിർക്കുകയും ചെയ്തു. പൂർണസ്വാതന്ത്ര്യത്തിനുവേണ്ടി ഒരു സമരം തുടങ്ങണമെന്ന ഇടതുപക്ഷാഭിപ്രായത്തിനെതിരായി ഒരു 'സ്വരാജിന്ത്യാഭരണഘടന' തയാറാക്കാനുള്ള ശ്രമത്തിൽ സ്വരാജ്യകക്ഷിക്കാരും 'സത്യാഗ്രഹസമരത്തിനുള്ള ഒരുക്ക'മെന്ന നിലയ്ക്ക് നിർമാണപരിപാടി കൂടുതൽ കാര്യക്ഷമമായി നടപ്പിൽ വരുത്തുന്ന കാര്യത്തിൽ 'പഴയ കൂറ്റുകാ'രും ഏർപ്പെട്ടു. അവസാനം ഇടതുപക്ഷത്തിന്റെ നിർബന്ധത്തിനു മൂർച്ചകൂടുകയും ഒരുതരത്തിലും തൃപ്തികരമായ വ്യവസ്ഥകളംഗീകരിക്കാൻ സാമ്രാജ്യമേധാവികൾ തയ്യാറില്ലെന്നു വ്യക്തമാവുകയും ചെയ്തപ്പോൾ മാത്രമാണ് 1929 ലെ ലാഹൂർ കോൺഗ്രസിൽ വെച്ച് പൂർണസ്വാതന്ത്ര്യ പ്രമേയം അംഗീകരിക്കുകയും 1930 ൽ സത്യാഗ്രഹം തുടങ്ങുകയും ചെയ്യാൻ കോൺഗ്രസ് നേതൃത്വം നിർബന്ധിക്കപ്പെട്ടത്.

ഇതിന്റെ അലയടിച്ചതോടുകൂടി കേരളത്തിലെ ദേശീയപ്രസ്ഥാനത്തിനും ഒരു പുതിയ ജീവൻ വന്നു. മറ്റു സംസ്ഥാനങ്ങളിലെപ്പോലെ സോഷ്യലിസ്റ്റ്, കമ്യൂണിസ്റ്റ് ഗ്രൂപ്പുകളോ യുവജനസംഘടനകളോ ഇവിടെ വളർന്നുവന്നില്ലെങ്കിലും, പൂർണസ്വാതന്ത്ര്യത്തെയും സമരത്തെയും കുറിച്ചുള്ള വാദപ്രതിവാദം ഇവിടത്തെ യുവാക്കന്മാരെ വളരെയധികം ആകർഷിച്ചു. 1928 മേയ്മാസത്തിൽ പയ്യന്നൂർവെച്ച് പണ്ഡിറ്റ് ജവാഹർലാലിന്റെ അധ്യക്ഷതയിൽ കൂടിയ നാലാം കേരളസംസ്ഥാന രാഷ്ട്രീയ സമ്മേളനത്തിലെ ഒരു പ്രധാന വാദവിഷയം 'കോൺഗ്രസിന്റെ ലക്ഷ്യം പൂർണസ്വാതന്ത്ര്യമായിരിക്കണമോ അതോ ഡൊമിനിയൻ പദവി മതിയോ' എന്നതായിരുന്നു. യു ഗോപാലമേനോൻ, മഞ്ചേരി രാമയ്യർ, പി അച്യുതൻ മുതലായ പഴയ കോൺഗ്രസുകാരെല്ലാം ഡൊമിനിയൻ പദവിക്കുവേണ്ടി വളരെ ശക്തിയായി വാദിച്ചുവെങ്കിലും സമ്മേളനത്തിലെ പ്രതിനിധികളിൽ ബഹുഭൂരിപക്ഷം പൂർണസ്വാതന്ത്ര്യലക്ഷ്യത്തെത്തന്നെ അനുകൂലിച്ചു.

ലക്ഷ്യത്തെസംബന്ധിച്ചു മാത്രമല്ല, അതു നേടുന്നതിനുവേണ്ടിയുള്ള സമരത്തിന്റെ കാര്യത്തിലും കേരള കോൺഗ്രസ് നേതൃത്വം മിതവാദപരമായ ഒരു നിലയാണെടുത്തത്. 1921 ലേതുപോലുള്ള മറ്റൊരു ലഹളയുണ്ടാവാനിടയുണ്ടെന്ന കാരണം പറഞ്ഞ് ഇവിടെ ഉപ്പുസത്യാഗ്രഹം തുടങ്ങേണ്ടതില്ലെന്ന നിലയാണ് മാധവൻ നായർ, ഗോപാലമേനോൻ മുതലായ പഴയ കോൺഗ്രസുകാരെടുത്തത്. അവരുടെ ആ അഭിപ്രായം തെറ്റാണെന്നും മറ്റേതു സംസ്ഥാനത്തിലുമെന്നപോലെ കേരളത്തിലും ഉപ്പുസത്യഗ്രഹം തുടങ്ങണമെന്നും വാദിച്ച് അന്നത്തെ കെ പി സി സി യെക്കൊണ്ടു സത്യാഗ്രഹപ്രമേയമംഗീകരിപ്പിക്കാൻ കേളപ്പനെപ്പോലുള്ളവർക്കു വളരെയധികം പണിപ്പെടേണ്ടിവന്നു. അവസാനം സത്യാഗ്രഹം തുടങ്ങാൻ നിശ്ചയിച്ചപ്പോഴും മാപ്പിളനാട്ടിൽവെച്ചു യാതൊരു സമരപരിപാടിയും അനുഷ്ഠിക്കേണ്ടതില്ലെന്നും പാലക്കാട്,

കോഴിക്കോട് മുതലായ പട്ടണങ്ങളും വടക്കേ മലബാറും മാത്രം സമര രംഗമാക്കിയാൽ മതിയെന്നും അവർ നിശ്ചയിച്ചു.

എന്നാൽ സമരം തുടങ്ങിയതോടുകൂടി പഴയ നേതാക്കന്മാരുടെ അഭി പ്രായം കൂടി മാറ്റാൻ സത്യാഗ്രഹികൾക്കും അവരുടെ നേതാക്കന്മാരായ കേളപ്പൻ, കൃഷ്ണസ്വാമി അയ്യർ, മുഹമ്മദ് അബ്ദു റഹിമാൻ മുതലാ യവർക്കും സാധിച്ചു. ഒന്നാം സത്യാഗ്രഹസംഘം കേളപ്പന്റെ നേതൃത്വ ത്തിൽ കോഴിക്കോട്ടുനിന്നു പുറപ്പെട്ടപ്പോൾ സംഘത്തിന് വിജയമാശം സിക്കാനും കേളപ്പനെപ്പോലുള്ളവർ സമരാങ്കണത്തിലേക്കു പോകു മ്പോൾ നോക്കിനിൽക്കുക മാത്രം ചെയ്യുന്ന തന്നെപ്പോലുള്ളവരെക്കുറിച്ച് തനിക്ക് ലജ്ജയും വ്യസനവും തോന്നുന്നുവെന്ന് പരസ്യമായി പ്രഖ്യാ പിക്കാനും മാധവൻ നായർ തന്നെ മുമ്പോട്ടുവന്നു. അധികം കഴിയു ന്നതിനുമുമ്പ് മാധവൻ നായർ, ഗോപാലമേനോൻ മുതലായവരടക്കം മിക്ക കോൺഗ്രസ് നേതാക്കന്മാരും ജയിലിലായി. ആളുകളൊന്നും ഇതി നുമുമ്പ് കണ്ടിട്ടും കേട്ടിട്ടുമില്ലാത്ത പുതിയ പുതിയ പ്രവർത്തകന്മാർ ഒന്നി നുപുറകേ മറ്റൊന്നായി മുമ്പോട്ടുവന്നു. അറസ്റ്റ്, ലാത്തിച്ചാർജ്, ചൂരൽ പ്രയോഗം, ലോക്കപ്പ് മർദനം മുതലായവയുടെ തീച്ചൂളയിലൂടെ കടന്നു വന്ന നൂറുകണക്കിലുള്ള യുവാക്കന്മാർ പതറാത്ത ദേശീയവാദികളായി സ്വയം ഉയരുകയും കേരളത്തിന്റെ പേരും പെരുമയും ഉയർത്തുകയും ചെയ്തു.

1930 ലെ സത്യാഗ്രഹം തുടങ്ങി അധികം കഴിയുന്നതിനുമുമ്പ്, മേയ് 23–ാം തീയതി, പുറപ്പെടുവിച്ച ഒരു പ്രസ്താവനയിൽ മാധവൻ നായർ ഇങ്ങനെ പറഞ്ഞു:

മലബാറിൽ സത്യാഗ്രഹ സമരം ആരംഭിച്ചിട്ട് നാൽപ്പതു ദിവസമേ ആയിട്ടുള്ളു. എങ്കിലും അത് ഈ ജില്ലയിലെ ജനങ്ങളെ ആകമാനം ഇളക്കിത്തീർത്തിട്ടുണ്ടെന്ന് അതിന്റെ പരമശത്രുക്കൾപോലും സമ്മതി ക്കാതിരിക്കയില്ല. കേളപ്പന്റെ ധൈര്യവും കൃഷ്ണസ്വാമി അയ്യരുടെ സഹ നവും മുഹമ്മദ് അബ്ദു റഹിമാന്റെ സ്വരാജ്യസ്നേഹവും ഉറങ്ങിക്കിട ന്നിരുന്ന കേരളത്തെ ഉണർത്തി; ഭീരുക്കളെ ധീരൻമാരാക്കി; അലസ ന്മാരെ ഉത്സാഹമുള്ളവരാക്കി. കാസർകോട് മുതൽ കന്യാകുമാരി വരെ സത്യാഗ്രഹസമരത്തിന്റെ പ്രതിധ്വനികൾ മുഴങ്ങി. (*കേരളവും കോൺ ഗ്രസും,* പേജ് 529–30).

1930 ലെ ഉപ്പുസത്യാഗ്രഹം, 1931 ലെ ഗാന്ധി–ഇർവിൻ സന്ധികാ ലത്ത് നടത്തിയ കോൺഗ്രസ് പ്രചാരവേല, 1931 നവംബറിൽ തുടങ്ങിയ ഗുരുവായൂർ ക്ഷേത്രസത്യഗ്രഹം, 1932–33 ലെ രണ്ടാം സിവിൽ നിയമ ലംഘന പ്രസ്ഥാനം എന്നിവ കേരളത്തിലെ രാഷ്ട്രീയജീവിതത്തെയാകെ മാറ്റിമറിച്ചു. പൈശാചികമായ മർദനഭരണത്തെ നേരിട്ടും പോലീസുകാ രെയും ഒറ്റുകാരെയും തോൽപ്പിച്ചും സമരസന്ദേശം നാട്ടുകാരുടെ അടു ത്തെത്തിക്കുകയും സമരപരിപാടിയിലെ ഇനങ്ങൾ നടപ്പിൽ വരുത്തു കയും ചെയ്യുന്ന കാര്യത്തിൽ പ്രാപ്തിയും പരിചയവും പ്രദർശിപ്പിച്ച ഒരു

തലമുറ യുവപ്രവർത്തകന്മാർ ഇക്കാലത്ത് മുന്നോട്ടുവന്നു. പിന്നീട് കേരളത്തിലെ രാഷ്ട്രീയജീവിതത്തിൽ വളരെയധികം പ്രാധാന്യം വഹിച്ചവരായ പി കൃഷ്ണപിള്ള, എ കെ ഗോപാലൻ, കെ പി ഗോപാലൻ, കേരളീയൻ, കെ പി ആർ മുതലായവർ ഇക്കാലത്താണ് രംഗപ്രവേശം ചെയ്തത്. കേരള കോൺഗ്രസ് ചരിത്രകാരൻ 'യുവാക്കന്മാരുടെ ദൈവങ്ങൾ' എന്ന തലവാചകത്തിൽ ഇങ്ങനെ പറയുന്നു:

> അനിതരമായ വൈഭവങ്ങൾ പലതും അന്ന് യുവാക്കന്മാർ പ്രദർശിപ്പിച്ചു. സാമർഥ്യത്തിന് സർട്ടിഫിക്കറ്റ് വാങ്ങിയിട്ടുള്ള പോലീസ് മേധാവികളുടെയും അവരുടെ വിസ്തൃതമായ സന്നാഹങ്ങളുടെയും അന്വേഷണങ്ങളെയും മുൻകരുതലുകളെയും തോൽപ്പിച്ചിട്ട് യോഗങ്ങൾ ചേർക്കുക, ലഘുലേഖനങ്ങൾ വിതരണംചെയ്യുക, പത്രികകൾ കല്ലച്ചിൽ എഴുതിച്ച് പല ദിക്കുകളിലേക്കും അയയ്ക്കുക, കോൺഗ്രസ് ബുള്ളറ്റിൻ പ്രസിദ്ധപ്പെടുത്തുക എന്നിങ്ങനെ പല കാര്യങ്ങളും കോൺഗ്രസ് ഭാരവാഹികൾ വിരുതോടെ ചെയ്തിരുന്നു. കോഴിക്കോട്ടു നഗരത്തിൽനിന്ന് ദിവസേന പുറപ്പെട്ടുകൊണ്ടിരുന്ന ബുള്ളറ്റിൻ എവിടെ വെച്ചെഴുതിയുണ്ടാക്കുന്നുവെന്നോ അതിനുള്ള കല്ലച്ച് എവിടെയിരിക്കുന്നുവെന്നോ കണ്ടുപിടിക്കുവാൻ പോലീസുകാർക്കു സാധ്യമായില്ല. സർവേന്ത്യാ കോൺഗ്രസ് കമ്മിറ്റിയുമായും ഇവിടത്തെ ഡിസ്ട്രിക്ട് കോൺഗ്രസ് കമ്മിറ്റികളുമായും മറ്റു ശാഖാ കമ്മിറ്റികളുമായും കത്തിടപാടുകൾ നടത്തിയത് സ്വന്തം പോസ്റ്റൽ ഏർപ്പാടുകൾ വഴിയായിരുന്നുവെന്നുള്ളതും പ്രസ്താവ്യമാണ്. പോലീസിനെ തോൽപ്പിച്ചുകൊണ്ട് സംസ്ഥാനസമ്മേളനവും ജില്ലാ, താലൂക്ക് സമ്മേളനങ്ങളും യുവജനസമ്മേളനങ്ങളും നടത്തുക മുതലായവ ചെയ്ത് കേരളം അതിന്റെ മുറ സ്തുത്യർഹമായവിധം നിർവഹിച്ചുവെന്ന് അഖിലേന്ത്യാ കോൺഗ്രസ് നേതാക്കന്മാർക്ക് അഭിനന്ദിക്കുവാനും കേരളീയർക്ക് അഭിമാനിക്കുവാനും കഴിഞ്ഞു. (*കേരളവും കോൺഗ്രസും,* പേജ് 559–60).

ഇടതുപക്ഷത്തിന്റെ ഉത്ഭവം

1930–32 സമരത്തിൽ പങ്കുകൊണ്ട ഈ യുവാക്കന്മാരും 1920–21 ലെ ഖിലാഫത്ത് പ്രസ്ഥാനത്തിൽ പങ്കെടുത്തവരും തമ്മിൽ മുഖ്യമായ ഒരു വ്യത്യാസമുണ്ട്. 1920–21 ലെ പ്രസ്ഥാനത്തിൽ കുറെ വക്കീൽമാരുടെയും മറ്റുയർന്ന വർഗക്കാരുടെയും ഒരു വിഭാഗവും നിരക്ഷരരായ കൃഷിക്കാരുടെ മറ്റൊരു വിഭാഗവുമാണുണ്ടായിരുന്നത്. അവർ തമ്മിൽ ആശയപരമായ യാതൊരൈക്യവുമുണ്ടായിരുന്നില്ല; അതുകൊണ്ടാണല്ലോ ആദ്യത്തെ യോജിച്ച കോൺഗ്രസ്–ഖിലാഫത്ത് പ്രസ്ഥാനം അവസാനം മാപ്പിളലഹളയായി കലാശിച്ചത്. 1930–32 ലാകട്ടെ, കർഷകബഹുജനങ്ങൾ പറ

യത്തക്കവിധമൊന്നും പങ്കു കൊണ്ടില്ല. 'പാവപ്പെട്ട ഇടത്തരക്കാ'രെന്ന പൊതുപേരുകൊണ്ടറിയപ്പെടുന്ന വിഭാഗങ്ങളിലെ (ചെറുകച്ചവടക്കാർ, ക്ലാർക്കുമാർ, എലിമെന്ററി സ്കൂൾ ടീച്ചർമാർ മുതലായ ജനവിഭാഗങ്ങളിലെ) ചെറുപ്പക്കാരും വിദ്യാർഥികളും മറ്റുമായിരുന്നു പ്രസ്ഥാനത്തിന്റെ ജീവൻ. വക്കീൽമാരും മറ്റുയർന്ന വർഗക്കാരും സമരത്തിൽ പങ്കെടുത്ത് ജയിൽവാസം വരിക്കുകയുണ്ടായെങ്കിലും, അധികൃതന്മാരെ തോൽപ്പിച്ച് തുടർച്ചയായി സമരം നടത്തിയതും ദിവസേനയെന്നപോലെ ലാത്തിച്ചാർജ്, ചൂരൽപ്രയോഗം മുതലായവയ്ക്ക് സ്വയം ബലികൊടുത്തതും ഈ ചെറുപ്പക്കാരാണ് (തുടർച്ചയായി കുറെ മാസങ്ങളോളം സത്യാഗ്രഹികളെ അറസ്റ്റ് ചെയ്യാതെ ലാത്തിച്ചാർജോ ചൂരൽപ്രയോഗമോ നടത്തിവിടുകയെന്ന പതിവ് കോഴിക്കോട്ടു പട്ടണത്തിൽ അധികൃതന്മാർ നടത്തുകയുണ്ടായി. അതുകൊണ്ടൊന്നും മുടങ്ങാതെ സമരം നടത്തിയതിന്റെ ഫലമായി 40–ഉം 50–ഉം തവണ ലാത്തിച്ചാർജിനിരയായ വാളണ്ടിയർമാരുണ്ട്). അതുപോലെതന്നെ സി ക്ലാസിലെ ദുരിതങ്ങളനുഭവിച്ചും നിരാഹാരവ്രതം മുതലായ സമരമാർഗങ്ങൾ ജയിലിനകത്തുതന്നെ അനുസരിച്ചും ജയിലിനകത്തുപോലും ലാത്തിച്ചാർജ് മുതലായ മർദനങ്ങൾക്കിരയായും കഴിച്ചുകൂട്ടിയത് ഈ ചെറുപ്പക്കാരാണ് (വക്കീൽമാരും ഉയർന്ന വർഗക്കാരും എ–ബി ക്ലാസുകളിൽ താരതമ്യേന നല്ല സുഖസൗകര്യങ്ങളോടുകൂടിയും ലാത്തിച്ചാർജ് മുതലായ മർദനങ്ങൾക്കിരയാകാതെയുമാണ് ജയിൽജീവിതം നയിച്ചത്).

ഇതിന്റെ ഫലമായി, ലാത്തിച്ചാർജ് മുതലായ മർദനനടപടികൾക്കിരയായും സി ക്ലാസ് ജയിൽജീവിതം നയിച്ചും പോന്ന 'വാളണ്ടിയർ'മാരും താരതമ്യേന കുറച്ചുമാത്രം കഷ്ടപ്പാടുകളനുഭവിച്ച 'നേതാക്കന്മാ'രും തമ്മിൽ ക്രമേണ അകലാൻ തുടങ്ങി. ഈ അകൽച്ചയെ സഹായിക്കത്തക്ക നിലയിലാണ് സമരവും മുന്നോട്ടുപോയത്. പത്ത് മാസത്തിലധികം നീണ്ടുനിന്ന ഒന്നാം (1930) സമരം ഗാന്ധി–ഇർവിൻ സന്ധിയുടെ ഫലമായി നിർത്തിവച്ചത്; ഇന്ത്യയിലെങ്ങുമുള്ള യുവവിപ്ലവകാരികളുടെ ആരാധനാപാത്രങ്ങളായിരുന്ന ഭഗത്സിങ്ങിനെയും സഖാക്കളെയും തൂക്കിക്കൊന്നത്; രണ്ടാം (1932) സമരം തുടങ്ങുന്ന സന്ദർഭത്തിൽ ഗുരുവായൂർ ക്ഷേത്രസത്യാഗ്രഹത്തിന്റെ പേരിൽ കേളപ്പനെപ്പോലുള്ള നേതാക്കന്മാർ ഒഴിഞ്ഞുനിന്നത്; സമരത്തിന്റെ നടുവിൽവെച്ച് (1932 സെപ്റ്റംബർ-ഒക്റ്റോബർ) ഗാന്ധിജിയുടെയും കേളപ്പന്റെയും നിരാഹാരവ്രതം, ഗുരുവായൂർ റഫറണ്ടം, ഹരിജൻ പ്രവർത്തനം മുതലായവ മുഖേന നാട്ടുകാരുടെ ശ്രദ്ധ രാഷ്ട്രീയകാര്യങ്ങളിൽനിന്നു തിരിച്ചത്; ഘോരമായ സത്യാഗ്രഹസമരം നടക്കുന്ന അവസരത്തിൽത്തന്നെ ക്ഷേത്രപ്രവേശനബില്ല് നിയമമാക്കിക്കിട്ടേണ്ടാവശ്യത്തിന് രാജഗോപാലാചാരിയെപ്പോലുള്ള ഉയർന്നനിലയിലുള്ള നേതാക്കന്മാർ കേന്ദ്ര അസംബ്ലിമന്ദിരത്തിൽ പോയത്; 1933 ആദ്യത്തിൽ വീണ്ടും ഗാന്ധിജി നിരാഹാരവ്രതം തുടങ്ങുകയും സത്യഗ്രഹസമരം നിർത്തിവയ്ക്കുകയും ചെയ്തത്; 1933 ൽ പിന്നീടു തുട

ങ്ങിയ വ്യക്തിസത്യഗ്രഹവും, അതുപോലും പിന്നീടു നിർത്തിവച്ചതും– ഇതെല്ലാം 'വാളണ്ടിയർ'മാരിൽ വമ്പിച്ച അതൃപ്തിയുളവാക്കി. അക്കാലത്ത് മദിരാശി സംസ്ഥാനത്തിലെ ജയിലുകളിൽ (കണ്ണൂർ, തൃശ്ശിനാപ്പള്ളി, കോയമ്പത്തൂർ, വെല്ലൂർ എന്നീ ജയിലുകളിൽ) താമസിച്ചിരുന്ന ബംഗാൾ വിപ്ലവത്തടവുകാരും ലാഹൂർ ഗൂഢാലോചനക്കേസിലെ പ്രതികളും വിത്തൽഭായ് പട്ടേൽ, സുഭാസ് ബോസ് എന്നീ ഇടതുപക്ഷ നേതാക്കന്മാരും മറ്റുമായുള്ള സഹവാസവും സംഭാഷണവും ഇതിനെ സഹായിച്ചു. 'നേതാക്കന്മാ'രാവട്ടെ, ഈ സംഭവവികാസങ്ങളെ ഒരുതരം സംതൃപ്തിയോടെയാണു വീക്ഷിച്ചത്. മാത്രമല്ല, ജീവിതമാകെ ദേശസേവനത്തിനായുഴിഞ്ഞുവച്ച് എന്തു കഷ്ടപ്പാടനുഭവിച്ചും രാഷ്ട്രീയപ്രവർത്തനം നടത്തണമെന്ന ദൃഢനിശ്ചയത്തോടുകൂടി 'വാളണ്ടിയർ'മാർ പുറത്തുവരികയും ജയിലിനകത്തുവെച്ചു നിശ്ചയിച്ചതനുസരിച്ചുള്ള പ്രവർത്തനങ്ങളവർ നടത്തുകയും ചെയ്തപ്പോൾ, 'നേതാക്കന്മാർ' ഓരോരുത്തരായി പുറത്തുവന്ന് വീണ്ടും വക്കീൽ പ്രവൃത്തിയിലോ മറ്റു ജോലികളിലോ ഏർപ്പെട്ട് സ്വന്തംകാര്യം കഴിഞ്ഞ് പിന്നെ സൗകര്യമുണ്ടാവുമ്പോൾ മാത്രം പൊതുപ്രവർത്തനം നടത്തുകയെന്ന പതിവു സ്വീകരിച്ചു.

ഇങ്ങനെ "ഞായറാഴ്ച കോൺഗ്രസെ"ന്ന ഓമനപ്പേരുകൊണ്ടറിയപ്പെടുന്ന കോൺഗ്രസ് നേതൃത്വവും (സാധാരണ ദിവസങ്ങളിൽ സ്വന്തം ജോലിയും ഞായറാഴ്ചകളിൽമാത്രം പൊതുപ്രവർത്തനവും നടത്തുന്ന വക്കീൽ കോൺഗ്രസിന് കൊടുത്ത പേരാണ് 'ഞായറാഴ്ച കോൺഗ്രസ്') മുഴുവൻ സമയവും കോൺഗ്രസ് പ്രവർത്തനത്തിനായുഴിഞ്ഞുവച്ച യുവകോൺഗ്രസ് പ്രവർത്തകന്മാരും തമ്മിൽ രാഷ്ട്രീയപരിപാടികളെക്കുറിച്ചും കോൺഗ്രസ് സംഘടനയ്ക്കകത്ത് തങ്ങൾക്കുണ്ടായിരിക്കേണ്ട സ്ഥാനത്തെക്കുറിച്ചും മൗലികമായ അഭിപ്രായവ്യത്യാസമുളവായി. നിയമസഭാപ്രവേശവും മന്ത്രിസ്ഥാനസ്വീകരണവും മുഖേന രാഷ്ട്രീയാധികാരം സമ്പാദിക്കുക, നിർമാണപരിപാടി (ഹരിജൻ, ഹിന്ദി, ഖാദി, ഗ്രാമോദ്യോഗം) മുഖേന ബഹുജനങ്ങളുടെ സ്ഥിതി നന്നാക്കുക, കണിശമായ അക്രമരാഹിത്യം നടപ്പിൽ വരുത്തുക എന്നിവയാണ് നേതാക്കന്മാരുടെ പരിപാടിയെങ്കിൽ, ബ്രിട്ടീഷ് ഗവൺമെന്റുമായി വിട്ടുവീഴ്ചകൂടാതെ സമരം നടത്തി രാഷ്ട്രീയാധികാരം പിടിച്ചെടുക്കത്തക്ക ശക്തമായ ഒരു വിപ്ലവബഹുജനപ്രസ്ഥാനമുണ്ടാക്കണമെന്ന് വളണ്ടിയർമാർ വാദിച്ചു. സത്യവും അഹിംസയുമാണ് കോൺഗ്രസിന്റെ അടിസ്ഥാനതത്വങ്ങളെന്നും അവയ്ക്കെതിരായി യാതൊന്നും ചെയ്യരുതെന്നും നേതാക്കന്മാർ വാദിച്ചപ്പോൾ, ബ്രിട്ടീഷ് ഭരണത്തെ അവസാനിപ്പിക്കുകയാണ് കോൺഗ്രസിന്റെ മൗലികസിദ്ധാന്തമെന്നും അതിനാവശ്യവും പ്രായോഗികവുമായ പരിപാടികളെല്ലാം അതതവസരത്തിലംഗീകരിക്കണമെന്നും വളണ്ടിയർമാരഭിപ്രായപ്പെട്ടു. പഠിപ്പും പാസ്സും നേടിയ വക്കീൽമാരും മറ്റുയർന്ന വർഗക്കാരുമാണ് കോൺഗ്രസിനെ നയിക്കുകയും നിയന്ത്രിക്കുകയും ചെയ്യേണ്ടതെന്ന് നേതാക്കന്മാർ സൂചിപ്പിച്ചപ്പോൾ ഏതുവർഗത്തിൽനിന്ന്

വന്നവരായാലും ശരി, കോൺഗ്രസിനുവേണ്ടി പ്രവർത്തിക്കുന്നതാരോ അവർക്ക് അതിന്റെ സംഘടനയിലും മുൻകൈയുണ്ടായിരിക്കണമെന്ന് വളണ്ടിയർമാരവകാശപ്പെട്ടു. മഹാത്മാഗാന്ധി, കോൺഗ്രസ് പ്രവർത്തക ക്കമ്മിറ്റി എന്നിവരുടെ നിർദേശങ്ങളും നേതൃത്വവും ചോദ്യംചെയ്യാതെ, 'തിരുവായ്ക്കെതിർവായയില്ലെ'ന്ന നിലയിൽ, അക്ഷരംപ്രതി അനുസരി ക്കണമെന്ന നേതാക്കന്മാരുടെ അഭിപ്രായത്തിനുപകരം കോൺഗ്രസിലെ സാധാരണമെമ്പർമാരും പ്രവർത്തകന്മാരും പ്രകടിപ്പിക്കുന്ന അഭിപ്രാ യങ്ങളും ആഗ്രഹങ്ങളുമനുസരിച്ചായിരിക്കണം ഗാന്ധിജിയും പ്രവർത്ത കക്കമ്മിറ്റിയും തന്നെ പ്രവർത്തിക്കുന്നതെന്ന് വളണ്ടിയർമാർ അഭി പ്രായപ്പെട്ടു.

ഇടതുപക്ഷകോൺഗ്രസ് കമ്യൂണിസത്തിലേക്ക്

ഈ അഭിപ്രായവ്യത്യാസമാണ് 1934 ൽ കേരള കോൺഗ്രസ് സോഷ്യലിസ്റ്റ് പാർട്ടി രൂപീകരിക്കാനിടയാക്കിയത്. 1934 മുതൽ 1940 വരെ 'സോഷ്യലിസവും ഗാന്ധിസവും തമ്മിലുള്ള വടംവലി'യെന്ന രൂപത്തിൽ കോൺഗ്രസിനകത്ത് നടന്ന സമരത്തിന്റെ അടിയിലുണ്ടായിരുന്നതും ഇതായിരുന്നു.

ലോകത്തിന്റെ ഗതിയാകെ മാറ്റിമറിക്കുന്ന ഒരു സംഭവം–സോവിയറ്റ് യൂണിയനിലെ ഒന്നാം പഞ്ചവത്സര പദ്ധതിയുടെ പരിപൂർണവിജയം–നട ക്കുന്ന കാലത്താണ് 1930–32 ലെ ദേശീയസമരം നടന്നത്. പതിനഞ്ചു കൊല്ലം മുമ്പ് ഇന്ത്യയെപ്പോലെതന്നെ അസ്വതന്ത്രവും അപരിഷ്കൃ തവും അജ്ഞതാപൂർണവുമായിക്കിടന്നിരുന്ന ഒരു ജനസമുദായം അ തിനെ വരിഞ്ഞുകെട്ടിയിരുന്ന ത്സാറിസ്റ്റ് സാമ്രാജ്യച്ചങ്ങല പൊട്ടിക്കുക മാത്രമല്ല, വ്യവസായങ്ങളും കൃഷിയും വളർത്തി, വിദ്യാഭ്യാസവും സം സ്കാരവും പരത്തി ഉയരുന്ന കാഴ്ച സ്വാഭാവികമായി യുവാക്കളായ സത്യഗ്രഹികളെ വളരെയധികം ആകർഷിച്ചു. കനത്ത ഇരുമ്പഴികൾക്കു പിന്നിൽക്കിടന്ന് ഗാന്ധിജിയുടെയും മറ്റു കോൺഗ്രസ് നേതാക്കന്മാരു ടെയും നിരാഹാരവ്രതത്തെയും ഹരിജനസേവയെയും അഹിംസയെ യും കുറിച്ച് അതൃപ്തിയോടും അസ്വാസ്ഥ്യത്തോടുംകൂടി ആലോചി ക്കുന്ന അവർക്ക് സോവിയറ്റ് യൂണിയനിൽ വന്ന ഗംഭീര പരിവർ ത്തനങ്ങളും അവയ്ക്കു പിന്നിലുള്ള വിപ്ലവകരമായ ചിന്താഗതിയും ഒരു പുതിയ വെളിച്ചം നൽകി. റഷ്യൻ വിപ്ലവത്തെയും അവിടത്തെ കമ്യൂണി സ്റ്റ് പാർട്ടിയെയും അതിന്റെ സ്ഥാപകനായ ലെനിനെയും കുറിച്ച് കിട്ടാ വുന്ന പുസ്തകങ്ങളെല്ലാം പഠിക്കാനും കഴിയുന്ന വിവരങ്ങളെല്ലാം ശേഖ രിക്കാനും അവർ തുടങ്ങി. ഇതിന്റെ ഫലമായി അവർ രണ്ടു തീരുമാന ത്തിലെത്തി. ഒന്ന്, ഇന്ത്യയ്ക്ക് സ്വാതന്ത്ര്യം കിട്ടണമെങ്കിൽ ഇവിടെ ഗാ ന്ധിജിയും കോൺഗ്രസും അംഗീകരിക്കുന്ന അഹിംസാപരിപാടി അനു സരിച്ചാൽ പോരാ; റഷ്യയിൽ കമ്യൂണിസ്റ്റ് പാർട്ടി അനുസരിച്ച വിപ്ല വപരിപാടി സ്വീകരിക്കണം. രണ്ട്, ഇന്ത്യയുടെ സ്വാതന്ത്ര്യം യഥാർഥ സ്വാ

തന്ത്ര്യമാവണമെങ്കിൽ സോവിയറ്റ് യൂണിയനിലെന്നപോലെ ജന്മികളും മുതലാളിമാരുമില്ലാത്ത ഒരു സാമൂഹ്യഘടന കെട്ടിപ്പടുക്കണം. ഇവ രണ്ടുമാണ് സോഷ്യലിസമെന്നാലർഥമെന്ന് കരുതിയ അവർ തങ്ങൾ സോഷ്യലിസ്റ്റുകാരാണെന്ന് പ്രഖ്യാപിച്ചു.

കേരളത്തിൽമാത്രമല്ല, ബോംബെ, ബിഹാർ, യു പി, ഒറീസ മുതലായ മറ്റു സംസ്ഥാനങ്ങളിലും ഇതേ സംഭവം നടക്കുകയുണ്ടായി. അവിടെയെല്ലാം കോൺഗ്രസുകാരിലൊരുവിഭാഗം ജയിലിൽവെച്ച് പഴയ കോൺഗ്രസ് നേതൃത്വത്തിന്റെ നയത്തിൽ അതൃപ്തരാവുകയും സോഷ്യലിസത്തിന്റെ നേരേ ആകർഷിക്കപ്പെടുകയും ചെയ്തു. ഇങ്ങനെ വെറും കോൺഗ്രസുകാരായി മടങ്ങിവന്ന ഇവർ ഓരോ സംസ്ഥാനത്തിലും കോൺഗ്രസ് സോഷ്യലിസ്റ്റ്പാർട്ടികൾ രൂപീകരിക്കുകയും 1934 മേയ് മാസത്തിൽ പട്നയിൽവെച്ച്, ഒരഖിലേന്ത്യാ സോഷ്യലിസ്റ്റ് സമ്മേളനം വിളിച്ചുകൂട്ടുകയും ചെയ്തു. അന്നവിടെവെച്ച് തിരഞ്ഞെടുത്ത സംഘടനാക്കമ്മിറ്റി തയ്യാറാക്കിയ കരടുപരിപാടിയുടെയും കരടു ഭരണഘടനയുടെയും അടിസ്ഥാനത്തിലാണ് 1934 ഒക്റ്റോബറിൽ ബോംബെയിൽ വെച്ച് ഒന്നാം കോൺഗ്രസ് സോഷ്യലിസ്റ്റ് സമ്മേളനം കൂടിയത്. ഈ രണ്ടു സമ്മേളനങ്ങളിലും മാത്രമല്ല, പിന്നീടു നടന്ന മീറത്ത് (1936), ഫൈസ്പൂർ (1937), ലാഹൂർ (1938) സമ്മേളനങ്ങളിലും കേരളത്തിൽനിന്ന് പ്രതിനിധികൾ ഹാജരായിരുന്നു; അഖിലേന്ത്യാ കോൺഗ്രസ്സ് സോഷ്യലിസ്റ്റ് പാർട്ടിയുടെ ഏറ്റവും സജീവഘടകങ്ങളിലൊന്നായിട്ടാണ് 1940 വരെ–അന്നാണ് ഇവിടത്തെ പാർട്ടിയാകെ സോഷ്യലിസ്റ്റ് നേതൃത്വത്തിൽനിന്നു വിട്ട് കമ്യൂണിസ്റ്റു പാർട്ടിയിൽച്ചേർന്നത്—കേരളപാർട്ടി കണക്കാക്കപ്പെട്ടിരുന്നത്.

അധികം കഴിയുന്നതിനുമുമ്പ് അഖിലേന്ത്യാ കോൺഗ്രസ് സോഷ്യലിസ്റ്റ് പാർട്ടി നേതൃത്വത്തിന്റെ നേരേയും കേരളത്തിലെ സോഷ്യലിസ്റ്റുകാർക്ക് അതൃപ്തി തോന്നാൻ തുടങ്ങി.

ഒന്നാമത്, കോൺഗ്രസിനകത്ത് ഒതുങ്ങിനിൽക്കുന്ന ഒരു പാർട്ടിയെന്ന നിലയ്ക്ക് കോൺഗ്രസ് കമ്മിറ്റികളിലേക്കുള്ള തിരഞ്ഞെടുപ്പുകളിൽ പങ്കുകൊള്ളുക, കോൺഗ്രസ് സമ്മേളനങ്ങളിലും എ ഐ സി സി യോഗങ്ങളിലും നടക്കുന്ന വാദപ്രതിവാദങ്ങളിലും പങ്കുകൊള്ളുക മുതലായി കോൺഗ്രസിന്റെ ആഭ്യന്തരജീവിതം സംബന്ധിച്ച കാര്യങ്ങളിലാണ് അഖിലേന്ത്യാ നേതൃത്വത്തിന്റെ മുഴുവൻ ശ്രദ്ധയും തിരിഞ്ഞത്; സോഷ്യലിസ്റ്റുകാർ ഒന്നാമത്തേതും ഒടുക്കത്തേതുമായി കണക്കാക്കേണ്ട പണി–സ്വതന്ത്രമായ ബഹുജനസംഘടനകൾ കെട്ടിപ്പടുക്കുകയും സമരങ്ങൾ നയിക്കുകയും ചെയ്യുക–യിൽ അവർ വളരെയൊന്നും ശ്രദ്ധിച്ചില്ല. ജയപ്രകാശ്, മസാനി, അച്യുത് പട്വർധൻ, കമലാദേവി, നരേന്ദ്രദേവ് മുതലായവരാരുംതന്നെ സ്വന്തമായി ഒരൊറ്റ ബഹുജനസമരമെങ്കിലും നയിക്കുകയോ സംഘടന കെട്ടിപ്പടുക്കുകയോ ചെയ്തിട്ടില്ല. അതുകൊണ്ട് പണിമുടക്കുകളും കിസാൻ സമരങ്ങളും വിദ്യാർഥിസമരങ്ങളും നാട്ടുരാജ്യസമരങ്ങളും നാട്ടിലാകെ തിരതല്ലിയിരുന്ന കാലത്ത് അവ നട

ത്തേണ്ടതെങ്ങനെയെന്ന കാര്യത്തിൽ യാതൊരു പ്രായോഗികനേതൃത്വവും നൽകുവാൻ അഖിലേന്ത്യാ സോഷ്യലിസ്റ്റ് പാർട്ടിക്കു കഴിഞ്ഞില്ല. അത്തരം നേതൃത്വമാണ് കേരളത്തിനാവശ്യമുള്ളതും.

രണ്ടാമത്, കോൺഗ്രസിനകത്തുതന്നെയുള്ള വലതുപക്ഷ നേതൃത്വത്തിനു കീഴടങ്ങുന്ന നിലയാണ് പലപ്പോഴും അഖിലേന്ത്യാ നേതൃത്വമെടുത്തത്. ഉദാ: ത്രിപുരിയിൽ സുഭാഷ് ബോസിന്റെ പേരിൽ അവിശ്വാസ പ്രമേയമവതരിപ്പിക്കാൻ വലതുപക്ഷം മുതിർന്നപ്പോൾ മറ്റിടതുപക്ഷ കക്ഷികളുടെയെല്ലാം അഭിപ്രായത്തിൽനിന്നു വ്യത്യസ്തമായി–അവരെല്ലാം പ്രമേയത്തിനെതിരായി വോട്ടുചെയ്തപ്പോൾ–സോഷ്യലിസ്റ്റ് പാർട്ടി നിഷ്പക്ഷതയവലംബിച്ചു. മാത്രമല്ല, ബോംബെ കോൺഗ്രസ് മന്ത്രിസഭ പണിമുടക്കു വിരോധനിയമം പാസാക്കുകയും അതിനെതിരായി ബോംബെ തൊഴിലാളിവർഗം ഒരു ദിവസത്തെ പ്രതിഷേധപണിമുടക്കം പ്രഖ്യാപിക്കുകയും ചെയ്തപ്പോൾ സോഷ്യലിസ്റ്റ്പാർട്ടി പണിമുടക്കത്തെ എതിർത്തു.

മൂന്നാമത്, സോഷ്യലിസ്റ്റ് നേതൃത്വത്തിലൊരു വിഭാഗം (മസാനി, ലോഹിയ, അച്യുത് പട്‌വർധൻ മുതലായവർ) കടുത്ത സോവിയറ്റ് വിരോധികളും കമ്യൂണിസ്റ്റ് വിരോധികളുമാണ്. *കോൺഗ്രസ്സ് സോഷ്യലിസ്റ്റ്* പത്രത്തിൽ ഇടവിടാതെ സോവിയറ്റ് വിരുദ്ധങ്ങളായ ലേഖനങ്ങളും കമ്യൂണിസ്റ്റുകാർക്കെതിരേയുള്ള ശകാരങ്ങളും സ്ഥലം പിടിച്ചിരുന്നു (ഇക്കാര്യത്തിൽ ജയപ്രകാശ് അന്ന് കുറെ ഭേദമായിരുന്നു. പ്രധാന കാര്യങ്ങളെക്കുറിച്ചെല്ലാം ജോഷി–ജയപ്രകാശ് സംയുക്തപ്രസ്താവനകളും കൂടിയാലോചനകളും ക്രമമായി നടന്നിരുന്നു).

ഇതെല്ലാം കാലക്രമേണയാണ്, തുടർച്ചയായുള്ള അനുഭവങ്ങളിലൂടെയാണ് കേരളത്തിലെ സോഷ്യലിസ്റ്റുകാർക്ക് മനസിലായത്. ഇതിനിടയ്ക്കുതന്നെ കമ്യൂണിസ്റ്റ് പാർട്ടിയെക്കുറിച്ചും അതിന്റെ പ്രവർത്തനത്തെക്കുറിച്ചും കൂടുതൽ മനസ്സിലാക്കാനവർക്കു കഴിഞ്ഞു. തെക്കേ ഇന്ത്യയിലെ കമ്യൂണിസ്റ്റ് നേതാക്കന്മാരായിരുന്ന ഘാട്ടെ, സുന്ദരയ്യ എന്നിവരുമായി ഇടയ്ക്കിടെ കണ്ടു സംസാരിക്കാനും 1934–37 ലെ രഹസ്യപത്രമായ *കമ്യൂണിസ്റ്റ്*, 1938–39 ലെ പരസ്യപത്രമായ *നാഷണൽ ഫ്രണ്ട്* എന്നിവ വായിക്കാനും, കൊല്ലത്തിലൊന്നുംരണ്ടും തവണ ജോഷി, അധികാരി, അജയഘോഷ്, ഭരദ്വാജ് മുതലായ അഖിലേന്ത്യാ നേതാക്കന്മാരുമായി സംസാരിക്കാനും കേരളത്തിലെ സോഷ്യലിസ്റ്റുകാർക്കു കഴിഞ്ഞു. ഇതിൽനിന്നു രണ്ടു നേട്ടങ്ങളവർക്കുണ്ടായി:

ഒന്ന്, പണിമുടക്കുകൾ മുതലായ ബഹുജനസമരങ്ങൾ നടത്തുകയും ട്രേഡ്‌യൂണിയൻ മുതലായ സംഘടനകൾ കെട്ടിപ്പടുക്കുകയും ചെയ്യുന്നതു സംബന്ധിച്ച പ്രായോഗികനിർദേശങ്ങൾ കിട്ടി.

രണ്ട്, സോഷ്യലിസ്റ്റ് രാഷ്ട്രീയ പ്രവർത്തകന്മാർ അവശ്യം പഠിച്ചിരിക്കേണ്ട രാഷ്ട്രീയഗ്രന്ഥങ്ങളും ലഘുലേഖകളും പഠിക്കാനും അവയുടെ വെളിച്ചത്തിൽ പ്രായോഗികപ്രശ്നങ്ങൾ പരിശോധിക്കാനുമുള്ള സൗകര്യമുണ്ടായി. (ഗ്രന്ഥങ്ങളും ലഘുലേഖകളും കേരളത്തിൽ എത്തിക്കാൻ

സോഷ്യലിസ്റ്റ് നേതൃത്വം യാതൊരേർപ്പാടും ചെയ്തിരുന്നില്ല. കമ്യൂണിസ്റ്റുകാരതു ചെയ്തു). ഇതിന്റെ ഫലമായി സ്വന്തം പാർട്ടിയോടുള്ളതിലുമധികം അടുപ്പം കമ്യൂണിസ്റ്റ് പാർട്ടിയോടാണ് കേരളത്തിലെ സോഷ്യലിസ്റ്റുകാർക്കുള്ളതെന്ന നിലവന്നു. എന്നാൽ സോഷ്യലിസ്റ്റ്പാർട്ടിയും കമ്യൂണിസ്റ്റ് പാർട്ടിയും ചേർന്ന് ഒരു സംയുക്തമാർക്സിസ്റ്റ് പാർട്ടിയുണ്ടാക്കാൻ കഴിയുമെന്ന നേരിയ ഒരാശ അക്കാലത്ത് (1938–39) ഉണ്ടായിരുന്നതിനാൽ അവർ സോഷ്യലിസ്റ്റ് പാർട്ടിയെ വിട്ട് കമ്യൂണിസ്റ്റ് പാർട്ടിയിൽ ചേരാൻ മുതിർന്നില്ല.

എന്നാൽ രണ്ടാം ലോകമഹായുദ്ധം തുടങ്ങിയതോടുകൂടി നെല്ലും പതിരും വേറിട്ടത് പ്രത്യക്ഷമായി. യുദ്ധകാലത്തുണ്ടാവുന്ന സാമ്പത്തിക ദുരിതങ്ങൾക്കെതിരായും യുദ്ധശ്രമത്തിനെതിരായും രാഷ്ട്രീയാധികാരം പിടിച്ചെടുക്കുന്നതിനുവേണ്ടിയും തൊഴിലാളികളെയും കൃഷിക്കാരെയും മറ്റെല്ലാ ജനവിഭാഗങ്ങളെയും അണിനിരത്തുന്നതിനുള്ള വിപ്ലവപരിപാടി നാടിന്റെ മുമ്പിൽ കമ്യൂണിസ്റ്റ്പാർട്ടി വച്ചപ്പോൾ—അതെങ്ങനെ ചെയ്യാമെന്നതിനു മാതൃകയെന്നോണം ഒരു ദിവസത്തെ യുദ്ധവിരോധപണിമുടക്കം (1939 ഒക്റ്റോബർ 2–ാം തീയതി) പാർട്ടി സംഘടിപ്പിച്ചപ്പോൾ–ബോംബെ, കാൺപൂർ മുതലായ തൊഴിലാളികേന്ദ്രങ്ങളിൽ യുദ്ധബത്തയ്ക്കുവേണ്ടിയുള്ള പണിമുടക്കങ്ങളും ബംഗാളിലെ ദിനാജ്പൂർ, രംഗ്പൂർ എന്നീ ജില്ലകളിൽ കിസാൻ സമരങ്ങളും പാർട്ടി നയിച്ചപ്പോൾ—ഈ സമരങ്ങളെല്ലാം നയിക്കുന്നതിനാവശ്യമായ ഒരു രഹസ്യസംഘടന പാർട്ടി കെട്ടിപ്പടുത്തപ്പോൾ—സോഷ്യലിസ്റ്റ്പാർട്ടി സമരം തുടങ്ങാൻ കോൺഗ്രസിനോടഭ്യർഥിക്കുകമാത്രമാണു ചെയ്തത്. യുദ്ധം തുടങ്ങിയ ആദ്യദിവസങ്ങളിലെല്ലാം സോഷ്യലിസ്റ്റ്പാർട്ടി എന്തു ചെയ്തുവെന്നു ചോദിച്ചാൽ ഉത്തരം 'പൂജ്യ'മെന്നായിരിക്കും. അതുകൊണ്ടാണ് 1939 അവസാനത്തിലും 1940 ആദ്യത്തിലുമായി അന്നത്തെ കേരള കോൺഗ്രസ് സോഷ്യലിസ്റ്റ്പാർട്ടിയാകെ (ഒരൊറ്റയാൾ ഒഴിയാതെ) കമ്യൂണിസ്റ്റ് പാർട്ടിയിൽ ചേർന്നത്.

കമ്യൂണിസ്റ്റ്പാർട്ടിയുടെ മൂന്നു നേട്ടങ്ങൾ

ദേശീയപ്രസ്ഥാനത്തിനകത്തുനിന്നുതന്നെ ഉയർന്നുവന്ന ഒരു പ്രസ്ഥാനമാണ് കമ്യൂണിസമെന്ന് ഇതിൽനിന്നു വ്യക്തമായിരിക്കും. ഗാന്ധിജിയുടെയും പണ്ഡിറ്റ്ജിയുടെയും സന്ദേശം കേട്ട് ദേശീയപ്രസ്ഥാനത്തിലേക്കിടിച്ചുകയറിയ യുവാക്കളാണ്, സ്വന്തം അനുഭവംകൊണ്ട്, കോൺഗ്രസ് നേതൃത്വത്തിന്റെ പ്രവൃത്തിപരിപാടിയിലുള്ള വിശ്വാസം നശിച്ച്, ആദ്യം കോൺഗ്രസ് സോഷ്യലിസത്തിലേക്കും പിന്നീട് കമ്യൂണിസത്തിലേക്കും പോയത്. കോൺഗ്രസ്തന്നെ തങ്ങളെ പഠിപ്പിച്ച ലക്ഷ്യം—ബഹുജനങ്ങളുടെ സാമ്പത്തികവും രാഷ്ട്രീയവുമായ സ്വാതന്ത്ര്യമെന്ന അർഥത്തിലുള്ള പൂർണസ്വാതന്ത്ര്യം—നേടാൻ കോൺഗ്രസിന്റെ പരിപാടി അപര്യാപ്തമാണെന്നു ബോധ്യപ്പെട്ടതിനാലാണവർ

ആ ഉദ്ദേശത്തിനു കൂടുതൽ പ്രയോജനപ്പെടുന്ന ഒരു പുതിയ പരിപാടി സ്വീകരിച്ചത്.

ഈ പുതിയ പരിപാടി നിമിത്തം കഴിഞ്ഞ ഒരു വ്യാഴവട്ടക്കാലത്ത് കേരളത്തിലെ രാഷ്ട്രീയജീവിതമാകെ തിരിച്ചറിയാൻ വയ്യാത്തവിധം മാറിയിട്ടുണ്ട്. ഈ മാറ്റത്തിന്റെ മുഴുവൻ മെച്ചം കമ്യൂണിസ്റ്റുകാർക്കാണെന്ന് അവർ പോലും പറയുന്നില്ല. പണ്ഡിറ്റ് നെഹ്രുവിന്റെ നേതൃത്വത്തിൽ 1936–38 ൽ കോൺഗ്രസ് അംഗീകരിച്ച ഐക്യമുന്നണിപരിപാടി; 1937 ലെ പൊതുതിരഞ്ഞെടുപ്പും അതിന്റെ ഫലമായിവന്ന രാഷ്ട്രീയബോധവും; 1937–40 ലെ കോൺഗ്രസ് മന്ത്രിസഭാ ഭരണത്തിൻ കീഴിൽ നാട്ടിലാകെ വന്ന വമ്പിച്ച രാഷ്ട്രീയപുരോഗതി; 1938–39 ൽ ഇന്ത്യയിലാകെ പരന്ന നാട്ടുരാജ്യസമരങ്ങൾ; രണ്ടാം ലോകമഹായുദ്ധവും 1942 ലെ സമരവും; യുദ്ധാനന്തരം വന്ന പുതിയ വിപ്ലവമുന്നേറ്റം—ഇവയാണ് ഇന്ത്യയുടെ മറ്റു ഭാഗങ്ങളെപ്പോലെ കേരളത്തെയും മാറ്റിമറിച്ചത്. എന്നാൽ ഇതിന്റെയെല്ലാം ഫലമായി ഉയർന്നുവന്ന രാഷ്ട്രീയബോധത്തെ സംഘടിപ്പിക്കുകയും ഉയർത്തുകയും ചെയ്തതിൽ മറ്റാരെക്കാളുമധികം പ്രധാനമായ പങ്ക് കമ്യൂണിസ്റ്റുകാരാണു വഹിച്ചിട്ടുള്ളതെന്ന് അവരുടെ എതിരാളികൾ പോലും സമ്മതിക്കും.

എന്തൊക്കെയാണ് കമ്യൂണിസ്റ്റുകാർ 1934 മുതൽ ചെയ്തിട്ടുള്ളത്?

ഒന്ന്, <u>കോൺഗ്രസിനെ ഒരു ബഹുജനസംഘടനയെന്ന നിലയ്ക്ക് കെട്ടിപ്പടുത്തു.</u>

1934 ൽ കോൺഗ്രസിന് പറയത്തക്ക സംഘടനയോ ബഹുഭൂരിപക്ഷം നാട്ടുകാരുമായി സജീവബന്ധമോ ഉണ്ടായിരുന്നില്ല. കെ പി സി സി യും *മാതൃഭൂമി* പത്രവുമായിരുന്നു അന്നത്തെ കോൺഗ്രസ്. ജില്ല, താലൂക്ക് കമ്മിറ്റികളോ കീഴ്ക്കമ്മിറ്റികളോ വാളണ്ടിയർമാരോ അവർക്ക് വ്യക്തമായ ദൈനംദിന–പ്രായോഗികപരിപാടിയോ ഉണ്ടായിരുന്നില്ല. ഖാദി മുതലായ നിർമാണ പരിപാടിയിലെ ഇനങ്ങൾക്ക് അതതിന്റെ പ്രത്യേകസംഘടനകളും തിരഞ്ഞെടുപ്പുകൾക്ക് അതതുകാലത്തുണ്ടാകേണ്ട താൽക്കാലിക സംഘടനകളുമുണ്ടായിരുന്നതിനാൽ കോൺഗ്രസ് കമ്മിറ്റിക്ക് സാധാരണകാലത്ത് വിശേഷിച്ചൊന്നും ചെയ്യാനില്ലായിരുന്നു. കമ്യൂണിസ്റ്റുകാരുടെ രംഗപ്രവേശത്തോടുകൂടി ഈ സ്ഥിതിക്കാകെ മാറ്റം വരുത്താനവർ ശ്രമിച്ചു. അതിലവർ കുറെയൊക്കെ ജയിക്കുകയും ചെയ്തു.

1935, 1938, 1939, 1940 എന്നീ കൊല്ലങ്ങളിൽ കെ പി സി സി യുടെ ഭാരവാഹികളായി പ്രവർത്തിച്ചിരുന്നത് കമ്യൂണിസ്റ്റുകാരാണ്; അന്നെല്ലാം അവർ സംസ്ഥാന രാഷ്ട്രീയ സമ്മേളനങ്ങൾ നടത്തി. 1931 ലെ വടകര സമ്മേളനത്തിനുശേഷം സംസ്ഥാനരാഷ്ട്രീയസമ്മേളനങ്ങൾ കൂടിയിട്ടുള്ളത് കമ്യൂണിസ്റ്റുകാർ കെ പി സി സി ഭാരവാഹികളായിരുന്ന കാലത്തു മാത്രമാണെന്നും അവർ ഭാരവാഹികളല്ലാതിരുന്ന 1936, 37 കൊല്ലങ്ങളിലോ 1940 നു ശേഷമോ സമ്മേളനങ്ങൾ കൂടുകയുണ്ടായില്ലെന്നുമുള്ളത്

ശ്രദ്ധേമായ ഒരു പരമാർഥമാണ്. ഇതുപോലെതന്നെ ജില്ലാ, താലൂക്ക് രാഷ്ട്രീയ സമ്മേളനങ്ങളും, 1935 മുതൽക്കുതന്നെ കമ്യൂണിസ്റ്റുകാർക്ക് ശക്തിയുള്ളിടങ്ങളിലെല്ലാം, നടത്തുകയുണ്ടായിട്ടുണ്ട്.

1934 ൽ കേരളത്തിൽ കോൺഗ്രസിന്റെ മെംബർഷിപ്പ് 3000 ത്തോളം മാത്രമേ ഉണ്ടായിരുന്നുള്ളു. 1938–39 കൊല്ലങ്ങളിൽ അത് 60,000 ത്തോളമായി ഉയർന്നു. ഈ ഉയർച്ചയ്ക്കുള്ള മുഖ്യകാരണം ലഖ്നൗ,ഫൈസ്പൂർ കോൺഗ്രസ് സമ്മേളനങ്ങളിൽ വെച്ച് പണ്ഡിറ്റ് ജവാഹർലാൽ നൽകിയ രാഷ്ട്രീയനേതൃത്വവും അതിന്റെ വെളിച്ചത്തിൽ എ ഐ സി സി തയാറാക്കിയ തിരഞ്ഞെടുപ്പു വിജ്ഞാപനംമൂലം നാട്ടിലുളവായ പുതിയ ഉണർവുമാണെന്നതിനു സംശയമില്ല. പട്ടിണിയും അടിമത്തവും അവസാനിപ്പിച്ച് ജനാധിപത്യപരമായ പുതിയൊരു സ്വതന്ത്ര ഇന്ത്യ സൃഷ്ടിക്കാൻ ഇന്നാട്ടിലെ പുരോഗമനശക്തികളെയാകെ ഒന്നിച്ചണിനിരത്താനുള്ള ആവേശകരമായ ആ നേതൃത്വവും അത് നാട്ടിലങ്ങോളമിങ്ങോളമെത്തിക്കാൻ പണ്ഡിറ്റ്ജി ചെയ്ത വിശ്രമരഹിതമായ പ്രവൃത്തിയുമാണ് നാട്ടിനാകെ ഒരു പുതിയ ജീവൻ കൊടുത്തത്. ആ പുതിയ ആവേശത്തള്ളലിൽ, മലബാറിൽനിന്നുള്ള കോൺഗ്രസ് സ്ഥാനാർഥികളിൽ ജന്മി നിയോജക മണ്ഡലത്തിലേക്കുള്ള സ്ഥാനാർഥിയൊഴിച്ച് മറ്റെല്ലാവരും വമ്പിച്ച ഭൂരിപക്ഷത്തോടെ ജയിച്ചു. ഇങ്ങനെ കോൺഗ്രസിന് ഗംഭീര വിജയം നേടിക്കൊടുത്ത നാട്ടുകാരിലൊരുഭാഗമാണ് കോൺഗ്രസിൽ മെംബർമാരായിച്ചേർന്ന് കോൺഗ്രസിനെ ശക്തിപ്പെടുത്തിയത്.

എന്നാൽ പണ്ഡിറ്റ്ജിയുടെ ഈ നേതൃത്വം നാട്ടുകാരുടെ അടുത്തെത്തിക്കുന്നതിന് ഏറ്റവുമധികം പ്രവർത്തിച്ചത് കമ്യൂണിസ്റ്റുകാരാണ്. ഏതെങ്കിലും തരത്തിൽ കോൺഗ്രസ് സ്ഥാനാർഥിക്കു വോട്ടുനേടി കോൺഗ്രസിനെ ജയിപ്പിക്കാൻമാത്രമേ അന്നത്തെ കെ പി സി സി നേതാക്കന്മാർ ശ്രമിച്ചിരുന്നുള്ളു. കോൺഗ്രസിന്റെ ജയമെന്നാൽ കോൺഗ്രസ്സുകാർക്ക് സീറ്റ്കിട്ടുക മാത്രമാണെന്ന പ്രേരണയിന്മേലാണവർ പ്രവർത്തിച്ചിരുന്നത്. അതുകൊണ്ട്, കോൺഗ്രസ് തിരഞ്ഞെടുപ്പുവിജ്ഞാപനത്തിന്റെ കോപ്പികൾ ധാരാളം വിതരണംചെയ്യുക, അതിൽ കൊടുത്ത രാഷ്ട്രീയപരിപാടി ലളിതമായും പ്രായോഗികപ്രശ്നങ്ങളുടെ വെളിച്ചത്തിലും വിവരിക്കുക മുതലായതെല്ലാം ചെയ്യുന്നതിനുപകരം ഓരോ പോളിങ് ഏരിയയിലുമുള്ള നാട്ടുപ്രമാണികളെ സമീപിച്ച് “വോട്ടുപിടിത്തം” നടത്തുകയാണവർ ചെയ്തിരുന്നത്. എന്തിനേറെ, കോൺഗ്രസ് തിരഞ്ഞെടുപ്പ് വിജ്ഞാപനം തർജുമ ചെയ്ത് പ്രസിദ്ധപ്പെടുത്തുമ്പോൾ അതിന്റെ അനുബന്ധമായി ചേർക്കണമെന്ന് എ ഐ സി സി പ്രത്യേകം നിഷ്കർഷിച്ചിരുന്ന ഫൈസ്പൂർ കാർഷികപരിപാടി വിജ്ഞാപനത്തിന്റെ മലയാളം തർജുമയിലുണ്ടായിരുന്നേയില്ല. വലതുപക്ഷ നേതൃത്വത്തിന്റെ ഈ അനാസ്ഥയെയും ഉപേക്ഷയെയും ശക്തിയായെതിർത്ത് കോൺഗ്രസ് പരിപാടി നാട്ടുകാർക്കു വിവരിച്ചുകൊടുത്തത് കമ്യൂണിസ്റ്റുകാരാണ്. അവർ പ്രവർത്തിച്ച സ്ഥലങ്ങളിലെല്ലാം കോൺഗ്രസ് സ്ഥാ

നാർഥിക്ക് മഞ്ഞപ്പെട്ടിയിൽ വോട്ടുചെയ്യണമെന്ന അഭ്യർഥനയോടുകൂടിത്തന്നെ കോൺഗ്രസ് പരിപാടി നടപ്പിൽ വരുത്താൻ കോൺഗ്രസ് മെംബർമാരായിച്ചേർന്ന് പ്രവർത്തിക്കണമെന്നുകൂടി നാട്ടുകാരോടാവശ്യപ്പെട്ടു.

കമ്യൂണിസ്റ്റുകാരുടെ ഈ പ്രവർത്തനം കൂടുതൽ സഫലമായും കൂടുതൽ ശക്തിയായും വന്നത് തിരഞ്ഞെടുപ്പിനുശേഷമാണ്. വലതു പക്ഷ നേതാക്കന്മാർ, തിരഞ്ഞെടുപ്പിൽ ജയം നേടിയ എം എൽ എ മാരെ അഭിനന്ദിക്കാൻ ടീപ്പാർട്ടികളും സ്വീകരണങ്ങളുമായി നടന്ന കാലത്ത് കമ്യൂണിസ്റ്റുകാർ, തിരഞ്ഞെടുപ്പുകാലത്തുളവായ കോൺഗ്രസ് മനോഭാവത്തെ കോൺഗ്രസ് സംഘടനയാക്കി മാറ്റുകയായിരുന്നു. തിരഞ്ഞെടുപ്പു കഴിഞ്ഞ് അടുത്ത നാലഞ്ചു മാസത്തിനുള്ളിലാണ് വില്ലേജ് കോൺഗ്രസ് കമ്മിറ്റികൾ മലബാറിലെല്ലായിടത്തും സ്ഥാപിക്കാൻ തുടങ്ങിയത്. ഇതിനുള്ള പ്രവൃത്തി മുഴുവൻ ചെയ്തത് കമ്യൂണിസ്റ്റുകാരാണ് (തിരഞ്ഞെടുപ്പു കഴിഞ്ഞയുടനേ പണ്ഡിറ്റ് ജവാഹർലാൽ സംസ്ഥാനക്കമ്മിറ്റികൾക്കയച്ച ഒരു സർക്കുലറിൽ തിരഞ്ഞെടുപ്പുകാലത്തുണ്ടായ പുതിയ ഉത്സാഹമുപയോഗിച്ച് സംഘടന ശക്തിപ്പെടുത്തണമെന്നും അതിന് ഓരോ സംസ്ഥാനക്കമ്മിറ്റിയും ഓരോ സംഘടനാസെക്രട്ടറിയെ നിയമിക്കണമെന്നും നിർദേശിച്ചിരുന്നു. ഈ ജോലി ചെയ്യുന്നതിന് കെ പി സി സി നിശ്ചയിച്ചത് ഈ ഗ്രന്ഥകർത്താവിനെയായിരുന്നു. തന്നെ സഹായിക്കുന്നതിനുവേണ്ടി താൻ നിശ്ചയിച്ച താലൂക്ക് സംഘടനാസെക്രട്ടറിമാരാണ്—അവരിൽ അറുപതു ശതമാനം കമ്യൂണിസ്റ്റുകാരായിരുന്നു–ഒന്നുരണ്ടു മാസത്തിനുള്ളിൽ മുന്നൂറിലധികം വില്ലേജ്കമ്മിറ്റികൾ രൂപീകരിച്ചത്).

1938 ൽ മുസ്ലിംദേശീയവാദികളുടെ സഹായത്തോടുകൂടി കമ്യൂണിസ്റ്റുകാർ കെ പി സി സി ഭാരവാഹികളായതോടുകൂടി—മുഹമ്മദ് അബ്ദുറഹിമാൻ സാഹേബ് പ്രസിഡന്റും ഈ ഗ്രന്ഥകർത്താവ് സെക്രട്ടറിയുമായി ഒരു ഇടതുപക്ഷ പ്രവർത്തകക്കമ്മിറ്റി രൂപീകരിച്ചതോടുകൂടി—ഈ വില്ലേജ്കമ്മിറ്റികൾ കോൺഗ്രസ് സംഘടനയുടെ അഭേദ്യഭാഗമായിത്തീർന്നു. കമ്മിറ്റികളുടെ എണ്ണം 500–ഓളമായി ഉയർന്നു; അവ കൃത്യമായും ക്രമമായും പ്രവർത്തിക്കേണ്ടതു സംബന്ധിച്ച് പ്രായോഗിക നിർദേശങ്ങളടങ്ങുന്ന സർക്കുലറുകളയച്ചും ഈ നിർദേശങ്ങൾ നടപ്പിൽ വരുത്തുന്നതു സംബന്ധിച്ച് റിപ്പോർട്ടുകൾ വരുത്തിയും വില്ലേജ് കമ്മിറ്റികളും മേൽക്കമ്മിറ്റികളുമായി സ്ഥിരമായ ബന്ധം സ്ഥാപിച്ചും വായനശാലകളും നിശാപാഠശാലകളും നടത്തുക, വാർത്താവിതരണം (അന്നന്നത്തെ വർത്തമാനങ്ങൾ ബോർഡിൽ എഴുതിവയ്ക്കുക) നടത്തുക, യോഗങ്ങളും സമ്മേളനങ്ങളും സംഘടിപ്പിക്കുക മുതലായവ മുഖേന നാട്ടുകാരുടെ ഇടയിൽ രാഷ്ട്രീയബോധവും രാഷ്ട്രീയപരിജ്ഞാനവുമുളവാക്കിയും കോൺഗ്രസിനെ ശക്തിപ്പെടുത്താൻ ഈ കമ്മിറ്റികൾ ഉപകരിച്ചു. ഈ കമ്മിറ്റികൾക്കും അവയുടെ പ്രവർത്തകന്മാർക്കും പ്ര

യോജനപ്പെടത്തക്കവിധം ഓരോ പ്രധാന കാര്യങ്ങളെക്കുറിച്ചുള്ള ലഘുലേഖകളും കോൺഗ്രസിന്റെ അതതുസമയത്തെ തീരുമാനങ്ങളും മറ്റത്യാവശ്യവിവരങ്ങളുമടങ്ങുന്ന കെ പി സി സി ബുള്ളറ്റിനും മറ്റും പ്രസിദ്ധപ്പെടുത്തി. താലൂക്ക് സെക്രട്ടറിമാരുടെ യോഗം സംസ്ഥാനകേന്ദ്രത്തിൽ വെച്ചും വില്ലേജ് സെക്രട്ടറിമാരുടേത് താലൂക്ക് കേന്ദ്രങ്ങളിൽവെച്ചും ക്രമമായി നടത്താൻ തുടങ്ങിയതിനാൽ കമ്മിറ്റികൾക്ക് കേന്ദ്രീകൃതമായ ഒരു നേതൃത്വമുണ്ടായി.

ഈ കമ്മിറ്റികളോളമോ അതിലധികമോ പ്രധാനമായ മറ്റൊരു ജോലി 1938–39 ലെ കെ പി സി സി ചെയ്തു: വാളണ്ടിയർസംഘടനയും സമ്മർസ്കൂളും. 1938 മേയ്, ജൂൺ മാസങ്ങളിൽ തിക്കോടിയിൽവെച്ച് സർദാർ ചന്ദ്രോത്തിന്റെ നേതൃത്വത്തിൽ 30 വാളണ്ടിയർ ആപ്പീസർമാർക്ക് ഒന്നരമാസത്തെ നിഷ്കർഷമായ പരിശീലനം കൊടുത്തു. പിന്നീട് ഈ വാളണ്ടിയർ ആപ്പീസർമാരുടെ നേതൃത്വത്തിൽ താലൂക്കാപ്പീസർമാർക്കും അവരുടെ നേതൃത്വത്തിൽ വില്ലേജ് വാളണ്ടിയർമാർക്കും പരിശീലനം നൽകി. 'ഓരോ വില്ലേജ് കമ്മിറ്റിയുടെയും കീഴിൽ പരിശീലനം കിട്ടിയ പത്തു വാളണ്ടിയർമാരെ'ന്ന ലക്ഷ്യം വച്ച് തുടങ്ങിയ ഈ പരിപാടി മുഴുവൻ നടപ്പിൽ വരികയാണെങ്കിൽ 5000 ത്തിൽ കുറയാതെ വാളണ്ടിയർമാരുണ്ടാവേണ്ടിയിരുന്നു. എന്നാൽ പലകാരണങ്ങളാലും ഈ സംഖ്യ പൂർത്തിയാക്കാൻ കഴിഞ്ഞില്ല. പക്ഷേ 3000 ത്തോളം വാളണ്ടിയർമാരും 300–ഓളം വാളണ്ടിയർ ആപ്പീസർമാരുമടങ്ങുന്ന ഒരു വാളണ്ടിയർ സൈന്യം ഒരു കൊല്ലക്കാലം കൊണ്ട് സംഘടിപ്പിക്കാൻ കഴിഞ്ഞുവെന്നതുതന്നെ വലിയൊരു നേട്ടമാണെന്നതിനു സംശയമില്ലല്ലോ. ഡ്രില്ല് മാത്രമല്ല, കോൺഗ്രസിന്റെ ചരിത്രം, ഭരണഘടന മുതലായി കോൺഗ്രസ് പ്രവർത്തകന്മാർ അത്യാവശ്യം അറിഞ്ഞിരിക്കേണ്ട സംഗതികളെക്കുറിച്ചുകൂടി രാഷ്ട്രീയ ക്ലാസുകൾ കിട്ടിയ ഈ വാളണ്ടിയർമാർ രാഷ്ട്രീയ ബോധത്തോടും കാര്യക്ഷമതയോടും കൂടി പ്രവർത്തിക്കുന്ന പ്രവർത്തകന്മാരായിത്തീർന്നു. ഇതേ ഉദ്ദേശമാണ് 1939 മേയ്മാസത്തിൽ മങ്കട–പള്ളിപ്രത്തുവെച്ച് ഒരുമാസക്കാലം നടത്തിയ സമ്മർസ്കൂളുകൊണ്ടും സാധിച്ചത്: ലോകചരിത്രം, ഇന്ത്യാചരിത്രം, ധനശാസ്ത്രതത്വങ്ങൾ, ഇന്ത്യയുടെ സാമ്പത്തിക പ്രശ്നങ്ങൾ, രാഷ്ട്രവിജ്ഞാനം എന്നീ അഞ്ചു വിഷയങ്ങളെക്കുറിച്ചുള്ള പ്രാഥമിക തത്വങ്ങൾ നൂറോളം പ്രവർത്തകന്മാർക്കു നൽകിയ ആ സ്കൂളും കാര്യക്ഷമതയോടെ പ്രവർത്തിക്കുന്ന പ്രവർത്തകന്മാരെ സൃഷ്ടിക്കാനുപകരിച്ചു.

ഇങ്ങനെ കീഴ്ക്കമ്മിറ്റി മെംബർമാർ, പരിശീലനം കിട്ടിയ വാളണ്ടിയർമാർ, സമ്മർസ്കൂളിൽ പങ്കുകൊണ്ട പ്രവർത്തകന്മാർ മുതലായവരെല്ലാംകൂടി 5000 ത്തോളം പ്രവർത്തകന്മാർ കോൺഗ്രസിന്റെ ദൈനംദിന പ്രവർത്തനങ്ങളിൽ ചുരുങ്ങിയതോതിലെങ്കിലും പങ്കുകൊള്ളുന്നുണ്ടെന്ന നിലവന്നു. ഇവരിലൊരു ഗണ്യമായ ഭാഗം തൊഴിലാളികളും കൃഷിക്കാരും ചെറുകച്ചവടക്കാരും എലിമെന്ററി സ്കൂൾ ടീച്ചർമാരുമാണ്;

ഇവരൊക്കെ ഇതിനുമുമ്പ് കോൺഗ്രസ് മെംബർമാരായിട്ടുണ്ടെങ്കിലും പ്രവർത്തകന്മാരും ഭാരവാഹികളുമാവാനവർക്കിതേവരെ കഴിഞ്ഞിട്ടില്ല. കമ്യൂണിസ്റ്റുകാരുടെ പ്രവർത്തനത്തിന്റെ ഫലമായിട്ടാണ് ഇത്തരക്കാർ കോൺഗ്രസ് കമ്മിറ്റികളുടെ പ്രസിഡന്റ്, സെക്രട്ടറിമാരും വാളണ്ടിയർ ആപ്പീസർമാരും കെ പി സി സി മെംബർമാർ പോലുമായി ഉയർന്നത്. അതുപോലെതന്നെ 1921 ലെ മാപ്പിളലഹളയ്ക്കു ശേഷം പ്രായേണ നിർജീവമായിക്കിടന്നിരുന്ന മാപ്പിളനാട്ടിൽ കോൺഗ്രസ് വീണ്ടും ഉയർന്നുവരാനും എത്രയോ മാപ്പിള യുവാക്കന്മാർ കോൺഗ്രസ് പ്രവർത്തകന്മാരായി വളരാനും ഇടയാക്കിയത് കോൺഗ്രസിനകത്തെ മുസ്ലിം–കമ്യൂണിസ്റ്റൈക്യമാണ്. എതിരാളികളുടെ ഭാഷയിൽ, "ബീഡിപ്പിള്ളരുടെ നേതാ"വായിരുന്ന മുഹമ്മദ് അബ്ദു റഹിമാനും "ബീഡിപ്പിള്ള"രെപ്പോലുള്ള എല്ലാത്തരക്കാരെയും സംഘടിപ്പിക്കുന്നത് തങ്ങളുടെ പാവന കടമയായി കണക്കാക്കുന്ന കമ്യൂണിസ്റ്റുകാരും ചേർന്നുണ്ടാക്കിയ ഇടതുപക്ഷ കോൺഗ്രസാണ് 1921 നുശേഷം ആദ്യമായി മാപ്പിളനാട്ടിനെ ഉണർത്തിവിട്ടത്. ഇങ്ങനെ ഇതേവരെ കോൺഗ്രസിൽ വരാതിരുന്നവരും ഒരു ബഹുജനസംഘടനയായ കോൺഗ്രസ്സിന്റെ അഭേദ്യഭാഗമാകേണ്ടവരുമായ ജനവിഭാഗങ്ങളെ കോൺഗ്രസിലേക്കാകർഷിക്കാൻ മാത്രമല്ല, അവരിൽനിന്ന് ഒട്ടേറെ പ്രവർത്തകന്മാരെ സൃഷ്ടിക്കാൻകൂടി കമ്യൂണിസ്റ്റുകാർക്കു കഴിഞ്ഞു.

രണ്ട്, കേരളത്തിലെ ദേശീയപ്രസ്ഥാനത്തിന് അവർ നൽകിയ മറ്റൊരു സംഭാവന നാട്ടുരാജ്യങ്ങളിലും പ്രസ്ഥാനം വളർത്താൻ സഹായിച്ചുവെന്നതാണ്.

സോഷ്യലിസ്റ്റ് പാർട്ടിയുടെ ആദ്യകാലത്തെ പ്രചാരവേലയിൽത്തന്നെ വളരെ പ്രധാനമായ ഒരിനമായിരുന്നു നാട്ടുരാജ്യ കാര്യം. അന്നത്തെ കോൺഗ്രസ് നയം നാട്ടുരാജ്യങ്ങളുടെ ആഭ്യന്തരകാര്യങ്ങളിൽ കൈയിടുകയില്ലെന്നതായിരുന്നു. ഇതു തെറ്റാണെന്നും ബ്രിട്ടീഷിന്ത്യയിലെന്ന പോലെതന്നെ സ്വാതന്ത്ര്യവും ജനാധിപത്യഭരണവും സ്ഥാപിക്കാൻ കോൺഗ്രസ് സജീവമായി പ്രവർത്തിക്കണമെന്നും സോഷ്യലിസ്റ്റുകാർ വാദിച്ചു. 1934 ലെ ബോംബെ കോൺഗ്രസ് മുതൽ കോൺഗ്രസ് സമ്മേളനമോ എ ഐ സി സി യോഗമോ കൂടുമ്പോഴെല്ലാം ഇക്കാര്യം സോഷ്യലിസ്റ്റുകാർ മുന്നോട്ടു കൊണ്ടുവരാറുണ്ടായിരുന്നു. 1936 ലെ ലഖ്നൗ കോൺഗ്രസ് മുതൽ—പണ്ഡിറ്റ് നെഹ്റുവരെ ഈ അഭിപ്രായം പിന്താങ്ങാൻ തുടങ്ങിയതുമുതൽ—ഇതിനു ശക്തികൂടി. ഇതിന്റെയെല്ലാം ഫലമായി 1938 ലെ ഹരിപുര കോൺഗ്രസ് സമ്മേളനം നാട്ടുരാജ്യപ്രജാസമരങ്ങളുടെനേരേ കൂടുതൽ ക്രിയാത്മകമായ ഒരു തീരുമാനമംഗീകരിച്ചു. നാട്ടുരാജ്യങ്ങളിൽ വളർന്നുവരുന്ന ബഹുജനപ്രസ്ഥാനങ്ങൾക്ക് കോൺഗ്രസിന്റെ ധാർമികസഹായം വാഗ്ദാനം ചെയ്യുകയും നാട്ടുരാജ്യങ്ങളിലെ ജനകീയ സംഘടനകളെ ശക്തിപ്പെടുത്താൻ കോൺഗ്രസുകാരോടാവശ്യപ്പെടുകയും ചെയ്തു. ഇതിനെത്തുടർന്നാണ് കൊച്ചിയിൽ

കൊച്ചിൻ കോൺഗ്രസ് (1938), പ്രജാമണ്ഡലം (1941) എന്നീ സംഘടനകളും തിരുവിതാംകൂറിൽ സ്റ്റേറ്റ്കോൺഗ്രസും സ്ഥാപിച്ചത്.

ഈ സംഘടനകൾ വളർന്നുവരുന്നതിനു മുമ്പുതന്നെ കൊച്ചിയിലും തിരുവിതാംകൂറിലും ജനകീയപ്രസ്ഥാനം വളർത്തിക്കൊണ്ടുവരുന്നതിന് കമ്യൂണിസ്റ്റുകാർ അങ്ങേയറ്റം ശ്രമിക്കുകയുണ്ടായി. സർ സി പി രാമസ്വാമി അയ്യരുടെ ഉപദേശമനുസരിച്ച് തിരുവിതാംകൂർ മഹാരാജാവ് പ്രഖ്യാപിച്ച ഭരണപരിഷ്കാരത്തിനെതിരായി ഈഴവർ, ക്രിസ്ത്യാനികൾ, മുസ്ലിങ്ങൾ എന്നീ സമുദായങ്ങൾ പ്രക്ഷോഭം നടത്തുകയും അതിനുവേണ്ടി 'സംയുക്ത'പ്രസ്ഥാനം സംഘടിപ്പിക്കുകയും ചെയ്തപ്പോൾ അതിന്റെ മുദ്രാവാക്യങ്ങളെല്ലാം സാമുദായികമാണെന്ന നിലയ്ക്ക് അതിനെ എതിർക്കുകയാണ് കോൺഗ്രസുകാർ ചെയ്തത്. എന്നാൽ ആരംഭദശയിൽ സാമുദായിക മുദ്രാവാക്യങ്ങളോടുകൂടിയാണ് ഈ പ്രസ്ഥാനം ഉയർന്നുവന്നതെങ്കിലും അത് തിരുവിതാംകൂറിലെ സ്വേച്ഛാധിപത്യഭരണത്തിനെതിരായ ഒരു പ്രസ്ഥാനമാണെന്നും അതുകൊണ്ടതിന്റെ ഉത്ഭവം ദേശീയവാദികൾക്കെല്ലാം സ്വാഗതാർഹമാണെന്നും കമ്യൂണിസ്റ്റുകാരഭിപ്രായപ്പെട്ടു (1935 ൽ ഷൊർണൂരിൽനിന്ന് ഈ ഗ്രന്ഥകർത്താവിന്റെ പത്രാധിപത്യത്തിൽ നടന്ന *പ്രഭാതം* പത്രം 'സംയുക്ത'ത്തെ അനുകൂലിക്കുകയാണു ചെയ്തത്). അതുപോലെതന്നെ കൊച്ചിയിൽ ദിവാൻ സർ ഷൺമുഖം ചെട്ടിയുടെ ഭരണകാലത്ത് തൃശ്ശൂർ ഇലക്ട്രിക് (ചാന്ദ്രിക്കമ്പനി) പ്രക്ഷോഭവും മറ്റും വന്നപ്പോൾ ആ പ്രക്ഷോഭങ്ങളെയെല്ലാം ശരിയായ ഒരു ജനാധിപത്യപ്രസ്ഥാനമാക്കി ഉയർത്താൻ കമ്യൂണിസ്റ്റുകാർ ശ്രമിച്ചു.

അതുകൊണ്ടാണ് കൊച്ചിയിൽ കൊച്ചിൻ കോൺഗ്രസ് സംഘടിപ്പിച്ചപ്പോൾ അതിന്റെ പ്രധാന പ്രവർത്തകന്മാരിലൊരുഭാഗം കമ്യൂണിസ്റ്റുകാരാണെന്ന നിലവന്നത് (കൊച്ചിൻ കോൺഗ്രസിന്റെ സംഘടനാസെക്രട്ടറി കെ കെ വാര്യരായിരുന്നു). തിരുവിതാംകൂറിലാകട്ടെ, സംയുക്തപ്രസ്ഥാനം സ്റ്റേറ്റ് കോൺഗ്രസായി മാറുകയും, സ്റ്റേറ്റ് കോൺഗ്രസിനെ പൊളിക്കാൻ സർ സി പി മർദനമുപയോഗിക്കാൻ തുടങ്ങുകയും സ്റ്റേറ്റ് കോൺഗ്രസ് നേതൃത്വം എന്തു വേണ്ടൂ എന്നറിയാതെ അമ്പരന്നു നിൽക്കുകയും ചെയ്ത സമയത്ത് ഇടതുപക്ഷക്കാരായ സ്റ്റേറ്റ് കോൺഗ്രസുകാർ സംഘടിച്ച് (യൂത്ത് ലീഗ്) സമരം തുടങ്ങിയതും അങ്ങനെ സ്റ്റേറ്റ് കോൺഗ്രസ് തന്നെ സമരം പ്രഖ്യാപിക്കാനിടയായതും കമ്യൂണിസ്റ്റുകാരുടെ പ്രവർത്തനത്തിന്റെ ഫലമായാണ്. പിന്നീട്, സ്റ്റേറ്റ് കോൺഗ്രസ് തന്നെ സമരം പ്രഖ്യാപിച്ച സന്ദർഭത്തിൽ ആ സമരം കാര്യക്ഷമമായി നടത്തുന്നതിനുവേണ്ടി പ്രവർത്തിച്ചത് പ്രധാനമായും കമ്യൂണിസ്റ്റുകാരാണ്; എ കെ ഗോപാലന്റെ നേതൃത്വത്തിലും മുഹമ്മദ് യൂസുഫിന്റെ കീഴിലും പോയ തിരുവിതാംകൂർ ജാഥകൾ; പി കൃഷ്ണപിള്ള, കെ കെ വാര്യർ മുതലായവർ ആലപ്പുഴ പണിമുടക്കത്തിനു നൽകിയ പ്രായോഗിക നേതൃത്വം; സ്റ്റേറ്റ് കോൺഗ്രസിന്റെ രഹസ്യസംഘടന

കെട്ടിപ്പടുക്കുന്നതിൽ പി നാരായണൻ നായരും അദ്ദേഹത്തിന്റെ കമ്യൂണിസ്റ്റ് സഹപ്രവർത്തകന്മാരും ചെയ്ത കാര്യക്ഷമമായ ജോലി; *പ്രഭാതം* പത്രം മുഖേന തിരുവിതാംകൂർ സമരത്തിന് വെളിയിൽ കിട്ടിയ പ്രചാരം മുതലായവയെല്ലാം 1938 ലെ തിരുവിതാംകൂർ സമരത്തെ വളരെയധികം സഹായിച്ചു. ആ സമരം നിർത്തിവയ്ക്കുകയും അതിനു പ്രത്യക്ഷ കാരണമായിരുന്ന മെമ്മോറാണ്ടം പിൻവലിക്കുകയും ചെയ്തപ്പോൾ സ്റ്റേറ്റ് കോൺഗ്രസണികളിലുളവായ അതൃപ്തിയെ സ്റ്റേറ്റ് കോൺഗ്രസിനെതിരായ മനോഭാവമായി വളരാനനുവദിക്കാതെ അതിനെ ഒരു സ്റ്റേറ്റ് കോൺഗ്രസിടതുപക്ഷ (റാഡിക്കൽ ഗ്രൂപ്പ്) മായി സംഘടിപ്പിച്ച് സർ സി പി യുടെ കുതന്ത്രങ്ങളെ വിട്ടുവീഴ്ചകൂടാതെ എതിർക്കത്തക്ക സ്ഥിതിയുളവാക്കുകയാണ് കമ്യൂണിസ്റ്റുകാർ ചെയ്തത്.

1933 നുശേഷം മലബാറിൽ നടന്ന അതേ സംഭവം 1938 നുശേഷം തിരുവിതാംകൂറിലും ആവർത്തിച്ചു. 1938 ലെ സമരത്തിൽ പങ്കുകൊണ്ട സ്റ്റേറ്റ് കോൺഗ്രസ്ചെറുപ്പക്കാർ (കെ സി ജോർജ്, പി ടി പുന്നൂസ്, എം എൻ ഗോവിന്ദൻ നായർ, സി ജി സദാശിവൻ മുതലായവർ) കോൺഗ്രസ് നേതൃത്വത്തിന്റെ നയത്തിലതൃപ്തിയും സോഷ്യലിസത്തോടനുഭാവമുള്ളവരുമായിത്തീർന്നു. *നാഷണൽ ഫ്രണ്ട്*, *പ്രഭാതം* എന്നീ പത്രങ്ങൾ മുഖേനയും കമ്യൂണിസ്റ്റ് നേതാക്കന്മാരുമായി നേരിട്ടു കണ്ടും പാർട്ടിയുടെ പരിപാടിയെക്കുറിച്ചും മറ്റും ക്രമേണ മനസ്സിലാക്കുകയും അതിന്റെ പ്രായോഗികതയെക്കുറിച്ചവർക്കു ബോധ്യപ്പെടുകയും ചെയ്തു. ഇങ്ങനെയാണ് ആദ്യം 'റാഡിക്കൽ ഗ്രൂപ്പും' പിന്നെ കമ്യൂണിസ്റ്റ് പാർട്ടിയുമായി ഇവർ വളർന്നത് (ഇവരിൽ ശ്രീകണ്ഠൻ നായരുടെ നേതൃത്വത്തിലുള്ള ഒരു ചെറുഗ്രൂപ്പുമാത്രം 1942 ൽ കമ്യൂണിസ്റ്റ് പാർട്ടിയിൽ നിന്നൊഴിഞ്ഞുപോയി).

മലബാറിലെന്നപോലെ കൊച്ചിയിലും തിരുവിതാംകൂറിലുമുള്ള കമ്യൂണിസ്റ്റുകാർ അതതിടത്തെ ദേശീയ-ജനാധിപത്യപ്രസ്ഥാനത്തെ വളർത്താൻ വളരെയധികം സഹായിച്ചിട്ടുള്ളവരാണ്. തിരുവിതാംകൂറിലെ സമരങ്ങളുടെയും സംഘടനയുടെയും ജീവനായിരുന്ന ചെറുപ്പക്കാരാണ് കമ്യൂണിസത്തിന്റെ വെളിച്ചത്തിൽ തയ്യാറാക്കുന്ന പ്രായോഗിക പരിപാടികളുടെ കാര്യക്ഷമത മനസ്സിലാക്കി പാർട്ടിയിൽ വന്നത്. അതുകൊണ്ടാണ് സി കേശവൻ, കുമ്പളത്തു ശങ്കുപ്പിള്ള മുതലായ സ്റ്റേറ്റ് കോൺഗ്രസ് നേതാക്കന്മാർ കോൺഗ്രസ്-കമ്യൂണിസ്റ്റ് ഐക്യത്തിനുവേണ്ടി ശക്തിയായി വാദിച്ചുപോന്നിട്ടുള്ളത്. അതുപോലെ കൊച്ചിയിലും പ്രജാമണ്ഡലത്തിന്റെ സമര(1941)ത്തിലും സംഘടനയിലും അഭിമാനാർഹമായി പങ്കെടുത്ത ഗോപാലകൃഷ്ണൻ, ശങ്കരൻകുട്ടി വാര്യർ, അമ്പാടി ശങ്കരൻകുട്ടി മുതലായവരും; കൊച്ചിൻ കോൺഗ്രസിന്റെ പ്രധാന സംഘാടകന്മാരായിരുന്ന കെ കെ വാര്യർ, അച്യുതമേനോൻ മുതലായവരും; 1930-32 സമരത്തിൽ പങ്കെടുത്ത പി ഗംഗാധരൻ, പി എസ് നമ്പൂതിരി മുതലായവരുമാണ് കമ്യൂണിസ്റ്റുകാർ.

ഇങ്ങനെ 1940–41–ഓടുകൂടി സംഘടിതമായ കമ്യൂണിസ്റ്റ്പാർട്ടി കൊച്ചിയിലും തിരുവിതാംകൂറിലും വന്നത് കേരളത്തിലെ കമ്യൂണിസ്റ്റ് പ്രസ്ഥാനത്തിന്റെ മാത്രമല്ല, ദേശീയപ്രസ്ഥാനത്തിന്റെതന്നെ ചരിത്രത്തിൽ വളരെ പ്രാധാന്യം വഹിക്കുന്ന ഒരു സംഭവമാണ്. എന്തുകൊണ്ടെന്നാൽ, ഒരേ പൊതുപരിപാടിയോടുകൂടി പ്രവർത്തിക്കുന്ന ഒരു കേന്ദ്രീകൃതസംഘടന കേരളത്തിനുണ്ടായെന്നാണിതിന്റെ അർഥം.

കേരളത്തിലെ ആദ്യത്തെ രാഷ്ട്രീയസംഘടന ഇന്ത്യൻ നാഷണൽ കോൺഗ്രസാണല്ലോ. അതിനൊരു 'കേരളസംസ്ഥാനക്കമ്മിറ്റി' 1921 മുതൽക്കുണ്ടെങ്കിലും, അതിന്റെ 'കേരളസംസ്ഥാന'പദം പേരിനുമാത്രമേ ഉള്ളു. യഥാർഥത്തിലത് 'മലബാർ ജില്ലാ കോൺഗ്രസ് കമ്മിറ്റി'യാണ്. 1921 ലും 1930 ലും 1932 ലുമെല്ലാം കൊച്ചിയിൽനിന്നും തിരുവിതാംകൂറിൽനിന്നും കുറെ വ്യക്തികൾ സമരത്തിൽ പങ്കുകൊണ്ടിട്ടുണ്ട്; 1921 മുതൽ 1938 വരെ കൊച്ചിക്കാരും തിരുവിതാംകൂറുകാരുമായ കുറെ വ്യക്തികൾ കോൺഗ്രസിൽ നാലണ മെംബർമാരും കെ പി സി സി മെംബർമാരുമായി ഇരുന്നിട്ടുണ്ട്; കൊച്ചി, തിരുവിതാംകൂർ ജില്ലാ കോൺഗ്രസ് കമ്മിറ്റികളും പേരിനു രൂപീകരിക്കുകയും പ്രവർത്തിക്കുകയും ചെയ്തിട്ടുണ്ട്. എന്നാൽ 'നാട്ടുരാജ്യങ്ങളുടെ ആഭ്യന്തരരാഷ്ട്രീയകാര്യങ്ങളിൽ കോൺഗ്രസ് ഇടപെടുകയില്ലെ'ന്ന തത്വമനുസരിച്ച് കൊച്ചി, തിരുവിതാംകൂർ കോൺഗ്രസ് കമ്മിറ്റികൾ അവിടത്തെ സജീവപ്രശ്നങ്ങളിൽനിന്നെല്ലാം അകന്നുനിൽക്കുകയായിരുന്നു. അതുകൊണ്ട് ഈ കോൺഗ്രസ് കമ്മിറ്റികളും കൊച്ചി, തിരുവിതാംകൂർ ബഹുജനങ്ങളും തമ്മിൽ സജീവമായ യാതൊരു ബന്ധവുമുണ്ടായിരുന്നില്ല.

1937 നുശേഷം തിരുവിതാംകൂർ സ്റ്റേറ്റ് കോൺഗ്രസ്, കൊച്ചിൻ കോൺഗ്രസ്, കൊച്ചി പ്രജാമണ്ഡലം എന്നിവ രൂപീകരിക്കുകയും അവയ്ക്കു തിരുവിതാംകൂർ, കൊച്ചി ബഹുജനങ്ങളുമായി സജീവബന്ധമുണ്ടാവുകയും ചെയ്തു; അഖിലേന്ത്യാനാട്ടുരാജ്യപ്രജാസമ്മേളനം മുഖേന അവയുടെ പ്രവർത്തനപരിപാടിക്ക് ഒരൈകരൂപ്യമുണ്ടാവുകയും ചെയ്തു; എന്നാൽ ഒരേ ഭാഷ സംസാരിക്കുകയും ഒരേ ആചാരനടപടികളനുസരിക്കുകയും ഒരേ വേഷഭൂഷാദികളംഗീകരിക്കുകയും ചെയ്ത്, ഒരേ ജനസമുദായമായി നിൽക്കുന്ന മലയാളികൾക്ക് ഒരു പൊതുരാഷ്ട്രീയ പരിപാടിയും പൊതുരാഷ്ട്രീയപ്പാർട്ടിയുമുണ്ടാക്കാൻ ഈ ഘട്ടത്തിലും കോൺഗ്രസിനു കഴിഞ്ഞില്ല: നാട്ടുരാജാക്കന്മാരോടും അവരുടെ സ്വേച്ഛാധിപത്യഭരണത്തോടും സന്ധിചെയ്തുകൊണ്ടും, കൊച്ചിയും തിരുവിതാംകൂറും പ്രത്യേകരാജ്യങ്ങളാണെന്ന വാദത്തെ എതിർക്കാതെയും നാട്ടുരാജ്യങ്ങളുടെ ഭാവി (നാട്ടുരാജാക്കന്മാരുടെ ഭാവിയടക്കം) നിർണയിക്കാനുള്ള അവകാശം നാട്ടുരാജ്യപ്രജകൾക്കാണെന്ന ജനാധിപത്യസിദ്ധാന്തമംഗീകരിക്കാതെയും പ്രവർത്തിച്ച കോൺഗ്രസിന് അഖിലകേരളാടിസ്ഥാനത്തിലൊരു രാഷ്ട്രീയസംഘടനയുണ്ടാക്കാൻ കഴിഞ്ഞില്ല.

1937 വരെ സ്വേച്ഛാധിപത്യഭരണത്തിനെതിരായി വന്ന ഏതു ചെറിയ

പ്രസ്ഥാനത്തെയും അനുകൂലിച്ചുകൊണ്ടും, 1937 മുതൽക്ക് പരിപൂർണമായ ഉത്തരവാദഭരണത്തെ "ബ്രിട്ടീഷ്‌രാജാവിന് അവിടത്തെ ഭരണഘടനയിലുള്ളത്രമാത്രം സ്ഥാനം നാട്ടുരാജാവിനുള്ള ഭരണ"മെന്ന് വിശദീകരിച്ചും, 1945 മുതൽ നാട്ടുരാജ്യങ്ങളുടെ ഭാവി നിർണയിക്കാനുള്ള പരിപൂർണമായ അധികാരം നാട്ടുരാജ്യപ്രജകൾക്കായിരിക്കണമെന്നു വാദിച്ചും പ്രവർത്തിച്ച കമ്യൂണിസ്റ്റ്പാർട്ടിയാണ് അഖിലകേരളാടിസ്ഥാനത്തിൽവന്ന ആദ്യത്തെ രാഷ്ട്രീയപ്പാർട്ടി. 1937 നുമുമ്പുതന്നെ തൃശ്ശൂർ, കൊച്ചി, എറണാകുളം, ആലപ്പുഴ എന്നിവിടങ്ങളിൽ പാർട്ടിയുടെ പ്രാദേശികഘടകങ്ങൾ പ്രവർത്തിച്ചിരുന്നു; 1937 നുശേഷം പാർട്ടിയുടെ പ്രാദേശികഘടകങ്ങളുള്ള കേന്ദ്രങ്ങളുടെ എണ്ണം എത്രയോ വർധിച്ചു. 1940–ഓടുകൂടി കമ്യൂണിസ്റ്റ്പാർട്ടിയുടെ കൊച്ചി, തിരുവിതാംകൂർ ജില്ലാക്കമ്മിറ്റികൾ രൂപീകരിക്കപ്പെട്ടു. 1935 ലെയും 1938, 1939 കളിലെയും *പ്രഭാതവും* 1942 മുതൽക്കുള്ള *ദേശാഭിമാനി*യും മലബാർ, കൊച്ചി, തിരുവിതാംകൂർ പ്രശ്നങ്ങൾക്കും വാർത്തകൾക്കും ഒരേമാതിരി പ്രാധാന്യവും പ്രസിദ്ധീകരണവും നൽകി. 1934–40 ലെ സോഷ്യലിസ്റ്റ്പാർട്ടിയുടെയും 1940 നുശേഷം കമ്യൂണിസ്റ്റ്പാർട്ടിയുടെയും കേരളക്കമ്മിറ്റി മലബാറിന്റെയെന്നപോലെ കൊച്ചി, തിരുവിതാംകൂറുകളുടെ പ്രായോഗികപ്രശ്നങ്ങളെക്കുറിച്ചാലോചിക്കുകയും നേതൃത്വം നൽകുകയും ചെയ്തു.

ഇന്ന് കൊച്ചിയിലും തിരുവിതാംകൂറിലും ശക്തിയേറിയ ദേശീയപ്രസ്ഥാനമുണ്ട്; കൊച്ചിയും തിരുവിതാംകൂറും മലബാറും ചേർന്ന ഒരൈക്യകേരളമുണ്ടാവണമെന്ന അഭിപ്രായം പരക്കെ സ്വീകരിക്കപ്പെട്ടിട്ടുണ്ട്. ഈ രണ്ടു വമ്പിച്ച മാറ്റങ്ങൾക്കു മുഖ്യമായ കാരണം 1937–40 ലും 1945 നുശേഷവും ഇന്ത്യയിലെല്ലായിടത്തും വന്ന പുതിയ രാഷ്ട്രീയബോധമാണെന്നും ഈ രാഷ്ട്രീയബോധത്തിനു ശരിയായ നേതൃത്വം കൊടുത്തത് ഇന്ത്യൻ നാഷണൽ കോൺഗ്രസാണെന്നുമുള്ളതു ശരിയാണ്. പക്ഷേ ഈ പുതിയ രാഷ്ട്രീയബോധം വേണ്ടപോലെ ഉപയോഗിച്ച് കൊച്ചി, തിരുവിതാംകൂർ ബഹുജനങ്ങളെ ഉണർത്തിവിടുകയും അവരുടെ പ്രസ്ഥാനങ്ങളെ ഒരഖിലകേരള പ്രസ്ഥാനമാക്കി ഉയർത്തുകയും ചെയ്യുന്നതിൽ കമ്യൂണിസ്റ്റുകാർക്ക് വലിയ പങ്കുണ്ടെന്നതും നിഷേധിക്കാൻ വയ്യ.

മൂന്ന്, കമ്യൂണിസ്റ്റ് പ്രവർത്തനം നിമിത്തം കേരളത്തിലെ രാഷ്ട്രീയജീവിതത്തിൽ നടന്ന ഏറ്റവും വലിയ മാറ്റം തൊഴിലാളികളുടെയും കൃഷിക്കാരുടെയും അധ്യാപകർ, വിദ്യാർഥികൾ മുതലായവരുടെയും സംഘടനകൾ വളർന്നുവന്നതാണ്.

1931 മാർച്ചിൽ കറാച്ചിയിൽവെച്ച് കൂടിയ കോൺഗ്രസ് സമ്മേളനം കോൺഗ്രസ്സുദ്ദേശിക്കുന്ന സ്വാതന്ത്ര്യത്തിന്റെ അർഥം വ്യക്തമാക്കുകയുണ്ടായി. അതിന്റെ ഉദ്ദേശം സ്വാതന്ത്ര്യത്തിനുവേണ്ടിയുള്ള സമരത്തിൽ തൊഴിലാളികൾ, കൃഷിക്കാർ, ചെറുകച്ചവടക്കാർ, ചെറുശമ്പളക്കാരായ ജോലിക്കാർ മുതലായ പാവപ്പെട്ടവരെ സജീവമായി പങ്കുകൊള്ളി

ക്കുകയായിരുന്നു; സ്വാതന്ത്ര്യമെന്നതിന്റെ അർഥം ബ്രിട്ടീഷുദ്യോഗസ്ഥൻ പോയി ഇന്ത്യൻ ഉദ്യോഗസ്ഥൻ വരികയെന്നതല്ല, ഓരോ പൗരനും ന്യായമായും സുഖമായും ജീവിക്കാനുള്ള സൗകര്യം കിട്ടുകയാണ് എന്ന് മനസ്സിലാക്കിക്കൊടുത്ത് അവരിൽ സ്വാതന്ത്ര്യസമ്പാദനത്തിന് താൽപ്പര്യമുണ്ടാക്കുകയായിരുന്നു.

എന്നാൽ ഇങ്ങനെയൊരു ലക്ഷ്യപ്രഖ്യാപനം കൊണ്ടുമാത്രം പ്രയോജനമില്ലെന്നാണ് സോഷ്യലിസ്റ്റുകാരും കമ്യൂണിസ്റ്റുകാരും വാദിച്ചത്. ലക്ഷ്യപ്രഖ്യാപനത്തിന്റെ വിപ്ലവസ്വഭാവംകൊണ്ടാകർഷിക്കപ്പെട്ട് ലക്ഷക്കണക്കിൽ പാവങ്ങൾ കോൺഗ്രസിലേക്കു വരുമെന്നതു ശരിതന്നെ. പക്ഷേ അതിലുമെത്രയോ ഇരട്ടി തൊഴിലാളികളും കൃഷിക്കാരും മറ്റു ജനവിഭാഗങ്ങളും ജീവിതപ്രാരബ്ധങ്ങളിൽപ്പെട്ട് ദൈനംദിന വിഷമതകൾക്കു പരിഹാരം കിട്ടാതെ കുഴങ്ങുന്നുണ്ട്. ജീവിക്കാൻ വേണ്ട ശമ്പളമോ കൂലിയോ കിട്ടായ്ക; പാട്ടവും പലിശയും കൊടുത്ത് പൊളിയുക; പലതരത്തിലുള്ള ഗവൺമെന്റുദ്യോഗസ്ഥന്മാരുടെ മർദനം മുതലായ നൂറുനൂറായിരം പ്രശ്നങ്ങൾ അവരെ അലട്ടുന്നുണ്ട്. അവയ്ക്കെല്ലാം അവസാന പരിഹാരം കറാച്ചികോൺഗ്രസ് വ്യാഖ്യാനിക്കുന്ന അർഥത്തിലുള്ള സ്വാതന്ത്ര്യമാണെന്നതിനു സംശയമില്ല. പക്ഷേ ആ സ്വാതന്ത്ര്യസമ്പാദനം വരെ കാത്തിരിക്കാതെ ഇന്നുതന്നെ നേടാവുന്ന താൽക്കാലിക പരിഹാരങ്ങളുണ്ട്. അതു നേടാനിന്നു പാവങ്ങൾക്കു കഴിയുന്നില്ലെങ്കിൽ അതിന്റെ കാരണം അതിനുവേണ്ടി പ്രവർത്തിക്കുന്ന സംഘടനകളുടെ അഭാവമാണ്. അതുകൊണ്ട് ഇത്തരം സംഘടനകളുണ്ടാക്കി, അവ മുഖേന നാട്ടുകാരുടെ ഇന്നത്തെ വിഷമപ്രശ്നങ്ങൾക്ക് പരിഹാരം കാണാൻ ശ്രമിക്കണമെന്നും അതിനുള്ള ശ്രമത്തിൽ ഈ നാട്ടുകാരെ രാഷ്ട്രീയബോധമുള്ളവരാക്കി സ്വാതന്ത്ര്യസമരത്തിൽ പങ്കുകൊള്ളിക്കണമെന്നും സോഷ്യലിസ്റ്റുകാരും കമ്യൂണിസ്റ്റുകാരും അഭിപ്രായപ്പെട്ടു.

ഈ അഭിപ്രായം കോൺഗ്രസുകാരിൽത്തന്നെ നല്ലൊരു വിഭാഗം അംഗീകരിച്ചു. യു പി, ബിഹാർ മുതലായ സംസ്ഥാനങ്ങളിൽ കിസാൻ സഭകൾ വളർന്നുവരാനും സെമിന്ദാർമാർക്കെതിരായ സമരങ്ങൾ നടത്താനും തുടങ്ങി. കോൺഗ്രസ് നേതാക്കന്മാരും കമ്മിറ്റികളുംതന്നെ ഈ സമരങ്ങളിൽ സജീവമായി പങ്കുകൊണ്ടു. എന്തുകൊണ്ടെന്നാൽ, കൃഷിക്കാർ കോൺഗ്രസിനെ അനുകൂലിച്ച് സ്വാതന്ത്ര്യസമരത്തിൽ ആവേശപൂർവം പങ്കുകൊള്ളുന്നതും അവരെ എതിർക്കുന്ന സെമിന്ദാർമാർ സ്വാതന്ത്ര്യസമരത്തെക്കൂടി എതിർക്കുന്നതും കോൺഗ്രസുകാർ കണ്ടു. അങ്ങനെ കൃഷിക്കാരും കോൺഗ്രസും ഒരുവശത്തും സെമിന്ദാർമാരും ബ്രിട്ടീഷ്ഗവൺമെന്റും മറുവശത്തുമെന്ന നിലയ്ക്ക് രണ്ടു വിരുദ്ധ ചേരികളായിത്തിരിഞ്ഞു. യു പി യിലെ ഈ കിസാൻ–സെമിന്ദാർ സംഘട്ടനമാണ് 1931 ലെ ഗാന്ധി–ഇർവിൻ സന്ധി പൊളിഞ്ഞ് രണ്ടാം നിയമലംഘനപ്രസ്ഥാനം (1932) തുടങ്ങാനുള്ള കാരണങ്ങളിലൊന്ന്.

ഈ അഭിപ്രായഗതി കേരളത്തിലും ക്രമേണ പ്രചരിക്കാൻ തുടങ്ങി.

1931 മേയ് മാസത്തിൽ വടകരവെച്ചു കൂടിയ അഞ്ചാം കേരളസംസ്ഥാനരാഷ്ട്രീയ സമ്മേളനം അംഗീകരിച്ച പ്രമേയങ്ങളിലൊന്ന് തൊഴിലാളികളെ സംഘടിപ്പിച്ച് യൂണിയനുകളുണ്ടാക്കണമെന്നതായിരുന്നു. പിന്നീട് 1932–33 ലെ സമരം പിൻവലിക്കുകയും അതിനെക്കുറിച്ച് ചെറുപ്പക്കാരുടെ ഇടയിൽ അതൃപ്തി പരക്കുകയും ചെയ്തപ്പോൾ ഈ അഭിപ്രായത്തിനു ശക്തി കൂടി: തൊഴിലാളികളുടെയും കൃഷിക്കാരുടെയും മറ്റും സംഘടനകളുണ്ടാക്കി, അവരുടെ സമരങ്ങൾ നയിച്ച്, അവരുടെ ഇടയിൽ രാഷ്ട്രീയബോധമുളവാക്കി അവരെ കോൺഗ്രസ്സിലേക്ക് ധാരാളം കൊണ്ടുവന്നാൽ മാത്രമേ കോൺഗ്രസ്സിനകത്തുള്ള സന്ധിപ്രിയത്വത്തെ സഫലമായി തടയാൻ കഴിയുകയുള്ളുവെന്ന് അവർ കണ്ടു. അതുകൊണ്ട് 1933–34 ൽ ജയിലിൽനിന്നു വിട്ടുവന്ന യുവകോൺഗ്രസ്സുകാർ തൊഴിലാളികളുടെയും കൃഷിക്കാരുടെയും ഇടയിൽ പ്രവർത്തിക്കാൻ തുടങ്ങി.

1929 ൽ തുടങ്ങിയ സാമ്പത്തികക്കുഴപ്പത്തിന്റെ ഫലമായി നാനാതരത്തിലുള്ള ദുരിതങ്ങൾ നാട്ടുകാരനുഭവിച്ചിരുന്ന കാലമാണത്. കാർഷികോൽപ്പന്നങ്ങളുടെ വിലയിടിവ്, നികുതിവർധന, പലിശകൊടുക്കാനുള്ള കഴിവില്ലായ്മ, മുതലായവകൊണ്ട് കൃഷിക്കാരും; തൊഴിലില്ലായ്മ, കൂലിക്കുറവ് മുതലായവ കൊണ്ട് തൊഴിലാളികൾ, ക്ലാർക്കുമാർ മുതലായവരും കഷ്ടപ്പെട്ടിരുന്ന കാലമാണത്. ഈ ദുരിതങ്ങളുടെ ഫലമായി ബഹുജനങ്ങളിലാകെ അസംതൃപ്തിയും സമരസന്നദ്ധതയും വളർന്നുവരാനും തുടങ്ങിയിരുന്നു. ആലപ്പുഴ കയർത്തൊഴിലാളികളുടെയും തൃശ്ശൂർ സീതാറാം മിൽ തൊഴിലാളികളുടെയും തിരുവണ്ണൂർ കോട്ടൺമിൽ തൊഴിലാളികളുടെയും മറ്റും പണിമുടക്കങ്ങൾ യാതൊരു രാഷ്ട്രീയപ്പാർട്ടിയുടെയും പ്രേരണകൂടാതെ നടന്നു (ഇവരിൽ ആലപ്പുഴത്തൊഴിലാളികൾക്ക് ഒരു സംഘടിത യൂണിയനും *തൊഴിലാളി*യെന്ന പത്രവും ഉണ്ടായിരുന്നു). കൃഷിക്കാരുടെ ഇടയിലാണെങ്കിൽ കൊടുങ്ങല്ലൂരിലെ കർഷകത്തൊഴിലാളിപ്രസ്ഥാനം സാമാന്യം ബഹുജനപിൻബലമുള്ള ഒന്നായിരുന്നു; സാമ്പത്തികക്കുഴപ്പത്തിന്റെ ഫലമായി കാർഷികകടം സംബന്ധിച്ചുവന്ന പ്രശ്നങ്ങളിൽ ഗവൺമെന്റിനെക്കൊണ്ട് ചിലതെല്ലാം ചെയ്യിക്കാനതിനു കഴിഞ്ഞു. മലബാറിലും 1931 ൽ നടത്തിയ സെറ്റിൽമെന്റിന്റെ ഫലമായി വർധിച്ച നികുതി ഇളവുചെയ്തുകിട്ടാനുള്ള പ്രക്ഷോഭം ഒരുമാതിരി ശക്തിപ്പെട്ടുവന്നിരുന്നു.

ഇതിൽ പലതിന്റെയും നേതൃത്വം സാമ്രാജ്യഭക്തന്മാരും സ്വാർഥികളും മിതവാദികളും ഭീരുക്കളുമായവരാണെടുത്തത്. ഉദാഹരണത്തിന്, മലബാറിലെ നികുതിയിളവു പ്രക്ഷോഭത്തിന്റെ നേതാവ് ആർ എം പാലാട്ടായിരുന്നു; ആലപ്പുഴത്തൊഴിലാളികളുടെ നേതാക്കന്മാരിൽ ഏറ്റവും 'വിപ്ലവകാരി'യെന്നഭിമാനിച്ചിരുന്ന കേശവ ദേവ്, പണിമുടക്കു വരികയും മർദനനടപടികൾ വരാനിടയുണ്ടെന്നു തോന്നുകയും ചെയ്തപ്പോൾ തൊഴിലാളികളെ വിട്ട് നാടുവിട്ടു പോകയാണു ചെയ്തത്. പ്രസംഗിച്ചും

ലേഖനമെഴുതിയും ആളുകളെ മിരട്ടാൻ കഴിയുന്ന ഏതൊരാൾക്കും സ്വന്തം കാര്യങ്ങൾക്കുവേണ്ടി നാട്ടുകാരുടെ അസ്വാസ്ഥ്യത്തെ ഉപയോഗിക്കാമെന്ന നിലയാണ് അന്നുണ്ടായിരുന്നത്. ആ സ്ഥിതിക്ക് കോൺഗ്രസുകാർ രംഗപ്രവേശം ചെയ്ത് നാട്ടുകാരെ സഹായിക്കാത്തപക്ഷം ഈ ബഹുജനപ്രസ്ഥാനമാകെ സ്വാതന്ത്ര്യസമരത്തിനെതിരാകുമെന്നും; നേരേമറിച്ച്, അവരതിൽ ഇറങ്ങുന്നപക്ഷം വമ്പിച്ച ഒരു ജനവിഭാഗത്തെ സ്വാതന്ത്ര്യസമരമുന്നണിയുടെ മുഖ്യഭാഗമാക്കാമെന്നും കമ്യൂണിസ്റ്റുകാർ കണ്ടു.

ഇതിന്റെ ഫലമായി കഴിഞ്ഞ ഒരു വ്യാഴവട്ടക്കാലമായി അവർ നടത്തിയ പ്രവർത്തനത്തിന്റെ ഫലം ചുരുക്കത്തിൽ താഴെ വിവരിക്കാം:

തൊഴിലാളി. 1934 നുമുമ്പ് ആലപ്പുഴയിൽ ഒന്നും ഫറോക്കിൽ ഒന്നും ഇങ്ങനെ മൂന്നുനാലു യൂണിയനുകളേ കേരളത്തിലുണ്ടായിരുന്നുള്ളൂ; അവയിലെല്ലാംകൂടി 1000 ത്തിലധികം മെംബർമാരില്ല. ഇന്ന് ആ സ്ഥാനത്ത് കേരളത്തിന്റെ ഒരറ്റംമുതൽ മറ്റേ അറ്റംവരെയുള്ള 100 ലധികം യൂണിയനുകളിൽ 75,000 ത്തോളം തൊഴിലാളികൾ സംഘടിച്ചിട്ടുണ്ട്. ഇതു മുഴുവൻ കമ്യൂണിസ്റ്റുകാരുണ്ടാക്കിയതല്ല; ഇതിൽച്ചിലതെല്ലാം കമ്യൂണിസ്റ്റ് വിരോധികളായ കോൺഗ്രസുകാരുടെ പ്രവർത്തനഫലമായുണ്ടായവയും അവരുടെ നിയന്ത്രണത്തിൽ പ്രവർത്തിക്കുന്നവയുമാണ്. എന്നാൽ യൂണിയനുണ്ടാക്കി, തൊഴിലാളിപ്രവർത്തനം നടത്തുകയെന്ന പാരമ്പര്യം സൃഷ്ടിച്ചത് കമ്യൂണിസ്റ്റുകാരാകയാൽ ഈ യൂണിയനുകളും ഒരു നിലയ്ക്ക് കമ്യൂണിസ്റ്റുകാരുടെ പ്രവർത്തനഫലമാണ്; കേരളത്തിൽ സംഘടിത തൊഴിലാളിപ്രസ്ഥാനമെന്നൊന്നുണ്ടാക്കിയതും കമ്യൂണിസ്റ്റുകാരാണ്.

ഈ പ്രസ്ഥാനം നാട്ടിലെ സാമ്രാജ്യവിരോധപ്രസ്ഥാനത്തിന്റെ ഒരു ഭാഗമാണ്. 1938 ലെ തിരുവിതാംകൂർ സമരത്തിൽ ഏറ്റവും സജീവവും സഫലവുമായി പങ്കെടുത്തത് ആലപ്പുഴത്തൊഴിലാളികളാണ്. അവരുടെ പണിമുടക്കം സ്വന്തം ആവശ്യങ്ങളായ കൂലിക്കൂടുതലും മറ്റും കിട്ടാൻ മാത്രമുള്ളതായിരുന്നില്ല, ഉത്തരവാദഭരണത്തിനുകൂടിയുള്ള സമരമായിരുന്നു. ആ സമരത്തിൽ തൊഴിലാളിവർഗമാകെ—സ്ത്രീകളും കുട്ടികളുമടക്കം–എടുത്ത ആവേശകരമായ പങ്ക് മറ്റെല്ലാ ജനവിഭാഗങ്ങൾക്കും മാതൃകയായിരുന്നു. അതുപോലെതന്നെ കോൺഗ്രസ് മെംബർമാരായി ച്ചേർന്നും വാളണ്ടിയർമാരായി പ്രവർത്തിച്ചും മറ്റും കോൺഗ്രസിനെ ശക്തിപ്പെടുത്താനും തൊഴിലാളികൾ ധാരാളമായി മുമ്പോട്ടുവന്നു.

എന്നാൽ തൊഴിലാളികൾ സ്വാതന്ത്ര്യസമരത്തിൽ പങ്കുകൊണ്ടത് നിസ്വാർഥമായി, മറ്റുള്ളവർക്കുവേണ്ടി ചെയ്തതൊന്നുമല്ല; അവരുടെ സ്വന്തം കാര്യങ്ങൾ നേടുന്നതിനുതന്നെ അതാവശ്യമാണ്. തൊഴിലാളികൾ സ്വാതന്ത്ര്യസമരമുന്നണിയുടെ ഒരഭേദ്യഭാഗമാണെന്നതുപോലെതന്നെ പരമാർഥമാണ് സ്വതന്ത്ര്യസമരം തൊഴിലാളികളുടെ സ്വന്തം സമരങ്ങൾക്കൊരു വമ്പിച്ച പിൻബലമാണെന്ന സംഗതി. ഉദാഹരണ

ത്തിന്, തിരുവിതാംകൂർ സമര(1938)ത്തെ വളരെയധികം സഹായിച്ച ആലപ്പുഴത്തൊഴിലാളികളുടെ പണിമുടക്കത്തിന്റെ ഫലമായി തൊഴിലാളികളുടെ കൂലി ആറേകാൽ ശതമാനം കണ്ട് വർധിക്കുകയും ഫാക്ടറിക്കകത്തു നടന്നിരുന്ന എത്രയോ അഴിമതികൾ അവസാനിക്കുകയും ചെയ്തു. അതുപോലെ കോൺഗ്രസിൽ മെംബർമാരായും വാളണ്ടിയർമാരായും മറ്റും ചേർന്ന് പ്രവർത്തിച്ച തൊഴിലാളികൾ കോൺഗ്രസിനെ ശക്തിപ്പെടുത്തുക മാത്രമല്ല സ്വന്തം സാംസ്കാരിക നിലവാരം ഉയർത്തുകകൂടി ചെയ്തു. പത്രങ്ങളും ലഘുലേഖകളും മറ്റും വായിക്കുക, യോഗങ്ങളും സമ്മേളനങ്ങളും സ്റ്റഡി ക്ലാസ്സുകളും നടക്കുന്നതിൽ പങ്കുകൊള്ളുക, പണിമുടക്കങ്ങളിലും മറ്റും സജീവമായി പ്രവർത്തിക്കുക മുതലായവയുടെ ഫലമായി അവർക്കു സ്വന്തമായി പ്രസംഗിക്കാനും എഴുതാനും ക്ലാസ്സെടുക്കാനും മറ്റും കഴിയുമെന്ന നിലവന്നു; കോൺഗ്രസിന്റെ വാർഡ് കമ്മിറ്റികളുടെയും ടൗൺ കമ്മിറ്റികളുടെയും മറ്റും സെക്രട്ടറിമാരായിട്ടുപോലും പ്രവർത്തിക്കാനവർക്കു കഴിഞ്ഞു. ഇതിന്റെ ഫലമായി, ഉയർന്ന വർഗക്കാരിൽനിന്നു വളർന്ന ഏതു കോൺഗ്രസ് നേതാവിനോടും കിടപിടിക്കുന്ന രാഷ്ട്രീയനേതാക്കന്മാർ തൊഴിലാളികളുടെ ഇടയിൽനിന്നുണ്ടായി.

ഇത്തരത്തിൽ തൊഴിലാളിവർഗത്തിലെ ഒരു തലമുറയെയാകെ ഉയർത്തുകയും അവരാണ് കേരള തൊഴിലാളിപ്രസ്ഥാനത്തിന്റെ നേതാക്കന്മാരെന്ന നില വരുത്തുകയും ചെയ്തതാണ് കമ്യൂണിസ്റ്റ് തൊഴിലാളി പ്രസ്ഥാനത്തിന്റെ ഏറ്റവും വലിയ നേട്ടം.

കൃഷിക്കാർ. 1934 ൽ കേരളത്തിലെവിടെയും കൃഷിക്കാർക്ക് യാതൊരു സംഘടനയുമുണ്ടായിരുന്നില്ല. 1930 വരെ 'മലബാർ കുടിയാൻ സംഘ'മെന്ന ഒരു സംഘടനയുണ്ടായിരുന്നു. എന്നാലത് വെറും കാണക്കുടിയാന്മാരുടെ കാര്യങ്ങൾക്കുവേണ്ടി മാത്രമാണു വാദിച്ചിരുന്നത്. കാണക്കുടിയാന്മാർക്ക് സ്ഥിരാവകാശം കിട്ടണം, കാണഭൂമി പൊളിച്ചെഴുതുമ്പോൾ ജന്മി വാങ്ങുന്ന പൊളിച്ചെഴുത്തവകാശത്തിന് ന്യായമായ തോത് നിജപ്പെടുത്തണം എന്നു തുടങ്ങിയവയല്ലാതെ ബഹുഭൂരിപക്ഷം കൃഷിക്കാരുടെ ആവശ്യമായ പാട്ടം ചുരുക്കലിനെപ്പറ്റി അവർ യാതൊന്നും പറഞ്ഞിരുന്നില്ല. മാത്രമല്ല, സ്ഥിരാവകാശംതന്നെ കാണക്കാർക്കല്ലാതെ വെറുംപാട്ടക്കാർക്കു കിട്ടണമെന്നവരാവശ്യപ്പെട്ടില്ല. നേരേമറിച്ച്, വെറുംപാട്ടക്കാരടയ്ക്കേണ്ട പാട്ടം ചുരുക്കുകയും വെറുംപാട്ടക്കാർക്കു സ്ഥിരാവകാശം കൊടുക്കുകയും ചെയ്യുന്നതിനവർ എതിരാണ്. എന്തുകൊണ്ടെന്നാൽ, 'മലബാർ കുടിയാൻ സംഘ'ത്തിന്റെ നേതാക്കന്മാർ കൃഷിചെയ്യാത്ത കാണക്കുടിയാന്മാരാണ്; ജന്മിയിൽനിന്ന് കാണാവകാശത്തിന്മേൽ ഭൂമി വാങ്ങി ചുരുങ്ങിയ മിച്ചവാരം കൊടുത്ത്, ആ ഭൂമി വെറുംപാട്ടക്കാരനു കൃഷിക്കു കൊടുത്ത് , അവനെ ഞെക്കിപ്പിഴിഞ്ഞ് കിട്ടാവുന്ന പാട്ടം പിരിച്ച് ജീവിക്കുന്ന മധ്യവർത്തികളാണ്. കാണക്കുടിയാനെ ഇഷ്ടംപോലെ ഒഴിപ്പിക്കാനും ഇഷ്ടമുള്ള സംഖ്യ പൊളിച്ചെഴുത്തവകാശം വാങ്ങാനും ജന്മി

ക്കുള്ള അവകാശം ഇല്ലാതാക്കുകയും വെറുംപാട്ടക്കാരനെ ഞെക്കിപ്പിഴിയാൻ കാണക്കാരനവകാശമുണ്ടെന്ന നിലതുടരുകയുമാണവർക്കാവശ്യം.

ഇത് 1930 ലെ കുടിയായ്മ നിയമംകൊണ്ടവർക്കു കിട്ടി. ആ നിയമം പൊളിച്ചെഴുത്തവകാശത്തിന്റെ സംഖ്യ നിജപ്പെടുത്തി; ഒഴിപ്പിക്കലും മേൽച്ചാർത്തും തടഞ്ഞു; വെറുംപാട്ടക്കാരനെയും ഒഴിപ്പിക്കാൻ പാടില്ലെന്നു നിശ്ചയിച്ചുവെങ്കിലും അയാൾ ഒരുകൊല്ലത്തെ പാട്ടം മുമ്പാട്ടമായടയ്ക്കണമെന്നും അങ്ങനെ ചെയ്യാതിരിക്കുകയോ പാട്ടം ബാക്കിവയ്ക്കുകയോ ചെയ്താൽ ഒഴിപ്പിക്കാമെന്നും വ്യവസ്ഥപ്പെടുത്തി; വെറുംപാട്ടക്കാരനടയ്ക്കേണ്ട പാട്ടത്തിന് വലിയൊരു തോത് (ഉദാ: നെൽക്കൃഷിയിൽ അറ്റ വിളവിന്റെ മൂന്നിലൊന്ന് കൃഷിക്കാരനും മൂന്നിൽ രണ്ട് ജന്മിക്കും) നിശ്ചയിച്ചു; ഇതുപോലും 12 കൊല്ലത്തിനുശേഷമേ നടപ്പിൽ വരികയുള്ളുവെന്നു നിശ്ചയിച്ചു. ഇങ്ങനെ മുമ്പാട്ടമടയ്ക്കാനും വിളനാശംവരുന്ന കൊല്ലങ്ങളിൽ പാട്ടമടയ്ക്കാൻപോലും കഴിയാത്ത വെറുംപാട്ടക്കാരെ (അത്തരക്കാരാണല്ലോ വെറുംപാട്ടക്കാരിൽ ഭൂരിപക്ഷം) ഒഴിപ്പിക്കാൻ സൗകര്യപ്പെടുത്തിക്കൊണ്ടും, എന്നാൽ കാണക്കാരന് സ്ഥിരാവകാശം നൽകിക്കൊണ്ടുമുള്ള നിയമം വന്നതോടുകൂടി കുടിയാൻ സംഘത്തിന്റെ ആവശ്യങ്ങൾ മുഴുവൻ സാധിച്ചു. പോരെങ്കിൽ, 1929 ൽ തുടങ്ങിയ സാമ്പത്തികക്കുഴപ്പത്തിന്റെ ഫലമായി പൊളിഞ്ഞ ജന്മികളുടെ ജന്മാവകാശം വിലയ്ക്കു വാങ്ങി പഴയകാണക്കാർ പലരും ജന്മികളായിത്തീരാനും തുടങ്ങിയിരുന്നു. അതുകൊണ്ട് പഴയ ജന്മി–കുടിയാൻ മത്സരം അവസാനിച്ച് അതിനുപകരം ഒരു ജന്മി–കാണക്കുടിയാൻ സഖ്യം സ്ഥാപിക്കപ്പെട്ടതിനാൽ കുടിയാൻ സംഘംതന്നെ ഇല്ലാതായി.

ഈ സ്ഥിതിയിൽ കമ്യൂണിസ്റ്റുകാർ മുമ്പോട്ടുകൊണ്ടുവന്ന പരിപാടി മുഖ്യമായും വെറുംപാട്ടക്കാരുടെ രക്ഷയെ മുൻനിർത്തിക്കൊണ്ടുള്ളതായിരുന്നു. പാട്ടം ചുരുക്കുക, മുമ്പാട്ടമടച്ചാലേ വെറുംപാട്ടക്കാരനും സ്ഥിരാവകാശമുള്ളുവെന്ന വ്യവസ്ഥ എടുത്തുകളയുക, ഒഴിപ്പിക്കൽ തീരെ തടയുക, അക്രമപ്പിരിവുകൾ നിർത്തുക മുതലായവയാണ് അവരാവശ്യപ്പെട്ടത്. മാത്രമല്ല, ഈ അടിയന്തരാവശ്യങ്ങളെല്ലാം ചെന്നെത്തുന്നത് ജന്മികളും കൃഷിചെയ്യാത്ത കാണക്കാരുമെല്ലാം ഇല്ലാതായി യഥാർഥത്തിൽ കൃഷിചെയ്യുന്ന കൃഷിക്കാരനും ഗവൺമെന്റും തമ്മിൽ നേരിട്ട് ബന്ധപ്പെടുന്ന നിലയിലേക്കായിരിക്കണമെന്നും അവർ വാദിച്ചു. ഇതിന്റെ അടിസ്ഥാനത്തിൽ ശക്തിയേറിയ ഒരു കിസാൻ പ്രസ്ഥാനം വളർന്നുവന്നു. കാസർകോട്, ചിറയ്ക്കൽ, കോട്ടയം, കുറുമ്പ്രനാട് എന്നീ നാലു വടക്കൻ താലൂക്കുകളിൽ കിസാൻ സമ്മേളനങ്ങൾ, ജാഥകൾ മുതലായവ ക്രമമായി സംഘടിപ്പിക്കപ്പെട്ടു. ആണും പെണ്ണും വയസ്സനും കുട്ടിയുമെല്ലാം സംഘത്തിൽച്ചേരാനും സംഘത്തിനു സംഭാവന ചെയ്യാനും മുമ്പോട്ടുവന്നു; പരിഷ്കാരത്തിന്റെ വെളിച്ചം ഇതേവരെ എത്തിയിട്ടില്ലാത്ത കിഴക്കൻ പ്രദേശങ്ങളിൽ പുതിയൊരു കാറ്റുവീശി; തങ്ങളുടെ

ദുരിതമൊന്നും ദൈവസൃഷ്ടിയല്ലെന്നും സംഘം ചേർന്നു പ്രവർത്തിച്ചാൽ ഇതിനെല്ലാം അവസാനമുണ്ടാവുമെന്നുമുള്ള ബോധം അവരിലുദിച്ചു. എഴുതാനും വായിക്കാനുമറിയാത്ത കർഷകയുവാക്കന്മാർ അക്ഷരം പഠിച്ചും, എഴുതാനും വായിക്കാനുമറിയുന്നവർ പത്രങ്ങളും പുസ്തകങ്ങളും മറ്റും വായിച്ചും ഉയർന്നു; കള്ളുകുടിയും മറ്റു ദുർനടപടികളും ശീലിച്ചുപോന്ന കൃഷിക്കാർ അതൊക്കെ വിട്ടു നന്നായി; വീടുകളിലിരുന്ന് സൊള്ളുപറഞ്ഞിരുന്ന സ്ത്രീകൾ യോഗങ്ങളിലും ഘോഷയാത്രകളിലും മറ്റും പങ്കുകൊണ്ടും പ്രസംഗങ്ങൾ നടത്തിയും മറ്റും ഉയർന്നു. ഇങ്ങനെ ഒരു പുതിയ നാട്ടിൻപുറം, പുതിയ സമുദായം ഉയർന്നുവരുന്നതിനുള്ള സാഹചര്യങ്ങൾ വടക്കേ മലബാറിൽ സൃഷ്ടിച്ചതാണ് കമ്യൂണിസ്റ്റുകാരുടെ വലിയ നേട്ടം.

ഇത്രതന്നെയില്ലെങ്കിലും ചുരുങ്ങിയതോതിൽ തെക്കേ മലബാറിലും കൊച്ചിയിലെ ചില കേന്ദ്രങ്ങളിലും കിസാൻപ്രസ്ഥാനം വളർന്നുവന്നു. ഇവയിൽവച്ചേറ്റവും പ്രധാനമായ കേന്ദ്രം കൊച്ചിയിലെ അന്തിക്കാടാണ്. അവിടത്തെ ചെത്തുതൊഴിലാളികൾ വടക്കേ മലബാറിലെ കൃഷിക്കാരെപ്പോലെതന്നെ അവിടത്തെ നാട്ടിൻപുറത്തെയാകെ മാറ്റിയിട്ടുണ്ട്. തിരുവിതാംകൂറിൽ ആലപ്പുഴയ്ക്കടുത്തുകിടക്കുന്ന കുട്ടനാട്ടിലെ (വേമ്പനാട്ടു കായലിന്റെയും മറ്റും അതിർത്തിയിൽ കിടക്കുന്ന വിശാലമായ കായൽക്കൃഷിപ്രദേശമാണിത്) കർഷകത്തൊഴിലാളികളുടെ ഇടയിലും ഇതുപോലെതന്നെ ഉറച്ച ഒരു സംഘടന ഉണ്ടായിട്ടുണ്ട്.

ജന്മിസമ്പ്രദായം അവസാനിപ്പിക്കുകയെന്ന ലക്ഷ്യം മുമ്പിൽവച്ചും പാട്ടംചുരുക്കൽ മുതലായ അടിയന്തരാവശ്യങ്ങൾക്കു വേണ്ടിയും കൃഷിക്കാരെ സംഘടിപ്പിക്കാൻ തുടങ്ങിയാൽ കൃഷിക്കാരുടെ സ്ഥിതി നന്നാവുക മാത്രമല്ല, നാട്ടിൻപുറത്തെ സാമൂഹ്യവും സാംസ്കാരികവും സാമ്പത്തികവുമായ പല പരിഷ്കാരങ്ങൾ നടപ്പിൽ വരുത്താൻകൂടി സാധിക്കുമെന്ന് കിസാൻപ്രസ്ഥാനം വ്യക്തമാക്കിയിട്ടുണ്ട്. വായനശാലകളും സ്കൂളുകളും നടത്തുക, നാടകങ്ങളും കളികളും ഏർപ്പാടു ചെയ്യുക, അയിത്തവും മറ്റനാചാരങ്ങളും നശിപ്പിക്കുക, സ്ത്രീകളെയും ഹരിജനങ്ങളെയും ഉയർത്തിക്കൊണ്ടുവരിക, ജാതി–മതഭേദം കൂടാതെ നാട്ടുകാർ യോജിച്ചു പ്രവർത്തിക്കുക, കൂട്ടുകൃഷി സംഘടിപ്പിക്കുക, ക്ഷാമകാലത്ത് ഉള്ള അരി സമമായി ഭാഗിക്കുക—ഇതെല്ലാം ഔദ്യോഗിക സഹായമില്ലാതെ (പലപ്പോഴും ഔദ്യോഗികമായ എതിർപ്പുണ്ടായിട്ടുകൂടി) നാട്ടുകാർ സ്വന്തമായി ചെയ്യുമെന്ന നില വരുത്താൻ സംഘം സഹായിച്ചിട്ടുണ്ട്. എന്നാൽ ഇതുകണ്ട് സന്തോഷിക്കുകയോ ഇതിനെ പ്രോത്സാഹിപ്പിക്കുകയോ ചെയ്യുന്നതിനുപകരം ഇതെല്ലാം അക്രമവും പിടിച്ചുപറിയുമാണെന്നു പറഞ്ഞ് ഇതിനെ അടിച്ചമർത്താനാണ് കോൺഗ്രസ് ഗവൺമെന്റ് ശ്രമിക്കുന്നത്.

മറ്റു ജനവിഭാഗങ്ങൾ. എന്നാൽ തൊഴിലാളികളുടെയും കൃഷിക്കാരുടെയും ഇടയിൽ മാത്രമല്ല, കമ്യൂണിസ്റ്റുകാർ സംഘടനയുണ്ടാക്കുകയും സമരം നയിക്കുകയും ചെയ്തിട്ടുള്ളു. അധ്യാപകരുടെയും

വിദ്യാർഥികളുടെയും ഇടയിലും ഇതുപോലെതന്നെ പ്രവർത്തിച്ചിട്ടുണ്ട്. എലിമെന്ററി സ്കൂൾ അധ്യാപകരുടെ സമരവും സംഘടനയും ആദ്യം തുടങ്ങിയ ജില്ലകളിലൊന്നാണ് മലബാർ. ഇന്ന് മദിരാശി സംസ്ഥാനത്തിലാകെ ശക്തിയായി നടക്കുന്ന അധ്യാപകപ്രസ്ഥാനത്തിൽ ഒരു പ്രധാനസ്ഥാനം മലബാർ വഹിക്കുന്നുണ്ട്. ഈ പ്രസ്ഥാനത്തിന്റെ ജനയിതാക്കന്മാരും നേതാക്കന്മാരുമായ അധ്യാപകരിലൊരു ഗണ്യമായ ഭാഗം കമ്യൂണിസ്റ്റുകാരാണ്. അതുപോലെതന്നെ വിദ്യാർഥിപ്രസ്ഥാനത്തിനും ആരംഭദശയിൽ കമ്യൂണിസ്റ്റുകാരിൽനിന്നാണാവേശം കിട്ടിയത്. ഈ രണ്ടു പ്രസ്ഥാനങ്ങളുടെയും ഇന്നത്തെ നേതൃത്വത്തിലൊരുഗണ്യമായ ഭാഗം കമ്യൂണിസ്റ്റുകാരല്ലാത്തവരാണെങ്കിലും അവയുടെ സ്ഥാപകന്മാർ കമ്യൂണിസ്റ്റുകാരാണെന്നും ഇന്നുതന്നെ അവയിൽ കമ്യൂണിസ്റ്റുകാർ ധാരാളം പ്രവർത്തിക്കുന്നുണ്ടെന്നുമുള്ളത് നിഷേധിക്കാൻ വയ്യ.

കഴിഞ്ഞ നാലഞ്ചു കൊല്ലക്കാലമായി സമുദായസംഘടനകളിൽ—എസ് എൻ ഡി പി, യോഗക്ഷേമസഭ, പെരുവണ്ണാൻസഭ—കമ്യൂണിസ്റ്റുകാർ ചെയ്ത പ്രവൃത്തിയും നിസ്സാരമല്ല. നിർജീവമായിക്കിടക്കുകയോ ദേശീയവിരുദ്ധമായ പ്രവൃത്തികൾ നടത്തുകയോ ചെയ്തിരുന്ന സമുദായസംഘടനകളെ പുരോഗമനപരമായ ഒരു പരിപാടിയുടെ അടിസ്ഥാനത്തിൽ ഒരു സാമൂഹ്യവിപ്ലവത്തിനു തയ്യാറാക്കുകയാണ് കൊച്ചി എസ് എൻ ഡി പി യുടെ അവകാശപ്രഖ്യാപനപ്രമേയം, മലബാർ എസ് എൻ ഡി പി യുടെ ക്ഷേത്രപ്രവേശനപ്രക്ഷോഭം, യോഗക്ഷേമസഭയുടെ തൊഴിൽജീവിതപരിപാടി, പെരുവണ്ണാൻസഭയുടെ പ്രവർത്തനം എന്നിവയെല്ലാം ചെയ്തിട്ടുള്ളത്. രാഷ്ട്രീയകാര്യത്തിൽ താൽപ്പര്യമില്ലാത്ത ഉൽപ്പതിഷ്ണുക്കളെക്കൂടി പ്രവർത്തനരംഗത്തിലിറക്കാനും അവരുടെ മുമ്പിൽ ഒരു പുതിയ കേരളം സൃഷ്ടിക്കാനുള്ള പരിപാടി വയ്ക്കാനും ഇതു പ്രയോജനപ്പെട്ടിട്ടുണ്ടെന്നത് നിർവിവാദമാണ്.

സാംസ്കാരികമായും കമ്യൂണിസ്റ്റ്പാർട്ടിക്ക് ചിലതെല്ലാം ചെയ്യാൻ കഴിഞ്ഞിട്ടുണ്ട്. കെ ദാമോദരന്റെ *പാട്ടബാക്കി*, *രക്തപാനം* എന്നീ നാടകങ്ങൾ; കെ പി ജി, എം പി ഭട്ടതിരിപ്പാട്, ചെറുകാട്, പി ഭാസ്കരൻ മുതലായവരുടെ കവിതകൾ; പൂരക്കളി മുതലായ നാടൻ കളികൾക്കും പാട്ടുകൾക്കും പാർട്ടി നൽകിയ പ്രോത്സാഹനം; ലഘുലേഖകളും പുസ്തകങ്ങളും അച്ചടിക്കുകയും വിൽക്കുകയും ചെയ്തതിൽ കമ്യൂണിസ്റ്റ് പ്രസ്സ് വഹിച്ച പങ്ക്; കമ്യൂണിസ്റ്റുകാരല്ലാത്ത സാഹിത്യകാരന്മാർക്കുകൂടി പാർട്ടി നൽകുന്ന ആദരബഹുമാനങ്ങൾ; പുരോഗമന സാഹിത്യപ്രസ്ഥാനത്തിലും സാഹിത്യപരിഷത്തിൽത്തന്നെയും കമ്യൂണിസ്റ്റുകാരെടുത്ത പങ്ക്–ഇതിന്റെയെല്ലാം ഫലമായി കമ്യൂണിസ്റ്റുകാരല്ലാത്ത കവികളും കലാകാരന്മാരും തന്നെ കമ്യൂണിസ്റ്റ്പാർട്ടിയെ ഒരു സംസ്കാരകേന്ദ്രമായി കാണാൻ തുടങ്ങിയിരിക്കുന്നു; കമ്യൂണിസ്റ്റുകാർ സൃഷ്ടിക്കാൻ പോകുന്ന പുതിയ സംസ്കാരത്തെപ്പറ്റി ശക്തിയായ ആക്ഷേപവും വിമർശനവുമുള്ളവർ പോലും സാംസ്കാരികപരിപാടിയിലും കമ്യൂണിസ്റ്റുകാർക്ക് ചിലതെല്ലാം പറയാനുണ്ടെന്നും അതിൽ ത്യാജ്യമായതെന്നപോലെ ഗ്രാഹ്യ

മായതും ചിലതെല്ലാമുണ്ടെന്നും സമ്മതിച്ചുതുടങ്ങിയിരിക്കുന്നു.

ചുരുക്കത്തിൽ, കേരളത്തിലെ നാനാജനവിഭാഗങ്ങളുടെ ഇടയിൽ പ്രവർത്തിച്ച്, സാധാരണക്കാരുടെ രാഷ്ട്രീയബോധവും സംഘടനയും വളർത്തി, ഒരു പുതിയ കേരളം സൃഷ്ടിക്കാനവരെ തയ്യാറാക്കുകയാണ് കഴിഞ്ഞ ഒരു വ്യാഴവട്ടക്കാലം കൊണ്ട് കമ്യൂണിസ്റ്റുകാർ ചെയ്തിട്ടുള്ളത്. ഇതിലവർക്കു സിദ്ധിച്ച വിജയമാണ് അവരെ കേരളത്തിലങ്ങോളമിങ്ങോളം വ്യാപിച്ചുകിടക്കുന്ന ഒരു രാഷ്ട്രീയപ്പാർട്ടിയാക്കിയത്.

മുസ്ലിംലീഗിന്റെ രംഗപ്രവേശം

കഴിഞ്ഞ ഒരു വ്യാഴവട്ടക്കാലത്ത് കമ്യൂണിസ്റ്റുകാർ മാത്രമല്ല, മറ്റൊരു പുതിയ പാർട്ടികൂടി കേരളത്തിലെ രാഷ്ട്രീയരംഗത്തിൽ പ്രവേശിച്ചിട്ടുണ്ട്—മുസ്ലിംലീഗ്. തൊഴിലാളികളുടെയും കൃഷിക്കാരുടെയും പാവപ്പെട്ട ഇടത്തരക്കാരുടെയും ഇടതുപക്ഷ കോൺഗ്രസുകാരുടെയും ഇടയിൽ കമ്യൂണിസ്റ്റ്പാർട്ടി എന്തൊരു സ്ഥാനം നേടിയോ അതേ സ്ഥാനം മുസ്ലിങ്ങളുടെ ഇടയിൽ ലീഗും നേടിക്കഴിഞ്ഞിരിക്കുന്നു.

1937 വരെ മുസ്ലിംലീഗെന്നൊരു പേരുതന്നെ മലബാറിലെ മുസ്ലിം ബഹുജനങ്ങൾ കേൾക്കുകയുണ്ടായിട്ടില്ല. സർ സയ്യദ് അഹമ്മദ് ഖാന്റെ നേതൃത്വത്തിൽ വളർന്നുവന്ന അലീഗഢ് പ്രസ്ഥാനമോ അതിന്റെ വളർച്ചയെത്തിയ രാഷ്ട്രീയരൂപമായ മുസ്ലിംലീഗോ കേരളത്തിൽ വേരൂന്നുകയുണ്ടായില്ല. ഇന്ത്യയുടെ മറ്റു ഭാഗങ്ങളിൽ മുസ്ലിംലീഗ് സമ്മേളനങ്ങൾ കൂടുകയും പ്രമേയങ്ങൾ പാസ്സാക്കുകയും ലീഗ്നേതാക്കന്മാർ കോൺഗ്രസ്സ് സമ്മേളനങ്ങളിലും മിതവാദി സമ്മേളനങ്ങളിലും സജീവമായി പങ്കെടുക്കുകയും ലീഗും കോൺഗ്രസും കൂടി ഒരു സന്ധി (1916 ലെ ലഖ്നൗ സന്ധി) യുണ്ടാക്കുകയും ചെയ്ത കാലത്തൊന്നും അതിന്റെ അല ഇവിടെ അടിക്കുകയുണ്ടായില്ല. പിന്നീട് കോൺഗ്രസ്–ഖിലാഫത്ത് പ്രസ്ഥാനം ഇന്ത്യയിലങ്ങോളമിങ്ങോളമുള്ള മുസ്ലിങ്ങളെ ഇളക്കിവിട്ടപ്പോഴാണ് അതിന്റെ അല കേരളത്തിലടിച്ചത്; ആ പ്രസ്ഥാനം ലീഗിന്റെ നേതൃത്വത്തിലല്ലാതിരുന്നതിനാൽ അന്നും ലീഗ് വളർന്നുവന്നില്ല. ഖിലാഫത്ത് പ്രസ്ഥാനത്തിന്റെ പരാജയത്തിനുശേഷം മുസ്ലിംലീഗ് ഇന്ത്യയിലാകെ ഉയിർത്തെഴുന്നേൽക്കുകയും ജിന്നയുടെ പതിന്നാലാവശ്യങ്ങൾ മുന്നോട്ടു വരികയും അലിസഹോദരന്മാരെപ്പോലുള്ള ഖിലാഫത്ത് നേതാക്കന്മാർപോലും കോൺഗ്രസിനെതിരായി വരികയും ചെയ്തകാലത്തും ഇവിടെ ലീഗ് വളർന്നു വന്നില്ല. മുഹമ്മദ് അബ്ദു റഹിമാൻ, കോട്ടാൽ ഉപ്പിസാഹേബ് മുതലായ കോൺഗ്രസുകാരും സീതിസാഹേബിനെപ്പോലുള്ള 'ഐക്യസംഘ'ക്കാരുമല്ലാതെ ലീഗുകാരെന്ന ഒരു വിഭാഗം രാഷ്ട്രീയരംഗത്തുണ്ടായിരുന്നില്ല.

എന്നാൽ 1921 മുതൽ 1937 വരെയുള്ള കാലഘട്ടത്തിലെ കോൺഗ്രസിലേക്കുതന്നെ ഒന്നു തിരിഞ്ഞുനോക്കിയാൽ 1937 നുശേഷം ലീഗ് വളർന്നുവരുന്നതിനുള്ള അടിസ്ഥാനം നമുക്കു കാണാൻ കഴിയും. കേര

ളത്തിലെ ഔദ്യോഗിക കോൺഗ്രസിന്റെ മുഖപത്രമെന്ന് പൊതുവെ കരുതപ്പെട്ടുവന്ന *മാതൃഭൂമി* പുറത്തുവരാൻതുടങ്ങി അധികം കഴിയുന്നതിനുമുമ്പുതന്നെ, മുഹമ്മദ് അബ്ദു റഹിമാൻ സാഹേബിന്റെ പത്രാധിപത്യത്തിൽ മറ്റൊരു കോൺഗ്രസ് പത്രം (*അൽ അമീൻ*) പുറത്തുവരാൻ തുടങ്ങിയത് ഇതിനുമുമ്പു വിവരിച്ചിട്ടുണ്ടല്ലോ. അന്നുമുതൽ 1942 വരെ 'ചാലപ്പുറം കോൺഗ്രസും' 'അമീൻലോഡ്ജും' തമ്മിൽ രഹസ്യമായ—ചിലപ്പോഴൊക്കെ പരസ്യം തന്നെയായ—ഒരു മത്സരം നടന്നുവന്നിട്ടുണ്ട്. 1931 ൽ അത് ഒരു മുനിസിപ്പൽ തിരഞ്ഞെടുപ്പു മത്സരമായിട്ടുതന്നെ പുറത്തുവന്നു. ഇതിന്റെ ഫലമായി 1932 മുതൽ 1936 വരെ 'അമീൻ ലോഡ്ജ്' കോൺഗ്രസാണെങ്കിലും കേരള കോൺഗ്രസിന്റെ നടപടികളിൽ പങ്കുകൊള്ളാതെയിരുന്നു (1932 ലെ രണ്ടാം നിയമലംഘനത്തിൽ അബ്ദു റഹിമാൻ ഗ്രൂപ്പ് പങ്കുകൊള്ളുകയുണ്ടായില്ല). 1934 ലെ കേന്ദ്ര നിയമസഭാ തിരഞ്ഞെടുപ്പിൽ അബ്ദു റഹിമാൻ സാഹേബിനെതിരായി ജനാബ് സത്താർ സേട്ടുവിനെ സഹായിക്കാൻപോലും ചില കോൺഗ്രസ്സുകാർ മുതിർന്നു (അന്ന് രണ്ടുപേരും വ്യക്തികളെന്ന നിലയ്ക്കാണ് സ്ഥാനാർഥികളായി നിന്നത്. ആ സ്ഥിതിക്ക് സാങ്കേതികമായി നോക്കിയാൽ ആരെ സഹായിക്കാനും കോൺഗ്രസുകാർക്കധികാരമുണ്ട്. പക്ഷേ 1921 ലെ ലഹളയ്ക്കുശേഷം വന്ന തിരിച്ചടിയുടെ കാലത്തുപോലും മാപ്പിളമാരുടെ ഇടയിൽ കോൺഗ്രസിന്റെ സന്ദേശം പരത്താൻ ശ്രമിച്ച ഒരു മുസ്ലിംകോൺഗ്രസുകാരൻ വ്യക്തിയെന്ന നിലയ്ക്കായാലും സ്ഥാനാർഥിയായി നിൽക്കുമ്പോൾ അദ്ദേഹത്തെ ജയിപ്പിക്കുന്നത് കോൺഗ്രസുകാരുടെ ധാർമികമായ കടമയാണല്ലോ. അതു ചെയ്യാതെ എതിരാളിയെ ജയിപ്പിക്കത്തക്ക പ്രവൃത്തി ചെയ്തത് കോൺഗ്രസിനകത്തെ സ്ഥിതി എത്ര വഷളായിത്തീർന്നു കഴിഞ്ഞിരുന്നുവെന്നു കാണിക്കുന്നുണ്ട്).

ദേശീയനേതൃത്വത്തിന്റെ പരാജയം

കോൺഗ്രസിനകത്ത് 1921–37 ൽ നടന്ന ഈ മത്സരത്തിന് വ്യക്തിപരമായ കാരണങ്ങളാണ് സാധാരണ പറയാറുള്ളത്. നേതാക്കന്മാർ തമ്മിലുള്ള സൗന്ദര്യപ്പിണക്കം, *മാതൃഭൂമി*യും *അൽ അമീനും* തമ്മിൽ പത്രങ്ങളെന്ന നിലയ്ക്കുള്ള കിടമത്സരം, മുസ്ലിംനേതാക്കന്മാരുടെ സമുദായമനോഭാവം, 'ചാലപ്പുറം കോൺഗ്രസി'ലെ നായർ മേധാവിത്വം മുതലായവയിൽ ഒന്നോ അധികമോ കാരണങ്ങൾ ഇതിനു പറയപ്പെട്ടിട്ടുണ്ട്. ഇതൊക്കെ ഒരതിർത്തിവരെ ശരിയാണുതാനും. ഇരുഭാഗത്തുമുള്ള നേതാക്കന്മാരുടെ താൻപ്രമാണിത്തവും സ്ഥാനഭ്രമവും സമുദായമനോഭാവവും ഇതിനു കാരണമായിട്ടുണ്ട്. പക്ഷേ ഇവയ്ക്കെല്ലാം മീതെ പ്രധാനമായ മറ്റൊരു കാരണമുണ്ട്. അതാണ് ഇന്നാട്ടിലെ ഹിന്ദുക്കളും മുസ്ലിങ്ങളും തമ്മിൽ സാമൂഹ്യമായും സാംസ്കാരികമായും സാമ്പത്തികമായുമുള്ള വ്യത്യാസവും ആ വ്യത്യാസം തീർത്ത് ഹിന്ദുക്കളെയും

മുസ്ലിങ്ങളെയും ഒരു പ്രസ്ഥാനത്തിൽ യോജിപ്പിക്കുന്ന കാര്യത്തിൽ അഖിലേന്ത്യാ നേതൃത്വത്തിനുതന്നെ വന്ന കഴിവുകേടും.

മുസ്ലിങ്ങൾ രാഷ്ട്രീയരംഗത്തിൽ പ്രവേശിച്ചതുമുതൽക്കുതന്നെ അവരൊരു പ്രത്യേക വിഭാഗമായി പ്രവർത്തിച്ചുപോന്നിട്ടുണ്ട്; ചിലപ്പോഴെല്ലാം (ഉദാ: ലഖ്നൗ സന്ധിയും ഖിലാഫത്ത് പ്രസ്ഥാനവും) അവർ കോൺഗ്രസുമായി യോജിച്ച് ഒരേ കൊടിക്കീഴിൽ, ഒരേ പരിപാടിയനുസരിച്ച് പ്രവർത്തിച്ചിട്ടുണ്ടെങ്കിലും മുസ്ലിങ്ങൾ, പൊതുവെ പറകയാണെങ്കിൽ, ഒരു പ്രത്യേകവിഭാഗമായി, പ്രത്യേകപരിപാടിയോടുകൂടി, പ്രത്യേകസംഘടനയിൽനിന്ന് പ്രവർത്തിക്കുകയാണു ചെയ്തിട്ടുള്ളത്. ചില്ലറ ഭരണപരിഷ്കാരങ്ങൾ, സ്വയംഭരണം, സ്വരാജ്, പൂർണസ്വാതന്ത്ര്യം എന്നിങ്ങനെ പടിപടിയായി ദേശീയപ്രസ്ഥാനത്തിന്റെ മുദ്രാവാക്യങ്ങൾ വളർന്നുവന്ന ഓരോ ഘട്ടത്തിലും പൊതുമുദ്രാവാക്യത്തിന്റെ ഭാഗമായി മുസ്ലിങ്ങളുടെ പ്രത്യേക മുദ്രാവാക്യങ്ങളും വളർന്നുവന്നിട്ടുണ്ട്: പ്രത്യേക നിയോജക മണ്ഡലം, ഉദ്യോഗങ്ങളിലും നിയമസഭാസ്ഥാനങ്ങളിലും 'വെയിറ്റേജ്' (ജനസംഖ്യയനുസരിച്ചു കിട്ടാനർഹതയുള്ളതിലധികം പ്രാതിനിധ്യം), സംസ്ഥാനങ്ങൾക്ക് സ്വയംഭരണാവകാശം, ഫെഡറൽ ഭരണഘടന, അവശിഷ്ടാധികാരങ്ങൾ സംസ്ഥാനങ്ങൾക്കായിരിക്കുമെന്ന വ്യവസ്ഥ—ഇവയ്ക്കെല്ലാംവേണ്ടി മുസ്ലിങ്ങൾ വാദിച്ചുപോന്നിട്ടുണ്ട്. ജിന്നാ സാഹേബ് മുതലായ ലീഗ് നേതാക്കന്മാർ മാത്രമല്ല, അബ്ദുൾ കലാം ആസാദ് മുതലായ ദേശീയ മുസ്ലിങ്ങൾ കൂടി ഇവയ്ക്കുവേണ്ടി വാദിച്ചിട്ടുണ്ട്.

വാസ്തവം പറകയാണെങ്കിൽ, മുസ്ലിങ്ങളുടെ പ്രത്യേകാവകാശങ്ങളെ സംബന്ധിച്ച 90 ശതമാനം കാര്യങ്ങളിലും ജിന്നാ സാഹേബും മൗലാനാ സാഹേബും തമ്മിൽ അക്കാലത്ത് യോജിപ്പുണ്ടായിട്ടുണ്ട്, ഇന്നും ഉണ്ട്. പ്രത്യേക നിയോജകമണ്ഡലത്തെ പോലുള്ള ചില പ്രശ്നങ്ങൾ മാറ്റിനിർത്തിയാൽ ലീഗുകാരും ദേശീയമുസ്ലിങ്ങളും തമ്മിലുള്ള മുഖ്യമായ വ്യത്യാസം ഇതാണ്: മുസ്ലിങ്ങളുടെ ആവശ്യങ്ങൾ കോൺഗ്രസനുവദിച്ചു കഴിഞ്ഞാൽ പിന്നീടു മാത്രമേ കോൺഗ്രസുമായി സഹകരിക്കുകയുള്ളുവെന്ന് ലീഗ് പറയുമ്പോൾ, കോൺഗ്രസുമായി സഹകരിച്ച് അതിനുള്ളിൽ പ്രവർത്തിച്ച് അതിനെക്കൊണ്ട് മുസ്ലിങ്ങളുടെ ആവശ്യങ്ങളനുവദിപ്പിക്കണമെന്ന് ദേശീയ മുസ്ലിങ്ങൾ അഭിപ്രായപ്പെടുന്നു. മുസ്ലിങ്ങളുടെ അവകാശങ്ങൾ ആദ്യംതന്നെ വച്ചില്ലെങ്കിൽ ബ്രിട്ടീഷുകാർ പോയാൽ പിന്നെ മുസ്ലിങ്ങളുടെ സ്ഥിതി മോശമായിരിക്കുമെന്ന് ലീഗുകാർ സംശയിക്കുമ്പോൾ, കോൺഗ്രസിൽച്ചേർന്ന്, അതിനെ ശക്തിപ്പെടുത്തി, ബ്രിട്ടീഷ് വിരോധസമരത്തിൽ മുസ്ലിങ്ങൾ സജീവമായി പങ്കുകൊള്ളുന്നതാണ് സ്വന്തം സമുദായത്തിന്റെ താൽപ്പര്യങ്ങൾ രക്ഷിക്കാൻതന്നെ ഉത്തമമാർഗമെന്ന് ദേശീയമുസ്ലിങ്ങൾ വിശ്വസിക്കുന്നു.

ലീഗുകാരും ദേശീയവാദികളായ മുസ്ലിങ്ങളും ഒരുപോലെ പുറപ്പെടുവിക്കുന്ന ഈ മുസ്ലിം ആവശ്യങ്ങളുടെ നേരേ കോൺഗ്രസെടുത്ത

നിലയെന്താണ്? ഈ സാമുദായിക പ്രത്യേകതകളെയും സാമുദായിക മനോഭാവത്തെയും വളർത്തി, ദേശീയൈക്യത്തെ തകർത്ത് ബ്രിട്ടീഷു കാരെ സഹായിക്കുന്നുവെന്നതിനാൽ അവയെ എതിർക്കുക; എന്നാൽ, അവർക്കുള്ള ആവശ്യം അനിഷേധ്യമാണെന്ന നിലവരുമ്പോൾ അവ സ്വീകരിക്കുക; സ്വീകരിച്ചുകഴിഞ്ഞാൽപ്പിന്നീടും നിവൃത്തിയില്ലാത്തതു കൊണ്ട് സ്വീകരിച്ചതാണെന്നും കഴിയുന്നതുംവേഗം അത് ഇല്ലാതാക്ക ണമെന്നും പറയുക. ഫലമോ? ഹിന്ദുക്കളോടു സമരം ചെയ്ത് പിടിച്ചു വാങ്ങിയതും പ്രഥമസൗകര്യത്തിൽത്തന്നെ തിരിച്ചെടുക്കാൻ ഹിന്ദുക്കളാ ലോചിക്കുന്നതുമായ സൗജന്യങ്ങളാണ് തങ്ങൾക്കു കിട്ടിയതെന്ന ധാര ണ മുസ്ലിങ്ങളിലും അന്യായമായ ആവശ്യങ്ങളനുവദിക്കുവാൻ നിർബ ന്ധിച്ച പിന്തിരിപ്പന്മാരും സ്വാർഥികളുമാണ് മുസ്ലിങ്ങളെന്ന ധാരണ ഹിന്ദുക്കളിലും വളരുന്നു; കോൺഗ്രസുകാരനായാലും അല്ലെങ്കിലും 'മുസ്ലിം മുസ്ലിം തന്നെ'യെന്ന് ഹിന്ദുക്കളിലും 'ഹിന്ദു ഹിന്ദു തന്നെ'യെന്ന് മുസ്ലിങ്ങളിലും ധാരണയുണ്ടാവുന്നു.

ഖിലാഫത്ത്പ്രസ്ഥാനം, 1930–32 ലെ നിയമലംഘന പ്രസ്ഥാനം, 1935–36 ലെ ഫെഡറേഷൻവിരുദ്ധപ്രക്ഷോഭം മുതലായി ബ്രിട്ടീഷ് വിരു ദ്ധപ്രസ്ഥാനങ്ങൾ വരുന്ന സന്ദർഭങ്ങളിൽ ഇതെല്ലാം മറന്ന് യോജിച്ചു പ്രവർത്തിക്കുകയോ അല്ലെങ്കിൽ എതിർക്കാതിരിക്കുകയെങ്കിലുമോ ചെ യ്യുന്നുണ്ടെങ്കിലും അത്തരം പ്രസ്ഥാനങ്ങളില്ലാത്ത സന്ദർഭങ്ങളിലെല്ലാം സാമുദായികമനോഭാവവും മത്സരവും അവിശ്വാസവും വർധിക്കുന്നു.

ഇങ്ങനെ ബ്രിട്ടീഷുകാർക്കെതിരായ ദേശീയസമരത്തിൽ ഹിന്ദുക്ക ളെയും മുസ്ലിങ്ങളെയും അണിനിരത്താൻ കഴിയുന്നുണ്ടെങ്കിലും ഹിന്ദു–മുസ്ലിം പരസ്പരബന്ധം ക്രമപ്പെടുത്തേണ്ടത് എങ്ങനെയെന്ന കാര്യ ത്തിൽ ന്യായവും പരക്കെ സ്വീകാര്യവുമായ തത്വങ്ങൾ രൂപീകരിക്കാൻ ദേശീയനേതൃത്വത്തിനു കഴിഞ്ഞിട്ടില്ലെന്നതാണ് ലീഗും കോൺഗ്രസും തമ്മിലും കോൺഗ്രസിൽത്തന്നെയുള്ള ഹിന്ദുക്കളും മുസ്ലിങ്ങളും തമ്മിലും അഭിപ്രായവ്യത്യാസമുണ്ടാവാനുള്ള കാരണം. ഉദാഹരണ ത്തിന്, മുസ്ലിങ്ങൾക്ക് പ്രത്യേക നിയോജകമണ്ഡലങ്ങളും ഉദ്യോഗകാ ര്യത്തിൽ ക്ലിപ്തമായ പ്രാതിനിധ്യവും നൽകുന്ന വ്യവസ്ഥകൾ ഭരണ ഘടനയിലുൾക്കൊള്ളിക്കുന്നതു ശരിയാണോ അല്ലയോ? മുസ്ലിം കുട്ടികളെ പഠിപ്പിക്കാൻ പ്രത്യേകം സ്കൂളുകളും അവരെ പഠിപ്പിക്കാൻ മുല്ലാ ടീച്ചർമാരും വേണമെന്ന ആവശ്യം ന്യായമാണോ? ഇങ്ങനെ നൂറുനൂറാ യിരം പ്രശ്നങ്ങളുണ്ട്. അവയെക്കുറിച്ചൊക്കെ ഹിന്ദുക്കൾ ദേശീയവാദ ത്തിന്റെപേരിൽ, മുസ്ലിങ്ങൾ പുറപ്പെടുവിക്കുന്ന ആവശ്യം അന്യായവും രാജ്യദ്രോഹപരവുമാണെന്നു വാദിക്കുന്നു; മുസ്ലിങ്ങളാകട്ടെ, തങ്ങളുടെ ന്യായമായ അവകാശമാണതെന്നും അതു നിഷേധിക്കുന്ന ഹിന്ദുക്കളാണ് സമുദായവാദികളെന്നും തീർത്തുപറയുന്നു. മുസ്ലിങ്ങളുടെ ആവശ്യം അന്യായമാണെന്ന് അവരെ ബോധ്യപ്പെടുത്താൻ ഹിന്ദുക്കൾക്കോ അതു ന്യായമാണെന്ന് ഹിന്ദുക്കളെ ബോധ്യപ്പെടുത്താൻ മുസ്ലിങ്ങൾക്കോ

കഴിഞ്ഞിട്ടില്ല.

ഇതാണ് കേരളത്തിലെ *മാതൃഭൂമി–അമീൻ* തർക്കത്തിന്റെയും മൗലികകാരണം. 'മതഭക്തനും സമുദായാഭിമാനിയു'മായ മുഹമ്മദ് അബ്ദു റഹിമാൻ സാഹേബ് മുസ്ലിങ്ങളുടെ സാമൂഹ്യവും മതപരവുമായ ആവശ്യങ്ങൾക്കുവേണ്ടി വാദിക്കുന്നു; അത് കോൺഗ്രസനുവദിക്കുകയാണെങ്കിൽ തന്റെ സമുദായത്തിന് കോൺഗ്രസിൽ വിശ്വാസം ജനിച്ച് അവർ ആയിരക്കണക്കിൽ കോൺഗ്രസിൽച്ചേരുമെന്നും അതുകൊണ്ട് ദേശീയത്വത്തിന്റെ വളർച്ചയെ സഹായിക്കുന്ന ഒരു പ്രവൃത്തിയാണതെന്നും അദ്ദേഹം വിശ്വസിക്കുന്നു; മാത്രമല്ല, ഈ ആവശ്യങ്ങൾ നിഷേധിക്കുന്നതായാൽ കോൺഗ്രസ് ഒരു മുസ്ലിം വിരുദ്ധസംഘടനയാണെന്ന ധാരണ മുസ്ലിങ്ങളിൽ പരക്കുമെന്നും അതുകൊണ്ടങ്ങനെ ചെയ്യുന്നത് ദേശീയത്വവിരുദ്ധമാണെന്നും അദ്ദേഹം അഭിപ്രായപ്പെടുന്നു. നേരേമറിച്ച്, സാമുദായികമനോഭാവം തൊട്ടുതെറിക്കാത്താളെന്നവകാശപ്പെടുന്ന കേളപ്പൻ, മുഹമ്മദ് അബ്ദു റഹിമാൻ സാഹേബ് പുറപ്പെടുവിച്ച ആവശ്യം മുസ്ലിങ്ങൾക്ക് ഇന്നുള്ള പ്രത്യേകത ശാശ്വതീകരിക്കാൻ മാത്രമേ പ്രയോജനപ്പെടുകയുള്ളുവെന്നും അതുകൊണ്ടത് ദേശീയത്വവിരുദ്ധമാണെന്നും വാദിക്കുന്നു; സാമുദായികമനോഭാവം വളർത്തുന്ന ഇത്തരം ആവശ്യങ്ങൾക്കുവേണ്ടി കോൺഗ്രസിനകത്തുവന്നിട്ടല്ല, അവയ്ക്കെതിരായി സ്വന്തം സമുദായത്തിനകത്താണ് ഒരു യഥാർഥ മുസ്ലിം വാദിക്കേണ്ടതെന്നദ്ദേഹം അഭിപ്രായപ്പെടുന്നു. ക്രമേണ മുഹമ്മദ് അബ്ദു റഹിമാൻ സാഹേബ് "ഖദർക്കുപ്പായമിട്ട സമുദായവാദി"യാണെന്ന് കേളപ്പനും "നായരെന്ന പേര് എടുത്തുകളഞ്ഞ സമുദായവാദിയായ നായരാണ് കേളപ്പനെ"ന്ന് അബ്ദു റഹിമാൻ സാഹേബും വിചാരിക്കാനും പറയാനും തുടങ്ങുന്നു. ഇതിനിടയ്ക്ക് ചില തിരഞ്ഞെടുപ്പുകളും സ്ഥാനാർഥികളെ നിർത്തലുകളും വോട്ടുപിടിക്കലുകളും കൂടി നടന്നുകഴിഞ്ഞാൽപ്പിന്നത്തെ കഥ പറയേണ്ടതില്ലല്ലോ.

മലബാർ മുസ്ലിങ്ങൾ: 1937 നു മുമ്പും പിമ്പും

കോൺഗ്രസിനകത്തു മാത്രമാണ് കേരളത്തിൽ ഹിന്ദു–മുസ്ലിം വഴക്കുണ്ടായത്. മറ്റു സംസ്ഥാനങ്ങളിലെന്നപോലെ ഇവിടെ കോൺഗ്രസും ലീഗും തമ്മിൽ മത്സരമുണ്ടായില്ല. എന്തുകൊണ്ടെന്നാൽ, മുമ്പു കണ്ടതുപോലെ, കേരളത്തിലെ മുസ്ലിങ്ങളുടെ ഇടയിൽ, മറ്റു സംസ്ഥാനങ്ങളിലെന്നപോലെ അലീഗഢ് പ്രസ്ഥാനം വളർന്നുകഴിഞ്ഞിരുന്നില്ല; നവീനവിദ്യാഭ്യാസംനേടി, നവീനാശയങ്ങളുൾക്കൊണ്ട് സമുദായപരിഷ്കരണത്തിനുവേണ്ടി പ്രവർത്തിക്കുന്ന തലമുറ വളരെ വൈകിയിട്ടാണ് കേരളത്തിലെ മാപ്പിളമാരുടെ ഇടയിൽ ഉയർന്നുവന്നത്. ഇവിടത്തെ മുസ്ലിം ചെറുപ്പക്കാർ പരിഷ്കാരത്തിന്റെ വഴിയിൽ കാലെടുത്തുവയ്ക്കാൻ തുടങ്ങിയപ്പോഴേക്കുതന്നെ ഖിലാഫത്ത്പ്രസ്ഥാനവും 1921 ലെ ലഹളയും വന്നു. ലഹള കഴിഞ്ഞ് കുറെ കൊല്ലങ്ങളിലെ സ്ഥിതി

യാകട്ടെ ഭയങ്കരമായിരുന്നു; എത്രയോ മാപ്പിളകുടുംബങ്ങൾ ലഹളയുടെ ഫലമായി സർവസ്വവും നശിച്ചും ഖിലാഫത്തെന്നോ കോൺഗ്രസെന്നോ പൊതുക്കാര്യമെന്നോ കേട്ടാൽ ഭയപ്പെട്ടും കഴിഞ്ഞുകൂടുകയായിരുന്നു. അന്ന് മുസ്ലിം സമുദായനേതാക്കന്മാരാവാൻ ശ്രമിക്കുന്നവർക്ക് ശ്രദ്ധിക്കാനുണ്ടായിരുന്ന കാര്യം പ്രത്യേക നിയോജകമണ്ഡലമോ 'വെയിറ്റേജോ' അഖിലേന്ത്യാ നേതാക്കന്മാർ കോൺഗ്രസിന്റെയും ഹിന്ദുക്കളുടെയും മുമ്പിൽ സമർപ്പിച്ച മറ്റു മുസ്ലിം ആവശ്യങ്ങളോ അല്ല; പിന്നെയോ, 1921 ന്റെ ഫലമായി മാപ്പിളമാർക്കനുഭവിക്കേണ്ടിവന്ന ദുരിതവും മർദനവുമാണ്.

ജയിലുകളിലും ആൻഡമാൻ ദ്വീപിലും കിടന്ന് നരകിച്ചിരുന്ന മാപ്പിളമാരുടെ കുടുംബങ്ങളുടെ സ്ഥിതി നന്നാക്കാനും അവരെ സ്വതന്ത്രരാക്കി നാട്ടിലേക്കു തിരിച്ചുകൊണ്ടുവരാനും നാട്ടിൽത്തന്നെ ലഹളയമർത്തുകയെന്ന പേരിൽ പോലീസും എം എസ് പി യും നടത്തിയ അഴിമതികൾ വെളിക്കുകൊണ്ടുവരാനും ലഹളയെത്തുടർന്ന് സ്ഥാപിച്ച മർദനഭരണത്തിൽനിന്ന് നാട്ടുകാരെ രക്ഷിക്കാനും വേണ്ടി പ്രവർത്തിക്കുകയാണ് അന്ന് മലബാറിലെ മുസ്ലിംനേതാക്കന്മാർക്കു ചെയ്യാനുണ്ടായിരുന്നത്. ഇതിനു ധൈര്യമുള്ളവർ മുഴുവൻ കോൺഗ്രസിനുള്ളിലായിരുന്നു; ദേശീയസ്വാതന്ത്ര്യത്തിനുവേണ്ടി പ്രവർത്തിക്കുന്ന കോൺഗ്രസുകാർക്കല്ലാതെ മറ്റാർക്കും പോലീസ്–എം എസ് പി മർദനഭരണത്തെക്കുറിച്ച് ഒരക്ഷരം ഉരിയാടാൻപോലും ധൈര്യമുണ്ടായിരുന്നില്ല. അതുകൊണ്ട് 1921 നെത്തുടർന്നുള്ള കാലങ്ങളിൽ പോലീസ് മർദനത്തെയും ബ്രിട്ടീഷ്ഭരണത്തെയും അനുകൂലിക്കുന്ന ബ്രിട്ടീഷ് സാമ്രാജ്യഭക്തന്മാർ, രണ്ടിനെയും എതിർക്കുന്ന കോൺഗ്രസുകാർ, രാഷ്ട്രീയ കാര്യങ്ങളിൽ പങ്കുകൊള്ളാതെ സമുദായപരിഷ്കാരത്തിൽമാത്രം ശ്രദ്ധിക്കുന്ന 'ഐക്യസംഘ'ക്കാർ—ഈ മൂന്നു വിഭാഗങ്ങൾ മാത്രമാണ് കേരള മുസ്ലിങ്ങളുടെ ഇടയിലുണ്ടായിരുന്നത്; ഇന്ത്യയുടെ മറ്റു ഭാഗങ്ങളിലുണ്ടായിരുന്നതുപോലെ മുസ്ലിങ്ങളുടെ രാഷ്ട്രീയാവകാശങ്ങളുടെ കാര്യത്തിൽ കോൺഗ്രസിനെ എതിർത്തും ബ്രിട്ടീഷുകാർക്കെതിരായ കാര്യങ്ങളിൽ ഒരതിർത്തിവരെ കോൺഗ്രസിനോടു സഹകരിച്ചും പ്രവർത്തിക്കുന്ന മുസ്ലിം ലീഗുണ്ടായിരുന്നില്ല.

1936–37–ഓടുകൂടി സ്ഥിതിഗതികളാകെ മാറി. അന്നാണല്ലോ ജിന്നാസാഹേബിന്റെ നേതൃത്വത്തിൽ അഖിലേന്ത്യാ മുസ്ലിംലീഗ് വീണ്ടും ഉയിർത്തെഴുന്നേറ്റത്. സംസ്ഥാന സ്വയംഭരണവും ഫെഡറേഷനുമടങ്ങുന്ന 1935 ലെ ഇന്ത്യാനിയമം, അതിലെ വ്യവസ്ഥകൾക്കനുസരിച്ചു രൂപീകരിച്ച സംസ്ഥാനമന്ത്രിസഭകൾ, ഫെഡറേഷൻ സ്വീകാര്യമാണോ അല്ലയോ എന്ന വാദം, സ്വീകാര്യമല്ലെങ്കിൽ അതിനുപകരം എന്താണുണ്ടായിരിക്കേണ്ടതെന്ന ആലോചന—ഇതെല്ലാം ഇന്ത്യയിലെങ്ങുമുള്ള മുസ്ലിങ്ങളെ ലീഗ്പതാകയിൻകീഴിൽ അണിനിരത്തി. ലീഗിനെക്കൂടെ കൂട്ടിക്കൊണ്ടുള്ള കൂട്ടുമന്ത്രിസഭ രൂപീകരിക്കാൻ കോൺഗ്രസ് കാണിച്ച മടിയും അതിന്റെ ഫലമായി ലീഗുകാരുടെ ഇടയിൽ കോൺ

ഗ്രസിനെപ്പറ്റി വളർന്നുവന്ന അവിശ്വാസവും നിമിത്തം തിരഞ്ഞെടുപ്പു കാലത്തെ കോൺഗ്രസ്–ലീഗ് ബന്ധം (സഹകരണം) തിരഞ്ഞെടുപ്പിനുശേഷം മത്സരമായി മാറി. യു പി യിലും മറ്റും കോൺഗ്രസ്സ് സ്ഥാനാർഥികളും ലീഗ് സ്ഥാനാർഥികളും തിരഞ്ഞെടുപ്പിൽ അന്യോന്യം സഹായിക്കുകയാണു ചെയ്തത്; മുസ്ലിം സീറ്റുകളിലേക്ക് കോൺഗ്രസ് സ്വന്തം സ്ഥാനാർഥികളെ നിർത്തിയില്ല, ലീഗ് സ്ഥാനാർഥിയെ സഹായിക്കുകയാണു ചെയ്തത്. പക്ഷേ തിരഞ്ഞെടുപ്പിനുശേഷം ഒന്നോ രണ്ടോ ലീഗുകാരെക്കൂടി കോൺഗ്രസ് മന്ത്രിസഭയിലേക്കെടുത്ത് കൂട്ടുമന്ത്രിസഭ സ്ഥാപിക്കുമെന്ന ലീഗുകാരുടെ പ്രതീക്ഷ അസ്ഥാനത്തായപ്പോഴാണ് കോൺഗ്രസ്–ലീഗ് ബന്ധം വഷളാവാൻ തുടങ്ങിയത് (ഇത് 1937–38 ലെ നെഹ്റു–ജിന്നാ കത്തിടപാടുകളിലും നെഹ്റു–ഇസ്മയിൽ ഖാൻ കത്തിടപാടുകളിലും വ്യക്തമായിട്ടുണ്ട്). പിന്നീട് കോൺഗ്രസ്സ് മന്ത്രിസഭകൾ നടപ്പിൽ വരുത്തിയ വിദ്യാമന്ദിർപദ്ധതി, വന്ദേമാതരഗാനം, ഉർദു–ഹിന്ദി പ്രശ്നം മുതലായവ മത്സരത്തെ കുറെക്കൂടി മൂർച്ഛിപ്പിച്ചു. കോൺഗ്രസ് മന്ത്രിസഭകൾ മുസ്ലിങ്ങളുടെ നേരേ മർദനനയമാണനുസരിക്കുന്നതെന്ന ധാരണ പരക്കാൻ തുടങ്ങി; ഉള്ളതും ഇല്ലാത്തതുമായ ആക്ഷേപങ്ങളും ആവലാതികളും കോൺഗ്രസ്സിനെതിരായി ലീഗുകാർ പറയാൻ തുടങ്ങി (പീർപ്പൂർ റിപ്പോർട്ട്). ഇവയിൽചിലതൊക്കെ ദേശീയ മുസ്ലിങ്ങൾതന്നെ ആക്ഷേപാർഹമായി എടുത്തുകാണിക്കുകയും കോൺഗ്രസിനകത്ത് വാദപ്രതിവാദങ്ങൾക്കിടവരുത്തുകയും ചെയ്തു (ഉദാ: മലബാറിൽ കേളപ്പൻ ബോർഡ് മാപ്പിളസ്കൂളുകളുടെ നേരേ എടുത്ത നയം). ഇതിന്റെയെല്ലാം ഫലമായി കോൺഗ്രസ് മന്ത്രിസഭകളുടെ കീഴിൽ മുസ്ലിങ്ങൾക്കു രക്ഷകിട്ടണമെങ്കിൽ അവർ സ്വയം സംഘടിക്കണമെന്ന ധാരണ പരന്നു.

ഇതിനിടയ്ക്ക് കേരളത്തിലെ മുസ്ലിങ്ങളുടെ ഇടയിലും സാമൂഹ്യമായും സാംസ്കാരികമായും വമ്പിച്ച മാറ്റങ്ങൾ വന്നുകഴിഞ്ഞിരുന്നു. 1921 ലെ ലഹളയ്ക്കുശേഷമുള്ള ഒന്നര ദശാബ്ദക്കാലത്ത് ഒരു പുതിയ തലമുറതന്നെ അവരുടെ ഇടയിൽ ഉയർന്നുവന്നു. മുല്ലാമാരുടെയും തങ്ങൾമാരുടെയും സാംസ്കാരികമായ പിടിയിൽനിന്നു വിട്ട് നവീന സംസ്കാരമുൾക്കൊണ്ട വക്കീൽമാർ, ഡോക്ടർമാർ, പത്രപ്രവർത്തകന്മാർ, സാഹിത്യകാരന്മാർ, ക്ലാർക്കന്മാരും മറ്റുദ്യോഗസ്ഥന്മാരും—ഇവരെല്ലാംകൂടി സമുദായത്തിന്റെ മനോഭാവമാകെ മാറ്റി. കച്ചവടവും കരാറുപണികളും കൃഷിപ്പണിയും മറ്റുമായിക്കഴിഞ്ഞ, ഉദ്യോഗസ്ഥന്മാരുടെ സേവയും ശിപാർശയും നോക്കി, ഖാൻ സാഹേബും ഖാൻ ബഹദൂറുമാവാൻ ശ്രമിക്കുന്ന പഴയ മുസ്ലിം പ്രമാണിമാർക്കു പകരം വ്യവസായങ്ങളും വക്കീൽപ്രവൃത്തിപോലുള്ള ജോലികളും നടത്തി സ്വയം പരിഷ്കരിച്ച്, സ്വാശ്രയബോധവും സ്വാഭിമാനവുമുള്ള ഒരു പുതിയ തലമുറ മുസ്ലിംനേതാക്കന്മാർ ഉയർന്നുവന്നു; പഴയ ഖാൻ സാഹിബുമാരെപ്പോലെ രാജഭക്തന്മാരാവാനോ ദേശീയമുസ്ലിങ്ങളെപ്പോലെ സർവ

സ്വവും ദേശീയപ്രവർത്തനത്തിലർപ്പിക്കാനോ തയ്യാറില്ലാതെ, ഒരതിർത്തിവരെ പൊതുപ്രവർത്തനം നടത്താനും അതിൽത്തന്നെ മുസ്ലിംസമുദായത്തിന്റെ കാര്യം മുഖ്യമായി കണക്കാക്കാനും മാത്രം തയ്യാറുള്ള ഒരു തലമുറ. ഇവരെ തികച്ചും ആകർഷിക്കത്തക്ക മുദ്രാവാക്യങ്ങളും പരിപാടിയുമാണ് ലീഗ് തയ്യാറാക്കിയത്. പൂർണസ്വാതന്ത്ര്യമെന്ന ലക്ഷ്യമംഗീകരിക്കുന്ന പ്രമേയം, പൂർണസ്വാതന്ത്ര്യത്തിൽ മുസ്ലിങ്ങളുടെ സ്ഥിതി എന്തായിരിക്കുമെന്ന ആശങ്കാകുലമായ ചോദ്യം, ആ ചോദ്യത്തിനു മറുപടിയെന്നോണം, പാകിസ്ഥാനെന്ന ആവശ്യം, ഹിന്ദുക്കളും മുസ്ലിങ്ങളും രണ്ടു പ്രത്യേക രാഷ്ട്രങ്ങളാണെന്ന സിദ്ധാന്തം, കോൺഗ്രസ് മന്ത്രിസഭയുടെ പ്രവൃത്തികൾക്കെതിരായ ആക്ഷേപവും ആവലാതിയും—ഇതൊക്കെ അവരുടെ ഹൃദയം സ്പർശിച്ചു. അങ്ങനെയാണ് 1937 നുശേഷം മലബാറിലെങ്ങും ലീഗ് വളർന്നുവന്നത്.

ലീഗ് വളർന്നുവരാൻ തുടങ്ങിയതോടുകൂടി ദേശീയമുസ്ലിങ്ങളുടെ സ്വാധീനശക്തി ക്രമേണ കുറയാൻ തുടങ്ങി. പഴയ മുസ്ലിം കോൺഗ്രസുകാരിൽ പലരും ലീഗുകാരായി മാറി; മുഹമ്മദ് അബ്ദു റഹിമാന്റെ ആരാധകന്മാരായിരുന്ന ചെറുപ്പക്കാരിൽ ഒരു ഗണ്യമായ ഭാഗം ലീഗിലേക്കുപോയി. 1937 നുശേഷം ആദ്യമായി രാഷ്ട്രീയബോധം സിദ്ധിച്ച മുസ്ലിംയുവാക്കന്മാരിൽ 95 ശതമാനത്തിലധികവും ലീഗുകാരാണ്. 1937 ലെ തിരഞ്ഞെടുപ്പിൽ അബ്ദു റഹിമാനു കിട്ടിയതിലുമെത്രയോ വമ്പിച്ച വിജയം 1946 ലെ തിരഞ്ഞെടുപ്പിൽ ലീഗിനു കിട്ടി.

ലീഗിന്റെ ഈ അഭിവൃദ്ധി കോൺഗ്രസിനെതിരായതിനാൽ അതിൽ ആഹ്ളാദിക്കാനൊന്നുമില്ല, വ്യസനിക്കാനേയുള്ളു എന്നു വിചാരിക്കുന്ന ദേശീയവാദികളുണ്ട്. ലീഗിന്റെ വളർച്ചയുടെ രൂപം അഭിനന്ദനീയമാണെന്ന് ദേശീയവാദികളാരും പറയില്ലതാനും. ലീഗിന്റെ പ്രചാരവേലയുടെ സാമുദായികസ്വഭാവം നമ്മുടെ നാട്ടിലെ സാമുദായികബന്ധത്തെ ഒട്ടൊക്കെ തകരാറാക്കിയിട്ടുണ്ടെന്നതിനു സംശയമില്ല. പക്ഷേ 1921 ൽ നടന്ന പട്ടാളഭരണത്തിനും പോലീസ്–എം എസ് പി മർദനത്തിനും ശേഷം അന്നത്തെക്കാളൊട്ടും കുറയാത്ത ശക്തിയോടും വ്യാപ്തിയോടുംകൂടിയ ഒരു ബഹുജനപ്രസ്ഥാനം മാപ്പിളമാരുടെ ഇടയിൽ ഉയർന്നുവന്നത് ലീഗിന്റെ നേതൃത്വത്തിലാണെന്ന് ഈയവസരത്തിൽ നാമോർക്കേണ്ടതുണ്ട്; 1921 നുശേഷം കോൺഗ്രസിനും ദേശീയമുസ്ലിങ്ങൾക്കും കഴിയാത്തത്ര വിപുലമായ തോതിൽ മുസ്ലിം ബഹുജനങ്ങളെ ഉണർത്തിവിട്ട് സംഘടിപ്പിക്കാൻ ലീഗിനു കഴിഞ്ഞുവെന്നും ലീഗിന്റെ ആ ശക്തിക്കു കീഴടങ്ങി പാകിസ്ഥാനനുവദിക്കാൻ കോൺഗ്രസ് നിർബന്ധിക്കപ്പെട്ടുവെന്നുമുള്ള സംഗതി നമുക്കു മറക്കാൻ വയ്യ.

മുസ്ലിങ്ങളുടെ ഇടയിൽ വളർന്നുവന്ന ഈ രാഷ്ട്രീയബോധം പൊതുദേശീയപ്രസ്ഥാനത്തിനെതിരായ വഴികളിലേക്കു തിരിക്കാൻ പിന്തിരിപ്പൻ സമുദായവാദികൾക്കു കഴിഞ്ഞിട്ടുണ്ടെങ്കിൽ അതിനുള്ള ഉത്തരവാദിത്വം വഹിക്കേണ്ടത് ദേശീയനേതാക്കന്മാർ തന്നെയാണ്. പാവപ്പെട്ട

മുസ്ലിം കൃഷിക്കാരെയും മുസ്ലിം തൊഴിലാളികളെയും മുസ്ലിം ഇടത്തരക്കാരെയും അവരുടെ ഹിന്ദുസഹോദരന്മാരുമായി യോജിപ്പിച്ച് ജന്മിസമ്പ്രദായത്തിനും മുതലാളിസമ്പ്രദായത്തിനുമെതിരായി സമരം ചെയ്യിക്കുകയും ആ സമരത്തിലൂടെ യഥാർഥ ഹിന്ദു–മുസ്ലിം ഐക്യം സ്ഥാപിക്കുകയും ചെയ്യുന്നതിനുപകരം ഇങ്ങനെ ഹിന്ദു–മുസ്ലിം ബഹുജനങ്ങളെ യോജിപ്പിക്കാവുന്ന സമരപരിപാടികളെയെല്ലാം അവർ എതിർത്തു. മാത്രമല്ല, ദേശീയത്വത്തിന്റെ പേരിൽ മുസ്ലിം ബഹുജനങ്ങളുടെ ന്യായമായ അവകാശങ്ങൾ നിഷേധിക്കുകയും ഹിന്ദുസമുദായ മേധാവിത്വത്തെ ശക്തിപ്പെടുത്തുകയുമാണവർ ചെയ്തത്. കേളപ്പൻ, ഗോപാലമേനോൻ മുതലായ കോൺഗ്രസ് നേതാക്കന്മാർ ഹിന്ദുസമുദായവാദികളും മുസ്ലിംവിരോധികളുമായി പ്രവർത്തിച്ചതും കോൺഗ്രസ് നേതൃത്വമാകെ ബഹുജനസമരങ്ങളെ എതിർത്തതുമാണ് ലീഗിന്റെ വളർച്ചയെ ഈ വഴിക്കു തിരിച്ചത്.

ഇടതുപക്ഷപാർട്ടികൾ

ദേശീയനേതൃത്വത്തിന്റെ ഈ തെറ്റായ നയത്തിനെതിരായി സമരപരമായ ഒരു പരിപാടിയംഗീകരിച്ച്, അതിനുവേണ്ടിയുള്ള പ്രവർത്തനത്തിൽ എല്ലാ ജാതിക്കാരും മതക്കാരുമായ ബഹുജനങ്ങളെ അണിനിരത്താനും അങ്ങനെ മുസ്ലിംലീഗടക്കമുള്ള എല്ലാ സമുദായസംഘടനകളിലുമുള്ള പിന്തിരിപ്പന്മാരെ ഒറ്റപ്പെടുത്താനും ശ്രമിക്കുന്ന ഇടതുപക്ഷപ്പാർട്ടികളും കേരളത്തിൽ വളർന്നുവന്നിട്ടുണ്ട്, ഓരോ ദിവസവും വളരുന്നുണ്ട്.

ഇവയിലേറ്റവും പ്രധാനമായത് കമ്യൂണിസ്റ്റുപാർട്ടിയാണെന്നതിനു സംശയമില്ല. വടക്കേ മലബാറിന്റെ വടക്കേ അറ്റംമുതൽ തിരുവിതാംകൂറിന്റെ തെക്കേ അറ്റംവരെ കേരളത്തിലെല്ലായിടത്തും പ്രവർത്തിക്കുന്ന ആ പാർട്ടിക്ക് ഇന്ന് 20,000 ത്തോളം മെംബർമാരുണ്ട്; പാർട്ടിക്കുവേണ്ടി അച്ചടക്കത്തോടെ സജീവമായെന്തെങ്കിലും പ്രവർത്തിക്കുന്നവരെ മാത്രമേ പാർട്ടി മെംബർമാരായെടുക്കുകയുള്ളുവെന്നുകൂടി ഓർത്താലേ ഇതിന്റെ പ്രാധാന്യം മനസ്സിലാവുകയുള്ളു. പാർട്ടിയുടെ ദിനപത്രത്തിനും ആഴ്ചപ്പത്രത്തിനും 10,000 ത്തിനുമീതെ ചെലവുണ്ടെന്നു മാത്രമല്ല, മലബാറിലും കൊച്ചിയിലും തിരുവിതാംകൂറിലും ഒരുപോലെ പ്രചരിക്കുന്ന പത്രങ്ങൾ ഇവ മാത്രമാണെന്നുകൂടി പറയേണ്ടതുണ്ട്. 1946 ലെ മലബാർ തിരഞ്ഞെടുപ്പിൽ ആറു താലൂക്കുകളിൽ ആകെ പോൾ ചെയ്ത വോട്ടിന്റെ 25 ശതമാനത്തിലധികവും 1948 ലെ തിരുവിതാംകൂർ തിരഞ്ഞെടുപ്പിൽ 16 സീറ്റുകളിൽ ആകെ പോൾ ചെയ്ത വോട്ടിന്റെ 25 ശതമാനവും പാർട്ടിക്കു കിട്ടി. മലബാറിലും കൊച്ചിയിലും തിരുവിതാംകൂറിലുമുള്ള എല്ലാ പുരോഗമനപ്രസ്ഥാനങ്ങളിലും മുൻനിന്ന പ്രവർത്തകന്മാരും മൊറാഴ, മട്ടന്നൂർ, കയ്യൂർ, ആലപ്പുഴ, പുന്നപ്ര–വയലാർ, കരിവെള്ളൂർ, കാവുമ്പായി, അന്തിക്കാട് സമരങ്ങളുടെ പാരമ്പര്യവും നിമിത്തം ഇന്നാട്ടിലെ

വിപ്ലവപ്രസ്ഥാനത്തിന്റെ മുന്നണിയിൽ നിൽക്കുന്ന ഒരു പാർട്ടിയാണത്.

ഈ പാർട്ടിയിലും അതിന്റെ നേതൃത്വത്തിലുള്ള ബഹുജനസംഘടനകളിലും എല്ലാ സമുദായക്കാരും മതക്കാരുമായ തൊഴിലാളികളും കൃഷിക്കാരും ഇടത്തരക്കാരുമുണ്ട്. മുസ്ലിങ്ങളും ഈഴവരും അധഃകൃതരും ലത്തീൻ ക്രിസ്ത്യാനികളും തങ്ങളുടെ ന്യായമായ അവകാശങ്ങൾക്കുവേണ്ടി പോരാടുന്ന ഒരു പാർട്ടിയായി കമ്യൂണിസ്റ്റ്പാർട്ടിയെ കാണുന്നു; അതുകൊണ്ട്, അവരിൽ ഭൂരിപക്ഷം പാവപ്പെട്ടവരായതിനാലും ഈ സമുദായങ്ങളിലെ ഒരു നല്ലഭാഗം കമ്യൂണിസ്റ്റുപാർട്ടിയെ സ്വന്തം പാർട്ടിയായിത്തന്നെ കണക്കാക്കുന്നു. ചേർത്തലയിലെ കണ്ടങ്കാളിയും കോഴിക്കോട്ടെ മാണിയും ചിരുതയും പാർട്ടിമെംബർമാരും അനുഭാവികളുമാണെങ്കിൽ കൊച്ചിയിലെ ചാത്തൻ മാസ്റ്ററും ചാത്തുക്കുട്ടിയും പാർട്ടിയുടെയും കിസാൻസഭയുടെയും നേതാക്കന്മാരാണ്. അതുപോലെ കെ വേലായുധൻ, സി ജി സദാശിവൻ, പി ഗംഗാധരൻ മുതലായ എസ് എൻ ഡി പി പ്രവർത്തകന്മാരും, എ അഹമ്മദ്കോയ, സാധു അഹമ്മദ്കുട്ടി മുതലായ ദേശീയമുസ്ലിം പ്രവർത്തകന്മാരും പാർട്ടിപ്രവർത്തകന്മാരും നേതാക്കന്മാരുമാണ്. തിരുവിതാംകൂർ കമ്യൂണിസ്റ്റുപാർട്ടിയുടെ ഏറ്റവും ഉയർന്ന നേതാക്കന്മാരിലൊരാളായ പത്രോസും അവിടത്തെ മറ്റു പ്രധാന പ്രവർത്തകന്മാരായ സൈമൻ ആശാൻ, സോളമൻ എന്നിവരും ലത്തീൻ ക്രിസ്ത്യാനികളാണ്. ഇങ്ങനെ നമ്പൂതിരിമുതൽ നായാടി വരെയുള്ള എല്ലാ സമുദായങ്ങളിലെയും ഉൽപ്പതിഷ്ണുക്കളും പുരോഗമനവാദികളുമായവരെയെല്ലാം ഒരു പൊതു ഉദ്ദേശത്തിന്റെ പേരിൽ അണിനിരത്തുന്ന കമ്യൂണിസ്റ്റുപാർട്ടിക്ക് നാട്ടിലെ സാമുദായികവഴക്കുകളിൽ നിന്നെല്ലാം രക്ഷപ്പെട്ട ഒരു പുതിയ തലമുറയെ വളർത്താൻ കഴിയുന്നുണ്ട്.

എന്നാൽ ഇങ്ങനെ പ്രവർത്തിക്കുന്നത് ഇന്നു കമ്യൂണിസ്റ്റ്പാർട്ടി മാത്രമല്ല. കമ്യൂണിസ്റ്റുപാർട്ടിയെപ്പോലെ തന്നെ ഇന്നാട്ടിലെ സ്വകാര്യതാൽപ്പര്യക്കാർക്കെതിരായും ബഹുജനങ്ങളുടെ ദൈനംദിനാവശ്യങ്ങൾ നേടാൻവേണ്ടിയും പ്രവർത്തിക്കുന്ന പാർട്ടികൾ വേറെയും നാട്ടിലുണ്ട്; അവയും തൊഴിലാളികളുടെ ഇടയിൽ പ്രവർത്തിക്കുന്നുണ്ട്; സമരങ്ങൾ നയിക്കുന്നുണ്ട്; അവയും കൃഷിക്കാരുടെ ഇടയിൽ പ്രവർത്തിക്കുന്നുണ്ട്; ജന്മികളെയും ഹുണ്ടികക്കാരെയും മറ്റു ചൂഷകന്മാരെയും എതിർക്കുന്നുണ്ട്; അവയും വിദ്യാർഥികളുടെ ഇടയിൽ പ്രവർത്തിക്കുന്നുണ്ട്; നാട്ടുരാജ്യസ്വേച്ഛാധിപത്യത്തെ എതിർക്കുന്നുണ്ട്; അധ്യാപകരുടെയും സർക്കാർ ജീവനക്കാരുടെയും മറ്റും സമരങ്ങളെ അനുകൂലിക്കുകയും ശക്തിപ്പെടുത്തുകയും ചെയ്യുന്നുണ്ട്. അതുകൊണ്ട് അവയ്ക്കും പിന്തിരിപ്പൻ സമുദായവാദത്തെയും അതിനെ എതിർക്കുന്നുവെന്ന പേരിൽ ശക്തിപ്പെടുത്തുന്ന പിന്തിരിപ്പൻ ദേശീയവാദത്തെയും എതിർത്ത്, യഥാർഥ ദേശീയത്വത്തിന്റെയും യഥാർഥ ജനാധിപത്യത്തിന്റെയും അടിസ്ഥാനത്തിൽ എല്ലാ സമുദായക്കാരും മതക്കാരുമായ ബഹുജനങ്ങളെ

യോജിപ്പിക്കാൻ കഴിയുന്നുണ്ട്; അവയുടെ അണികളിലും എല്ലാ സമുദായക്കാരും മതക്കാരുമായ പുരോഗമനവാദികൾ അണിനിരക്കുന്നുണ്ട്.

ഫോർവേഡ് ബ്ളോക്ക്

ഇക്കൂട്ടത്തിൽ ആദ്യം ഉയർന്നുവന്ന ഇടതുപക്ഷപാർട്ടി ഫോർവേഡ് ബ്ളോക്കാണ്.

1938–40 കാലത്താണ്, അന്നു കോൺഗ്രസ് സോഷ്യലിസ്റ്റുകാരായിരുന്ന കമ്യൂണിസ്റ്റുകാരും മുഹമ്മദ് അബ്ദു റഹിമാൻ സാഹേബിന്റെ നേതൃത്വത്തിലുള്ള ദേശീയ മുസ്ലിങ്ങളും യോജിച്ചുകൊണ്ട് കോൺഗ്രസ് പ്രവർത്തനം നടത്തിയിരുന്ന കാലത്താണ്, വലതുപക്ഷ നേതൃത്വത്തിനെതിരായതും എന്നാൽ സോഷ്യലിസ്റ്റ് (കമ്യൂണിസ്റ്റ്) പാർട്ടിയോടു ചേരാത്തതുമായ ഒരു ഇടതുപക്ഷപാർട്ടിയുടെ ആവശ്യം ദേശീയ മുസ്ലിം നേതാക്കന്മാർക്കു തോന്നിയത്. ത്രിപുരി കോൺഗ്രസ് സമ്മേളനവും അതിനെത്തുടർന്ന് സുഭാസ്ബാബുവിന്റെ നേതൃത്വത്തിൽ ഫോർവേഡ് ബ്ളോക്ക് രൂപീകരണവും മറ്റും കഴിഞ്ഞതോടുകൂടി ഫോർവേഡ് ബ്ളോക്കിന്റെ ശാഖ കേരളത്തിലും സ്ഥാപിച്ചു; ദേശീയമുസ്ലിങ്ങൾ മാത്രമല്ല അമുസ്ലിങ്ങളായ ഇടതുപക്ഷക്കാരും വളരെപ്പേർ ബ്ളോക്കിൽച്ചേർന്നു പ്രവർത്തിക്കാൻ തുടങ്ങി.

അന്നത്തെ കേരള കോൺഗ്രസ് സോഷ്യലിസ്റ്റ് പാർട്ടി ആശയപരമായി കമ്യൂണിസ്റ്റുപാർട്ടി നേതൃത്വത്തിലാണ് പ്രവർത്തിച്ചിരുന്നതെന്നതിനാലും സോഷ്യലിസ്റ്റ്–ഫോർവേഡ് ബ്ളോക്ക് സഖ്യത്തിന്റെ അടിസ്ഥാനത്തിൽ മാത്രമേ ഇവിടത്തെ വലതുപക്ഷ കോൺഗ്രസ് നേതൃത്വത്തെ എതിർക്കാൻ കഴിയുകയുള്ളുവെന്നതിനാലും ഫോർവേഡ് ബ്ളോക്കിന്റെ ഉത്ഭവം ഇടതുപക്ഷ പാർട്ടികൾ തമ്മിൽ യാതൊരസ്വരസത്തിനും അനൈക്യത്തിനും ഇടയാക്കിയില്ല. കോൺഗ്രസ് പ്രവർത്തനത്തിലും തൊഴിലാളി, കിസാൻ, വിദ്യാർഥി പ്രസ്ഥാനങ്ങളിലും ബ്ളോക്ക്മെംബർമാരും സോഷ്യലിസ്റ്റുകാരും തമ്മിൽ തികച്ചും സഹകരിച്ചാണ് പ്രവർത്തിച്ചത്. വാളണ്ടിയർ ക്യാമ്പുകൾ, സമ്മർസ്കൂൾ മുതലായ രാഷ്ട്രീയ വിദ്യാഭ്യാസകേന്ദ്രങ്ങളിൽനിന്നും പ്രായോഗികസമരങ്ങളിൽനിന്നും കിട്ടിയ പാഠങ്ങൾ ബ്ളോക്ക്മെംബർമാരെത്തന്നെ സോഷ്യലിസ്റ്റ് (കമ്യൂണിസ്റ്റ്) പാർട്ടിയോടടുപ്പിക്കുകയാണു ചെയ്തത്.

അതുകൊണ്ട് മറ്റു പല സംസ്ഥാനങ്ങളിലും നടന്നതുപോലെ കമ്യൂണിസ്റ്റ്–ഫോർവേഡ് ബ്ളോക്ക് വഴക്കുകൾ കേരളത്തിലുണ്ടായില്ല. 1939 സെപ്റ്റംബറിൽ യുദ്ധം തുടങ്ങിയ ഉടനേ കമ്യൂണിസ്റ്റ്–ഫോർവേഡ് ബ്ളോക്ക് നേതൃത്വത്തിലുള്ള കോൺഗ്രസാകെ യുദ്ധവിരോധപ്രചാരവേലയിലേർപ്പെട്ടു; നാട്ടിന്റെ നാനാഭാഗത്തും നിരവധി യോഗങ്ങളും സമ്മേളനങ്ങളും ജാഥകളും സംഘടിപ്പിച്ചു; യുദ്ധത്തിനെതിരായ പ്രസംഗങ്ങളും മുദ്രാവാക്യവിളികളും നടത്തി. ഇതിനെത്തുടർന്ന് കമ്യൂണിസ്റ്റുകാരും ഫോർവേഡ് ബ്ളോക്കുകാരുമായ എത്രയോ പ്രവർത്തക

ന്മാർക്ക് അധികൃതന്മാരിൽനിന്ന് താക്കീതു കിട്ടുകയും പലരുടെയും പേരിൽ കേസുകൾതന്നെ എടുക്കുകയും ചെയ്തു. 1940 ജൂലായ് മാസ മായപ്പോഴേക്കും വിചാരണ ചെയ്യാതെ തടങ്കലിൽവയ്ക്കുകയെന്ന പതി വ് മലബാറിലും തുടങ്ങി. ആദ്യമായി കെ പി സി സി പ്രസിഡന്റ് അബ്ദു റഹിമാൻ സാഹേബ്, സെക്രട്ടറി നാരായണൻ നായർ, വാളണ്ടിയർ ക്യാപ്റ്റൻ ചന്ദ്രോത്ത് കുഞ്ഞിരാമൻ നായനാർ മുതലായവരെ അറസ്റ്റ് ചെയ്തു തടങ്കലിൽ വച്ചു; അവരെത്തുടർന്ന് മിക്ക കമ്യൂണിസ്റ്റ്–ഫോർവേഡ് ബ്ളോക്ക് പ്രവർത്തകന്മാരെയും ജയിലിലാക്കി.

ഈ മർദനത്തെ പ്രതിഷേധിക്കാൻവേണ്ടി കെ പി സി സി നിശ്ചയിച്ച പ്രതിഷേധദിനം (1940 സെപ്റ്റംബർ 15 ന്) ചരിത്രപ്രധാനമായ ഒരു ദിവസ മാണ്. അന്നാണ് മൊറാഴ, മട്ടന്നൂർ, കൂത്തുപറമ്പ്, തലശ്ശേരി മുതലായ സ്ഥലങ്ങളിൽ വെച്ച് കമ്യൂണിസ്റ്റു നേതൃത്വത്തിലുള്ള നാട്ടുകാർ പോലീ സുമായേറ്റുമുട്ടിയത്. തലശ്ശേരിയിൽവെച്ച് രണ്ടു തൊഴിലാളിസഖാക്കൾ–അബുവും ചാത്തുക്കുട്ടിയും–പോലീസിന്റെ വെടിയേറ്റു മരിച്ചു; മൊറാഴ യിൽ പോലീസ് ഇൻസ്പെക്ടർ കുട്ടിക്കൃഷ്ണമേനോനും മട്ടന്നൂരിൽ ഒരു പോലീസ് കോൺസ്റ്റബിളും നാട്ടുകാരുടെ കൈകൊണ്ടു മരിച്ചു. 1921 ലെ മലബാർ ലഹളയും 1938 ൽ തിരുവിതാംകൂറിൽ നടന്ന ചില ലഹളകളും കഴിച്ചാൽ പിന്നെ കേരളത്തിൽ ആദ്യത്തേതെന്നു പറയാവുന്ന ഒരേറ്റു മുട്ടലാണിത്. പക്ഷേ മലബാർ ലഹളയ്ക്കും തിരുവിതാംകൂർ ലഹള കൾക്കുമില്ലാത്ത ഒരു മെച്ചം ഇതിനുണ്ടായിരുന്നു: ഈ ഏറ്റുമുട്ടലിനെ വാനോളം വാഴ്ത്താനും, അതിൽ നാട്ടുകാർ പ്രകടിപ്പിച്ച സമരമനോഭാവം കെടാതെ നോക്കാനും അതിനെത്തുടർന്ന് നടന്ന പോലീസ്മർദനത്തിൽ നാട്ടുകാരുടെ കൂടെനിന്ന് അവരെ സഹായിക്കുവാനും കരുത്തുള്ള ഒരു പാർട്ടി.

സെപ്റ്റംബർ 15 നു മുമ്പുതന്നെ കമ്യൂണിസ്റ്റുനേതൃത്വത്തിലൊരു വിഭാഗം ഒളിവിൽപ്പോയിരുന്നു; അവരുടെ പ്രവർത്തനഫലമായി പാർട്ടി ക്കൊരു രഹസ്യ സംഘടന—അടിമുതൽ മുടിവരെ രഹസ്യമായിമാത്രം പ്രവർത്തിക്കുന്ന ഒരു സംഘടന—ഉണ്ടായിക്കഴിഞ്ഞിരുന്നു. സെപ്റ്റംബർ 15 നുശേഷം ഇതിന്റെ ആവശ്യം പതിൻമടങ്ങു വർധിച്ചു, രഹസ്യമായിട്ടല്ലാതെ ഒരു പ്രവൃത്തിയും ചെയ്യാൻ നിവൃത്തിയില്ലെന്ന നിലയായി. അതിനനുസ രിച്ച് ഏറ്റവുമധികം കാര്യക്ഷമമായി പ്രവർത്തിക്കുന്ന ഒരു അണ്ടർഗ്രൗണ്ട് പാർട്ടിസെന്ററും അതിനാവശ്യമുള്ള മറ്റുപകരണങ്ങളുമുണ്ടാക്കാൻ കഴി ഞ്ഞു; ഒരു ഘട്ടത്തിൽ 100 ലധികം കമ്യൂണിസ്റ്റുകാർ ഒളിവിലിരുന്നു പ്രവർത്തിക്കുകപോലും ചെയ്തിരുന്നു.

കമ്യൂണിസ്റ്റുപാർട്ടിയുടെ ഈ വിപ്ലവപ്രവർത്തനം ഫോർവേഡ് ബ്ലോക്കുകാരിലൊരു മുഖ്യഭാഗത്തെ പാർട്ടിയിലേക്കാകർഷിച്ചു. അബ്ദു റഹിമാൻ സാഹേബിന്റെ വ്യക്തിപരമായ നേതൃത്വത്തിൻ കീഴിൽ എത്ര യോ കാലം പ്രവർത്തിച്ച് അദ്ദേഹത്തെ കണ്ണുംചിമ്മി അനുസരിക്കാൻ തയാറുണ്ടായിരുന്ന എത്രയോ പ്രവർത്തകന്മാർ ശാസ്ത്രീയമായ

നയവും പരിപാടിയും അനുസരിച്ചും പ്രായോഗികമായ പ്രവർത്തനരീതികൾ കണ്ടുപിടിച്ചും പ്രവർത്തിക്കുന്ന ഈ വിപ്ലവപ്പാർട്ടിയെ ബഹുമാനിക്കാനും ആദരിക്കാനും തുടങ്ങി. അവരിൽ പലരും ഇക്കാലത്ത് ഔപചാരികമായിത്തന്നെ കമ്യൂണിസ്റ്റുപാർട്ടിയിൽ ചേർന്നു.

ഇങ്ങനെ ഫോർവേഡ് ബ്ലോക്ക് മെംബർമാരിലൊരു മുഖ്യഭാഗം കമ്യൂണിസ്റ്റുപാർട്ടിയിൽ ചേർന്നുവെങ്കിലും അതിന്റെ നേതാക്കന്മാർ–വിശേഷിച്ചും അബ്ദു റഹിമാൻ സാഹേബ്–പാർട്ടിയിൽ ചേർന്നില്ലെന്നു മാത്രമല്ല അതിനു തികച്ചും എതിരുതന്നെയായിരുന്നു. ജയിലിനകത്തുതന്നെ അദ്ദേഹവും കമ്യൂണിസ്റ്റു തടവുകാരും തമ്മിൽ പല അസ്വരസങ്ങളും ഉത്ഭവിക്കുകയുണ്ടായി; ജയിലിനു വെളിയിലുള്ള തന്റെ സുഹൃത്തുക്കൾക്കും അനുയായികൾക്കും കമ്യൂണിസ്റ്റു വിരോധപരമായ കത്തുകളും കുറിപ്പുകളും അദ്ദേഹം അയച്ചുകൊണ്ടിരുന്നു. എന്നാൽ ഈ അഭിപ്രായവ്യത്യാസങ്ങൾക്കൊന്നും പറയത്തക്ക രാഷ്ട്രീയാടിസ്ഥാനമുണ്ടായിരുന്നില്ല: നയത്തിന്റെയും പരിപാടിയുടെയും കാര്യത്തിലല്ല, കമ്യൂണിസ്റ്റുകാർ നിരീശ്വരൻമാരാണെന്നും മറ്റുമുള്ള പേരിലാണ് അബ്ദു റഹിമാൻ സാഹേബ് കമ്യൂണിസ്റ്റുകാരെ എതിർത്തത്.

സോവിയറ്റ്–ജർമൻ യുദ്ധം പൊട്ടിപ്പുറപ്പെടുകയും അതിനെത്തുടർന്ന് ഇന്ത്യൻ കമ്യൂണിസ്റ്റുപാർട്ടിയുടെ നയം മാറുകയും ചെയ്തപ്പോൾ ഇതിനൊരു രാഷ്ട്രീയാടിസ്ഥാനമുണ്ടായി. കമ്യൂണിസ്റ്റുപാർട്ടിയുടെ യുദ്ധനയത്തെയും സ്വയം നിർണയാവകാശതത്വത്തെയും ഫോർവേഡ് ബ്ളോക്ക് നേതാക്കന്മാർ എതിർക്കാൻ തുടങ്ങി. 1942 ആഗസ്റ്റ് 9–ഓടുകൂടി ഫോർവേഡ് ബ്ളോക്ക് തികച്ചും കമ്യൂണിസ്റ്റുപാർട്ടിയുമായി തെറ്റി. അങ്ങനെ നാലു കൊല്ലക്കാലം തുടർന്നുവന്ന കമ്യൂണിസ്റ്റ്–ഫോർവേഡ് ബ്ലോക്ക് സഖ്യം പൊളിഞ്ഞു.

പക്ഷേ ഇതോടുകൂടി ഫോർവേഡ് ബ്ളോക്കിന്റെ ഇടതുപക്ഷസ്വഭാവം തന്നെ പോയി. 1942 ലെ സമരകാലത്ത് അവർ കമ്യൂണിസ്റ്റുകാരെക്കാൾ വിപ്ലവകാരികളാണെന്നു നടിച്ചിരുന്നുവെന്നതു ശരിയാണ്; അവരിൽ ചിലർ ബോംബുണ്ടാക്കാനും പാലം പൊളിക്കാനും മറ്റും ശ്രമിച്ചിരുന്നു. പക്ഷേ സമരം അവസാനിച്ച് നേതാക്കന്മാരെല്ലാം പുറത്തുവരികയും തിരഞ്ഞെടുപ്പുകൾ നടക്കുകയും ചെയ്തപ്പോൾ ഫോർവേഡ് ബ്ലോക്ക് നേതാക്കന്മാർ തികഞ്ഞ വലതുപക്ഷക്കാരായി മാറി; ഇരുപതു കൊല്ലത്തോളം കാലം ആരെ എതിർത്തുകൊണ്ടാണോ അബ്ദു റഹിമാൻ സാഹേബ് തന്റെ ദേശീയമുസ്ലിം ഗ്രൂപ്പ് നിലനിർത്തിയത്, ആർക്കെതിരായാണോ 1938 ൽ കമ്യൂണിസ്റ്റുകാരും ദേശീയമുസ്ലിങ്ങളും തമ്മിൽ സന്ധിയുണ്ടായത്, ആ 'ചാലപ്പുറം കോൺഗ്രസി'ന്റെ ആജ്ഞാവാഹകന്മാരാണ് തങ്ങളെന്ന് ദേശീയ മുസ്ലിങ്ങളിൽ ഫോർവേഡ് ബ്ളോക്കുകാരായവരെല്ലാം സ്വയം സമ്മതിച്ചു. ഇതോടുകൂടി കേരള ഫോർവേഡ് ബ്ളോക്കെന്ന ഒന്നില്ലാതായി.

1942 നു ശേഷമുള്ള സോഷ്യലിസ്റ്റ്പാർട്ടി

ഇങ്ങനെ ഫോർവേഡ് ബ്ലോക്ക് നശിച്ച അതേ കാലത്താണ് സോഷ്യലിസ്റ്റ്പാർട്ടി ഉയർന്നുവന്നത്.

1940 നു മുമ്പ് കോൺഗ്രസ് സോഷ്യലിസ്റ്റുകാരായിരുന്നവരെല്ലാം കമ്യൂണിസ്റ്റുകാരായി മാറിയ സംഗതി ഇതിനുമുമ്പു വിവരിച്ചിട്ടുണ്ടല്ലോ. അങ്ങനെ 1940–42 കാലത്ത് കേരളത്തിൽ സോഷ്യലിസ്റ്റ്പാർട്ടിയുണ്ടായിരുന്നില്ല (ഇന്നത്തെ സോഷ്യലിസ്റ്റ്നേതാക്കന്മാരായ ഡോക്ടർ കെ ബി മേനോൻ, പി എം കുഞ്ഞിരാമൻ നമ്പ്യാർ മുതലായവരാരും യുദ്ധത്തിനുമുമ്പ് സോഷ്യലിസ്റ്റുകാരായിരുന്നില്ല). കമ്യൂണിസ്റ്റുപാർട്ടി മാത്രമാണ് അക്കാലത്ത് കേരളത്തിൽ പ്രവർത്തിച്ചിരുന്ന ഒരൊറ്റ ഇടതുപക്ഷപാർട്ടി.

1942–ഓടുകൂടി ഈ നിലയ്ക്ക് വലിയ മാറ്റംവന്നു. 1942 ലെ സമരം ഒരു വലിയ വിപ്ലവക്കൊടുങ്കാറ്റ് നാട്ടിലാകെ അടിപ്പിച്ചു. അനേകായിരം ചെറുപ്പക്കാർ സമരകാഹളംകേട്ട് ആവേശത്തോടെ മുന്നോട്ടുവന്നു. പോലീസിന്റെയും പട്ടാളത്തിന്റെയും മർദനം, നാട്ടുകാരുടെ ചെറുത്തുനിൽപ്പ്, ബോംബും മറ്റും ഉണ്ടാക്കുകയും ഉപയോഗിക്കുകയും ചെയ്യുന്ന പുതിയ സമരമാർഗങ്ങൾ—ഇതെല്ലാം അവരെ ഇളക്കിത്തീർത്തു; അവർ വിപ്ലവസമരത്തിൽ പങ്കെടുക്കാൻ മുമ്പോട്ടുവന്നു.

ഇതിൽ അവരെ പ്രോത്സാഹിപ്പിക്കുകയോ നയിക്കുകയോ ചെയ്യുന്നതിനുപകരം ഈ സമരത്തെത്തന്നെ എതിർക്കുകയാണ് കമ്യൂണിസ്റ്റ് പാർട്ടി ചെയ്യുന്നതെന്നവർ കണ്ടു. സമരത്തിനെതിരായി കമ്യൂണിസ്റ്റുകാർ പറയുന്ന ന്യായങ്ങളെന്തായാലുംശരി, ബ്രിട്ടീഷ്ഭരണത്തെ അട്ടിമറിക്കാനുള്ള സമരത്തെയാണവരെതിർക്കുന്നതെന്ന് ഈ യുവാക്കന്മാർ മനസ്സിലാക്കി. ഇവരിൽ വളരെപ്പേർ പുതുതായി രാഷ്ട്രീയരംഗത്തു വരുന്നവരായിരുന്നു. അവർക്ക് കമ്യൂണിസ്റ്റ്പാർട്ടിയുടെ സമരപാരമ്പര്യത്തെയോ കമ്യൂണിസ്റ്റു പ്രവർത്തകന്മാരുടെ ത്യാഗപൂർവമായ പ്രവർത്തനത്തെയോ കുറിച്ചറിഞ്ഞുകൂടായിരുന്നു. അതുകൊണ്ടവർ കമ്യൂണിസ്റ്റുകാർ ബ്രിട്ടീഷേജന്റന്മാരാണെന്നും ബ്രിട്ടീഷ് ഗവൺമെന്റിൽനിന്നു കൈക്കൂലി വാങ്ങിയിട്ടുണ്ടെന്നും മറ്റുമുള്ള ആരോപണങ്ങൾ അപ്പടി വിശ്വസിച്ചു. അങ്ങനെ ഈ പുതിയ തലമുറക്കാരായ വിപ്ലവകാരികളും കമ്യൂണിസ്റ്റുകാരും തമ്മിൽ നീക്കിയാൽ നീങ്ങാത്ത ഒരകൽച്ച വന്നു.

അതേസമയത്തുതന്നെ അവർ സോഷ്യലിസ്റ്റ് സമുദായത്തെക്കുറിച്ച് അവ്യക്തമായി പലതും മനസ്സിലാക്കിയിരുന്നു; സോഷ്യലിസം സ്ഥാപിക്കാനാണ് തങ്ങൾ ശ്രമിക്കേണ്ടതെന്നു ധരിച്ചിരുന്നു. 1942 ലെ സമരം അഹിംസയിൽ അടിയുറപ്പിച്ചതല്ലെന്ന ഒരൊറ്റക്കാരണത്താൽത്തന്നെ അവർ ഗാന്ധിസത്തിൽനിന്നകന്നുകൊണ്ടുള്ള ഒരു നിലയാണെടുത്തത്. പോരെങ്കിൽ 1942 ലെ സമരത്തിന് അഖിലേന്ത്യാ നേതൃത്വം കൊടുത്തതും പലേടത്തും പ്രായോഗികമായി അതിനെ നയിച്ചതും സോഷ്യലിസ്റ്റു

കാരായതിനാൽ 1942 ലെ സമരത്തിൽ നിന്നുയർന്നുവന്ന ചെറുപ്പക്കാർ അധികവും സോഷ്യലിസ്റ്റ്പാർട്ടിയോടു കൂറുള്ളവരായിത്തീർന്നു.

1930–32 ലെ സമരത്തിനുശേഷം നടന്ന അതേ മാറ്റമാണ് ഇത് കോൺഗ്രസിലുണ്ടാക്കിത്തീർത്തത്: സോഷ്യലിസത്തിൽ വിശ്വസിക്കുന്നുവെന്നു പരസ്യമായി പ്രഖ്യാപിക്കുന്ന ഒരിടതുപക്ഷവും അതിനെ നയിക്കുന്ന ഒരു പാർട്ടിയും കോൺഗ്രസിനകത്തു വളർന്നുവന്നു. പക്ഷേ 1942 ൽ രൂപീകരിച്ച സോഷ്യലിസ്റ്റ് പാർട്ടിയും 1934 ൽ രൂപീകരിച്ചതും തമ്മിൽ കാര്യമായ ഒരു വ്യത്യാസമുണ്ട്: 1942 ലേത് സോവിയറ്റ് വിരോധവും കമ്യൂണിസ്റ്റ് വിരോധവും ധാരാളം ഉൾക്കൊള്ളുന്നതാണ്; 1934 ലേത് സോവിയറ്റ് യൂണിയനെയും കമ്യൂണിസ്റ്റ്പാർട്ടിയെയും കുറിച്ച് വിശ്വാസവും ബഹുമാനവും ഉള്ള ഒരു പ്രസ്ഥാനമായിരുന്നു. ഈ മാറ്റത്തിനു കാരണവുമുണ്ട്: സോവിയറ്റ്യൂണിയനുമായി സഖ്യം ചെയ്തുകൊണ്ട് ഒന്നിച്ചുനിന്നുപ്രവർത്തിക്കുന്ന ഒരു ബ്രിട്ടനുമായാണ് 1942 ൽ 'അവസാനസമരം' നടത്തിയത്; ആ സമരത്തെ കമ്യൂണിസ്റ്റുപാർട്ടി എതിർക്കുകയും ചെയ്തു. അതുകൊണ്ട് 1942 ലെ സമരത്തിൽ പങ്കെടുത്ത ഓരോ ആൾക്കും സ്വാഭാവികമായി സോവിയറ്റ് യൂണിയനോടും കമ്യൂണിസ്റ്റുപാർട്ടിയോടും വിരോധവും വെറുപ്പുമായിരുന്നു. നേരേമറിച്ച്, 1934 ൽ രൂപീകരിച്ച പാർട്ടിയാകട്ടെ, 1929 ൽ തുടങ്ങിയ സാമ്പത്തികാധഃപതന കാലത്ത് മുതലാളിത്ത ലോകത്തിൽവന്ന കുഴപ്പവും ആ കുഴപ്പത്തിന്റെ നടുവിൽ നിൽക്കുന്ന സോവിയറ്റ്യൂണിയനുവന്ന അഭിവൃദ്ധിയും നേരിട്ടനുഭവപ്പെട്ടതിനാൽ സോഷ്യലിസത്തിലേക്കാകർഷിക്കപ്പെട്ട ചെറുപ്പക്കാരുടെ പാർട്ടിയാണ്. പോരെങ്കിൽ ബോംബെ, കൽക്കത്ത മുതലായ കേന്ദ്രങ്ങളിൽ കമ്യൂണിസ്റ്റു നേതൃത്വത്തിൽ നടക്കുന്ന പണിമുടക്കു സമരങ്ങളും അവയുടെ ഫലമായി കമ്യൂണിസ്റ്റുകാർക്കു നേരിടേണ്ടിവന്ന പോലീസ്മർദനവും കണ്ടും കേട്ടും (1934 ൽ സോഷ്യലിസ്റ്റ്പാർട്ടി രൂപീകരിച്ചകാലത്ത് മീറത്ത് ഗൂഢാലോചനക്കേസിലെ പ്രതികൾ ജയിലിലാണ്. അതിനടുത്തകാലത്താണ് കമ്യൂണിസ്റ്റ്പാർട്ടിയെ നിയമവിരുദ്ധമാക്കിയത്) കമ്യൂണിസ്റ്റുകാരോടു ബഹുമാനവും അനുഭാവവും അവർക്കുണ്ടായിരുന്നു. അതുകൊണ്ട് 1934 ലെ പാർട്ടി സോവിയറ്റ് സുഹൃത്തും കമ്യൂണിസ്റ്റ്ബന്ധുവുമായിരുന്നതിനാൽ അവസാനം കമ്യൂണിസ്റ്റുപാർട്ടിയിലേക്കു വന്നു. 1942 ലേതാകട്ടെ സോവിയറ്റ്വിരോധിയും കമ്യൂണിസ്റ്റ് വിരോധിയുമായിത്തന്നെ നിലനിന്നു.

1934 ലെയും 1942 ലെയും സോഷ്യലിസ്റ്റ്പാർട്ടികൾ തമ്മിൽ രണ്ടാമതൊരു വ്യത്യാസം കൂടിയുണ്ട്: 1934 ൽ പാർട്ടി രൂപീകരിച്ച കാലത്ത് ദേശീയനേതൃത്വം ബ്രിട്ടനുമായി സന്ധി ചെയ്തുകഴിഞ്ഞിരുന്നില്ല. പുതിയ ഭരണപരിഷ്കാരത്തെ (1935 ലെ ഇന്ത്യാ ആക്ടിനെ) സംബന്ധിച്ച് കോൺഗ്രസും ഗവൺമെന്റും തമ്മിൽ വഴക്കുകൾ നടന്നുകൊണ്ടിരുന്നു. അതുകൊണ്ട് ഒരതിർത്തിവരെ സമരപരമായ ഒരു നില കോൺഗ്രസി

നെടുക്കേണ്ടിവന്നു. സാമ്രാജ്യവിരോധമുന്നണിയെ സംബന്ധിച്ചും യുദ്ധവിരോധത്തെ സംബന്ധിച്ചും സാർവലൗകിക വിപ്ലവപ്രസ്ഥാനം എടുത്ത നില ശരിവയ്ക്കാൻ കോൺഗ്രസ് തയാറായി (പണ്ഡിറ്റ് നെഹ്രുവിന്റെ ലഖ്നൗ, ഫൈസ്പൂർ പ്രസംഗങ്ങളും അതിന്റെ വെളിച്ചത്തിൽ കോൺഗ്ര സംഗീകരിച്ച പ്രമേയങ്ങളും). അതുകൊണ്ട് കമ്യൂണിസ്റ്റുകാർക്കും സോഷ്യലിസ്റ്റുകാർക്കും കോൺഗ്രസിനകത്തുനിന്നുകൊണ്ടുതന്നെ പ്രവർത്തിക്കാൻ ധാരാളം സൗകര്യമുണ്ടായി. നേരേമറിച്ച്, 1942 ലെ സമരം കഴിഞ്ഞ ഉടനേ ദേശീയനേതൃത്വം ബ്രിട്ടീഷ്ഗവൺമെന്റുമായി സന്ധിയാലോചനകൾ തുടങ്ങുകയും അവസാനം മൗണ്ട്ബാറ്റൻ പദ്ധതിയുടെ അടിസ്ഥാനത്തിൽ ഒരു സന്ധി സ്വീകരിക്കുകയും ചെയ്തു: 1942 ൽ വിപ്ലവം പ്രസംഗിച്ചിരുന്ന നേതാക്കന്മാർ 1947ൽ മൗണ്ട് ബാറ്റന്റെ നേതൃത്വത്തിൽ ഭരണാധികാരമേറ്റെടുത്തു. അതുകൊണ്ട് ബ്രിട്ടീഷ്ഗവൺമെന്റിനും നാട്ടുരാജാക്കന്മാർക്കും മറ്റു പിന്തിരിപ്പന്മാർക്കും എതിരായി സമരം നടത്തിയ കോൺഗ്രസ് പാരമ്പര്യമെല്ലാം പോയി.

ഇതിന്റെ ഫലമായി 1942 നു ശേഷം രൂപീകരിച്ച സോഷ്യലിസ്റ്റ്പാർട്ടിയിൽത്തന്നെ കോൺഗ്രസുമായുള്ള ബന്ധത്തിന്റെ കാര്യത്തിൽ അഭിപ്രായവ്യത്യാസം വന്നു. കോൺഗ്രസിൽനിന്നു വിട്ടുനിന്ന് ഒരു സ്വതന്ത്ര പാർട്ടിയെന്ന നിലയ്ക്കു പ്രവർത്തിക്കണമെന്ന ഒരഭിപ്രായം പാർട്ടിക്കകത്തു ക്രമേണ വളർന്നുവരാൻ തുടങ്ങി. ഇതിന്റെ സൂചനയാണ് കോൺഗ്രസ് സോഷ്യലിസ്റ്റ് പാർട്ടിയെന്ന പേരു മാറ്റി വെറും സോഷ്യലിസ്റ്റ്പാർട്ടിയെന്ന പേര് സ്വീകരിക്കാൻ അഖിലേന്ത്യാ സോഷ്യലിസ്റ്റ്പാർട്ടിയുടെ കഴിഞ്ഞ സമ്മേളനം ചെയ്ത തീരുമാനം. ഈയിടെ നടന്ന ബോംബെ മുനിസിപ്പൽ തിരഞ്ഞെടുപ്പിൽ സോഷ്യലിസ്റ്റ് പാർട്ടി ഒരു സ്വതന്ത്ര പാർട്ടിയായിനിന്നു മത്സരിക്കുന്നതും കഴിഞ്ഞ ഡിസംബർ 20-ാം തീയതി ഗവൺമെന്റുനയത്തെ പ്രതിഷേധിക്കാൻ ബോംബെ സോഷ്യലിസ്റ്റ് പാർട്ടി ഒരു പ്രതിഷേധപണിമുടക്കു നടത്തിയതും ഇതിന്റെതന്നെ മറ്റു ലക്ഷണങ്ങളാണ്.

എന്നാൽ സോഷ്യലിസ്റ്റ് പാർട്ടിനേതൃത്വം ഇതിനെ തികച്ചും അനുകൂലിക്കുകയോ പ്രോത്സാഹിപ്പിക്കുകയോ ചെയ്യുന്നില്ല. നേരേമറിച്ച്, ഒരു വിധം നിവൃത്തിയുണ്ടെങ്കിൽ കോൺഗ്രസിനകത്തുതന്നെ നിൽക്കുകയും കോൺഗ്രസ് നേതൃത്വത്തിന്റെ നയപരിപാടികളനുസരിക്കുകയുമാണതു ചെയ്യുന്നത്. വലതുപക്ഷ കോൺഗ്രസ് നേതൃത്വത്തിനെതിരായി ഇടതുപക്ഷപാർട്ടികളെയെല്ലാം യോജിപ്പിക്കുന്നതിനുപകരം ഏറ്റവും ശക്തിയുള്ള ഇടതുപക്ഷപാർട്ടിയെ (കമ്യൂണിസ്റ്റു പാർട്ടിയെ) വർജിക്കുകയാണ് സോഷ്യലിസ്റ്റ് നേതാക്കന്മാർ ചെയ്യുന്നത്.

സോഷ്യലിസ്റ്റ് നേതൃത്വത്തിന്റെ ഈ നയത്തിനെതിരായാണ് കേരളത്തിലെ സോഷ്യലിസ്റ്റുകാരിലൊരു വിഭാഗം കേരള സോഷ്യലിസ്റ്റ്പാർട്ടിയെന്ന പ്രത്യേക സംഘടനയുണ്ടാക്കിയിട്ടുള്ളത്. കഴിഞ്ഞ അഞ്ചാറു മാ

സ്ക്കാലത്തെ പ്രവർത്തനംകൊണ്ട് ഈ പാർട്ടി ഒരു ശരിയായ ഇടതുപക്ഷപാർട്ടിയെന്ന സ്ഥാനം സമ്പാദിച്ചുകഴിഞ്ഞിരിക്കുന്നു. കൊച്ചിയിലെ രാജേന്ദ്രമൈതാനസംഭവം, തിരുവിതാംകൂർ ദിവാന്റെ മുമ്പിൽ നടന്ന സത്യാഗ്രഹം എന്നീ രണ്ടു സമരങ്ങളും തിരുവിതാംകൂറിലെ തിരഞ്ഞെടുപ്പുസമരവും കെ എസ് പി യെ പൊതുജനദൃഷ്ടിയിൽ കൊണ്ടുവന്നു കഴിഞ്ഞിരിക്കുന്നു. പലേടത്തും തൊഴിലാളിപ്രവർത്തനവും വിദ്യാർഥിപ്രവർത്തനവും മറ്റും നടത്തി ബഹുജനപിൻബലവും അവർ നേടിയിട്ടുണ്ട്. അഖിലകേരളാടിസ്ഥാനത്തിൽ നോക്കിയാൽ ഇന്ത്യൻ സോഷ്യലിസ്റ്റ് പാർട്ടിയുടെ കേരളശാഖയെക്കാൾ പതിന്മടങ്ങു ശക്തിയുള്ള ഒരിടതുപക്ഷ പാർട്ടിയാണ് കെ എസ് പി യെന്നതിനു സംശയമില്ല.

എന്നാൽ ഇന്ത്യൻ സോഷ്യലിസ്റ്റ് പാർട്ടിയുടെ കേരളശാഖയ്ക്കും പലേടത്തും—വിശേഷിച്ച് മലബാറിൽ—സാമാന്യം സ്വാധീനശക്തിയുണ്ട്. കോഴിക്കോട്ടും കണ്ണൂരും ചില ട്രേഡ് യൂണിയനുകളും വിദ്യാർഥി ഗ്രൂപ്പുകളും അതിന്റെ നേതൃത്വത്തിൽ പ്രവർത്തിക്കുന്നുണ്ട്. ചില കാര്യങ്ങളിൽ (ഉദാ: കൺട്രോളെടുത്തുകളയുന്ന കാര്യത്തിൽ) അഖിലേന്ത്യാ സോഷ്യലിസ്റ്റ് നേതൃത്വത്തിനെതിരായ ഒരു നിലയാണവരെടുക്കുന്നത്. പക്ഷേ, കെ പി ടി യു സി തീരുമാനമനുസരിച്ച് 1948 ജാനുവരി 26–ാം തീയതി നടന്ന പൊതുപണിമുടക്കത്തെ ശക്തിയായെതിർക്കാനവർ മടിച്ചില്ല. മാത്രമല്ല, അതിന്റെ കേരളനേതാക്കന്മാരായ ഡോക്ടർ കെ ബി മേനോനും പി എം കുഞ്ഞിരാമൻ നമ്പ്യാർക്കും വിപ്ലവകാരികളായ സോഷ്യലിസ്റ്റുകാരെന്ന നില സ്വീകരിക്കാൻ വിഷമമാണ്—അതാണവരുടെ പാരമ്പര്യം. 1942 ലെ സമരത്തിൽ പങ്കെടുത്തുവെന്നല്ലാതെ ഒരു വിപ്ലവപ്പാർട്ടിയെ നയിക്കാൻവേണ്ട മറ്റു യാതൊരു യോഗ്യതയും അവർക്കില്ല.

ഈ രണ്ടു സോഷ്യലിസ്റ്റ്പാർട്ടികളിൽനിന്നും വിട്ട് അടുത്തകാലത്തുമാത്രം രൂപീകരിക്കപ്പെട്ട ഒരു ഗ്രൂപ്പാണ് ആർ എസ് പി യുടെ കേരളശാഖ. അതിനിയും പൊതുജനങ്ങളുടെ മുമ്പിൽ ശരിയായി വന്നുകഴിഞ്ഞിട്ടില്ല.

കമ്യൂണിസ്റ്റ്പാർട്ടി: 1942 ലും അതിനുശേഷവും

ഈ സോഷ്യലിസ്റ്റ്പാർട്ടികളുടെ വളർച്ച കമ്യൂണിസ്റ്റ്പ്രസ്ഥാനത്തെ ക്ഷീണിപ്പിക്കുമെന്നാണ് പലരും കരുതിയത്. 1942 ലെ സമരത്തിൽനിന്ന് കമ്യൂണിസ്റ്റുകാരൊഴിഞ്ഞുനിന്നതും അതിനെത്തുടർന്ന് അവർക്കെതിരായ മനോഭാവം യുവദേശാഭിമാനികളുടെ ഇടയിൽ പരന്നതും ഈ യുവദേശാഭിമാനികളുടെ കമ്യൂണിസ്റ്റു വിരോധം തുറന്ന പ്രകടനങ്ങളായി വളർന്നതും, ഇതിന്റെ ഫലമായി തൊഴിലാളിപ്രസ്ഥാനത്തിലും ഇടതുപക്ഷദേശീയപ്രസ്ഥാനത്തിലും പിളർപ്പുവന്നതും കമ്യൂണിസ്റ്റ് വിരോധികളെ സന്തോഷിപ്പിച്ചു. അവർ 1942 നുശേഷം ഉയർന്നുവന്ന പുതിയ സോഷ്യലിസ്റ്റ്പ്രസ്ഥാനത്തെ ആഹ്ളാദപൂർവം സ്വാഗതം

ചെയ്തു (അരുണാ ആസഫ് അലിക്ക് കേരളത്തിൽ കിട്ടിയ സ്വാഗതം ഏറ്റവും ഉയർന്ന കോൺഗ്രസ് നേതാക്കന്മാർക്കു മാത്രം കിട്ടാറുള്ള തരത്തിൽ അത്ര ഗംഭീരമായിരുന്നു; അതു സംഘടിപ്പിച്ചതാകട്ടെ, 1934–40 ലെ സോഷ്യലിസ്റ്റ്പ്രസ്ഥാനത്തിന്റെ ബദ്ധശത്രുക്കളായിരുന്നുതാനും).

എന്നാൽ ഈ കമ്യൂണിസ്റ്റ്‌വിരോധികൾ ആശിച്ചതുപോലെ 1942 ലോ അതിനുശേഷമോ കമ്യൂണിസ്റ്റ് പ്രസ്ഥാനം നശിച്ചില്ല.

1942 ലെ സമരകാലത്ത് ദേശീയപ്രസ്ഥാനത്തിൽനിന്ന് തികച്ചും ഒറ്റപ്പെട്ടുകൊണ്ടാണ് കമ്യൂണിസ്റ്റുകാർ നിന്നതെന്നത് തികച്ചും ശരിയാണ്: ബ്രിട്ടീഷേജന്റന്മാരെന്നും ഗവൺമെന്റിൽനിന്ന് പണംവാങ്ങുന്നവരെന്നും കോൺഗ്രസ് പ്രവർത്തകന്മാരെ പോലീസിനു പിടിച്ചുകൊടുക്കുന്നവരെന്നും മറ്റുമുള്ള ആരോപണങ്ങൾ അവരുടെപേരിൽ ധാരാളം പരന്നുകൊണ്ടിരുന്നു; ഇതെല്ലാം ശരിയാണെന്ന് കോൺഗ്രസിലൊരു മുഖ്യഭാഗം വിശ്വസിക്കുകയും ചെയ്തിരുന്നു. അതായത്, 1934 മുതൽ 1942 വരെ നാട്ടിലെ രാഷ്ട്രീയജീവിതത്തിൽ കമ്യൂണിസ്റ്റുകാർക്കുണ്ടായിരുന്ന സ്ഥാനം–ഏറ്റവും നല്ല കോൺഗ്രസുകാരും വിപ്ലവകാരികളുമെന്ന സ്ഥാനം–1942 ൽ അവർക്കു നഷ്ടപ്പെട്ടു; ഏറ്റവും ഉറച്ചതും സംഘടിതവുമായ ഇടതുപക്ഷ പാർട്ടിയെന്ന സ്ഥാനം കമ്യൂണിസ്റ്റുകാരിൽനിന്നുപോയി സോഷ്യലിസ്റ്റുകാർക്കു കിട്ടി.

പക്ഷേ കമ്യൂണിസ്റ്റ്പാർട്ടി നശിച്ചില്ല: മൊറാഴ, മട്ടന്നൂർ സമരങ്ങളുടെ പാരമ്പര്യം; ഏഴെട്ടു കൊല്ലക്കാലത്തെ പ്രവർത്തനത്തിന്റെ ഫലമായി തൊഴിലാളികളുടെയും കൃഷിക്കാരുടെയും ഇടയിൽ വളർന്നുവന്ന കമ്യൂണിസ്റ്റ്പാർട്ടിക്കൂറ്; 1940–42 ലെ രഹസ്യപ്രവർത്തനങ്ങളിൽക്കൂടി ഉയർന്നുവന്ന ഒട്ടേറെ വിപ്ലവകാരികളായ പ്രവർത്തകന്മാരുടെ ത്യാഗമനോഭാവം–ഇതെല്ലാം 1942 ലെ സമരം കൊണ്ടുമാത്രമങ്ങു നശിക്കാൻ പോവുന്നില്ലെന്നു വ്യക്തമായി; വിപ്ലവത്തിനെതിരായ ഒരു മിതവാദിപാർട്ടിയായിട്ടാണ് മറ്റിടതുപക്ഷക്കാർ അക്കാലത്ത് കമ്യൂണിസ്റ്റ്പാർട്ടിയെ കണക്കാക്കിയതെങ്കിലും തികഞ്ഞ വിപ്ലവബോധത്തോടുകൂടി തങ്ങളുടെ സർവസ്വവും ബലികഴിച്ച്, പാർട്ടിയെ നിലനിർത്താനും വളർത്താനും ആയിരമായിരം തൊഴിലാളികളും കൃഷിക്കാരും മുമ്പോട്ടുവന്നു. പാർട്ടിഫണ്ടിലേക്ക് സംഭാവനചെയ്യാൻ സാധാരണജനങ്ങൾ കാണിച്ച അറ്റമില്ലാത്ത ആവേശം; ജാപ്പ് ഫാസിസ്റ്റുകാർ കേരളക്കരയിൽ ഇറങ്ങുകയാണെങ്കിൽ അവരെ എതിർക്കാൻ തയ്യാറായ ഒട്ടേറെ യുവാക്കന്മാരും ബാലികാബാലന്മാരും; പാർട്ടിപ്പത്രങ്ങൾക്കും ലഘുലേഖകൾക്കും കിട്ടിയ അഭൂതപൂർവമായ പ്രചാരം—ഇതൊന്നും കേരളത്തിൽ മറ്റൊരുപാർട്ടിക്കും ഇതിനുമുമ്പ് കിട്ടിയിട്ടില്ല. “പുതിയതരത്തിലുള്ള ഒരു ബഹുജനപാർട്ടി”യെന്ന് ലെനിൻ വിളിക്കുന്ന കമ്യൂണിസ്റ്റ്പാർട്ടി വളർന്നുവരാൻ തുടങ്ങി.

ദേശീയപ്രസ്ഥാനത്തിൽനിന്ന് ഇത്രയധികം ഒറ്റപ്പെട്ടുനിൽക്കുന്ന ഒരു പാർട്ടി, അങ്ങനെ ഒറ്റപ്പെട്ടുനിൽക്കുന്നവസരത്തിൽത്തന്നെ, ഇത്ര വി

പുലമായി വളർന്നുവന്നത് കമ്യൂണിസ്റ്റ്‌വിരോധികളെ അത്ഭുതപ്പെടുത്തി. 1942 ലെ സമരം തുടങ്ങിയ സന്ദർഭത്തിൽ കോൺഗ്രസ്സ് നേതാക്കന്മാർ പലരും വിചാരിച്ചിരുന്നത് ഏതാണ്ടിങ്ങനെയാണ്: "ഒന്നുകിൽ നാട്ടിലുള്ള പൊതുജനാഭിപ്രായത്തിന്റെ ശക്തികൊണ്ട് സമരത്തിൽ പങ്കുകൊള്ളാൻ കമ്യൂണിസ്റ്റുകാർ നിർബന്ധിതരാവും; അല്ലെങ്കിൽ സമരത്തിൽ പങ്കുകൊള്ളാതെ നിൽക്കുന്ന കമ്യൂണിസ്റ്റുകാരുടെ നേരേ നാട്ടുകാർക്കുള്ള അവിശ്വാസം നിമിത്തം അവർ നാട്ടുകാരിൽനിന്നു തികച്ചും ഒറ്റപ്പെട്ട്, അവർക്കുള്ള സ്വാധീനശക്തിയൊക്കെ പോയി അവർ നശിക്കും." പക്ഷേ ഇതു രണ്ടും നടന്നില്ല: കമ്യൂണിസ്റ്റുകാർ സമരത്തിനെതിരായ തങ്ങളുടെ നിലയിൽത്തന്നെ ഉറച്ചുനിന്നു; ജാപ്പ്ഫാസിസത്തെ എതിർക്കുന്നത് ഓരോ ഇന്ത്യൻ ദേശാഭിമാനിയുടെയും കടമയാണെന്ന് അവർ ഉറച്ച സ്വരത്തിൽ പ്രഖ്യാപിച്ചു; ജാപ്പ്ഫാസിസത്തിനു വഴിതെളിക്കുന്ന നശീകരണപ്രസ്ഥാനം ഇന്ത്യൻ സ്വാതന്ത്ര്യത്തിനുതന്നെ അപായകരമാണെന്നവർ പ്രചാരവേലചെയ്തു; പക്ഷേ അവർക്കുള്ള സ്വാധീനശക്തി പോയില്ല, സംഘടന പൊളിഞ്ഞില്ല.

ഇതിനുള്ള കാരണം കമ്യൂണിസ്റ്റുകാരുടെ അത്ഭുതാവഹമായ സംഘടനാസാമർത്ഥ്യവും കോൺഗ്രസ് നേതാക്കന്മാർ മുഴുവൻ ജയിലിലാണെന്ന പരമാർഥവുമാണെന്നാണ് കമ്യൂണിസ്റ്റ്‌വിരോധികൾ പറഞ്ഞു മനസ്സിലാക്കിയത്. അതുകൊണ്ട് കമ്യൂണിസ്റ്റുകാരുണ്ടാക്കുന്നതിനു തുല്യമായ സംഘടനകൾ സ്വയം ഉണ്ടാക്കുകയെന്ന പരിപാടി അവർ തുടങ്ങിവച്ചു. കമ്യൂണിസ്റ്റുകാരെപ്പോലെതന്നെ മുഴുവൻസമയപ്രവർത്തകന്മാരെ നിശ്ചയിച്ച് അവരെക്കൊണ്ട് പ്രവർത്തിപ്പിക്കുക; പത്രങ്ങളും ലഘുലേഖകളും പ്രസിദ്ധപ്പെടുത്തുക; ക്ലാസ്സുകൾ നടത്തുക; ട്രേഡ്‌യൂണിയനുകളും കിസാൻ സംഘടനകളുമുണ്ടാക്കുക—ഇതെല്ലാം അവർ തുടങ്ങി. ഇവയെ കേന്ദ്രീകരിക്കാൻ ആദ്യം ഗ്രാമസേവാസംഘവും പിന്നെ കോൺഗ്രസ് ഗാന്ധിസംഘവും രൂപീകരിച്ചു. കമ്യൂണിസ്റ്റുകാരെ ആക്ഷേപിക്കുക, എതിർക്കുക; അവരുടെ സ്വാധീനശക്തിയിൽനിന്ന് വിടർത്താൻ കഴിയുന്നവരെയെല്ലാം വിടർത്തുക—ഇതുമാത്രമായിരുന്നു ലക്ഷ്യം.

കോൺഗ്രസ് നേതാക്കന്മാർ ജയിലിൽനിന്നു പുറത്തുവന്നതോടുകൂടി ഈ പ്രസ്ഥാനത്തിനു ശക്തികൂടി. "1942 ൽ കമ്യൂണിസ്റ്റുകാർ മറുഭാഗത്തായിരുന്നു"വെന്ന പണ്ഡിറ്റ് നെഹ്റുവിന്റെ പ്രസ്താവന കോൺഗ്രസിനെ മുഴുവൻ കമ്യൂണിസ്റ്റുകാർക്കെതിരാക്കിത്തീർത്തു. നാട്ടിലെല്ലായിടത്തും കമ്യൂണിസ്റ്റ് വിരോധം മുമ്പൊരുകാലത്തുമുണ്ടായിട്ടില്ലാത്തത്ര പരന്നു. കമ്യൂണിസ്റ്റുകാരെ അടിക്കുന്നതും കൊല്ലുന്നതുപോലും രാജ്യസ്നേഹത്തിന്റെ ലക്ഷണമായി കണക്കാക്കുന്ന കോൺഗ്രസുകാരുണ്ടായി; കമ്യൂണിസ്റ്റ് യോഗങ്ങളിൽ ലഹളയുണ്ടാക്കുക, കല്ലെറിയുക മുതലായവ സർവസാധാരണമായി.

പക്ഷേ ഇതും ചെറുത്തുനിൽക്കാൻ കമ്യൂണിസ്റ്റുകാർക്കു കഴിഞ്ഞു.

1945–46 ൽ നടന്ന പൊതുതിരഞ്ഞെടുപ്പിൽ മലബാറിന്റെ ചരിത്രത്തിലൊന്നാമതായി കമ്യൂണിസ്റ്റുകാർ സ്വതന്ത്രമായി സ്ഥാനാർഥികളെ നിർത്തി മത്സരിച്ചു. മലബാർ ജില്ലയിൽപ്പെട്ട ഒമ്പതു താലൂക്കുകളിൽ ആറിലും കോൺഗ്രസ് സ്ഥാനാർഥിക്കെതിരായി കമ്യൂണിസ്റ്റ് സ്ഥാനാർഥിയുണ്ടായിരുന്നു; ഈ ആറു താലൂക്കിലുംകൂടി ആകെ വോട്ടു ചെയ്ത രണ്ടു ലക്ഷത്തോളം വോട്ടർമാരിൽ 50,000 ത്തിലധികം പേർ കമ്യൂണിസ്റ്റ്പാർട്ടിക്ക് വോട്ടുചെയ്തു. അതായത് ദേശീയപ്രസ്ഥാനത്തിൽനിന്ന് കമ്യൂണിസ്റ്റ്പാർട്ടിയെ ഏറ്റവുമധികം ഒറ്റപ്പെടുത്തിയ 1942 ലെ സമരത്തിനുശേഷം, ആ സമരത്തിന്റെ പേരിൽ വോട്ടിനാവശ്യപ്പെട്ട കോൺഗ്രസിനു കിട്ടിയ വോട്ടിന്റെ മൂന്നിലൊന്ന് കമ്യൂണിസ്റ്റ്പാർട്ടിക്കു കിട്ടി. 1942 ലെ സമരം കൊണ്ട് കമ്യൂണിസ്റ്റ്പാർട്ടി നശിക്കുകയല്ല കൂടുതൽ വളരുകയാണു ചെയ്തതെന്നു വ്യക്തമായി.

ഇതുകൊണ്ടും കമ്യൂണിസ്റ്റ് വിരോധികൾ നിരാശരായില്ല. 1942 ലെ സമരവും 1945–46 ലെ കമ്യൂണിസ്റ്റ് വിരോധപ്രചാരവേലയുംകൊണ്ട് നശിക്കാത്ത കമ്യൂണിസ്റ്റ് പാർട്ടി 1946 ൽ കോൺഗ്രസ് മന്ത്രിസഭയുടെ അധികാരശക്തിക്കു കീഴ്പ്പെട്ടു നശിക്കുമെന്നവർ ആശിച്ചു. കമ്യൂണിസ്റ്റുകാർ പുറപ്പെടുവിക്കുന്ന ഏതു ന്യായമായ ആവശ്യത്തെയും നിരസിക്കുക; ആവശ്യങ്ങൾ പുറപ്പെടുവിക്കുന്നതുതന്നെ കോൺഗ്രസ്സ് ഗവൺമെന്റിനെ മറിച്ചിടാനാണെന്നു വാദിക്കുക; കമ്യൂണിസ്റ്റുകാരുടെ സംഘടനാസ്വാതന്ത്ര്യത്തെയും പ്രവർത്തനസ്വാതന്ത്ര്യത്തെയും അപഹരിക്കുക; കമ്യൂണിസ്റ്റുകാർ പ്രവർത്തിക്കുന്ന കേന്ദ്രങ്ങളിലേക്ക് പോലീസിനെയും എം എസ് പി യെയും അയയ്ക്കുക; അവസാനം പ്രധാന കമ്യൂണിസ്റ്റുകാരെയെല്ലാം വിചാരണ ചെയ്യാതെ തടങ്കലിൽ വയ്ക്കുക—ഇതെല്ലാം ചെയ്യാൻ ഗവൺമെന്റ് മുതിർന്നു. ഈ നയത്തിന്റെ ഫലമായി കരിവെള്ളൂർ, കാവുമ്പായി എന്നീ രണ്ടു സ്ഥലങ്ങളിൽ വെടിവയ്പ്പു നടന്നു; ഒട്ടേറെ ക്രിമിനൽ കേസുകൾ വന്നു, ആയിരത്തോളം പ്രവർത്തകന്മാർ ജയിലിലും ഒളിവിലുമായി.

പക്ഷേ ഇതിന് കമ്യൂണിസ്റ്റ്വിരോധികളുദ്ദേശിച്ച ഫലമുണ്ടായില്ല. ഈ ഭയങ്കര പോലീസ്മർദനം ചെറുത്തുനിൽക്കാൻ—അതിനു കീഴടങ്ങാതെ ആത്മാഭിമാനത്തോടെ ജീവിക്കാനും പ്രവർത്തിക്കാനും—കമ്യൂണിസ്റ്റുകാരും അവരുടെ നേതൃത്വത്തിലുള്ള ബഹുജനങ്ങളും പഠിച്ചു. മർദനം അവരുടെ വിപ്ലവമനോഭാവത്തിനും പാർട്ടിക്കൂറിനും മാറ്റുകൂട്ടുകയാണു ചെയ്തത്. നേരേ മറിച്ച് ഈ മർദനം കമ്യൂണിസ്റ്റ് വിരോധികളുടെ ചേരിയിൽത്തന്നെ ഒരു പിളർപ്പുണ്ടാക്കി. സോഷ്യലിസ്റ്റുകാരും സാധാരണ കോൺഗ്രസുകാരും മന്ത്രിസഭകളുടെ പ്രവൃത്തിയെ അധികമധികം വിമർശനബുദ്ധ്യാ വീക്ഷിക്കാൻ തുടങ്ങി. ആദ്യമൊക്കെ ഗവൺമെന്റിനെയും കമ്യൂണിസ്റ്റുകാരെയും ഒരുപോലെ വിമർശിച്ചിരുന്ന അവർ ക്രമേണ ഗവൺമെന്റിന്റെ ഭാഗത്താണ് മുഖ്യമായ തെറ്റെന്നു മനസിലാ

ക്കാനും പറയാനും തുടങ്ങി. ഇതാണ് സോഷ്യലിസ്റ്റ്പാർട്ടിയിൽ കേരള സോഷ്യലിസ്റ്റ്പാർട്ടി (കെ എസ് പി) രൂപീകരണത്തിന്റെ രൂപത്തിൽ പ്രതിഫലിച്ചത്. ഇതുതന്നെയാണ് കെ പി സി സി യെ അതിന്റെ സ്വന്ത മായ ഒരു കുടിയായ്മക്കമ്മിറ്റി റിപ്പോർട്ടു തയാറാക്കാൻ നിർബന്ധിച്ചത്; ഇതുതന്നെയാണ് ഓർഡിനൻസിനും തടങ്കലിനും *ദേശാഭിമാനി* നിരോധ നത്തിനുമെതിരായി പ്രമേയങ്ങളംഗീകരിക്കാൻ ഒട്ടേറെ കോൺഗ്രസ് കമ്മിറ്റികളെ പ്രേരിപ്പിച്ചത്.

ഇതോടുകൂടി കമ്യൂണിസ്റ്റ്പാർട്ടിയെ മർദിച്ചൊതുക്കാമെന്നും അതി നെതിരായി സോഷ്യലിസ്റ്റ്പാർട്ടിയെ ഉപയോഗിക്കാമെന്നുമുള്ള ആശ തീരെ തകർന്നുപോയി. നേരേമറിച്ച്, കമ്യൂണിസ്റ്റുകാരും സോഷ്യലിസ്റ്റു കാരും ചേർന്ന് ഒരിടതുപക്ഷ മുന്നണിയുണ്ടാക്കി, അതിലേക്ക് സാധാ രണ കോൺഗ്രസുകാരെക്കൂടി ആകർഷിക്കുകയും അവരെല്ലാംചേർന്ന് വലതുപക്ഷനേതൃത്വത്തെ എതിർക്കുകയും ചെയ്തേക്കാമെന്ന നിലവ ന്നിരിക്കുന്നു. അതുകൊണ്ട് ഇടതുപക്ഷക്കാരെയെല്ലാം ഒരുപോലെ എതിർക്കുകയെന്ന നില കോൺഗ്രസ് നേതൃത്വം സ്വീകരിച്ചിരിക്കുന്നു.

അമേരിക്കൻ മോഡൽ പോയ പോക്ക്

അടുത്തകാലത്തായി വളർന്നുവരുന്ന ഇടതുപക്ഷൈക്യത്തിന്റെ ഏറ്റ വും നല്ല മാതൃകയാണ് തിരുവിതാംകൂർ.

തിരുവിതാംകൂറുകാരുടെ ജനാധിപത്യപരമായ സമരത്തെ അടിച്ച മർത്തുന്നതിന് സർ സി പി രാമസ്വാമി അയ്യർ ഒരു ഭരണഘടന തയ്യാ റാക്കി. പാരമ്പര്യമനുസരിച്ച് ഭരണാധികാരിയായ മഹാരാജാവിനും ആ മഹാരാജാവിന്റെ ഉത്തരവനുസരിച്ചു ഭരണം നടത്തുന്ന ദിവാനുമുള്ള അധികാരങ്ങൾ അങ്ങനെതന്നെ നിലനിർത്തിക്കൊണ്ടുള്ള ആ ഭരണ ഘടന, തിരഞ്ഞെടുക്കപ്പെട്ട പ്രസിഡന്റും ഗവർണർമാരുമുള്ള അമേരിക്ക യുടെ ഭരണഘടനയുടെ മാതൃകയിൽ തയ്യാറാക്കിയതാണെന്നാണ് സർ സി പി അവകാശപ്പെട്ടത്. അതനുസരിച്ച് അതിന് 'അമേരിക്കൻ മോഡ' ലെന്ന പേരും അദ്ദേഹം ഇട്ടു.

പക്ഷേ ജനങ്ങൾക്കതു സ്വീകാര്യമായിരുന്നില്ല. അവരതിനെ രണ്ടു കാരണങ്ങളാലെതിർത്തു. ഒന്നാമത്, ആ ഭരണഘടനയിൽ ജനപ്രതിനി ധികൾക്ക് ഭരണാധികാരമില്ലാത്തതിനാൽ അതൊരു ജനാധിപത്യഭരണ ഘടനയല്ല. രണ്ടാമത്, ഭരണഘടന തയ്യാറാക്കാനുള്ള അധികാരം ജന ങ്ങൾക്കാണുള്ളത്. സർ സി പി തയ്യാറാക്കിയ ഭരണഘടന നല്ലതാണെ ങ്കിൽപ്പോലും അതു നല്ലതാണോ എന്നും അതാണോ തിരുവിതാംകൂറിനു വേണ്ടതെന്നും മറ്റും നിശ്ചയിക്കേണ്ടത് ജനങ്ങളാണ്, സർ സി പി യല്ല. അതുകൊണ്ടവർ പറഞ്ഞു: "അമേരിക്കൻ മോഡൽ വേണോ, ബ്രിട്ടീഷ് മോഡൽ വേണോ എന്നൊക്കെ നോക്കിനിശ്ചയിക്കാൻ തികച്ചും അധികാ രമുള്ള ഒരു ജനപ്രതിനിധിസഭയെ പ്രായപൂർത്തിവോട്ടവകാശത്തിന്റെ

അടിസ്ഥാനത്തിൽ തിരഞ്ഞെടുക്കണം; ആ തിരഞ്ഞെടുപ്പു നടത്തി ജനാധിപത്യം സ്ഥാപിക്കുന്നതിനുവേണ്ട നടപടികളെടുക്കാൻ ഒരിടക്കാല ഗവൺമെന്റ് രൂപീകരിക്കണം." ഈ ആവശ്യങ്ങളുൾക്കൊള്ളുന്ന രണ്ടു മുദ്രാവാക്യങ്ങൾ നാട്ടിലാകെ മുഴങ്ങി: "അമേരിക്കൻ മോഡൽ അറബിക്കടലിൽ", "ദിവാൻഭരണം അവസാനിപ്പിക്കുക."

കമ്യൂണിസ്റ്റുകാരും സോഷ്യലിസ്റ്റുകാരും ഇടതുപക്ഷകോൺഗ്രസുകാരുമാണ് ഇതിൽ മുൻകൈയെടുത്തത്. പുന്നൂസ്, ശ്രീകണ്ഠൻ നായർ, സി കേശവൻ, കുമ്പളത്തു ശങ്കുപ്പിള്ള മുതലായവർ ഇക്കാര്യത്തിൽ ഒരേ സ്വരത്തിൽ പ്രസംഗിച്ചു. പട്ടം താണുപിള്ളയെപ്പോലുള്ള വലതുപക്ഷ കോൺഗ്രസ് നേതാക്കന്മാർ ഇതിനെതിരായിരുന്നു. അമേരിക്കൻ മോഡൽ ഭരണഘടനയിൽ ചില്ലറ ഭേദഗതികൾ വരുത്തിയാലതു സ്വീകരിച്ചുകൂടേ എന്ന ചിന്താഗതിയാണവരിൽ പരന്നിരുന്നത്. പക്ഷേ ഇടതുപക്ഷത്തിന്റെ നിരന്തരമായ പ്രചാരവേലയുടെ ഫലമായി സ്റ്റേറ്റ് കോൺഗ്രസ് പ്രവർത്തകക്കമ്മിറ്റിക്കുതന്നെ ഔദ്യോഗികമായി മുൻപറഞ്ഞ മുദ്രാവാക്യങ്ങൾ സ്വീകരിക്കേണ്ടിവന്നു.

ഇങ്ങനെ അമേരിക്കൻ മോഡലിനും ദിവാൻ ഭരണത്തിനുമെതിരായ പ്രസ്ഥാനം നാട്ടിലാകെ പരന്നുപിടിച്ചുകഴിഞ്ഞപ്പോൾ—തിരുവിതാംകൂറിന്റെ ഭാവിഭരണഘടന തയ്യാറാക്കുന്നതിന് പ്രായപൂർത്തിവോട്ടവകാശത്തിന്റെ അടിസ്ഥാനത്തിൽ ഒരു ജനപ്രതിനിധിസഭയെ തിരഞ്ഞെടുക്കണമെന്ന ആവശ്യം നാടുമുഴുവൻ മുഴങ്ങിയപ്പോൾ—സർ സി പി ഒരു പുതിയ അടവെടുത്തു. അമേരിക്കൻ മോഡൽ ഭരണഘടനയെക്കുറിച്ചാലോചിക്കാൻ തിരുവിതാംകൂറിലുള്ള എല്ലാ രാഷ്ട്രീയപ്പാർട്ടികളുടെയും പ്രതിനിധികളടങ്ങുന്ന ഒരു സമ്മേളനം വിളിക്കുന്നതായിരിക്കുമെന്നു പ്രഖ്യാപിച്ചു. മാത്രമല്ല, ഈ സമ്മേളനത്തിലേക്ക് പ്രതിനിധികളെ അയയ്ക്കാൻ കമ്യൂണിസ്റ്റ് പാർട്ടിയെയും ക്ഷണിക്കുന്നതായിരിക്കുമെന്നു പറഞ്ഞു. ഇത് വലതുപക്ഷ കോൺഗ്രസ് നേതാക്കന്മാർക്ക് ഒരേസമയത്ത് പ്രലോഭനവും താക്കീതുമായിരുന്നു—ഭരണഘടനയിൽ ചില്ലറമാറ്റങ്ങൾ വരുത്താമെന്ന പ്രലോഭനം; കോൺഗ്രസും ഗവൺമെന്റുമായി സന്ധി ചെയ്തില്ലെങ്കിൽ കമ്യൂണിസ്റ്റുകാരും ഒരു രാഷ്ട്രീയപ്പാർട്ടിയെന്ന നിലയ്ക്ക് കൂടിയാലോചനകളിൽ വരുമെന്ന താക്കീത്.

ഇതേ പ്രലോഭനവും താക്കീതും കമ്യൂണിസ്റ്റുകാരുടെ നേരേയും സർ സി പി അഴിച്ചുവിട്ടു. ഭരണഘടനയെക്കുറിച്ചുള്ള കൂടിയാലോചനകളിൽ കമ്യൂണിസ്റ്റ്പാർട്ടിയെയും ഒരു രാഷ്ട്രീയപ്പാർട്ടിയായി കണക്കാക്കി ക്ഷണിക്കുന്നതുതന്നെ ഒരു വലിയ പ്രലോഭനമാണെന്നു പറയേണ്ടതില്ലല്ലോ. അതിനുംപുറമേ കൂലി, ജോലിസമയം മുതലായ കാര്യങ്ങളെക്കുറിച്ച് കൂടിയാലോചിച്ച് സമാധാനപരമായ ഒത്തുതീർപ്പുകളുണ്ടാക്കാൻ തൊഴിലാളി, മുതലാളി പ്രതിനിധികളും ഗവൺമെന്റുംകൂടി ഒരു ത്രികക്ഷി സമ്മേളനം വിളിക്കാനും ഗവൺമെന്റ് സമ്മതിച്ചു. ഇങ്ങനെ

കമ്യൂണിസ്റ്റ്പാർട്ടിയെ ഒരു രാഷ്ട്രീയപ്പാർട്ടിയായംഗീകരിക്കുകയും അതിന്റെ നേതൃത്വത്തിൽ പുറപ്പെടുവിക്കപ്പെട്ട സാമ്പത്തികാവശ്യങ്ങൾ ഒരതിർത്തിവരെ അനുവദിക്കുകയും ചെയ്താൽ അത് പേരിനു കമ്യൂണിസ്റ്റും യഥാർഥത്തിൽ ഒരു മിതവാദി സോഷ്യലിസ്റ്റുമായ പാർട്ടിയായിത്തീരുമെന്ന് സർ സി പി കരുതി.

അതേസമയത്ത് ഇങ്ങനെയൊരു മിതവാദിപ്പാർട്ടിയായി മാറാതെ കമ്യൂണിസ്റ്റ് പാർട്ടിയായിത്തന്നെ തുടരുകയാണെങ്കിൽ–"അമേരിക്കൻ മോഡൽ അറബിക്കടലിൽ", "ദിവാൻഭരണം അവസാനിപ്പിക്കുക" എന്നീ മുദ്രാവാക്യങ്ങൾക്കുവേണ്ടി സന്ധിയില്ലാതെ പോരാടുകയാണെങ്കിൽ–സർവ ശക്തികളുമുപയോഗിച്ച് പാർട്ടിയെ അമർത്താനും ഗവൺമെന്റ് ശ്രമിക്കുമെന്നു വ്യക്തമാക്കി. ഭരണഘടനയെക്കുറിച്ചുള്ള സമ്മേളനത്തെക്കുറിച്ച് പ്രഖ്യാപിക്കുകയും ത്രികക്ഷിസമ്മേളനം വിളിക്കുകയും ചെയ്ത കാലത്തുതന്നെ പ്രധാന കമ്യൂണിസ്റ്റ് പ്രവർത്തകന്മാർ വളരെപ്പേർ ജയിലിലായിരുന്നു. ബാക്കിയുള്ളവർക്ക് നിരോധനാജ്ഞകൾ നിലവിലുണ്ടായിരുന്നു. പ്രസംഗിക്കാൻ പാടില്ലെന്ന കൽപ്പന, വീട്ടുതടങ്കൽ, ജാമ്യനടപടി മുതലായ നടപടികൾകൊണ്ട് കമ്യൂണിസ്റ്റ്പാർട്ടിയെയാകെ വരിഞ്ഞുകെട്ടിയിരിക്കുകയായിരുന്നു.

സർ സി പി യുടെ ഈ പോരുകണ്ട് അതിനെ എതിർക്കാനുള്ള രാഷ്ട്രീയബോധവും വിപ്ലവമനോഭാവവും തിരുവിതാംകൂറിലെ കമ്യൂണിസ്റ്റുകാർക്കും സോഷ്യലിസ്റ്റുകാർക്കും ഇടതുപക്ഷകോൺഗ്രസുകാർക്കുമുണ്ടായി. ഈ സ്ഥിതിയെ നേരിടേണ്ടതെങ്ങനെയെന്ന് അവർ തമ്മിൽ കൂടിയാലോചിച്ചു. വിപുലമായ ബഹുജനാടിസ്ഥാനത്തിൽ ഒരു സമരം നടത്തി സർ സി പി യുടെ തന്ത്രം പൊളിക്കയല്ലാതെ നിവൃത്തിയില്ലെന്നും അതിനുള്ള നേതൃത്വം സ്റ്റേറ്റ്കോൺഗ്രസിന്റെ ഭാഗത്തുനിന്നു വരണമെന്നും അവർക്കു വ്യക്തമായിരുന്നു. അതുകൊണ്ട് സ്റ്റേറ്റ്കോൺഗ്രസ്സിനെ സമരത്തിലേക്കയയ്ക്കാനുള്ള ശ്രമം നടത്താൻ സി കേശവൻ, കുമ്പളത്തു ശങ്കുപ്പിള്ള എന്നീ കോൺഗ്രസ് നേതാക്കന്മാരും സ്വന്തമായ ഒരു ശ്രമം തുടങ്ങാതിരിക്കാൻ കമ്യൂണിസ്റ്റ്–സോഷ്യലിസ്റ്റ് പ്രവർത്തകന്മാരും സമ്മതിച്ചു. എന്നാൽ തൊഴിലാളി പ്രവർത്തകന്മാർക്ക് തിരിയാനും മറിയാനും നിവൃത്തിയില്ലാത്ത ഒരു സ്ഥിതിയായിരുന്നതിനാലും, ഏതു നിമിഷത്തിൽ എന്തു സംഭവിക്കുമെന്നു പറയാൻ നിവൃത്തിയില്ലാതിരുന്നതിനാലും ഈ അടിയന്തര സ്ഥിതിയെ നേരിടുന്നതിന് അഖിലതിരുവിതാംകൂർ ട്രേഡ്യൂണിയൻ കമ്മിറ്റി ഒരു ആക്ഷൻ കമ്മിറ്റിയെ നിശ്ചയിച്ചു. ജയിലിലായിക്കഴിഞ്ഞിട്ടില്ലാത്ത കമ്യൂണിസ്റ്റ്–സോഷ്യലിസ്റ്റ് പ്രവർത്തകന്മാരിൽ മിക്കവരും ഒളിവിൽപ്പോവുകയും ചെയ്തു.

ഇങ്ങനെ തൊഴിലാളിപ്രസ്ഥാനമാകെ ഒരു സമരത്തിനൊരുക്കുകൂട്ടുകയാണെന്നും അതിലേക്ക് കോൺഗ്രസും വരാനിടയുണ്ടെന്നും കണ്ടപ്പോൾ അതിനെ നേരിടുന്നതിന് സർ സി പി രണ്ടു വഴി കണ്ടെടുത്തു.

ഒന്ന്, സി കേശവൻ, കുമ്പളത്തു ശങ്കുപ്പിള്ള മുതലായ സ്റ്റേറ്റ്കോൺഗ്രസ് നേതാക്കന്മാരെയും ദിവാൻ ഭരണവുമായി സന്ധിചെയ്യാൻ പാടില്ലെന്നഭിപ്രായമുള്ള അനവധി കോൺഗ്രസ് പ്രവർത്തകന്മാരെയും ജയിലിലാക്കി, സ്റ്റേറ്റ്കോൺഗ്രസ് സമരം പ്രഖ്യാപിക്കുകയെന്ന സംഭവ്യത ഇതോടെ ഇല്ലാതായി. രണ്ട്, ഏറ്റവും ഉറച്ചുനിന്ന് സമരം നടത്താനിടയുള്ള തൊഴിലാളിപ്രസ്ഥാനത്തെ അടിച്ചമർത്താനുള്ള നടപടികളെടുത്തു. അമ്പലപ്പുഴ, ചേർത്തല താലൂക്കുകളിലേക്കും കൊല്ലം, ആലുവ മുതലായ മറ്റു തൊഴിലാളി കേന്ദ്രങ്ങളിലേക്കും പട്ടാളത്തെ അയച്ചു. പട്ടാളവും പോലീസും പോരെന്നുകണ്ട് ചേർത്തലയിലും മറ്റുമുള്ള ജന്മികളുടെ സഹായത്തോടുകൂടി ഗുണ്ടാസംഘടനകളുണ്ടാക്കുകയും തൊഴിലാളികളുടെ ജീവിതം തന്നെ അസാധ്യമാക്കിത്തീർക്കുകയും ചെയ്തു. 114 ലെ സമരകാലത്തു നടന്ന പൊതുപണിമുടക്കത്തിനുശേഷം ഉയർന്നുവന്ന വർഗബോധമുള്ള തൊഴിലാളിയെ അടിച്ചമർത്താനുള്ള ഒരൊന്നാന്തരം അവസരമാണിതെന്നുകണ്ട് ചേർത്തല താലൂക്കിലെ ജന്മികൾ സർ സി പി ക്കു പിന്നിൽ അണിനിരന്നു.

ഇന്നത്തെ ഡി എസ് പി വൈദ്യനാഥയ്യരുടെ നേതൃത്വത്തിൽ ജന്മി–ഗുണ്ടാ–പോലീസൈക്യം തൊഴിലാളിക്കെതിരായി ഉയർന്നുവന്നപ്പോഴാണ്, ഇതിൽനിന്നു രക്ഷനേടാൻവേണ്ടിയാണ്, അമ്പലപ്പുഴ, ചേർത്തല താലൂക്കുകളിലെ തൊഴിലാളികൾ കമ്യൂണിസ്റ്റ് നേതൃത്വത്തിൽ ക്യാമ്പുകൾ സംഘടിപ്പിച്ചതും വാളണ്ടിയർ പരിശീലനം നടത്തിയതും. ഈ ക്യാമ്പുകളും വാളണ്ടിയർമാരുമില്ലായിരുന്നുവെങ്കിൽ അന്നത്തെ സ്ഥിതിയിൽ തൊഴിലാളികൾക്കു ജീവിക്കാൻപോലും സാധിക്കുമായിരുന്നില്ല. കൈയിൽ കിട്ടിയ ആയുധമെടുത്തു പൊരുതിമരിക്കുക; അല്ലെങ്കിൽ കീഴടങ്ങി അടിമകളെപ്പോലെ ജീവിക്കുക—ഈ രണ്ടു വഴികളേ അവർക്കുണ്ടായിരുന്നുള്ളു. ആദ്യത്തേത് സ്വീകരിച്ചാൽ ആളുകൾ മരിച്ചാലും പ്രസ്ഥാനം ജീവിക്കും; രണ്ടമത്തേതാണെങ്കിലോ, പ്രസ്ഥാനം നശിക്കും.

ആദ്യത്തെ വഴിയാണ് അമ്പലപ്പുഴ–ചേർത്തലത്തൊഴിലാളികൾ സ്വീകരിച്ചത്. മർദനനയത്തിനും അതിന്റെ പിന്നിലുള്ള അമേരിക്കൻ മോഡലിനും ദിവാൻഭരണത്തിനുമെതിരായി അവർ ഒരു പൊതുപണിമുടക്കം പ്രഖ്യാപിച്ചു; പട്ടാളത്തിന്റെ റോന്തുചുറ്റലുകൾക്കിടയിൽത്തന്നെ വമ്പിച്ച പ്രകടനങ്ങൾ നടത്തി; ജന്മിമാരുടെ ഗുണ്ടകൾക്കു ജനകീയരോഷത്തിന്റെ സ്വാദനുഭവിക്കേണ്ട നില വരുത്തി; പട്ടാളത്തിനും പോലീസിനും കൂട്ടംകൂട്ടമായി നടന്നാലല്ലാതെ അക്രമം പ്രവർത്തിക്കാൻ വയ്യെന്ന നിലയുളവാക്കി; കൂട്ടംകൂട്ടമായി വന്നാൽപ്പോലും എളുപ്പത്തിൽ നശിപ്പിക്കാൻ കഴിയാത്തവിധം അത്ര ഉറച്ച ഒരു സംഘടിതസേനയാണ് തൊഴിലാളികളുടേതെന്നു തെളിയിച്ചു. ഇതിനിടയ്ക്കു നടന്ന ഏറ്റവും പ്രസിദ്ധമായ സംഭവങ്ങളാണ് പുന്നപ്ര പട്ടാളക്യാമ്പ് തൊഴിലാളികൾ അങ്ങോട്ടു കടന്നാക്രമിച്ചതും വയലാറിലെ തൊഴിലാളി ക്യാമ്പ് പട്ടാളം

ഇങ്ങോട്ടാക്രമിച്ചപ്പോൾ തൊഴിലാളി വാളണ്ടിയർമാർ ഐതിഹാസികമായ ധൈര്യത്തോടെ ചെറുത്തതും.

വയലാർ സമരത്തോടുകൂടി തൊഴിലാളികളുടെ സംഘടിതമായ എതിർപ്പവസാനിച്ചു. ആ നിലയ്ക്ക് അത് സർ സി പി യുടെ വിജയമായിരുന്നു. പക്ഷേ വയലാർ സമരം കഴിഞ്ഞ് അടുത്ത അവസരത്തിൽത്തന്നെ സർ സി പി ദിവാൻ സ്ഥാനം രാജിവച്ചുവെന്നും വയലാർ സമരകാലത്തുതന്നെ ദിവാൻ സർ സി പി ക്കു ദിവാൻ സ്ഥാനത്തിനുപുറമേ പട്ടാളമേലുദ്യോഗസ്ഥനെന്ന സ്ഥാനംകൂടി സ്വീകരിക്കേണ്ടിവന്നുവെന്നുമുള്ളത് അർഥഗർഭമായ സംഗതിയാണ്. തിരുവിതാംകൂറിലെ ഉദ്യോഗസ്ഥമേധാവിത്വത്തിനകത്തും ഇന്ത്യാഗവൺമെന്റിന്റെ പൊളിറ്റിക്കൽ ഡിപ്പാർട്ടുമെന്റിലും സർ സി പി യുടെ നയത്തിനെതിരായ ഒരഭിപ്രായഗതി ഉണ്ടായിരുന്നുവെന്നാണിതു കാണിക്കുന്നത്. പട്ടാളഭരണം നടപ്പിലാക്കുകയെന്ന ഘട്ടംവരെ പോയാലും അമേരിക്കൻ മോഡൽ അടിച്ചേൽപ്പിച്ചേ ഇരിക്കൂ എന്ന മർക്കടമുഷ്ടിയല്ല, ചില്ലറ വിട്ടുവീഴ്ചകൾ ചെയ്ത് വലതുപക്ഷ കോൺഗ്രസ് നേതൃത്വത്തെയെങ്കിലും തൃപ്തിപ്പെടുത്തുകയാണു നല്ലതെന്ന അഭിപ്രായം വളർന്നുവന്നിരുന്നു.

പക്ഷേ ഈ ഘട്ടത്തിൽ സർ സി പി ക്കൊരു പുതിയ സഹായം കിട്ടി; സ്റ്റേറ്റ്കോൺഗ്രസ് പ്രസിഡന്റ് പട്ടം താണുപിള്ള സർ സി പി യുടെ പട്ടാളഭരണത്തെ ശരിവച്ചു. വയലാർ സമരത്തിനുമുമ്പ് ചേർത്തല ത്താലൂക്കിൽ നടന്ന ജന്മി–ഗുണ്ടാ–പോലീസക്രമത്തെയും വയലാറിൽത്തന്നെ തൊഴിലാളികളും അവരുടെ നേതാക്കന്മാരായ കമ്യൂണിസ്റ്റുകാരുമാണ് മരിച്ചതെന്ന പരമാർഥത്തെയും മറച്ചുവച്ച്, തൊഴിലാളികൾ ആത്മരക്ഷയ്ക്കുവേണ്ടി നടത്തിയ സമരത്തെ അക്രമമായി ചിത്രീകരിച്ച് സർ സി പി യുടെ മർദനം ജനസേവനമായിരുവെന്നദ്ദേഹം വാദിച്ചു. പട്ടത്തെത്തുടർന്ന് മറ്റു കോൺഗ്രസ് നേതാക്കന്മാരും ആർ ശങ്കർ, മന്നം മുതലായ മറ്റു "ജനനേതാക്കന്മാ"രും സർ സി പി യുടെ നടപടികളെ ശരിവച്ചു. പത്രങ്ങൾ മുഴുവൻ "കമ്യൂണിസ്റ്റ"ക്രമത്തെ ആക്ഷേപിക്കുകയും അപലപിക്കുകയും ചെയ്തു (അങ്ങനെ ചെയ്യാൻ തയ്യാറാവാത്ത ചുരുക്കം പത്രങ്ങളുടെ പ്രസിദ്ധീകരണം ഗവൺമെന്റ് തടഞ്ഞു). ഇങ്ങനെ ഉണ്ടാക്കിയ അനുകൂല പൊതുജനാഭിപ്രായത്തിന്റെ പിൻബലത്തോടുകൂടിയാണ് സർ സി പി തന്റെ രാജി പിൻവലിച്ച് വീണ്ടും ദിവാനായി വന്നത്.

ഇങ്ങനെ സർ സി പി തൽക്കാലം ജയിച്ചുവെങ്കിലും ആ ജയം താൽക്കാലികം മാത്രമായിരുന്നു. നേരിട്ടുള്ള സായുധയുദ്ധത്തിൽ പട്ടാളത്തിന് തൊഴിലാളികളെ തോൽപ്പിക്കാൻ കഴിഞ്ഞുവെങ്കിലും, ഗവൺമെന്റിനു തൊഴിലാളികളെയും മറ്റു ബഹുജനങ്ങളെയും നശിപ്പിക്കാൻ കഴിഞ്ഞില്ല; അവരുടെ സ്വാതന്ത്ര്യദാഹവും വർഗബോധവും പിന്നെയും നീറിപ്പിടിച്ചുകൊണ്ടിരുന്നു; അത് ഊതിക്കത്തിക്കാൻ കമ്യൂണിസ്റ്റുകാരും സോഷ്യ

ലിസ്റ്റുകാരും കോൺഗ്രസുകാരുമായ രാഷ്ട്രീയപ്രവർത്തകന്മാർ ഒളിവിലിരുന്നു പ്രവർത്തിക്കുകയും ചെയ്തിരുന്നു. ഇന്ത്യയിലാകെ പടർന്നുപിടിക്കുന്ന വിപ്ലവപ്രസ്ഥാനത്തിന്റെ കാറ്റ് തിരുവിതാംകൂറിലേക്കും അടിക്കുമെന്നും അതിന്റെ ഫലമായി തിരുവിതാംകൂറിൽ മറ്റൊരു സമരം വരുമെന്നും അറിയാമായിരുന്ന അവർ, പുന്നപ്ര–വയലാർ സമരത്തിനു പറ്റിയതുപോലെ ഒരു വിഭാഗത്തെ അടിച്ചമർത്തുമ്പോൾ മറ്റൊരു വിഭാഗം മിണ്ടാതിരിക്കുകയോ ഗവൺമെന്റിനെ ശരിവയ്ക്കുകയോ ചെയ്യാതെ, എല്ലാംചേർന്നു സമരം നടത്തണമെന്നു മനസ്സിലാക്കിയിരുന്നു. അതായത്, പുന്നപ്ര–വയലാറിന്റെ ജീവൻ തിരുവിതാംകൂറിലെ ദേശാഭിമാനികളിൽ പിന്നെയും നിലനിന്നിരുന്നു.

ഈ ഘട്ടത്തിലാണ് സർ സി പി യുടെ "സ്വതന്ത്ര തിരുവിതാംകൂർ" മുദ്രാവാക്യം പുറത്തുവന്നത്. തിരുവിതാംകൂർ ഇന്ത്യൻ യൂണിയനിൽ ചേരാതെ ഒരു 'സ്വതന്ത്ര'രാജ്യമായി നിൽക്കുമെന്ന ഈ പ്രഖ്യാപനം ഇന്ത്യൻ ദേശീയപ്രസ്ഥാനത്തോടു മുഴുവനുമുള്ള ഒരു വെല്ലുവിളിയായിരുന്നു. അതുകൊണ്ട് ഗാന്ധിജി, നെഹ്റു മുതലായ ദേശീയനേതാക്കന്മാരെല്ലാം സർ സി പി യെ എതിർത്തുകൊണ്ടുള്ള പ്രസ്താവനകളിറക്കി. ഇത് തിരുവിതാംകൂറിലെ സ്റ്റേറ്റ് കോൺഗ്രസുകാർക്ക് ഒരു പുതിയ ഉന്മേഷവും ആവേശവും കൊടുത്തു; സർ സി പിക്കെതിരായ അവസാനസമരത്തിന് അവർ ഒരുക്കുകൂട്ടാൻ തുടങ്ങി; ഇതിൽ കമ്യൂണിസ്റ്റുകാരും സോഷ്യലിസ്റ്റുകാരും വിദ്യാർഥികളും അധ്യാപകന്മാരും മറ്റെല്ലാവരും പങ്കുകൊണ്ടു. തിരുവിതാംകൂറിന്റെ ചരിത്രത്തിലിതേവരെ കണ്ടിട്ടില്ലാത്തത്ര ഗംഭീരമായ ഒരു വിപ്ലവക്കാറ്റ് നാട്ടിലാകെ അടിച്ചു. പോലീസിനെ വകവയ്ക്കാതെ വമ്പിച്ച പ്രകടനങ്ങൾ നാട്ടിലെല്ലായിടത്തും നടന്നു. പുന്നപ്ര–വയലാർ സമരങ്ങൾ നടന്ന് ഒരു കൊല്ലം കഴിയുമ്പോഴേക്ക് നാടുമുഴുവൻ പുന്നപ്രയും വയലാറും ആവർത്തിക്കുമെന്ന നിലവന്നു. ഈ പുതിയ വിപ്ലവമുന്നേറ്റത്തിന്റെ ഭാഗമായി ദിവാൻ സർ സി പി ക്കുതന്നെ ഒരു കുത്തുകിട്ടി.

ഇതിനെത്തുടർന്ന് സർ സി പി രാജിവച്ചതും അമേരിക്കൻ മോഡൽ വേണ്ടെന്നുവച്ചതും ജനപ്രതിനിധിസഭയിലേക്ക് തിരഞ്ഞെടുപ്പു നടത്താൻ നിശ്ചയിച്ചതും ഈയിടെ കഴിഞ്ഞ തിരഞ്ഞെടുപ്പും തിരുവിതാംകൂറിന്റെ രാഷ്ട്രീയസ്ഥിതിയാകെ മാറ്റിയിട്ടുണ്ട്; വലതുപക്ഷ കോൺഗ്രസ് തികച്ചും ഉദ്യോഗസ്ഥ മേധാവിത്വത്തിന്റെ ഭാഗത്തേക്കു പോവുകയും കോൺഗ്രസ് നേതൃത്വത്തിലെ ഇടതുപക്ഷം (സി കേശവനും കുമ്പളവും) വലതുപക്ഷ നേതാക്കന്മാരെ ന്യായീകരിക്കാൻ തുടങ്ങുകയും ചെയ്തിരിക്കുന്നു; മുമ്പ് സർ സി പി യുടെ കൂടെ, സ്റ്റേറ്റ്കോൺഗ്രസിനെതിരായി നിന്നിരുന്ന പിന്തിരിപ്പൻ സ്വകാര്യതാൽപ്പര്യക്കാർ ഇപ്പോൾ കോൺഗ്രസുകാരായിരിക്കുന്നു; ഇങ്ങനെ വലതുപക്ഷത്തിന്റെ ശക്തി വർധിച്ച അവസരത്തിൽത്തന്നെ ഇടതുപക്ഷവും അധികമധികം

ശക്തിപ്പെട്ടുവരികയാണ്. ഈയിടെ നടന്ന തിരഞ്ഞെടുപ്പിൽ കമ്യൂണിസ്റ്റു കാരും സോഷ്യലിസ്റ്റുകാരും തമ്മിലുണ്ടായ യോജിപ്പ്; സാധാരണ കോൺഗ്രസുകാരിലൊരു വിഭാഗം കമ്യൂണിസ്റ്റ്-സോഷ്യലിസ്റ്റ് സ്ഥാനാർഥികൾക്കു നൽകിയ ആനുകൂല്യം; കമ്യൂണിസ്റ്റ്-സോഷ്യലിസ്റ്റ് യോഗങ്ങളിലും പ്രകടനങ്ങളിലും പങ്കുകൊണ്ടിരുന്ന ആളുകളുടെ എണ്ണം- ഇതെല്ലാം കാണിക്കുന്നത് ഇടതുപക്ഷ നേതൃത്വത്തിലൊരു പുതിയ തിരുവിതാംകൂർ ഉയർന്നുവരുന്നുണ്ടെന്നാണ്. അവർക്ക് യോജിച്ച ഒരു നയവും പരിപാടിയും ഉണ്ടാവുകയാണെങ്കിൽ തിരുവിതാംകൂറിന്റെ രാഷ്ട്രീയസ്ഥിതിയാകെ മാറ്റാനുള്ള കഴിവ് അവർക്കുണ്ടെന്നതിനു സംശയമില്ല.

ഉത്തരവാദഭരണത്തിന്റെ കള്ളനാണ്യങ്ങൾ

സർ സി പി രാമസ്വാമി അയ്യരുടെ നേതൃത്വത്തിൽ തിരുവിതാംകൂർ ഗവൺമെന്റനുസരിച്ച നയമല്ല കൊച്ചിയിൽ അവിടത്തെ ഗവൺമെന്റ നുസരിച്ചുവന്നത്. ഉത്തരവാദഭരണം അനുവദിക്കുകയില്ലെന്ന് ഉറപ്പിച്ചു പറയുകയും, അതു കിട്ടണമെന്നാവശ്യപ്പെടുന്ന സ്റ്റേറ്റ്കോൺഗ്രസിനെ അടിച്ചമർത്തുകയും ചെയ്യാൻ സർ സി പി ശ്രമിച്ചിരുന്ന കാലത്ത്, ഉത്തരവാദഭരണത്തിന്റെ ആദ്യത്തെ പടിയായി ഒരു പുതിയ ഭരണഘടന നടപ്പിൽ വരുത്തുകയും ഗ്രാമോദ്ധാരണം മുതലായ പല വകുപ്പുകൾ തിരഞ്ഞെടുക്കപ്പെട്ട ഒരു മന്ത്രിസഭയുടെ ഭരണത്തിനു വിട്ടുകൊടുക്കുകയുമാണ് കൊച്ചി ചെയ്തത്. അങ്ങനെ രാഷ്ട്രീയമായി ഏറ്റവും പുരോഗമനപരമായ നാട്ടുരാജ്യമെന്ന പേര് കൊച്ചി സമ്പാദിച്ചു.

ഇതിന്റെ ഫലമായി ദേശീയപ്രസ്ഥാനത്തിലെ വലതുപക്ഷനേതൃത്വം ഗവൺമെന്റുമായി സന്ധിചെയ്യുന്ന ഒരു നയം അംഗീകരിച്ചു. കോൺഗ്രസ് നേതാവ് ഡോക്ടർ എ ആർ മേനോൻ മന്ത്രിയാവുകമാത്രമല്ല, മറ്റു കോൺഗ്രസ് നേതാക്കന്മാർ (ഉദാ: ഇക്കണ്ടവാരിയർ) യുദ്ധക്കമ്മിറ്റിയിൽ ചേരുകയും കൂടി ചെയ്തു. ഇങ്ങനെ കോൺഗ്രസുകാരിലെ വലതുപക്ഷത്തെ സ്വാധീനിച്ച് അവരെ ഭരണയന്ത്രത്തിന്റെ ഭാഗമാക്കി, ബഹുജന മർദനത്തിൽ അവരെ പങ്കാളികളാക്കുകയാണല്ലോ ഭരണ പരിഷ്കാരത്തിന്റെ ഉദ്ദേശം. അതു തികച്ചും സാധിച്ചു. അങ്ങനെ സർ സി പി യുടെ മർദനനയത്തെക്കാൾ ഫലപ്രദമാണ് തങ്ങളുടെ നയമെന്ന് കൊച്ചിയിലെ ഉദ്യോഗസ്ഥമേധാവികൾ തെളിയിച്ചു.

എന്നാൽ ഇതിനിടയ്ക്കുതന്നെ സാധാരണ കോൺഗ്രസുകാർ കാര്യം മനസ്സിലാക്കി തങ്ങളുടെ നേതാക്കന്മാരുടെ നയത്തിനെതിരായി പ്രവർത്തിക്കാൻ തുടങ്ങിയിരുന്നു. വലതുപക്ഷ കോൺഗ്രസ് നേതാക്കന്മാരുടെ സന്ധിനയത്തിൽനിന്നെല്ലാം രക്ഷപ്പെട്ട് സമരപരിപാടിയോടുകൂടിയ ഒരു പുതിയ സംഘടന ഉണ്ടാക്കണമെന്നവർ തീരുമാനിച്ചു. അങ്ങനെ കൊച്ചിരാജ്യപ്രജാമണ്ഡലം രൂപമെടുത്തു (അതിനുമുമ്പത്തെ

കോൺഗ്രസ് സംഘടനയുടെ പേര് കൊച്ചിൻ കോൺഗ്രസെന്നായിരുന്നു; ആ പേരിലാണ് അവർ 1938 ൽ തിരഞ്ഞെടുപ്പിനു നിന്നതും ജയിച്ച് മന്ത്രിസ്ഥാനം സ്വീകരിച്ചതും). ഈ പുതിയ സംഘടനയുടെ ഉത്ഭവം വലതുപക്ഷ കോൺഗ്രസിന്റെ സന്ധിനയത്തിനെതിരായിട്ടായിരുന്നതിനാൽ അത് പാർലമെന്ററി പരിപാടിക്കുതന്നെ എതിരായ ഒരു നിലയാണംഗീകരിച്ചത്: 10,000 മെംബർമാരെ ചേർക്കുകയും 100 പ്രാദേശികക്കമ്മിറ്റികൾ ഉണ്ടാവുകയും ചെയ്യുന്നതുവരെ പ്രജാമണ്ഡലം ഒരു തിരഞ്ഞെടുപ്പിലും പങ്കുകൊള്ളുകയില്ലെന്ന് ഒരു തീരുമാനമെടുത്തു. മാത്രമല്ല, അന്നു നടന്നിരുന്ന യുദ്ധപ്രചാരവേലയ്ക്കെതിരായി ഒരുറച്ച നയമെടുക്കുകയും അക്കാര്യത്തിൽ ഗവൺമെന്റിലെ വലതുപക്ഷ കോൺഗ്രസ് നേതാക്കന്മാർ തന്നെയും എടുത്ത നിലയെ ശക്തിയായെതിർക്കുകയും ചെയ്തു. ഇതിന്റെ ഫലമായി ഇരിങ്ങാലക്കുടയിൽ വെച്ച് കൂടാൻ നിശ്ചയിച്ച അതിന്റെ ഒന്നാം സമ്മേളനം ഗവൺമെന്റ് നിരോധിച്ചു. എന്നാൽ ആ നിരോധനം വകവയ്ക്കാതെ സമ്മേളനം നടത്താൻതന്നെ പ്രവർത്തകർ തീരുമാനിക്കുകയും സമ്മേളനം നടത്തുകയും ചെയ്തു. പോലീസ്മർദനം നേരിട്ടുകൊണ്ടു നടത്തിയ ആ സമ്മേളനമാണ് കൊച്ചിയിൽ അടുത്തകാലത്തുനടന്ന സമരങ്ങളിൽ ആദ്യത്തെ സംഭവം.

ഇതിനെത്തുടർന്ന് 1942 ലെ സമരം നടന്നു. ആഗസ്റ്റ് മാസത്തിൽ തൃശ്ശൂരിൽ നടന്ന ലാത്തിച്ചാർജ്, വലതുപക്ഷ കോൺഗ്രസ് നേതാക്കന്മാരടക്കം കോൺഗ്രസുകാരെയൊക്കെ അറസ്റ്റുചെയ്തതും മറ്റു സംഭവങ്ങളും കൊച്ചിയിലെ ചെറുപ്പക്കാരെ പിടിച്ചുകുലുക്കി. സ്കൂളുകളിലും കോളജുകളിലുമുള്ള വിദ്യാർഥികളും ജോലികളിലേർപ്പെട്ട ചെറുപ്പക്കാരും രാഷ്ട്രീയരംഗത്തിലിറങ്ങി. നേതാക്കന്മാരെ അറസ്റ്റ്ചെയ്താലും സമരം തുടരണമെന്ന ഉദ്ദേശത്തോടെ രഹസ്യമായി പ്രവർത്തിക്കുന്ന സമരസംഘടനകൾ ഉയർന്നുവന്നു. കൊച്ചിയുടെ ചരിത്രത്തിൽ മുമ്പൊന്നുമുണ്ടായിട്ടില്ലാത്തത്ര വൻതോതിലുള്ള ഒരു സമരം നടന്നു.

പക്ഷേ, ഇതിനൊരു ദൗർബല്യമുണ്ടായിരുന്നു: പ്രജാമണ്ഡലത്തിന്റെ ഇരിങ്ങാലക്കുട സമ്മേളനത്തിൽ പങ്കുകൊണ്ടവരിൽ ഭൂരിപക്ഷം ഇതിലുണ്ടായിരുന്നില്ല. അവർ കമ്യൂണിസ്റ്റ്പരിപാടി സ്വീകരിക്കുകയും ഇന്ത്യയുടെനേരേ ഫാസിസ്റ്റാക്രമണം നടക്കാനിടയുള്ള സന്ദർഭത്തിൽ സമരം നടത്തുന്നതു തെറ്റാണെന്നു വിശ്വസിക്കുകയും ചെയ്തിരുന്നതിനാൽ അവർ ഈ സമരപരിപാടിയിൽ നിന്നൊഴിഞ്ഞുനിന്നു. നേതാക്കന്മാരെ അറസ്റ്റ്ചെയ്തതിലും മറ്റുതരത്തിൽ ദേശീയപ്രസ്ഥാനത്തെ അടിച്ചമർത്തുന്നതിലും നാട്ടുകാർക്കുള്ള അമർഷം നശീകരണപ്രവൃത്തികളുടെ രൂപം കൈക്കൊണ്ടാലുണ്ടാവുന്ന ഭവിഷ്യത്തിനെക്കുറിച്ച് അവർ നാട്ടുകാർക്കും കോൺഗ്രസുകാർക്കും താക്കീതുനൽകി. ഇതിന്റെ ഫലമായി മറ്റിടങ്ങളിലെന്നപോലെ കൊച്ചിയിലും കമ്യൂണിസ്റ്റുകാർ പോലീസേജന്റന്മാരാണെന്നും മറ്റുമുള്ള പ്രചാരവേല കോൺഗ്രസുകാർ

ചെയ്തു; ജാപ്പ്ഫാസിസത്തിനും ബ്രിട്ടീഷ് സാമ്രാജ്യാധിപത്യത്തിനും കൊച്ചിയിലെ സ്വേച്ഛാധിപത്യത്തിനുമെതിരായി യോജിച്ചുനിന്നു പൊരുതേണ്ട പ്രവർത്തകന്മാർ പരസ്പരം (ജാപ്പേജന്റും ബ്രിട്ടീഷേജന്റും) പഴിച്ചുനടന്നു.

ഈ ദൗർബല്യമുണ്ടെങ്കിലും ഇരുകൂട്ടരും തങ്ങളുടെ പ്രവർത്തനം ശക്തിയായി നടത്തുകയും സംഘടന ശക്തിപ്പെടുത്തുകയും ചെയ്തു. അന്തിക്കാട്, ആമ്പല്ലൂർ, സീതാറാം മിൽ മുതലായ സ്ഥലങ്ങളിലെ തൊഴിലാളികളുടെ ഇടയിൽ കമ്യൂണിസ്റ്റുകാരും എറണാകുളം, ടാറ്റാപുരം മുതലായ സ്ഥലങ്ങളിൽ സോഷ്യലിസ്റ്റുകാരും പ്രവർത്തിച്ചു. തൊഴിലാളിപ്രസ്ഥാനമാകെ വളർന്നു. അതുപോലെതന്നെ വിദ്യാർഥികളുടെ ഇടയിലും ഇരുകൂട്ടരും പ്രവർത്തിച്ചു; വിദ്യാർഥികോൺഗ്രസിന്റെയും വിദ്യാർഥി ഫെഡറേഷന്റെയും ഘടകങ്ങൾ വളർന്നുവന്നു. കമ്യൂണിസ്റ്റുകാരുടെയും സോഷ്യലിസ്റ്റുകാരുടെയും പത്രങ്ങളും സാഹിത്യങ്ങളും നാട്ടിൽ പ്രചരിക്കുകയും രണ്ടു പാർട്ടികളുടെയും ഘടകങ്ങൾ നാട്ടിലെല്ലായിടത്തും സ്ഥാപിക്കുകയും ചെയ്തു. ഈ ഘടകങ്ങളൊക്കെ പരസ്പരം ആക്ഷേപിക്കുകയും എതിർക്കുകയും ചെയ്തുകൊണ്ടാണ് പ്രവർത്തിച്ചിരുന്നതെങ്കിലും അവയെല്ലാം നാട്ടിലെ രാഷ്ട്രീയപ്രബുദ്ധതയെയും പ്രവർത്തകന്മാരുടെ ഇടതുപക്ഷമനോഭാവത്തെയും സഹായിച്ചു.

യുദ്ധം അവസാനിച്ചതിനുശേഷം ഇന്ത്യയിലാകെ ഒരു പുതിയ വിപ്ലവമനോഭാവം പടർന്നുപിടിക്കാൻ തുടങ്ങിയപ്പോൾ, ഐ എൻ എ പ്രകടനങ്ങൾ, ആർ ഐ എൻ പണിമുടക്കം മുതലായവ ഇന്ത്യയുടെ മറ്റുഭാഗങ്ങളിൽ നടക്കാൻ തുടങ്ങിയപ്പോൾ, അതിന്റെ കാറ്റ് കൊച്ചിയിലും വീശി. പരസ്പരമുള്ള എതിർപ്പ് തികച്ചും ഇല്ലാതായിട്ടില്ലെങ്കിലും കമ്യൂണിസ്റ്റുകാരും സോഷ്യലിസ്റ്റുകാരും പ്രജാമണ്ഡലക്കാരും പലകാര്യങ്ങളിലും യോജിച്ചു പ്രവർത്തിക്കാൻ തുടങ്ങി. ഇന്ത്യയുടെ ഭരണസമ്പ്രദായത്തിലാകെ മാറ്റംവരാൻ തുടങ്ങിയ സന്ദർഭത്തിൽ കൊച്ചിയുടെ ഭരണസമ്പ്രദായവും മാറണമെന്നും പൂർണമായ ഉത്തരവാദഭരണം ഉടൻ സ്ഥാപിക്കണമെന്നും എല്ലാവരും യോജിച്ചാവശ്യപ്പെട്ടു. ഈ ആവശ്യത്തിനുള്ള ബഹുജനപിൻബലം കാണിക്കാൻ ഒരു പ്രത്യേകദിനം (1121 കർക്കിടകം 13) തന്നെ കൊണ്ടാടി; പരിപൂർണമായ ഹർത്താൽ, ഫാക്ടറികളിലും വിദ്യാലയങ്ങളിലും സ്ട്രൈക്ക്, തെരുവുകളിൽ പ്രകടനങ്ങൾ– ചുരുക്കത്തിൽ ഉദ്യോഗസ്ഥമേധാവിത്വത്തെ വിറകൊള്ളിക്കുന്ന സംഭവങ്ങൾ നാടാകെ നടന്നു. നിയമസഭയിലുള്ള പ്രജാമണ്ഡലം പ്രതിനിധികൾ സഭാനടപടികൾ ബഹിഷ്കരിക്കാൻ തീരുമാനിക്കുകയും ഉത്തരവാദഭരണം നേടാനുള്ള ഒരു സമരത്തിനൊരുക്കുകൂട്ടാൻ തുടങ്ങുകയും ചെയ്തു.

ഈ സന്ദർഭത്തിലാണ് കൊച്ചിമഹാരാജാവ് തന്റെ വിളംബരം പുറപ്പെടുവിച്ചത്. ആ വിളംബരത്തിൽ ഉത്തരവാദഭരണം അനുവദിക്കാനുള്ള

തന്റെ ഉദ്ദേശം വ്യക്തമാക്കുക മാത്രമല്ല, ഉടൻതന്നെ മന്ത്രിമാരുടെ എണ്ണവും അവരുടെ ഭരണാധികാര പരിധിയും വിപുലമാക്കുകകൂടി ചെയ്തു. ഉത്തരവാദഭരണത്തിന്റെ ഭരണഘടന തയ്യാറാക്കാൻ ഒരു കമ്മിറ്റിയെ നിയമിക്കുകയും ചെയ്തു. ഇങ്ങനെ ഇടക്കാല ഗവൺമെന്റും ഉത്തരവാദഭരണത്തിനുള്ള പ്രാരംഭനടപടികൾ തുടങ്ങലും വന്നതോടുകൂടി പ്രജാമണ്ഡലത്തിന്റെ വലതുവിഭാഗം തൃപ്തിപ്പെട്ടു. പോരെങ്കിൽ, അതേ പ്രഖ്യാപനത്തിൽ ഐക്യകേരളാദർശത്തോടു തനിക്കുള്ള ആനുകൂല്യവും മഹാരാജാവ് വ്യക്തമാക്കി. ഇതോടുകൂടി കൊച്ചിമഹാരാജാവിന്റെ മഹാമനസ്കതയെയും ദേശാഭിമാനത്തെയും പുകഴ്ത്തുന്നത് കൊച്ചിയിലെ മാത്രമല്ല മലബാറിലെയും തിരുവിതാംകൂറിലെയും കോൺഗ്രസുകാരുടെയും നയമായിത്തീർന്നു.

അങ്ങനെ ഒരിക്കൽക്കൂടി ചരിത്രം ആവർത്തിച്ചു. പ്രജാമണ്ഡലം ഭരണപരിഷ്കാരം സ്വീകരിച്ചു. പ്രജാമണ്ഡലത്തിന് രണ്ടും എസ് എൻ ഡി പി ക്ക് ഒന്നും കൊച്ചിൻ സ്റ്റേറ്റ്കോൺഗ്രസിന് ഒന്നും പ്രാതിനിധ്യമുള്ള ഒരു മന്ത്രിസഭ രൂപീകരിച്ചു. പ്രജാമണ്ഡലത്തിന്റെ ലക്ഷ്യമായ ഉത്തരവാദ ഭരണം നേടിയെന്ന് നേതാക്കന്മാർ പെരുമ്പറയടിച്ചു. ഇതെല്ലാം വെറും പൂച്ചുവിദ്യയാണെന്നും, കൊച്ചിമഹാരാജാവിന്റെ ഐക്യകേരളവും ഉത്തരവാദഭരണവും ബ്രിട്ടീഷ്കമ്മട്ടത്തിലടിച്ച കള്ളനാണ്യങ്ങളാണെന്നും പറഞ്ഞ കമ്യൂണിസ്റ്റുകാരെ മന്ത്രിമാരും മറ്റു നേതാക്കന്മാരും നിരുത്തരവാദികളെന്നു പറഞ്ഞാക്ഷേപിച്ചു. മാത്രമല്ല, കമ്യൂണിസ്റ്റ്നേതൃത്വത്തിൽ നടക്കുന്ന തൊഴിലാളിപ്രവർത്തനത്തെയാകെ അടിച്ചമർക്കാനുള്ള പരിപാടികളെ അനുകൂലിക്കാനും അവർ മടിച്ചില്ല. അങ്ങനെ സ്വേച്ഛാധിപത്യത്തിനും നാടുവാഴിമേധാവിത്വത്തിനുമെതിരായി അടിക്കാൻ തുടങ്ങിയ വിപ്ലവക്കാറ്റിനെ—കർക്കിടകം 13 ന്റെ മനോഭാവത്തെ–ഭിന്നിപ്പിച്ച് ശിഥിലമാക്കാൻ ഗവൺമെന്റിനു കഴിഞ്ഞു; നാട്ടുകാരിൽനിന്നൊറ്റപ്പെട്ടു നിന്നിരുന്ന സ്വേച്ഛാധിപത്യം രക്ഷപ്പെട്ടു.

പക്ഷേ ഇതിനിടയ്ക്ക് പ്രജാമണ്ഡലത്തിലെ സാധാരണ മെംബർമാർക്ക് മഹാരാജാവിന്റെ ഭരണപരിഷ്കാരം പൊള്ളയാണെന്നു മനസ്സിലാവാൻ തുടങ്ങി. ഉത്തരവാദഭരണമെന്നതുകൊണ്ട് തങ്ങളുദ്ദേശിക്കുന്നതെന്തോ, അതൊന്നും സാധിക്കുന്നില്ലെന്നു മാത്രമല്ല, അതിനെല്ലാം എതിരായ നടപടികൾക്ക് തങ്ങളുടെ നേതാക്കന്മാരുടെയും സംഘടനയുടെയും ആനുകൂല്യം കൊടുക്കുകകൂടി ചെയ്യേണ്ടിവരുന്നുണ്ടെന്നു കണ്ട് ക്രമേണ അവർ അസംതൃപ്തരാവാനും തുടങ്ങി. ആദ്യകാലത്തൊക്കെ മഹാരാജാവിന്റെ ഉത്തരവാദഭരണം ഒരു കള്ളനാണ്യമാണെന്നു പറഞ്ഞ കമ്യൂണിസ്റ്റ്നേതാക്കന്മാർക്ക് നിരോധനാജ്ഞകൾ കിട്ടാനും അവരെ അറസ്റ്റുചെയ്യാനും തുടങ്ങിയതോടുകൂടി കമ്യൂണിസ്റ്റുകാരെ മാത്രമല്ല, ജനാധിപത്യവാദികളായവരെ മുഴുവൻ അടിച്ചമർത്തുകയാണ് ഗവൺമെന്റ്നയമെന്നു വ്യക്തമായി. അപ്പോൾ, സ്വാഭാവികമായി പ്രജാമ

ണ്ഡലത്തിന്റെ നയം മാറ്റണമെന്ന ആവശ്യം പൊന്തിവന്നു; പൂർണ ഉത്തരവാദഭരണം നേടാനുള്ള ഒരു ബഹുജനപ്രസ്ഥാനം ഒരിക്കൽക്കൂടി പൊന്തിവരാൻ തുടങ്ങി. കമ്യൂണിസ്റ്റ്–സോഷ്യലിസ്റ്റ്–പ്രജാമണ്ഡലൈക്യത്തിന്റെ അടിസ്ഥാനത്തിലുള്ള പ്രകടനങ്ങളും സമരങ്ങളും നടന്നു.

ഈ ഘട്ടത്തിലാണ് മറ്റൊരു ഭരണപരിഷ്കാരം വന്നത്. ഇതനുസരിച്ച് എല്ലാ വകുപ്പുകളും മന്ത്രിമാർക്കു വിട്ടുകൊടുത്തു. പക്ഷേ പോലീസ്, പട്ടാളം മുതലായ ചില വകുപ്പുകളുടെ ഉത്തരവാദിത്വമുള്ള മന്ത്രി നിയമസഭയോടല്ല, മഹാരാജാവിനോടാണ് ഉത്തരവാദപ്പെട്ടിരിക്കുക. ഇങ്ങനെ യഥാർഥ ജനകീയ പ്രതിനിധിയല്ലാത്ത ഒരാളെ, 'മന്ത്രി'യെന്ന പേരു കൊടുത്ത്, മന്ത്രിസഭ രൂപീകരിക്കുന്നത് ഉത്തരവാദഭരണമല്ലെന്നും അത് വലിയൊരു വഞ്ചനയാണെന്നും ഇടതുപക്ഷക്കാർ പറഞ്ഞതൊന്നും പ്രജാമണ്ഡലം നേതാക്കന്മാർ സ്വീകരിച്ചില്ല. നേരേമറിച്ച് പൂർണമായ ഉത്തരവാദഭരണം കിട്ടിയെന്നവർ വാദിക്കുകയും ബഹുജനപ്രസ്ഥാനത്തിനെതിരായി ഉദ്യോഗസ്ഥമേധാവിത്വത്തെ തികച്ചും അനുകൂലിക്കുകയും ചെയ്തു; എറണാകുളം കോളജിലെ വിദ്യാർഥികൾക്കെതിരായി ഉദ്യോഗസ്ഥമേധാവികൾ എടുത്ത നടപടികളെ വിദ്യാഭ്യാസമന്ത്രി പനമ്പിള്ളി ശരിവച്ചു. ഇങ്ങനെ ഉദ്യോഗസ്ഥമേധാവിത്വത്തെ തികച്ചും അനുകൂലിക്കുന്ന പ്രജാമണ്ഡലം നേതൃത്വത്തിനെതിരായി വളരെ ശക്തിയായി പൊതുജനാഭിപ്രായം പൊന്തിവന്നു; പനമ്പിള്ളി മന്ത്രിസഭയെക്കാൾ ഭേദം ഉദ്യോഗസ്ഥമേധാവിത്വമാണെന്ന അഭിപ്രായം പോലും പരന്നു.

ഈ ഘട്ടത്തിലാണ് ഭരണപരിഷ്കാരം അതിന്റെ തനിനിറം പുറത്തു കാണിച്ചത്. കമ്യൂണിസ്റ്റുകാർക്കെതിരായി മാത്രമല്ല എല്ലാ ജനാധിപത്യവാദികൾക്കുമെതിരായി മർദനനയമാണതനുസരിക്കാൻ പോകുന്നതെന്നു വ്യക്തമാക്കിക്കൊണ്ട്, എറണാകുളം രാജേന്ദ്രമൈതാനത്തുവെച്ചുകൂടിയ ഒരു പൊതുയോഗത്തിൽ ലാത്തിച്ചാർജ് നടത്തി; അതിൽ പ്രജാമണ്ഡലം പ്രവർത്തകന്മാർക്ക് പരിക്കേറ്റുവെന്നു മാത്രമല്ല, അടിച്ച പോലീസുകാർ പ്രജാമണ്ഡലത്തെക്കൂടി തെറിപറഞ്ഞുകൊണ്ടാണ് തങ്ങളുടെ പണി നടത്തിയിരുന്നത്. ഇതു കണ്ടുകൊണ്ടിരിക്കാൻ പ്രജാമണ്ഡലം മന്ത്രിമാർക്കുകൂടി നിവൃത്തിയില്ലാതായതിനാൽ അവർ ഈ സംഭവത്തെക്കുറിച്ചൊരു പരസ്യാന്വേഷണം നടത്തണമെന്നാവശ്യപ്പെടുകയും അതു നിരസിച്ചപ്പോൾ രാജിവയ്ക്കുകയും ചെയ്തു. ഇതിനെത്തുടർന്ന് പോലീസ്മന്ത്രിയായ ടി കെ നായരുടെ നേതൃത്വത്തിലൊരു പുതിയ മന്ത്രിസഭ സ്ഥാപിക്കുകയും ഉത്തരവാദഭരണത്തിന്റെ ഭരണഘടന തയ്യാറാക്കാനുള്ള പ്രവർത്തനം മന്ദീഭവിപ്പിക്കുകയും ചെയ്തു.

ഇത് പ്രജാമണ്ഡലത്തിന്റെ സാധാരണമെംബർമാരിൽ വലിയൊരു ഭൂരിപക്ഷത്തിന്റെ കണ്ണു തുറപ്പിച്ചു. ടി കെ നായർ മന്ത്രിസഭയ്ക്കെതിരായും എല്ലാ വകുപ്പുകളും മന്ത്രിസഭയ്ക്കു വിട്ടുകൊടുക്കണമെന്ന

ആവശ്യത്തിനുവേണ്ടിയും അവർ പ്രക്ഷോഭം നടത്താൻ തുടങ്ങി. കമ്യൂണിസ്റ്റുകാരും സോഷ്യലിസ്റ്റുകാരുമായി സഹകരിച്ചു പ്രവർത്തിക്കണമെന്നും അങ്ങനെ മാത്രമേ ജനാധിപത്യഭരണത്തിനുവേണ്ടി പോരാടാൻ കഴിയുകയുള്ളുവെന്നും അവർക്കു ക്രമേണ ബോധ്യപ്പെടാൻ തുടങ്ങി. പക്ഷേ അവരുടെ നേതാക്കന്മാർ പിന്നെയും സന്ധിമനോഭാവത്തോടെയാണു പ്രവർത്തിച്ചത്. പ്രജാമണ്ഡലം പ്രധാനമന്ത്രിയായിരുന്ന പനമ്പിള്ളി തന്റെ മന്ത്രിസഭയെ പുറത്താക്കി രൂപീകരിച്ച ടി കെ നായർ മന്ത്രിസഭയെ അഭിനന്ദിച്ചുകൊണ്ടും അതിനു വിജയമാശംസിച്ചു കൊണ്ടും ഒരു കത്തെഴുതി. മാത്രമല്ല, ടി കെ നായർ മന്ത്രിസഭയെയും അതിനു പിന്നിൽ നിൽക്കുന്ന സ്വേച്ഛാധിപത്യത്തെയും ഫലപ്രദമായെതിർക്കാൻ നാട്ടുകാരോടാവശ്യപ്പെടാതെ, നിയമസഭയിലെ അവിശ്വാസ പ്രമേയങ്ങൾകൊണ്ടും മറ്റും വീണ്ടും പ്രജാമണ്ഡലം മന്ത്രിസഭ രൂപീകരിക്കാനാണവർ ശ്രമിക്കുന്നത്.

പ്രജാമണ്ഡലം നേതൃത്വത്തിന്റെ ഈ സന്ധിമനോഭാവമുപയോഗിച്ചാണ് ഏറ്റവും പിന്തിരിപ്പനായ ഒരു ഭരണഘടന നടപ്പിൽവരുത്താൻ ഗവൺമെന്റ് ശ്രമിക്കുന്നത്. പ്രായപൂർത്തി വോട്ടവകാശത്തിന്റെ അടിസ്ഥാനത്തിൽ തിരഞ്ഞെടുക്കപ്പെടുന്ന ഒരു ജനപ്രതിനിധിസഭ വിളിച്ചുകൂട്ടി ജനാധിപത്യപരമായ ഒരു ഭരണഘടന തയാറാക്കുന്നതിനുപകരം സ്വകാര്യതാൽപ്പര്യക്കാരുടെ വരുതിക്കനുസരിച്ചുമാത്രം പ്രവർത്തിക്കുന്ന ഒരു ഭരണഘടന മഹാരാജാവിന്റെ വിളംബരം മുഖേന നടപ്പിൽ വരുത്തുകയാണ് അവരുടെ പ്ലാൻ. ഇതിന്റെ നേരേ പ്രജാമണ്ഡലത്തിനുള്ള നില ഇതെഴുതുന്ന സമയത്ത് വ്യക്തമാക്കിയിട്ടില്ലെങ്കിലും അതിനെ അനുകൂലിച്ചുകൊണ്ടുള്ള ഒരു പ്രസ്താവന പനമ്പിള്ളി പുറപ്പെടുവിച്ചുകഴിഞ്ഞിരിക്കുന്നു. അങ്ങനെ ഒരിക്കൽക്കൂടി പ്രജാമണ്ഡലം നേതൃത്വം സ്വേച്ഛാധിപത്യത്തിനു കീഴടങ്ങുന്ന ലക്ഷണങ്ങളാണു കാണുന്നത്.

ഇതിനെ എതിർത്തു തോൽപ്പിക്കാൻ ഇടതുപക്ഷ പാർട്ടികൾക്കു കഴിയുമോ; കമ്യൂണിസ്റ്റ്, സോഷ്യലിസ്റ്റ് പാർട്ടികളും പ്രജാമണ്ഡലത്തിലെ സാധാരണമെംബർമാരും, പുലയമഹാസഭ മുതലായ പാവപ്പെട്ടവരുടെ സംഘടനകളും മറ്റു ബഹുജനസംഘടനകളും ചേർന്ന് ഒരു പുതിയ ജനാധിപത്യമുന്നണി കെട്ടിപ്പടുക്കാനുള്ള ശ്രമം വിജയിക്കുമോ; അതോ പ്രജാമണ്ഡലത്തിന്റെ വലതുപക്ഷ നേതൃത്വത്തിന്റെ സന്ധിമനോഭാവം ഉപയോഗിച്ച് ഈ പിന്തിരിപ്പൻ ഭരണഘടന നടപ്പിൽ വരുത്താൻ ഗവൺമെന്റിനു കഴിയുമോ എന്ന് ഇനിയും പറയാറായിട്ടില്ല. എന്തായാലും കൊച്ചിയെയും കേരളത്തെയും ബാധിക്കുന്ന ഒരു പ്രധാന പ്രശ്നമാണതെന്നതിനു സംശയമില്ല.

ഒരു പുതിയ കേരളം

ഒരു കാൽനൂറ്റാണ്ടുകാലമായി കേരളത്തിൽനടന്ന സമുദായപരിഷ്

കാര പ്രസ്ഥാനത്തെയും രാഷ്ട്രീയസ്വാതന്ത്ര്യപ്രസ്ഥാനത്തെയുമാണ് ഇതേവരെ നാം പരിശോധിച്ചത്. അതിന്റെ ഫലമായി ഒരു പുതിയ കേരളം ഉയർന്നുവരുന്നുണ്ടെന്നും പഴയ കേരളത്തിന്റെ അസ്തിവാരംതന്നെ ഇടിഞ്ഞുതകർന്നുവരികയാണെന്നുമുള്ള അനിഷേധ്യമായ തീരുമാനത്തിൽ നാമെത്തിയിരിക്കുന്നു: ബ്രിട്ടീഷുകാർ ഇവിടെ അധികാരം സ്ഥാപിക്കുന്നതിനുമുമ്പ് നിലവിലുണ്ടായിരുന്ന ജാതി–ജന്മി–നാടുവാഴി മേധാവിത്വത്തിനും അതിനെത്തുടർന്നുവന്ന ബ്രിട്ടീഷ്ഭരണത്തിനുമെതിരായി പോരാടുന്ന ഒരു പുതിയ മലയാളി ഉയർന്നുവന്നിരിക്കുന്നു.

ഇതുപോലെ തമിഴ്നാട്, ആന്ധ്ര, കർണാടകം എന്നീ അയൽ സംസ്ഥാനങ്ങളിലും ബംഗാൾ, മഹാരാഷ്ട്ര, യു പി മുതലായ ദൂര സംസ്ഥാനങ്ങളിലും സ്വാതന്ത്ര്യ, ജനാധിപത്യ പ്രസ്ഥാനങ്ങൾ വളർന്നുവന്നിരുന്ന ഒരു കാലഘട്ടത്തിലാണ് കേരളവും ഉയിർത്തെഴുന്നേറ്റത്. ലോകത്തിലെ ഏറ്റവും വലിയ സാമ്രാജ്യകോയ്മയായ ബ്രിട്ടന്റെ കീഴിൽ എല്ലാത്തരത്തിലും അടിച്ചമർത്തപ്പെട്ടുകൊണ്ടാണ് കിടക്കുന്നതെങ്കിലും, ഇന്ത്യക്കാരതിനു കീഴടങ്ങുകയില്ലെന്നും അതിനെതിരായി ഉശിരോടുകൂടി പോരാടുമെന്നും തെളിഞ്ഞു; 1921, 1930–32, 1940–42 എന്ന മൂന്നു വൻസമരങ്ങൾ മുഖേനയും ഒട്ടേറെ ചെറുസമരങ്ങളിലൂടെയും ഇന്ത്യൻ ജനതയുടെ അനശ്വരമായ സ്വാതന്ത്ര്യബോധം പ്രത്യക്ഷപ്പെട്ടു. അവസാനം 1947 ആഗസ്റ്റ് 15–ാം തീയതി ഔപചാരികമായി ബ്രിട്ടീഷ്ഭരണം ഇന്ത്യ വിട്ടുപോവുകയും ഇന്ത്യൻ ജനപ്രതിനിധികൾ ഭരണഭാരം ഏറ്റെടുക്കുകയും ചെയ്തു. നാട്ടുരാജ്യങ്ങളിൽ മിക്കതും ഇന്ത്യൻ യൂണിയന്റെ പൊതുനിയന്ത്രണത്തിൽ പ്രവർത്തിക്കാമെന്നും ആഭ്യന്തരഭരണകാര്യത്തിൽ ജനാധിപത്യപരമായ പരിഷ്കാരങ്ങൾ നടപ്പിൽ വരുത്താമെന്നും സമ്മതിച്ചു.

ഇങ്ങനെ ഔപചാരികമായിട്ടെങ്കിലും സ്വാതന്ത്ര്യവും ജനാധിപത്യവുമനുവദിക്കാൻ ബ്രിട്ടീഷ് സാമ്രാജ്യാധികാരികളെയും നാട്ടുരാജാക്കന്മാരെയും നിർബന്ധിച്ച ഇന്ത്യൻ ദേശീയപ്രസ്ഥാനത്തിൽ അഭിമാനാവഹമായ ഒരു പങ്കാണ് കേരളം വഹിച്ചിട്ടുള്ളത്. അവസാനം സമുദായ ലഹളയായി മാറിയെങ്കിലും ബ്രിട്ടീഷ്ഭരണത്തിനെതിരായ സായുധസമരമെന്ന നിലയ്ക്കു തുടങ്ങിയ 1921 ലെ മലബാർ ലഹള; 1930–32 ലും 1940–42 ലും നടന്ന കോൺഗ്രസ്സ് സമരങ്ങൾ; 1940 സെപ്റ്റംബർ 15 ന്റെ ചെറുത്തുനിൽപ്പും കയ്യൂർ സംഭവവും; 1938 ലെ തിരുവിതാംകൂർസമരം; 1946 ലെ പുന്നപ്ര–വയലാർ സമരം; വടക്കേ മലബാറിലെയും അന്തിക്കാട്ടെയും മറ്റും തൊഴിലാളി–കർഷകസമരങ്ങൾ—ഇവയോരോന്നും ഇന്ത്യൻ ദേശീയ പ്രസ്ഥാനത്തിന്റെ ചരിത്രത്തിൽ പ്രാധാന്യമർഹിക്കുന്ന സംഭവങ്ങളാണ്. മറ്റു ജനവിഭാഗങ്ങളെപ്പോലെ മലയാളികളും സ്വതന്ത്രവും ജനാധിപത്യപരവുമായ ഒരു പുതിയ ഇന്ത്യയ്ക്കുവേണ്ടിയുള്ള സമരത്തിൽ അങ്ങേയറ്റം വിപ്ലവപരമായും ത്യാഗമനോഭാവത്തോടുകൂടിയും പ്രവർത്തിക്കാൻ തയ്യാറുണ്ടെന്നു തെളിയിക്കുന്ന സംഭവങ്ങ

ളാണിവ.

എന്നാൽ കഴിഞ്ഞ കാൽനൂറ്റാണ്ടുകാലത്ത് ഇന്ത്യൻ ദേശീയപ്രസ്ഥാനത്തെ സഹായിക്കുകയും അതിന്റെ ഭാഗമായി ഇവിടത്തെ ബഹുജനങ്ങളെ ഉണർത്തി സംഘടിപ്പിക്കുകയും മാത്രമല്ല മലയാളി ചെയ്തിട്ടുള്ളു. സ്വന്തം ജീവിതത്തിലും വിനോദങ്ങളിലും വേഷവിധാനങ്ങളിലും ഭക്ഷണരീതിയിലും, ചുരുക്കത്തിൽ, ജീവിതത്തിന്റെ എല്ലാ തുറകളിലും വമ്പിച്ച മാറ്റം അയാൾ വരുത്തിയിട്ടുണ്ട്; സാഹിത്യം, സംഗീതം, കലകൾ മുതലായവയെ സംബന്ധിച്ചെല്ലാം നാൽപ്പതു കൊല്ലം മുമ്പ് അയാൾക്കുണ്ടായിരുന്ന ധാരണകളും അഭിപ്രായങ്ങളും പാടേ മാറിയിരിക്കുന്നു; സംസ്കാരപരമായ പഴയ സ്ഥാപനങ്ങൾ പോയി പുതിയ സ്ഥാപനങ്ങൾ വന്നിരിക്കുന്നു; ചുരുക്കത്തിൽ, മലയാളി സ്വയം മാറിയിരിക്കുന്നു.

ഉദാഹരണത്തിന്, നമുക്ക് വേഷവിധാനമെടുക്കുക. തലനിറയെ കുടുമവച്ച് അതു കോതിക്കെട്ടിയ സവർണഹിന്ദുവും തലമൊട്ടയടിച്ച് താടിവളർത്തിയ മുസ്ലിമും ഇന്നത്തെ പുതിയ തലമുറയിൽ കാണാൻ പ്രയാസമാണ്. രണ്ടുപേരും ക്രോപ്പും മുഖക്ഷൗരവും ചെയ്ത് നടക്കുകയാണ്. അതുപോലെ പിന്നിൽ ഞൊറിഞ്ഞുടുക്കുന്ന ക്രിസ്ത്യൻ സ്ത്രീയും 'കാച്ചി' തുണിയുടുക്കുന്ന മുസ്ലിം സ്ത്രീയും ഒന്നരയും മുണ്ടും ഉടുക്കുന്ന നായർ സ്ത്രീയും 'ഒക്കും കൊളത്തും' വച്ചുടുക്കുന്ന നമ്പൂതിരി സ്ത്രീയുമൊക്കെ ബ്ലൗസും സാരിയും ഉടുക്കാൻ തുടങ്ങിയിരിക്കുന്നു; പുലയസ്ത്രീകൾ പോലും അവരുടെ 'കല്ലും മാലയും' ഉപേക്ഷിച്ചു തുടങ്ങിയിരിക്കുന്നു; കോട്ടും തലപ്പാവും ധരിച്ചിരുന്ന ഉദ്യോഗസ്ഥന്മാരും പ്രമാണികളും ജുബ്ബയും ഷാളും സ്വീകരിച്ചിരിക്കുന്നു. ചുരുക്കത്തിൽ, വേഷധാരണവിഷയത്തിൽ മലയാളികൾ തമ്മിൽ തമ്മിൽ ജാതിയെ അടിസ്ഥാനമാക്കി ഉണ്ടായിരുന്ന വ്യത്യാസങ്ങൾ പോയി ഐക്യരൂപംവരാനും മലയാളിയും അന്യദേശീയരും തമ്മിലുണ്ടായിരുന്ന വ്യത്യാസംതന്നെ കുറയാനും തുടങ്ങിയിരിക്കുന്നു.

ഇതുപോലെ കലകളും വിനോദങ്ങളുമെടുക്കുക. സവർണഹിന്ദുവിന്റെ കഥകളി, ഓട്ടൻതുള്ളൽ, പാഠകം, ചാക്യാർകൂത്ത് മുതലായവ; മുസ്ലിമിന്റെ പരിശമുട്ടുകളിയും കോൽക്കളിയും, ക്രിസ്ത്യാനിയുടെ ചവിട്ടുനാടകം; തീയരുടെ (വടക്കേ മലബാറിൽ) പൂരക്കളി; ചെറുമക്കളുടെ കളികൾ—ഇതെല്ലാം തീരെ നശിച്ചുകഴിയുകയോ നശിച്ചുവരികയോ ആണ്. പകരം സംഗീതനാടകങ്ങളും സിനിമകളും വളർന്നുവരികയാണ്. ഇന്ന് ഏതു നാട്ടിൻപുറത്തു ചെന്നുനോക്കിയാലും സിനിമാപാട്ടുകൾ പാടിനടക്കുന്ന കുട്ടികളെ കാണാം. ചെറിയ ടൗണുകളിൽപ്പോലും സിനിമാഹാളുകൾ ഉയർന്നുവരുന്നതും ഹാൾ നിറയെ കാണികൾ വരുന്ന എത്രയോ കളികൾ നടക്കുന്നതും കാണാം; വലിയ പട്ടണങ്ങളിലാവട്ടെ, നാലും അഞ്ചും തിയേറ്ററുകളും അവയിലൊക്കെ ദിവസേന രണ്ടും മൂന്നും കളികളും നടക്കുന്നതിനു മുഴുവൻ ആളുകൾ വരുന്നതും

കാണാം. ജാതിസംബന്ധമോ മതസംബന്ധമോ പ്രാദേശികമോ ആയ അതിരുകളും നിരോധനങ്ങളുമൊക്കെ ലംഘിച്ച് മലയാളികൾക്കു മുഴുവൻ ഒരുപോലെ ആസ്വാദ്യമായ ഒരു കലാരൂപം വളർന്നുവരുന്നുണ്ടെന്നു മാത്രമല്ല, അത് മലയാളികളല്ലാത്തവർ കൂടി സ്വീകരിച്ചാസ്വദിച്ചുവരുന്ന സാർവലൗകികമായ ഒരു രൂപമാണെന്നുകൂടി ഇതിൽനിന്നു വ്യക്തമാവുന്നുണ്ടല്ലോ.

സാഹിത്യലോകത്തിൽ ഇത്തരമൊരു മാറ്റം വരാൻ തുടങ്ങിയത് സമുദായപരിഷ്കാരപ്രസ്ഥാനവും രാഷ്ട്രീയപ്രസ്ഥാനവും വളർന്നുവരുന്നതിനുമുമ്പാണ്. അതിനെക്കുറിച്ച് ഈ ഭാഗത്തിന്റെ ആദ്യം ചുരുക്കി വിവരിച്ചിട്ടുണ്ട്. സമുദായപരിഷ്കാരപ്രസ്ഥാനവും രാഷ്ട്രീയപ്രസ്ഥാനവും വളരാൻതുടങ്ങിയതിൽപ്പിന്നെ ആ മാറ്റം കുറെക്കൂടി ത്വരിതവും പ്രബലവുമായ രീതിയിൽ തുടർന്നു. കഴിഞ്ഞ കാൽനൂറ്റാണ്ടുകാലത്തെ മലയാളസാഹിത്യം പരിശോധിച്ചാൽ നാമിതേവരെ വിവരിച്ച ബഹുജനപ്രസ്ഥാനങ്ങളുടെയെല്ലാം അല അതിൽ കാണാം. *നളിനി*, *ലീല* മുതലായ പ്രേമകവിതകളെഴുതിയ കുമാരനാശാൻ *ദുരവസ്ഥ*യെഴുതിയത് സമുദായപരിഷ്കാരപ്രസ്ഥാനത്തിന്റെ പ്രേരണ കൊണ്ടാണെങ്കിൽ, *വാല്മീകിരാമായണം* തർജുമയും *ചിത്രയോഗം* മഹാകാവ്യവുമെഴുതിയ വള്ളത്തോൾ നാരായണമേനോൻ *സാഹിത്യമഞ്ജരി*യെഴുതി മഹാകവിയായത് ദേശീയപ്രസ്ഥാനത്തിന്റെ അലയടിച്ചിട്ടാണ്. മഹാകവി വള്ളത്തോൾ മാത്രമല്ല, അദ്ദേഹത്തിന്റെ അനുയായികളായ വള്ളത്തോൾ ഗോപാലമേനോൻ, കുറ്റിപ്പുറത്ത് കേശവൻ നായർ, നാലപ്പാട്ട് നാരായണമേനോൻ, വിദ്വാൻ സി എസ് നായർ മുതലായ ഒട്ടേറെ മറ്റു സാഹിത്യകാരന്മാരും ദേശീയപ്രസ്ഥാനത്തെ സാഹിത്യത്തിൽ പ്രതിഫലിപ്പിക്കാനും സാഹിത്യംമുഖേന അതിനെ ശക്തിപ്പെടുത്താനും വേണ്ടി പ്രവർത്തിച്ചിട്ടുണ്ട്. അതുപോലെതന്നെ വി ടി ഭട്ടതിരിപ്പാടിന്റെ *രജനീരംഗം*, മൂത്തിരിങ്ങോട്ടിന്റെ *അപ്ഫന്റെ മകൾ*, എം പി ഭട്ടതിരിപ്പാടിന്റെ *ഋതുമതി* മുതലായവ നമ്പൂതിരി സമുദായത്തിലെ സമുദായപരിഷ്കാരപ്രസ്ഥാനത്തിന്റെ ഫലമാണ്. കെ ദാമോദരന്റെ *പാട്ടബാക്കി*യും *രക്തപാന*വും; ഭാസ്കരൻ, കെ പി ജി, പ്രേംജി മുതലായവരുടെ കവിതകൾ; ദാമോദരൻ പൊറ്റെക്കാടിന്റെ കഥകൾ എന്നിവ കമ്യൂണിസ്റ്റ്പ്രസ്ഥാനത്തിന്റെ സാഹിത്യപരമായ പ്രതിഫലനമാണെങ്കിൽ, കേശവ ദേവ്, ബഷീർ, വർക്കി, തകഴി എന്നിവരുടെ കഥകളും കെടാമംഗലം പപ്പുക്കുട്ടിയുടെയും മറ്റും കവിതകളും ഒരു പാർട്ടിയിലും പെടാത്ത ഇടതുപക്ഷക്കാരുടെ ചിന്താഗതിയെ പ്രതിഫലിപ്പിക്കുന്നു. ഇത്തരം പ്രസ്ഥാനങ്ങളിലൊന്നും വരാതെ പൊതുവിൽ പുരോഗമനപരമായ ആശയഗതികൾ പ്രതിഫലിപ്പിക്കുകയും എന്നാൽ പല സന്ദർഭത്തിലും നിരാശാവാദത്തിൽ ചെന്നവസാനിക്കുകയും ചെയ്യുന്ന സാഹിത്യകാരന്മാരാണ് ശങ്കരക്കുറുപ്പ്, ചങ്ങമ്പുഴ മുതലായവർ.

ചുരുക്കത്തിൽ, നമ്മുടെ സാഹിത്യവും സംഗീതവും അഭിനയകലയും പരിശോധിച്ചാൽ രണ്ടു സംഗതികൾ നമുക്ക് വ്യക്തമായി കാണാം:

ഒന്ന്, അവ ആസ്വദിക്കുന്നതിലും നിർമിക്കുന്നതിലും മുമ്പ് പണ്ഡിതന്മാർക്കുണ്ടായിരുന്ന കുത്തക പൊളിഞ്ഞിരിക്കുന്നു. ദിനപത്രങ്ങളും ആഴ്ചപ്പതിപ്പുകളും റേഡിയോ, സിനിമ എന്നിവയും ഏത് പാവപ്പെട്ടവന്റെയും കൈയിലേക്ക് സംസ്കാരത്തെ എത്തിച്ചിരിക്കുന്നു. 'സരിഗമ' പാടിപ്പഠിച്ച സംഗീതവിദ്വാന്മാരെപ്പോലെതന്നെ പാടാനുള്ള അധികാരവും സൗകര്യവും റേഡിയോവും സിനിമയും മുഖേന തെണ്ടിപ്പിള്ളർക്കുപോലും കിട്ടുക; ഏതു നാട്ടിലെയും സംഭാഷണ വിഷയങ്ങളിൽ അശോക് കുമാറും ദേവികാറാണിയും മറ്റു സിനിമാതാരങ്ങളും ഉൾപ്പെടുക; കാവ്യനാടകാലങ്കാരങ്ങൾ പഠിച്ച് വ്യുൽപ്പത്തി സമ്പാദിക്കാത്ത സാധാരണക്കാർപോലും സാഹിത്യസംബന്ധമായ അഭിപ്രായങ്ങൾ പറയത്തക്കവിധം അതിൽ താൽപ്പര്യം പ്രദർശിപ്പിക്കുക—ഇതിനുള്ള സാഹചര്യമാണ് ഇന്നുണ്ടായിട്ടുള്ളത്. ഇതിന്റെ ഫലമായി നാട്ടുകാരുടെ സാംസ്കാരിക നിലവാരമാകെ ഉയർന്നിരിക്കുന്നു.

രണ്ട്, ഇങ്ങനെ കലാസ്വാദകന്മാരുടെയും കലാപ്രേമികളുടെയും വൃത്തം വിപുലമായതോടുകൂടി കലയുടെ രൂപത്തിലും ഉള്ളടക്കത്തിലും മാറ്റം വന്നിരിക്കുന്നു. ദ്വിതീയാക്ഷരപ്രാസം കൂടാതെ എഴുതുന്ന കവിത കവിതയാകുമോ എന്ന വാദകോലാഹലം നടന്നിട്ട് അര നൂറ്റാണ്ടായിട്ടില്ല. ആ വാദകോലാഹലത്തിൽ പുതുമക്കാരുടെ ചേരിയുടെ നേതാവായിരുന്ന കേരളപാണിനി പോലും ഇന്നത്തെ ഗദ്യകവിതകളെ അനുകൂലിക്കുമെന്നു പറയാൻവയ്യ. ഏതു കവിതയെയും സംസ്കൃതപണ്ഡിതന്മാരുടെ വിധി–നിഷേധനിയമങ്ങളുടെ വെളിച്ചത്തിൽ മാത്രം പരിശോധിച്ചിരുന്ന അന്നത്തെ വിമർശകന്മാരെവിടെ, ഇന്നത്തെ വിമർശകന്മാരെവിടെ? ചങ്ങമ്പുഴയും തകഴിയും ഇന്നെഴുതുന്നതൊക്കെ കവിതയ്ക്കും കഥയ്ക്കും വിഷയമാക്കാമെന്ന് പ്രേമഗായകനായിരുന്ന കുമാരനാശാൻ പോലും, ഇന്നദ്ദേഹം ജീവിച്ചിരുന്നെങ്കിൽ, സമ്മതിക്കുമോ എന്തോ! തുഞ്ചത്താചാര്യരുടെ കൃതികളോടു കിടപിടിക്കത്തക്ക പ്രചാരമുള്ള ഏക മലയാളകൃതി ചങ്ങമ്പുഴയുടെ *രമണ*നാണെന്നറിഞ്ഞു നമ്മുടെ മൺമറഞ്ഞ പ്രപിതാമഹന്മാരുടെ പ്രേതങ്ങൾ അരിശം കൊള്ളുന്നുണ്ടാവും.

മലയാളസാഹിത്യത്തിലും മലയാളിബഹുജനങ്ങളുടെ കലാഭിരുചിയിലും വന്ന ഈ മാറ്റത്തിൽ വ്യസനിക്കുന്നവരുണ്ട്. വിശ്വവിഖ്യാതരായ കലാപ്രണയികളുടെ അഭിനന്ദനം നേടിയ കഥകളിയെ അപേക്ഷിച്ച് 'മോശപ്പെട്ട' സിനിമാഭിനയം കണ്ടാസ്വദിക്കുന്ന പാമരന്മാരെ പുച്ഛിക്കുന്നവർ; എൻ എസ് കൃഷ്ണന്റെയും മധുരത്തിന്റെയും 'കോപ്പിരാട്ടികൾ' കണ്ടു രസിക്കുന്ന ബഹുജനങ്ങളെക്കുറിച്ച് വ്യസനിക്കുന്നവർ; പാവപ്പെട്ട തൊഴിലാളികളുടെയും കൃഷിക്കാരുടെയും വികാരങ്ങൾക്കും വിചാര

ങ്ങൾക്കും രൂപം കൊടുക്കാൻ ശ്രമിക്കുന്ന വിപ്ലവസാഹിത്യകാരന്മാരുടെ കൃതികൾക്കു 'രൂപഭദ്രത'യില്ലെന്നാക്ഷേപിക്കുന്നവർ—ഇവരെല്ലാം ബഹുജനങ്ങൾ സാംസ്കരികരംഗത്തിൽ പ്രവേശിക്കുന്നതിനെ എതിർക്കുകയും അത് ഒരുപിടി പണ്ഡിതന്മാരുടെ കുത്തകയാക്കാനാശിക്കുകയും ചെയ്യുന്നവരാണ്. എന്തുകൊണ്ടെന്നാൽ, ബഹുജനങ്ങൾക്കാസ്വദിക്കാൻ കഴിയുന്നതേതോ അതാണ് ജനകീയകലയെന്നും 'കലാശിൽപ്പ'ത്തിന്റെയും 'രൂപഭദ്രത'യുടെയുമെല്ലാം അളവുകോൽ ബഹുജനങ്ങളുടെ ഹൃദയമാണെന്നും സമ്മതിക്കാതെ സംസ്കൃതത്തിലോ ഇംഗ്ലീഷിലോ എഴുതിയ ചില പണ്ഡിതന്മാരുടെ കലാവിമർശനനിയമങ്ങൾക്കു വഴങ്ങിയാലേ കല കലയാവുകയുള്ളുവെന്നു വാദിക്കുകയാണിവർ ചെയ്യുന്നത്.

ബഹുജനങ്ങളാസ്വദിക്കുന്ന സാഹിത്യവും സംഗീതവും അഭിനയവും സാങ്കേതികമായി ഉയർന്നതാണോ താഴ്ന്നതാണോ എന്നതല്ല ഇന്നത്തെ പ്രശ്നം: താഴ്ന്നതായാലും ഉയർന്നതായാലും ബഹുജനങ്ങൾ ആസ്വദിക്കുന്ന ഒരു പുതിയ കലയും സാഹിത്യവും ഉയർന്നുവരുന്നുണ്ടെന്നതാണ്; കലാരൂപങ്ങളെപ്പറ്റി ബഹുജനങ്ങൾ സ്വന്തം അഭിപ്രായം പറയാൻ തുടങ്ങിയിരിക്കുന്നുവെന്നതാണ്; ഇന്ന വിഷയത്തെപ്പറ്റി, ഇന്ന രൂപത്തിലുള്ള സാഹിത്യവും കലയുമാണ് ബഹുജനങ്ങൾക്ക് സ്വീകാര്യമാവുകയെന്നു കാണാൻ കഴിയാതെ ബഹുജനഹൃദയത്തിൽ നിന്നൊറ്റപ്പെട്ടു നിന്നുകൊണ്ട് കലാനിർമാണം ചെയ്യാൻ ശ്രമിക്കുന്ന കലാകാരന്മാർ പരാജയപ്പെടാനാണ് പോകുന്നതെന്ന സ്ഥിതി വന്നിരിക്കുന്നുവെന്നതാണ്; ചുരുക്കത്തിൽ, ഭരണസമ്പ്രദായവും സാമ്പത്തികവ്യവസ്ഥയും സാമൂഹ്യഘടനയുമെന്നപോലെതന്നെ സാഹിത്യവും സംഗീതവും മറ്റു കലകളും ഏതു രീതിയിലായിരിക്കണമെന്നു നിശ്ചയിക്കാനുള്ള അധികാരം ബഹുജനങ്ങൾ സ്വയം ഏറ്റെടുത്തിരിക്കുന്നുവെന്നതാണ്. ഇതിനനുസരിച്ച ഒരു ജനകീയസാഹിത്യവും ജനകീയസംഗീതവും ജനകീയനാടകവേദിയും മറ്റു ജനകീയകലകളുമുണ്ടാക്കാൻ ജനങ്ങളുമായിണങ്ങിച്ചേർന്നു പ്രവർത്തിക്കുകയാണ് യഥാർഥ കലാപ്രണയികളുടെ കടമ.

ഇങ്ങനെ ജാതി–ജന്മി–നാടുവാഴിമേധാവിത്വത്തിനും ബ്രിട്ടീഷ്ഭരണത്തിനുമെതിരായ സമരത്തിലൂടെ സ്വയം വളർന്ന്, ഇന്ത്യൻ ദേശീയപ്രസ്ഥാനത്തിന്റെ വളർച്ചയിൽ സജീവമായി പങ്കെടുത്ത്, സ്വന്തം സംസ്കാരനിലവാരം തന്നെ ഉയർത്തിയ മലയാളിക്ക് സാമൂഹ്യമായും രാഷ്ട്രീയമായും സാമ്പത്തികമായും സാംസ്കാരികമായും എന്തെല്ലാം പ്രശ്നങ്ങളാണു നേരിടാനുള്ളതെന്നും അവയ്ക്കെങ്ങനെ പരിഹാരം നേടാമെന്നും ഈ ഗ്രന്ഥത്തിന്റെ നാലാം ഭാഗത്ത് നമുക്കു പരിശോധിക്കാം.

www.ingramcontent.com/pod-product-compliance
Ingram Content Group UK Ltd.
Pitfield, Milton Keynes, MK11 3LW, UK
UKHW042136021026
15589UKWH00003B/872

9 789385 045776